மலைகளும் எதிரொலித்தன

சதீஷ் வெங்கடேசன்
மொழிபெயர்ப்பாளர்

திருவண்ணாமலையை சேர்ந்த சதீஷ் வெங்கடேசன் இந்திய அஞ்சல் துறையில் பணியாற்றி, பின்னர் கல்வி மீதான ஈடுபாடு காரணமாக அதை விடுத்து ஆசிரியர் பணியை ஏற்றவர். இலக்கியப் பணிகள் மட்டுமில்லாமல் கல்வி சார் தொண்டு நிறுவனம் ஒன்றில் தன்னை இணைத்துக்கொண்டு விளிம்புநிலை மாணவர்களின் கல்வி முன்னேற்றத்துக்காகவும் முயல்பவர். 'மலைகளும் எதிரொலித்தன' இவரின் முதல் மொழிபெயர்ப்பு நாவல்.

மலைகளும் எதிரொலித்தன

காலித் ஹுசைனி

தமிழில்

சதீஷ் வெங்கடேசன்

எதிர் வெளியீடு

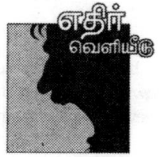

மலைகளும் எதிரொலித்தன
காலித் ஹுசைனி
தமிழில்: சதீஷ் வெங்கடேசன்

முதல் பதிப்பு: ஜூலை 2022

எதிர் வெளியீடு,
96, நியூ ஸ்கீம் ரோடு, பொள்ளாச்சி - 642 002
தொலைபேசி: 04259 - 226012, 99425 11302

விலை: ரூ. 599

And the Mountains Echoed
Khaled Hosseini
Translated by Sathish Venkatesan

First Edition: July 2022

Published by
Ethir Veliyeedu, 96, New Scheme Road. Pollachi - 2
email: ethirveliyedu@gmail. com
www. ethirveliyedu. in

ISBN: 978-93-90811-74-8
Cover Design: Santhosh Narayanan
Printed at Jothy Enterprises, Chennai.

Copyright © 2013 by Khaled Hosseini and Roya Hosseini,
as Trustees of The Khaled and Roya Hosseini Family Charitable
Remainder Unitrust No. 2, dated February 29, 2012.

All rights reserved. No part of this book may be reprinted or reproduced or utilised in any form or by any electronic, mechanical or other means, now known or hereafter invented, including Photocopying and recording, or in any information storage or retrieval system, without permission in writing from the Publisher.

என் கண்ணின் மணிகளான ஹாரிஸ் மற்றும்
ஃபராவுக்கு இந்தப் புத்தகம் அர்ப்பணம்.
என்னால் பெருமைப்பட்டிருக்கக்கூடிய என் அப்பாவுக்கும்.

எலைனுக்கு...

வெளியே, பாவம் புண்ணியம்
என்ற கோட்பாடுகளுக்கு அப்பால்
ஓர் இடம் இருக்கிறது.
அங்கே உன்னைச் சந்திக்கிறேன்.
- *ஜலாலுதீன் ரூமி,* 13 - ஆம் நூற்றாண்டு

ஒன்று

இலையுதிர்காலம் 1952

அப்புறம் என்ன. உங்களுக்கு ஒரு கதைதானே வேண்டும். சரி, சொல்கிறேன். ஆனால் ஒரேயொரு கதை. அவ்வளவுதான். நீங்கள் இருவருமே அதற்குமேல் கேட்கக்கூடாது. இப்போதே நேரமாகிவிட்டது. பரி, நாளை நமக்கொரு நீண்ட பயணம் காத்திருக்கிறது, உனக்கும் எனக்கும் முன்னால். இன்றிரவு நீ நன்றாகத் தூங்கி ஓய்வெடுக்க வேண்டும். உனக்கும் தான், அப்துல்லா. நானும் உன் தங்கையும் வெளியே இருக்கும் போது, மகனே, உன்னைத்தான் நான் நம்பியிருக்கிறேன். உன் அம்மாவும் அப்படித்தான். சரி, இப்போது ஒரேயொரு கதை. இருவரும் கேளுங்கள், நன்றாகக் கேளுங்கள். குறுக்கிடாதீர்கள்.

முன்னொரு காலத்தில், திவ்களும், ஜின்களும், ராட்சசர்களும் நிலத்தில் அலைந்து திரிந்து கொண்டிருந்த நாட்களில், பாபா அயூப் என்ற விவசாயி வாழ்ந்து வந்தான். அவன் தன் குடும்பத்துடன் மைதான் சப்ஸ் என்ற சிறிய கிராமத்தில் வாழ்ந்தான். அவனது பெரிய குடும்பத்தைக் காப்பாற்றுவதற்காக பாபா அயூபின் பகல் பொழுதுகள் கடின உழைப்பிலேயே கழிந்தன. ஒவ்வொரு நாளும், சூரிய உதயம் முதல் அஸ்தமனம் வரை அவன் கடுமையாக உழைத்தான், தன் நிலத்தை உழுது மண்ணைப் பதப்படுத்தினான். தன்னிடமுள்ள சொற்பமான பிஸ்தா மரங்களை நன்கு பராமரித்தான். தனது வயல் வேலைக்குப் பயன்படுத்துகிற நன்கு வளைந்த அரிவாளைப் போல, நாள்முழுக்க இடுப்பளவில் குனிந்தபடி தனது நிலத்தில் அவன் உழைத்ததை எல்லா நேரத்திலும்

திவ் – பிசாசு
ஜின் – ஆவி

நீங்கள் பார்க்கலாம். அவனது உள்ளங்கைகள் கடினமாக காப்பு காய்ந்திருக்கும், அடிக்கடி அதிலிருந்து ரத்தம் வடியும். ஒவ்வொரு இரவும் அவன் தலையணையில் சாயும் மறுகணமே உறக்கம் அவனைத் திருடிக்கொண்டு போய்விடும்.

இப்படிப்பட்டக் கஷ்டமான சூழல் அவனுக்கு மட்டுமே இருந்தது; அவன் மட்டும்தான் வறுமையில் சிரமப்பட்டான் என்று நான் சொல்லமாட்டேன். மைதான் சப்ஸில் வாழ்ந்த மக்கள் எல்லோரது பிழைப்புமே நாய்ப்பிழைப்புதான். வடக்கில், பள்ளத்தாக்குகளில், கொடுத்துவைத்த சில கிராமங்கள் பழமரங்களோடும், பூக்களோடும், இளந்தென்றலோடும், குளிர்ந்த நீரோடைகளோடும் செழிப்பாக இருந்தன. ஆனால் மைதான் சப்ஸ் ஒரு பாவப்பட்ட கிராமம். 'பசுமையான நிலம்' என்னும் அர்த்தம் தரும் அதன் பெயரைக் கேட்டால், அந்தக் கிராமத்துக்கும் அதற்கும் துளியும் சம்பந்தமில்லாமல் இருப்பதை நீங்கள் பார்க்க முடியும். புழுதி நிறைந்த சமமான நிலப்பகுதியில், சுற்றிலும் கரடுமுரடான ஆனால் வசீகரமான மலைத்தொடர்களுக்குள் அக்கிராமம் அமர்ந்திருந்தது. வெப்பமான காற்று கண்களுக்குள் தூசியைத் தூற்றும். தினமும் தண்ணீரைத் தேடுவதே போராட்டம்தான். கிராமத்துக் கிணறுகளில், அதிலும் வற்றாத கிணறுகளில்கூட தண்ணீர் கீழே சென்றுவிட்டது. ஆம், ஓர் ஆறு இருந்தது. ஆனால் அதை அடைய மக்கள் அரை நாளாவது நடக்க வேண்டும். அப்படியே அடைந்தாலும் அந்த ஆற்றுநீர் வருடம் முழுக்க சேற்றுக் குழம்பாகத்தான் ஓடியது. இப்போது பத்தாண்டு வறட்சிக்குப் பிறகு, அதுவும் கணுக்கால் அளவுக்கே மேலோட்டமாக ஓடிக்கொண்டிருந்தது. சுருக்கமாகச் சொல்லப்போனால் மைதான் சப்ஸின் மக்கள் அரைவாசி பிழைக்க இருமடங்கு அதிகம் சிரமப்பட வேண்டியிருந்தது.

இத்தனை சிரமங்களுக்கு நடுவிலும் பாபா அயூப் தன்னை ஓர் அதிர்ஷ்டசாலியாக நினைத்து வரக் காரணம் இந்த உலகத்திலுள்ள எல்லாவற்றையும் விட தான் நெஞ்சார நேசிக்கும்; பொக்கிஷமாகப் பாதுகாக்கும் குடும்பத்தை அவன் பெற்றிருந்ததுதான். தனது மனைவியை மிகவும் காதலித்தான். அவளிடம் குரலைக்கூட உயர்த்திப் பேசாதபோது, கைநீட்டும் பேச்சுக்கே இடமில்லை. அவளது ஆலோசனைகளுக்கு மதிப்பளித்து அவள் தோழமையில் உண்மையான இன்பத்தைக் கண்டான். குழந்தைகளைப் பொறுத்தவரையில் கைவிரல்களுக்கு ஏற்றார்போல மூன்று மகன்களும் இரண்டு மகள்களும் பெற்று ஆசீர்வதிக்கப்பட்டவன்

அவன். ஒவ்வொரு குழந்தையையும் உளமார நேசித்தான். அவனது மகள்கள் பண்பும், பணிவும், கருணையும், நற்பெயரும் பெற்று விளங்கினார்கள். மகன்களுக்கு சிறு வயதிலிருந்தே நேர்மையின் அருமை பெருமைகளை, துணிவை, தோழமையை, கடின உழைப்பை ஊட்டி வளர்த்திருந்தான். அவர்களும் பாபா அயூபுக்குக் கீழ்ப்படிந்து நடந்தார்கள். நல்ல பிள்ளைகளாகத் தன் தகப்பனுக்கு பயிர் வேலைகளில் உதவியும் செய்துவந்தார்கள்.

எல்லாக் குழந்தைகளின் மீதும் சமமான அன்பு செலுத்தினாலும், பாபா அயூபிற்குத் தன் ஒரு குழந்தையின்மேல் மட்டும் தனிப்பட்ட பாசம் இருந்தது. அது அவனது கடைக்குட்டியான மூன்று வயது கயஸ் மீதுதான். கருநீலநிறக் கண்கள் கொண்ட சிறுவன் அவன். தான் சந்தித்த அனைவரையும் கொள்ளை கொள்ளும் சிரிப்பால் வசீகரித்து விடுவான். மற்ற பிள்ளைகள் சோர்வடைந்தாலும் அவன் மட்டும் வற்றாத ஆற்றலுடன் வலம் வருவான். கயஸ் நடக்கக் கற்றுக்கொண்ட புதிதில், அந்த சந்தோஷத்தில், தூங்கும் நேரம் தவிர மற்ற நேரங்களிலெல்லாம் நடந்துகொண்டே இருந்தான். அதன் பிறகு, தூக்கத்திலும் நடக்க ஆரம்பித்து அனைவருக்கும் தலைவலி ஏற்படுத்தினான். பாதித் தூக்கத்தில் எழுந்து, வீட்டை விட்டு வெளியே வந்து, நிலா வெளிச்சத்தில் அலைந்துகொண்டிருந்தான். இயல்பாகவே அவன் பெற்றோருக்கு பயம் வர ஆரம்பித்தது. நடந்துகொண்டே கிணற்றில் விழுந்துவிட்டால் என்னாவது? ஒருவேளை தொலைந்து போய்விட்டால்? அல்லது அத்தனையும் விட மோசமாக, இரவில் சுற்றித்திரியும் ஏதேனும் விலங்குகளால் தாக்கப்பட்டால்? எவ்வளவு யோசித்தாலும் இதற்கொரு தீர்வு கிடைக்கவில்லை. இறுதியாக, பாபா அயூப் எளிமையான யோசனை ஒன்றைச் சொன்னான். பல பெரிய பிரச்சினைகளுக்கு அதன் தீர்வு எப்போதும் எளிமையாகவே இருக்கும். தன்னுடைய ஆடுகளில் ஒன்றின் கழுத்திலிருந்த சிறிய மணியைக் கழற்றி அதைக் கயஸின் கழுத்தில் கட்டிவிட்டான். இனி கயஸ் நடுஇரவில் எழுந்து நடக்க ஆரம்பித்தால் மணியோசை பக்கத்தில் உள்ள மற்றவர்களை எழுப்பிவிடும். கயஸ் காலப்போக்கில் தூக்கத்தில் நடப்பதை நிறுத்தினாலும், தன் கழுத்திலிருந்த மணி அவனுக்கு மிகவும் பிடித்துவிட்டதால் அதைப் பிரிய மனமின்றி கழற்றாமலேயே இருந்தான். பாபா அயூப் வேலை முடித்து வீட்டிற்கு வந்தவுடன் கழுத்திலுள்ள மணி கிலுகிலுக்க ஓடோடிச் சென்று தன் அப்பாவின் வயிற்றில் முகம் மோதி கட்டிக்கொள்வான். பிறகு அப்பா

முகம், கைகால்களைக் கழுவுவதை கவனத்துடன் பார்த்துவிட்டு இரவு உணவு சாப்பிடும் போதும் அப்பாவுக்குப் பக்கத்திலேயே உட்கார்ந்து சாப்பிட்டான். சாப்பிட்டு முடித்து தேனீர் குடிக்கின்ற வேளையில் பாபா அயூபிற்குத் தன் குழந்தைகள் எல்லாம் வளர்ந்து பெரியவர்களாகிவிட்டது போலவும்; அவர்களுக்குத் திருமணம் முடிந்தது போலவும்; பிறகு பேரக்குழந்தைகள் பிறந்து தனது வம்சம் விருத்தியாவது போலவும்; தான் அதைப் பார்த்துப் பூரிப்பது போலவும் கற்பனைகள் சிறகடிக்கும்.

ஐயோ! அப்துல்லா! பரி! பாபா அயூபுக்கு இனிமேல்தான் சோதனையே.

ஒரு நாள் அது நடந்தது. ஒரு *திவ்* மைதான் சப்ஸிற்குள் வந்துவிட்டது. மலைகளின் திசையிலிருந்து கிராமத்திற்குள் நுழைந்த அது எடுத்துவைத்த ஒவ்வொரு அடிக்கும் பூமி அதிர்ந்தது. கிராம மக்கள் தாங்கள் பிடித்திருந்த மண்வெட்டி, கடப்பாரைகளை அப்படியே போட்டுவிட்டுச் சிதறி ஓடினர். அனைவரும் தங்கள் வீடுகளுக்குள் புகுந்து கதவைப் பூட்டிக்கொண்டு குடும்பத்தோடு கைகோர்த்துக் கொண்டனர். காதைப் பிளக்கும் *திவ்வின்* காலடி ஓசை ஓய்ந்தபோது மைதான் சப்ஸின் வானம் *திவ்வின்* நிழலால் இருண்டது. அதன் தலையிலிருந்து வளைந்த கொம்புகள் வெளியே நீட்டிக்கொண்டிருந்ததாகவும் அதன் தோள்களையும், வலிமையான வாலையும் கரடுமுரடான கரிய மயிர் மூடியிருந்ததாகவும் சொன்னார்கள். அதன் கண்கள் செக்கச்செவேலென ஒளிர்ந்ததாகச் சொன்னார்கள். நன்றாகக் கவனி, நான் சொல்லப்போவது உண்மையா பொய்யா என்று யாருக்குமே தெரியாது, குறைந்தபட்சம் உயிரோடிருக்கிற யாருக்கும் நிச்சயமாக தெரியாது. அதாவது தன்னை யாராவது நிமிர்ந்து பார்த்தால், ஒரு நொடி நிமிர்ந்து பார்த்தாலும்கூட, அந்த *திவ்* பார்ப்பவரை அப்படியே விழுங்கி விடுமாம்! இதை அறிந்ததால், கிராம மக்கள் அனைவரின் கண்களும் அவரவர் காலடித் தரையிலேயே ஒட்டியிருந்தன.

கிராமத்திலுள்ள ஒவ்வொருவருக்கும் *திவ்* ஏன் வந்திருக்கிறது என்று தெரியும். பக்கத்து கிராமங்களுக்குச் சென்றிருந்தபோது அவர்கள் *திவ்வின்* வருகையைப் பற்றிய பல்வேறு கதைகளைக் கேள்விப்பட்டிருந்தார்கள். இதுவரை அதன் பார்வையிலிருந்து மைதான் சப்ஸ் தப்பித்து வந்தது எப்படி என்றும் ஆச்சரியப்பட்டார்கள். அவர்களுக்குள்ளாகவே காரணமும்

சொல்லிக்கொண்டார்கள்: ஒருவேளை, மைதான் சப்ஸின் ஏழ்மையும் பஞ்சமும் அவர்களுக்கு ஒருவிதத்தில் சாதகமாக இருந்ததோ? இங்குள்ள குழந்தைகளும் மற்ற ஊர்க் குழந்தைகளைப் போலில்லாமல் எலும்பும் தோலுமாய்ப் பரிதாபமாக இருந்ததும் ஒரு காரணமோ? என்ன இருந்தாலும் எல்லாவற்றுக்கும் ஒரு முடிவு உண்டு தானே! அவர்களின் அதிர்ஷ்டமும் கடைசியில் அன்று முடிந்துபோனது.

ஒட்டுமொத்த கிராமமும் பயத்தில் நடுங்கியது. யாரும் மூச்சுகூட விடவில்லை. கடவுளே இன்று எப்படியாவது *திவ்* என் வீட்டைத் தாண்டி போய்விடவேண்டும் என்று ஒவ்வொரு குடும்பமும் வேண்டிக் கொண்டது. காரணம், *திவ்* அவர்களின் வீட்டுக் கூரையைத் தட்டினால் கண்டிப்பாகத் தங்களின் குழந்தைகளில் ஒன்றை அதனிடம் கொடுத்துவிட வேண்டும் என்று நிச்சயமாக அவர்களுக்குத் தெரியும். உடனே *திவ்*, அந்தக் குழந்தையை மூட்டையில் கட்டித் தன் தோளில் போட்டுக்கொண்டு வந்த வழியே சென்று விடும். பாவம்! அதன்பிறகு அந்தக் குழந்தையை யாராலும் எப்போதும் பார்க்கவே முடியாது. ஒருவேளை இதற்கு யாராவது மறுத்தால், அக்குடும்பத்திலுள்ள எல்லாக் குழந்தைகளையும் *திவ்* தூக்கிக் கொண்டு சென்றுவிடும்.

சரி, *திவ்* அக்குழந்தைகளை எங்கே கொண்டு சென்றது? ஓர் உயரமான மலை உச்சியிலிருந்த அதன் கோட்டைக்குத்தான். *திவ்*வின் கோட்டை மைதான் சப்ஸிலிருந்து மிகத் தொலைவில் இருந்தது. நீங்கள் அதை அடைய வேண்டுமானால் பள்ளத்தாக்குகளை, சிலபல பாலைவனங்களை, இரண்டு மலைத்தொடர்களைக் கடந்தாக வேண்டும். மேலும் எந்த மடையன் அங்கு போக விரும்புவான்? அதுவும் வேண்டுமென்றே சாவை சந்திக்க? அந்தக் கோட்டை முழுக்க, சுற்றிலும் ஈட்டிகள் பொருத்தப்பட்ட நூற்றுக்கணக்கான பாதாள அறைகள் இருந்ததாகச் சொன்னார்கள். அதன் கூரைகளிலிருந்து மாமிசத்தை தொங்கவிடப் பயன்படும் கொக்கிகள் ஆடிக்கொண்டிருக்குமாம். நெருப்புக் குழிகளும், மாமிசத்தைக் குத்தி வேகவைக்கும் ராட்சசக் கம்பிகளும் இருந்ததாகச் சொன்னார்கள். ஒருவேளை அத்துமீறி உள்ளே செல்பவர்கள் மாட்டிக்கொண்டால், அந்த *திவ்* அவர்களைத் தின்று தீர்த்துவிடுமாம், வளர்ந்த மனிதனின் மாமிசம் அவ்வளவாகப் பிடிக்காது என்றாலும் கூட.

எந்த வீட்டின் கூரையை திவ் தட்டியது என்று இந்நேரம் நீங்கள் ஊகித்திருப்பீர்கள். அதைக்கேட்டதும், பாபா அயூப் தன் உதடுகளிலிருந்து வேதனையான அழுகையை கசியவிட்டான், அவன் மனைவியோ அதிர்ச்சியில் மூர்ச்சையடைந்து வீழ்ந்தாள். குழந்தைகள் எல்லோரும் பயத்திலும் பீதியிலும் தேம்பிக் கொண்டிருந்தனர், சோகத்திலும் கூடத்தான், ஏனென்றால் தங்களுக்குள் ஒருவரை இழந்துவிடப் போகிறோம் என்று நிச்சயமாக அவர்களுக்குத் தெரிந்துவிட்டது. பலி கொடுப்பதற்கான அவகாசம் மறுநாள் விடியும்வரை இருந்தது அக்குடும்பத்திற்கு.

பாபா அயூபும் அவன் மனைவியும் அன்றிரவு அனுபவித்த வேதனையை உங்களிடம் நான் எப்படி விவரிப்பது? எந்தவொரு தகப்பனுக்கும் தாய்க்கும் இதுபோன்ற கொடுமையான ஒரு நிலைமை வந்துவிடக்கூடாது. குழந்தைகளின் காதுகளில் விழாதவாறு பாபா அயூபும் அவன் மனைவியும் அடுத்து என்ன செய்வது என்று விவாதித்தனர். பேசிக்கொண்டே அழுதவாறும், அழுதுகொண்டே பேசியவாறும், இரவு முழுக்க முடிவெடுக்க முடியாமல் திணறிக் கொண்டிருந்தபோது விடியலும் நெருங்கியது. ஆனாலும் அவர்களால் ஒரு முடிவுக்கு வர இயலவில்லை. ஒருவேளை திவ்வும் இதைத்தான் விரும்பியதோ - எந்தக் குழந்தையை பலி கொடுப்பது என்ற தீர்மானத்துக்கு வரமுடியவில்லை என்றால் ஒரு குழந்தைக்குப் பதில் ஐந்து குழந்தைகளையும் எடுத்துக் கொள்ளலாமே. இறுதியில், பாபா அயூப் வீட்டிற்கு வெளியேயிருந்து கிட்டத்தட்ட ஒரே தோற்றம் கொண்ட ஐந்து கற்களைக் கொண்டு வந்தான். ஒவ்வொரு கல்லின் பின்னாலும் ஒவ்வொரு குழந்தையின் பெயரை எழுதினான். பின்னர் அந்தக் கற்களை சிறிய சாக்குப்பையில் போட்டுத் தன் மனைவியிடம் நீட்டியபோது அவள் பாம்பைக் கண்டது போல் பயந்து பின் வாங்கினாள்.

“என்னால் முடியாது,” தலையை இடவலமாக அசைத்துக் கொண்டே தன் கணவனிடம் அவள் சொன்னாள். “தேர்ந்தெடுப்பது நானாக இருக்கக் கூடாது. என்னால் தாங்க முடியாது.”

“என்னாலும் முடியாது,” பாபா அயூப் மறுக்க ஆரம்பித்தாலும் கிழக்கு மலைகளிலிருந்து சூரியன் எட்டிப் பார்ப்பதற்கு இன்னும் ஒருசில கணங்களே இருப்பதை ஜன்னலின் வழியே பார்த்தபோது உணர்ந்தான். நேரம் வெகுசீக்கிரமாக ஓடிக்கொண்டிருந்தது. தனது ஐந்து குழந்தைகளையும் அவன் பரிதாபமாகப் பார்த்தான்.

கையைக் காப்பாற்ற வேண்டுமெனில் ஒரு விரலை வெட்டித்தான் ஆக வேண்டும். சட்டென கண்களை மூடிக்கொண்டு சாக்குப் பையிலிருந்து ஒரு கல்லை எடுத்தான்.

எந்தக் கல்லை பாபா அயூப் எடுக்க நேர்ந்ததென்று இந்நேரம் உங்களுக்குத் தெரிந்திருக்கும். கல்லிலிருந்த அந்தப் பெயரைப் பார்த்தவுடன் அவன் கடவுளே என்று வானத்தை நோக்கிப் பெரும் கூச்சலுடன் ஓலமிட்டான். உடைந்த மனதோடு, தனது கடைசி மகனை வாரியணைத்துத் தூக்கிக்கொண்டபோது, அப்பாவின் மேல் கண்மூடித்தனமான நம்பிக்கை கொண்ட கயஸ், நடக்கும் நிகழ்வுகளின் வீரியம் புரியாமல் பாபா அயூபின் கழுத்தைச் சுற்றி ஆசையோடு கட்டிக்கொண்டான். பாபா அயூப் அவனை வீட்டிற்கு வெளியே இறக்கிவிட்டுவிட்டு கதவைச் சாத்தித் தாளிட்டபோதுதான் சிறுவனுக்குக் கொஞ்சம் கொஞ்சமாகப் புரிய ஆரம்பித்தது. உள்ளே கண்களை இறுக மூடி, கண்ணீர் பெருக்கி, மூடிய கதவிற்கு முதுகைக் காட்டி நின்று கொண்டிருந்தான் பாபா அயூப். தன் அன்புக்குரிய கயஸ் அவனது சின்னஞ்சிறு முஷ்டியால் கதவைத் தட்டித் திறக்கச் சொல்லி அழுது துடிதுடித்துக்கொண்டிருக்க, “மன்னித்துவிடு, என்னை மன்னித்துவிடு,” என்று பலவீனமாக முனகியவாறே பாபா அயூப் தவித்து நின்றான். *திவ்* அந்தக் கிராமத்திலிருந்து வெளியேறும் காலடி ஓசையில் நிலம் மீண்டும் மீண்டும் அதிர, தன் மகன் பிஞ்சுத் தொண்டை வலிக்கக் கீச்சிட, அந்த மண் வீட்டில் ஒரு பிரளயமே அடித்துக்கொண்டிருந்தது. எல்லாம் ஓய்ந்த பிறகும், எங்கும் அமைதி சூழ்ந்த பிறகும், பாபா அயூப் மட்டும் தேம்பித்தேம்பி அழுதுகொண்டே இருந்தான்; கயஸிடம் மன்னிப்பு கேட்டுக்கொண்டே இருந்தான்.

அப்துல்லா. உன் தங்கை தூங்கிவிட்டாள். அவளின் பாதங்களைப் போர்த்திவிடு. ம், அப்படித்தான். நல்லது. கதையை இதோடு நிறுத்திக் கொள்ளட்டுமா மகனே? வேண்டாமா? தொடர்ந்து சொல்ல வேண்டுமா? நிச்சயமாகவா? சரி ஆகட்டும்.

எங்கே விட்டேன்? ஆங்.... ஆமாம். அதற்குப் பிறகு நாற்பது-நாள் துக்கம் அனுசரிக்கப்பட்டது. ஒவ்வொரு நாளும், அக்கம்பக்கத்தில் உள்ளவர்கள் உணவு சமைத்துக் கொண்டுவருவதும், அவர்களைக் கண்ணும் கருத்துமாகப் பார்த்துக் கொள்வதுமாக இருந்தார்கள். கிராமத்து மக்கள் தங்களால் என்ன முடிந்ததோ அதையெல்லாம் கொண்டு வந்தார்கள் - தேநீர், மிட்டாய்கள், ரொட்டி,

பாதாம் - இப்படி என்ன முடிந்ததோ அவற்றை அன்போடும், அனுதாபத்தோடும் கொண்டு வந்தார்கள். குறைந்தபட்சம் நன்றி என்ற ஒரு வார்த்தை கூட பாபா அயூபால் சொல்லமுடியவில்லை; வெளியில் முகம் காட்ட முடியவில்லை. என்னவோ கிராமத்து வறட்சியையெல்லாம் தன் கண்களிலிலிருந்து பெருகும் கண்ணீரால் முடிவுக்குக் கொண்டுவர முயற்சிப்பது மாதிரி சதா மூலையில் உட்கார்ந்து அழுதுகொண்டே இருந்தான். இருப்பதிலேயே மிக இழிவான ஒரு மனிதனுக்குக் கூட அவன் அனுபவித்து வந்த வேதனையையும் துன்பத்தையும் நீ சபிக்க மாட்டாய் அப்துல்லா.

ஆண்டுகள் பல கடந்தன. வறட்சியும் தொடர்ந்தது. மைதான் சப்ஸ் மேலும் மிக மோசமான வறுமையில் வீழ்ந்தது. பல சிசுக்கள் பசி தாகத்தால் தொட்டில்களிலேயே செத்து மடிந்தன. கிணறுகளில் தண்ணீர் இன்னும் இன்னும் அதல பாதாளத்தில் சென்றது. ஆறு வற்றிப் போனது, ஆனால் பாபா அயூபின் மனவேதனை வற்றவில்லை, அது ஒவ்வொரு நாளும் பெருகிக்கொண்டே ஓடும் வற்றாத ஜீவநதி போல ஓடிக்கொண்டிருந்தது. இனி அவனால் குடும்பத்திற்கு எந்தவொரு பிரயோஜனமும் இல்லை. அவன் வேலைக்குச் செல்லவும் இல்லை, தொழுகை செய்யவும் இல்லை. எப்போதாவது சாப்பிட்டான். மனைவியும் குழந்தைகளும் அவனிடம் எவ்வளவோ மன்றாடியும் பலனில்லை. எனவே எஞ்சியிருந்த மகன்கள் வயல் வேலைகளைப் பார்க்கத் தொடங்க, பாபா அயூபோ சோகமே உருவாக, நிலத்தின் ஓரம் அந்த மலைகளையே வெறித்து பார்த்தபடி ஜடம் போல உட்கார்ந்திருந்தான். தன்னைப் பற்றி புரளி பேசுகிறார்கள் என்று நம்பியதால், கிராம மக்களிடம் பேசுவதைக்கூட அவன் நிறுத்திவிட்டான். *திவ்*விடம் தானாகவே மகனைக் கொடுத்துவிட்டதால் அவனைக் கோழை என்றார்கள். அவனுக்கு தகப்பன் என்று சொல்லிக் கொள்ளவே அருகதை இல்லையாம். உண்மையான தகப்பன் *திவ்*விடம் போராடியிருப்பான்; தன் குடும்பத்தைப் பாதுகாக்க உயிரையும் விட்டிருப்பான்.

ஒருநாள் இரவு மனைவியிடம் இதைச் சொன்னான்.

“உங்களைப் பற்றி யாரும் எதுவும் பேசவில்லை,” அவன் மனைவி சொன்னாள். “உங்களைக் கோழையென்று யாரும் நினைக்கவில்லை.”

“அவர்கள் பேசிய குரலை நானே என் காதால் கேட்டேன்,” என்றான் அவன்.

“அது அவர்களின் குரல் இல்லை; உங்கள் மனதின் குரல்,” என்றாள். இருந்தாலும் கிராம மக்கள் உண்மையிலேயே அவனுக்குப் பின்னால் கிசுகிசுத்ததை அவள் சொல்லவில்லை. சொல்லப்போனால் அவன் பைத்தியமாகிவிட்டானோ என்றுதான் அவர்கள் கிசுகிசுத்தார்கள்.

அந்த சந்தேகமும் ஒருநாள் உறுதியானது. அவன் விடியற்காலையில் எழுந்தான். மனைவி குழந்தைகளை எழுப்பிவிடக்கூடாது என்ற கவனத்துடன் ஒருசில ரொட்டித் துண்டுகளை சிறு சாக்குப்பையில் போட்டுக்கொண்டு, தன் செருப்பை மாட்டி, இடுப்பில் அரிவாளை இறுக்கமாகக் கட்டிக்கொண்டான். அவன் கிளம்பிவிட்டான்.

நாட்கள், பல நாட்களாக அவன் நடந்தான். அந்தி வானில் சூரியன் மெல்லிய செந்தனலாக மாறுகிற வரை அவன் நடந்தான். இரவில், காற்று வீசிக்கொண்டிருக்க, குகைகளில் உறங்கினான். ஆறுகளுக்கு பக்கத்திலும், மரங்களுக்கு அடியிலும், பாறைகளுக்கு நடுவிலும்கூட தூங்கினான். முதலில் அவன் கொண்டுவந்திருந்த ரொட்டித் துண்டுகளை சாப்பிட்டான், அது தீர்ந்த பிறகு எது கிடைத்ததோ அதையெல்லாம் சாப்பிட்டான் - பழங்கள், காளான், வெறும் கைகளாலேயே ஓடைகளில் பிடிக்கப்பட்ட மீன்! சில நாட்களில் அவன் எதுவுமே சாப்பிடாமல் பட்டினியும் கிடந்தான். ஆனாலும் அவன் நடந்துகொண்டே இருந்தான். வழியில் எதிர்ப்படுபவர்கள் அவன் எங்கே செல்கிறான் என்று விசாரித்தபோது, பதில் சொன்னான். சிலர் சிரித்தார்கள். சிலர் அவன் பைத்தியமோ என்ற பயத்தில் அவசர அவசரமாக நடையைக் கட்டினார்கள். ஒருசிலர் அவனுக்காகப் பிரார்த்தித்துக் கொண்டார்கள், காரணம் அவர்களும் ஒரு குழந்தையை *திவ்*விடம் பறிகொடுத்திருந்தார்கள். பாபா அயூப் எதையுமே பொருட்படுத்தாமல் நடந்தான். அவனது செருப்பு அறுந்து விழுந்தபோது, கயிறால் அதைக் காலோடு சேர்த்துக் கட்டிக்கொண்டான். அந்தக் கயிறும் அறுந்த போது வெறும் காலுடன் முன்னேறிச் சென்றான். இப்படியாக, பள்ளத்தாக்குகள், சிலபல பாலைவனங்கள் மற்றும் மலைகளைக் கடந்து அவன் பயணித்தான்.

கடைசியாக அவன் உச்சியில் *திவ்*வின் கோட்டை அமர்ந்திருந்த மலையை அடைந்தான். தான் நாடிவந்த விஷயம் விரைவில் நிறைவேறப் போகிற ஆர்வத்தில் சிறிதும் ஓய்வெடுக்காமல் உடனடியாக அந்த மலைமீது ஏற ஆரம்பித்தான். அவன் உடுத்தியிருந்த உடை கந்தலாகிக் கிழிந்து தொங்கிக்கொண்டிருந்தது.

அவனது பாதத்தில் ரத்தம் வடிந்து கொண்டிருந்தது. புழுதி படிந்திருந்த அவனது முடி அப்பம் போல ஒட்டிக்கொண்டிருந்தது. ஆனாலும் அவன் அசைக்க முடியாத தீர்க்கத்தைக் கொண்டிருந்தான். ரம்பம் போன்ற பாறைகள் அவன் பாதங்களைக் குத்திக் கிழித்தன. பருந்துகளின் கூட்டைத்தாண்டி அவன் ஏறிய போது அவை அவன் கன்னத்தைக் கொத்தின. வலிமையான காற்று வீசி அவன் கிட்டத்தட்ட மலையிலிருந்து தூக்கி எறியப்பட்டான். ஆனாலும் தொடர்ந்து ஒவ்வொரு பாறையாக *திவ்*வின் கோட்டை வாசலை அடையும் வரை ஏறிக்கொண்டே சென்றான்.

யாரது? பாபா அயூப் வாசல் கதவை நோக்கி ஒரு கல்லை எறிந்தவுடன் *திவ்*வின் குரல் உள்ளிருந்து வெடித்தது.

பாபா அயூப் தன் பெயரைச் சொன்னான். “நான் மைதான் சப்ஸ் என்ற கிராமத்திலிருந்து வருகிறேன்,” என்றான்.

உனக்கென்ன சாவதற்கு ஆசையா? கண்டிப்பாக அப்படித்தான் இருக்க வேண்டும். என் இடத்துக்கு வந்து என்னையே தொந்தரவு செய்கிறாயா! உனக்கு என்ன வேண்டும்?

“நான் உன்னைக் கொல்வதற்காக இங்கு வந்திருக்கிறேன்.”

வாசல் கதவுக்கு அப்பால் ஒரு நுண்ணிய மௌனம் நிலவியது. பின்னர் கிரீச்சென்ற ஓசையுடன் கதவு திறக்க, அங்கே *திவ்* பாபா அயூபின் உடல் முழுவதும் பயநிழல் படர, பேருருவமாய் நின்றது.

அப்படியா? இடிபோன்ற குரலில் அது கேட்டது.

“ஆமாம்,” பாபா அயூப் சொன்னான். “இரண்டில் ஒன்று, ஒன்று நீ உயிரோடு இருக்க வேண்டும், இல்லை நான்.”

ஒரு கணம் *திவ்* அப்படியே பாபா அயூபை அலேக்காகத் தரையிலிருந்து தூக்கி ஒரே வாயில் விழுங்கி அவன் கதையை முடித்துவிடும் போலிருந்தது. ஆனால் ஏதோவொரு காரணத்தால் அது அப்படிச் செய்யாமல் தயங்கியது போல் தோன்றியது. கண்களைக் குறுக்கி அது பார்த்தது. ஒருவேளை அவனது பித்துப் பிடித்த வார்த்தைகளாலா? அவனது கிழிந்துபோன ஆடையும், ரத்தக்கரை படிந்த முகமும், தலை முதல் கால் வரை படிந்திருந்த புழுதியும், உடலிலிருந்த காயங்களும் கொண்ட பாவப்பட்ட தோற்றத்தாலா? அல்லது ஒருவேளை இதற்காகத்தானா: அவன் கண்களில், சிறிதளவும் பயத்தின் சாயலை *திவ்* பார்க்கவில்லை.

எங்கிருந்து வருவதாகச் சொன்னாய்?

"மைதான் சப்ஸ்," என்றான் பாபா அயூப்.

உன்னைப் பார்க்கும் போதே தெரிகிறது, அது வெகுதொலைவில்தான் இருக்க வேண்டும், இந்த மைதான் சப்ஸ்.

"உன்னிடம் கதை பேச இங்கு வரவில்லை. நான் இங்கே வந்தது–"

திவ் வளைந்த கூரிய நகங்களுடைய தனது கையை உயர்த்தியது. ஆமாம். ஆமாம். நீ என்னைக் கொல்ல வந்திருக்கிறாய். தெரியும். தெரியும். ஆனால் நான் கொல்லப்படுவதற்கு முன் ஒருசில கடைசி வார்த்தைகளையாவது கூறிக் கொள்ளலாம் இல்லையா.

"சரி. ஆகட்டும், ஆனால் ஒரு சில வார்த்தைகள் மட்டும்" என்றான் பாபா அயூப்.

மிக்க நன்றி. திவ் இளித்தது. என்னைக் கொல்லுகிற அளவுக்கு உனக்கு என்ன கெடுதல் செய்தேன் என்று நான் கேட்கலாமா?

"நீ என் கடைசி மகனை என்னிடமிருந்து எடுத்துக் கொண்டாய்," பாபா அயூப் பதில் சொன்னான். "இந்த உலகிலேயே என் அன்புக்கு மிகவும் உரியவன் அவன்தான். என் உயிருக்குக்குயிராக இருந்தான்."

திவ் தன் மோவாயைத் தட்டிக்கொண்டே முணுமுணுத்தது. நான் பல தகப்பன்களிடமிருந்து பல பிள்ளைகளை எடுத்திருக்கிறேனே.

இதைக் கேட்டவுடன் பாபா அயூப் மிகுந்த ஆவேசத்துடன் இடுப்பிலிருந்த அரிவாளை உருவினான். "அப்படியென்றால் அவர்கள் எல்லோரின் சார்பாகவும் உன்னைப் பழி வாங்குவேன்."

நான் இதைச் சொல்லித்தான் ஆகவேண்டும். உன் துணிச்சல் எனக்கு வியப்பைத் தூண்டுகிறது.

"துணிச்சலைப் பற்றி உனக்கு என்ன தெரியும்," என்றான் பாபா அயூப். "எதையாவது வெல்வதற்குத்தான் துணிச்சல் தேவை. ஆனால் நானோ இழப்பதற்கு எதுவுமேயில்லாமல் இங்கு வந்திருக்கிறேன்."

உன்னிடம் இழப்பதற்கு உன் உயிர் இருக்கிறது, என்றது திவ்.

"அதை நீ ஏற்கனவே என்னிடமிருந்து எடுத்துக் கொண்டாய்."

திவ் மறுபடியும் முணுமுணுத்தது. பின்னர் அது ஆழ்ந்த சிந்தனையுடன் பாபா அயூபை உன்னிப்பாகப் பார்த்தது. சிறிது நேரம் கழித்து அது சொன்னது - சரி அப்படியே ஆகட்டும். உன் ஆசைப்படியே உன்னுடன் சண்டையிட வருகிறேன். ஆனால் முதலில் என்னைப் பின்தொடர்ந்து வா.

"சீக்கிரம், நான் பொறுமை இழந்து கொண்டே இருக்கிறேன்." பாபா அயூப் சொல்லிக் கொண்டிருக்கும்போதே திவ் ஒரு பெரிய மண்டபத்தை நோக்கி நடக்க ஆரம்பித்திருந்தது. வேறு வழியில்லாததால் பாபா அயூபும் அதைப் பின்தொடர்ந்தான். அவன் திவ்வைப் பின்தொடர்ந்த வழி மிகவும் சிக்கலாக இருந்தது. அந்த வானத்து மேகங்களைக் கூடத் தொட்டுவிடும் அளவுக்கு உயரமான கூரைகள் கொண்ட பல மண்டபங்களை அவன் கடந்து சென்றான். அவை ஒவ்வொன்றும் பிரம்மாண்டமான தூண்களைக் கொண்டிருந்தது. பல படிக்கூண்டுகளையும், ஒட்டுமொத்த மைதான் சப்ஸையுமே உள்ளே அடைத்து விடக்கூடிய பல பெரிய அறைகளையும் அவர்கள் கடந்தார்கள். அதே வழியில் அவர்கள் நடந்து, கடைசியாக ஒரு மிகப்பெரிய அறையை அடைந்தார்கள். அந்த அறையின் கோடியில் ஒரு திரை எதையோ மறைத்துக் கொண்டிருந்தது.

அருகில் வா, திவ் சைகை செய்தது.

பாபா அயூப் திவ்வின் பக்கத்தில் போய் நின்றான்.

திவ் அத்திரையை விலக்கிக் காட்டியது. திரைக்குப்பின்னே ஒரு கண்ணாடி ஜன்னல் இருந்தது. அதன் வழியே பாபா அயூப் பரந்து விரிந்த ஒரு தோட்டத்தைப் பார்த்தான். அதைச் சுற்றிலும் ஊசியிலை மரங்கள் வேலி போல வரிசை கட்டியிருந்தன. மத்தியில் எல்லா நிறங்களிலும் பூக்கள் நிறைந்திருந்தன. அந்தத் தோட்டத்தில் நீலநிற ஓடுகள் பதிந்த குளங்களும், பளிங்குப் பாதைகளும், பச்சைப் பசேலென்று புல்விரிப்புகளும் இருந்தன. அங்கிருந்த புதர்கள் கூட அழகிய சிற்பங்களைப் போல செதுக்கப்பட்டிருந்ததை பாபா அயூப் கவனித்தான். மாதுளை மரங்களின் நிழலில் நீரூற்றுகள் சன்னமான கர்ஜனையுடன் நீரைத் தெளித்துக் கொண்டிருந்தன. ஏழேழு ஜென்மத்திலும் அவனால் இவ்வளவு அழகான ஒரு இடத்தைக் கற்பனை செய்து கூட பார்த்திருக்க முடியாது.

ஆனால் உண்மையில் அங்கே குழந்தைகள் மகிழ்ச்சியாக ஓடிப்பிடித்து விளையாடிக் கொண்டிருந்த காட்சிதான் பாபா அயூபின் நெற்றிப்பொட்டில் ஓங்கி அடித்தார் போல அவனை நிலைகுலையச் செய்துவிட்டது. அவர்கள் நடைபாதைகளிலும், மரங்களைச் சுற்றியும் ஓடிப்பிடித்து விளையாடிக் கொண்டிருந்தனர். சில குழந்தைகள் புதர்களுக்குப் பின்னால் கண்ணாமூச்சி ஆடிக் கொண்டிருந்தன. பாபா அயூபின் கண்கள் அங்கிருந்த குழந்தைகளில் தேடி இறுதியில் ஒரு குழந்தையின் மேல் நின்றன. அதோ அங்கே இருக்கிறான்! அவன் மகன் கயஸ்! உயிரோடு இருக்கிறான். அதுவும் நன்றாக என்ற வார்த்தையின் அர்த்தத்திற்கும் மேலாக. எவ்வளவு வளர்ந்துவிட்டான்! தலைமுடிகூட கடைசியாகப் பார்த்ததிலிருந்தது சற்று நீளமாகத்தான் வளர்ந்திருந்தது. அவன் அணிந்திருந்த வெள்ளைநிறச்சட்டை அவனுக்கு மிடுக்கான ஓர் அழகைக் கொடுத்தது. தன் நண்பர்கள் இருவரை சந்தோஷச் சிரிப்புடன் கயஸ் துரத்திக் கொண்டிருந்ததை பாபா அயூப் கவனித்தான்.

“கயஸ்,” முதலில் ரகசியம் போல பாபா அயூப் சொன்னவுடன் அவன் மூச்சுக்காற்று மூடுபனிபோல கண்ணாடியின் மீது படிந்தது. பின்னர் தன் மகனின் பேரைச் சொல்லித் தொண்டை வலிக்கக் கத்தினான்.

அவனால் கேட்க முடியாது, *திவ்* சொன்னது. உன்னைப் பார்க்கவும் முடியாது.

பாபா அயூப் ஆவேசத்துடன் மேலும் கீழும் எகிறிக் குதித்துக் கண்ணாடி மீது மோதுவதற்காக எத்தனித்தபோது, *திவ்* மீண்டும் திரையை மூடிவிட்டது.

“எனக்கு ஒன்றுமே புரியவில்லை,” என்றான் பாபா அயூப். “நான் நினைத்தேன்...”

இது உனக்கான வெகுமதி, *திவ்* சொன்னது.

“விளக்கமாகச் சொல்லேன்,”பாபா அயூப் உரக்கக் கத்தினான்.

நான் உன்னை சோதித்தேன்.

“சோதனையா,”

ஆமாம் உன் அன்புக்கான சோதனை. கொஞ்சம் கஷ்டமான சோதனைதான், அது உன்னை எந்த அளவுக்குப் பாதித்திருக்கிறது

என்று நான் கண்கூடாகப் பார்க்கிறேன். ஆனாலும் சோதனையில் நீ ஜெயித்துவிட்டாய். இது உனக்கான வெகுமதி. அவனுக்குமானதும் கூட.

"நான் என் பிள்ளைகளில் யாரையுமே தேர்ந்தெடுக்காமல் போயிருந்தால், ஒருவேளை நான் தோற்றிருந்தால் என்னாகியிருக்கும்?" பாபா அயூப் அழுதான்.

உன் எல்லாப் பிள்ளைகளுமே அழிந்திருப்பார்கள், திவ்சொன்னது. ஒரு பலவீனமான தகப்பனுக்குப் பிறந்துவிட்டதால் ஏதோ ஒருவகையில் சபிக்கப்பட்டிருப்பார்கள். எவனொருவன் தன் மனசாட்சியின் பாரத்தை சுமப்பதை விட பிறர் சாவதைப் பார்ப்பதே மேல் என்று நினைக்கிறானோ அவனைக் கோழையென்று சொல்லாமல் வேறென்ன சொல்வது. உனக்கு துணிச்சல் இல்லை என்கிறாய், ஆனால் உன்னிடம் அதைக் கண்கூடாகப் பார்க்கிறேன். நீ செய்த காரியம், அதற்காக ஆயுள் முழுதும் சுமக்கின்ற பாரம், அதற்கு அசாத்திய துணிச்சல் வேண்டும். அந்த ஒரு காரணத்துக்காக நான் உன்னை கௌரவிக்கிறேன்.

பாபா அயூப் வலுவே இல்லாமல் தனது அரிவாளை உருவ, அது அவன் கைகளிலிருந்து நழுவி கனத்த சத்தத்தோடு பளிங்குத் தரையில் விழுந்தது. அவனது கால்களில் தெம்பில்லை. இப்போது அவன் உட்கார்ந்தாக வேண்டும்.

இப்போது உன் மகனுக்கு உன்னை ஞாபகம் இருக்காது, திவ் தொடர்ந்தது. இப்போது இதுதான் அவன் வாழ்க்கை, அவன் எவ்வளவு சந்தோஷமாக இருக்கிறான் என்று நீயே பார்த்தாய் இல்லையா. அவனுக்கு இங்கே மிகச்சிறந்த உணவுகளும் உடைகளும் வாஞ்சையோடு வழங்கப்படுகின்றன. பல மொழிகளையும், கலை அறிவியலையும், ஞான மார்க்கத்தையும், ஈகையையும் இங்கே கற்றுக்கொள்கிறான். இப்போது அவனுக்கு வேறெதுவும் தேவையில்லை. ஒருநாள், அவன் வளர்ந்து ஆளான பிறகு, அவன் விரும்பினால் இங்கிருந்து செல்லலாம். அதற்கான முழு சுதந்திரம் அவனுக்கு உண்டு. அவன் சிறந்த மனிதனாக வளர்வான் என்று நினைக்கிறேன். துன்பத்தில் மாட்டிக் கொண்ட பல மனிதர்களை மீட்பான் என்றும் தோன்றுகிறது.

"நான் அவனைப் பார்க்க வேண்டும்," பாபா அயூப் கேட்டான். "அவனை என்னோடு அழைத்துச் செல்ல விரும்புகிறேன்."

அப்படியா?

பாபா அயூப் திவ்வை அண்ணாந்து பார்த்தான்.

அந்தப் பிசாசு திரைக்குப் பக்கத்திலிருந்த மேஜைக்குச் சென்று அதிலிருந்த ஒரு மணல் கடிகாரத்தைக் கொண்டு வந்தது. அப்துல்லா, உனக்கு மணல் கடிகாரம் என்றால் என்னவென்று தெரியும் தானே? ஆம், அதேதான். நல்லது. இப்போது திவ் அந்த மணல் கடிகாரத்தைப் பாபா அயூபின் காலடியில் கவிழ்த்து வைத்தது.

உன் மகனை உன்னுடன் அழைத்துச் செல்ல நான் அனுமதிக்கிறேன், திவ் சொன்னது. ஆனால் ஒரு நிபந்தனை. அவனை நீ இங்கிருந்து அழைத்துச் சென்றுவிட்டால் பிறகு எப்போதும் அவனால் இங்கு திரும்பிவர முடியாது. அப்படியில்லாமல், அவனை இங்கேயே விட்டுவிட்டுச் செல்கிறேன் என்கிறாயா, பிறகு உன்னால் எப்போதும் இங்கு வரமுடியாது; அவனைப் பார்க்கவும் முடியாது. மேலே இருக்கும் மணல் கீழே இறங்கும் வரை உனக்கு நேரமிருக்கிறது. நன்றாக யோசி! உன் முடிவைப் பிறகு தெரிந்து கொள்கிறேன்.

என் மகனைக் கையோடு அழைத்துச் செல்லத்தான் போகிறேன், சற்றும் தாமதிக்காமல் பாபா அயூப் முடிவுக்கு வந்தான். இதற்காகத்தானே அவன் உடம்பிலுள்ள ஒவ்வொரு அணுவும் ஏங்கியது? இதற்காகத்தானே அவன் ஆயிரக்கணக்கான இரவுகள் கனவு கண்டான்? சின்னஞ்சிறு கயஸைத் தன் கைகளில் ஏந்திக்கொள்ள, அவன் பட்டுக்கன்னங்களில் மாறி மாறி முத்தமிட, அவன் பிஞ்சுக்கைகளின் மெல்லிய ஸ்பரிசத்தை உணர எத்தனை நாட்களாகக் காத்திருந்தான்? எல்லாம் ஒரு புறம் இருந்தாலும்... அவனைத் தன்னோடு அழைத்துச் சென்று விட்டால், தன் கிராமத்தில் என்ன மாதிரியான வாழ்க்கை அவனுக்காகக் காத்திருக்கப் போகிறது? தன்னை மாதிரியே ஒரு பாவப்பட்ட விவசாயியாகத்தான் அவனும் வாழ வேண்டியிருக்கும், அவ்வளவுதான். அதாவது, பசியாலும் பஞ்சத்தாலும் வறட்சியாலும் பல குழந்தைகள் இறந்து போனதே, ஒருவேளை அப்படி எதுவும் நடக்காமலிருந்தால். அவனுக்கு ஏதாவது நடந்துவிட்டால் அதற்குக் காரணமான தன்னை அவன் மன்னிப்பானா? பாபா அயூப் தனக்குள் கேட்டுக் கொண்டான். தன்னுடைய சுயநலக் காரணங்களுக்காக சுகபோகமான வாழ்க்கையிலிருக்கும் தன் மகனைப் பிடுங்கி எடுத்துக் கொண்டு போகவேண்டுமா? சரி, ஒருவேளை கயஸை இங்கேயே விட்டுவிட்டுச் சென்றால், அவன்

உயிரோடிருக்கிறான் என்று தெரிந்தும், எங்கிருக்கிறான் என்று அறிந்தும், இனிமேல் ஒருபோதும் அவனைக் காணவே முடியாது என்ற உண்மையை அவனால் தாங்கிக்கொள்ள முடியுமா? எப்படி அவனால் தாங்க முடியும்? பாபா அயூப் தேம்பினான். இனி ஒருகணம் கூட இதைப்பற்றி யோசிக்க முடியாது என்று தோன்றியதால் அவன் அந்த மணல் கடிகாரத்தைச் சுவரை நோக்கி வீசியெறிய அது ஆயிரம் துகள்களாய் அறையெங்கும் சிதறி ஓடியது.

திவ் மீண்டும் அறைக்குள் நுழைந்தபோது உடைந்த கடிகாரத் துண்டுகளுக்கு இடையில் சோகமே உருவாக, தோள்கள் சரிந்து நின்ற பாபா அயூபைக் கண்டது.

“நீ கொஞ்சம் கூட ஈவிரக்கமே இல்லாத மிருகம்,” பாபா அயூப் பழித்தான்.

நீயும் என்னைப் போன்று நீண்ட காலம் வாழ்கிற ஒரு நிலை வரும்போது, திவ் பதில் சொன்னது, நல்லதோ கெட்டதோ, பாவமோ புண்ணியமோ, கொடுமையோ தயவோ இரண்டுமே ஒரே நிறத்தின் வெவ்வேறு சாயல்கள்தான் என்ற உண்மையை உணர்வாய். சரி, முடிவுக்கு வந்து விட்டாயா?

பாபா அயூப் கண்களைத் துடைத்துக்கொண்டு, கீழேயிருந்த தன் அரிவாளை எடுத்து பழையபடி இடுப்பில் கட்டிக் கொண்டான். தலை கவிழ்ந்தபடியே, மெதுவாக, மிக மெதுவாக வாசலை நோக்கி நடக்க ஆரம்பித்தான்.

நீ ஒரு நல்ல தகப்பன், தன்னை அவன் கடந்தபோது திவ் சொன்னது.

“எனக்கு நீ செய்கிற இந்தப் பாவத்திற்காக நிச்சயம் நரகத்தில் தான் விழப்போகிறாய்,” பாபா அயூபின் சாபத்தில் சோர்வு இழையோடியது.

ஒரு நிமிடம், என்றது திவ். அவன் அறையை விட்டு வெளியேறும் தருணத்தில் அவனைத் தடுத்து நிறுத்தி அவன் கைகளில் சிறு குடுவையைத் திணித்தது. அதற்குள் அடர் நிறத்தில் ஒரு திரவம் இருந்ததை அவன் பார்த்தான். போகிற வழியில் தாகம் எடுத்தால் இதைக் குடித்துக் கொண்டு போ. போய் வா.

அவன் பதிலேதும் சொல்லாமல் அதை வாங்கிக் கொண்டு நடக்க ஆரம்பித்தான்.

பல நாட்களுக்குப் பிறகு, எப்படி பாபா அயூப் தன் மகனை எதிர்பார்த்துத் தனது நிலத்தின் ஓரத்தில் உட்கார்ந்திருந்தானோ, அதேபோல தன் கணவனுக்காக பாபா அயூபின் மனைவியும் காத்திருந்தாள். ஒவ்வொரு நாள் கடக்கும் போதும் அவன் திரும்பி வருவான் என்ற நம்பிக்கை அவளுக்குள் குறைந்து கொண்டே வந்தது. ஏற்கனவே கிராம மக்கள் எல்லாரும் பாபா அயூப் இறந்துவிட்டதாகவே முடிவுகட்டினார்கள். ஒரு நாள், மீண்டும் அதே போல உட்கார்ந்து, அவள் உதடுகள் பிரார்த்தனை செய்து கொண்டிருந்தபோது ஓர் ஒல்லியான உருவம் மலைகளின் திசையிலிருந்து மைதான் சப்ஸை நோக்கி வந்து கொண்டிருந்ததைப் பார்த்தாள். முதலில் யாரோ ஒரு துறவியாக இருக்கும் என்றுதான் நினைத்தாள். திரித்திரியாக கிழிந்த ஆடையும், வெறுமையான கண்களும், ஒட்டிய கன்னங்களுமாக அந்த உருவம் மிக அருகே வரும் வரை அவளுக்குத் தன் கணவனை அடையாளம் தெரியவில்லை. பின்பு அவனேதான் என்ற பூரிப்பில் அவள் இதயம் குதூகலித்தது. தன் மனச்சுமை நீங்கியதற்காக அவள் ஆனந்தக் கண்ணீர் விட்டாள்.

அவன் குளித்து முடித்த பிறகு, அவனுக்குக் குடிக்க நீரும் உண்ண உணவும் வழங்கப்பட்ட பிறகு, கிராமத்து மக்கள் அனைவரும் அவனைச் சுற்றி சூழ்ந்து, கேள்வி மேல் கேள்வி கேட்டுத் துளைத்துக் கொண்டிருந்தார்கள்.

எங்கே சென்றாய் பாபா அயூப்?

என்ன பார்த்தாய் பாபா அயூப்?

உனக்கு என்ன ஆனது பாபா அயூப்?

பாபா அயூபால் யாருக்குமே பதில் சொல்ல முடியவில்லை, காரணம் அவனுக்கு என்ன நடந்ததென்று கொஞ்சம் கூட நினைவேயில்லை. தன் பயணத்தைப் பற்றியோ, திவ்வின் மலைமீது ஏறியதைப் பற்றியோ, அதனுடன் பேசியதைப் பற்றியோ, பிரம்மாண்ட கோட்டையைப் பற்றியோ அல்லது அந்தத் திரை இருந்த பெரிய அறையைப் பற்றியோ துளியும் அவனுக்கு நினைவில் இல்லை. எதுவும் ஞாபகம் இல்லை. ஒரு நீண்ட கனவிலிருந்து அப்போதுதான் எழுந்திருப்பவன் மாதிரி உணர்ந்தான். அந்த ரகசியத் தோட்டம், அந்தக் குழந்தைகள், அதிலும் முக்கியமாக, தன் மகன் கயஸ், அவன் தனது நண்பர்களுடன் விளையாடிக் கொண்டிருந்தது என அனைத்தையும் அடியோடு மறந்திருந்தான். சொல்லப் போனால்,

யாராவது கயஸின் பெயரை உச்சரித்தால் புரியாத மாதிரி திருதிருவென்று விழித்தான். கயஸா? யாரவன்? தனக்குக் கயஸ் என்று ஒரு மகன் இருந்தான் என்பதே அவனுக்கு நினைவில்லை.

உனக்குப் புரிகிறதா அப்துல்லா? இது எப்பேர்ப்பட்ட கருணைமிக்க செயலென்று புரிகிறதா? அந்த அடர்நிற திரவம் அவனது நினைவுகளை அழித்துவிட்டது புரிகிறதா? தீவ்வின் இரண்டாவது சோதனையிலும் பாபா அயூப் வெற்றிபெற்றதற்கான வெகுமதி இது.

வசந்தகாலம் வந்தது, மைதான் சப்ஸின் வானம் ஒருவழியாக தன்னைத் திறந்துகொண்டது. அதிலிருந்து கொட்டியது கடந்த காலங்களைப் போன்ற மிருதுவான சாரல் கிடையாது, பெரிய, மிகப்பெரிய மழை! கொழுத்த மழை வானிலிருந்து விழுந்ததும் தாகம் எடுத்த கிராமம் ஆசையோடு அதை உள் வாங்கிக் கொண்டது. மைதான் சப்ஸின் கூரைகளின் மீது மழைத்துளிகள் தினமும் முரசு கொட்டின. அதன் ஓசையில் உலகின் பிற சத்தங்கள் அனைத்துமே மூழ்கிப்போயின. இலைகளின் நுனிகளிலிருந்து கனத்த நீர், உருண்டைகளாக விழுந்தவண்ணம் இருந்தன. கிணறுகள் நிரம்பி, ஆறு வெகுண்டெழுந்தது. கிழக்குப் பக்கமிருந்த மலைகள் பசுமையாக மாறின. காட்டுப்பூக்கள் பூத்துக்குலுங்கின, பல வருடங்களில் முதன்முறையாக குழந்தைகள் புல்வெளியில் விளையாடின. பசுக்கள் மேய்ந்தன. ஒவ்வொருவரும் மகிழ்ச்சியாக இருந்தனர்.

ஒருவழியாக மழை நின்றது. அது நின்ற போது, அந்தக் கிராமத்திற்குக் கொஞ்சம் வேலை பாக்கி இருந்தது. பல மண் சுவர்கள் நீரில் கரைந்து போயிருந்தன. சிலரின் கூரைகள் தோய்ந்தும், சில விவசாய நிலங்கள் குட்டை போலவும் மாறியிருந்தன. ஆனால் ஊரையே உருக்குலைத்த வறட்சிக்குப் பிறகு இதற்காக யாரும் புலம்பப் போவதில்லை. சுவர்கள் மீண்டும் எழுப்பட்டன, கூரைகள் சீர்செய்யப்பட்டன, பாசனக் கால்வாய்கள் தூர்வாரப்பட்டன. அடுத்துவந்த இலையுதிர்காலத்தில், பாபா அயூப் தன் வாழ்நாளில் அதுவரையில்லாத அளவுக்குப் பிஸ்தாவை அறுவடை செய்தான். அடுத்த ஆண்டும், அதற்கு அடுத்த ஆண்டும் இது தொடர்ந்தது. அவனது விளைச்சல் அளவிலும் தரத்திலும் உயர்ந்தது. தனது விளைச்சலை விற்று வந்த நகரத்து சந்தைகளில் பிரமிடுகளைப்போல குவித்துவைக்கப்பட்ட பிஸ்தாக்களின் முன்பு பாபா அயூப் பெருமிதமாக அமர்ந்த போது, ஒட்டுமொத்த உலகிலுமே மிக

சந்தோஷமான மனிதன் அவன்தான் என்று பூரித்தான். அதன் பின்னர் எந்தவொரு வறட்சியும் மைதான் சப்ஸை எட்டிப் பார்க்கவேயில்லை.

இன்னும் சொல்கிறேன் கேள், அப்துல்லா. நீ கேட்டாலும் கேட்கலாம், தன் குதிரையில் சவாரி செய்தபடி, சாகச பயணங்களுக்கு செல்லுகிற ஓர் அழகிய இளைஞன் எப்போதாவது அந்த கிராமத்தின் பக்கம் வந்தானா? வழியில் அவன் யாரிடமாவது தாகத்துக்குத் தண்ணீர் கேட்டு நின்றானா? அங்குதான் இப்போது ஏகத்திற்கும் தண்ணீர் கிடைக்கிறதே? அல்லது கிராமத்து மக்கள் யார் வீட்டிலாவது தங்கி விருந்து சாப்பிட்டானா? ஒருவேளை, பாபா அயூபின் வீட்டிலே கூட சாப்பிட்டானோ என்னவோ? என்னால் நிச்சயமாகச் சொல்ல முடியாது. ஒன்று மட்டும் என்னால் சொல்ல முடியும், இப்போது பாபா அயூப் வயது முதிர்ந்த கிழவனாகி விட்டான். அவன் ஆசைப்பட்டது போலவே தன் குழந்தைகள் அனைவருக்கும் திருமணம் முடித்து வைத்திருந்தான். அவர்களுக்கும் பல குழந்தைகள் பிறந்தன, ஒவ்வொரு பேரக்குழந்தையுமே பாபா அயூபுக்கு அளவற்ற மகிழ்ச்சியைக் கொடுத்தது.

சில இரவுகளில் பாபா அயூபால் தூங்க முடியாமல் போனது. அதற்கென்று எந்தவொரு குறிப்பிட்ட காரணமும் இல்லை. வயதாகியிருந்தாலும் பிரம்பு ஊன்றுகோல் கையில் இருந்த வரை அவனால் தானாக நடக்க முடியும். அப்படியொரு உறக்கம் வராத இரவில், தன் மனைவியை எழுப்பிவிடாதபடி படுக்கையிலிருந்து எழுந்து, ஊன்றுகோலை எடுத்துக்கொண்டு, அவன் வீட்டைவிட்டு வெளியே நடந்தான். இரவுநேரத் தென்றல் முகத்தை வருட, கைப்பிரம்பைத் தட்டிக் கொண்டே இருளில் நடந்தான். தனது நிலத்தின் ஓரத்திலிருந்த அந்தத் தட்டையான பாறையின் மேல் உட்கார்ந்தான். அடிக்கடி அங்கே அமர்ந்துதான் நட்சத்திரங்களையும், நிலவைக் கடந்து மிதந்து கொண்டிருக்கும் மேகங்களையும் மணிக்கணக்கில் பார்த்துக்கொண்டிருப்பான். தன் நீண்ட வாழ்க்கையையும் அவனுக்கு ஆசீர்வதிப்பட்டிருந்த அத்தனை சந்தோஷங்களையும் நினைத்து அதற்கெல்லாம் கடவுளுக்கு மானசீகமாக நன்றி சொல்லிக் கொண்டிருந்தான். இதற்கு மேலும் ஆசைப்படுவதும், 'தேவை' என்று வேண்டுவதும் அற்பத்தனமாகப் போய்விடும் என்று அவனுக்குத் தெரியும். மகிழ்ச்சியுடன் அவன் பெருமூச்சுவிட்டான். மலைகளிலிருந்து வந்த

காற்றின் ஓசைக்கிடையே பறவைகள் கீச்சிடும் சத்தமும் அவனுக்கு கேட்டுக்கொண்டிருந்தது.

ஆனால் எப்போதாவது ஒருமுறை, இந்த சத்தங்களுக்கு இடையே வேறு ஒரு சத்தத்தையும் கேட்டதாக அவன் நினைத்தான். எப்போதும் ஒரே மாதிரியாக, உச்சசுரத்தில் கேட்கும் மணியின் ஓசை அது. பட்டியிலுள்ள ஆடுகள் அனைத்தும் உறங்கிக்கொண்டிருக்கும் அவ்வேளையில், அப்படியொரு சத்தம், இருட்டில் தனியாக அமர்ந்திருக்கும் அவனுக்கு ஏன் கேட்கிறது என்பதை அவனால் புரிந்துகொள்ள முடியவில்லை. சிலநேரங்களில் எந்தச் சத்தமும் கேட்கவில்லை என்று தனக்குத் தானே சொல்லிக்கொண்டான். ஆனால் மற்ற சில நேரங்களில் நிச்சயமாக அச்சத்தம் கேட்டது எனத் திடமாக நம்பி, சத்தம் வந்த திசையில் கூப்பிட்டான், “யாரது? அங்கே யாராவது இருக்கிறீர்களா? வா வெளியே.” ஆனால் ஒருபோதும் பதில் வந்ததேயில்லை. பாபா அயூபிற்குப் புரியவில்லை. ஏன் ஏதோவொன்று, ஒரு சோகமான கனாவின் மிச்சம் போன்ற ஏதோவோன்று அந்த மணி ஓசை கேட்கும்போதெல்லாம் அவன் மனதை வாரிச்சுருட்டுகிறது என்று. திடீரென முகத்தில் அறையும் தென்றல் போல ஏன் ஒவ்வொரு முறையும் அது அவனை ஆச்சர்யப்படுத்துகிறது என்று. பிறகு அது கடந்துசென்றுவிடும். எல்லாவற்றையும் போலவே அதுவும் கடந்து சென்றுவிடும்.

அவ்வளவுதான், அப்துல்லா. கதை முடிந்துவிட்டது. நேரமாகிவிட்டது, எனக்கும் களைப்பாக இருக்கிறது. நானும் உன் தங்கையும் அதிகாலையிலேயே சீக்கிரம் எழுந்திருக்க வேண்டும். உன் மெழுகுவத்தியை அணைத்துவிட்டு கண்களை மூடித்தூங்கு. நன்றாகத் தூங்கு மகனே. காலையில் எங்களுக்கு விடைகொடு.

இரண்டு

இலையுதிர்காலம் 1952

அதுவரை அப்துல்லாவை அப்பா அடித்ததேயில்லை. திடுக்கென, தலைக்குப் பக்கவாட்டில் - காதுக்குச் சற்றுமேல், பளாரென்று அவர் அறைந்தபோது, சில அதிர்ச்சித்துளிகள் அவன் கண்களிலிருந்து எட்டிப்பார்த்தன. விருட்டென கண்களைத் துடைத்து அவன் சுதாரித்துக்கொண்டான்.

"வீட்டுக்குப் போ," பற்களைக் கடித்துக்கொண்டே அப்பா சொன்னார்.

மேலிருந்து, பரியின் அழுகைச்சத்தம் அப்துல்லாவின் காதுகளில் உடைந்து விழுந்துகொண்டிருந்தது.

பின்னர் மற்றொரு அடி. இம்முறை சற்றே கடுமையாக, அவனது இடது கன்னத்தில் அந்த அறை விழுந்தது. அதன் தாக்கத்தால் அப்துல்லாவின் தலை சட்டெனப் பக்கவாட்டில் திரும்பியது. கன்னம் எரிச்சல் தர, கண்ணீர் மீண்டும் பெருக, அவனது இடது பக்கக் காது ரீங்காரமிட்டது. அப்பா முன் சாய்ந்து, மிகநெருக்கத்தில் அவனைக் குனிந்து பார்த்தபோது, அவரது மடிப்புகளும் சுருக்கங்களும் நிறைந்த கரிய முகம், பின்னணியில் உள்ள பாலைவனத்தையும் மலைகளையும் ஏன் அந்த வானத்தையும்கூட மழுங்கடித்தது.

"மகனே, நான் உன்னை வீட்டுக்குப் போகச் சொன்னேன்," என்றவரின் பார்வையில் வலி மிகுந்திருந்தது.

அப்துல்லா அமைதியாக இருந்தான். தொண்டைக்குழிக்குள் எச்சிலைக் கஷ்டப்பட்டு விழுங்கி, ஓரக்கண்ணால்

விழித்துக்கொண்டிருந்த அவனது முகத்தை அப்பாவின் உருவம் வெயிலிலிருந்து பாதுகாத்துக் கொண்டிருந்தது.

சிறிய சிவப்புநிற சரக்கு வண்டியின் மேலிருந்து, பெருங்கூச்சலுடன் பரி அவன் பெயரைச் சொல்லி அலறுகையில் அவளது குரல் பயத்தில் நடுங்கியது. "அப்புல்லா!"

அப்பா கண்டிப்பான ஒரு பார்வையை வீசி அவனைத் தடுத்து நிறுத்திய பின்னர் வண்டியை நோக்கி நடந்ததில் இனம்புரியாத சோர்வு தெரிந்தது. உள்ளிருந்து பரியின் கைகள் அப்துல்லாவுக்காக ஏக்கத்துடன் வெளியே நீட்டிக்கொண்டிருந்தன. சரக்குவண்டி சற்று முன்னே போகும்வரை அப்துல்லா அங்கேயே நின்றான். பின்னர் தன் உள்ளங்கையால் கண்களைத் துடைத்துவிட்டு வண்டியைப் பின்தொடர்ந்து நடக்க ஆரம்பித்தான்.

சிறிது நேரம் கழித்து, அவன் கூடவே வருவது பிடிக்காமல், அப்பா அவன்மீது சிறு கல் ஒன்றைத் தூக்கியெறிந்தார், ஷாத்பாக் கிராமத்துப் பிள்ளைகள், பரியின் நாய் சூஜாவின் மீது கல்லெறிவார்களே, அப்படி. ஒரே வித்தியாசம், அவர்கள் சூஜாவைக் காயப்படுத்தியே தீரவேண்டும் என்ற பிடிவாதத்தோடு கல்லெறிவார்கள். அப்பாவின் கல்லோ அப்துல்லாவிற்குப் பல அடிக்கு முன்னேயே அப்பாவியாக உருண்டு விழுந்தது. அவன் நின்றான். அப்பாவும் பரியும் மீண்டும் சிறிது முன்னே நகர்ந்து செல்லும்வரை காத்திருந்து, பின்னர் மறுபடியும் அவர்களைப் பின்தொடர்ந்தான்.

ஒருவழியாக, சூரியன் உச்சியைத் தாண்டிய சிறிது நேரம் கழித்து அப்பா சரக்குவண்டியை நிறுத்தினார். அப்துல்லாவின் பக்கமாகத் திரும்பி, அவனது பிடிவாதத்துக்கு விட்டுக்கொடுத்து, வா என்பதைப் போல கையசைத்தார்.

"விடமாட்டாயே," என்றார்.

வண்டிக்குள்ளிருந்து பரியின் கைகள் அப்துல்லாவோடு இணைந்து கொண்டன. அவள் அவனை நீர்க் கோர்த்த விழிகளால் நிமிர்ந்து பார்த்தாள். அப்துல்லா தன் பக்கத்தில் இருக்கும் வரை, அவளுக்கு எப்போதும் எந்தவொரு கெடுதலும் வராது என்பதுபோலத் தன் இடைவெளி விழுந்த பற்களால் சிரித்தாள். அவன் தன் விரல்களால் அவளது கையை மூடிக்கொண்டான், ஒவ்வொரு இரவும், தங்களின் தலைகள் ஒன்றோடொன்று முட்டிக்கொண்டு, கண்டபடி

ஒருவர்மேல் ஒருவர் கால்களைப் போட்டுத் தூங்கும்போது மூடிக்கொள்வானே, அதேபோல.

"நீ வீட்டில் தானே இருக்க வேண்டும்," அப்பா சொன்னார். "ஏற்கனவே சொன்னது போல உன் அம்மாவோடும், இக்பாலோடும்."

அவள் என் அம்மா கிடையாது, உங்கள் மனைவி மட்டும்தான். என் அம்மாவைத்தான் நாம் புதைத்துவிட்டோமே. அப்துல்லா நினைத்தான், ஆனால் வார்த்தைகள் மேலெழுந்து வெளிவருவதற்குள் அடக்கிக் கொண்டான்.

"சரி. வா," அப்பா சொன்னார். "அங்கு வந்தபிறகு அழுது அடமெல்லாம் பிடிக்கக்கூடாது. புரிந்ததா?"

"சரி."

"முன்கூட்டியே உன்னை எச்சரிக்கிறேன். அப்புறம் என்மீது கோபப்படக்கூடாது."

பரி அப்துல்லாவை அண்ணாந்து பார்த்துப் புன்னகைத்தாள். அவளின் மங்கலான கண்களையும் இளஞ்சிவந்த கன்னங்களையும் பார்த்து அவனும் பதிலுக்குப் புன்னகை செய்தான்.

அப்போதிருந்து, அந்தப் பாலைவனத்தின் குண்டும்குழியுமான - சாலை என்று சொல்லத் தகுதியற்ற - மண்தரையில், குதித்தபடியே சென்ற சரக்குவண்டியின் ஓரமாக, பரியின் கைககளைப் பிடித்தபடி அவன் நடந்தான். அடிக்கடி அண்ணனும் தங்கையும், அப்பாவுக்குத் தெரியாமல் தங்களுக்குள் குறும்புப் பார்வையை பரிமாறிக்கொண்டனர். எங்கே அப்பாவின் கோபத்துக்கு ஆளாகி விடுவோமோ என்ற பயத்தில் இருவரும் பேசாமல் அமைதியாகவே வந்துகொண்டிருந்தனர். மேலும் மேலும் அவரைக் கோபமூட்டி வாங்கிக்கட்டிக்கொள்ள விருப்பமும் இல்லை அவர்களுக்கு. நீண்டநேரமாக அவர்களின் பயணம் தனிமையிலேயே கழிந்தது. செம்பு நிறத்தில் ஆழமான பள்ளத்தாக்கையும், மிகப்பெரிய செங்குத்தான மணற்பாறைகளையும், அந்த மூன்று பேரையும் தவிர, ஓர் ஈயெறும்புகூட கண்ணில் தென்படவில்லை. அவர்களுக்கு முன்னே அந்தப் பாலைவனம், ஏதோ அவர்களுக்காக, அவர்களுக்கென்று மட்டுமே படைக்கப்பட்டது போல, மணற்கம்பளமாய்த் தங்குதடையின்றி பரந்து விரிந்திருந்தது. உயர்ந்த நீலவானத்திற்குக் கீழே, காற்று அசைவற்று, சுளுந்தீயைப்போல முகத்தைச் சுட்டது. விரிசல்கள் படர்ந்த தரையில் சிறுகற்கள்

மினுமினுத்தன. அப்துல்லாவுக்குத் தன்னுடைய சுவாசத்தைத் தவிர, எண்ணெய்க்காக ஏங்கும் வண்டிச்சக்கரத்தின் சீரான கிரீச்சென்ற சத்தம் மட்டுமே அங்கு கேட்டுக்கொண்டிருந்தது. அந்தச் சிவப்புநிற சரக்கு வண்டியை அப்பா வடக்கு நோக்கி இழுத்துச் சென்றுகொண்டிருந்தார்.

சிறிது நேரம் கழித்து, ஒரு பாறாங்கல்லின் நிழலில் ஒதுங்கி அவர்கள் இளைப்பாறினர். அப்பா ஒரு முனகலோடு வண்டியின் கைப்பிடியைக் குனிந்து கீழே வைத்தார். பின், நிமிர்ந்தபோது அவரின் கண்கள் வெயிலால் கூசின.

"எப்போது காபூல் போய்ச்சேர்வோம்?" அப்துல்லா கேட்டான்.

அப்பா அவர்களை நோக்கிக் கீழே பார்த்தார். அவர் பெயர் சபூர். கருத்த நிறத்தில் அவரது முகம் எலும்பும் தோலுமாக ஒடுங்கியிருந்தது. கண்கள் குழிவிழுந்துபோய் அமிழ்ந்திருந்தன; பாலைவனப் பருந்தின் அலகுபோல வளைந்திருந்த நாசியை இடையில் பெற்றிருந்தன. அப்பாவின் உடம்பு நாணலாக மெலிந்திருந்தது. ஆனாலும் ஆயுள் முழுதும் செய்துவந்த கடின உழைப்பால் உரம்பெற்ற அவரது தசைகள், நாற்காலியைப் பிணைத்திருக்கும் பிரம்புப்பட்டைகளைப் போல இறுக்கமாக அவரை நெய்திருந்தன. "நாளை மதியம்," என்றார், மாட்டுத்தோலால் ஆன தண்ணீர்ப்பையைத் தன் உதட்டுக்குக் கொண்டுசென்றபடி. "ஆனால் இதே வேகத்தில் செல்லவெண்டும்." தண்ணீரை அவர் நீண்டநேரமாக உறிஞ்சியபோது மேலும் கீழுமாக ஏறி இறங்கிக்கொண்டிருந்த அவரின் தொண்டையையே அப்துல்லா உற்றுப் பார்த்தான்.

"நபி மாமா ஏன் நம்மைக் கூட்டிக்கொண்டு போகவில்லை?" அப்துல்லா கேட்டான். "அவர்தான் கார் வைத்திருக்கிறாரே."

அப்பா தன் கண்களை உருட்டி அவனைப் பார்த்தபோது, ஏனோ முறைப்பதாகத் தோன்றியது அவனுக்கு.

அப்பா எதுவும் சொல்லவில்லை. புகைக்கரை படிந்த தன் குல்லாவை எடுத்து, தன் சட்டையின் நுனியால் நெற்றிவியர்வையைத் துடைத்தார்.

அப்போது பரியின் விரல் வண்டிக்குள்ளிருந்து பாய்ந்தது. "அதோ பார், அப்புல்லா!" அவளது குரல் பரபரத்தது. "இன்னொன்று!"

அப்துல்லா அவள் விரலைப் பின்தொடர்ந்தபோது, அதன் தடம் ஒரு பாறையின் நிழலில், நீளமாகப் பழுப்பு நிறத்தில், கரித்துண்டு போல் கிடந்த, ஒரு பறவையின் இறகில் முடிந்தது. அப்துல்லா அதன் தண்டைப் பிடித்து எடுத்தான். அதன் மீது ஊதி தூசியினைப் போக்கினான். அதனைத் திருப்பிப் பார்த்து, ராஜாளியுடையது என்று நினைத்தான். ஒருவேளை, புறாவுடையதோ அல்லது வேறு ஏதேனும் பாலைவனப் பறவையுடையதோ என்னவோ. அதைப்போன்ற பல இறகுகளை அன்று அவன் பார்த்திருந்தான். இல்லை, இது ராஜாளியுடையதுதான். மீண்டும் ஒரு முறை தூசியினை ஊதி, பரியிடம் கொடுத்தபோது, அதை அவள் சந்தோஷத்துடன் பிடுங்கிக் கொண்டாள்.

ஷாத்பாகில், அவர்களின் வீட்டில், அப்துல்லா கொடுத்திருந்த ஒரு பழைய தகர டீத்தூள் டப்பாவைப் பரி தன் தலையணைக்கு அடியில் வைத்திருந்தாள். துருப்பிடித்த தாழ்ப்பாளைக் கொண்டிருந்த அதன் மூடியில், தாடியுடன் ஒரு சீக்கியன், நீளமான சிவப்பு உடையணிந்து, ஆவி பறக்கும் சூடான தேனீர்க்கோப்பை ஒன்றைத் தன் இருகைகளாலும் ஏந்தியபடி இருப்பான். பரி, தான் சேர்த்து வைத்திருந்த எல்லா இறகுகளையும் அந்த டப்பாவில்தான் போட்டு வைத்திருந்தாள். பரி தனக்கென்று ஆசையோடு பாதுகாத்துவரும் விலைமதிப்பற்ற சொத்து அந்த டப்பா மட்டும்தான். பச்சையும் சிவப்பும் கலந்த சேவலின் இறகுகள், வெள்ளை நிறப் புறாவின் இறகு, செம்பழுப்பில் கரும்பொட்டுகள் நிறைந்த சிட்டுக்குருவியின் இறகு...இப்படி. ஆனால் இருப்பதிலேயே பரிக்கு மனநிறைவும் கர்வமும் தருவது, அந்த அழகான பெரிய கண்களையுடைய மயிலிறகு மட்டும்தான்.

அந்த மயிலிறகு, இரு மாதங்களுக்கு முன் அப்துல்லா அவளுக்குக் கொடுத்த அன்புப்பரிசு. பக்கத்துக் கிராமத்தில், ஒரு பையனின் குடும்பம் மயில் வளர்த்து வந்ததாக அவன் கேள்விப்பட்டிருந்தான். ஒருநாள், அப்பா ஷாத்பாகிற்குத் தெற்கே பள்ளம் எடுக்கச் சென்றிருந்தபோது, அந்தக் கிராமத்துக்கு நடந்தே சென்று, அந்தப் பையனைப் பார்த்து, ஒரேயொரு இறகைக் கேட்டான். பேச்சுவார்த்தை தொடர்ந்தது, அதன் முடிவில் அப்துல்லா அந்த மயிலிறகுக்காகத் தன் காலணிகளைப் பண்டமாற்றம் செய்ய ஒப்புக்கொண்டான். மயிலிறகைத் தன் சட்டைக்குள்ளே, அரைக்கால் சட்டையின் இடுப்புப் பகுதியில், பத்திரமாகச் செருகிக்கொண்டு ஷாத்பாகிற்கு அவன் திரும்பிய வேளையில் அவனது குதிகால்கள்

பிளந்து வழியெங்கும் ரத்தச்சுவடுகள் தென்பட்டன. கற்களும் முட்களும் அவன் பாதங்களைத் தைத்துக் குடைந்தன. எடுத்துவைத்த ஒவ்வொரு அடியும் கூர்மையான வலியை உடலில் மேல்நோக்கிச் செலுத்தியது.

அவன் வீட்டிற்குத் திரும்பியபோது, தன் அப்பாவின் இரண்டாவது மனைவி - அவனின் மாற்றாந்தாய் - பர்வானா, தந்தூரி அடுப்பிற்கு முன்னால் குனிந்து, ரொட்டி சுட்டுக்கொண்டிருந்த தினசரி காட்சியைக் கண்டான். டக்கென அவன் அருகிலிருக்கும் அந்த ராட்சச சிந்தூரமரத்தின் பின்னால் ஒளிந்துகொண்டு அவள் உள்ளே போகும் வரை காத்திருந்தான். பர்வானா சமைத்துக் கொண்டிருந்ததை ரகசியமாக எட்டிப் பார்த்தபோது கவனித்தான் - பர்வானாவின் நீளமான முரட்டுக் கைகள் அவளின் பருத்த தோள்களில் முடிவடைந்திருந்தன. உள்ளங்கையில் ஒன்றுசேரும் கட்டையான விரல்கள் வேறு. உப்பிய கன்னங்களும் வட்டமான முகமும் கொண்ட அவளுக்கு, 'வண்ணத்துப்பூச்சி' என்ற அர்த்தம் தரும் பெயருக்கேற்ற வசீகரம் கொஞ்சம்கூட இல்லை.

அப்துல்லா தன்னைப் பெற்ற, தன் சொந்த அம்மாவைப் போலத்தான் பர்வானாவின் மீதும் அன்புகொள்ள ஆசைப்பட்டான். அம்மா, மூன்றரை ஆண்டுகளுக்கு முன்பு, அவனுடைய ஏழு வயதில், பரியைப் பிரசவிக்கும் போது அதிகமான ரத்தப் போக்கினால் இறந்துபோயிருந்தாள். இப்போது அம்மாவின் முகமே தொலைந்து விட்டது அவனுக்கு. அம்மா ஒவ்வொரு இரவும், தூங்குவதற்கு முன் அவனின் முகத்தை உள்ளங்கையில் ஏந்தி, மார்போடு அணைத்து, அவன் கன்னங்களைத் தடவிக் கொண்டே தாலாட்டுப் பாடுவாள்:

சோகமான சிறு தேவதையைக் கண்டேன்
காகித மரத்தடி நிழலில்.
சோகமான சிறு தேவதையை அறிவேன்
அது காற்றிலடித்துச் செல்லப்பட்ட இரவில்.

தன் சொந்த அம்மாவைப் போலத்தான், அவனது புது அம்மாவின் மீதும் அவன் அன்பு செலுத்த விரும்பினான். ஒருவேளை பர்வானாவும் இதேபோலத்தான் ரகசியமாக, தன்னுடைய ஒரு வயது மகன் இக்பால் மீது அன்பு செலுத்துவதைப்போல அவன் மீதும் அன்பு செலுத்த விரும்பினாளோ என்னவோ. ஓயாது இக்பாலின் முகத்தில் முத்தமிடவும், அவனின் ஒவ்வொரு சிறு தும்மலுக்கும் கூடப் பதறித் துடிப்பதைப் போலவும்

அப்துல்லாவுக்காகவும் துடிக்க விரும்பினாளோ என்னவோ என்று யோசித்தான். அல்லது, அவளுடைய முதல் குழந்தை, உமர் மீது அன்பு செலுத்தினாளே, அதே போலவா. பர்வானா அவன்மீது உச்சபட்ச நேசம் கொண்டு அவனை ஆராதித்து வந்திருந்தாள். ஆனால் முந்தைய குளிர்காலத்தின் கடும்பனியைத் தாங்கமுடியாமல் அவன் இறந்துபோயிருந்தான். அப்போது அவன் பிறந்து இரண்டு வாரங்களே ஆகியிருந்தன. அப்பாவும் பர்வானாவும் சில நாட்களுக்கு முன்னால்தான் உமர் என்ற பெயரையே வைத்திருந்தனர். ஈவிரக்கமற்ற அக்கொடுங்குளிர், அந்தாண்டு ஷாத்பாகில் பலிவாங்கியிருந்த மூன்று உயிர்களில் அவனும் ஒருவன். தனது துக்கத்துக்குக் காரணமான, துணிசுற்றிய அந்தச் சிறு உடலைப் பர்வானா இறுக்கமாக அணைத்தபடி அழுது கொண்டிருந்தது அவன் நினைவுக்கு வந்தது. அவனை மலைமேல் அடக்கம் செய்த அந்த நாளையும் அப்துல்லா நினைத்துப் பார்த்தான். நீலச்சாம்பல் நிற வானத்துக்குக் கீழே முல்லா ஷெகிப் தொழுகை படிக்க, காற்றில் உறைபனி சிறுதுகள்களாக அங்குச் சுற்றியிருந்த அனைவரின் கண்களிலும் தெளிக்க, அவனைப் பனிபடர்ந்த பூமியில் சிறிய மணல்மேடாகப் புதைத்தது அப்துல்லாவின் நினைவுக்கு வந்தது.

ஒரே ஒரு மயிலிறகிற்காகத் தன்னுடைய நல்ல காலணிகளைக் கொடுத்துவிட்டது தெரியவந்தால் பர்வானாவுக்குக் கோபம் கொப்பளித்துவிடுமோ என அப்துல்லா சந்தேகித்தான். அதை வாங்கிக்கொடுக்க அப்பா கடும்வெயிலில் எவ்வளவோ கஷ்டப்பட்டு உழைக்க வேண்டியிருந்தது. காலணிகளைப் பற்றித் தெரியவந்தால் அவள் கண்டிப்பாக வெறிகொண்டு சீறிவிடுவாள். யார்கண்டது, அடிக்கவும் செய்யலாம், அப்துல்லா நினைத்தான். ஏற்கனவே சிலமுறை அவனை அடித்திருக்கிறாள். பல ஆண்டுகளாக நோய்வாய்ப்பட்டு படுக்கையிலேயே முடங்கிக் கிடந்தத் தன் சகோதரியைத் தூக்கிப் பழக்கப்பட்டதால், வலிமையான கரங்களைக் கொண்டவள் அவள். அந்த உலக்கைக் கைகள் விளக்குமாற்றைச் சுழற்றினாலோ, கன்னத்தில் அறைந்தாலோ எப்படியிருக்கும் என்று அப்துல்லா கற்பனை செய்தான்.

உண்மையில், பர்வானாவுக்கு அவனை அடிப்பதில் எந்தவொரு ஈடுபாடும் கிடையாது. தன் கணவனுடைய பிள்ளைகளிடம் பரிவு காட்ட இயலாதவளும் அல்ல அவள். முன்பு ஒரு சமயம், அப்பா காபூலிலிருந்து வாங்கிவந்திருந்த துணியில் அவள் பரிக்கு, பச்சையும் வெள்ளி ஜரிகையும் கலந்த நிறத்தில், அற்புதமான ஆடை

ஒன்றைத் தைத்துக் கொடுத்திருக்கிறாள். இயல்புக்கு மாறான மிகுந்த பொறுமையுடன் அப்துல்லாவுக்கு, முட்டைகளைச் சமைப்பது எப்படி என்று அவள் சொல்லிக்கொடுத்த காலமும் உண்டு. சோளப்பதர்களை முறுக்கிச் சிறுசிறு பொம்மைகளாகச் செய்து காட்டியிருக்கிறாள், அவள் சிறுபிள்ளையாக இருந்தபோது தன் சகோதரிக்குச் செய்து காட்டினாளே அதே போல. கந்தல் துணிகளின் கிழிசல்களிலிருந்து பொம்மைகளுக்குப் புதுப்புதுவிதமான ஆடைகளை அணிவிப்பது எப்படி என்றும் அவர்களுக்குக் காட்டியிருக்கிறாள்.

ஆனால் இதெல்லாம் வெறும் நடிப்புதான், அப்துல்லாவுக்குத் தெரியும், கடமைக்காக செய்த விஷயங்கள். இக்பாலுக்காக அவள் இறைத்த ஆழமான பாசக்கிணற்றைவிட இவர்களுக்கானது என்னவோ மேலோட்டமானதே. ஒருவேளை எதாவது ஓர் இரவில் அவர்களின் வீடு தீப்பற்றிக்கொண்டால், பர்வானா யாரைத் தூக்கிக்கொண்டு வெளியே ஓடுவாள் என்று எந்தச் சந்தேகமும் இல்லாமல் அப்துல்லாவுக்குத் தெரிந்திருந்தது. நிச்சயம் அவள் ஒரு கனம்கூட வேறு எதையும் யோசிக்க மாட்டாள். இதற்கான காரணம் மிகச்சாதாரணமானது : அவர்கள் - அவனும் பரியும் - அவளுடைய குழந்தைகள் இல்லை. பெரும்பாலான தாய்மார்கள் தாங்கள் பெற்ற குழந்தைகளின் மீதுதானே பாசமாக இருப்பார்கள். அவனும் அவன் தங்கையும் அவள் வயிற்றில் பிறக்காமல் போனதற்கு யாரும் பொறுப்பாக முடியாது. அவர்கள் வேறொரு பெண்ணின் மிச்சங்கள்.

பர்வானா ரொட்டியை உள்ளே எடுத்துச் செல்லும்வரை அவன் காத்திருந்தான், பின்னர் ஒரு கையில் இக்பாலையும் மற்றொன்றில் அழுக்குத்துணி மூட்டையையும் தூக்கிக்கொண்டு அவள் மீண்டும் வெளிவருவதைக் கண்டான். ஓடைப்பக்கமாக அவள் சாவகாசமாக நடந்து போய்க் கொண்டிருந்தாள். அவனின் குதிகால்கள் தரையைச் சந்திக்கும் ஒவ்வொரு முறையும் வலியால் துடித்தபோதும், தூரத்தில் அவள் தலை மறையும் வரை அவன் பொறுத்திருந்து, ஓசைப்படாமல் தன் வீட்டுக்குள் நுழைந்தான். உள்ளே நுழைந்தவுடன், அவன் கீழே அமர்ந்து, தன் பழைய நெகிழி செருப்புகளை எடுத்து மாட்டிக்கொண்டான், இப்போது அவனுக்கென்று மிச்சமிருந்த கடைசிக் காலணிகள் அவை மட்டும் தான். அப்துல்லாவுக்குத் தான் செய்தது மடத்தனமான காரியம் என்று பட்டது. ஆனால் தூங்குகின்ற பரியின் அருகில் மண்டியிட்டு, மெல்ல அவளைத் தூக்கத்திலிருந்து எழுப்பி, ஒரு மாயவித்தைக்

கலைஞனைப் போலத் தன் முதுகுக்குப் பின்னாலிருந்து அந்த மயிலிறகை உருவாக்கியபோது, 'பட்ட கஷ்டங்கள் எல்லாமே தகும்' என்று அவனுக்குப் பட்டது - முதலில் பிரமிப்பிலும் பின் ஆனந்தத்திலும் அவள் முகம் விரிந்ததே, அதற்காக! அவன் கன்னங்களை முத்தங்களால் குத்தினாளே, அதற்காக! அவன் அந்த இறகின் மென்முனையால் அவளின் தாடையில் வருடி அக்குளுத்தல் செய்தபோது அவள் கெக்கலித்துச் சிரித்தாளே, அதற்காக! அதற்காக எல்லாத் துன்பமும் தகும். எல்லாமே தகும்! திடீரென அவன் பாதங்களில் அப்போது வலி மறைந்து போயிருந்தது.

அப்பா மீண்டும் தன் சட்டையின் நுனியால் முகத்தின் வியர்வையைத் துடைத்தார். தண்ணீர்ப்பையில் இருந்து அவர்கள் மாறிமாறித் தண்ணீர் குடித்துக் கொண்டிருந்தனர். முடித்தவுடன் அப்பா சொன்னார், "நீ சோர்ந்துவிட்டாய்."

"இல்லை," என்றான் அப்துல்லா, சோர்ந்திருந்தாலும். அவன் உடம்பில் சுத்தமாகத் தெம்பேயில்லை. மேலும் அவனுக்குக் கால் வலித்தது. நெகிழி செருப்புகளோடு பாலைவனத்தைக் கடப்பது அவ்வளவு சுலபமில்லை.

அப்பா சொன்னார், "வண்டியில் ஏறு."

அந்தச் சரக்கு வண்டிக்குள், அப்துல்லா, தன் தங்கை பரிக்குப் பின்னே, மரப்பட்டையால் ஆன பக்கத்தடுப்புகளில் சாய்ந்து உட்கார்ந்துகொண்டபோது, சிறுகுமிழாய்ப் புடைத்திருந்த அவளின் தண்டுவடம், அவனது வயிற்றிலும் விலாவிலும் அழுத்திக் கொண்டிருந்தது. அப்பா அவர்களை முன்னே இழுத்துக்கொண்டிருக்க, அப்துல்லா வானத்தையும், மலைகளையும் வெறித்தான். தூரத்தில், வரிசை மேல் வரிசையாக அடுக்கி வைக்கப்பட்ட வளைந்த குன்றுகள், மென்மையாகத் தெரிந்தன. வண்டியை இழுத்துக்கொண்டிருக்கும் தன் அப்பாவின் முதுகை அவன் கவனித்தான். அவரது தலை தாழ்ந்திருந்தது, அவரது கால்கள் சிறுமூச்சுகளாக செம்பழுப்பு மணல்தூவுகளை எட்டி உதைத்துக் கொண்டிருந்தன. '**கூச்சி**' நாடோடிகளின் கூட்டமொன்று ஒட்டகங்கள் கனைக்க, புழுதி ஊர்வலமாக அவர்களைக் கடந்து சென்றது. அதில் மைவளையக் கண்களும், கோதுமைநிறக் கூந்தலும் கொண்ட பெண்ணொருத்தி அப்துல்லாவைப் பார்த்துப் புன்னகைத்தாள்.

அவளது கூந்தல் அப்துல்லாவுக்குத் தன் அம்மாவை நினைவூட்டவே ஏக்கத்தால் வேதனைப்பட்டான். அம்மாவின் மிருதுவான குணத்திற்காக, அவளின் கூடவே பிறந்த குதூகலத்திற்காக, மனிதர்களின் கொடுமைகளைக் கண்டு அவள் அப்பாவியாய்த் திகைத்துக் குழம்பியதற்காக. அவளின் விக்கித்த சிரிப்பும், வெட்கப்பட்டுச் சிலசமயம் தலை கவிழ்த்துக்கொண்ட விதமும் அவன் நினைவுக்கு வந்தன. அம்மா உடலளவிலும் மனதளவிலும் மென்மையானவளாக இருந்திருந்தாள். வைக்கோல்கட்டுப் போன்ற குறுகிய இடை. கீற்று போன்ற கூந்தல் இழைகள் எப்போதும் அவளின் தலைமுக்காட்டைவிட்டு வழிந்துகொண்டிருக்கும். இவ்வளவு மெலிந்த ஒரு தேகம் எப்படி அவ்வளவு ஆனந்தத்தையும் தாராள மனத்தையும் தனக்குள் பிடித்து வைத்திருந்தது என்று பலமுறை அவன் வியந்திருந்தான். ஆனால் அது நீடிக்கவில்லை, அம்மாவின் கண்களின் வழி வெளியே கொட்டிவிட்டது. அப்பாவின் கதையோ வேறு. அவர் மனம் கடினப்பட்டுப் போயிருந்தது. அம்மாவின் கண்கள் கண்ட அதே உலகம் அவரின் கண்களுக்குக் காட்டியது என்னவோ புறக்கணிப்பை மட்டும் தான். எல்லையில்லாத் துயரம். அப்பாவின் உலகம் கருணையற்றது. நல்லது எதுவுமே அவ்வளவு எளிதில் கிடைத்துவிடவில்லை அவருக்கு. அன்பும் காதலும் கூட. எல்லாவற்றிற்கும் போராடவேண்டியிருந்தது. நீ ஏழையென்றால் துன்பம் மட்டுமே உன் சொத்து. தன் தங்கையின் அழுக்கான தலைவகிடு அவன் பார்வையில் பட்டது. அவளது ஒல்லியான மணிக்கட்டு வண்டியின் பக்கத்தடுப்பில் தொங்கிக் கொண்டிருந்தது. அவனுக்குத் தெரியும், அம்மா இறக்கும் நேரத்தில், அவளின் ஏதோவொன்று பரிக்குள்ளும் கடந்து, கலந்துவிட்டது என்று. அவளின் உற்சாகம் கலந்த அக்கறையோ, அவளின் குறும்புத்தனமோ, அவளின் தளராத நம்பிக்கையோ என ஏதோவொன்று. இவ்வுலகில் பரி மட்டும்தான் அவனை எப்போதும் காயப்படுத்தமாட்டாள், அவளால் காயப்படுத்தவும் முடியாது. சில நாட்களில், பரி ஒருத்தி மட்டும்தான் தன் குடும்பம் என்றுகூட அவனுக்குத் தோன்றியது.

பகலின் நிறங்கள் மெதுவாகச் சாம்பலில் கரைந்தன. தூரத்து மலைச்சிகரங்கள் பதுங்கும் பூதங்களைப் போல மங்கலான காட்சியாக உருமாறின. முன்னதாக, அவர்கள் பல கிராமங்களைக் கடந்திருந்தார்கள், அதில் பெரும்பாலானவை ஷாத்பாகைப் போலவே எளிதில் அணுக முடியாமல், தூசு படிந்திருந்தன.

சதுர வடிவில், சுட்டமண்ணால் செய்த சில சிறிய வீடுகள் மலைகளைப் பார்த்த வாக்கிலும், சில அதற்கு எதிர்திசையிலும் எழுப்பப்பட்டிருந்தன. நாடாவைப் போன்ற புகை அவற்றின் கூரைகளிலிருந்து மேலெழும்பிக்கொண்டிருந்தது. சில நெட்டிலிங்க மரங்கள், கொஞ்சம் கோழிகள், கைப்பிடியளவு ஆடுமாடுகள், கூடவே எப்போதும் ஒரு மசூதி. கடைசியாக அவர்கள் கசகசாத் தோட்டத்தை ஒட்டி அமர்ந்திருந்த ஒரு கிராமத்தைக் கடந்தபோது, அங்கே வேலை செய்துகொண்டிருந்த ஒரு கிழவன் அவர்களைப் பார்த்துக் கையசைத்தான். கிழவன் ஏதோ கத்த, அப்துல்லாவுக்கு அது புரியவில்லை. அப்பாவும் பதிலுக்குக் கையசைத்தார்.

"அப்புல்லா?" பரி கூப்பிட்டாள்.

"ம்."

"சூஜா சோகமாக இருக்குமா?"

"அப்படி இல்லை. நன்றாகத்தான் இருப்பான்."

"யாரும் அடிக்கமாட்டார்களே?"

"அவன் பெரிய நாய். கண்டிப்பாகத் தன்னைக் காத்துக் கொள்வான்."

சூஜா நிச்சயம் பெரிய நாய்தான். அவன் ஒருகாலத்தில் கண்டிப்பாக சண்டை நாயாகத்தான் இருந்திருக்க வேண்டும் என்று அப்பா சொன்னார். காரணம் யாரோ அவனின் காதுகளையும் வாலையும் அறுத்திருந்தனர். அவன் தன்னைக் காப்பாற்றிக் கொள்வானா, அவனால் அது முடியுமா என்பது வேறு விஷயம். ஆதரவற்ற அந்நாய் ஷாத்பாகில் முதலில் தென்பட்டபோது, பிள்ளைகள் அதன்மீது கற்களை வீசியெறிந்தார்கள், மரக்கிளைகளாலும் மிதிவண்டியின் துருப்பிடித்த சக்கரக் கம்பியாலும் குத்தினார்கள். ஆனாலும் சூஜா எப்போதுமே எதிர்த்துச் சண்டையிட்டதே இல்லை. போகப்போக, அவனுக்குத் தொல்லை கொடுப்பது கிராமத்துப் பிள்ளைகளுக்குச் சலித்துவிட்டது. அதனால் விட்டுவிட்டார்கள். இருந்தாலும் சூஜா, கடந்தகாலத்து கொடுமையான நிகழ்வுகளால் இப்போதும்கூட எச்சரிக்கையோடு சந்தேகத்துடன்தான் சுற்றிவந்தான்.

அவன் பரியைத் தவிர ஷாத்பாகில் எல்லோரையும் தவிர்த்தான். அவளிடம் மட்டுமே நிம்மதியடைந்தான். அவள் மீதான அவனின் அன்பு விசாலமானது, அப்பழுக்கற்றது. அவள்தான் அவனது பிரபஞ்சம். காலை நேரங்களில், பரி வீட்டைவிட்டு வெளியில்

வருவதை அவன் பார்க்கின்றபோது, மொத்த உடம்பும் குலுங்கத் துள்ளிக்குதிப்பான். மிச்சமிருந்த வாலின் அடிமுனையை அவன் கண்டபடி ஆட்டிக்கொண்டு, நெருப்புத் துண்டுகளின் மேல் சூடு தாங்காமல் நடப்பதுபோல ஆடுவான். அவளைச் சுற்றிச்சுற்றி துள்ளி வந்து வட்டம் போடுவான். நாள்முழுதும் பாரியின் பாதங்களை மோப்பம்பிடித்தபடி நிழலாகத் தொடர்வான். இரவில், அவர்கள் பிரிகின்ற நேரம் வரும்போது, தனிமையில், எப்போது விடியும் என்ற ஏக்கத்தோடு வாசலிலேயே கிடப்பான்.

“அப்புல்லா?”

“ம்.”

“நான் பெரியவளான பிறகும்கூட, உன் கூடவே இருக்க முடியுமா?”

அப்துல்லா செம்மஞ்சள் நிறத்தில் சூரியன் கீழே விழுந்து தொடுவானத்தில் முட்டிக்கொண்டிருந்ததைப் பார்த்தான். “உனக்குப் பிடித்தால் இருக்கலாம். ஆனால் உனக்குப் பிடிக்காது.”

“எனக்குப் பிடிக்கும்!”

“உனக்குத்தான் தனியாக ஒரு வீடு வேண்டுமே.”

“நீ எனக்குப் பக்கத்திலேயே ஒரு வீடு கட்டி இருக்கலாமே.”

“இருக்கலாம்.”

“நீ தூரமாகப் போய்விடக்கூடாது.”

“நான் கூடவே இருப்பது உனக்குப் பிடிக்காமல் போய்விட்டால் என்ன செய்வது?”

அவள் தன் முழங்கையால் அவனை இடித்தாள். “எனக்கு அப்படியெல்லாம் ஆகாது. கண்டிப்பாகப் பிடிக்கும்!”

அப்துல்லா தனக்குள் சிரித்துக் கொண்டான். “சரி சரி.”

“நீ என் கூடவே தான் இருப்பாய்.”

“ஆமாம்.”

“நமக்கு வயதானாலும் கூட.”

“எவ்வளவு வயதானாலும்.”

“எப்போதும்”

“ஆமாம், எப்போதும்.”

வண்டிக்கு முன்னிருந்து, அவனைப் பார்ப்பதற்காக அவள் திரும்பினாள். “சத்தியமாகவா, அப்புல்லா?”

“சத்தியமாக. எப்போதும், இனி எப்போதும்.”

பின்னர், அப்பா பரியைத் தன் முதுகில் ஏற்றிக்கொள்ள, அப்துல்லா காலியான வண்டியை இழுத்துக்கொண்டிருந்தான். அவர்கள் நடக்க, அவன் எண்ணங்களற்ற ஒரு மோனநிலையில் விழுந்தான். அவனது மூட்டுகள் எழுந்து விழுவதையும், வியர்வைத் துளிகள் குல்லாவின் ஓரத்திலிருந்து சரிவதையும் மட்டுமே உணர்ந்தான். பரியின் சிறிய பாதங்கள் அப்பாவின் இடுப்பில் பட்டு மோதிக்கொண்டிருந்தன. அப்பாவின் நிழலும் தங்கையின் நிழலும் பழுப்புநிறப் பாலைவனத் தரையில் நீண்டதையும், சற்றே அசந்து தாமதித்தாலும் அவை அவனைவிட்டு விலகுவதையும் கவனித்தான்.

***

நபி மாமா தான் இந்தச் சமீபத்திய வேலையை அப்பாவுக்காகப் பார்த்து வைத்திருந்தார். நபி மாமா - பர்வானாவின் அண்ணன், ஆகவே அவனுக்குச் சொந்த மாமா இல்லை. மாற்றாந்தாய் வழி மாமா மட்டுமே. காபூலில் நபி மாமா சமையல்காரராகவும் காரோட்டியாகவும் வேலை செய்துவந்தார். மாதம் ஒருமுறை, காபூலிலிருந்து அவர்களைப் பார்க்க ஷாத்பாகுக்கு காரில் வருவார். விட்டுவிட்டு அடிக்கும் ஹாரன் சத்தமும், அந்தத் தோல் நிறக் கூரையுடன் பளபளப்பான விளிம்புகளைக் கொண்ட நீலநிறப் பெரிய காரைத் துரத்தி வரும் கிராமத்துப் பிள்ளைகளின் கூப்பாட்டுச் சத்தமும் அவரது வருகையை அறிவிக்கும். காரை அணைத்துவிட்டு ஒரு புன்சிரிப்புடன் நபி மாமா வெளித்தோன்றும் வரை, பிள்ளைகள் காரின் ஜன்னல்களையும் கதவுகளையும் ஆரவாரமாகத் தட்டிக்கொண்டே இருப்பார்கள். நபி மாமா நீண்ட கிருதா வைத்து, அலையலையான கருத்த முடியை நெற்றியிலிருந்து பின்னோக்கி அழகாக வாரியிருந்தார், வெள்ளைச் சட்டையுடன் பெரிய பழும்பச்சைநிற சூட் போட்டிருந்தார். காலில் செம்மண் நிறத்தில் காலணி. அவரது முதலாளிக்குச் சொந்தமானதாக இருந்தாலும்கூட, அவர் கார் ஓட்டி வந்ததால், சூட் போட்டிருந்ததால், காபூல் என்ற

மிகப்பெரிய நகரத்தில் வேலை செய்துவந்ததால் ஒவ்வொருவரும் அவரைப் பார்க்க வந்தனர்.

கடைசியாக வந்திருந்தபோதுதான் நபி மாமா அப்பாவிடம் இந்த வேலையைப் பற்றிச் சொல்லியிருந்தார். அவர் வேலை பார்க்கும் பணக்கார முதலாளியின் வீட்டுப் பின்புறத்தில், வீட்டைத் தாண்டித் தனியே, கழிவறை உட்பட அனைத்து வசதிகளும் கொண்ட வீடு ஒன்றைக் கட்டி வருகிறார்கள். அப்பாவுக்குக் கட்டுமான வேலைகளில் விஷயம் தெரியும் என்பதால் நபி மாமா அப்பாவுக்கு அங்கு வேலை வாங்கிக் கொடுக்க சிபாரிசு செய்திருந்தார். ஏறக்குறைய வேலை முடிய ஒரு மாதம் ஆகும், நல்ல சம்பளமும் கிடைக்கும் என்று சொன்னார்.

அப்பாவுக்குக் கட்டுமான வேலைகள் அனைத்தும் அத்துப்படி. போதும் போதுமென்ற அளவுக்குப் பல கட்டுமானத்தளங்களில் உழைத்திருக்கிறார். அப்துல்லாவுக்கு நினைவு தெரிந்தவரை, அப்பா ஒவ்வொரு வீடாகக் கதவைத் தட்டி எதாவது கூலிவேலை இருக்கிறதா என்று கேட்டு அலைந்துதான் அவரைப் பார்த்திருக்கிறான். ஊர்ப்பெரியவரான முல்லா ஷெகிபிடம் அப்பா ஒருமுறை பேசிக்கொண்டதை அவன் ஒட்டுக்கேட்டிருந்தான். *நான் ஒருவேளை ஏதோ ஒரு விலங்காகப் பிறந்திருந்தாலும், முல்லா சாஹிப், சத்தியமாக கழுதையாகத்தான் பிறந்திருப்பேன்.* சிலமுறை அப்பா அப்துல்லாவைத் தன்னுடன் வேலைக்கு அழைத்துச் சென்றிருக்கிறார். ஷாத்பாகிலிருந்து ஒருநாள் தொலைவில் இருந்த ஒரு நகரத்திற்கு அவர்கள் ஆப்பிள் பறிக்கச் சென்றிருந்தனர். சூரியன் மறையும் வரை ஏணியில் நின்று, தோள்கள் வளைந்திருக்க, சுருக்கங்கள் விழுந்த பின்கழுத்து வெயிலில் எரிய, அவரது தடித்த விரல்களைக் கொண்ட கைகள் ஒவ்வொரு ஆப்பிளையும் திருகித் திருகிப் பறித்துப்போட்டதை அப்துல்லா நினைத்துப் பார்த்தான். வேறொரு ஊரில் அவர்கள் மசூதிக்காகச் செங்கல் அறுக்கச் சென்றிருந்தனர். அப்பா, அப்துல்லாவுக்கு நல்ல மண்ணை, தேர்ந்த செம்மண் நிறத்தில் இருப்பதை, எப்படித் தேர்ந்தெடுப்பது எனக் காட்டினார். அவர்கள் ஒன்றாகச் சேர்ந்தே மண்ணைச் சலித்து, வைக்கோலைக் கலந்தனர். கூழாகிவிடாதபடி சிறுகச் சிறுக நீர்விட்டு எப்படி பதமாகச் சேற்றைக் குழைப்பது என்பதை பொறுமையோடு அவனுக்குக் கற்றுக்கொடுத்திருந்தார். சென்ற ஆண்டு, அப்பா கற்களைச் சுமந்திருந்தார். மண்ணை அள்ளிக் கொட்டியிருந்தார்,

வயலில் உழுவதற்கும் முயற்சித்திருந்தார். தார்ச்சாலை போடுகின்ற குழுவிலும் அவர் வேலை செய்திருந்தார்.

உமர் இறந்ததற்குத் தான்தான் காரணம் என்று அப்பா துடித்தார். ஒருவேளை அவருக்கு நிறைய வேலைகள் கிடைத்திருந்தால், அல்லது ஏதாவது ஒரு நல்ல வேலை கிடைத்திருந்தால் கூட, குழந்தைக்குத் தரமான கம்பளித் துணிகளையோ, கனமான போர்வைகளையோ அல்லது வீட்டை வெப்பமாக்க உருப்படியான ஒரு கணப்படுப்பையோ வாங்கியிருப்பார். அப்பா இதற்காகத் தன்னை நொந்துகொண்டார். உமரை அடக்கம் செய்ததிலிருந்து அப்துல்லாவிடம் இதைப்பற்றி ஒரு வார்த்தை கூட அப்பா பேசியதில்லை. இருந்தாலும் அப்துல்லாவுக்கு இது தெரியும்.

உமர் இறந்துபோன சிலநாட்களுக்குப் பிறகு, அப்பா ஒருநாள் தனியே அந்த ராட்சச சிந்தூர மரத்தடியில் நின்றுகொண்டிருந்தது அவன் நினைவுக்கு வந்தது. அந்தச் சிந்தூரமரம் ஷாத்பாகின் எல்லாவற்றையும் விட உயர்ந்து மேலோங்கியிருந்தது. அந்தக் கிராமத்தின் மிக வயதான உயிரினமே அதுதான். பேரரசர் பாபர் காபூலைப் பிடிப்பதற்காகத் தன் படைவீரர்களை வழிநடத்திச் சென்றதை அம்மரம் பார்த்திருக்கும் என்றால் கூட ஆச்சரியப்படுவதற்கில்லை என்று அப்பா சொன்னார். தனது சிறுவயதில் பாதியை பெரும் கிரீடம் போலிருக்கும் அதன் உச்சியின் நிழலிலும், பருத்த அதன் கிளைகளிலும் ஏறிக் கழித்ததாக அப்பா சொன்னார். அவரின் அப்பா, அப்துல்லாவின் தாத்தா, ஒரு தடிய மரக்கிளையில் நீளமான கயிறுகளைக் கட்டி ஊஞ்சல் ஒன்றைத் தொங்கவிட்டிருந்தார். அது கணக்கற்ற பல கடுமையான பருவகாலங்களையும், ஏன் தாத்தாவையும் கூடத் தாண்டி எந்தவொரு சேதாரமும் இல்லாமல் பிழைத்திருந்தது. தானும் பர்வானாவும், அவள் தங்கை மசூமாவும் கூட, சிறுபிள்ளைகளாக இருந்தபோது அந்த ஊஞ்சலில், ஆளுக்குக் கொஞ்சநேரம் என்று முறைவைத்து ஆடியதை வழக்கமாகக் கொண்டிருந்ததாக அப்பா சொன்னார்.

ஆனால், இந்நாட்களில் பரி எப்போதெல்லாம் அவரின் சட்டையைப் பிடித்து இழுத்து ஊஞ்சலாட்டக் கூப்பிட்டாலும், நாள்முழுக்க உழைத்த களைப்பால் அப்பா அதனைத் தவிர்த்தே வந்தார்.

நாளை ஆடலாம், பரி.

தயவு செய்து பாபா, கொஞ்ச நேரம்.

இல்லை பரி. பிறகு ஆடலாம்.

முடிவில் அவள் தன் முயற்சியைக் கைவிட்டுவிட்டு, அவரின் சட்டையை விடுதலை செய்து, தோற்றுவிட்ட நடையோடு விலகிச் சென்றுவிடுவாள். சிலநேரங்களில் அப்பாவின் முகம் அதைப் பார்த்துத் தனக்குள்ளேயே நிலைகுலைந்துவிடும். அவர் தன்னுடைய படுக்கையில் உருண்டு, போர்வையை மேலேற்றிக்கொண்டு, அவருடைய களைத்த கண்களை அடைத்துக் கொண்டுவிடுவார்.

அப்பா ஒருகாலத்தில் ஊஞ்சலாடியதை அப்துல்லாவால் கற்பனையில் காட்சிப்படுத்த முடியவில்லை. அப்பாவும் முன்பு ஒருகாலத்தில் தன்னைப்போல சிறுவனாக இருந்திருக்கிறார் என்பதை அவனால் நம்பவே முடியவில்லை. சிறுவனாக, அதுவும் கவலையே இன்றிக் காலில் இறக்கையைக் கட்டிக்கொண்டு தன் சகாக்களோடு திறந்தவெளிகளில் தலைதெறிக்க ஓடிக்கொண்டிருக்கும் ஒரு சிறுவனாக. அப்பாவா, தழும்புகள் நிறைந்த கைகளையுடைய இவரா, முகத்தில் குறுக்கும் நெடுக்குமாய் ஆழமான சோகரேகைகள் ஓடிக்கொண்டிருக்கும் இவரா. அப்பா, ஒருவேளை பிறக்கும்போதே கையில் மண்வெட்டியுடனும் நகங்களுக்கடியில் சகதியோடும் பிறந்திருப்பாரோ.

***

அன்றிரவு அவர்கள் பாலைவனத்திலேயே உறங்கவேண்டியிருந்தது. ரொட்டியும், பர்வானா கொடுத்து அனுப்பியிருந்ததில் மிச்சமிருந்த கடைசி அவித்த உருளைக்கிழங்கையும் அவர்கள் சாப்பிட்டனர். அப்பா நெருப்பை மூட்டி டீ போடுவதற்காக அதன் ஜுவாலையில் கெண்டியை வைத்தார்.

அப்துல்லா நெருப்புக்குப் பக்கத்திலேயே, கம்பளிக்கு அடியில் தூங்கிக்கொண்டிருந்த பரியுடன், ஜில்லிட்ட அவளின் கால்கள் அவன்மேல் பட, படுத்துக்கொண்டான்.

அப்பா தன் பீடியை நெருப்பில் குனிந்தபடி பற்றவைத்துக்கொண்டார்.

அப்துல்லா மல்லாந்து படுக்க, பரி தனது வழக்கமான இடமான அவன் தோளில் தன் கன்னம் சாயப் படுத்துக்கொண்டாள். செம்பின் வாசம் வீசும் அந்தப் பாலைவனப் புழுதியை அவன் சுவாசித்தான்.

மேலே அண்ணாந்து பார்த்தபோது, வானம் பனிப் பளிங்குகள் போல பளபளப்பாக மின்னிக்கொண்டிருக்கும் நட்சத்திரங்களுடன் கனத்துக் கொண்டிருந்தது. மென்மையான பிறைநிலா ஒன்று அதன் மங்கலான வட்ட விளிம்புக்குள்ளேயே தூளியாடிக்கொண்டிருந்தது.

அப்துல்லா முந்தைய குளிர்காலத்தைச் சற்று பின்னோக்கி நினைத்துப் பார்த்தான். சுற்றியிருந்த அனைத்தும் இருளில் மூழ்க, சன்னமான ஆனால் நீண்ட விசில் சத்தத்தோடு காற்று கதவிடுக்கில் நுழைந்துகொண்டிருந்தது. கூரையின் ஒவ்வொரு சிறு விரிசலிலும் அது அத்துமீறிக்கொண்டிருந்தது. வெளியே, கிராமத்தின் உருவம் பனியால் துடைத்து அழிக்கப்பட்டிருந்த ஒரு படம் போலக் காட்சியளித்தது. நட்சத்திரங்களற்ற இரவுகள் நீளமாகவும், குறுகிய பகல்பொழுதுகள், சூரியன் சுருக்கமாய் எப்போதாவது எட்டிப்பார்த்துப் பின்னர் ஓடிவிடுவதால், மங்கலாகவும் இருந்தன. உமரின் கடும் பிரயத்தனம் கொண்ட அழுகை அவன் நினைவுக்கு வந்தது. பின்னர் அவனின் மௌனம். பின்னர் தூம்பாவில், இப்போது அவர்களுக்கு மேலே இருக்கிறதே, அதேபோல ஒரு பிறைநிலவைச் செதுக்குகின்ற அப்பாவின் துயரமுகம். பின்னர் அந்தத் தூம்பா மரப்பலகையை உறைபனி படர்ந்த சிறு கல்லறையின் தலைமாட்டில் ஓங்கியடித்த ஓசை, எனக் கோர்வையாக அவனுக்குள் நினைவுகள் வரிசைகட்டின.

இப்போது மீண்டும் ஓர் இலையுதிர்காலத்தின் முடிவு கண்களுக்குத் தெரிந்தது. குளிர்காலம் ஏற்கனவே எல்லாப் பக்கமும் சூழ்ந்துகொள்ளத் தயாராய் பதுங்கிக்கொண்டிருந்தது. இதையெல்லாம் தெரிந்தும் அப்பாவோ பர்வானாவோ எதுவும் பேசவில்லை, ஒருவேளை பேசினால் குளிர்காலம் சீக்கிரம் வந்துவிடுமோ என்னவோ.

"அப்பா?" அவன் கூப்பிட்டான்.

நெருப்புக்கு அப்புறத்திலிருந்து அப்பாவின் சன்னமான முனகல் ஒன்று பதிலாகக் கிடைத்தது.

"உங்களுக்கு நான் உதவியாக இருக்கட்டுமா? அந்த வீடு கட்டுவதற்கு உதவியாக."

அப்பாவின் பீடியிலிருந்து புகை சுருள்சுருளாக மேலெழும்பிக் கொண்டிருந்தது. அவர் இருட்டில் எங்கேயோ வெறித்துப் பார்த்துக் கொண்டிருந்தார்.

"அப்பா?"

அப்பா அந்தப் பாறைமேல் சற்று நகர்ந்து வசதியாக அமர்ந்துகொண்டார். "சிமெண்ட்டு கலவை கலந்து கொடுக்க நீ உதவியாக இருக்கலாம் என நினைக்கிறேன்," என்றார் அவர்.

"அது எப்படிக் கலப்பது? எனக்குத் தெரியாதே."

"நான் செய்து காட்டுகிறேன். சுலபமாகக் கற்றுக்கொள்ளலாம்."

"நான் என்ன செய்யட்டும்?" பரி கேட்டாள்.

"நீயா?" அப்பா சற்றுத் தயங்கினார். பீடியை ஒருமூச்சு உள்ளிழுத்து, குச்சியால் நெருப்பைக் கிளறிவிட்டார். சிதறிய சிறுதீப்பொறிகள் மேலே ஆடிக்கொண்டே சென்று இருளில் கலந்தன. "தண்ணீருக்கு நீதான் பொறுப்பு. எங்களுக்குத் தாகம் எடுக்காமல் பார்த்துக்கொள்வது உன் வேலை. தாகத்தோடு ஒருவனால் வேலை செய்யவே முடியாது."

பரி அமைதியாகிவிட்டாள்.

"அப்பா சொன்னது சரிதான்," என்றான் அப்துல்லா. பரி சேற்றில் கைகளால் பிசையவும், அதில் குதித்து விளையாடவும் விரும்பினாள் என்று அவன் உணர்ந்தான். அப்பா அவளுக்குக் கொடுத்த வேலை அவளை ஏமாற்றிவிட்டது. "நீ எங்களுக்குத் தண்ணீர் கொண்டு தரவில்லையென்றால், எங்களால் வீடு கட்டவே முடியாது."

அப்பா அந்தக் கெண்டியின் கைப்பிடியை ஒரு குச்சியால் நெம்பி எடுத்துத் தூக்கினார். பின்னர் அதனை ஓரமாக வைத்து ஆறவிட்டார்.

"ஒன்று சொல்கிறேன் கேள். முதலில் நான் சொன்ன வேலையை உன்னால் செய்யமுடியுமா என்று பார். பிறகு உனக்கென்று வேறு வேலை கொடுக்கிறேன்."

பரி தன் மோவாயைத் தூக்கி அப்துல்லாவை நிமிர்ந்து பார்த்தாள். இடைவெளி விழுந்த பற்களால் சிரித்தபோது அவளது முகம் ஒளிர்ந்தது.

அவள் குழந்தையாக இருந்தபோது தனது நெஞ்சின்மேல் படுத்துத் தூங்கியதை அப்துல்லா நினைவுகூர்ந்தான். சில நேரங்களில் நடு இரவில் அவன் விழித்துப் பார்க்கின்றபோது இதே

முகபாவத்தோடுதான் பரி அவனைப் பார்த்து அமைதியாகச் சிரித்துக்கொண்டிருப்பாள்.

அப்துல்லாதான் அவளை வளர்த்துக் கொண்டிருந்தான். அவனே ஒரு பத்து வயதான குழந்தை என்ற போதிலும் அதுதான் உண்மை. பரி கைக்குழந்தையாக இருந்தபோது, அவளது கீச்சென்ற அழுகைகளும், சிணுங்கல்களும் எழுப்பியது அவனைத்தான், இருட்டில் தட்டுத்தடுமாறி நடந்து சென்று அவள் உறங்கிக்கொண்டிருந்த தூளியை ஆட்டிவிட்டவனும் அவன்தான். அவன்தான் பரியின் ஈரத்துணியை மாற்றி அவளைக் குளிப்பாட்டி வந்திருந்தான். இதெல்லாம் அப்பா செய்யமாட்டார். அவர் குடும்பத் தலைவர் அல்லவா. மேலும், அவர் வேலை முடிந்து எப்போதுமே களைத்துப்போய்தான் வீடு திரும்புகிறார். பர்வானா, ஏற்கனவே உமரை வயிற்றில் சுமந்துகொண்டிருந்ததால் பரியின் தேவைகளுக்குக் காலம் தாழ்த்தியே கவனம் செலுத்திவந்தாள். அவளுக்குப் பரியைக் கவனித்துக்கொள்ள பொறுமையோ தெம்போ எப்போதுமே இருந்ததில்லை. ஆக, மொத்தப் பொறுப்பும் அப்துல்லாவின் மீதுதான் விழுந்தது. அவனும் இதற்காகக் கவலைப்படவில்லை. முழு ஈடுபாட்டுடன் தன் தங்கையைப் பார்த்துக் கொண்டான். அவளது முதல் அடி எடுத்துவைக்க உதவியதும், அவள் உதிர்த்த முதல் வார்த்தையைக் கேட்டு மலைத்துப்போனதும் அவன்தான் என்ற உண்மை அவனுக்கு மிகுந்த இன்பத்தைக் கொடுத்தது. அவனது பிறப்பின் நோக்கம் இதுதான் என அவன் நம்பினான். கடவுள் அவனைப் பூமியில் படைத்ததற்கான காரணம், அவன் அம்மாவை அவர் எடுத்துக்கொண்டுவிட்ட பிறகு பரியைக் கவனித்துக்கொள்ள அவன் இருப்பான் என்பதற்காகத்தான்.

“பாபா,” பரி அழைத்தாள். “ஒரு கதை சொல்லுங்களேன்.”

“ரொம்ப நேரமாகிவிட்டது பரி,” அப்பா சொன்னார்.

“தயவுசெய்து பாபா.”

அப்பா இயல்பாகவே அதிகம் பேசுபவர் கிடையாது. அவர் தொடர்ச்சியாக இரண்டு வாக்கியங்களைப் பேசும் நிகழ்வு மிக அரிதாகத்தான் நடக்கும். ஆனால், சில நேரங்களில், அப்துல்லாவுக்கு ஏனென்று தெரியாத காரணங்களால், அப்பாவுக்குள் ஏதோவொன்று மடை திறந்து, அதன் வழியே கதைகள் திடீரென வெளிவந்து கொட்டிக்கொண்டிருக்கும். சில நேரங்களில், பர்வானா

சமையலறையில் பாத்திரங்களை உருட்டிக்கொண்டிருக்க, அவர் அப்துல்லாவையும் பரியையும் தன் முன்னால் ஆர்வத்துடன் அமரவைத்து, தான் சிறுவயதாக இருந்தபோது தன்னுடைய பாட்டி சொல்லியிருந்த கதைகளை அவர்களிடம் சொல்லியிருக்கிறார். அக்கதைகளின் வழியே அவர்களைச் சுல்தான்களும், ஜின்களும், திவ்களும், ஞானிகளும், துறவிகளும் நிறைந்த உலகுக்கு அப்பா இட்டுச்சென்றார். பிற நேரங்களில், கதைகளை அவரே உண்டாக்கினார். கதைகளை அக்கணமே அவர் உருவாக்கிய விதமும், அக்கதைகளால் அவருடைய கனவுகளையும் கற்பனைத்திறத்தையும் வெளிக்காட்டியதில் கொண்ட பூரிப்பும் அப்துல்லாவைத் தொடர்ந்து ஆச்சரியப்படுத்தியது. கதை சொன்ன நேரங்களைத் தவிர அப்பா இவ்வளவு உயிர்த்துடிப்போடு, உணர்ச்சியோடு தன்னை உண்மையாக வெளிப்படுத்தி அப்துல்லா எப்போதும் பார்த்ததேயில்லை. அக்கதைகள், இதுவரை உணர்ந்துகொள்ளவே முடியாத அப்பாவின் மங்கலான உலகைக் காட்டும் துவாரங்களாக அவனுக்குப்பட்டன.

ஆனால் இன்று கதை இருக்காது என அப்பாவின் முகபாவத்தைப் பார்க்கையில் அப்துல்லாவால் சொல்லமுடிந்தது.

“நேரமாகிவிட்டது பரி,” அப்பா மீண்டும் சொன்னார். தன் தோளில் போர்த்தியிருந்த சால்வையின் நுனியால் கெண்டியைப் பிடித்துத் தனக்கென கோப்பையில் டீயை ஊற்றிக்கொண்டார். கோப்பையின் விளிம்பிலிருந்து தப்பிக்க எத்தனித்த ஆவியை ஊதி விரட்டினார். பின்னர் தன் முகம் ஜுவாலையின் வெளிச்சத்தில் செம்மஞ்சள் நிறத்தில் ஒளிர, டீயை ஒரு மிடறு விழுங்கினார். “தூங்கு. நாளை நமக்கு நிறைய வேலையிருக்கிறது.”

அப்துல்லா போர்வையை அவர்களின் தலைக்கு மேலிழுத்துப் போர்த்திக்கொண்டான். உள்ளே பரியின் தலையை மெல்லத் தட்டிக்கொண்டே பாட ஆரம்பித்தான்:

> *சோகமான சிறு தேவதையைக் கண்டேன்*
> *காகித மரத்தடி நிழலில்.*

பரி, அரைத் தூக்கத்தில் உளறியபடி மீதி வரிகளைத் தொடர்ந்தாள்.

> *சோகமான சிறு தேவதையை அறிவேன்*
> *அது காற்றிலடித்துச் செல்லப்பட்ட இரவில்.*

ஏறக்குறைய மறுகணமே, அவள் உறங்கிப்போனாள்.

சிறிது நேரத்திற்குப் பின்னர் அப்துல்லாவுக்கு விழிப்பு வந்து எழுந்து பார்த்தபோது, அப்பாவைக் காணவில்லை. உடல் முழுதும் திகில் பரவ டக்கென்று நிமிர்ந்து உட்கார்ந்தான். நெருப்பு கிட்டத்தட்ட இறந்துபோயிருந்தது. ஒருசில செந்நிறத் தீக்கங்குகளைத் தவிர அதில் இப்போது மிச்சம் ஒன்றுமில்லை. அப்துல்லாவின் கூரிய பார்வை முதலில் இடதுபக்கம் பாய்ந்தது, பின்னர் வலதுபக்கமாக. ஆனால் அவனது பார்வையால் இருட்டில் எதையும் ஊடுருவ முடியவில்லை. பரந்துவிரிந்திருந்த இருள் சட்டென இறுகி அவன் மூச்சைத் திணறடித்தது. முகம் ரத்தமிழந்து வெளிறிப்போனதாய் உணர்ந்தான். இதயம் நாலுகால் பாய்ச்சலில் அவன் மார்பையும் மீறி ஓடத்துடித்தது. காதைத் தீட்டி வைத்து, மூச்சை இழுத்துப் பிடித்துக்கொண்டான்.

"அப்பா?" அவன் ரகசியம் பேசினான்.

அமைதி.

பீதி அவன் நெஞ்சின் ஆழத்திலிருந்து ஒரு காளானைப் போல மேலெழுந்து வளர ஆரம்பித்தது. உடல் பதற்றமடைய, துளியும் அசைவற்று அவன் செங்குத்தாக அமர்ந்தான். சுற்றி எங்கேனும் சத்தம் வருகிறதா என உன்னிப்பாகக் கவனித்தான். எதுவுமே கேட்கவில்லை. சூழ்ந்திருந்த இருள் அவர்களை நெருக்கித் தனக்குள் அடைத்துக்கொள்ள முனைய, அவர்கள் மட்டுமே அங்கு தனித்திருந்தனர், அவனும் பரியும் மட்டுமே. அவர்கள் கைவிடப்பட்டிருந்தனர். அப்பா அவர்களை உதறித் தள்ளிவிட்டார். முதன்முதலாக அப்துல்லாவுக்கு, அந்தப் பாலைவனத்தின் விசாலம், அவ்வளவு ஏன், இந்த மொத்த உலகின் விசாலத்தன்மையே அப்போதுதான் உரைத்தது. எவ்வளவு எளிதில் ஒருவனால் இதற்குள் வழிதவறிப் போய்விடமுடியும். உதவ யாருமின்றி, வழிகாட்ட யாருமின்றி. பின்னர் ஒரு மோசமான எண்ணம் புழுவாய் அவன் தலைக்குள் நெளிந்தது. அப்பா இறந்துவிட்டார். யாரோ ஒருவன் அவரின் கழுத்தை அறுத்திருக்கிறான். கொள்ளைக்கூட்டத்தைச் சேர்ந்த யாரோ ஒருவன்தான். அப்பாவைக் கொன்றுவிட்டு, இப்போது அவர்களையும் சுற்றிவளைத்துக் கொல்ல வந்திருக்கிறார்கள். ஆனால் எங்கே அவர்கள், சாவகாசமாக, அவர்களைக் கொஞ்சநேரம் அழவைத்துப் பிறகு கொல்லுவார்களா, ஆசையாசையாய் ரசித்து ரசித்து, ஒரு குரூரமான விளையாட்டைப் போல.

"அப்பா?" மீண்டும் அவன் குரல் கொடுத்தான். அது பயத்தில் கிரீச்சிட்டது.

பதிலேதும் வரவில்லை.

"அப்பா?"

அவன் மீண்டும் மீண்டும் அப்பாவை உரத்துக் கூப்பிட, அவனது குரல்வளையை ஏதோவொன்று நெறுக்கியது. எத்தனை முறை, எவ்வளவு நேரமாக அவன் அப்படி அழைத்துக் கொண்டிருந்தான் என்ற காலச்சுவடு அவனுள் காணாமல் போயிருந்தது. ஆனால் இருட்டிலிருந்து எந்தப் பதிலும் வரவேயில்லை. பூமியிலிருந்து முளைத்த கோரமுகங்கள் மலைகளுக்குப் பின்னால் ஊதிப்பெருத்துக் கொண்டே, அப்துல்லாவையும் பரியையும் பார்த்துக் குரோதப் புன்னகையை வீசுவது போன்ற பிரமை அவனுள் தோன்றியது. மொத்தமாகப் பீதி அவனைக் கவ்விப்பிடித்து உள்ளிருக்கும் குடலைக் கசக்கிச் சுருட்டியது. அவன் நடுங்க ஆரம்பித்தான், தன் சுவாசத்திற்குள்ளேயே சிணுங்கினான். வீறிட்டு அலறிவிடத் துடித்தான்.

பின்னர், அது கேட்டது. காலடிச் சத்தம். தொடர்ந்து ஓர் உருவம் இருளிலிருந்து வெளிப்பட்டது.

"நீங்கள் எங்களை விட்டுப் போய்விட்டீர்களோ என பயந்துவிட்டேன்," அப்துல்லா நடுங்கிக்கொண்டே சொன்னான்.

அப்பா மௌனமாக நெருப்பின் சக்கைகளுக்கு அருகில் அமர்ந்தார்.

"எங்கே போனீங்கப்பா?"

"படுத்துத் தூங்கு."

"எங்களை விட்டுப் போகாதீங்கப்பா, எங்களை விட்டுவிட்டுப் போகமாட்டீங்க தானே?"

அப்பா அவனைப் பார்த்தார், ஆனால் அந்தக் குறைஇருளில் என்னவென்று யூகிக்கமுடியாத பாவனையில் அப்பாவின் முகம் கரைந்தது. "நீ உன் தங்கையை எழுப்பிவிடப் போகிறாய் பார்."

"எங்களை விட்டுவிடாதீங்க."

"போதும் அப்துல்லா. பேசியது போதும். தூங்கு."

அப்துல்லா, பரியின் கைகளை இறுகப் பற்றிக்கொண்டு, இதயம் தொண்டை வரை எழும்பித் துடிக்க, மீண்டும் படுத்துக்கொண்டான்.

***

அப்துல்லா காபூலைப் பார்ப்பது அதுதான் முதல்முறை. அதுவரை அவன் காபூலைப் பற்றிக் கேள்விப்பட்டது எல்லாமே நபி மாமா சொல்லியிருந்த கதைகள் மூலமாகத்தான். அப்பாவுடன் வேலைக்காகச் சில சிறிய நகரங்களுக்குச் சென்றிருக்கிறானே தவிர உண்மையான ஒரு நகரத்தை எப்போதுமே அவன் பார்த்ததில்லை. மேலும் நபி மாமா என்னதான் சொல்லியிருந்தாலும் நிச்சயமாக இப்படி ஒரு மிகப்பெரிய நகரத்தின் பரபரப்புக்கும் சுறுசுறுப்புக்கும் ஈடு கொடுக்க அவன் மனம் தயாராக இருக்கவில்லை. எங்கு பார்த்தாலும் போக்குவரத்து விளக்குகளும், டீக்கடைகளும், உணவகங்களும், கண்ணாடிச் சுவர்கள் கொண்ட ஆடம்பரக் கடைகளின் பலவண்ணப் பெயர்ப்பலகைளும் மட்டுமே அவன் கண்களுக்குத் தெரிந்தன. நெரிசலான வீதிகளில், கார்கள் ஹாரன் சத்தத்துடன் பேருந்துகளுக்கும் மிதிவண்டிகளுக்கும் பாதசாரிகளுக்கும் இடையே வேகமாக ஓடிக்கொண்டிருந்தன. குதிரைகளால் இழுக்கப்படும் *கரி* வண்டிகள் தெருக்களில் அதன் இரும்புச் சக்கரங்கள் குதிக்க இங்குமங்குமாக இலக்கின்றிச் சென்றுகொண்டிருந்தன. அப்பாவுடன், பரியுடன் அவன் நடந்துசென்ற நடைபாதை எங்கும் வெண்பீடி, மெல்லல் மிட்டாய் விற்கும் கடைகள், பத்திரிக்கைத் தோரணங்கள், குதிரைக்கு லாடமடிக்கும் கொல்லர்களால் நிரம்பியிருந்தன. சாலைச் சந்திப்புகளில் போக்குவரத்து போலீஸ்காரர்கள், பொருத்தமே இல்லாத சீருடை அணிந்து கொண்டு விசில் ஊதியதையும் அவர்களது அதட்டல்களையும் யாருமே சட்டை செய்ததாகத் தெரியவில்லை.

ஒரு கசாப்புக் கடைக்கு அருகிலிருந்த நடைபாதை பெஞ்சில் அப்துல்லா உட்கார்ந்தான். பரி, அவனது மடியில். ஒரு தெருவோரக் கடையில் அப்பா வாங்கித் தந்திருந்த அவித்த மொச்சைப்பயறுகளையும், கொத்துமல்லிச் சட்னியையும் இருவரும் ஒரே தட்டில் சேர்ந்து சாப்பிட்டனர்.

“அப்புல்லா, அங்கே பார்,” பரி எதிரே இருந்த ஒரு கடையைக் காட்டினாள். அவள் காட்டிய திசையில் ஓர் இளம்பெண் பச்சை நிறத்தில் சிறு சிறு கண்ணாடிகளும் மணிகளும் பதித்து பூந்தையல்

வேலைப்பாடுகள் நிறைந்த அழகிய ஆடை ஒன்றை அணிந்திருந்தாள். வெள்ளி ஆபரணங்களும், நீளமான துப்பட்டாவைப் பொருத்தமாக அவள் போட்டிருந்த விதமும் பரியைக் கவர்ந்தன. துளியும் அசைவில்லாமல் அவள் நின்றிருந்தாள். அவள் தன்னைக் கடந்து செல்பவர்களைப் பாரபட்சமின்றி இமைகளைக் கூடச் சிமிட்டாமல் பார்த்திருந்தாள். அப்துல்லாவும் பரியும் மொச்சைப்பயறுகளை முழுவதுமாகச் சாப்பிடும்வரை அவள் மூச்சுவிடவில்லை. அதற்குப்பிறகும் கூட அவள் அப்படியேதான் நின்றிருந்தாள். உயரமான ஒரு கட்டிடத்தின் முன்புறம் பிரம்மாண்டமான படம் ஒன்று தொங்கிக்கொண்டிருந்ததை அப்துல்லா கண்டான். அழகிய இந்திய இளம்பெண் ஒருத்தி காட்டுச்செண்பகத் தோட்டத்தில், மழையில் நனைந்தபடி நின்றுகொண்டிருந்தாள். பின்னணியில் பங்களா போன்ற ஒருவித வீடு இருந்தது. அவள் வெட்கப்பட்டுச் சிரித்துக்கொண்டிருக்க, அவளது வளைவுகளை மழைத்துளிகளும் கட்டியிருந்த ஈரப்புடவையும் போட்டிபோட்டு அணைத்துக் கொண்டிருந்தன. மக்கள் கூட்டம் கூட்டமாகச் சென்று பார்ப்பார்கள் என நபி மாமா சொல்லியிருந்தாரே, சினிமா என்று, அது இதுதானோ என அப்துல்லா வியந்தான். சீக்கிரமே நபி மாமா தன்னையும் பரியையும் சினிமா பார்க்கக் கூட்டிச்சென்றால் எப்படி இருக்கும்! அந்த எண்ணம் அவனது பற்களில் சிரிப்பை வரவழைத்தது.

வீதியிலிருந்த நீலநிற ஓடுகள் பதித்த மசூதியிலிருந்து தொழுகைக்கான முழக்கம் எழுந்து அடங்கிய பிறகு, நபி மாமா குதிரையின் கடிவாளத்தைப் பிடித்து நிறுத்துவதைப் போல அவர்களின் முன்னே காரைக் கொண்டு வந்து நிறுத்தினார். தனது வழக்கமான பழும்பச்சைநிற சூட் அணிந்திருந்தார். கார் கதவினைத் திறந்து அவர் வெளியே வந்தபோது, சப்பன் அணிந்திருந்த சைக்கிள்காரன் ஒருவன் மயிரிழையில் அதை இடிக்காமல் லாவகமாக வளைத்துத் தப்பித்தான்.

நபி மாமா இதெல்லாம் இங்கே சாதாரணம் என்பதுபோல அவனைக் கண்டுகொள்ளாமல் அவசரமாக வண்டிக்கு முன் சுற்றி வந்து அப்பாவைத் தழுவிக் கொண்டார். அவர் அப்துல்லாவையும் பரியையும் பார்த்தபோது ஓர் அகன்ற சிரிப்பு அவரின் ஈறுகளிலிருந்து ஊடுருவி வெளிப்பட்டது. அவர்களின் மட்டத்திற்கு அவர் குனிந்தார்.

சப்பன் – பனியில் இருந்து காக்கும் (கோட்டுப் போன்ற) அங்கி.

"காபூல் எப்படி இருக்கு?"

"ரொம்பச் சத்தமாக," எனப் பரி சொல்ல, நபி மாமா உரக்கச் சிரித்தார்.

"அதென்னவோ வாஸ்தவந்தான். சரி வண்டியில் ஏறுங்க. வழியில் இன்னும் நிறையப் பார்க்கலாம். காருக்குள் ஏறும்முன் கால்களைச் சுத்தமாகத் துடைத்துக்கொள்ளுங்க. சபூர், நீ முன்னாடி உட்கார்."

காரின் பின்இருக்கை குளிர்ச்சியுடன், வெளிப்புறத்திற்குப் பொருத்தமாக வெளிர்நீல நிறத்தில் இருந்தது. ஓட்டுநரின் இருக்கைக்குப் பின்னால் அப்துல்லா வழுக்கிக் கொண்டுபோய் ஜன்னலோரம் உட்கார்ந்தான். பரி உள்ளே வர இடம்விட்டு, அவனது மடியின்மேல் அமர்த்திக்கொண்டான். அங்கு நின்றிருந்தவர்கள் அவர்களைப் பொறாமையுடன் பார்த்ததை அவன் கவனிக்காமல் இல்லை. பரி அவனை நோக்கித் திரும்ப, சந்தோஷப் புன்னகையை இருவரும் பரிமாறிக்கொண்டனர்.

நபி மாமா வண்டியைச் செலுத்திக்கொண்டிருக்க, நகரம் ஓர் ஓடைபோல அவர்களைக் கடந்து ஓடியது. காபூலை இன்னும் கொஞ்சம் பார்க்கலாம் என்பதால் சுற்றுவழியில் செல்லப்போவதாக அவர் சொன்னார்.

தாபா மரஞ்சன் என்ற இருபக்கமும் சரிந்த மேடுபோன்ற ஒரு குன்றை நபி மாமா காட்டினார். அதன்மேல், நகரத்தை மேற்பார்வை செய்வதுபோல பெரிய மணிமண்டபம் ஒன்று நின்றது. மன்னர் ஜாஹிர் ஷாவின் தந்தையான நாதிர் ஷா, அங்குதான் புதைக்கப்பட்டிருப்பதாக நபி மாமா சொன்னார். *கோ-ஏ-ஷிர்தாவாஸா* மலையின் மேலிருந்த *பாலா ஹிஸ்ஸார்* கோட்டையை அவர் காட்டினார். ஆப்கானிஸ்தானுக்கு எதிரான இரண்டாம் போரில் பிரிட்டிஷார் அக்கோட்டையைத்தான் பயன்படுத்தினார்கள் என்றும் சொன்னார்.

"நபி மாமா, அது என்ன?" அப்துல்லா காரின் ஜன்னலைத் தனது ஆள்காட்டி விரலால் ஒரு பெரிய மஞ்சள்நிற செவ்வக வடிவக் கட்டடத்தைச் சுட்டிக்காட்டித் தட்டினான்,

"அதுவா, அதுதான் *ஸைலோ*, புதிய ரொட்டித் தொழிற்சாலை. நபி மாமா ஒருகையால் காரை ஓட்டியவாறே கொக்கைப் போல் பின்னால் திரும்பி அவனைப் பார்த்துக் கண்ணடித்தார். "நம் ரஷ்ய நண்பர்களின் பரிசு."

ரொட்டி செய்யவே ஒரு தொழிற்சாலையா, அப்துல்லா பிரமிப்பில் வாயடைத்தான். ஷாத்பாகில் மண்ணால் பூசிய தந்தூரி அடுப்பில் பர்வானா ரொட்டியைத் தட்டிக்கொண்டிருக்கும் காட்சி அவன் முன்னே தோன்றி மறைந்தது.

இறுதியாக, நபி மாமா தூய்மையான, அகன்ற, ஒரே சீரான இடைவெளிகளில் ஊசியிலை மரங்கள் வரிசைகட்டியிருந்த தெரு ஒன்றில் வளைந்தார். இங்கேயுள்ள வீடுகள் நாகரிகமாக, நுட்பமான அழகியலோடு, அவன் இதுவரை பார்த்திராத வகையில் மிகப்பெரியதாகத் தோன்றியது அப்துல்லாவுக்கு. வெள்ளை, மஞ்சள், வெளிர்நீல நிற வீடுகள். பெரும்பாலும் இரண்டடுக்கு மாடிவீடுகளாக, சுற்றிலும் நெட்டான மதில்சுவர்களும், இரட்டை இரும்புக்கதவுகளால் மூடப்பட்டும் காணப்பட்டன. நபி மாமாவின் காரைப் போலப் பல கார்கள் வீதியோரமாக நின்றிருந்ததை அப்துல்லா அடையாளம் கண்டான்.

கச்சிதமாகக் கத்தரித்துச் செதுக்கப்பட்ட புதர்களை இருபக்கமும் கொண்ட ஓடுபாதையை அவர்கள் கடந்தனர். ஓடுபாதைக்கு அப்பால், அந்த இரண்டுமாடி வீடு, வெள்ளை நிற சுவர்களால் தாங்கப்பட்டு அசாத்தியமாகப் பரந்து விரிந்திருந்தது.

“உங்களின் வீடு ரொம்பப் பெரிது நபி மாமா,” பரி தனது விழிகளை அகலமாக உருட்டிப் பெருமூச்சு விட்டாள்.

நபி மாமாவின் பெருஞ்சிரிப்பு அவரது தலையைத் தோள்களுக்குப் பின்னால் சாய்த்தது. “கேட்க நன்றாகத்தான் இருக்கு. ஆனால் இது என் வீடு கிடையாது. என் முதலாளியின் வீடு. இப்போது அவர்களைத்தான் சந்திக்கப்போகிறோம். ஆகவே ஒழுக்கமாக நடந்துகொள்ளுங்கள்.”

***

நபி மாமா அவர்களை உள்ளே அழைத்துச் சென்றபோது அந்த வீடு இன்னும் தனது பிரமாண்டத்தை நிரூபித்தது. குறைந்தபட்சம் ஷாத்பாகின் பாதி வீடுகளை உள்ளடக்கும் அளவுக்காவது அது பெரிதாக இருக்கும் என அப்துல்லா அனுமானித்தான். ஒருவேளை திவ்வின் அரண்மனைக்குள்ளேயே நுழைந்து விட்டோமோ என்ற சந்தேகம் அவனுள் எழுந்தது. பின்னாலிருந்த தோட்டம் அழகிய கலைநயத்தோடு, எல்லா நிறப் பூக்களையும் வரிசையாகப் பெற்றிருந்தது. முழங்கால் உயரமே

இருந்த புதர்கள் நேர்த்தியாகச் செதுக்கப்பட்டு, இடையிடையே பழமரங்களால் தடுக்கப்பட்டிருந்தன. அப்துல்லா அம்மரங்களின் பெயர்களைத் தனக்குள் சொல்லிக்கொண்டான் - சேலாப்பழம், ஆப்பிள், சீமை வாதுமை, மாதுளை. வீட்டிலிருந்து தோட்டத்திற்கு அகலம் குறைந்த வழியொன்று அவர்களை இட்டுச்சென்றது. நபி மாமா அதன் பெயர் கூட என்னவோ சொன்னாரே, தாழ்வாரம்? ஆம் தாழ்வாரமேதான். அந்தத் தாழ்வாரத்தின் தாழ்வான கூரையில், விரல் தடிமனே இருந்த கொடிகள் பின்னிப்பிணைந்து பச்சைப் பசேலென்று இருந்தன. திரு. வஹ்தாதி, திருமதி. வஹ்தாதியோடு அவர்களை வரவேற்கக் காத்திருந்த அந்த அறைக்குச் செல்லும் வழியில் அப்துல்லா ஒரு கழிவறையை வேவுபார்த்தான். நபி மாமா முன்னமே சொல்லி வைத்தது போல, அங்கிருந்த கழிப்பிடம் பீங்கானால் அமைந்திருந்தது. கழுவுந்தொட்டியின் குழாய்கள் வெண்கல நிறத்தில் பளபளத்தன. ஓடியாடி விளையாட வேண்டிய பலமணி நேரங்களை ஷாத்பாகின் பொதுக்கிணற்றிலிருந்து தண்ணீரைக் குடம்குடமாகச் சுமந்து செல்வதற்காகவே செலவிட்ட அப்துல்லாவுக்கு, கையைச் சற்றுத் திருப்பினாலே தண்ணீர் வந்து கொட்டுகிற வாழ்க்கை சொர்க்கமாகத் தெரிந்தது.

அவர்கள் இப்போது தங்கநிறச் சுங்கு வைத்த ஒரு பெரிய மஞ்சத்தில் உட்கார்ந்தனர். முதுகுக்குப் பின்னே இருந்த திண்டுகளில் குட்டிக் குட்டியாகக் கண்ணாடிகள் பொதிந்திருந்தன. மஞ்சத்துக்கு எதிரேயிருந்த ஒரேயொரு ஓவியம், சுவரின் பெரும்பாலான இடத்தை எடுத்துக்கொண்டது. அதில் வயதான சிற்பி ஒருவர், தனது இருக்கையிலிருந்து குனிந்துகொண்டு, சுத்தியால் பாறையைத் தட்டிக்கொண்டிருந்தார். இடுப்புயர இரும்புக் கைப்பிடிகள் எல்லை வகுத்திருந்த மாடத்தை, நேர்த்தியான மடிப்புகள் கொண்ட, அடர்-ஊதாநிறத் திரைச்சீலைகளை உடுத்திய விசாலமான ஜன்னல்கள் திறந்து காண்பித்தன. அந்த அறையிலிருந்த எல்லாமே கொஞ்சமும் தூசியின்றி மினுங்கியது.

அப்துல்லா தனது மலிவான உடைகளுக்காகவும் அழுக்கான தோற்றத்திற்காகவும் அன்றுபோல் அவனது வாழ்க்கையில் என்றுமே வெட்கியது இல்லை.

நபி மாமாவின் முதலாளி, திரு. வஹ்தாதி, தன் இருகரங்களையும் நெஞ்சுக்குக் குறுக்கே கட்டியபடி அமர்ந்தார். அவர்களை அவர் பார்த்த தொனியில் சற்று சிநேகம் இல்லாமல் இல்லையென்றாலும்,

அந்நியமாக, உணர்ச்சிகளை வெளிக்காட்டாத பார்வையாக அது இருந்தது. அப்பாவை விட அவர் உயரமானவர்; அவர்களை வரவேற்ற சமயத்தில் அனைவரும் எழுந்து நின்றிருந்தபோது அப்துல்லா கவனித்திருந்தான். அவருக்குக் குறுகிய தோள்கள்; மெலிந்த உதடுகள்; உயரமான பளபளக்கும் நெற்றி. அப்பழுக்கற்ற வெள்ளை சூட் அணிந்து, உள்ளே பச்சைநிறச் சட்டையின் கழுத்துப் பொத்தானைப் போடாமல் விட்டிருந்தார். அவரின் மணிக்கட்டில் பொத்தானைப் போல இருந்ததென்ன வைடூரியமா? அவர்கள் அங்கிருந்த முழு நேரத்திலும் ஒரு டஜன் வார்த்தைகளுக்கு மேல் அவர் பேசவே இல்லை.

பரியின் கண்கள் அவளுக்கு முன், கண்ணாடி குறுமேஜையின் மேல், தட்டில் பரப்பியிருந்த அந்த பிஸ்கட்டுகளில் மொய்த்தன. உலகத்தில் இத்தனை வகையான பிஸ்கட்டுகள் இருக்கிறதா. விரல் போன்ற சாக்லேட் பிஸ்கட், வட்ட வட்டமான சிறிய ஆரஞ்சு கிரீம் பிஸ்கட், இலை வடிவத்தில் பச்சைநிற பிஸ்கட், அப்பப்பா!

"ம்...எடுத்துக்கோங்க. சாப்பிடுங்க," திருமதி.வஹ்தாதி அவர்களைத் தூண்டினாள். எல்லாமே அவள்தான் பேசினாள். "உங்களுக்குத்தான் எல்லாமே, சாப்பிடுங்க."

அப்துல்லா அப்பாவைப் பார்த்தான். அந்த முகம் பிஸ்கட்டை எடுக்க அனுமதி கேட்டுக் கெஞ்சியது. அவனைத் தொடர்ந்து பரியும் அப்பாவின் திசையில் தலையைத் திருப்பினாள். குழந்தைகளின் இந்தப் பண்பு திருமதி. வஹ்தாதியின் மனதை ரொம்பவே வசீகரித்துவிட, அவள் தனது புருவங்களை நெருக்கி, தலையைச் சாய்த்துப் புன்னகைத்தாள்.

அப்பா லேசாகத் தலையை ஆட்டி ஆமோதித்தார். "ஆளுக்கு ஒன்று," கிசுகிசுப்பாகப் பேசினார்.

"ஓ, அதெல்லாம் முடியாது," திருமதி. வஹ்தாதிக்குக் கேட்டுவிட்டது. "ஒன்றே ஒன்று எடுப்பதற்கா நபியை காபூலின் அந்த மூலைக்கு அனுப்பினேன். "

அப்பா, கூச்சத்தால் தன் கண்களை வேறுபக்கம் திருப்பிக்கொண்டார். நைந்துபோன குல்லாவை இருகைகளாலும் தாங்கிக்கொண்டு மஞ்சத்தின் நுனியில் உட்கார்ந்து கொண்டிருந்தார். தனது முழங்கால் மூட்டுகளைத் திருமதி. வஹ்தாதியின் நேரெதிராக இல்லாமல் சற்றுக் கோணலாக இருக்குமாறு பார்த்துக்கொண்டார். அவளிடம்

பேசினாலும் கண்கள் என்னவோ அவளுடைய கணவரின் மீதே நிலைத்திருந்தன.

அப்துல்லா பிஸ்கட் தட்டிலிருந்து இரண்டு பிஸ்கட்டுகளைப் பறித்துப் பரியிடம் ஒன்றை நீட்டினான்.

"ஓ, இன்னும் எடு. நமக்காக அவ்வளவு தூரம் சென்று இதை வாங்கிவர நபி எவ்வளவு கஷ்டப்பட்டிருப்பார்? அது வீணாகிடக்கூடாதில்ல," நபி மாமாவைப் பார்த்துச் சிரித்த திருமதி. வஹ்தாதியின் கிண்டலில் உற்சாகம் தெரிந்தது.

"இதில் ஒரு கஷ்டமும் இல்லை மேடம்," நபி மாமா வெட்கப்பட்டார்.

நபி மாமா கதவுக்கு அருகிலிருந்த, கெட்டியான கண்ணாடிக் கதவுகள் இழைத்த, ஆளுயர மர அலமாரிக்குப் பக்கத்தில் நின்று கொண்டிருந்தார். அக்கண்ணாடி, தனக்குப் பின்னே வைத்திருந்த வெள்ளிச் சட்டகம் போட்ட ஒரு புகைப்படம் ஒன்றை அப்துல்லாவுக்குக் காட்டியது. திரு.வஹ்தாதி தன் மனைவியோடு அதில் இருந்தார். அடர்த்தியான சால்வையும் கனத்த கோட்டும் போட்டிருந்த அவர்களுக்குப் பக்கத்தில் இன்னொரு ஜோடியும் இருக்க, பின்னணியில் ஒரு நதி நுரையுடன் பாய்ந்தது. வேறொரு படத்தில் திருமதி. வஹ்தாதி, கையில் கண்ணாடிக் கோப்பையுடன், சத்தமாகச் சிரித்துக்கொண்டிருந்தாள், அவளது கை சுற்றி அணைத்திருந்த ஆள், திரு. வஹ்தாதி இல்லை என்பது அப்துல்லாவுக்கு அதிர்ச்சியாக இருந்தது. அவர்களின் கல்யாணப் புகைப்படமும் கூட இருந்தது. அதில், உயரமாய் கருப்பு சூட் அணிந்து மிடுக்காக அவரும், தவழும் வெள்ளை உடை அணிந்து அழகாக அவளும், வாயைத் திறக்காமல் புன்னகைத்துக் கொண்டிருந்தனர்.

அப்துல்லாவின் விழிகள் நொடிப்பொழுது அவள் தோற்றத்தைக் களவாடிப் பின்னர் அதை மீண்டும் அவளிடமே ஒப்படைத்தன. அந்த மெலிந்த இடையை, அந்தக் கவர்ச்சியான சிறிய உதடுகளை, அந்தத் துல்லியமாகத் திருத்திய புருவங்களை, அந்த இளஞ்சிவப்புநிற நகப்பூச்சை, அதே நிறத்தில் உதட்டுச்சாயம் பூசிய அவளது உதடுகளை மோதிய வேகத்திலேயே அவனது பார்வை பின்வாங்கியது. கிட்டத்தட்ட இரு ஆண்டுகளுக்கு முன்பே அவளைப் பார்த்திருந்தது தற்போது அவன் நினைவுக்கு வந்தது. அப்போது பரிக்கு இரண்டு வயதிருக்கலாம். அவருடைய குடும்பத்தைப் பார்க்க

விரும்பியதாகத் திருமதி. வஹ்தாதி கேட்டதால் நபி மாமாதான் அவளை ஷாத்பாகிற்கு அழைத்து வந்திருந்தார். சாயம்போன செந்நிறத்தில் சுத்தமாகக் கைகளே இல்லாத அவளது உடையைப் பார்த்து அப்பா மலைத்துப் போனது அப்துல்லாவின் ஞாபகத்தில் வந்துபோனது. அப்புறம் அந்த வெள்ளைச் சட்டம் போட்ட கருப்பு குளிர்கண்ணாடி! கிராமத்தைப் பற்றி, அவர்களின் வாழ்க்கையைப் பற்றி, குழந்தைகளின் பெயர்கள், எத்தனை வயது என்று அவள் விசாரித்த அத்தனை சமயத்திலும் புன்னகைத்துக்கொண்டே இருந்தாள். அந்தக் குட்டையான மண்வீட்டில் வாழ்ந்து பழகியவள் போலவே நடந்துகொண்டாள். அவள் புகைக்கரி படிந்த அழுக்கான சுவரில் சாய்ந்ததில், ஈ மொய்க்கும் ஜன்னல் துவாரத்துக்கும், அப்துல்லாவும் பரியும் தூங்குகின்ற சமையலறையையும் பிரித்துக் காட்டும் மங்கலான நெகிழித் தார்ப்பாய் சுவருக்கும் நடுவில் சற்றும் தயங்காமல் உட்கார்ந்ததில் ஒரு பாசாங்கு தெரிந்தது. அப்பா எவ்வளவோ வற்புறுத்தியும் தன்னுடைய செருப்பை வாசலிலேயே கழற்றிப் போட்டதில், இருந்த ஒரே நாற்காலியை அவள் உட்கார அளித்தபோதும் அதை மறுத்துத் தரையிலேயே அவர்களுக்குச் சமமாக அவள் அமர்ந்ததில் வெளிப்பட்ட போலித்தனத்தை அப்துல்லா கண்டுபிடித்தான். அவனுக்கு அப்போது எட்டு வயதுதான் இருக்கும். ஆனாலும் அவனுக்கு எல்லாம் புரிந்தது.

திருமதி. வஹ்தாதியின் அந்தச் சுற்றுப்பயணத்தில், அப்போது இக்பாலைச் சுமந்து கருவுற்றிருந்த பர்வானா, பர்தாவால் சுற்றிலும் தன்னை முக்காடு போட்டு, இறுகிய மௌனத்துடன், அறையின் மூலையில், ஒரு துணிமூட்டையாக அடங்கியிருந்த கோலம்தான் அப்துல்லாவின் நினைவில் நன்றாக நிலைத்தது. சுவரின் செங்கற்களுக்கு இடையே ஏதேனும் இடம் கிடைக்குமா என்பதுபோல, சுவருக்குள்ளேயே காணாமல் போக முயற்சிப்பது போல, அவள் தன் மூட்டுகள் இரண்டையும் தோள்களோடே சேர்த்துவைத்து, உப்பியிருந்த வயிற்றுக்கடியில் பாதங்களை மறைத்து, ஒடுங்கி அமர்ந்து கொண்டிருந்தாள். பர்தாவின் கசங்கிய திரை அவள் முகத்தைக் காத்துக்கொண்டிருந்தது. காற்றில் பறந்துவிடாமல் இருக்க, அதன் நுனியைத் தனது மோவாய்க்கடியில் கொத்தாக அழுத்திக்கொண்டிருந்தாள். திருமதி. வஹ்தாதியின் வசதியும், வனப்பும், வசீகரத்தையும் தன்னோடு ஒப்பிட, தாழ்வுணர்ச்சி அவளிடமிருந்து ஆவிபோல எழும்பியதை அப்துல்லாவால் கிட்டத்தட்ட வெறும் கண்களாலேயே பார்க்க

முடிந்தது. தடுமாற்றமான தன்னிரக்க மனநிலையில் பர்வானா தலைகுனிந்து கிடக்க, அவள் மீது திடீரெனப் பொங்கிய அனுதாபம் அப்துல்லாவையே ஆச்சரியப்படுத்தியது.

திருமதி. வஹ்தாதி பிஸ்கட் தட்டுக்கு அடுத்திருந்த பெட்டியை எடுத்து, வெண்பீடி ஒன்றைப் பற்றவைத்துக் கொண்டாள்.

"வரும்போது காபூலைக் கொஞ்சம் சுற்றிக் காண்பித்தேன். வழக்கமான வழியில் வராமல் சுற்றுவழியில்தான் வந்தோம்," என்றார் நபி மாமா.

"நல்லது! நல்லது!" திருமதி. வஹ்தாதியின் உதடுகள் பேசின. பிறகு கேட்டன, "சபூர், இதற்குமுன் காபூல் வந்திருக்கீங்களா?"

"ஓரிரு முறை மேடம்." அப்பா பதில் சொன்னார்.

"காபூலைப் பற்றி என்ன நினைக்கிறீங்க?"

"ரொம்பக் கூட்டமாக இருக்கிறது, மேடம்." அப்பா தோள்களைக் குலுக்கினார்.

"ஆமாம்."

திரு. வஹ்தாதி தன்னுடைய சூட்டில் நீட்டிக்கொண்டிருந்த ஒரு தையல் பிசிறைத் தட்டிவிட்டார். அது காற்றில் தொங்கியபடியே தரைவிரிப்பில் இறங்கியதைப் பார்த்துக்கொண்டிருந்தார்.

"கூட்டம் அதிகமாகிவிட்டது. ஆமாம். கூடவே சிலநேரங்களில் காபூல் நம்மை சோர்வாக்கிடுது." அவரின் மனைவி சொன்னாள்.

அப்பா புரிந்ததைப் போல தலையாட்டினார்.

"உண்மையில் காபூல் ஒரு தீவு. ஒருசிலர் சொல்வது மாதிரி காபூல் முன்னேறியிருக்கலாம். அது கொஞ்சம் உண்மைதான். ஆனா, நாட்டின் மற்ற பகுதிகளுக்கும் காபூலுக்கும் தொடர்பே இல்லையே."

அப்பா கீழே குனிந்து தன் கைகளில் இருந்த குல்லாவைப் பார்த்து விழித்தார்.

"என்னைத் தவறா நினைக்காதீங்க, சபூர்," அவள் தொடர்ந்தாள். "காபூலுக்கான எந்தவொரு முன்னேற்றத்தையும் நான் ஆதரிக்கிறேன். நம் நாட்டுக்கு எது எவ்வளவு முக்கியம்னு கடவுளுக்கு மட்டுந்தான் தெரியும். இருந்தாலும், எனக்கென்னவோ எல்லா வளர்ச்சியையும்

இந்த நகரம் மட்டுமே வாங்கிட்டு சோம்பேறி ஆகிடுச்சோன்னு தோணுது. என்னோட கருத்தைச் சொல்லணும்னா காபூல் அளவுக்கதிகமாவே முன்னேறிடுச்சு. சத்தியமாக, இதான் உண்மை. இங்கிருக்கும் ஆடம்பரத்தையும் பகட்டையும் பாருங்க." அவள் பெருமூச்சு விட்டாள். "சில நேரங்கள்ல இந்த ஆடம்பரம் நம்மை சோர்வாக்கிடுது. எப்போதுமே நான் கிராமப்புறங்களைத்தான் ரசித்து வியந்திருக்கேன். என் மனசுக்குப் பிடிச்ச இடங்கள் அவைதான்.

...அவைதான். அந்தத் தூரப்பிரதேசங்கள்... அந்தக் *கரியாக்கள்*, அந்தச் சிறிய கிராமங்கள். சொல்லப்போனால், உண்மையான ஆப்கானிஸ்தானே அதுதானே."

அப்பாவுக்கு என்ன சொல்வதென்று தெரியவில்லை. எதற்கும் இருக்கட்டுமேயென்று தலையை ஆட்டிவைத்தார்.

"கிராமங்களின் எல்லாப் பழக்க வழக்கங்களிலும் எனக்கு உடன்பாடு கிடையாது சபூர், ஆனால் எனக்கென்னமோ அந்த மக்கள் தான் உண்மையான வாழ்க்கை வாழறாங்கன்னு தோணுது. விடாப்பிடியாக சம்பிரதாயத்தைக் கடைபிடித்தாலும் அவங்க வாழ்க்கைல ஓர் அடக்கம் இருக்கு; பணிவு இருக்கு. நம்மை உபசரிக்கிறாங்களே, அந்த மனசு. அப்புறம் எந்தக் கஷ்டத்தையும் தாங்கும் மனவலிமை. ஒரு கர்வம். இது சரியான வார்த்தையா சுலைமான்? *கர்வம்*னு சொல்லலாமா?"

"போதும் நீலா. நிறுத்து." அவளின் கணவர் மிக மெதுவாகப் பேசினார்.

அடர்த்தியான ஒரு நிசப்தம் அங்கே நிலவியது. திரு. வஹ்தாதியின் விரல்கள் அவருடைய நாற்காலியின் கைப்பிடியில் மத்தளம் வாசித்துக் கொண்டிருந்ததை அப்துல்லா கவனித்தான். அவரின் மனைவி, இறுக்கமான சிரிப்புடன், தன் வலது கையால் இளஞ்சிவப்புநிற உதட்டுச்சாயத்தடம் பதித்த வெண்பீடியை வீணாக்கிக்கொண்டு, கால்களைக் கணுக்காலில் குறுக்காகப் போட்டிருந்தாள். அவளது இடது கை நாற்காலியின் கைப்பிடியில் தூங்கியது.

"இல்லை, அந்த வார்த்தை சரிவராது," அவள் தொடர்ந்து பேசியதால் நிசப்தம் உடைந்தது. "ஒருவேளை *கவுரவம்* எனலாமா? அவள் தனக்குள் ஆமோதிப்பது போல சிரித்துக்கொண்டாள். வெள்ளைநிறப் பற்கள்

கரியாக்கள் – ஆப்கானியப் பெண்கள்.

வரிசையாக வெளிப்பட்டன. அப்துல்லா அதுவரை பார்த்திராத பற்கள். “சரிதான், அதேதான். கிராமங்களில் வாழ்கிற மக்கள் எவ்வளவுதான் கஷ்டப்பட்டாலும் ஒரு கவுரவத்தோடு வாழறாங்க. மேலும் நேர்மைதான் அவர்களின் அடையாளமும் கூட. உங்களிடம் அதைப் பார்க்கிறேன் சபூர்.”

“நன்றி, மேடம்.” அப்பா முணுமுணுத்தார், மஞ்சத்தில் சற்றுத் தன் நிலைமாற்றி அமர்ந்தார். இன்னமும் அவரது பார்வை கீழே, அந்தக் குல்லாவில்தான் இருந்தது.

திருமதி. வஹ்தாதி தலையசைத்தாள். பரியின் பக்கம் அவளது பார்வை திரும்பியது. “நீ ரொம்ப அழகு, கொள்ளை அழகு!” பரி, அப்துல்லாவின் பக்கமாக மேலும் நெருங்கி முட்டிக்கொண்டாள்

திருமதி. வஹ்தாதி, நிதானமாக உச்சரித்தாள், “இதுவரை நான் தேடிக்கொண்டிருந்த அந்த வசீகரம், அந்த அழகு, ஆழம்காண முடியாத அந்தக் கருணைமிக்க முகத்தை இன்று கண்டேன்.” அவள் புன்னகைத்தாள். “ரூமி. அவரைப் பற்றிக் கேள்விப்பட்டிருக்கீங்களா? என் கண்ணே, உனக்காகவே இந்த வரிகளை அவர் எழுதினார் போல..”

“திருமதி. வஹ்தாதி மிகச்சிறந்த கவிஞர்,” என்றார் நபி மாமா.

அறையின் குறுக்கே, திரு. வஹ்தாதி பிஸ்கட் ஒன்றை கைநீட்டி எடுத்து, அதைப் பாதியாக உடைத்து, அதில் ஒரு சிறிய பகுதியைக் கடித்துக்கொண்டார்.

“நபி என்னை ரொம்பவே புகழறார்,” திருமதி. வஹ்தாதி வீசிய குறும்புப் பார்வையால் நபி மாமாவின் கன்னத்தில் வெட்கம் பரவியது.

திருமதி. வஹ்தாதி வெண்பீடியைத் தன் கட்டை விரலுக்கும் நடுவிரலுக்கும் நடுவில் லாவகமாகப் பிடித்துப் பின்னர் தன் ஆள்காட்டிவிரலால் பட்டும்படாமல் சாம்பல்தட்டில் சாம்பலைத் தள்ளி, முடிவாக அந்த முதல் மூன்று விரல்களால் அதை நசுக்கினாள். பிறகு சொன்னாள், “பிள்ளைகளை நான் எங்காவது வெளியில் கூட்டிப்போகலாமா?”

திரு. வஹ்தாதி வெளியிட்ட மூச்சு அவரது நாசியிலிருந்து ஒருவித வெறுப்புடன் வெளிவந்தது. தன் உள்ளங்கைகள் இரண்டையும்

நாற்காலியின் கைப்பிடிமேல் பலமாகத் தட்டிக்கொண்டு எழுந்திருப்பதுபோல பாவனை செய்தார், ஆனால் எழவில்லை.

“இவங்களை கடைத்தெருவுக்கு அழைத்துப் போகப்போறேன், சபூர்.” திருமதி. வஹ்தாதி இப்போது அப்பாவிடம் பேசினாள். “உங்களுக்கு சம்மதம்தானே. நபி தான் கார் ஓட்டப் போறார். சுலைமான், பின்னாடி இருக்கும் கட்டுமான இடத்தை சபூருக்குக் காட்றீங்களா? நாங்கள் வருவதற்குள் நீங்கள் போய்ப் பார்த்துடுங்க சபூர், சரியா.”

அப்பா, சரி என்பதுபோல தலையசைத்தார்.

திரு. வஹ்தாதியின் கண்கள் மெதுவாக மூடிக்கொண்டன.

அவர்கள் கிளம்பத் தயாராய் எழுந்தார்கள்.

அப்பா அந்தப் பணக்காரர்கள் கொடுத்த டீக்காகவும், பிஸ்கட்டுக்காகவும் நன்றி சொல்வார். அவனையும் பரியையும் கையைப் பிடித்து, இந்த வீட்டைவிட்டும், ஓவியத்தைவிட்டும், ஜன்னல் திரைகளைவிட்டும், அளவுக்கதிகமாக திணித்து வைத்திருந்த ஆடம்பரங்களைவிட்டும் வெளியே இழுத்துச் சென்றுவிடுவார். அவர்களின் தண்ணீர்ப்பையை நிரப்பிக் கொண்டு, ரொட்டிகளையும் சில அவித்த முட்டைகளையும் வாங்கி, பாலைவனத்தை, பாறாங்கற்களைத் தாண்டி, திரும்பவும் வந்த வழியே அழைத்துப் போய்விடுவார். கதை சொல்வார். சரக்கு வண்டிக்குள் பரியை உட்கார்த்தி, அவனும் அப்பாவும் மாறி மாறி இழுப்பார்கள். இரண்டு அல்லது மூன்று நாட்களில் நெஞ்சில் புழுதியோடும் உடம்பில் களைப்போடும் மீண்டும் ஷாத்பாகிற்கு வந்துவிடுவார்கள். அவர்களைக் கண்டதும் சூஜா அவர்களை நோக்கிப் பாய்ந்து வரும். பரியைச் சுற்றித் துள்ளிகுதித்துக் கொண்டு வட்டமடிக்கும். அதற்குப்பிறகு அவர்கள் எப்போதுமே நிம்மதியாக இருப்பார்கள். அப்துல்லா ஆசைப்பட்டான். ஏங்கினான்.

ஆனால் அப்பா சொன்னார், “ம், மேடம் அழைக்கிறார் இல்லையா. போய் வாங்க.”

அப்துல்லா ஓர் அடி எடுத்துவைத்து, ஏதோ சொல்ல வந்தான். ஆனால் நபி மாமாவின் தடித்த கைகள் அவன் தோளில் விழுந்து அவனைச் சொல்லவிடாமல் அறைக்கு வெளியே திருப்பியது. நபி மாமா அவர்களிடம் பேசிக்கொண்டே நடந்தார், “கடைத்தெருவைப்

பார்த்ததில்லையே, நீங்க இருவரும் அதைப்போல பார்த்திருக்கவே மாட்டீங்க.”

***

திருமதி. வஹ்தாதி குழந்தைகளுடன் பின்இருக்கையில் அமர, வண்டிக்குள் அவளின் நறுமண வாசத்தால் காற்றின் எடை கூடியது. அப்துல்லாவுக்கு அடையாளம் தெரியாத மேலும் ஏதோவொரு வாசனை, இனிமையாக ஆனால் சற்றே தூக்கலாக அடித்தது. நபி மாமா காரைச் செலுத்த, அவள் கேள்விமேல் கேள்வியாகக் கேட்டபடி வந்தாள். யார்யாரெல்லாம் அவர்களின் நண்பர்கள்? பள்ளிக்குச் செல்கிறார்களா? வீட்டுவேலைகள், பக்கத்து வீட்டுக்காரர்கள், அவர்கள் ஆடும் விளையாட்டுகள் பற்றிய கேள்விகள். அவள் முகத்தின் வலதுபக்கமாக வந்து விழுந்த சூரியன், அவள் கன்னங்களின் குட்டிக்குட்டி ரோமங்களையும், ஒப்பனை வந்து முடிந்திருந்த அவள் தாடையின் சன்னமான வரியையும் அப்துல்லாவுக்குக் கோடிட்டுக் காட்டிக்கொடுத்தது.

“நான் ஒரு நாய் வைத்திருக்கிறேன்,” பரி சொன்னாள்.

“அப்படியா?”

“நாய் என்றால் அதுதான்! நல்ல நாய் அவன்,” நபி மாமா முன்இருக்கையிலிருந்து குரலை மட்டும் அனுப்பினார்.

“அவன் பெயர் சூஜா. நான் சோகமாக இருந்தால் அவனுக்குத் தெரிந்துவிடும்.”

“நாய்கள் என்றாலே அப்படித்தான்,” என்றாள் திருமதி. வஹ்தாதி. “அந்த விஷயத்தில் மனிதர்களைவிட நாய்களே தேவலாம், நான் பார்த்தவரை.”

கருப்பு நிற சீருடைகளோடு தலையைச் சுற்றி வெள்ளைத் துணியைக் கட்டிய மூன்று பள்ளி மாணவிகள் நடைபாதையில் குதித்தபடி நடந்ததை அவர்கள் கடந்தார்கள்.

“நான் சொன்னதெல்லாம் ஒருபக்கம் இருந்தாலும், காபூல் ஒன்னும் அவ்வளவு மோசம் கிடையாது.” திருமதி. வஹ்தாதி வெளியே பார்த்துக்கொண்டே கழுத்தின் சங்கிலியை அனிச்சையாகத் திருகிக்கொண்டிருந்தாள். அவளது முகத்தில் திடீரெனக் கவலை தெரிய ஆரம்பித்தது. “இந்தப் பருவகாலம் எனக்கு ரொம்பப் பிடிச்சிருக்கு. மழைக்காலம் முடிஞ்சு காற்று எவ்ளோ சுத்தமா

இருக்குது பார். அதோ, மலைகளில் விழும் சூரியன் கூட அற்புதம்!" பொதுவாகப் பேசிக்கொண்டிருந்த அவளின் சிரிப்பு நலிந்துபோயிருந்தது. "வீட்டில் ஒரு குழந்தை இருக்கப்போறதை நினைச்சாலே எவ்ளோ நல்லாருக்கு, எப்போ பார்த்தாலும் மயான அமைதியோடு இருக்குற வீட்டில, மாறுதலுக்கு ஒரு குழந்தைச் சத்தம், ஒரு குட்டி வாழ்க்கை."

சட்டென அப்துல்லா அதிர்ந்துபோய் அவளைப் பார்த்தான். அவள் ஏதோவொன்றை மறைப்பதாக அவன் உள்ளுணர்வு கத்திக் கொண்டிருந்தது. அந்த ஒப்பனை ஏற்றிய முகத்துக்கடியில், அந்த நறுமண வாசனைக்குள், அந்தப் பரிவு பேசும் வார்த்தைகளுக்கு இடையில் இனம்புரியாத ஏதோவொன்று, கவலையோ, அச்சமோ தரக்கூடிய ஏதோவொரு பயங்கரம் மறைந்திருப்பதை அவன் உணர்ந்தான். பர்வானாவின் சமையல் புகையும், அழுக்கான குண்டான்களும், பொருந்தாத மூடி கொண்ட பாத்திரங்களும் இறைந்து கிடக்கும் அவர்களின் வீட்டுச் சமையலறையின் ஞாபகம் அவனுள்ளே தானாக வந்துபோனது. ஏனென்று தெரியவில்லை. பரியுடன் சேர்ந்து தூங்கிய அந்தப் படுக்கைக்காக அவன் ஏங்கினான், அது அழுக்காக இருந்தாலும், அதனுள் தைத்திருந்த சுருள்வில்கள் எப்போது வேண்டுமானாலும் வெளிவந்து உடம்பைக் குத்தலாம் என்றாலும். தன் வீடு மொத்தத்திற்கும் ஏங்கித் துடித்தான்.

ஒரு பெருமூச்சுடன் திருமதி. வஹ்தாதி இருக்கையின் பின்னே சாய்ந்தாள். ஒரு கர்ப்பிணியின் அக்கறையோடு தனது கைப்பையை வயிற்றோடு சேர்த்து அணைத்தாள்.

நபி மாமா கூட்டமான நடைபாதையை ஒட்டி காரை நிறுத்தினார். வீதியின் எதிரே, வானைத் தொடும் ஸ்தூபிகளுடன் இருந்த மசூதியை அடுத்து கடைத்தெரு இருந்தது. நெரிசலான, கொஞ்சம் அசந்தாலே தொலைத்துவிடும் சிக்கலான சந்துபொந்துகளைச் சேர்த்து கடைத்தெருவைச் செய்திருந்தார்கள். சில சந்துகளின் வாசல்கள் வளைவுகளோடும், சில, திறந்தவெளியிலும் இருந்தன. கடைகளுக்கு இடையிலிருந்த ஒற்றையடிப்பாதையில் அவர்கள் உலாவர, அவர்களைச் சுற்றி தோல் பொருட்களின், சாயல் நகைகளின், கல் வைத்த மோதிரங்களின், மசாலாப் பொருட்களின் பேரம் இழுபறித்துக் கொண்டிருந்தது. திருமதி. வஹ்தாதி, அவர்கள் இருவரையும் வழிநடத்த, நபி மாமா பின்தொடர்ந்தார். ஒருவழியாக அவர்கள் அங்கிருந்து வெளிவந்ததும் தனது குளிர்கண்ணாடியை

எடுத்து மாட்டிக்கொண்டாள். அந்தக் குளிர்கண்ணாடி அவள் முகத்தைப் பூனைபோல மாற்றியது.

வியாபார இரைச்சல் எல்லாப் பக்கமும் எதிரொலித்தது. ஒவ்வொரு கடையிலும் பாட்டு அலறியது. புத்தகங்கள், வானொலிகள், மின்விளக்குகள், எஃகு பாத்திரங்கள் விற்கும் நடைபாதைக் கடைகளைத் தாண்டி அவர்கள் நடந்தார்கள். சேறான காலணிகளின் விளிம்பைத் தொடுகின்ற அளவுக்குக் கோட் அணிந்த ராணுவ வீரர்கள் இருவர் ஒரே வெண்பீடியை ஆளுக்கொருதரம் இழுத்துக்கொண்டு, வீதியில் செல்கிற ஒவ்வொருவரையும் முறைத்ததை அப்துல்லா கவனித்தான்.

ஒரு காலணிக்கடை அவர்களை நிறுத்தியது. திருமதி. வஹ்தாதி, அங்கிருந்த காலணிகளில் எதையோ மும்முரமாகத் தேடினாள். நபி மாமா காலணிக்கடையை விட்டுவிட்டு கைகளை முதுகில் கோர்த்துக்கொண்டு பக்கத்துக் கடைக்குள் நுழைந்தார். அங்கேயிருந்த பழங்கால நாணயங்களை மோப்பம் பிடித்தார்.

“இது எப்படியிருக்கு?” திருமதி. வஹ்தாதி பரியிடம் கேட்டாள். அவள் கைகளில் இருந்தது - ஒரு புதிய மஞ்சள்நிறக் காலணி.

“ரொம்ப ரொம்ப அழகா இருக்கு,” பரியின் கண்கள் அந்த காலணியை நம்பமுடியாமல் பார்த்தன.

“போட்டுப் பார்க்கலாமா.”

பரியின் பாதங்களை அந்தக் குட்டி காலணிக்குள் நுழைத்தாள். காலணியின் பட்டி, கால்களை இறுக்கமாகப் பற்றிக்கொண்டதை கவனத்துடன் உறுதிப்படுத்தினாள். பின்னர் அப்துல்லாவின் கால்களையும் குளிர்கண்ணாடியின் மூலம் உன்னித்தாள். “உனக்கும் ஒரு காலணி கண்டிப்பாத் தேவைன்னு நினைக்கிறேன். இந்தச் செருப்பைப் போட்டுக்கிட்டா கிராமத்துலேர்ந்து அவ்ளோ தூரம் நடந்துவந்த? என்னால நம்பவே முடியல.”

அப்துல்லா வேண்டாம் என்பது போலத் தலையை ஆட்டி வேறு பக்கமாகத் திருப்பிக் கொண்டான். அங்கே அந்தச் சந்தின் முடிவில் ஒரு கிழவன் புதர்போன்ற தாடியுடன், வளைந்த பாதங்களுடன் பிச்சையெடுத்துக் கொண்டிருந்தான்.

“அப்புல்லா, இங்கே பார்!” பரி ஒரு பாதத்தை மட்டும் மேலே தூக்கிக் காட்டினாள். பிறகு மற்றொன்றை. தரையில் தொப்பென்று

பாதங்கள் அழுந்த, குதித்துக் காட்டினாள். திருமதி. வஹ்தாதி நபி மாமாவைக் கூப்பிட்டு பரியைச் சிறிது தூரம் நடக்க வைத்து காலணிகள் கடிக்கிறதா என்று சரிபார்க்கச் சொன்னாள். நபி மாமா பரியின் கைகளைப் பிடித்து அந்தத் தெருவை நோக்கி நடத்திக் கொண்டு போனார்.

திருமதி. வஹ்தாதி அப்துல்லாவைப் பார்த்தாள்.

"நான் முன்ன பேசினதெல்லாம் வச்சு என்னைக் கெட்டவள்னு நினைக்கிற, அப்படித்தான."

வளைந்த பாதங்களுடன் பிச்சையெடுத்துக் கொண்டிருந்த அந்தக் கிழவனைத் தாண்டி பரியும், நபி மாமாவும் சென்றதை அப்துல்லா பார்த்தான். பரியிடம் அந்தக் கிழவன் எதோ சொல்ல, பரி நபி மாமாவை நிமிர்ந்து பார்த்து எதையோ பேசினாள். உடனே நபி மாமா கிழவனிடம் ஒரு சில்லறைக் காசைப் போட்டார்.

சத்தமில்லாமல் அப்துல்லா அழ ஆரம்பித்தான்.

திருமதி. வஹ்தாதி திடுக்கிட்டுத் தன் கைப்பையிலிருந்து கைக்குட்டையை உருவி அவனிடம் கொடுத்தாள், "ஓ, அடக்கடவுளே ஏன் அழுற, என் ராஜால்ல, அழாதப்பா."

அப்துல்லா அவளின் கைக்குட்டைக் கையைத் தட்டிவிட்டான். "தயவுசெய்து எங்களை விட்டுடுங்க. வேண்டாம். உங்களைக் கெஞ்சிக் கேட்டுக்கிறேன்." அவன் குரல் நொறுங்கிக்கொண்டிருந்தது.

அவள் தற்போது அவனுக்குச் சமமாக அமர்ந்து, குளிர்கண்ணாடியைத் தலைமுடியின் மேல் தள்ளிவிட்டுக்கொண்டாள். அவளின் கண்களிலும் ஈரம் இருந்தது, தன் கைக்குட்டையால் அதை ஒற்றியெடுக்க, கண்ணீர்த்துளிகள் மைக்கறையுடன் கைக்குட்டையில் படர்ந்தன. "நீ என்னை வெறுத்தாலும் பரவால்ல அப்துல்லா, நான் அதுக்காக உங்கிட்ட வருத்தப்படப் போறதில்ல. உனக்கு கோவப்பட எல்லா உரிமையும் இருக்கு. ஆனால் - உனக்கு நான் இதை எப்படிப் புரியவைக்கிறது, சொன்னா இப்போ உனக்குப் புரியவும் செய்யாது. எல்லாமே நல்லதுக்குத்தான் அப்துல்லா, கண்டிப்பா எல்லாமே நல்லதுக்குதான். ஒருநாள் நிச்சயமா உனக்கே புரியும்."

பரி குதித்தபடியே நடந்து வர, நன்றியுணர்ச்சி அவள் கண்களில் பெருகி, பூரிப்பால் அவள் முகம் ஜொலித்துக்கொண்டிருக்க, அப்துல்லா வானைத்தைப் பார்த்து வாய்விட்டு அழுதுகொண்டிருந்தான்.

***

அந்தப் பனிக்காலத்தின் ஒரு காலைப்பொழுதில், அப்பா கோடாரியை எடுத்துப் போய் அந்த ராட்சச சிந்தூர மரத்தை வெட்டித்தள்ளிவிட்டார். முல்லா ஷெகிபின் மகன் பைதுல்லாவும், கூடச் சில ஆட்களும் சேர்ந்து அப்பாவுக்கு அந்த மரத்தை வெட்ட உதவியாக இருந்தனர். யாருமே அதைத் தடுக்க முன்வரவில்லை. மற்ற சிறுவர்களுடன் சேர்ந்து அப்துல்லாவும் நடந்ததை வேடிக்கை பார்த்தான். அப்பா செய்த முதல் காரியம் அந்த ஊஞ்சலைக் கழற்றியதுதான். அவர் மரத்தின் மேலேறி ஊஞ்சல் தொங்கிய அந்தக் கயிறுகளைக் கத்தியால் அறுத்தார். பின்னர் அவரும் மற்ற ஆட்களும் சேர்ந்து அம்மரத்தின் அடிப்பாகம் பெரும் முனகல் சத்தத்தோடு பூமியில் சாயும்வரை வெட்டிவீழ்த்தினார்கள். அதற்குள் மதியம் தாண்டிவிட்டது. குளிர்காய விறகு தேவைப்படுவதாகத்தான் அப்பா சொன்னார். ஆனால் அப்பா அந்த வயதான மரத்தின் மீது கோடாரியை வீசிய விதத்தில் ஒரு மூர்க்கம் தெரிந்தது. பற்கள் எல்லாவற்றையும் தாடைகளால் இறுக்கப் பிடித்து, என்னவோ இனிமேலும் அது அங்கு நிற்பதைப் பார்க்கவே சகிக்காத தொனி அவரது கண்களை மறைத்திருந்தது.

பாறைநிறத்து வானுக்கு அடியில், மரத்தை வெட்டிக்கொண்டிருந்த ஆட்களின் கன்னமும் மூக்கும் பனியால் சிவக்க, உலோகமுனைகளின் ஓசை மரத்தண்டின் மீது பட்டு எதிரொலித்தது. அப்துல்லா மரநுனியின் கிளைகளை ஒடித்துக் கொண்டிருந்தான். அந்த ஆண்டின் முதல் பனிப்பொழிவு இருநாட்களுக்கு முன்னர்தான் தொடங்கியிருந்தது. கனமான பனிப்பொழிவாக அது இருக்கவில்லை, ஆனால் வரப்போகும் கடுமையான பனிக்காலத்தின் அறிகுறி அதில் சத்தியமாகத் தென்பட்டது. வெகு சீக்கிரமே, ஷாத்பாகில் குளிர்பனி இறங்கப்போகிறது. நீரைத் தரையில் இறங்கவிடாமல் சொட்டும்போதே பனிக்கத்தியாக உருவாக்கப் போகும் குளிர்; வாரம் முழுதும் தேங்கப் போகும் பனித்திரள்; ஒரு நிமிடத்திலேயே திறந்த கைகளின் தோலை வெடிக்கக் காத்திருக்கும் பனிக்காற்று; எல்லாமே அங்கு வரப்போகிறது. ஆனால், இப்போதைக்கு தரை மலையடிவாரம் வரை தவிட்டுப்பரப்பில் கல் உப்பு இறைந்து கிடந்ததைப்போலத் தெரிந்து கொண்டிருந்தது.

அப்துல்லா தன்னால் முடிந்தளவு விறகுகளைச் சுமந்து அந்தப் பொதுக்குவியலில் கொண்டு சேர்த்தான். புதிய காலணி, கையுறைகள், கம்பளிக் கோட்டு அணிந்திருந்தான். அந்தக் கம்பளிக் கோட்டு மட்டும் யாரோ பயன்படுத்தியது; புதிது கிடையாது. இருந்தாலும்

வேலை செய்யாதிருந்த அந்தப் பற்பிணையை அப்பா சரிசெய்து பூட்டிக் கொடுத்ததிலிருந்து புதியது போலவே மாறிவிட்டது அது. மடிப்புகள் வைத்து, கருநீல நிறத்தில், மிருதுவான ரோமங்கள் போன்ற செம்மஞ்சள் நூல்கள் உள்ளே தைத்திருக்க, புதியது என்று சொன்னால் எல்லோரும் நம்பிவிடுவார்கள். அதில் 'டப்பென்று' மூடித்திறக்கும் பொத்தான் வைத்த நான்கு ஆழமான அறைகள் இருந்தன. கைகளை அவை மணிக்கட்டு வரை மூழ்கடிக்கும். அப்துல்லா, அதன் கழுத்தில் தொங்கிய கயிறைப் பிடித்து இழுத்தால் முக்காடு அவன் முகத்தை முழுவதும் மூடிவிடும். இப்போது அந்த முக்காடை பின்னால் தள்ளிவிட்டு, அப்துல்லா நீண்ட பெருமூச்சை வெளிவிட்டபோது ஒரு புகைமூட்டம் அவனைச்சுற்றி உண்டானது.

மேல்வானத்தில் சூரியன் விழுந்துகொண்டிருந்தது. கிராமத்தின் மண்சுவர்களைத் தாண்டி, பழுப்பு நிறத்தில் இன்னமும் விறைப்பாக நின்றுகொண்டிருந்த அந்தப் பழைய காற்றாலையை அப்துல்லாவால் பார்க்க முடிந்தது. மலைகளிலிருந்து சில்லென்று காற்றடிக்கும் போதெல்லாம், அந்தக் காற்றாலையின் இறக்கைகள் கிரீச்சென்று கனைக்கும். கோடைக்காலத்தில் நீலநாரைகள் குடியிருந்த அந்தக் காற்றாலையில் தற்போது குளிர்காலமானதால் காக்கைகள் குடியிருக்கின்றன. ஒவ்வொரு நாளும் அவை கரைகிற சத்தத்தையும், கூச்சலையும் கேட்டுத்தான் அப்துல்லா கண்விழித்தான்.

ஏதோவொன்று அவன் கண்களைக் கவர்ந்தது, அதோ வலதுபக்கமாக, மண்தரையின் மேலே. அதை நோக்கி நடந்து, கீழே குனிந்தான்.

ஒரு இறகு. சிறியது. மஞ்சள் நிறம்.

கையுறை ஒன்றைக் கழற்றி அதை எடுத்தான்.

இன்றிரவு அவர்கள் ஒரு விருந்திற்குப் போகிறார்கள் - அவன், அப்பா மற்றும் குட்டித் தம்பி இக்பால். பைதுல்லாவுக்குப் புதிதாக ஆண் குழந்தை பிறந்திருக்கிறது. மோட்ரெப் ஒருத்தி ஆண்களின் பக்கமாகப் பாடிக்கொண்டிருக்க, யாரோ ஒருவன் கஞ்சிராவைத் தட்டுவான். டீயும், சூடான ரொட்டியும் கொடுப்பார்கள். கண்டிப்பாக உருளைக்கிழங்குடன் ஷோர்வா ரசம் உண்டு. பிறகு, முல்லா ஷெகிப் தனது ஒரு விரலை சர்க்கரைத் தண்ணீரில் முக்கிக் குழந்தையின் வாயில் நுழைத்து அதைச் சப்ப விடுவார். பளபளக்கும்

மோட்ரெப் – கேளிக்கைகளில் ஆடிப்பாடுவதைத் தொழிலாகக் கொண்ட பெண்.
ஷோர்வா – ஆட்டிறைச்சி, பயறுவகை சேர்த்துச் செய்யப்படும் ஆப்கன் உணவு.

சாணைக்கல்லும் சவரக்கத்தியும் எடுத்து, பின்னர் குழந்தையின் இடுப்புத் துணியை நீக்குவார். இது வழக்கமாக நடக்கும் ஒரு சாதாரணச் சடங்கு. ஷாத்பாகில் எல்லோருடைய வாழ்க்கையும் எப்போதும் போல சகஜமாக நகர்ந்து போய்க்கொண்டுதான் இருந்தது.

அப்துல்லா அந்த இறகைத் தன் கைகளில் திருப்பினான்.

அழுது அடமெல்லாம் பிடிக்கக்கூடாது. அப்பா சொல்லியிருந்தார். அழக்கூடாது. அழவே கூடாது. புரிந்ததா.

அங்கே அழுகை நடக்கவில்லை. ஒருதுளி கண்ணீர்கூட இல்லை. கிராமத்தில் யாருமே பரிக்கு என்னவானது என்று அக்கறைப்படவில்லை. அவளது பெயரைக்கூட யாரும் உச்சரிக்கவில்லை. எப்படி அவளால் அவர்களின் வாழ்க்கையிலிருந்து அவ்வளவு தீர்க்கமாகக் காணாமல் போகமுடிந்தது என்று அப்துல்லா ஆச்சரியப்பட்டான்.

தனது துக்கத்தின் பிரதிபலிப்பை அவன் உணர்ந்தது சூஜாவிடம் மட்டும்தான். ஒவ்வொரு நாளும் அவர்களின் வீட்டுவாசலுக்கு அது வந்தது. பர்வானா அதன்மீது கற்களை வீசியெறிந்தாள். அப்பா கொம்பைக் கொண்டு அதனை விரட்டினார். ஆனாலும் அவன் திரும்பத்திரும்ப வந்து கொண்டிருந்தான். பரியின் பிரிவால் ஒவ்வொரு இரவிலும் அவன் தேம்பித்தேம்பி ஊளையிட்டதை எல்லோராலும் கேட்கமுடிந்தது. ஒவ்வொரு காலையிலும் அவளின் வருகைக்காக முன்னங்கால்களில் முகத்தை வைத்தபடி, சோகத்துடன் வாசல் கதவருகில் காத்துக் கிடந்தான். ஒருநாள் மலைகளை நோக்கி, தலையைத் தொங்கப் போட்டபடி, சூஜா நொண்டிக் கொண்டு நடந்து போனதை அப்துல்லா பார்க்கும் வரை வாரக்கணக்கில் இது தொடர்ந்தது. அதற்குப் பிறகு ஷாத்பாகில் யாருமே அவனைப் பார்க்கவில்லை.

அப்துல்லா அந்த மஞ்சள் இறகைப் பத்திரப்படுத்திக்கொண்டு காற்றாலையை நோக்கி நடக்க ஆரம்பித்தான்.

சில நேரங்களில், அப்பாவின் முகம் அவரின் கட்டுப்பாட்டையும் மீறி குழப்பமான உணர்ச்சிகளைக் காட்டிக் கொடுத்ததாக அப்துல்லாவுக்குத் தோன்றியது. ஆன்மாவின் ஏதோவொரு முக்கிய பாகம் அவரிடமிருந்து உறிஞ்சப்பட்டதைப் போல அவரின் உருவம் கூடச் சுருங்கி விட்டது. அப்பாவின் காலடிகள் உயிரற்ற

நடையை வீட்டுக்குள் எடுத்து வைக்கும். இல்லையென்றால் புதிதாக வாங்கியிருந்த அந்தப் பெரிய இரும்பு கணப்படுப்புக்குப் பக்கத்தில், இக்பாலை மடிமேல் கிடத்திக்கொண்டு, அந்தக் கண்கள் வெற்றுப்பார்வையை நெருப்பில் வாட்டிக்கொண்டிருக்கும். இப்பொழுதெல்லாம் அவரது பேச்சு, ஒவ்வொரு வார்த்தையும் மாய எடையைத் தாங்கிக் கொண்டிருப்பதுபோல சிரமப்பட்டு இழுவையாக வெளிவருவது ஏனென்று அப்துல்லாவுக்குத் தெரியவில்லை. நீண்ட மவுனத்துக்குள் தன்னை ஒளித்துக்கொண்டார் அவர். தனது ஜீவனையும் அடைத்துக்கொண்டார். அவர் இப்போதெல்லாம் கதைகள் சொல்வது கிடையாது. அப்துல்லாவும் அவரும் காபூலிலிருந்து திரும்பிய அந்த நாள் முதலாக ஒரு கதைகூட அவர் சொல்லியிருக்கவில்லை. அப்துல்லா நினைத்தான், ஒருவேளை அப்பா கதைகளைக்கூட அந்த வஹ்தாதிகளிடம் விற்றுவிட்டாரோ.

எல்லாமே போய்விட்டது.

எப்போதோ மறைந்துவிட்டது.

ஏதும் மிச்சமில்லை.

ஏதும் வார்த்தையேயில்லை.

பர்வானா சொன்ன இந்த வார்த்தைகளைத் தவிர: *அது அவளாகத்தான் இருக்க வேண்டும், அப்துல்லா. மன்னித்து விடு. அது அவள் ஒருத்தியாகத்தான் இருக்க முடியும்.*

கையைக் காப்பாற்ற வெட்டப்பட்ட, அந்த விரல்.

அந்தக் காற்றாலைக்குப் பின்னாலிருந்த, சிதைந்து கொண்டிருக்கும் கல் மேடையின் தரையில் அவன் மண்டியிட்டு உட்கார்ந்தான். கையுறைகளைக் கழற்றிவிட்டுப் பூமியைத் தோண்டினான். பரியின் தடித்த புருவங்களும், அகன்று வளைந்திருந்த நெற்றியும், இடைவெளி விழுந்த பற்களின் புன்னகையும் அவன் நினைவுக்கு வந்தன. வழக்கமாக அவனது வீட்டில் உருளும் கலகலவென்ற அவளது சிரிப்புச் சத்தம் அவனது தலைமுடியைக் கோதியது. கடைத்தெருவை விட்டு அவர்கள் வீட்டுக்குத் திரும்பியதும் வெடித்த அமளியை அவன் நினைத்துப் பார்த்தான். பரி பயந்து நடுங்கியதை. அலறி வீறிட்டதை. நபி மாமா சட்டென்று அவளைத் தூக்கிச் சென்றதை. ஓர் உலோகம் கையில் தட்டுப்பட்ட வரை அப்துல்லா தோண்டினான். பின்னர் அந்தக் குழியில் விரல்களை

விட்டு வளைத்து, அந்தப் பழைய தகர டீத்தூள் டப்பாவைத் தூக்கினான். அதன் மூடியில், சீக்கியனின் கோப்பையில் படிந்திருந்த ஈரமண்ணைத் துடைத்தான்.

சமீப நாட்களாக, அவர்கள் காபூலுக்குச் செல்வதற்கு முந்தைய இரவில் அப்பா சொல்லியிருந்த அந்தக் கதையைப் பற்றி வெகுவாக அவன் யோசித்தான். பாபா அயூபும் திவ்வும். பரி ஒருகாலத்தில் நின்றிருந்த அதே இடத்தில் தற்போது அப்துல்லா தன்னை நிறுத்திக் கொண்டான். அவன் பாதங்களுக்கு அடியில், அவள் இல்லாத வெறுமை ஒரு விஷநெடி போல பூமியிலிருந்து மேலெழுந்து அவன் உடலை உலுக்க, அவனின் கால்கள் தடுமாறி இதயம் தனக்குள்ளேயே இடிந்துவிழ, பாபா அயூபிற்கு திவ் கொடுத்த அந்த மந்திரத் திரவம் ஒரு வாய் அவனுக்குக் கிடைக்காதா, ஒரேயொரு மிடறு குடிக்கக் கிடைத்தாலும், அவளை மறக்க முடியுமே என்று அவன் ஏங்கினான்.

ஆனால் அவளை மறப்பதற்கு சாத்தியமே இல்லை. அப்துல்லா அழைக்காமலேயே, அவன் போகின்ற இடமெல்லாம், அவனது விழியின் ஓரத்தில் பரி மிதந்து வந்துகொண்டிருந்தாள். சட்டையின் தூசியைப் போல அவளது நினைவுகள் அவனோடே ஒட்டிக் கொண்டிருந்தன. இப்போதெல்லாம் வீட்டுக்குள் அடிக்கடி நிலைகொண்டிருந்த அந்த மவுனங்களிலும் அவள் இருந்தாள். அந்த மவுனங்கள் அவர்களின் வார்த்தைகளுக்கு இடையில் வற்றாது ஊறிக்கொண்டிருந்தன. அந்த மவுனங்கள் சிலநேரங்களில் அன்பில்லாமல் வெறுமையாக இருந்தன. அந்த மவுனங்கள் சிலநேரங்களில் மழைநீரைத் தாங்கிய மேகக்கூட்டம் பெய்யாமல் கடப்பதைப் போல, சொல்ல முடியாத வார்த்தைகளால் கருவுற்றுக் கிடந்தன. அந்த மவுனங்கள் பரியின் நினைவுகளால் நிரம்பியிருந்தன. சில இரவுகளில் அவன் கனவு கண்டான் - அதே பாலைவனத்தில் மீண்டும் அவன் தனியாக இருப்பதைப் போல, சுற்றிலும் மலைகள் சூழ்ந்திருப்பதைப் போல, தூரத்தில் ஒரேயொரு வெளிச்ச மின்னல், ஒளிர்ந்து, அணைந்து, ஒளிர்ந்து, அணைந்து, சமிக்ஞை செய்வதைப் போல.

அவன் அந்த டீத்தூள் டப்பாவைத் திறந்தான். அதற்குள் எல்லாமே இருந்தன, பரியின் இறகுகள் அனைத்தும். கோழிகளின், வாத்துகளின், புறாக்களின் இறகுகள், அப்புறம் அந்த மயிலிறகும் கூட. அவன் அந்த

மஞ்சள் இறகையும் அத்துடன் சேர்த்து வைத்தான். ஒருவேளை, ஒருநாள் அவள் வரும்போது.

நம்பினான்.

காத்திருந்தான்.

ஷாத்பாகில் அவனுடைய நாட்கள் எண்ணப்பட்டுக் கொண்டிருக்கின்றன, சூஜாவுடையதைப் போல. அவனுக்கு அது எப்போதோ தெரிந்துவிட்டது. அவனுக்கென்று அங்கு எதுவுமே மிச்சமிருக்கவில்லை. அவனுக்கென்று அங்கு குடும்பமும் இல்லை. பனிக்காலம் முடியும்வரை அவன் காத்திருப்பான், வசந்தகாலம் ஆரம்பித்தவுடன் ஒருநாள் விடிவதற்கு முன்னேயே அவன் எழுந்திருப்பான். பிறகு வீட்டுவாசலைத் தாண்டி வெளியே வருவான். ஒரு திசையைத் தேர்ந்தெடுத்து அதில் நடக்கத் தொடங்குவான். ஷாத்பாகைவிட்டு அவனது கால்கள் எவ்வளவு தூரம் இட்டுச்செல்கிறதோ அவ்வளவு தூரமும் அவன் நடப்பான். பரந்து விரிந்த திறந்தவெளியில் ஒருநாள் நம்பிக்கையிழந்து அவன் விழும் நேரத்தில், அங்கேயே அவன் நின்று, கண்களை மூடி, பரி பாலைவனத்தில் கண்டுபிடித்த அந்த ராஜாளியின் இறகை நினைத்துக் கொள்வான். மேகங்களுக்கு மேலே, தரையிலிருந்து அரை மைல் உயரத்தில், அடிக்கின்ற பேய்க்காற்றில் தன் உடலை முறுக்கியும் திருப்பியும் சக்கரம் போலச் சுற்றிச்சுற்றியும், எண்ணற்ற மலைகளையும் பாலைவனங்களையும் தாண்டி, இறுதியில் எங்கெல்லாமோ விழுந்திருக்க வேண்டிய வாய்ப்பிருந்தும், அந்த இடத்தில், அந்த ஒரு பாறையின் அடியில், அவனுடைய தங்கை கண்டுபிடிப்பதற்காகவே உதிர்ந்து விழுந்த அந்த இறகையும், அந்தப் பறவையின் உடலிலிருந்து அது உதிர்ந்த நொடியையும் கற்பனை செய்வான். வாழ்வில் இது போன்ற அபூர்வமான விஷயங்களும் நடக்கக் கூடும் என்ற நம்பிக்கை அப்போது அப்துல்லாவைத் தட்டி எழுப்பும். இதெல்லாம் நடக்காமலும் போகலாம் என்பதை அவன் அறிந்திருந்தாலும், மனம் தளராமல் கண்களைத் திறப்பான். அவன் தொடர்ந்து நடப்பான்.

மூன்று

வசந்தகாலம் 1949

பர்வானா போர்வையை இழுத்து அதைப் பார்க்கும் முன்பே அதன் வாடையை முகர்கிறாள். உண்மையில் வாடை அல்ல அது, துர்நாற்றம். மசூமாவின் அடிமுதுகிலிருந்து கீழே அவளது தொடைகள் வரை எல்லா இடத்திலும் அது அப்பியிருக்கிறது, மெத்தை விரிப்பைத் தாண்டி மெத்தையின் மீதும் அது பூசியிருக்கிறது, போர்வையிலும் கூட. மசூமா தனது தோள்களைத் தாண்டி கூனிக்குறுகி அவளைப் பார்த்த பார்வை, பர்வானாவிடம் மன்னிப்பை கெஞ்சுகிறது. மேலும் வெட்கம் - இவ்வளவு காலத்துக்குப் பிறகும் இன்னும் மிச்சமிருந்த அந்த வெட்கம். இத்தனை வருடங்களுக்குப் பிறகும் கூட.

"மன்னித்துவிடு பர்வானா," மசூமா முணுமுணுக்கிறாள்.

இனிமேலும் சகிக்கமுடியாது என்பது போல, ஓங்கிக் கத்திவிடத்தான் பர்வானா நினைக்கிறாள். ஆனால் இதுபோன்ற நேரங்களில்தான் கண்களை விட்டு மறையாத, அசைக்கமுடியாத ஓர் உண்மையை ஞாபகப்படுத்திக்கொள்ள அவள் கடும் பிரயத்தனம் செய்யவேண்டியிருக்கிறது: இது அவளின் கைங்கர்யம் இல்லையா, அவளால்தானே இந்த அலங்கோலமெல்லாம். மிகப்பெரிய அநியாயமோ அக்கிரமமோ அவளுக்கு நேர்ந்துவிடவில்லை; எல்லாமே அவளுக்குத் தேவைதான். பர்வானாவின் கண்முன்னே, அவளுக்காகக் காத்துக்கிடக்கும் வேலையை அளவெடுத்துப் பயந்து, பிறகு சரணடைந்து, பெருமூச்சு விடுகிறாள். "உனக்குத் துடைத்துவிடுகிறேன் இரு," என்கிறாள்.

சிறு விசும்பல்கூட இல்லாமல், முகத்தில் எந்தவொரு சலனமும் இன்றி மசூமா அழுகிறாள், தாரைதாரையாக விழும் கண்ணீரை மட்டுமே சுரந்துகொண்டு.

வெளியே, விடியற்காலைக் குளிரில், பர்வானா அடுப்பங்குழியில் தீயை மூட்டுகிறாள். அது நன்றாகப் பற்றிக்கொள்ளும்போது, ஷாத்பாகின் பொதுக்கிணற்று நீரால் நிரம்பிய வாளியை அடுப்பில் வைத்துச் சுடவைக்கிறாள். நெருப்புக்கு முன்னால் தனது இரு உள்ளங்கைகளையும் காட்டிக் குளிரைத் தடுக்கிறாள். இங்கிருந்து அவளால் அந்தக் காற்றாலையைப் பார்க்க முடிகிறது. அவளும் மசூமாவும் சிறுவயதாக இருந்தபோது எங்கே முல்லா ஷெகிப் படிக்கக் கற்றுக்கொடுத்தாரோ அந்தக் கிராமத்து மசூதியும் அவளுக்குத் தெரிகிறது, அந்த லேசான மேட்டுச் சரிவின் முடிவிலிருக்கும் முல்லா ஷெகிபின் வீடும் கூட. இன்னும் கொஞ்ச நேரத்தில், சூரியன் நன்றாக மேலே வரும்போது, சுற்றிலும் புழுதி சூழ்ந்திருக்க, நடுவில் அவரின் வீட்டுக்கூரை, அவரது மனைவி காயவைக்கும் தக்காளியால், நல்ல செந்நிறச் சதுரங்களாக இன்னும் பளிச்சென்று தெரியும். பர்வானா மேலே, ஒரே மாதிரியாகத் தன்னைப் பார்த்துக் கண்சிமிட்டிக் கொண்டிருக்கும், மங்கலான அந்தக் கடைசி நட்சத்திரக் குழுவைப் பார்க்கிறாள். தன்னை வாரிச்சேர்த்து எழுகிறாள்.

உள்ளே, அவள் மசூமாவைக் குப்புறத் திருப்புகிறாள். ஒரு துடைக்கும் துணியை வெந்நீரில் ஊறவைத்து மசூமாவின் நிதம்பத்தைத் தேய்த்துச் சுத்தம் செய்கிறாள். அவளின் பின்புறத்திலும், தளர்ச்சியுடன் தொங்குகிற அவளது கால் சதைகளிலும் இருந்த மலத்தைத் துடைக்கிறாள்.

“வெந்நீரெல்லாம் எதற்காக?” மசூமா தலையணைக்குள் பேசுகிறாள். “உனக்கு ஏன் வீண் சிரமம்? தேவையில்லாமல். பச்சைத் தண்ணீருக்கும் வெந்நீருக்கும் எனக்கென்ன வித்தியாசமா தெரியப்போகிறது?”

“இருக்கலாம். ஆனால் எனக்குத் தெரியுமே,” பர்வானா அந்தத் துர்நாற்றத்திற்கு முகம் சுளிக்கிறாள். “நீ கொஞ்சம் பேசாமல் இருந்தால், நான் இதை முடித்துவிடுவேன்.”

இங்கிருந்துதான், பர்வானாவின் ஒவ்வொரு நாளும் எப்போதும் போலத் தொடங்குகிறது. அவர்களைப் பெற்றவர்கள் போய்ச்சேர்ந்ததிலிருந்து, நான்கு ஆண்டுகளாகத் தினமும் இப்படித்தான். கோழிகளுக்கு தீவனம் வைப்பாள். விறகுத்துண்டுகளைப் பிளந்து, கிணற்றுக்கும் வீட்டுக்கும் மாறி மாறித் தண்ணீரைச் சுமந்து நடப்பாள். மாவை நையப்பிசைந்து, அவர்களின் மண்வீட்டுக்கு முன்னிருக்கும் *தந்தூரி* அடுப்பில் ரொட்டியைச் சுடுவாள். வீட்டை பெருக்குவாள். மதியம்,

கிராமத்தின் மற்ற பெண்களோடு சேர்ந்து, ஓடையில் குதிகால்களின் மீது உட்கார்ந்து கல்லின்மேல் துணிகளைத் துவைப்பாள். பின்னர், அன்று வெள்ளிக்கிழமை என்பதால், தன்னுடைய அப்பா அம்மாவின் கல்லறைக்குச் சென்று இருவருக்குமாகச் சேர்த்துத் தொழுவாள். மேலும் நாள் முழுக்க, இவ்வளவு வேலைகளுக்கு நடுவிலும், மசூமர்வை ஒரு பக்கத்திலிருந்து இன்னொரு பக்கமாக ஒருக்களித்து, இடுப்புக்கு கீழே தலையணையை ஒரு புறம் வைத்து, பின்னர் அதை மாற்றி மறுபுறம் வைத்து, பின்னர் மீண்டும். மீண்டும். தொடர்ந்து. நாள் முழுதும்.

அன்று, இரண்டாவது முறையாக சபூர் அவளுக்குத் தட்டுப்படுகிறான்.

அவனது மண் வீட்டுக்கு முன்னேயிருந்த அடுப்பின் எதிரே உட்கார்ந்து, அவனது மகன் அப்துல்லா உடனிருக்க, கண்களைக் கசக்கிக்கொண்டு, நெருப்புக்கு விசிறுவதைப் பர்வானா பார்க்கிறாள். பின்பு வேறொரு சமயத்தில், மற்ற ஆட்களுடன் அவன் பேசிக்கொண்டிருப்பதைப் பார்க்கிறாள். சபூரைப் போலவே, தமக்கென்று இப்போது தனித்தனியாகக் குடும்பங்களைக் கொண்டிருந்த ஆட்கள். ஆனால் ஒருகாலத்தில் சபூருடன் அடித்துப்புரண்டு, பட்டம்விட்டு, நாய்களை விரட்டி, கண்ணாமூச்சி விளையாடிய கூட்டாளிகள் அவர்கள். இப்போதெல்லாம் சபூரின் மீது பாரம் ஒன்று அழுத்தி வருகிறது. சோகத்தின் உருவமாக இருக்கிறான். இறந்துபோன மனைவியும், தாயை இழந்த இரண்டு குழந்தைகளும் கொண்டு - அதில் ஒரு கைக்குழந்தை வேறு. சோர்வாக, பட்டும்படாமலும்தான் பேசுகிறான். அவனுடைய இயல்பை இழந்த இன்னொரு பதிப்பாக நைந்து, சுருங்கி அந்தக் கிராமத்தில் உலாவுகிறான்.

பர்வானா தூரத்திலிருந்து அவனைப் பார்க்கிறாள், கிட்டத்தட்ட புடைத்துக் கொண்டு வெளிப்பட்டுவிடும் ஆசையோடு. ஏக்கத்தோடு. அவள் அவனைக் கடக்கும் போது அவனது பார்வையைத் தவிர்க்கவே முயற்சிக்கிறாள். ஒருவேளை விபத்துபோல அவர்களின் பார்வைகள் மோதிக்கொண்டால், அவன் மிகச்சாதாரணமாகவே அவளை நோக்கித் தலையை அசைக்கிறான், ஆனால் அதற்குள் அவளின் முகத்தில், உடம்பிலிருக்கிற ரத்தமெல்லாம் பாய்கிறது.

அன்றிரவு, பர்வானா தூங்குவதற்காகப் படுக்கையில் சாய்கிற நேரம், அவளால் தன் கைகளைக் கொஞ்சம்கூட தூக்கமுடியாமல் சோர்வு

அழுத்துகிறது. அவளின் தலை அயற்சியில் நீந்துகிறது. அவள் கட்டிலில் படுத்து, தூக்கத்திற்காகக் காத்திருக்கிறாள்.

பின்னர், அந்த இருட்டில்:

"பர்வானா?"

"ம்."

"நாம் ஒன்றாக மிதிவண்டியை ஓட்டினோமே, அது உனக்கு ஞாபகம் இருக்கிறதா?"

"ஆமாம்."

"எவ்வளவு வேகமாகச் சென்றோம்! அதுவும் அந்த இறக்கத்தில். தெருநாய்கள்கூட நம்மைத் துரத்தியதே."

"நினைவிருக்கிறது."

"இரண்டு பேருமே கத்திக்கொண்டு. அப்புறம் அந்தக் கல்லின்மீது மோதி..." இருட்டில் அவள் சகோதரி சிரித்தது பர்வானாவுக்குக் கேட்கிறது. "அம்மா எவ்வளவு கோபப்பட்டாள். நபியும் கூடத்தான். அவனது மிதிவண்டியைப் பாழாக்கிவிட்டோம்."

பர்வானா கண்களை மூடிக்கொண்டாள்.

"பர்வானா?"

"ம்."

"வா. இன்று என் பக்கத்தில் தூங்கு."

பர்வானா அவளது போர்வையை உதைக்கிறாள். மசூமாவை நோக்கி, குடிசையின் குறுக்கே அல்லாடி, அந்த இருட்டில் வழி பண்ணுகிறாள். இறுதியில் அவளுடைய போர்வைக்கடியில் வழுக்கி விழுகிறாள். மசூமா ஒரு கரத்தை பர்வானாவின் மார்பில் கட்டிக்கொண்டு, அந்தத் தோள்களில் தன் கன்னத்தைச் சாய்க்கிறாள்.

"இந்நேரத்தில் போயும் போயும் நானா உன்னைக் கட்டிக்கொள்வது." மசூமா அவளின் காதில் கிசுகிசுக்கிறாள்.

"மறுபடியும் ஆரம்பிக்காதே," இது பர்வானா. அதே கிசுகிசுப்பான பேச்சோடு மசூமாவிற்கு விருப்பமாக, அவளின் கூந்தலைப் பொறுமையாக, நீளமாகத் தடவிக் கொடுக்கிறாள்.

அன்று கிராமத்தில் நடந்த அர்த்தமற்ற விஷயங்களை அவர்கள் ரகசியம் பேசிக்கொள்கிறார்கள். ஒருவரின் மூச்சு ஒருவர்மீது படுகிறது. பர்வானாவிற்கு அற்பமான சந்தோஷத்தைத் தரும் மிகச்சில நிமிடங்கள் இவை. அவர்கள் சிறுபிள்ளைகளாக இருந்தபோது, மூக்கோடு மூக்கு ஒட்டி, போர்வைக்குள் சுருண்டு, வெட்டிப்பேச்சும் அரட்டைகளுமாக இளித்துக் கொண்டிருந்ததை இது போன்ற நிமிடங்கள் அவளுக்குக் காட்டுகின்றன. மசூமா, கனவுகளைப் பிதற்றிக் கொண்டு சீக்கிரத்தில் தூங்கிவிட, கரியாக எரிந்த வானத்தை, திறந்த ஜன்னலின் வழியாக பர்வானா வெறிக்கிறாள். ஒவ்வொரு நினைவுத் துணுக்கின்மீதும் அவள் மனம் தாண்டித் தாவுகிறது, முடிவில் ஒரு பழைய பத்திரிகையில் அவள் பார்த்த ஒரு படத்தை நோக்கி அது நீந்துகிறது - சியாமைச் சேர்ந்த இரண்டு சகோதரர்கள், உம்மென்ற முகத்தோடு, வயிற்றில் ஒட்டிய சதையுடன் இணைந்த படம். இரு உயிர்கள் விவரிக்க முடியாதபடிப் பிணைந்து, ஒருவரிடம் உண்டான ரத்தம் இன்னொருவருக்குள் பாய்ந்து, அவர்களின் பந்தம் நிரந்தரமாக. ஒரு குறியீடு மாதிரி. பர்வானாவை இந்த நெருக்கம் அழுத்துகிறது, அவளது நெஞ்சின் மீதிருக்கும் மசூமாவின் கையைப் போல. சற்றே மூச்சை இழுத்து... விடுகிறாள். மறுபடியும் அவளின் எண்ணங்களை சபூரிடம் திருப்ப முயற்சிக்க, அதுவோ ஊரில் பரவியிருந்த ஒரு வதந்தியின் பக்கமாகப் போகிறது: கல்யாணத்துக்காக மறுபடியும் அவன் பெண் தேடிக் கொண்டிருக்கிறானாம். அவன் முகத்தைத் தனது நினைவிலிருந்து தூக்கிப்போட முயற்சிக்கிறாள். அந்த முட்டாள்தனமான எண்ணத்தை முளையிலேயே கிள்ளுகிறாள்.

***

பர்வானா யாருமே எதிர்பாராத ஒரு திருப்பம்.

அவர்களின் அம்மா வலியில் துடிக்க ஒரு சிறு உச்சந்தலை அன்று இரண்டாம் தடவையாக அவளை வகுத்தபோது, மசூமா ஏற்கனவே வெளிவந்து, மருத்துவச்சியின் கைகளில் அமைதியாக நெளிந்து கொண்டிருந்தாள். மசூமாவின் வருகை எந்தவித ஆர்ப்பாட்டமுமின்றிச் சாந்தமாக அமைந்தது. *தானாகவே பிறந்துகொண்டவள் அவள், அந்தத் தேவதை*, பிற்காலத்தில் அந்த மருத்துவச்சி சொல்லுவாள். மாறாக, பர்வானாவின் பிறப்பு ஒரு நீடித்த வேதனை. இருபது எலும்புகளை வெவ்வேறு இடத்தில் தேர்ந்தெடுத்து ஒரே நேரத்தில் அவற்றை உடைப்பதால் எழும்

வலியைத் தன் தாய்க்குக் கொடுத்தவள் அவள். குழந்தையின் உயிருக்கேகூட உலைவைத்திருக்கும் பிரசவம் அது. ஏறக்குறைய நாற்பத்திரண்டு வாரங்களாகப் பர்வானாவுக்கு உயிர் கொடுத்திருந்த அந்தத் தொப்புள்கொடியே இப்போது அவள் கழுத்தைச் சுற்றி நெருக்கிக்கொண்டிருக்க, பதற்றத்துடன் வலிப்பு வந்ததைப் போல மருத்துவச்சி அதைக் கத்தரிக்கிறாள். தன் மீதான காழ்ப்புணர்ச்சி, ஓர் அலைபோல அவளை விழுங்கும் மிக மோசமான நேரங்களில், அவள் நினைக்கிறாள்: ஒருவேளை அந்தத் தொப்புள்கொடிக்கு ஏற்கனவே நன்றாகத் தெரிந்ததோ என்னவோ. யாரை விட யார் மேலானவள் என்று.

மசூமா வேளைக்குச் சாப்பிட்டு, நேரத்தோடு தூங்கினாள். பசிக்கும்போது அல்லது துணி ஈரமாகும்போது மட்டும்தான் அழுதாள். தூங்காத சமயங்களில் சிரித்த முகத்தோடு, எப்போதும் விளையாடிக்கொண்டே, ஒரு கீச்சிடும் துணிப்பூம்பந்தாக இருந்தாள். தனது கிளுகிளுப்பையைச் சப்பி உறிய மிகவும் விரும்பினாள்.

எவ்வளவு அறிவான குழந்தை, எல்லோரும் பேசிக்கொண்டனர்.

ஆனால் பர்வானா யாருமே எதிர்பாராத ஒரு திருப்பம். முரட்டுப் பிடிவாதம் கொண்ட ஒரு சர்வாதிகாரி. தன் அதிகாரத்தின் முழு வலிமையையும் திரட்டித் தனது அம்மாவின் மீது அவள் செலுத்தினாள். சிசுவின் போக்கைச் சமாளிக்கத் திக்குத்தெரியாது குழம்பிய அவர்களின் அப்பா, அண்ணன் நபியைத் தூக்கிக்கொண்டு தன்னுடைய சகோதரன் வீட்டுக்கே ஓடிப்படுத்துக்கொள்வார். இரவுநேரம் என்றாலே அம்மாவுக்குப் பெரும் சோகம்தான். நடுநடுவே ஒருசில கணங்கள் மட்டும் ஓய்வு, அவ்வளவுதான். பர்வானாவைத் தூக்கித் தோளில் ஆட்டிக்கொண்டே நடக்கவேண்டும் இரவு முழுக்க. ஒவ்வொரு இரவும். பர்வானா அவளின் புடைத்த மார்பில் மோதிக் கிழித்து, எலும்புகளில் இருந்தே பாலை உறிஞ்சுவது மாதிரி காம்புகளில் உதடுகளை ஒட்டும்போது அம்மா வலிக்குப் பயந்து சற்றுப் பின்வாங்குவாள். ஆனால் அவள் அழுகைக்குப் தாய்ப்பால் மருந்தில்லை. வயிறு நிரம்பியிருக்கும் போதுகூட, பர்வானா கையைக்காலை உதைத்து, அம்மாவின் எந்தச் சமாதானத்தையும் ஏற்காமல் வீறிட்டுக் கத்திக்கொண்டிருப்பாள்.

மசூமா, தன் அம்மாவின் தர்மசங்கடத்தை இயலாமையோடு பார்த்து பரிதாபம் கொண்டிருப்பாள்.

நபி ஒருநாளும் இப்படியெல்லாம் இருந்ததேயில்லை, அப்பாவிடம் அம்மா சொன்னாள்.

ஒவ்வொரு குழந்தையுமே வித்தியாசமானது தான்.

என்னைச் சாகடிக்கிறாள் அவள்.

எல்லாம் சரியாகிவிடும் . இதுவும் கடந்து போகும். அப்பா சொன்னார். ஒரு மோசமான வானிலையைப் போல.

கடந்து விட்டது. வயிற்றுவலியைப் போலவோ அல்லது எதோவொரு அப்பாவியான வியாதியைப் போலவோ அது கடந்துவிட்டது. ஆனால் பர்வானா முன்னதாகவே தன் முத்திரையையை அழுத்தமாகப் பதித்திருந்தாள்.

அந்த இரட்டைக் குழந்தைகள் பிறந்து பத்து மாதங்கள் கழிந்த ஒரு பிற்பகல் நேரத்தில், ஊர் மக்கள் எல்லோரும் ஷாத்பாகில் ஒரு திருமணத்திற்காகக் கூடினர். பெண்கள் தீவிர கவனத்துடன் தட்டுகளில் குங்குமப்பூ தூவிய சாதத்தை பிரமிடுபோல குவித்து வைத்தனர். ரொட்டியையும் சாதத்தையும், புதினாவுடன் வதக்கிய கத்தரிக்காய்த் தொக்கின் மீது தயிரை ஊற்றி, எல்லோருக்கும் தந்தனர். நபி வெளியே சில பையன்களுடன் விளையாடினான். அம்மா தன் குடும்ப நண்பர்களுடன் அந்த ராட்சச சிந்தூர மரத்தடியில் விரிக்கப்பட்ட ஜமுக்காளத்தின் மீது அமர்ந்தாள். நிழலில் தூங்கிக் கொண்டிருந்த தன் பெண்களின் மேல் அவளின் கண்கள் அடிக்கடி போய்வந்தன.

சாப்பாடு முடிந்து, டீ குடிக்கும் நேரத்தில், குழந்தைகள் கண்விழிக்க, ஏறக்குறைய அடுத்த வினாடியே ஏதோ ஒரு ஜோடிக் கைகள் மசூமாவைத் தூக்கிக் கொண்டது. சித்தாப்பாவிலிருந்து அத்தைக்கு, பிறகு மாமாவுக்கு என்று அவள் மாறி மாறிப் பயணம் செய்தாள், முட்டியின் மேலேறி, மடியில் குதித்துக் கொண்டு. பல விரல்கள் அவளது மிருதுவான வயிற்றில் கிச்சுக்கிச்சு மூட்டின. பல நாசிகள் அவளது நாசியைத் தேய்த்தன. முல்லா ஷெகிபின் தாடியை அவள் விளையாட்டாய் இழுத்தபோது எல்லோரும் ‘கொல்’லென்று சிரித்தார்கள். அனைவரிடமும் சகஜமாக விளையாடும் அவள் குணத்தை எல்லோரும் அதிசயித்தார்கள். அவளது சிவந்த கன்னங்களுக்காக, அவளின் மாணிக்கக் கண்களுக்காக, அற்புதமாக வளைந்திருக்கும் அவளின் புருவத்திற்காக அவர்கள் மாய்ந்து

மாய்ந்து ரசித்தார்கள். இன்னும் சில ஆண்டுகளில் அசத்தப்போகிற அழகின் தூதுவளாக அவள் இருக்கப்போவதை எல்லோரும் உணரவே செய்தார்கள்.

ஆனால் பர்வானா அவளது அம்மாவின் மடியிலேயே விடப்பட்டாள். அங்கே மசூமாவின் அரங்கேற்றம் தொடர்ந்து கொண்டிருக்க, சுற்றியுள்ள ரசிகர்களில் அவள் ஒருத்தியைத் தவிர மீதி எல்லோரும் மசூமாவை ஆராதித்துக் கொண்டிருக்க, எதற்காக இந்த வீண் அமளி என்பதுபோல பர்வானா அமைதியாகப் பார்த்துக் கொண்டிருந்தாள். அடிக்கடி அவளின் அம்மா பர்வானாவைக் குனிந்து பார்த்து, அவளின் குட்டிப்பாதங்களை மெதுவாக அழுத்திவிட்டாள், கிட்டத்தட்ட மன்னிப்பு கேட்பதுபோல. யாரோ ஒருவர் மசூமாவுக்கு இரண்டு பற்கள் வருவதாகச் சொன்னபோது, அம்மா பலவீனமாகச் சொல்லுவாள், பர்வானாவுக்கு மூன்று இருக்கிறதென்று. ஆனால் யாரும் கண்டுகொள்ள மாட்டார்கள்.

அந்தப் பெண்களுக்கு ஒன்பது வயதிருக்கும் போது, மொத்தக் குடும்பமும் ஒருநாள் மாலை சபூரின் வீட்டில் ரம்ஜான் நோன்பு திறந்து இஃப்தார் விருந்துக்குச் சேர்ந்தார்கள். பெரியவர்கள் அறையைச் சுற்றி உட்கார, பேச்சுச்சத்தம் இரைச்சலாகக் கேட்டது. டீக்குச் சமமாக ஊர்க்கதைகளும் வாழ்த்துகளும் பரிமாறப்பட்டன. முதியோர்களின் விரல்கள் தொழுகை மாலைகளைத் தள்ளின. பர்வானா அடக்கமாக அமர்ந்தாள், சபூர் உள்வாங்கும் மூச்சுக்காற்றை அவளும் உள்வாங்குகின்ற பூரிப்போடு, அவனது ஆந்தைப் பார்வையின் நீட்சிக்குள் அவளும் இருப்பதின் கிளர்ச்சியோடு. அந்த மாலைப் பயணத்தின் போக்கில் அவள் சபூரை அடிக்கடித் தேடினாள். அவன் கற்கண்டைக் கடிக்கும்போதும், நெற்றி முடியைக் கர்வமாகக் கோதியபோதும், வயதான ஒரு மாமா எதையோ சொன்னதற்கு அட்டகாசமாகச் சிரித்தபோதும் அவளின் பார்வை அவனை முழுதாகக் கைப்பற்றியது. அவள் அவனைப் பார்ப்பதை அவன் கண்டுபிடிக்க, (ஒரு முறையோ இரண்டு முறையோ அப்படி நடந்தது) டக்கென்று அவள் வேறு பக்கம் திரும்பிக் கொண்டாள், வெட்கத்தில் இறுகியபடி. அவள் கால்கள் தடுமாற்றத்தில் நடுங்கின. வாய் உலர்ந்து, பேசவே தயங்கியது.

தனது வீட்டில் அவளுடைய பொருட்களின் குவியலில் ஒளித்துவைத்திருந்த அந்த நோட்டுப்புத்தகத்தை அவள் அப்போது நினைத்தாள். சபூர் எப்போதும் கதைகளைச் சொல்லிக்கொண்டிருப்பான்,

ஜின்களும், தேவதைகளும், பூதங்களும், திவ்களும் வரும் கதைகள். அவனைச் சுற்றி நிறைய பிள்ளைகளைச் சபூரின் கதைகள் கட்டிப்போட்டு கப்சிப்பென்று உட்காரவைக்கும். ஆறு மாதங்களுக்கு முன், நபியிடம், தனது கதைகளை ஒருநாள் எழுதிவைக்கப்போவதாகச் சபூர் சொன்னதைப் பர்வானா ஒட்டுக்கேட்டிருந்தாள். பிறகு ஒருநாள், அம்மாவுடன் பக்கத்துக் கிராமத்தின் கடைத்தெருவுக்குச் சென்றபோது, பளிச்சென்று ஒரு கோடுபோட்ட நோட்டு, பழுப்புநிறக் கெட்டி அட்டையுடன் அவளைக் கவர்ந்தது. அதை ஆசையுடன் எடுத்துப் பார்த்தவளுக்கு அம்மா அதை வாங்கித்தர மாட்டாள் என்று தோன்றியது. கடைக்காரன் கவனிக்காத அந்த நொடிக்காகக் காத்திருந்து அவள் அதைத் தன் சட்டைக்கு அடியில் செருகி மறைத்துக்கொண்டு வந்துவிட்டாள்.

ஆனால் கடந்து வந்த இந்த ஆறு மாதங்களில், அந்த நோட்டுப்புத்தகத்தைச் சபூரிடம் கொடுக்கும் துணிச்சல் பர்வானாவுக்கு ஒரு நாள் கூட வரவில்லை. எங்கே அவன் சிரித்துவிடுவானோ, இல்லை, என்ன இது என்று வாங்கிப் பார்த்துப் பின்னர் மீண்டும் அதை அவளிடமே திருப்பிக் கொடுத்துவிடுவானோ என்று அவள் கலங்கினாள். இருந்தாலும், ஒவ்வொரு இரவும் தனது படுக்கையில், அந்த நோட்டுப்புத்தகத்தை ரகசியமாகப் போர்வைக்குள் மறைத்துக்கொண்டு, விரல் நுனிகளால் அந்தக் கெட்டி அட்டையை வருடிக்கொண்டு நினைத்தாள்:

நாளை.

ஒவ்வொரு இரவும் தனக்குள் சத்தியம் செய்துகொண்டாள்:

நாளை நிச்சயம் கொடுக்கத்தான் போகிறேன்.

பிறகு, இஃப்தார் முடித்து எல்லோரும் சாப்பிட்டவுடன், குழந்தைகள் வெளியே விளையாட ஒருவரை ஒருவர் முந்திச் சென்றனர். பர்வானா, மசூமா மற்றும் சபூர், ஆளுக்குக் கொஞ்ச நேரம் என்று முறைவைத்து, அந்த ராட்சச சிந்தூர மரத்தில் சபூரின் அப்பா கட்டிவைத்திருந்த ஊஞ்சலில் விளையாடிக் கொண்டிருந்தனர். பர்வானா உட்காரும் முறை வந்தபோது, கதை சொல்லிக் கொண்டிருந்ததால் ஊஞ்சல் ஆட்டுவதைச் சபூர் அடிக்கடி மறந்து கொண்டிருந்தான். இந்த முறை கதையில் அந்த ராட்சச சிந்தூர மரம் வந்தது. அந்தச் சிந்தூர மரத்திற்கு ஒரு மந்திர சக்தி உண்டாம். நமக்கு எதாவது ஆசை இருந்தால் நாம் அந்த மரத்தின் அடியில்

மண்டியிட்டு வேண்டிக்கொள்ள வேண்டுமாம். அந்த மரம் நாம் கேட்டதைத் தருவதாக ஒத்துக்கொண்டால், சரியாகப் பத்து இலைகளை நம் தலை மீது உதிர்க்குமாம்.

ஊஞ்சல் நின்றுபோகும் அளவுக்கு வேகம் குறைந்ததால், ஆட்டிவிடச்சொல்ல பர்வானா சபூரின் பக்கம் திரும்ப எத்தனித்தாள், ஆனால் வார்த்தைகள் அவளது தொண்டைக்குழிக்குள்ளேயே முழ்கி இறந்தன. மசூமா சபூரைப் பார்த்துச் சிரித்துக் கொண்டிருந்தாள், சபூரின் கையில் அந்த நோட்டுப்புத்தகம். அவளுடைய நோட்டுப்புத்தகம்.

அதை நம் வீட்டிலிருந்து கண்டெடுத்தேன். மசூமா பிறகு சொன்னாள். *உன்னுடையதா? அச்சச்சோ! சத்தியமாக அதற்கான காசை எப்படியாவது கொடுத்து விடுகிறேன் பர்வானா. நீ பெரிதாய் எடுத்துக்கொள்ள மாட்டாய் தானே? அவனுக்கு அது மிகப்பொருத்தமாக இருக்கும். கதை எழுத. அவன் எவ்வளவு சந்தோஷப்பட்டான் தெரியுமா? நீ அதைப் பார்த்தாயா பர்வானா?*

பெரிதாய் எடுத்துக்கொள்ளவில்லை என்றுதான் பர்வானா சொன்னாள், ஆனால் உள்ளுக்குள் அவள் நொறுங்கிக் கொண்டிருந்தாள். அவளது சகோதரியும் சபூரும் சிரித்துக் கொண்டதை மீண்டும் மீண்டும் நினைத்துப் பார்த்துக் கொண்டாள். அவர்களுக்குள் பகிர்ந்துகொண்ட அந்தப் பார்வை. அவள் ஒருத்தி அங்கே இருக்கிறாள் என்ற சுரணையேயின்றி அந்தப் பார்வை அவளைத் தவிர்த்த விதம். சபூரின் கதைகளில் வரும் அந்த ஜீனியைப் போல அவளும் சட்டென்று காற்றில் மறைந்து போய்விட்டால் எவ்வளவு நன்றாக இருக்கும். அவளின் எலும்புகள் வரை அந்த வலி ஊடுருவியது. அந்த இரவு, அவளது படுக்கையில், யாருக்கும் தெரியாமல் அவள் அழுதாள்.

சகோதரிகள் இருவருக்கும் பதினோரு வயதான போது, ஆண்-பெண் இனக்கவர்ச்சி சம்பந்தமான வயதுக்கு மீறிய அறிவு பர்வானாவுக்கு வந்தது. தங்களுக்குப் பிடித்த பெண்களிடம் ஆண்கள் எப்படி நடந்துகொள்வார்கள் என்றும் தெரிந்துவைத்திருந்தாள். பள்ளிமுடிந்து அவளும் மசூமாவும் வீட்டுக்குத் திரும்பும் சமயத்தில் இதைக் கண்ணால் பார்த்தாள். உண்மையில் பள்ளிக்கூடம் என்பது மசூதியின் பின்பாதி. அங்குதான் முல்லா ஷெகிப் ஷாத்பாகின் அனைத்து பிள்ளைகளுக்கும் எழுத, படிக்க, கவிதைகளை மனப்பாடம் செய்யக் கற்றுக்கொடுத்து வந்திருந்தார். இத்தனை

ஜீனி – அரபுக் கதைகளில் வரும் நல்ல ஆவி.

அறிவுள்ள மனிதர் மாலிக்காக கிடைப்பதற்கு ஷாத்பாக் கொடுத்து வைத்திருக்க வேண்டும் என்று அப்பா சொன்னார். பாடங்களைப் படித்துவிட்டு வீடு திரும்பிய ஒருநாள், அவளும் மசூமாவும் விடலைப் பையன்களின் கூட்டத்தைத் தாண்டி நடந்தனர். சிலசமயம் இவர்களைப் பார்த்ததும் வேண்டுமென்றே கூச்சலிட்டு அலப்பறை செய்தனர். சிலமுறை அவர்களை நோக்கிச் சிறுசிறு கற்களை வீசியெறிந்தனர். வழக்கமாக நடப்பது போல் பர்வானாவும் பதிலுக்குக் கத்தினாள், கற்களை எறிந்தாள். மசூமா அவளைத் தடுத்து, கையைப் பிடித்து இழுத்துச் சென்றாள். அவளுக்குத் தெரிய வாய்ப்பில்லை: பர்வானா கோபப்பட்டது, பையன்கள் கல்லை எறிகிறார்களே என்ற காரணத்தால் அல்ல, மசூமாவைப் பார்த்து மட்டுமே கல்லெறிகிறார்களே என்பதால்தான். பர்வானாவுக்குத் தெரியும் எதற்காக இந்த அமர்க்களம் எல்லாம் என்று, ஆசை பெரிதாக ஆக அமர்க்களமும் பெரிதாகும் என்று. மசூமாவின் மீது பட்டுத் தெறிக்கும் அந்தக் கண்கள் கூட்டத்தின் ஏக்கமும், அவளின் மீது பார்வையை எடுக்காமல் தவிக்கும் அவர்களின் இயலாமையையும் அவள் கவனித்தாள். ஆனால் இவ்வளவு இருந்தும், அந்த ஆசைக்கு நடுவிலும், ஏக்கத்தின் பெருமூச்சிலும் மசூமாவின் மீதான அவர்களின் பயத்தையும் அவள் உணர்ந்தாள்.

ஒருநாள், அந்த விடலைகளில் ஒருவன் கல் இல்லை, அவர்களை நோக்கி ஒரு பாறையையே வீசினான். அவர்களின் காலடியில் அது உருண்டு வந்தது. மசூமா அதைக் குனிந்து எடுத்தபோது, பையன்களிடம் வெற்றிக்கான ஆர்ப்பாட்டம் தெரிந்தது. ஓர் இழுவைப்பிணை, தனக்குள் காகிதத்துண்டைக் கல்லோடு சுற்றியிருந்தது. தூரமாக வந்தபிறகு இருவருமே அதைப் பிரித்துப் படித்தனர்:

உன் முகம் கண்டதிலிருந்து
சத்தியமாக,
மொத்த உலகமும் கனவாக ஏய்க்கிறது.
இலை எது முகை எது
சோலைக்குத் தெரியவில்லை.
புல் எது பொறி எது
பறவைக்குப் பேதம் புரியவில்லை.

மாலிக் – கிராமத்திலேயே மிக மூத்தவர். (தலைவரைப் போன்றவர்)

ஒரு ரூமி கவிதை, முல்லா ஷெகிப் சொல்லிக் கொடுத்ததிலிருந்து.

ம், அவர்களிடம் ரசனை பெருகி வருகிறது, வெட்கப் புன்னகையுடன் மசூமா சொன்னாள்.

கவிதைக்கு அடியில், அந்தப் பையன் எழுதியிருந்தான்: *நான் உன்னைத் திருமணம் செய்துகொள்ள விரும்புகிறேன்.* அதற்கும் கீழே அவன் பின்குறிப்பாகச் சேர்த்திருந்தான்:*எனக்கொரு சித்தப்பா-மகன் இருக்கிறான், உன்னுடைய சகோதரிக்காக. இருவரின் ஜோடிப் பொருத்தமும் மிகப் பிரமாதமாக இருக்கும். அவர்கள் இருவரும் என் சித்தப்பாவின் வயலில் சேர்ந்தே மேயலாம்.*

மசூமா காகிதத்தை இரண்டாகக் கிழித்தாள். பிறகு நான்காக. இறுதியில் எட்டாக. *உன்னைப் பற்றிச் சொன்னதற்காகக் கவலைப்படாதே பர்வானா,* அவள் சொன்னாள். *பைத்தியக்காரன்கள்.*

ஆமாம், பர்வானா ஆமோதித்தாள், *மடச்சாம்பிராணிகள்.*

பர்வானா தன் முகத்தில் சிரிப்பை ஒட்டிக்கொள்ள கடுமையாக முயற்சித்தாள். காகிதத்தில் எழுதியிருந்தது தவறுதான், ஆனால் அதைவிட அதற்கான மசூமாவின் பிரதிபலிப்பு அவளை இன்னும் மோசமாகக் காயப்படுத்தியது. அந்தக் கிறுக்கல்களில் அவர்களின் இருவரது பெயருமே எழுதியிருக்கவில்லை. இருந்தாலும் மசூமா, அந்தக் கவிதையைத் தனக்கும், சித்தப்பா மகனை அவளுக்கும் என போகிற போக்கில் உணர்த்திவிட்டாள். வாழ்வில் முதல் முறையாக, தனது சகோதரியின் கண்களிலிருந்து பர்வானா தன்னைப் பார்த்தாள். தன்னைப் பற்றிய அவளின் கண்ணோட்டத்தைப் பர்வானா புரிந்துகொண்டாள். எல்லாரும் கொடுத்த அதே ஏளனப் பார்வையைத்தான் மசூமாவும் இதுவரை கொடுத்து வந்திருக்கிறாள். பர்வானாவுக்குத்தான் புரியவில்லை. மடச்சாம்பிராணி. மசூமாவின் வார்த்தைகள் அவளின் உயிரை உருவி வெளியே போட்டுவிட்டது. அவளைச் சாய்த்துவிட்டது.

கூடவே, மசூமா தோள்களைக் குலுக்கி வெட்கத்துடன் சொன்னாள், *நான்தான் வேறொருவனை விரும்புகிறேனே.*

***

நபி வந்திருக்கிறான். குடும்பத்தில் உருப்பட்ட ஒரே ஆள், ஏன் மொத்த கிராமத்திலுமே கூட. காபூல் போன்ற ஒரு மிகப்பெரிய நகரத்தில் வேலை செய்துகொண்டிருப்பதால், ஷாத்பாகுக்கு வரும்போதெல்லாம் பளபளக்கும் கழுகுத்தலையை முன்னால்

வைத்த அவனுடைய முதலாளியின் பெரிய நீலநிறக் காரை ஓட்டிக்கொண்டிருப்பதால், கிராமத்துப் பிள்ளைகள் காரின் கூடவே ஆரவாரமாக உடன் ஓடிவந்துகொண்டிருப்பதால், ஒவ்வொருவரும் அவனின் வருகையைப் பார்க்கக் கூடுகின்றனர்.

"எல்லாம் எப்படி இருக்கிறது?" அவன் கேட்கிறான்.

வீட்டுக்குள் மூவரும் டீயும் பாதாமும் சாப்பிட்டுக் கொண்டிருக்கின்றனர். அவனது தெளிவாகச் செதுக்கிய கன்னங்கள், அவனது இளம்பழுப்பு நிறக் கண்கள், அவனது நீண்ட கிருதா, அவனது நெற்றியிலிருந்து பின்னோக்கி அழகாக வாரியிருந்த அலையலையான கருத்த தலைமுடியைப் பார்க்கும் பர்வானாவுக்கு அவன் அழகாகவே இருப்பதாகத் தோன்றுகிறது. எப்போதும் போல பழும்பச்சைநிற சூட் அணிந்திருக்கிறான். சற்று அளவில் பெரிதான சூட். அவனுக்கு எப்போதுமே அந்த சூட்டின் மேல் அக்கறை அதிகமென்று பர்வானாவுக்குத் தெரியும். கைகளை இழுத்துவிட்டு, மார்பின் மடிப்பை நீவிவிட்டு, எங்காவது துளி அழுக்கிருந்தாலும் துடைத்துவிட்டு, ஆனாலும் அந்த வெங்காய வாடை மட்டும் அவன் வாயைவிட்டு இன்னும் போகவில்லை. இம்மாதமும் நிலைத்திருக்கிறது.

"நேற்று ராணி ஹுமைரா வந்தாள், இங்கிருக்கும் நாற்காலியில் ஒய்யாரமாக அமர்ந்து, டீயும் பிஸ்கட்டும் சாப்பிட்டுவிட்டுப் போனாள்" மசூமா கிண்டலடிக்கிறாள். தனது மஞ்சளடையும் பல்லைக் காட்டிச் சிரிக்க, நபியும் தன் கோப்பையைப் பார்த்துச் சிரிப்பில் சேர்கிறான். காபூல் செல்வதற்கு முன் தங்கையைக் கவனித்துக் கொள்ள பர்வானாவுக்கு அவன் ஒத்தாசை பண்ணியிருந்தான். சொல்லப் போனால் முயற்சி பண்ணியிருந்தான் அவ்வளவே. ஆனால் முடியவில்லை. சிரமமாக இருந்தது. பர்வானாவுக்கு அவன்மேல் பொறாமையாக இருந்தாலும், அவனை வெறுக்க முடியவில்லை; கடுகளவும் வன்மம் இல்லை. அவளுக்குத் தெரியும் - மாதாமாதம் அவன் கொடுக்கும் பணத்தில் அவனது குற்றஉணர்ச்சிக்கான பிராயச்சித்தம் மட்டுமே இருப்பதில்லை என்று.

மசூமா தலைவாரி கண்களுக்கு மை சுற்றியிருக்கிறாள், நபி வரும்போதெல்லாம் செய்வதைப் போல. நபிக்காக மட்டும் இந்த அலங்காரம் இல்லை, அவனோடு ஒட்டிக்கொண்டு வரும் காபூலில் சிறுதுகளுக்காகவும்தான் என்பதைப் பர்வானா

புரிந்துகொள்கிறாள். நபிதான் அவளுக்கும் நகரத்துக்குமான பாலம். அவன் மூலமாக அங்கிருக்கும் கவர்ச்சிக்கும் ஆடம்பரத்துக்கும், வண்ணவண்ண விளக்குகளுக்கும், கார்களுக்கும், விடுதிகளுக்கும், அரண்மனைகளுக்கும் அவளுக்குமான தனது தொடர்பை அவள் புதுப்பித்துக் கொள்கிறாள், அது எத்தனை அந்நியமாக இருந்தாலும், கேட்க எவ்வளவு வேடிக்கையாக இருந்தாலும். மசூமா, ரொம்ப காலத்துக்கு முன், தான் நகரத்தில் பிறந்திருக்க வேண்டியவள் என்று அடிக்கடிச் சொன்னது தற்போது பர்வானாவின் நினைவுக்கு வருகிறது.

“அப்புறம்? திருமணத்துக்கு இப்போதாவது பெண் பார்க்கிறாயா இல்லையா?” மசூமா குறும்புடன் கேட்கிறாள்.

நபி கைகளை அசைத்து ஒரு புன்னகையால் அவளின் கேள்விக்கு முற்றுப்புள்ளி வைக்கிறான், அவனிடம் அப்பா அம்மா இதே கேள்வியைக் கேட்டபோதெல்லாம் செய்வானே அதே மாதிரி.

“திரும்பவும் எப்போது எனக்குக் காபூலைச் சுற்றிக் காட்டப்போகிறாய் நபி?” மசூமா கேட்கிறாள்.

நபி ஒருமுறை அவர்களைக் காபூலுக்கு இட்டுச்சென்றிருந்தான், போன வருடம். ஷாத்பாகுக்கே வண்டியை எடுத்துவந்து ஒவ்வொரு தெருவாக காபூலைச் சுற்றிக்காட்டியிருந்தான் அவன். மசூதிகள், கடைத்தெருக்கள், திரையரங்குகள், விடுதிகள் என்று எல்லாமே காட்டியிருந்தான். குன்றின் மேலிருந்த *பாக்-எ-பாலா* அரண்மனையை வண்டியிலிருந்தே சுட்டிக்காட்டியிருந்தான். பாபர் தோட்டத்தின் வாசலிலிருந்து மசூமாவைத் தூக்கிக்கொண்டே அந்த முகலாயப் பேரரசரின் சமாதிக்கு வந்து தொழுகை செய்திருந்தார்கள். அதே போல, ஷாஜஹான் மசூதியிலும், பிறகு அந்த நீலநிற ஓடு பதித்த குளத்துக்குப் பக்கத்திலேயே நபி கொண்டு வந்திருந்த பொட்டலத்தைச் சாப்பிட்டிருந்தனர். அந்த நாள்தான் மசூமாவின் வாழ்க்கையிலேயே சந்தோஷமான நாளாக இருந்திருக்கும், அந்த விபத்துக்குப் பிறகு. அதற்காகவே தன் அண்ணனுக்குப் பர்வானா நன்றிக்கடன் பட்டிருக்கிறாள்.

“சீக்கிரமே, *இன்ஷால்லா*,” நபி சொல்கிறான், கோப்பையில் விரலைத் தட்டிக்கொண்டே.

“நபி, இந்தத் தலையணையை முட்டிக்குக் கீழே கொஞ்சம் நகர்த்தி வையேன், ஆங்....அப்படித்தான், நல்லது. நன்றி.” மசூமா

பெருமூச்சு விடுகிறாள். "காபூல் எனக்கு ரொம்பப் பிடித்திருக்கிறது, நபி. என்னால் முடிந்தால் நாளை காலையே முதல் வேலையாக காபூலுக்கு நடக்க ஆரம்பித்துவிடுவேன்."

"கண்டிப்பாக அது ஒருநாள் நடக்கும்," நபி சொல்கிறான்.

"எது? நான் நடப்பதா?"

"இல்லை, அப்படியில்லை," நபி தடுமாறுகிறான், "நான் சொல்ல வந்தது...." மசூமா உரக்கச் சிரிப்பதைப் பார்த்து சகஜமாகி புன்னகைக்கிறான்.

வெளியே, பர்வானாவிடம் அவன் பணத்தைக் கொடுக்கிறான். சுவரில் ஒரு தோளைச் சாய்த்துக்கொண்டு வெண்பீடி எடுத்துப் பற்றவைக்கிறான். உள்ளே, மசூமா தனது வழக்கமான மதியத்தூக்கத்தில் ஆழ்ந்திருக்கிறாள்.

"சபூரைப் பார்த்தேன்," அவன் சொல்கிறான், நகம் கடித்துக்கொண்டே. "ரொம்பப் பாவம். பிறந்தது பெண்ணாமே. குழந்தையின் பெயரைக்கூடச் சொன்னான். மறந்துவிட்டேன்."

"பரி," பர்வானா பதில் சொல்கிறாள்.

ஆமாம் என்பது போலத் தலையசைக்கிறான். "நானாகக் கேட்கவில்லை. அவனாகத்தான் சொன்னான், கல்யாணத்துக்குத் திரும்பவும் பெண் தேடுகிறானாமே."

பர்வானா கண்களைத் திருப்பிவிடுகிறாள், என்னவோ இதற்கும் தனக்கும் சம்பந்தமில்லாதது போல, ஆனால் அவளுக்குள் இதயம் தொண்டைவரை எழுந்து துடித்துக் கொண்டிருக்கிறது. அவளது மேனியில் வியர்வைப் படலம் பூக்கத்தொடங்கியதை உணர்கிறாள்.

"ஏற்கனவே சொன்னேனே, நானாகக் கேட்கவில்லை. சபூர்தான் அவனாகவே விஷயத்தை எடுத்தான். என்னை ஓரமாக இழுத்துக்கொண்டுபோய் தனியாக இதைச் சொன்னான்."

இத்தனை ஆண்டுகளாகச் சபூரை அவள் மனதில் சுமந்து வந்திருந்த அந்த விஷயம், நபிக்குத் தெரியுமோ என பர்வானா சந்தேகிக்கிறாள். மசூமாதான் அவளின் இரட்டை, என்றாலும் அவளை எப்போதுமே புரிந்துகொண்டவன் நபிதான். இதையெல்லாம் அவன் ஏன் தன்னிடம் சொல்லிக் கொண்டிருக்கிறான் என்று அவளுக்குப் புரியவில்லை.

தன்னிடம் சொல்லி என்ன ஆகிவிடப் போகிறது? சபூருக்குத் தேவை, எந்தவொரு பிணைப்பும் இல்லாத ஒரு பெண், யாரும் இழுத்துப்பிடித்து வைத்திருக்காத ஒரு பெண், அவனுக்காகவும் அவன் மகனுக்காகவும் புதிதாகப் பிறந்துள்ள அந்தப் பச்சிளம் பெண் குழந்தைக்காகவும் தன்னை அர்ப்பணிக்கக் கூடிய அளவு சுதந்திரமான ஒரு பெண். பர்வானாவின் நேரம் ஏற்கனவே எடுத்துக்கொள்ளப்பட்டுவிட்டது. தனியாக ஒதுக்கிவைக்கப்பட்டுவிட்டது. அவளின் வாழ்வு மொத்தமுமே கூட.

"கண்டிப்பாக அவனுக்கேற்ற பெண் கிடைக்கும்," பர்வானா சொல்கிறாள். உணர்ச்சிகளை மறைக்கிறாள்.

நபி தலையை ஆட்டுகிறான். "அடுத்த மாதம் வருகிறேன். பார்க்கலாம்." வெண்பீடியைக் காலில் போட்டு மிதித்து, புறப்படுகிறான்.

பர்வானா உள்ளே வந்தபோது மசூமா தூங்காமல் இருப்பதைப் பார்த்து திடுக்கிடுகிறாள்."நீ தூங்குவதாக நினைத்துக் கொண்டிருந்தேன்."

மசூமா தன் பார்வையை ஜன்னலின் பக்கம் திருப்புகிறாள், மிக மெதுவாகக் கண்சிமிட்டுகிறாள், சோர்வாக.

***

அவர்களுக்குப் பதின்மூன்று வயதான சமயம், அம்மா அனுப்பியதால் அடிக்கடி பக்கத்து ஊர்களின் கடைத்தெருக்களுக்கு இருவரும் சென்றனர். தார் போடாத மண்சாலையிலிருந்து அப்போதுதான் தெளித்த நீரின் வாசம் மேலெழுந்து வீசியது. ஹுக்கா, பட்டுத்துணிகள், செம்பு சாமான்கள், பழைய கடிகாரங்கள் விற்கும் கடைகளின் வழியே அவர்கள் சுற்றித் திரிந்தனர். உரித்த கோழிகள் தலைகீழாகத் தொங்கியபடி, கசாப்பு செய்த ஆட்டுக்கறி, மாட்டுக்கறிகளின் மீது மெதுவான வட்டத்தைப் போட்டுக் கொண்டிருந்தன.

மசூமா கடக்கின்ற ஒவ்வொரு மூலையிலும் ஆண்களின் கண்கள் அவளை ஒருநொடி புகைப்படம் எடுப்பதைப் பர்வானா கவனிக்கிறாள். அவளிடம் அளவுக்கு மீறிய இயல்புடன் அனைவரும் நடந்துகொள்ள நினைத்தாலும் கூட, அவர்களின் பார்வை தேவைக்கு அதிகமாகவே மசூமாவின் மீது நிலைத்திருக்கிறது, பிரிய விருப்பமில்லாமல். மசூமா அவர்களின் பக்கம் திரும்பினால், என்னவோ விசேஷ கவுரவம் கிடைத்தது போல அவர்கள்

சந்தோஷப்பட்டதைப் பார்க்கவே மடத்தனமாக இருந்தது. மசூமாவுடன் பல கற்பனைகளில் அவர்கள் மிதந்தார்கள். அவர்களின் உரையாடல்களை அவள் பாதியில் தடுத்தாள். அவர்களின் வெண்பீடிகளைக் கீழேபோட்டு நசுக்கினாள். அவளால் பல கால்கள் நிலைதடுமாறின; பல டீ கோப்பைகள் வழிந்தன.

இதெல்லாம் சில நாட்களிலேயே மசூமாவுக்கு சலித்துவிட்டது, தன் அழகாலேயே அவமானப்படுவது போல. தன் மீது பார்வைகள் விழுவதையே விரும்பவில்லை அவள். நாள் முழுக்க வீட்டுக்குள்ளேயே முடங்க நினைப்பதாகப் பர்வானாவிடம் சொன்னாள். பர்வானா அப்போது நினைத்தாள்: ஒருவேளை, மனதின் அடி ஆழத்தில், அவளின் அழகு உண்மையில் ஓர் ஆயுதம் என்று தனது சகோதரிக்குப் புரிந்துவிட்டதா, தோட்டாவை நிரப்பி அவளின் தலையையே குறிவைக்கும் துப்பாக்கி என்று புரிந்துவிட்டதா. இருந்தாலும் பல நாட்களில், இந்த கவனங்கள் அவளுக்குள் ஆனந்தத்தைக் கொடுத்தன. ஓர் ஆணின் எண்ணங்களை அவளின் ஒரேயொரு தந்திரப் புன்னகை தடம்புரளச் செய்வதையும், வார்த்தைகளை உளறச் செய்வதையும் மசூமா ரசிக்கவே செய்தாள்.

கண்கள் பூத்தன, அவளைப் போன்ற அழகைப் பார்த்து.

அப்புறம், பக்கத்திலேயே பர்வானா. தட்டையான நெஞ்சுடன், சீக்குப் பிடித்த தோலுடன் மசூமாவை உரசியபடி உருண்டு வந்துகொண்டிருந்த பர்வானா. நார் போன்ற தலைமுடியும், கனத்த இழவு விழுந்த முகமும், தடித்த கைகளும், பருமனான தோள்களும் கொண்டிருந்த பர்வானா. மசூமாவின் அழகினால் முளைத்த பொறாமைக்கும், அவளைப் பார்க்கும் கண்கள் தன்னையும் காணுவதால் உண்டாகும் சிலிர்ப்புக்கும் நடுவில் கிழிக்கப்பட்ட ஒரு பரிதாப நிழலைப் போல எப்போதும் அவளின் கூடவே பின்தொடர்ந்த பர்வானா. அல்லி மலர் மிதக்கின்ற அதே நீரோடையில் எதிர்நீச்சல் போட்டுக் கவனத்தைப் பெறத் திணறிப் போராடும் ஒரு களைச்செடியைப் போன்ற பர்வானா.

தன் ஆயுள் முழுவதும், மசூமாவுடன் கண்ணாடியின் முன் ஒன்றாக நிற்பதைப் பர்வானா கவனத்துடன் தவிர்த்தாள். மசூமாவின் முகத்துக்கு அருகில் தன் முகமும் இருப்பது அவளது தன்னம்பிக்கையை ஒட்டுமொத்தமாகக் குலைத்துவிடும். அவளுக்கு வாய்த்துத் தனக்கு மறுக்கப்பட்ட எல்லாவற்றையுமே அது தெளிவாகக் காட்டிவிடும். ஆனால் பொதுவெளியில், மற்ற

ஒவ்வொருவரின் கண்களுமே அவளுக்குக் கண்ணாடிதான். அதிலிருந்துத் தப்பிக்க வாய்ப்பேயில்லை.

***

அவள் மசூமாவை வெளியே தூக்கிச்செல்கிறாள். பர்வானா செய்திருந்த அந்தத் தற்காலிகப் படுக்கை அமைப்பில் இருவரும் உட்காருகிறார்கள். மசூமாவின் முதுகுக்கு வைத்திருந்த தலையணைகள் போதுமா என மற்றொரு முறை உறுதி செய்கிறாள், முடிந்தவரை வசதியாய் சுவரில் சாய்ந்து உட்கார வேண்டுமே. இரவு அமைதியாக இருக்கிறது, சில்வண்டுகளின் பேச்சைத் தவிர; இருண்டு கிடக்கிறது, சில ஜன்னல்களில் மிஞ்சியிருக்கிற ராந்தல்களின் மினுமினுப்புகளைத் தவிர, முக்கால் நிலாவிலிருந்து வரும் வெள்ளைக் காகித வெளிச்சத்தைத் தவிர.

பர்வானா ஹூக்காத் தொட்டியில் தண்ணீர் நிரப்புகிறாள். இரண்டு தீக்குச்சி முனையளவு அபின் துணுக்குகளைப் புகையிலையில் கலந்து ஹூக்காக் கிண்ணத்தில் கொட்டுகிறாள். உலோகத் தகட்டின் மேலிருந்த கரியைக் கொளுத்தித் தனது சகோதரியிடம் நீட்டுகிறாள். மசூமா அந்த ஹூக்காக் குழாயில் வாயை வைத்து ஆழமாக ஓர் இழுப்பு இழுத்து, பின்னால் தலையணையில் சாய்கிறாள், தனது கால்களைப் பர்வானாவின் மடிமீது வைத்துக்கொள்ளலாமா, கேட்கிறாள். பர்வானா கீழேயிருந்த அந்த துவண்ட கால்களை எடுத்துத் தன்மீது கிடத்திக்கொள்கிறாள்.

புகைக்கும் போது மசூமாவின் முகம் தளருகிறது. அவளின் இமை கீழே சாய்கிறது. தலை பிடிப்பின்றி ஒரு பக்கமாக ஆடுகிறது; குரல் மந்தமாக, எங்கோ தொலைவில் கேட்கிறது. அவளின் உதட்டோரங்களில் மெல்லிய புன்னகை உருவாகிறது - விசித்திரமான, சோம்பலான, திருப்தியான ஆனால் நிறைவில்லாத புன்னகை. மசூமா இப்படியிருக்கும் சமயங்களில் அங்கே பொதுவாகப் பேச்சு இருக்காது. பர்வானா தென்றலைக் கேட்கிறாள்; ஹூக்காவில் முட்டையிடும் குமிழிகளைக் கேட்கிறாள். மேலே நட்சத்திரங்களையும் உயரப் பறக்கும் புகையையும் பார்க்கிறாள். அவளோ மசூமாவோ, தேவையற்ற வார்த்தைகளால் அந்த இதமான அமைதியை அவசரப்பட்டுக் கெடுத்துக்கொள்ள விரும்பவில்லை.

மசூமா பேசும்வரை, "எனக்காக ஒன்றைச் செய்வாயா?"

பர்வானா அவளைப் பார்க்கிறாள்.

“நீ என்னைக் காபூலுக்குக் கூட்டிப் போக வேண்டும்.” மசூமா மெதுவாக ஹூக்காப் புகையை வெளிசுவாசிக்க, அது வளைந்து, நெளிந்து, சுருண்டு, கண்ணின் ஒவ்வொரு சிமிட்டலுக்கும் உருவம் மாற்றிக்கொண்டது.

“விளையாடாதே.”

“உண்மையாகத்தான். நான் தாருல்-அமன் அரண்மனையைப் பார்க்க வேண்டும். போன முறையே நாம் பார்க்கவில்லை. பாபர் கல்லறைக்கும் கூட மீண்டும் போகலாம்.”

மசூமாவின் முகத்தில் பர்வானா காரணம் தேட முயற்சிக்கிறாள். ஏன். ஏதாவது கிண்டலின் அறிகுறி இருக்கிறதா எனப் பார்க்கிறாள், ஆனால் அந்த நிலா வெளிச்சத்தில் மசூமாவின் கண்களில் நேர்மை மட்டுமே தட்டுப்படுகிறது.

“தெரியுமில்லையா? நடந்து போனால் குறைந்தது இரண்டு-மூன்று நாட்கள் ஆகும். கண்டிப்பாக மூன்று நாட்கள்.”

“நபியின் முன் திடுமென்று நாம் போய் நின்றால் எப்படியிருக்கும்! யோசி.”

“அவன் எங்கே தங்கியிருக்கிறான் என்றுகூட நமக்குத் தெரியாது.”

மசூமா காற்றில் தனது கையால் பெருக்கி பர்வானாவின் தயக்கத்தைத் தள்ளுகிறாள். “அவன் காபூலில் இருக்கும் பகுதி நமக்குத் தெரியும். அங்கே போய் அக்கம் பக்கம் விசாரித்தால் சொல்லிவிடப் போகிறார்கள். ஒன்றும் பெரிய விஷயமில்லை.”

“எல்லாம் சரி மசூமா. நாம் எப்படிப் போகப் போகிறோம். அதுவும் இந்த நிலையில்.”

மசூமா தன் வாயிலிருந்து ஹூக்காவை எடுத்துப் பேசுகிறாள், “நீ வேலையாக வெளியே போயிருந்தபோது, முல்லா ஷெகிப் வந்தார், நானும் அவரும் ரொம்ப நேரம் பேசிக்கொண்டிருந்தோம். காபூலுக்குச் சில நாள் செல்ல இருக்கிறோம் என்று சொன்னேன். நீயும் நானும் மட்டும். முடிவில் தன்னுடைய முழு ஆசீர்வாதம் கொடுத்தார். அவரின் கழுதையையும் தரப் போகிறார். பார், எல்லாம் தயாராகிவிட்டது. என்ன சொல்கிறாய்?”

“உனக்கு புத்தி பிசகிவிட்டது,” பர்வானா பதில் பேசுகிறாள்.

"பரவாயில்லை. எனக்கு இதுதான் வேண்டும். இதுதான் என் விருப்பமும் கூட."

பர்வானா சுவரில் சாய்கிறாள், இந்தப் பைத்தியக்காரத்தனத்தைத் தலையைக் குலுக்கித் தெளிவாக்க முயல்கிறாள்.

"இப்படியே முடங்கிச் செத்துவிடப்போகிறேன் பர்வானா, என்னைக் காப்பாற்று."

பர்வானா தன் நெஞ்சிலிருக்கும் புகையைப் பெருமூச்சாகக் காலி செய்கிறாள்.

மசூமா ஹூக்காக் குழாயை உதட்டுக்குக் கொண்டு செல்கிறாள், "தயவு செய்து காப்பாற்று. மறுக்காதே."

***

அந்தப் பெண்களுக்கு பதினேழு வயதாகியிருந்த ஓர் அதிகாலை நேரம், அந்த ராட்சச சிந்தூர மரத்தின் உயரமான ஒரு கிளையில், கால்களைத் தொங்கவிட்டு அவர்கள் உட்கார்ந்திருந்தனர்.

சபூர் என்னைப் பெண் கேட்க வரப்போகிறான்! மசூமா இதை உரத்த ரகசியம் போலச் சொல்லியிருந்தாள்.

உன்னையா? அவனா? பர்வானா புரியாமல் கேட்டாள், அல்லது புரியாதது போலக் கேட்டாள்.

சொல்லப்போனால் அவன் வரப்போவதில்லை. மசூமா தனது உள்ளங்கைகளுக்குள் சிரித்துக் கொண்டாள். *அது எப்படி முடியும்? அவனது அப்பாதான் பெண் கேட்டு வரப்போகிறார்.*

பர்வானாவுக்கு இப்போது தெளிவாகப் புரிந்தது. அவளின் இதயம் நசுங்கியது. *உனக்கு எப்படி தெரியும்?* மரத்துப்போன உதடுகளால் அவள் பேசினாள்.

மசூமா விவரிக்கத் தொடங்கினாள். தன்னையும் மறந்த வேகத்தில் அவளிடமிருந்து வார்த்தைகள் வெளிவந்து கொட்டிக்கொண்டிருக்க, பர்வானாவின் காதுகள் அவற்றைப் பிடிக்கத் தவறிக் கொண்டிருந்தன. பதிலாக சபூருடன் நடக்கும் தன் சகோதரியின் திருமணக் காட்சிகளை அவளது மனம் ஏந்திக்கொண்டிருந்தது. புதுத்துணி அணிந்த பிள்ளைகள் பூக்களால் வழியும் மருதாணிக் கூடையைத் தூக்கி வந்து கொண்டிருக்க,

ஷெனாயும் டோலக்கும் வாசிப்பவர்கள் பின்தொடர்ந்தார்கள். சபூர், மசூமாவின் மணிக்கட்டைப் பிரித்து, வெள்ளை ரிப்பனால் அவளது உள்ளங்கையில் மருதாணியை கட்டிக்கொண்டிருந்தான். எல்லோரும் மணமக்களை வாழ்த்தித் தொழுகை நடத்திக் கொண்டிருந்தனர். பரிசுகள் கொடுக்கப்படுகின்றன. அவர்கள் இருவரும் தங்க ஜரிகை வைத்திருந்த திரைகளின் ஊடாக ஒருவரின் முகத்தை ஒருவர் பார்த்து ஷர்பத்தையும் மாலிடாவையும் ஊட்டிக்கொண்டிருக்கின்றனர்.

எல்லாவற்றுக்கும் மேலாக, நடப்பதை வேடிக்கை பார்க்க, கூட்டத்தில் ஒருத்தியாக பர்வானாவும் அங்கிருப்பாள். எல்லாமே மறந்து அவள் சிரிக்க எதிர்பார்க்கப்படுவாள். அவளின் இதயம் அப்போது எவ்வளவுதான் உடைந்து நொறுங்கிக் கொண்டிருந்தாலும் அவளிடம் கைதட்டலும் சந்தோஷ கேளிக்கைகளும் கோரப்படும்.

பெரும் காற்று ஒன்று மரத்தை ஆட்டிவிட்டுச் சென்றது, கிளைகளை அசைத்து, இலைகளைக் குலுக்கியபடி. பர்வானா பக்கத்திலிருந்த எதையோ பற்றித் தன்னை ஸ்திரப்படுத்தினாள்.

மசூமாவின் பேச்சு நின்றது. கீழுதட்டைக் கடித்தபடி புன்னகைத்துக் கொண்டிருந்தாள். *எப்படித் தெரியும் என்று கேட்டாய்தானே? சொல்கிறேன். இல்லை இல்லை. காட்டுகிறேன் இரு.*

பர்வானாவுக்கு மறுபுறமாக, தனது பைக்குள் கையைவிட்டு எதையோ எடுக்க மசூமா திரும்பினாள்.

அதற்குப் பிறகு நடந்த எதுவும் மசூமாவுக்குத் தெரியாது. மறுபுறமாக திரும்பித் தனது பைக்குள்அவள் எதையோ தேடிக் கொண்டிருக்க, பர்வானா அந்தக் கிளையின் மேல்தனது உள்ளங்கையை ஊன்றி, உடம்பை சற்றேத் தூக்கி, அழுத்தமாகக் குதித்து அமர்ந்தாள். அந்தக் கிளையை சிறு பூகம்பம் ஒன்று வெட்டியது. மசூமா அதிர்ச்சியில் நிலைகுலைந்தாள். கண்டபடி கைகளை ஆட்டிக் கொண்டாள். கிளைநுனியை நெருங்கினாள். பர்வானா அக்கணம் தனது ஒரு கை நகர்ந்ததை உணர்ந்தாள். அவள் செய்தது *தள்ளுதல்* என்ற கணக்கில் சேராது என்றாலும் அந்தச் சுருக்கமான கணத்தில் மசூமாவின் பின்புறத்தைப் பர்வானாவின் விரல்நகங்கள்தொட்டன; பின்னர் அவை நாசூக்காக மசூமாவின் பின்புறத்தை *நகர்த்தின*. அவள் மசூமாவின் துணியின் நுனியைத் பிடிக்கத் தாவியதற்கு முன்புவரை,

---

மாலிடா – கோதுமை மாவு, உலர் பழங்கள், நெய் கொண்டு செய்யப்படும் ஆப்கன் இனிப்பு வகை.

பீதியில் அவளின் பெயரை மசூமாவும், மசூமாவின் பெயரை அவளும் அதிர்ச்சியோடு கூவியதற்கு முன்புவரை, முடிந்தும் முடியாத ஒரு நொடிப்பொழுதே அது நீடித்தது. அவள் மசூமாவின் துணியைப் பற்றினாள். ஒருகணம் அவளால் காப்பாற்றியிருக்கக் கூடும் என்றுதான் தோன்றியது. ஆனால், அவள் பற்றிய துணி கிழிந்து, அவளின் பிடியிலிருந்து மசூமாவின் துணி வழுக்கியது.

மசூமா மரத்திலிருந்து விழுந்தாள். அந்த வீழ்ச்சிக்குக் கால எல்லையே இல்லை என்பதுபோல அது நீடித்தது. விழும் வழியில், மசூமாவின் வயிறு கிளைகளில் மோத, பறவைகள் அதிர்ந்து பறந்தன; இலைகள் உதிர்ந்தன. அவளின் உடல் சுற்றிச்சுருண்டு, குதித்து குதித்து, சிறு சிறு கிளைகளை உடைத்துக்கொண்டு விழுந்து கொண்டிருந்தது. ஒரு தடித்த கிளை, அந்த ஊஞ்சல் கட்டப்பட்டிருந்த கிளை, அவளின் அடிமுதுகை 'கடக்'கென உடைத்த சத்தத்தில் பர்வானாவின் காதுகூச, அதே வினாடி மசூமா பின்புறமாக மடங்கினாள், கிட்டத்தட்ட சரிபாதியாக.

சில நிமிடங்களுக்குப் பிறகு, அவளைச் சுற்றி ஒரு ஜனவட்டம் உருவாகியிருந்தது. நபியும், அந்தப் பெண்களின் அப்பாவும் மசூமாவைப் பார்த்து அழுதுகொண்டிருந்தனர். அவளை உலுக்கி எழுப்ப முயற்சித்துக் கொண்டிருந்தனர். முகங்கள் அவளைக் கீழே உன்னிப்பாகக் கவனித்தன. யாரோ ஒருவர் அவளின் கையைத் தூக்க, அது கெட்டியான விரல்களால் மூடப்பட்டிருந்தது. அவர்கள் மசூமாவின் விரல்களைப் பிரித்தபோது, அவள் உள்ளங்கையில் சரியாகப் பத்துச் சிறிய இலைகள் நசுங்கியிருந்தன.

***

மசூமா பேசிக்கொண்டிருக்க, அவளின் குரல் சன்னமாக நடுங்கிக் கொண்டிருக்கிறது, "நீ இப்போதே இதைச் செய்யவேண்டும். விடிந்த பிறகு பார்க்கலாம் என்று தள்ளிப்போட்டால் அவ்வளவுதான், எப்போதுமே உன்னால் முடியாது."

காய்ந்த புதர்களையும், இறந்த செடிகளையும் சேர்த்துப் பர்வானா மூட்டிய தீயினால் வந்த மங்கலான வெளிச்சத்திற்கு அப்பால், அவர்களைச் சுற்றி, முடிவில்லாத பரந்த மணற்பரப்புகளும் மலைகளும் நிராதரவாக விடப்பட்டிருக்கின்றன; இருளால் விழுங்கப்பட்டிருக்கின்றன. இரண்டு நாட்களாக அவர்கள் கரடுமுரடான பாதைகளில், காபூலை நோக்கிப் பயணித்திருந்தனர்.

மசூமா கழுதையின்மேல் கட்டப்பட்டு பர்வானாவின் கைகளைப் பிடித்துச் சவாரி செய்ய, பர்வானா கூடவே நடந்து வந்துகொண்டிருந்தாள். வளைந்து, நெளிந்து, முன்னும் பின்னும் ஏற்ற இறக்கத்தோடு தயவுதாட்சண்யமில்லாத அந்தப் பாதை அவர்களைப் பாறைகளின் இண்டு இடுக்குகளில் அழைத்துப் போயிருந்தது. அவர்களின் பாதம்பட்ட பூமியெங்கும் களைகள் துருப்பிடித்த மாதிரிக் காய்ந்துபோயிருந்தன, நிலத்தின் சிலந்தி-வலை போன்ற விரிசல்களால் தடுக்கப்பட்டிருந்தன.

தீயின் அந்தப் பக்கமாகக் கிடைமட்டப் போர்வைமேடு போலப் படுத்திருக்கும் மசூமாவைப் பார்த்துக் கொண்டே, இப்போது அந்த நெருப்புக்கு அருகில் பர்வானா நிற்கிறாள்.

"காபூலுக்குப் போகலாம் என்றுதானே கூட்டிவந்தாய்?" பர்வானா கேட்கிறாள்.

"ஓ! நீ என்னைவிட புத்திசாலி இல்லை போல, யோசி."

பர்வானா சொல்கிறாள், "எப்படி உன்னால் இதைக் கேட்க முடிகிறது?"

"ரொம்பச் சலித்துவிட்டது பர்வானா. நான் வாழ்வதெல்லாம் ஒரு வாழ்க்கையா. நான் இருப்பது நம் இருவருக்குமே மிகப்பெரிய தண்டனை."

"பேசாமல் வந்தவழியே இருவரும் சென்றுவிடலாமா." பர்வானா யோசனை சொல்கிறாள், அவளது தொண்டை அடைக்க ஆரம்பிக்கிறது. "உன்னை விட்டுப் போகமுடியாது மசூமா. என்னால் நிச்சயம் முடியாது."

"நீ போகவில்லை." மசூமா இப்போது அழுகிறாள். "நான்தான் உன்னை விட்டுப் போகிறேன். உன்னை விடுதலை செய்யப்போகிறேன் பர்வானா."

பல வருடங்களுக்கு முன் வந்த ஓர் இரவுப்பொழுதை பர்வானா நினைக்கிறாள். மசூமா ஊஞ்சலாட, அவள் தள்ளுகிறாள். ஒவ்வொரு முறை ஊஞ்சல் உச்சிக்குச் செல்லும்போதும், மசூமா தனது கால்களை இரட்டைக் கோடு போல முன் நீட்டி, தலையை முழுதுமாகப் பின்னால் சாய்த்திருந்தாள், இதோ இப்போது படுத்திருக்கிறாளே இதே மாதிரி. பர்வானா பார்த்த சமயத்தில், மசூமாவின் கூந்தல், கொடியில் காயும் துணியைப் போல

காற்றில் செங்குத்தாக ஆடி அசைந்திருந்தது. இருவரும் சேர்ந்து சோளப்பதர்களை முறுக்கிச் சிறு சிறு பொம்மைகளாய் ஆக்கியது பர்வானாவின் நினைவுகளைக் குத்தியது, கந்தல் துணிகளின் கிழிசல்களிலிருந்து அந்தப் பொம்மைகளுக்குப் புதுப்புதுவிதமான திருமண உடைகளை அணிவித்ததும் கூட.

“ஒன்று மட்டும் சொல்லு, பர்வானா.”

தன் பார்வையைத் திரைக்கும் கண்ணீர்த் துளிகளைப் பர்வானா இப்போது கண்சிமிட்டி விலக்குகிறாள். புறக்கையினால் மூக்கைத் தள்ளி உறிஞ்சுகிறாள்.

“அவன் மகன் அப்துல்லா. அப்புறம் அந்தப் பெண். பரி. அவர்களை உன் சொந்தப் பிள்ளைகளாகவே நினைத்து கவனித்துக் கொள்ளமுடியுமா உன்னால்?”

“மசூமா.”

“முடியுமா உன்னால்?”

“கண்டிப்பாக முயற்சிக்கிறேன்,” பர்வானா சொல்கிறாள்.

“நல்லது. சபூரைத் திருமணம் செய்துகொள். அவன் பிள்ளைகளை அன்பாகக் கவனி. உன் பிள்ளைகளையும் சேர்த்து.”

“அவன் விரும்பியது உன்னைத்தான் மசூமா. என்னை இல்லை.”

“உன்னையும்கூட அவன் விரும்புவான். கொஞ்சம் பொறு.”

“எல்லாம் என்னால்தான்,” பர்வானா சொல்கிறாள். “எல்லாத் தப்பும் என்னுடையது. எல்லாமே!”

“நீ பேசுவது எனக்குப் புரியவில்லை. புரிந்துகொள்ள விருப்பமும் இல்லை. என்னுடைய விருப்பமெல்லாம் இப்போது இது மட்டும்தான். ஷாத்பாகில் எல்லோருமே புரிந்துகொள்வார்கள், பர்வானா. இந்நேரம் முல்லா ஷெகிப் சொல்லியிருப்பார். அவருடைய முழு ஆசீர்வாதத்தோடுதான் நான் இதைச் செய்கிறேன் என்று எல்லோரிடமும் சொல்லியிருப்பார்.”

பர்வானா கருத்த வானத்தை நோக்கி தலையைப் பின் சாய்க்கிறாள்.

“சந்தோஷமாய் இரு பர்வானா. தயவு செய்து சந்தோஷமாய் இரு. எனக்காக இதைச் செய்.”

அவளிடம் எல்லாமே சொல்லிவிடும் துடிப்பின் விளிம்பில் தவிப்பதாகப் பர்வானா உணருகிறாள். ஆனால் அந்த நுனியிலிருந்து அவளை நகர்த்திவிடும் கை, அத்தனை பெரிய நிலப்பரப்பில் எங்குமே தட்டுப்படவில்லை. மசூமாவிடம் சொல்லிவிடத்தான் நினைக்கிறாள் - அவள் எவ்வளவு தவறானவள் என்று, ஒரே சூலில் இணைந்தே கருவானாலும் தன் சகோதரியை எவ்வளவு குறைவாகப் புரிந்துகொள்கிறாள் என்று, எப்படி இத்தனை ஆண்டுகளாக அவளுடைய வாழ்க்கை, ஒரு நீண்ட, வார்த்தைகளற்ற மன்னிப்பின் நீட்சியாக இருக்கிறது என்று. ஆனால் என்ன பிரயோஜனம்? இப்போதும் அவளது தனிப்பட்ட சுயநலத்துக்காக மசூமாவையே மீண்டும் விலைபேச வேண்டியிருக்கிறது. பர்வானா தான் சொல்லவந்த வார்த்தைகளைக் கடித்து விழுங்குகிறாள். வேண்டாம், ஏற்கனவே போதும் போதும் என்ற அளவுக்கு அவளைக் காயப்படுத்தியாகிவிட்டது.

"நான் ஹூக்கா குடிக்க வேண்டும், இப்போது." மசூமா சொல்கிறாள்.

பர்வானா எதிர்க்க எத்தனிக்கிறாள், ஆனால் மசூமா அதை வெட்டுகிறாள். "நேரமாகிவிட்டது," என்கிறாள், இம்முறை கடுமையாக. மிகவும் தீர்க்கமாக.

பர்வானா கழுதைச் சேணத்தில் தொங்கிய ஹூக்காவை எடுத்து வருகிறாள். ஹூக்காத் தொட்டியில் தண்ணீர் நிரப்புகிறாள். நடுங்கும் கைகளால், இரண்டு தீக்குச்சி முனையளவு அபின் துணுக்குகளைப் புகையிலையில் கலந்து ஹூக்காக் கிண்ணத்தில் கொட்டுகிறாள், வழக்கமாகச் செய்வதைப் போல.

"இன்னும்," மசூமா சொல்கிறாள். "இன்னும் நிறையப் போடு."

மூக்கை உறிஞ்சிக்கொண்டே, அவளின் கன்னங்கள் ஈரமாக, பர்வானா இன்னொரு சிட்டிகையைச் சேர்க்கிறாள், பிறகு இன்னொன்று, பிறகு இன்னும் கொஞ்சம், இன்னும், இன்னும். உலோகத் தகட்டின் கரியைக் கொளுத்தித் தனது சகோதரியிடம் தருகிறாள். இல்லை இல்லை. தன் சகோதரியின் பக்கத்தில் வைக்கிறாள்.

"ம்." மசூமா பேசுகிறாள், அவளின் கன்னங்களை நெருப்பின் ஜுவாலைகள் மஞ்சள் நிறத்தில் பளபளப்பாக்குகின்றன, அவளின் கண்களையும் சேர்த்து. "என் மீது உனக்கு உண்மையாகவே அன்பு இருந்தால், நீ என் உண்மையான சகோதரி என்றால், உடனே கிளம்பு

பர்வானா. முத்தம் வேண்டாம், கண்ணீர் வேண்டாம். கிளம்பு. என்னை கெஞ்ச வைக்காதே."

பர்வானா எதையோ சொல்லத் தொடங்குகிறாள், ஆனால் மகூமா வேதனை மிக்க ஓர் ஒலியை வெளிவிட்டுத் தன் தலையைத் திருப்பிக்கொள்கிறாள்.

பர்வானா மிகமெதுவாக எழுகிறாள். கழுதையிடம் சென்று சேணத்தை இறுக்குகிறாள். கயிறைப் பற்றி அதை இழுக்கிறாள். திடுக்கென அவளுக்குத் தோன்றுகிறது, மகூமா இல்லாத வாழ்க்கையை அவளால் தொடர முடியுமா? அவளுக்குத் தெரியும், நிச்சயம் அது முடியாது. மகூமாவைவிட அவள் இல்லாத வெறுமை அதிகமான வேதனையைக் கொடுத்துவிட்டால் என்ன செய்வது? ஒவ்வொரு நாளும், மகூமா விட்டுச்செல்லும் வெற்றிடத்தில் விழாமல் கவனமுடன் நடக்க எப்படி அவள் கற்றுக்கொள்ளப் போகிறாள்?

தயவு செய்து போ, மகூமா நினைப்பது அவளுக்குக் கிட்டத்தட்டக் கேட்டுவிடுகிறது.

பர்வானா கயிறை இழுத்து, கழுதையைத் திருப்புகிறாள். நடக்கத் தொடங்குகிறாள்.

அவள் திரும்பிப் பார்க்கவில்லை.

இரவுக் காற்று அவள் முகத்தில் அடிக்க, இருளைக் கிழித்துக்கொண்டு அவள் நடக்கிறாள். அவளின் தலை குனிந்திருக்கிறது. ஒரே ஒருமுறை அவள் திரும்பிப் பார்க்கிறாள், அதுவும் கொஞ்ச நேரம் கழித்து. சில நொடிகள் தயங்கி நிற்கிறாள். ஈரமான பார்வையின் வழியே, அவள் மூட்டிய நெருப்பு, மங்கலாக, ஒரு குட்டி மஞ்சள் நிறத்திட்டுபோலத் தெரிகிறது. இருட்டில், அவளின் உடன்பிறந்தவள், நெருப்புக்கு அருகில் தனியாகப் படுத்திருக்கும் காட்சி கற்பனையாக அவள் கண்களை உறுத்துகிறது. சீக்கிரமே அந்த நெருப்பு செத்துவிடும், மகூமாவுக்கு குளிரடிக்கத் தொடங்கிவிடும். உடனே திரும்பிச் சென்று, கம்பளியால் அவளுக்குப் போர்த்திவிட்டு, தானும் அதற்குள் வழுக்கிப் படுக்க வேண்டும் என்றுதான் அவளின் உள்ளுணர்வு துடிக்கிறது.

ஆனால் பர்வானாவின் நடை, விட்ட இடத்திலிருந்து மீண்டும் தொடர்கிறது.

அப்போது, அவளுக்கு அது கேட்கிறது. வெகு தூரத்தில், வாயைப் பொத்தி அழுகிற ஓர் ஓலச்சத்தம். பர்வானா நிற்கிறாள். தலையைச் சாய்த்து உன்னிக்கும்போது, மீண்டும் அது கேட்கிறது. அவளது நெஞ்சுக்கூட்டில் இதயம் வந்து வந்து மோதத் தொடங்குகிறது. ஒருவேளை மசூமாதான் மனம் மாறி அவளைக் கூப்பிடுகிறாளோ, பர்வானா அஞ்சுகிறாள். அல்லது ஓநாயோ, நரியோ எங்கோ இருட்டில் ஊளையிடும் சத்தமாகக்கூட இருக்கலாம். பர்வானாவால் சரியாகச் சொல்ல முடியவில்லை. பாறை இடைவெளியில் காற்றடிக்கும் சத்தம் கூடச் சில நேரங்களில் அப்படிக் கேட்கும் என்று நினைக்கிறாள்.

என்னை விட்டுப் போய்விடாதே, பர்வானா. திரும்பி வா.

உண்மையைத் தெரிந்துகொள்ள ஒரேவழி, வந்தவழியே திரும்பிச் சென்று பார்ப்பது மட்டும்தான். அதைத்தான் பர்வானா இப்போது செய்யத் துணிகிறாள். மசூமாவின் திசையை நோக்கி சில அடிகள் எடுத்துவைக்கிறாள். பின், நிற்கிறாள். மசூமா சொன்னது சரிதான். இப்போதுஅங்கே திரும்பிச் சென்றாள், அவளைப் பிரிகிற திராணி நிச்சயம் இன்னொரு முறை அவளுக்கு இருக்காது. சதாகாலமும் நிலைத்துவிடுவாள். இதுதான் அவளுக்குக் கிடைத்திருக்கிற ஒரே வாய்ப்பு.

பர்வானா தன் கண்களை மூடிக்கொள்கிறாள். காற்று, தலையைச் சுற்றியிருக்கும் சால்வையால் அவளின் முகத்தை மொத்துகிறது.

யாருக்கும் தெரிய வேண்டியதில்லை. யாருக்கும் தெரியப் போவதுமில்லை. அது அவளின் ரகசியம், அந்த மலைகளுடன் மட்டுமே அவள் பகிர்ந்து கொண்ட ரகசியம். இப்போது முன்னிருக்கும் கேள்வி, அந்த ரகசியத்தைச் சுமந்து அவளால் வாழமுடியமா என்பதே. விடை தனக்குத் தெரியுமென்று பர்வானா நினைக்கிறாள். வாழ்நாள் முழுவதும் ரகசியங்களோடே வாழ்ந்தவள் அல்லவா அவள்.

தூரத்தில், அந்த ஓலச்சத்தம் மீண்டும் அவளுக்குக் கேட்கிறது.

எல்லோருக்கும் உன்னைத்தான் பிடித்தது, மசூமா.

என்னை யாருக்குமே பிடித்ததில்லை.

ஏன் மசூமா? ஏன்? நான் என்ன பாவம் செய்தேன்?

பர்வானா அந்த இருட்டிலியே அசைவின்றி நிற்கிறாள், நீண்ட நேரமாக.

இறுதியில், அவள் ஒரு முடிவுடன் திரும்புகிறாள். தலையைக் கவிழ்த்துக்கொண்டே அவள் பார்க்காத ஒரு விடியலை நோக்கி மீண்டும் நடக்கிறாள். அதற்குப் பிறகு, மசூமாவின் பக்கம் அவள் திரும்பிப் பார்க்கவேயில்லை. அவளுக்குத் தெரியும், அப்படித் திரும்பிப் பார்த்தால் அவள் தளர்ந்துவிடுவாள் என்று. இருக்கிற கொஞ்சநஞ்ச மனஉறுதியையும் இழந்துவிடுவாள் என்று. ஏனெனில் அங்கே ஒரு பழைய மிதிவண்டி கல்லிலும் மண்ணிலும் குதித்துக் கொண்டு, இறக்கத்தில் வேகமெடுத்து ஓடிவரும். அதன் உலோகங்கள் அவர்கள் இருவரின் பின்பக்கத்தையும் பதம்பார்க்கும். அதன் ஒவ்வொரு சறுக்கத்திலும் தூசு பறக்கும். மசூமா மிதிகட்டையை மிதிக்க, பர்வானா முன்கம்பியில் அமர்ந்திருப்பாள். அந்த மிதிவண்டிக்கு வளைவிலும், பள்ளத்திலும் வேகமான முழு உந்தத்தைத் தருவது பர்வானாவின் எடைதான். எவ்வளவு வேகம் சென்றாலும் பர்வானாவுக்கு பயமில்லை. மசூமா அவளை கீழே விழ அனுமதிக்கமாட்டாள் என்று அவளுக்குத் தெரியும். அவளுக்கு அடிபட விடமாட்டாள். மொத்த உலகமே அந்தச் சக்கரங்களில் விர்ரென்ற சிலிர்ப்புடன் சுற்றுகிறது. காற்று அவர்களின் காதுகளில் ஊவென்ற அலறலுடன் கூவ, பர்வானா தன் தோள்களிருந்து திரும்பி மசூமாவைப் பார்க்க, அவளும் பர்வானாவைப் பார்க்கிறாள். இருவரும் ஒன்றாகச் சத்தம் போட்டுச் சிரிக்க, தெருநாய்கள் மிதிவண்டியைத் துரத்துகின்றன.

பர்வானா தனது புதுவாழ்வை நோக்கி முன்னேறுகிறாள். தாயின் கருவறைபோல அவளை இருள் சூழ்ந்திருக்க, நடந்துகொண்டே இருக்கிறாள். இருள் விலகும் நேரம், கீழ்வானத்தின் சிவந்த வெளிச்சம் கற்பாளம் ஒன்றைத் தாக்கும் அந்த நொடியில், விடியலின் மந்தாரத்தை அவள் நிமிர்ந்து பார்க்கும் அந்தக் கணத்தில், அவள் புதிதாகப் பிறக்கிறாள்.

நான்கு

மிக உயர்ந்த, கருணையுள்ளம் கொண்ட தயாபரனான அல்லாவின் பெயரால்,

நீங்கள் இந்தக் கடிதத்தைப் படிக்கும்போது நான் இருக்கமாட்டேனென்று எனக்குத் தெரியும், மார்கோஸ் சார். உங்களிடம் இதைக் கொடுக்கும்போதே சொல்லிவிட்டுத்தான் கொடுத்தேன், தயவுசெய்து நான் போனதுக்கு பிறகே இதைப் படிக்கவேண்டுமென்று. இப்போது சொல்கிறேன், மார்கோஸ் சார், இந்த ஏழு வருடமாக உங்களைப் பார்த்துப் பேசிப் பழகி, உங்களின் நட்பு கிடைத்ததற்கு நான் மிக மிக மகிழ்ச்சியடைகிறேன். இதை எழுதிக்கொண்டிருக்கும்போதே, நாம் வருடா வருடம் ஒரு சடங்கு மாதிரி தக்காளிச் செடிகளை நடுவோமே அது, நீங்கள் என்னுடைய சிறிய குடியிருப்புக்குத் தினமும் காலையில் வந்து டீ குடித்துவிட்டுப் போவீர்களே அது, அப்புறம் என்னிடம் பார்ஸி கற்றுக்கொண்டு உங்களின் ஆங்கிலத்தை எனக்குக் கற்றுக்கொடுத்தீர்களே அதையெல்லாம் ஆசையோடு நினைத்துப் பார்க்கிறேன், மார்கோஸ் சார். உங்களின் நட்புக்கும், அக்கறைக்கும், இந்த நாட்டுக்காக நீங்கள் செய்கிற சேவைகளுக்கெல்லாம் மிகவும் நன்றி சொல்லக் கடமைப்பட்டிருக்கிறேன். உங்களோடு வேலை செய்கிற எல்லோருக்கும் என் சார்பாக நன்றி சொல்வீர்கள் என்று நம்புகிறேன், முக்கியமாக என் தோழி, அம்ரா அடெமோவிச். அவர்களுக்குத்தான் எவ்வளவு பரந்த மனம், பரிவுணர்ச்சி. அவர்களுடைய தைரியமான, அன்பான மகள் ரோஷிக்கும் என்னுடைய நன்றி.

நான் இதைக் கண்டிப்பாக உங்களிடம் சொல்லியே ஆக வேண்டும், மார்கோஸ் சார். நான் இந்தக் கடிதத்தை உங்களுக்காக

மட்டும் எழுதவில்லை, இன்னொருவருக்காகவும் சேர்த்தே எழுதியிருக்கேன். இதை அவர்களிடம் எப்படியாவது கொண்டுபோய் சேர்த்துவிடுவீர்களென்று மிகவும் நம்புகிறேன். அவர் யாரென்று பிறகு சொல்கிறேன். மன்னிக்க வேண்டும் மார்கோஸ் சார், உங்களுக்கு ஏற்கனவே தெரிந்த சில விஷயங்களைக் கூட இதில் நான் மீண்டும் எழுதியிருக்கலாம். ஆனால் அவருடைய நன்மைக்காக, தேவைக்காக, அந்த விஷயங்களையெல்லாம் நான் மறுபடியும் சேர்க்க வேண்டியதாகிவிட்டது. இந்தக் கடிதம், ஓர் ஒப்புதல் வாக்குமூலம் மட்டும் இல்லையென்று இதைப் படிக்கும்போது நீங்களே உணர்வீர்கள் மார்கோஸ் சார், பாவமன்னிப்பும் கூட இதில் கலந்திருக்கிறது. ஆனால், மன்னிப்புக்காக மட்டுமே இதை நான் எழுதவில்லை, சில நடைமுறை விஷயங்களுக்காகவும் தானென்று உங்களுக்குப் போகப்போகப் புரியும். அதற்காக, உங்களின் உதவியை வேண்டுவதைத் தவிர எனக்கு வேறு வழி தெரியவில்லை, மார்கோஸ் சார்.

எங்கிருந்து இந்தக் கதையைத் தொடங்குவதென என் எண்ணத்தில் நீண்டகாலமாகச் சிந்தனை ஓடிக்கொண்டிருந்தது, மார்கோஸ் சார். நிச்சயமாக எண்பதுகளின் பாதியைக் கடந்த ஒரு மனிதனுக்கு இந்த வேலை அவ்வளவு சுலபமில்லை, மார்கோஸ் சார். மிகக் கஷ்டம். என்னுடைய துல்லியமான வயது எனக்கே ஒரு புதிர், என் தலைமுறை ஆஃப்கன்கள் பலருடைய நிலைமையும் இதுதான். ஆனால் என்னுடைய யூகம் சரியென்று கண்டிப்பாக என்னால் சொல்ல முடியும், காரணம், என் நண்பன் (பின்னாளில் என் மச்சான்), சபூருடன் நான் கைப்பிடிச் சண்டை போட்டுக்கொண்டிருந்த நாள் எனக்கு இன்றும் தெளிவாக ஞாபகம் இருக்கிறது. அன்றுதான் மன்னர் நாதிர் ஷா யாராலோ சுடப்பட்டு இறந்துவிட்டதாகவும், அவருடைய மகன் ஜாஹிர் அரியணை ஏறிவிட்டதாகவும் நாங்கள் கேள்விப்பட்டோம். அது 1933. அங்கிருந்து தொடங்கலாம் என நினைக்கிறேன். இல்லையென்றால் வேறொரு இடத்திலிருந்தா. ஓடுகிற ரயில் மாதிரிதான் கதையும்: நீங்கள் எங்கிருந்து ஏறினாலும் சரி, இப்போதோ அப்போதோ, சேரவேண்டிய இடத்துக்குக் கட்டாயம் போய்ச் சேர்ந்துதான் தீர வேண்டும். ஆனால், இந்தக் கதை எதில் முடியப்போகிறதோ அதிலிருந்துதான் தொடங்க வேண்டுமென்று நினைக்கிறேன். ஆமாம், இந்தக் கதையை நான் திருமதி. வஹ்தாதியிடமிருந்து ஆரம்பிப்பதுதான் சரியாக இருக்கும் – நீலா வஹ்தாதி.

***

நான் திருமதி. வஹ்தாதியை 1949ல் சந்தித்தேன். அது அவர் திரு.வஹ்தாதியைத் திருமணம் செய்த வருடம். 1946ல், என் சொந்த ஊரான ஷாத்பாகிலிருந்து காபூலுக்கு வந்து, ஏற்கனவே திரு. சுலைமான் வஹ்தாதியிடம் இரண்டு வருடமாக வேலை பார்த்துக்கொண்டிருந்தேன் - அதற்கும் முன்னால் ஒரு வருடமாக, அதே பகுதியிலிருந்த வேறொரு வீட்டில் வேலை பார்த்தேன். நான் ஷாத்பாகை விட்டு ஓடி வந்ததற்கான சந்தர்ப்ப சூழ்நிலைகளை அவ்வளவு பெருமையாக வெளியில் சொல்லிக்கொள்ள முடியாது, மார்கோஸ் சார். கிராமத்தில் என் தங்கைகளுடன் - அதில் ஒருத்தி படுத்தபடுக்கையாக இருந்த முடம் - நான் வாழ்ந்த கஷ்டமான வாழ்க்கையே என்னுடைய கழுத்தைப் பிடித்து இறுக்கியதென்று வெளிப்படையாகச் சொன்னால், இதையே என்னுடைய முதல் ஒப்புதலாக நீங்கள் எடுத்துக்கொள்ளலாம். என்மேல் தப்பேயில்லாத அப்பாவியென்று என்னை நான் சொல்லிக்கொள்ள விரும்பவில்லை, மார்கோஸ் சார், ஆனால் அப்போது நான் ஒரு வாலிபன், மனது முழுக்கக் கனவுகளோடும் கற்பனைகளோடும், அந்தக் கனவுகள் எவ்வளவுதான் எளிமையாக, சிறியதாக இருந்தாலும் அதெல்லாம் ஈடேறாமல், என் இளமை வீணாக வடிந்துகொண்டிருந்ததைப் பார்த்தேன். என்னுடைய ஆகாயக் கனவெல்லாம் ஒவ்வொரு இறகாகப் பிய்ந்துகொண்டிருந்தது, மார்கோஸ் சார். அதனால்தான் வெளியே வந்துவிட்டேன். என் குடும்பத்துக்குப் பணம் சேர்க்கவும், என் தங்கைகளுக்கு வாழ வழிசெய்யவும் காபூலுக்கு வந்தேன். சத்தியமாக, அதுவும் உண்மைதான். கூடவே, ஷாத்பாக் வாழ்க்கையை விட்டு எப்படியாவது தப்பிக்க வேண்டுமென்றும்.

நான் திரு. வஹ்தாதியின் முழுநேர ஊழியன். அதனால் அவருடைய வீட்டிலேயே முழுநேரமும் தங்கினேன். அந்தக் காலத்தில் நம் வீடு, 2002ல் நீங்கள் வந்தபோது பார்த்தீர்களே அந்தப் பரிதாபமான நிலையில் கொஞ்சம் கூட இல்லை, மார்கோஸ் சார். அப்போது நம் வீட்டுக்கென்று ஓர் அழகு இருந்தது; ஒரு கம்பீரம்; ஒரு மகிமை. வைரத்தைப் பொதித்துவைத்து இழைத்துவிட்டார்களோ என அசத்துகிற அளவுக்கு நம் வீடு வெள்ளைநிறத்தில் பளபளப்பாக மின்னியது, மார்கோஸ் சார். வெளிவாசல் இரும்புக்கதவைத் திறந்து உள்ளே நுழைந்தால் அகலமான ஓடுபாதை தார்சாலை மாதிரிப் போகும். உள்ளே நுழைந்ததும், ஓர் உயரமான மேற்கூரை கொண்ட முற்றம் உங்களை வரவேற்கும். தூணில் பாதி உயரத்துக்கு நின்றுகொண்டிருந்த பீங்கான் பூந்தொட்டி, வாதுமை மரத்தால்

இழைத்து சட்டகம் போட்ட வட்டக் கண்ணாடி - சரியாகச் சொல்ல வேண்டுமென்றால் உங்களது சிறுவயது தோழியின் கைவினை புகைப்படக்கருவியால் கடற்கரையில் எடுத்த அந்தப் புகைப்படத்தை நீங்கள் எங்கே தொங்கவிட்டிருந்தீர்களோ அங்கே - மாட்டிவைக்கப்பட்டிருந்தது. மினுமினுப்பான பளிங்குக்கல் தரை போட்ட வரவேற்பறையில் ஒரு பாதி சிகப்புநிற துருக்கி நாட்டுக் கம்பளத்தால் போர்த்தப்பட்டிருந்தது. இப்போது அந்தக் கம்பளம் போய்விட்டது - தோல்-ஆடை மஞ்சம், கைவினை குறுமேஜை, அந்த வைடூரிய சதுரங்கப் பலகை, சீமைநூக்குமர அலமாரி இதெல்லாம் போன மாதிரியே. முன்னேயிருந்த கம்பீரமான மரச்சாமான்களில் ஒருசில மட்டும்தான் இப்போது தப்பிப்பிழைத்திருக்கின்றன, அதுவும் கூட முன்னேயிருந்த நிலையில் இப்போதில்லை.

தரையில் கல்லோடு பதித்த அந்தச் சமையலறையில் முதல்முறையாக நுழைந்த கணத்தில் நான் வாயைப்பிளந்தேன். என்னுடைய கிராமமான ஷாத்பாகில் இருக்கும் எல்லா வீடுகளுக்கும் சேர்த்து மொத்தமாகச் சமைக்கும் அளவுக்குப் பெரிதாக அந்தச் சமையலறையைக் கட்டியிருந்தார்கள் என்று நினைத்தேன். எனக்கு அங்கே ஆறு-காந்தல் எரிவாயு அடுப்பு, ஒரு பெரிய குளிர்சாதனப்பெட்டி, ஒரு சுடுவான் இருந்தன. அப்புறம் நான் ஆளுவதற்காக ஏகப்பட்ட பாத்திரங்கள், கடாய்கள், கத்திகள், சாமான்கள் கொட்டிக் கிடந்தன. மொத்தம் அங்கேயிருந்த நான்கு கழிவறைகளிலும் நுணுக்கமான வேலைப்பாடுகள் கொண்ட பளிங்குக்கற்கள், பீங்கான் கழுவுந்தொட்டிகள் பதித்து வைக்கப்பட்டிருந்தன. மாடியில் உங்களின் கழிவறையில் சதுரமாக இருக்கும் துவாரங்களைக் கவனித்திருக்கீறீர்களா, மார்கோஸ் சார்? அங்கேயெல்லாம் அந்தக் காலத்தில் வைடூரியங்கள் பதிந்திருந்தன.

பிறகு அந்தக் கொல்லைப்புறம். நீங்கள் ஒருநாள் மாடியில் இருக்கும் உங்களின் பணியறையில் உட்கார்ந்து, கீழே தோட்டத்தைப் பார்ப்பது மாதிரி கற்பனை செய்துகொள்ளுங்கள், மார்கோஸ் சார். பிறைநிலாக் கூரை மூடியிருந்த தாழ்வாரத்துக்கு இரு பக்கமும் வேலி போட்ட மாதிரி நின்றுகொண்டிருந்த இரும்புக் கைப்பிடிகளைச் சுற்றிப் பச்சைநிறச் செடிகொடிகள் மூடியிருக்கும். புல்வெளி அந்நாட்களில் பச்சைப்பசேலென்று வனப்பாக இருந்தது. அதற்கு நடுநடுவே பூப்படுக்கை மாதிரி மல்லிகை, ரோஜா, சிகப்புநிற காட்டுப் பூச்செடி, காட்டுச்செண்பகம் நட்டிருந்தோம். இரண்டு வரிசையில் பழமரங்களும் வளர்ந்திருந்தன. ஒரு மனிதன்,

அங்கேயிருந்த சேலாப்பழமரத்தடியில் படுத்து, கண்களை மூடி, இலைகளுக்கு நடுவே பிழிந்துவருகிற அந்தத் தென்றல் ஓசையை ஒருமுறை கேட்டால் போதும், இந்த பூமியில் வாழ அதைவிடச் சிறப்பான இடம் வேறு இருக்காதென்று நினைப்பான்.

அந்தக் கொல்லைப்புறத்துக்குப் பின்பக்கமாகத்தான் என்னுடைய குடியிருப்பு இருந்தது. ஜன்னல் வைத்து, சுத்தமான சுவர்கள் வெள்ளை வண்ணம் பூசி, கல்யாணமாகாத ஓர் ஆளுக்குத் தேவையான எளிய வசதிகள் எல்லாவற்றுக்கும் போதுமான இடத்தை அது கொடுத்தது. ஒரு கட்டில்-மெத்தை, ஒரு மேஜை-நாற்காலி, அப்புறம் ஐந்து வேளையும் என்னுடைய தொழுகை விரிப்பைப் பரப்பித் தினமும் தொழுகை செய்யுமளவுக்குப் போதுமான இடம் வைத்திருந்தேன். அந்நாட்களில் எனக்கு அந்தக் குடியிருப்பு வசதியாக இருந்தது, மார்கோஸ் சார். இப்போதும் கூட வசதியாகத்தான் இருக்கிறது.

திரு. வஹ்தாதிக்கு நான் சமையல் செய்தேன், அது முதலில் காலம்சென்ற என் அம்மாவிடமிருந்தும் அதற்கடுத்து வேறொரு வீட்டில் வயதான உஸ்பெக் சமையல்காரரிடம் ஒரு வருடம் உதவியாளனாக வேலை பார்த்ததிலிருந்தும் பழகிய திறமை. கூடவே, மிக சந்தோஷமாக, திரு.வஹ்தாதியுடைய காரோட்டியாகவும் வேலை பார்த்தேன். அவர் 1940களின் நடுமத்தியில் வாங்கிய ஒரு செவ்ரோலே கார் வைத்திருந்தார். நீலநிறத்தில், வெளுத்த பழுப்புநிறக் கூரை போட்டு மூடி, இருக்கைகளுக்கும் பொருத்தமான அதே நீலநிற உறையைப் போர்த்தி, பளபளவென்று வெள்ளிநிறச் சக்கரத்துடன் கூடிய, அழகான அந்தக் காரை நாங்கள் எங்கே கொண்டு போனாலும் நிறையப்பேர் எங்களைப் பொறாமையாகப் பார்ப்பார்கள். அவர் என்னை ஓட்ட அனுமதித்தார், காரணம் நான் பொறுமையாகவும் திறமையாகவும் வண்டியை ஓட்டுவேனென்று பலமுறை நிரூபித்தது ஒரு பக்கம் இருந்தாலும், கார் ஓட்ட விரும்பாத அபூர்வமான ஆண்களில் அவரும் ஒருவர்.

நான் ஒரு சிறந்த வேலைக்காரனென்று சொன்னால், எனக்கு நானே பெருமையடித்துக்கொள்வதாகத் தயவு செய்து நினைக்காதீர்கள், மார்கோஸ் சார். சில விஷயங்களை மிக உன்னிப்பாகக் கவனித்ததிலிருந்து திரு. வஹ்தாதியுடைய விருப்பு வெறுப்புகள், அவருடைய வித்தியாசமான போக்கு, அவருடைய எரிச்சலுக்கான காரணங்கள் அனைத்தையும் நான் தெரிந்துகொண்டேன்.

அவருடைய பழக்கவழக்கம், சம்பிரதாயம் எல்லாம் அத்துப்படி. உதாரணமாக, ஒவ்வொரு நாள் காலையிலும், காலை உணவு முடித்து சிறிதுநேரம் காலாறப்போக அவர் விரும்பினார். இருந்தாலும், தனியாகச் செல்ல அவருக்குப் பிடிக்காது, ஆக நானும் அவரோடு துணைக்கு வர எதிர்பார்க்கப்பட்டேன். அவருடைய விருப்பத்துக்கு இணங்கிக் கூடவே நடந்தேன். இருந்தாலும் அங்கே எனது இருத்தல் எதற்கென்றே எனக்குத் தெரியவில்லை. நடக்கும்போது எப்போதாவதுதான் என்னிடம் பேசினார், அதுவும் ஓரிரு வார்த்தை, அவ்வளவுதான், பிறகு அவருடைய சொந்த யோசனைகளில் தொலைந்து போய்க்கொண்டிருந்தார். கைகளைப் பின்னால் கட்டி, கடந்து போகிறவர்களைப் பார்த்து மெல்ல தலையசைத்து, அவருடைய பளபளப்பான தோல் காலணிகள் டக் டக் டக்கென்று நடைபாதையில் தாளம்போட சுறுசுறுப்பாக நடந்தார். அவரின் நீண்ட கால்கள் எடுத்து வைத்த அடிகளுக்குச் சமமாக என்னால் நடக்க முடியாததால், அவரைவிடப் பின்தங்கி, சில சமயம் ஓடிப்போய்தான் அவரைப் பிடிக்க முடிந்தது. நாளின் மீதி நேரமெல்லாம், திரு. வஹ்தாதி மாடியிலிருக்கும் அவரின் படிப்பறைக்குள்ளேயே ஒதுங்கிக் கிடந்தார், படித்துக்கொண்டோ இல்லையென்றால் தனக்குத்தானே சதுரங்கம் ஆடிக்கொண்டோ. படம் வரைவதென்றால் அவருக்கு உயிர் - அவரின் ஓவியத் திறமையைப் பற்றி, குறைந்தபட்சம் அப்போது வரை என்னால் உறுதியாகச் சொல்ல முடியவில்லையென்றாலும் (காரணம் அவருடைய படங்களை என்னிடம் காட்டவே மாட்டார்) - மாடியில் படிப்பறையின் ஜன்னலோரமாகவோ, அதைவிட்டால் தாழ்வாரத்திலோ, தீவிர கவனத்துடன் புருவங்களை நெறித்து, கறுப்புப் பென்சிலைப் படம்வரையும் அட்டையில் வளைத்து நெளித்து, அவர் வட்டம் போட்டுக்கொண்டிருந்ததை அடிக்கடி நான் பார்த்திருக்கிறேன்.

ஒவ்வொரு சிலநாள் இடைவெளியிலும் அவரைக் காரில் கூட்டிப் போனேன். வாரம் ஒருமுறை தனது அம்மாவைப் பார்க்க அவர் போனார். குடும்பம் மொத்தமும் ஒன்றுகூடும் நிகழ்வுகளும் உண்டு. பெரும்பாலான நிகழ்ச்சிகளை அவர் தவிர்த்தாலும் சிலதுக்கு ஆஜராகிவிடுவார். ஆக நான்தான் அவரைக் கூட்டிப் போனேன், ஈமச்சடங்குக்கு, திருமண விழாக்களுக்கு, பிறந்தநாள் கேளிக்கைகளுக்கென்று. மாதாமாதம் அவரை ஒரு கலைக்கூடத்துக்குக் கூட்டிப் போனேன். அங்கிருந்துதான் ஓவியம் வரைவதற்குத்

தேவைப்படும் பென்சில்கள், கரித்துண்டுகள், அழிப்பான்கள், பென்சில் துருவிகள், நோட்டுப்புத்தகங்களை அவர் வாங்கி வைத்துக்கொள்வார். சிலசமயம், அவர் பின்இருக்கையில் உட்கார்ந்து வெறுமனே சவாரி போக விரும்பினார். நான் கேட்பேன், *எங்கே போகணும் சார்?* அவர் தோளைக் குலுக்க, உடனே நான் சொல்வேன், *சரிங்க சார்,* அடுத்த கணமே வண்டியைக் கிளப்பிவிடுவோம். நகரத்தைச் சுற்றிச்சுற்றி வருவோம், மணிக்கணக்காக, இலக்கில்லாமல், எந்தவொரு காரணமும் இல்லாமல், ஒரு மூலையிலிருந்து இன்னொரு மூலைக்கு, காபூல் நதிக்கரையிலிருந்து பாலா-ஹிஸ்ஸார் கோட்டை வரை, சிலநேரங்களில் தாருல்-அமன் அரண்மனை வரைக்கும்கூட. சிலநாட்களில், நாங்கள் காபூலை விட்டு வெளியே போனோம், கார்கா ஏரி வரை. அங்கே போனதும் நான் கரையோரமாக வண்டியை நிறுத்திக்கொள்வேன். அதன் இயக்கத்தை அணைப்பேன். திரு. வஹ்தாதி பின்இருக்கையில் துளிச் சந்தடியே இல்லாமல், மிக அமைதியாக உட்கார்ந்திருப்பார். என்னிடம் ஒரேயொரு வார்த்தைகூட பேசாமல், ஜன்னலைக் கீழறக்கி என்னவோ பறவைகள் மரத்துக்கு மரம் பாய்வதைப் பார்க்கின்ற திருப்தியே போதுமென்று, சூரியஒளிக் கீற்றுகள் ஏரியைத் தாக்கி ஆயிரமாயிரம் சிறு நீர்த்துளிகளாக மேலும் கீழும் சிதறடிக்கின்ற அந்த அழகே போதுமென்று உட்கார்ந்திருப்பார். பின்காட்சிக் கண்ணாடியில் நான் அவரைப் பார்ப்பேன், பார்க்கும்போது இந்த உலகிலேயே மிகத் தனிமையான ஓர் ஆளாக அவர் தெரிந்தார்.

மாதம் ஒருமுறை, என் சொந்த கிராமமான ஷாத்பாகுக்குக் காரிலேயே போனேன், என் தங்கை பர்வானாவையும், அவளுடைய கணவன் சபூரையும் பார்க்க. திரு. வஹ்தாதி, மிகப் பெருந்தன்மையாக அவரின் காரை எடுத்துப்போக என்னை அனுமதித்தார். நான் கிராமத்துக்குள் நுழைகிற எல்லாச் சமயத்திலும், பிள்ளைகள் கூட்டமாகக் கூப்பாடுப் போட்டு, ஜன்னலைத் தட்டிக்கொண்டுக் கார் கூடவே ஓடிவந்து வரவேற்பார்கள். சில போக்கிரிகள் கூரை மேலேயே ஏற முயற்சிசெய்ய, நான் பயந்துபோய் அவர்களைத் துரத்தியிருக்கிறேன். ஒருவேளை காரின் வண்ணப்பூச்சில் கீறல் விழுந்துவிட்டால், முன்கம்பியில் அடிபட்டுவிட்டால் என்னாவதென்று.

பார் நபி, சபூர் சொன்னான். *நீ பெரிய பிரபலமாகிட்ட.*

அவன் குழந்தைகள் - அப்துல்லா மற்றும் பரி - அம்மாவைச் சிறு வயதிலேயே இழந்துவிட்டதால், (பர்வானா அவர்களுக்கு

மாற்றாந்தாய்), நான் அவர்களின் மேல் எப்போதுமே அதிக அக்கறைகொள்ள முயற்சி செய்தேன். குறிப்பாக, மூத்தவன் அப்துல்லா மேல், அவனுக்குத்தான் அன்பு அதிகமாகத் தேவைப்பட்டதுபோல இருந்தது. அவனைத் தனியாகக் காரில் சவாரி கூட்டிப் போக முன்வந்தேன், தன்னுடைய குட்டித் தங்கை பரியும் உடன் வரவேண்டுமென்று அவன் அடம்பிடித்தாலும். நாங்கள் ஷாத்பாக் வீதிகளில் சவாரி போன சமயமெல்லாம் அவளை மடிமேல் கெட்டியாகப் பிடித்துக்கொள்வான். அப்துல்லாவை நான் நீரகற்றியைப் போட்டுக் கார் கண்ணாடியைத் துடைக்கவும், சப்தம் எழுப்பவும் அனுமதித்தேன். முன்விளக்கை மங்கலாகவும், பிரகாசமாகவும் மாற்றி மாற்றிப் போடுவது எப்படியென்றும் சொல்லிக் கொடுத்தேன்.

காரைப் பற்றிய ஆரவாரமெல்லாம் அடங்கிய பிறகு, தங்கையோடும் சபூரோடும் டீ குடித்துக்கொண்டே என்னுடைய காபூல் வாழ்க்கையைப் பகிர்ந்துகொள்வேன். என்னுடைய முதலாளி, திரு.வஹ்தாதியைப் பற்றி அதிகமான விஷயங்களைச் சொல்லிவிடக்கூடாதென்பதில் கவனமாக இருந்தேன். உண்மையைச் சொல்ல வேண்டுமென்றால், எனக்கு அவரைப் பிடித்தது, மார்கோஸ் சார். காரணம், என்னை அவர் நன்றாக நடத்தினார். அவரைப் பற்றி முதுகுக்குப் பின்னால் புரளி பேசுவது, அவருக்கு நான் செய்யும் துரோகமென்று பட்டது. ஒருவேளை தேவையில்லாமல் அதிகமாகப் பேசுகிற ஒரு வேலைக்காரனாக நான் இருந்திருந்தால், அவர்களிடம் சொல்லியிருப்பேன், சுலைமான் வஹ்தாதி ஒரு புரியாத புதிராக என்னிடம் நடந்துகொள்கிறாரென்று, அவரைப் பார்க்கும்போது மீதியிருக்கும் வாழ்நாளெல்லாம் தனது பரம்பரைச் சொத்திலிருந்து கிடைக்கும் பணத்தின் மூலமாகவே வாழ்ந்து திருப்திப்படுகிற ஓர் ஆளாகத் தோன்றுகிறதென்று, எந்தவொரு தொழிலும் தெரியாத ஒரு மனிதரென்று, வெளிப்படையாகத் தெரிகிற மாதிரி எந்தப் பிடிப்புமே இல்லாதவரென்று, தன்னுடைய வாழ்க்கைக்கான சிறு அடையாளத்தையோ, தடத்தையோ இந்த உலகில் விட்டுவிட்டுப் போகக்கூடிய உத்வேகமோ துடிப்போ இல்லாத நபரென்று. அவரைக் கூட்டிப் போகிற அந்தக் கார் பயணங்களை மாதிரியே அவரது வாழ்க்கையும் குறிக்கோள் இல்லாத, இலக்கற்ற வாழ்க்கையென்று நான் சொல்லியிருப்பேன். பின்இருக்கையில் கழிந்து போகிற வாழ்க்கை அவருடையது, தன்னைத் தாண்டிக் கடக்கின்ற கலங்கலான பிம்பங்களைப் போல அலட்சியமான ஒரு வாழ்க்கை.

இதைத்தான் சொல்லியிருப்பேன், மார்கோஸ் சார். ஆனால் நான் அப்படிச் செய்யவில்லை. நல்லவேளை நான் அப்படி நடந்துகொள்ளவில்லை. இல்லையென்றால் எவ்வளவு தப்பாகப் போயிருக்கும்.

***

ஒருநாள், திரு. வஹ்தாதி, அதுவரை அவர் போட்டு நான் பார்த்திருக்காத, அழகான ஒரு கோடுபோட்ட சூட் போட்டுக்கொண்டு முற்றத்துக்கு வந்தார். நகரத்திலேயே வசதியான ஒரு பகுதியின் பேரைச் சொல்லித் தன்னை அங்கே அழைத்துப் போகவேண்டுமென்று கோரினார். நாங்கள் அங்கே போனதும், உயரமான மதில்சுவருடன் இருந்த அழகான ஒரு வீட்டின் முன் வீதியோரமாகக் காரை நிறுத்தச்சொன்னார். வெளிவாசல் கதவுக்கு முன்னாலிருந்த அழைப்பு மணியை அவர் அழுத்த, ஒரு வேலைக்காரன் கதவைத் திறந்து அவரைக் கூட்டிப் போனதை நான் பார்த்தேன். அந்த வீடு பிரம்மாண்டமாக, திரு.வஹ்தாதியின் வீட்டைவிடப் பெரியதாக இருந்தது. சொல்லப்போனால் அதைவிட இன்னும் அழகாக! நெட்டையான, ஒல்லியான ஊசியிலை மரங்கள் ஓடுபாதையின் இருபுறமும் வளர்ந்திருக்க, அடர்த்தியான புதர் வரிசைகள் என்னால் பேர் சொல்ல முடியாத பூக்களுடன் அலங்காரமாக இருந்தன. அங்கேயிருந்த கொல்லைப்புறம், திரு. வஹ்தாதியுடைய வீட்டுக் கொல்லைப்புறத்தை விட குறைந்தது இருமடங்காவது பெரிதாக இருந்திருக்கும். அந்த வீட்டின் மதில்சுவர், உயரமாக, ஓர் ஆள் இன்னொருவன் மேலேறி நின்றால்கூட எட்டிப்பார்க்க முடியாதபடி பாதுகாப்பாக இருந்தது. இதெல்லாம் பணக்காரத்தனத்தின் இன்னொரு பரிமாணமென்று பார்த்தவுடனேயே எனக்குத் தெரிந்தது.

அது கோடைகாலத் தொடக்கத்தில் வானம் சூரிய வெளிச்சத்தோடு தெளிவாக இருந்த நாள். சூடான காற்று, நான் கீழே இறக்கிவிட்டிருந்த கார் ஜன்னல்களுக்குள்ளே வீசியடித்தது. ஒரு காரோட்டியின் வேலை கார் ஓட்டுவதாக இருந்தாலும், உண்மையில் அவனுடைய பெரும்பாலான நேரங்களைக் காத்திருப்பதில்தான் கழிக்கிறான். வண்டியை அணைக்காமல் கடை வாசல்களின் முன்னால் காத்திருப்பது, கல்யாண மண்டபத்துக்கு முன்னால் பாட்டுக் கேட்டபடியே காத்திருப்பது என. அந்த நாள், நேரத்தைப் போக்குவதற்காக நான் கொஞ்சநேரம் சீட்டு விளையாடினேன்.

அது சலித்தவுடன் காரை விட்டு வெளியே வந்து இந்தப் பக்கமாக சில அடிகளை எடுத்து வைத்தேன், பிறகு அந்தப்பக்கமாக. மீண்டும் ஒருமுறை காருக்குள்ளே உட்கார்ந்தேன், திரு. வஹ்தாதி திரும்பி வருவதற்குள் ஒரு குட்டித் தூக்கம் போட்டுவிடலாமா என யோசித்துக்கொண்டு.

அப்போதுதான் வீட்டின் வெளிவாசல் கதவு திறந்து, கருங்கூந்தல் கொண்ட ஓர் இளம்பெண் வெளியே வந்தாள். முகத்தில் குளிர்கண்ணாடி போட்டு, தேனரந்தம்பழ நிறத்தில், முட்டியைத் தொட முயற்சி செய்து தோற்றுக்கொண்டிருந்த அரைக்கை ஆடை போட்டிருந்தாள். அவளுடைய கால்கள் கொஞ்சம்கூட முடியில்லாமல் வழுவழுப்பாக இருந்தன, அவளின் பாதங்களும் கூட. நான் காருக்குள் இருந்ததை அவள் கவனித்ததாக எனக்குத் தெரியவில்லை. அப்படியே கவனித்திருந்தாலும் அதற்கான அறிகுறியையே அவள் வெளிப்படுத்தவில்லை. தனது ஒரு குதிகாலைப் பின்னாலிருந்த சுவருக்கு முட்டுக் கொடுத்துச் சாய்ந்து அவள் ஓர் ஓவியம் போல ஒய்யாரமாக நின்றாள். அப்படி அவள் சாய்ந்தபோது, அவளது உடையின் விளிம்பு சற்றே மேலே தூக்கி அதற்கு அடியிலிருந்த அவளுடைய தொடையைத் துணுக்காகக் காட்டியது. என் கன்னத்திலிருந்து கழுத்துவரை ஒரு தணல் தகித்ததை அந்நொடி நான் உணர்ந்தேன்.

இந்த இடத்தில், என்னை இன்னொரு ஒப்புதல் கொடுக்க நீங்க அனுமதிக்க வேண்டும், மார்கோஸ் சார். கொஞ்சம் அருவருப்பான விஷயமாக இருப்பதால், ஓரளவுக்குத்தான் என்னால் நாகரிகமாகச் சொல்லமுடியும். அப்போது, இருபதுகளின் பிற்பாதியில் நான் இருந்தேன். பெண் துணைக்காக ஏங்குகிற ஒரு வாலிபனின் தாபமும் வேட்கையும் உச்சத்தில் இருக்கும் வயது அது. என்னோடு, என் கிராமத்தில் வளர்ந்த பல ஆண்களைப் போலில்லாமல் - ஒரு பெண்ணின் வெற்றுத் தொடையை எப்போதுமே பார்த்திருக்காமல், அம்மாதிரிக் காட்சியை ஒருவழியாகப் பார்ப்பதற்கான உரிமத்துக்காகவும் கல்யாணம் செய்துகொண்ட இளைஞர்களைப் போலில்லாமல் - எனக்கு ஏற்கனவே கொஞ்சம் முன்அனுபவம் இருந்தது, மார்கோஸ் சார். காபூல் நகரத்தில், ஓர் இளைஞனின் தேவைகளை அவனுடைய விருப்பத்துக்கும் வசதிக்கும் ஏற்றவாறு தனிப்பட்ட முறையில் திருப்திப்படுத்துகிற சில ஸ்தாபனங்களை நான் தேடிக் கண்டுபிடித்து, குறிப்பிட்ட சமயங்களில் போய்ப் பார்த்துவிட்டும் வந்திருக்கிறேன். இதையெல்லாம் உங்களிடம்

சொல்வது இந்த முக்கியமான விஷயத்தை சுட்டிக்காட்டத்தான்: என்னுடன் படுத்த எந்தவொரு விலைமாதுவையும் அந்தப் பெரிய வீட்டைவிட்டு வெளியே வந்த அந்த அழகான, வசீகரமான ஜீவனுடன் எந்த விதத்திலும் ஒப்பிடவே முடியாது.

சுவரோடு சாய்ந்து, அந்த ஒய்யார ஓவியம் ஒரு வெண்பீடியைப் பற்றவைத்து, நிதானமாக மோகனத்தோடு புகைவிட்டது. அவளது இரு விரல்களின் விளிம்போரத்தில் வெண்பீடியைத் தாங்கி, ஒவ்வொரு முறை தனது உதட்டுக்கு முன் அதைக் கொண்டுவரும்போதும் கையைக் குவித்து வாயை மறைத்து அவள் புகைவிட்டாள். மெய்மறந்து நான் அதைக் கவனித்தேன். அவளின் மெல்லிய கை மிருதுவான மணிக்கட்டில் வளைந்த அந்த விதம், எனக்கு ஒரு கவிதைப் புத்தகத்தில், நீண்ட கண் மை எழுதி, அருவி போன்ற கூந்தல் கொண்டிருந்த பெண்ணொருத்தி பூங்காவில் தன் காதலனுடன், அவளது வெளிர்ந்த, மிருதுவான விரல்களால் அவனுக்கு மதுக்கிண்ணத்தைக் கொடுத்துக்கொண்டே படுத்திருந்த ஓர் ஓவியத்தை ஞாபகப்படுத்தியது. ஒரு கட்டத்தில், வீதியின் அந்தப் பக்கமாக ஏதோவொன்று அவளின் கவனத்தைக் கவர, அவள் திரும்ப, இதுதான் சமயமென்று நான் வியர்வையில் அழுத்திக்கொண்டிருந்த என் தலைமுடியை விரல்களால் கோதினேன். திடுமென்று அவள் திரும்ப மறுபடியும் நான் அப்படியே உறைந்தேன். அவள் வெண்பீடியைச் சிலமுறை மூச்சாக இழுத்துவிட்டுவிட்டு, அதைச் சுவரில் திருகிக் கசக்கி எறிந்தாள், பிறகு சாவகாசமாக உள்ளே போனாள்.

ஒருவழியாக, என்னால் மூச்சுவிட முடிந்தது.

அன்று இரவே, திரு. வஹ்தாதி வரவேற்பறைக்குள் என்னைக் கூப்பிட்டார். பிறகு சொன்னார், "உன்னிடம் ஒரு விஷயம் சொல்லணும், நபி. நான் திருமணம் செய்து கொள்ளப்போறேன்."

அதுவரை நான் அவருடைய ஏகாந்தப் பிரியத்தைக் கொஞ்சம் அதிகமாகவே எடை போட்டுவிட்டேன் என்று அந்த சமயத்தில் எனக்குத் தோன்றியது.

நிச்சயதார்த்தச் செய்தி காட்டுத்தீ போலப் பரவியது. அதற்குச் சமமாக வதந்திகளும். திரு.வஹ்தாதியின் வீட்டுக்கு வந்து போய்கொண்டிருந்த மற்ற வேலைக்காரர்கள் மூலமாக நான் அதைக் கேள்விப்பட்டேன். அதிகம் பேசியது ஜாஹித், வாரத்தில் மூன்று

நாள்கள் மட்டும் புல்வெளியைப் பராமரிக்கவும் மரம் செடிகளைச் செதுக்கவும் வந்துகொண்டிருந்த தோட்டக்காரன், ஒவ்வொரு வரியைப் பேசி முடித்ததும் நாக்கைச் சுழட்டுகிற அருவருப்பான பழக்கம் கொண்ட மோசமான ஆள். தன் கைகளால் செடிகளுக்கு உரத்தைத் தூவுகிற மாதிரியே போகிற போக்கில் அவனுடைய நாக்கு புரளியைத் தூவிவிட்டுப் போய்விடும். என்னைப்போல அக்கம்பக்கத்தில் சமையல்காரனாக, தோட்டக்காரனாக, எடுபிடியாக வேலைப் பார்த்துக்கொண்டிருந்த ஆயுள்கூலிக் கும்பலில், அவனும் ஒருவன். வாரத்தில் இரண்டு நாள்களுக்கு, அன்றைக்கான வேலை முடித்த பிறகு, என் குடியிருப்புக்குள் எல்லோரும் இரவுஉணவுக்குப்-பிறகான-டீ குடிக்க நெருக்கிச் சேருவோம். எப்போது இந்தச் சடங்கு தொடங்கியது, எனக்கே ஞாபகமில்லை. ஆனால் தொடங்கிய பிறகு, அதை நிறுத்த எனக்கு சக்தியில்லை. விருந்தோம்பல் பண்பாடற்ற மனிதனென்று என்னை நினைத்துவிடுவார்களோ என்றொரு தயக்கம், இல்லையென்றால் இன்னும்மோசமாக, அவர்களைவிட உயர்ந்தவனாகத் தெரிகிற அளவுக்கு நினைக்க வைத்துவிடுவேனோ என்றொரு பயம்.

ஒருநாள் இரவு, டீ குடிக்கும்போது, ஜாஹித் மற்றவர்களிடம் சொன்னான், திரு. வஹ்தாதியுடைய குடும்பம் அந்தக் கல்யாணத்துக்குச் சம்மதிக்கவில்லையாம், காரணம் அந்தப் பெண்ணின் நடத்தை சரி கிடையாதாம். அந்தப் பெண்ணுக்கு வெட்கம் மானம் எதுவுமே இல்லையென்றும், எந்தவித மதிப்புமே கிடையாதென்றும் ஒட்டுமொத்தக் காபூலுக்கும் நன்றாகத் தெரியுமாம். அந்தப் பெண்ணுக்கு இருபது வயதுதானாம், இருந்தாலும் அவள் "ஊர் முழுக்கத் திரிந்தவளாம்," திரு. வஹ்தாதியின் காரை மாதிரியே. எல்லாவற்றுக்கும் மேலாக, மிக மோசமாக, அவன் சொன்னான், இந்தக் குற்றச்சாட்டுகளை மறுப்பதற்கு அவள் ஒரு சிறுமுயற்சியும் எடுக்காதது மட்டுமில்லாமல் இதையெல்லாம் கவிதையாக வேறு எழுதினாளாம். அவன் சொன்னபோதே இதை ஏற்காமல் நிராகரிக்கும் முணுமுணுப்பு அந்த அறையில் பரவியது. அங்கிருந்த ஒருவன் குறிப்பிட்டுச் சொன்னான், இதுவே அவனுடைய கிராமமாக இருந்திருந்தால் இந்நேரம் அவளின் கழுத்தை அறுத்திருப்பார்களென்று.

அப்போதுதான் நான் பொறுக்கவே முடியாமல் வெகுண்டெழுந்து, பேசியது போதுமென்று கத்தினேன். திண்ணையில் உட்கார்ந்து ஊர்வம்பு பேசுகிற பெண்கள் மாதிரி நடந்துகொள்ள வேண்டாமென்று

திட்டினேன். திரு. வஹ்தாதி போன்ற மனிதர்கள் இல்லையென்றால் இந்நேரம் நம்மளைப் போன்ற ஆட்கள் எல்லோருமே திரும்பவும் கிராமத்தில் சாணி அள்ளிக்கொண்டிருந்திருக்க வேண்டியதுதானென்று குத்திக்காட்டினேன். எங்கே போனது உங்க விசுவாசம்? உங்க மரியாதை? நான் எதிர்த்துக் கேட்டேன்.

சுருக்கமான ஓர் அமைதி அங்கே கடந்துபோய்க்கொண்டிருந்த கணங்களில் அந்த மந்தபுத்திக்காரர்களுக்கு அறிவு வந்துவிட்டதோ என நான் யோசித்தபோது பலமான சிரிப்புச் சத்தம் அங்கே உடைந்து ஓடியது. ஜாஹித் சொன்னான், நான் ஒரு கூஜாதூக்கியென்று, பிறகு அனேகமாக, சீக்கிரமே அந்த-முதலாளியம்மா-ஆகப்போகிற-பெண் என்னைப் பற்றி ஒரு கவிதை எழுதுவாளென்று. அதற்கு "கூஜாவின் ராஜா - நபியின் காவியம்" எனத் தலைப்பு கூட வைப்பாளென்று. நான் ஆத்திரத்தில் கதவைப் பிடுங்கி பாதத்தைப் பூமியில் உதைத்து என் குடியிருப்பையும், அவர்களின் எகத்தாளக் கொக்கரிப்பையும் விட்டு வெளியே வந்துவிட்டேன்.

ஆனால் நான் நீண்ட தூரம் வந்துவிடவில்லை. அந்தக் கிசுகிசு, மாறாக, எனக்குள் ஒரு கிளர்ச்சியைக் கொடுத்துக் கவர்ந்திழுத்தது. என்னதான் நான் நியாயவாதி போல பகட்டாக வெளிக்காட்டியிருந்தாலும், ஒழுக்கம், தர்மத்தைப் பேசியிருந்தாலும், காதுக்கு எட்டுகிற தூரத்தில்தான் நின்றேன். ஒரே ஒரு சின்ன கிளுகிளுப்பான விஷயத்தைக்கூடத் தவறவிட எனக்கு விருப்பமில்லை.

அந்தத் திருமணம் ஒரு சில நாட்கள் மட்டுமே நீடித்து, தடபுடல் விழாவாகப் பாட்டுக் கச்சேரி, ஆடல் அரங்கேற்றம், சுற்றிலும் ஆரவாரம் இதெல்லாம் இல்லாமல் வெறுமனே ஒரு முல்லா, ஒரு சாட்சி, ஒரு காகிதத்தில் இரண்டு கையெழுத்துக் கிறுக்கல்களோடு முடிந்தது. அதோடு, முதல்முறையாக என் பார்வை அவள்மேல் பட்ட இரண்டு வாரங்களுக்குள் திருமதி. வஹ்தாதி வீட்டுக்குள் குடிவந்துவிட்டாள்.

***

மார்கோஸ் சார், இங்கே ஒரு சிறு இடைவேளை எடுத்துக்கொள்ள என்னை அனுமதியுங்கள், நான் இனிமேலிருந்து திரு. வஹ்தாதியின் மனைவியைப் பேரைச்சொல்லியே கூப்பிடப் போகிறேன்

முல்லா – இஸ்லாமிய மதகுரு

என்று தெரிவிக்க. நீலா. அந்நாட்களில் இந்தச் சுதந்திரம் எனக்கு அனுமதிக்கப்படவில்லையென்று உங்களுக்குச் சொல்லித் தெரியவேண்டியது கிடையாது. அப்போது எனக்கு அது கொடுக்கப்பட்டிருந்தாலும் என் மனம் அதை ஏற்றிருக்காது. எப்போதுமே திருமதி. வஹ்தாதியை நான் மேடம் என்றுதான் கூப்பிட்டேன், என்னிடம் எதிர்ப்பார்க்கப்பட்ட மரியாதைக்கு ஏற்றமாதிரி. ஆனால், இந்தக் கடிதத்தின் நோக்கத்திற்காக, பண்பாட்டை விட்டொழித்துவிட்டு என் மனதில் நான் அவளை எப்படி நினைத்தேனோ அப்படியேதான் அழைக்கப்போகிறேன்.

சரி, தொடரலாம். ஆரம்பத்திலிருந்தே அந்தத் திருமணத்தில் இரண்டு பேருக்கும் மகிழ்ச்சி இல்லையென்று எனக்குத் தெரிந்தது. அந்தத் தம்பதிக்கிடையில் கனிவான பார்வை கடந்து போனதையோ அல்லது பிரியமான வார்த்தைகள் உதிர்க்கப்பட்டதையோ மிக அரிதாகத்தான் நான் பார்த்தேன். அவர்கள் ஒரே வீட்டில் தங்கினாலும், அவர்களின் பாதைகள் எப்போதுமே குறுக்கிடாதோ என்று தோன்றிய அளவுக்கு வாழ்ந்துகொண்டிருந்த இரண்டு தனித்தனி நபர்கள், மார்கோஸ் சார்.

காலை நேரங்களில், நான் திரு. வஹ்தாதிக்கு அவரின் வழக்கமான காலை உணவைப் பரிமாறினேன் - ஒரு துண்டு சுட்ட ரொட்டி, அரை கிண்ணம் வாதுமைப்பருப்பு, ஏலக்காய் தூவிய டீ கசாயம் - சர்க்கரை சேர்க்காமல், அப்புறம் ஒரு பக்கம் மட்டும் வேகவைத்த முட்டை. அந்த முட்டையை ஓட்டைப் போடும்போது, மஞ்சள்கரு உடைந்து வெளியே ஒழுகுவது அவருக்குப் பிடிக்கும். குறிப்பிட்ட இப்பதத்தில் அதை வேகவைக்க நான் அடைந்த ஆரம்பகட்டத் தோல்விகள், அவர் முட்டையில் கைவைக்கும் ஒவ்வொரு சமயத்திலும் எனக்குப் பதற்றத்தைக் கொடுக்கும். திரு. வஹ்தாதியுடன் நான் காலாறப்போன சமயத்தில், நீலா தூங்கினாள். பலமுறை நண்பகல் வரை அல்லது அதற்குப் பிறகும் கூட. அவள் எழுகிற நேரம் வரும்போது, நான் திரு. வஹ்தாதிக்கு மதியச் சாப்பாடு பரிமாறத் தயாராகியிருப்பேன்.

பகல்நேரம் முழுக்க, நான் வீட்டுவேலைகளைச் செய்த சமயங்களில், வரவேற்பறையிலிருந்து தாழ்வாரத்தைத் திறந்து காட்டும் திரைக்கதவை நீலா தள்ளுகிற அந்தக் கணத்துக்காக ஏங்கினேன். எனக்குள்ளேயே நான் பந்தயம் கட்டுவேன், அன்று அவளின் தோற்றம் எப்படியிருக்குமென்று யூகித்து.

அவளுடைய கூந்தல், மேலே, கழுத்துக்குப் பின்னால், கொண்டை போட்டு முடிந்திருக்குமா, அல்லது அது தளர்வாக, அவளுடைய தோள்களைத் தாண்டி, உருண்டு விழுவதைப் பார்ப்பேனா? குளிர்கண்ணாடி அணியப்போகிறாளா? கால் செருப்பாக எதைத் தேர்ந்தெடுப்பாள்? நீலநிறப் பட்டாடையை இடுப்பில் பட்டா சுற்றி அணியப்போகிறாளா இல்லை கருஞ்சிவப்பு நிறத்தில் பெருவட்டப் பொத்தான் வைத்த உடுப்புப் போடுவாளா?

ஒருவழியாக அவள் பிரவேசம் செய்யும்போது, நான் முற்றத்தில் மும்முரமாக இருப்பது போலக் காட்டிக்கொள்வேன், அல்லது காரைத் துடைப்பது போல நடிப்பேன், இல்லையென்றால் செடிகளுக்கு அப்போதுதான் தண்ணீர் தேவைப்படும். ஆனால் எந்நேரமும் அவளை மட்டுமே கவனித்தேன். அவள் கண்களைக் கசக்கத் தனது குளிர்கண்ணாடியைத் தலைக்கு மேலே ஏற்றித் தள்ளியதை, அல்லது தன்னுடைய கூந்தல்முடிப்பை எடுத்துத் தலையைப் பின்னால் சாய்த்து லேசாகக் குலுக்கிப் பளபளவென கருப்பாக மின்னுகிற கூந்தல் சுருள்களைத் தளர்த்தியதை, தன்னுடைய மோவாயை முட்டியின் மேல் சாய்த்து உட்கார்ந்து, வெண்பீடிப் புகையைச் சொக்கி இழுத்துக்கொண்டே முற்றத்தை முறைத்ததை, அல்லது கால்களை மடக்கி ஒரு பாதத்தை மட்டும் மேலும் கீழுமாக ஆட்டியதை, எல்லாமே கவனித்தேன். இதெல்லாம் அலுப்பா, இல்லை சலிப்புக்கான அறிகுறியா. அல்லது ஒருவேளை வேண்டுமென்றே வெளிக்காட்டுகிற குறும்போ.

திரு. வஹ்தாதி, சிலசமயம் மட்டும் அவள் பக்கத்தில் இருந்தார். ஆனால் அடிக்கடி இருந்ததில்லை. முன்னேயிருந்த மாதிரியே அவர் மாடிப் படிப்பறையில் படித்தபடி, படம் வரைந்தபடி, அவரது தினசரி நடவடிக்கைகளைக் கல்யாணம் என்கிற விஷயம் துளியும் மாற்றவில்லையென, பெரும்பாலான நேரங்களைக் கழித்தார். நீலா ஏறக்குறைய எல்லா நாளும் எழுதினாள், வரவேற்பறையிலோ தவறினால் தாழ்வாரத்திலோ, கையில் பென்சிலைப் பிடித்துக்கொண்டு, மடியிலிருக்கும் காகிதங்கள் அடிக்கடி தரையில் விழ எழுதினாள். அப்புறம் எப்போதுமே கையில் வெண்பீடி. இரவில், நான் அவர்களுக்கு உணவு பரிமாறும்போதும் கூர்மையான நிசப்தத்தோடே தங்களின் உணவை ஏற்பார்கள். கீழே தட்டிலிருந்த சாதத்தை முறைத்து, *நன்றி* என்ற வார்த்தையும், சிற்றகப்பையும் முள்கரண்டியும் பீங்கான் தட்டில் ‘கிலிங் கிலிங்’கென போடுகிற சத்தமும் மட்டும்தான் அந்த அமைதியை உடைக்கும்.

வாரத்தில் ஓரிரு நாட்கள், நீலாவுக்கு வெண்பீடிப் பெட்டிகள், பேனா ஜோடிகள், புது நோட்டுப்புத்தகங்கள், அரிதாரச் சாதனங்கள் வாங்கிக்கொடுக்க அவளைக் காரில் கூட்டிப் போகவேண்டியிருந்தது. அவளைக் கூட்டிப் போகப்போகிறேனென்று எனக்கு முன்னமே தெரியவந்தால், என் தலையை வாரி, பற்களைத் துலக்கிச் சுத்தமாக இருக்கிறேனென்று உறுதிப்படுத்தினேன். என் முகத்தைக் கழுவி, என் விரல்களின் வெங்காய வாடையை எலுமிச்சைத் துண்டால் தேய்த்து, என் ஆடையிலிருந்த தூசியைத் தட்டி, காலணிகளுக்கு மெருகேற்றினேன். அந்த பழும்பச்சைநிற சூட், திரு. வஹ்தாதி எனக்கு தானமாகக் கொடுத்தது. இதை அவர் நீலாவிடம் சொல்லியிருக்கமாட்டாரென்று நான் நம்பினாலும் ஒருவேளை சொல்லியிருப்பாரோ என்றும் சந்தேகப்பட்டேன். காழ்ப்புணர்ச்சி காரணமாக அல்ல, திரு. வஹ்தாதி மாதிரியான அந்தஸ்தில் இருக்கும் மனிதர்கள், என்னை மாதிரி ஓர் ஆளுக்கு இதுபோன்ற சின்னசின்ன அற்பமான விஷயங்கள் எவ்வளவு பெரிய அவமானத்தைத் தருமென்று கொஞ்சம்கூட உணரமாட்டார்கள். சிலநேரங்களில், இறந்துபோன என் அப்பாவுக்குச் சொந்தமான செம்மறித்தோல் குல்லாவைக் கூட நான் போட்டிருக்கிறேன். கண்ணாடியின் முன் நின்று, என் தலைக்கு மேலே இருக்கும் குல்லாவை இப்படியும் அப்படியுமாகச் சாய்த்துக்கொண்டு, நீலாவுடைய பார்வைக்கு என் தோற்றத்தை அழகுபடுத்திக் கொடுக்கும் முயற்சியில் எந்தளவு மெய்மறந்து ஈர்க்கப்பட்டுக் கிடந்தேனென்றால், ஒரு குளவி என் நாசியில் உட்கார்ந்தாலும் கூட அது என்னைக் கொட்டின பிறகுதான் எனக்கு உரைக்கும்.

காரில் போனபோது, நாங்கள் போகவேண்டிய இடத்துக்கு முடிந்தவரை சிறுசிறு சுற்று வழிகளைத் தேடினேன். பயணத்தை ஒரு நிமிடமாவது நீட்டிக்க வடிவமைக்கப்பட்ட சுற்று வழிகள் அவை - அல்லது இரண்டு நிமிடங்கள், அவளின் சந்தேகத்தைத் தூண்டிவிடக் கூடாதென்று அதற்கு மேல் நீளாது. அதன் மூலமாக அவளோடு நான் இருக்கும் நேரத்தை நீட்டித்தேன். திருப்பிவளையத்தின் மேல் இரு கைகளையும் கெட்டியாகப் பிடித்து, சாலையில் பதித்த கண்களை அசைக்காமல் வண்டியை ஓட்டினேன். பின்காட்சிக் கண்ணாடி வழியே, என்னைக் கூப்பிட்டாலொழிய அவளைப் பார்க்காமல், ஒரு திடமான சுயக்கட்டுப்பாட்டைச் செயல்முறைப்படுத்தினேன். நான் உட்கார்ந்திருக்கும் வண்டியின் பின்இருக்கையில்தான் அவளும் உட்கார்ந்திருக்கிறாளென்ற

சாதாரண அனுபவமே போதுமென்று, அவளிடமிருந்து வரும் பலதரப்பட்ட நறுமணங்களை - உயர்ரக சோப்பு, நறுமணத் தைலம், வாசனை திரவியம், மெல்லல் மிட்டாய், வெண்பீடிப் புகை - நானும் சுவாசிப்பதே போதுமென்று திருப்திப்பட்டேன். அதுவே, பல நாட்கள், என்னுடைய கற்பனைகளுக்குச் சிறகுகளைக் கொடுத்தன.

எங்களுடைய முதன்முதல் உரையாடல் காரில்தான் நடந்தது. எங்களுடைய முதல் **உண்மையான** உரையாடல், அதாவது, இதை எடு அல்லது அதைத் தூக்கு என அவள் பல்லாயிரம் தடவைக் கேட்டதையெல்லாம் கழித்துவிட்டுப் பார்த்தால். மருந்து வாங்க ஒரு மருந்தகத்துக்கு அவளைக் கூட்டிப் போய்க்கொண்டிருந்தேன். அப்போது அவள் கேட்டாள், "எப்படி இருக்கும், நபி, உன்னோட கிராமம்? அதோட பேர் என்னன்னு சொன்ன?"

"ஷாத்பாக், மேடம்."

"ஷாத்பாக், ம். சொல்லு. எப்படி இருக்கும், அது?"

"சொல்வதற்குப் பெரிதா எதுவுமில்லை, மேடம். எல்லா கிராமங்களைப் போலத்தான் அதுவும்."

"ஓ, ஏதாவதொரு விசேஷம் கண்டிப்பா இருக்கும்."

நான் வெளித்தோற்றத்துக்குச் சாந்தமாக இருந்தேன், ஆனால் உள்ளுக்குள் வெறிபிடித்தது போல என் மனம் எதையாவது தேடி எடுத்துச் சொல்ல வேண்டுமென்று உன்மத்தம் பிடித்து அலைந்தது. சமத்தாக, புதுமையாக ஏதாவது. அவளுக்கு ஆர்வத்தைத் தூண்டக்கூடிய விஷயம், அவளை மகிழ்விக்கக் கூடிய விஷயம் ஏதாவது. பிரயோஜனமில்லை. என்னை மாதிரி ஓர் ஆள், ஒரு கிராமத்தான், ஒரு மட்டமான வாழ்க்கை வாழ்கிற மட்டமான ஆள், அவளைப் போன்ற ஒரு பெண்ணின் மனதைக் கவரக்கூடிய அளவுக்கு எந்த விஷயத்தைச் சொல்லிவிட முடியும்?

"அங்கே விளையும் திராட்சை முதல் தரமாயிருக்கும், மேடம்," நான் சொன்னேன், அப்படி பேசிய அடுத்த நொடியே என்னை நானே பளாரென்று அறையத் தோன்றியது. திராட்சை?

"அப்படியா," என்றாள், சுவாரஸ்யமே இல்லாமல்.

"மிகவும் தித்திப்பா இருக்கும், மேடம்."

"ஓ."

உள்ளுக்குள்ளே ஆயிரம் முறை நான் செத்துக்கொண்டிருந்தேன். என் கைகளுக்கு அடியில் ஈரம் பூக்க ஆரம்பித்தது.

"குறிப்பிட்ட ஒரு வகை திராட்சை இருக்கிறது, மேடம்," திடுக்கென வறண்ட தொண்டையிலிருந்து நான் பேசினேன். "ஷாத்பாகில் மட்டும்தான் அது விளையும் என்பார்கள். மிக மிருதுவாக, அதாவது, தொட்டாலே உடைந்துவிடக்கூடிய அளவுக்கு அது இருக்கும் மேடம். ஒருவேளை மற்ற இடங்களில் அதை வளர்க்க முயன்றால், அது பக்கத்துக் கிராமமே என்றாலும் கூட, அது வாடி இறந்துவிடும். சோகத்தில் அது இறக்கிறது, ஷாத்பாக் மக்கள் அப்படித்தான் சொல்வார்கள், மேடம். ஆனால், இயல்பாகவே அதில் உண்மையில்லை. மண்ணின் வளம்தான் காரணம். ஆனால் எல்லாரும் அப்படித்தான் நினைக்கிறார்கள், மேடம். சோகத்தில் இறப்பதாக."

"அற்புதம், நபி. உண்மையாகவே. ரொம்ப அற்புதம்."

இதுதான் நல்ல வாய்ப்பென்று நான் பின்காட்சிக் கண்ணாடியில் அவளைப் பார்த்தபோது, அவள் ஜன்னல் வழியாக வெளியில் பார்த்துக்கொண்டிருந்தாள், ஆனாலும், என் கஷ்டத்தைப் போக்குற மாதிரி, அவளின் உதடுகள் சற்றே மேல்பக்கம் சுருண்டு, சிரிப்பின் நிழல்போல ஏதோவொன்றை நான் பார்த்தேன். மனம் குளிர்ந்து, நான் பேசுவதை நானே கேட்டேன், "உங்களுக்கு இன்னொரு கதை சொல்லட்டுமா, மேடம்?"

"தாராளமா." அந்தச் சுடரேற்றி சொடுக்க, பின்இருக்கையிலிருந்து என் பக்கமாகப் புகைமேகம் மிதந்து வந்தது.

"எங்கள் ஷாத்பாகில் ஒரு முல்லா இருந்தார். எல்லா கிராமங்களிலும் ஒரு முல்லா நிச்சயம் இருப்பார். எங்கள் முல்லாவின் பெயர் முல்லா ஷெகிப். அவர் நிறையக் கதைகள் வைத்திருந்தார். எத்தனைக் கதைகள் அவருக்குத் தெரியுமென்று யாராலும் சொல்ல முடியாது. ஆனால் இந்த ஒன்றை மட்டும் அடிக்கடி எங்களிடம் சொன்னார்: நீங்கள் உலகத்தில் எங்கிருந்தாலும் சரி, எந்தவொரு இஸ்லாமியனின் உள்ளங்கையைப் பார்த்தாலும் சரி, ஓர் அற்புதத்தைக் காணலாம். அவர்கள் எல்லோரின் உள்ளங்கைகளிலும் ஒரே மாதிரியான வரிகள்தான் இருக்கும். புரியவில்லையா? அதாவது இஸ்லாமியனின் இடதுகை, அரபு எண் எண்பத்து ஒன்றையும், வலதுகை, எண்

பதினெட்டையும் காட்டும். எண்பத்து ஒன்றிலிருந்து பதினெட்டைக் கழித்துவிட்டால் உனக்கு என்ன கிடைக்கும்? அறுபத்து மூன்று. நபிகள் நாயகத்தின் வயது, அவர் உயிர் நீத்தபோது."

பின்னாலிருந்து அடக்கமான சிரிப்புச் சத்தத்தை நான் கேட்டேன்.

"ஒரு நாள் வழிப்போக்கன் ஒருவன் அந்தக் கிராமத்தைக் கடந்தபோது, வழக்கம் போல, மரபின் காரணமாக, முல்லாவோடு உணவு சாப்பிட உட்கார்ந்தான். இந்தக் கதையை அவன் கேள்விப்பட்டு, முல்லாவிடம் அவன் கேட்டான், 'ஆனால் முல்லா சாஹிப், என்னை மன்னிக்க வேண்டும். நான் ஒருமுறை ஒரு யூதனைச் சந்தித்தேன். சத்தியமாக, அவனது கைகளில் கூட இதேபோன்ற வரிகள்தான் காணப்பட்டன. இதற்கு என்ன சொல்கிறீர்கள்?' அதற்கு முல்லா பதில் சொன்னார், 'அப்படியென்றால் அந்த யூதனும் மனதளவில் ஓர் இஸ்லாமியன் தான்.'"

திடீரென்று வெடித்துக் கிளம்பிய அவளின் சிரிப்பொலி என்னை நாள் முழுக்க வசியம் செய்தது, மார்கோஸ் சார். ஒருவேளை அந்தச் சிரிப்பு - தெய்வநிந்தனைக்கு என்னைக் கடவுள்தான் மன்னிக்க வேண்டும் - இறைவனிடமிருந்தே இறங்கிக் கொட்டியதா, புத்தகத்தில் சொல்வார்களே, வானத்திலிருக்கும் ஒரு சோலையில் எப்போதுமே வற்றாத ஆறு பொங்கி, எல்லா நாளுமே நிழல் படர்ந்து, மரங்கள் பழுக்குமென்று. சொர்க்கமென்று. அங்கிருந்தே.

அதுவே போதுமாக இருந்தாலும், என்னைக் கட்டிப்போட்டது வெறுமனே அவளின் அழகு மட்டுமல்ல, மார்கோஸ் சார், புரிந்துகொள்ளுங்கள். என் வாழ்க்கையில் நீலாவை மாதிரி ஒரு பெண்ணை நான் சந்தித்ததேயில்லை. அவளின் சகலமும் - அவள் பேசிய விதம், நடந்த விதம், உடை உடுத்திய விதம், சிரித்த விதம் - எனக்கு அபிநவமாக, புதுமையாக இருந்தது. ஒரு பெண் எப்படியெல்லாம் இருக்கவேண்டும், நடக்கவேண்டுமென்று என் மனதில் வைத்திருந்த கோட்பாடுகள் அனைத்தையும் நீலா தூள்தூளாக்கினாள். அவளுடைய இந்தக் குணத்துக்கு, ஜாஹித் மாதிரி, கண்டிப்பாக சபூர் மாதிரி ஆட்களின், அவ்வளவு ஏன், என் கிராமத்து ஆண்கள் ஒவ்வொருவரின், பெண்கள் எல்லோரின் அங்கீகாரமும் நிச்சயமாகக் கிடைக்காதென்று எனக்குத் தெரிந்தது. ஆனாலும் என்னைப் பொறுத்தவரை, ஏற்கனவே அவளிடமிருந்த அளவில்லாக் கவர்ச்சியோடும் மர்மத்தோடும் கூட அவளுடைய குணமும் சேர்ந்ததென்று பட்டது.

அந்நாளின் மீதியில், நான் வேலை செய்தபோதெல்லாம் அந்தச் சிரிப்புச் சத்தம் என் காதில் ஒலித்துக்கொண்டேயிருந்தது. அதற்குப் பிறகும், மற்ற வேலையாட்கள் என் குடியிருப்புக்கு டீ குடிக்க வந்தபோதும், நீலாவின் தித்திக்கிற சிரிப்பை அவர்களின் கெக்களிப்பில் நான் இளித்துக்கொண்டே கேட்டேன். என் கதை, தனது நிறைவில்லாத திருமணத்தால் சிரமப்படும் அவளுக்கு சிறு ஆறுதலைக் கொடுத்ததை எண்ணும்போது, எனக்குள்ளேயே கர்வமாக உணர்ந்தேன். அவள் ஓர் அபூர்வமான பெண், மார்கோஸ் சார். அதே போல, அன்றிரவு நான் தூங்கச் சென்றபோது, நான் சாதாரண ஆளில்லை, அதைவிட ஒருபடி மேலென்று எனக்கு உணர்த்தினாள். என்மேல் அந்தளவுக்கு ஒரு தாக்கத்தை உண்டாக்கினாள்.

***

குறுகிய காலத்திலேயே, நாங்கள் தினமும் பேசிக்கொள்ள ஆரம்பித்தோம், நானும் நீலாவும். தாழ்வாரத்தில் உட்கார்ந்து அவள் காபி பருகும் அந்த முற்பகல் நேரங்களில். ஏதோ முக்கியமான சில வேலை இருப்பது மாதிரி அந்நேரத்தில் நான் அந்தப்பக்கமாகப் போவேன், இல்லையென்றால் கையில் கடப்பாரையோடு பாசாங்கு பண்ணுவேன், அதுவும் இல்லையென்றால் ஓய்வாக டீ கசாயம் குடிக்கின்ற சாக்கில், அவளுடன் பேசிக்கொண்டிருப்பேன். அவள் பழகவும் பேசவும் என்னைத் தேர்ந்தெடுத்த விஷயம் எனக்குக் கிடைத்த மிகப்பெரும் கௌரவமாக உணர்ந்தேன். காரணம் நான் மட்டுமே அங்கே வேலைக்காரன் இல்லை; எந்தவொரு பழிபாவத்துக்கும் அஞ்சாத அந்தத் தவளை ஜாஹித்தைப் பற்றி ஏற்கனவே சொல்லியிருக்கிறேன், கூடவே அந்த ஹசாரா பெண் தொங்கலான கன்னத்தோடு வாரத்தில் இரண்டு நாட்கள் துணிகளைச் சலவை செய்ய வந்துபோவாள். ஆனால் நீலா நாடியது என்னைத்தான். அவளின் கணவனைத் தவிர, நான் மட்டும்தான் அவளின் தனிமையை விரட்டியதாக நம்பினேன். அவள்தான் பெரும்பாலும் பேசிக்கொண்டிருப்பாள். எனக்கும் அது சவுகரியமானது - அவளின் வார்த்தைகளை வாங்கிக்கொள்ளும் ஒரு காலிப் பாத்திரமாக இருப்பதே போதுமென்று நான் ஆனந்தப்பட்டேன். உதாரணத்துக்கு, அவள் தனது அப்பாவுடன் ஜலாலாபாத்துக்கு வேட்டையாடப் போனதையும், அங்கே அந்த மானின் உயிரற்ற கண்கள் பல இரவுகள் அவளைக் கெட்ட கனவாக வந்து பயமுறுத்தியதையும் என்னிடம் சொன்னாள். இரண்டாம்

உலகப் போருக்கு முன்பு, அவள் குழந்தையாக இருந்தபோது, தன் அம்மாவுடன் ஃபிரான்சுக்குப் போயிருந்ததைப் பற்றிச் சொன்னாள். கப்பலிலும் ரயிலிலும் பயணம் செய்து அங்கே போய்ச் சேர்ந்ததைச் சொன்னாள். தனது விலா எலும்புகளில் ரயில்வண்டியின் சக்கரங்கள் எகிறி எகிறிக் குதித்ததையும் வர்ணித்தாள். ரயில்வண்டியின் ஒவ்வொரு பெட்டியையும் பிரித்திருந்த திரைச்சீலைகளை, அந்த ரயில்வண்டி ஒருவித லயத்தோடு புகையை வெளிசுவாசித்து ஓடிக்கொண்டிருந்த அந்தப் பயணத்தை நன்றாக நினைவில் வைத்திருந்தாள். போன வருடத்தில் ஆறுமாதகாலம் இந்தியாவில் கழித்ததையும், உடம்புக்கு மிகவும் முடியாமல் கிடந்த அவளை, அப்பாதான் கவனித்துக்கொண்டிருந்தார் என்றும் சொன்னாள்.

சாம்பல்தட்டில் வெண்பீடியின் சாம்பலைத் தட்ட அவள் திரும்பிய அந்த இடைவெளியில், எனது கள்ளப் பார்வை அவளின் கால்விரல்களில் பூசிய சிகப்புநிற நகப்பூச்சை, தங்கமுலாம் போட்டதுபோல வழவழவென பிரகாசமாக மின்னிய அவளின் கெண்டைக்காலை, வில்லாக வளைந்த பாதங்களை, அப்புறம், முழுதாக நிறைந்து உருண்டு ததும்பிய மார்பகங்களை மோதித் திரும்பியது. அதைத் தொட்டு, அந்த மார்பகத்தில் முத்தமிட்டுக் கட்டியணைத்த ஆண்களும் இந்தப் பூமியில்தான் உலவுகிறார்கள் என்று நினைக்கும்போது, என்னால் மலைத்துப் போகாமல் இருக்க முடியவில்லை. அந்தச் சுகத்தை அனுபவித்ததற்குப் பிறகு வாழ்க்கையில் வேறென்ன மீதியிருக்கிறது? உலகத்தின் எல்லைக்கே சென்ற பிறகு ஒருவனால் வேறெங்கே போகமுடியும்? அவள் மீண்டும் என் பக்கமாகத் திரும்பியதற்கு முன் என் கண்களை அவளிடமிருந்து உரித்தெடுத்துப் பாதுகாப்பான இடத்தில் வைக்க நான் பட்டபாடு எனக்குத்தான் தெரியும்.

அவள் மேலும் என்னிடம் சகஜமாகப் பேச ஆரம்பித்த பிறகு, அந்த முற்பகல் நேர அரட்டையில், திரு. வஹ்தாதி அவளிடம் பழகுவதில் ஆர்வமில்லாமல் இருப்பதாகவும், அடிக்கடித் திமிராக நடந்துகொள்வதாகவும் நீலா என்னிடம் புகார் சொன்னாள்.

“அவர் மிகப் பண்பானவர், மேடம். என்னையே அவர் நன்றாகத்தான் நடத்துகிறார்,” நான் சொன்னேன்.

“நபி, தயவுசெய்து அவருக்கு நீ பரிந்து பேசவேணாம்.”

நான் நாகரிகமாக, என் பார்வையைக் கீழே போட்டேன். அவள் சொன்னதில் உண்மையில்லாமலும் இல்லை. உதாரணமாக, திரு. வஹ்தாதியிடம் ஒரு பழக்கம் இருந்தது, சில சமயம் நான் பேசும் பாணியை அவர் திருத்துகிற விதத்தில் ஒரு கர்வம், ஓர் ஆணவம் தெரிந்ததென்று சொன்னால் அது தப்பாக இருக்காது. இன்னும் சில நேரங்களில், நான் அவருடைய அறைக்குப் போய், பலகாரத் தட்டை அவர் முன் வைத்து, கோப்பையில் டீயை நிரப்பி, மேஜையைத் துடைத்து சுத்தம் செய்யும் எல்லாவற்றையும் கொஞ்சம் கூடக் கண்டுகொள்ளாமல், சுவரிலிருக்கும் ஒரு பூச்சிக்கு சமமாக, அவரின் கண்ணைக்கூட உயர்த்தாமல் என்னைத் தவிர்க்கிற விதத்தில் நான் எனக்குள்ளேயே கூனிக்குறுகிடுவேன். இருந்தாலும் நானறிந்து, அதே பகுதியில் வாழ்ந்த சில முதலாளிகள் - நான் வேலை பார்த்த முதலாளிகள் - தன்னுடைய வேலைக்காரர்களைக் கழியாலும், பட்டாவாலும் அடித்திருந்ததைக் கேள்விப்பட்டதால், இந்தச் சின்ன சின்ன குயுக்தியெல்லாம் எனக்குப் பெரியதாகவே படவில்லை.

“எந்த ஒரு விஷயத்திலும் கலகலப்பாவே இருக்க முடியலை, அவரால,” காபியைக் கலக்கியபடியே அவள் சொன்னாள். “சுலைமான் ஓர் இளைஞனின் உடம்புக்குள் வாழ்கிற கிழவன்.”

அவள் வெளிப்படையாகப் பேசியதைக் கேட்டு நான் அதிர்ந்துவிட்டேன். “திரு.வஹ்தாதிக்குத் தனிமையில் கொஞ்சம் ஈடுபாடு அதிகம்தான் என்பதில் மாற்றுக் கருத்தேயில்லை, மேடம்.” நான் ஜாக்கிரதையாக வார்த்தைகளைக் கையாண்டேன்.

“அவர் ஏன் அவரோட அம்மாவோடு போய் வாழக்கூடாது, நபி? அவர்களுக்குள் நன்றாக ஒத்துப்போகும், இல்லையா.”

திரு. வாஹ்தாடியின் அம்மா உடல் பெருத்த, ஒரு ஜம்பமான பெண்மணி. நகரத்தின் வேறொரு பகுதியில், பணியாள் குழுவோடும் அன்பான இரு நாய்களோடும் வாழ்ந்தாள். தனது வேலைக்காரர்களை, அவள் அந்த நாய்க்குச் சமமாக நடத்தவில்லை, இன்னும் சொல்லப்போனால், பல படி கீழேதான் அவர்களை நடத்தினாள். உருவத்தில் சிறிதாக, உடம்பில் ரோமங்களேயின்றி, பார்க்கச் சகிக்காமல் அந்நாய்கள் இருந்தன. எப்போதும் பதட்டமாக, உச்சஸ்தாயியில் குரைத்த அந்நாய்களைச் சுலபமாக பயமுறுத்தலாம். நான் அவற்றை வெறுத்தேன். அவளின் வீட்டுக்குள் நான் அடியெடுத்து வந்த அடுத்த நொடியே என் கால்மேல் எகிறிகுதித்து அவை ஏற முயற்சி செய்யும், முட்டாள்தனமாக.

நான் திரு.வஹ்தாதியையும் நீலாவையும் அந்த அம்மாவின் வீட்டுக்குக் கூட்டிப் போன ஒவ்வொரு முறையும், காரின் பின்இருக்கையில் இறுக்கம் நிலவும். அவர்களுக்குள் சச்சரவானதை நீலாவின் புருவங்கள் முறுக்கியிருந்ததைப் பார்த்துத் தெரிந்துகொள்வேன். என் அப்பா அம்மா சண்டை போட்டதெல்லாம் அப்போது என் நினைவுக்கு வந்தது; அப்பா அம்மாவுக்குள் யார் வென்றாரென்று ஒரு முடிவு தெரியாதவரை அந்தச் சண்டை ஓயாது. சண்டையால் ஏற்பட்ட விரிசலில் அவர்களின் அன்பு ஒழுகி ஓடிடாமல் அந்த வெற்றியாளர் பார்த்துக் கொள்வார். அடுத்தடுத்த நாட்களில் வாழ்க்கை இயல்புக்கு திரும்பிவிடும். ஆனால் வஹ்தாதிகளிடம் அப்படியில்லை. அவர்களின் சண்டை முடியாமல் கிண்ணம் தண்ணீரில் விழுந்த மைச்சொட்டு மாதிரி மிச்சமிருந்து படர்ந்துகொண்டேயிருந்தது.

இந்தத் திருமணத்தில் அந்த அம்மாவுக்குக் கொஞ்சம் கூட இஷ்டமில்லையென்றும் இது நீலாவுக்கும் நன்றாகவே தெரியுமென்றும் சொல்ல மிகப்பெரிய அறிவாளியாக இருக்கவேண்டிய அவசியமில்லை.

நீலாவும் நானும், எங்களின் அடுத்தடுத்த உரையாடல்களில் பேசிக்கொண்டிருக்கும்போது, ஒரு கேள்வி மட்டும் என் தலைக்குள் குமிழியாக மேலெழும்பியது. தொடர்ந்து. அடிக்கடி. எதற்காக அவள் திரு. வஹ்தாதியைத் திருமணம் செய்துகொண்டாள்? ஆனால் கேட்க எனக்குத் துணிச்சலில்லை. இதுபோல அடுத்தவர்களின் சொந்த விஷயங்களில் அத்துமீறுகிற இயல்பும் எனக்கில்லை. கடைசியில் நானாக ஒரு முடிவுக்கு வந்தேன்: ஒரு சிலருக்கு, குறிப்பாகப் பெண்களுக்கு, திருமணம் - அதுவும் இம்மாதிரி சந்தோஷமேயில்லாத திருமணமென்றாலும் கூட - இதைவிடக் கொடுமையான விஷயத்திடமிருந்து தப்பிக்க ஒரு வழி. அவ்வளவுதான்.

1950ன் இலையுதிர்காலத்தில், ஒரு நாள், நீலா என்னை வரவழைத்தாள்.

"நீ என்னை ஷாத்பாகுக்குக் கூட்டிப் போகணும், நபி," அவள் சொன்னாள். நான் எங்கேயிருந்து வருகிறேனென்றும், என் குடும்பத்தைப் பார்க்க வேண்டுமென்றும் ஆசைப்பட்டாள். நான் ஒரு வருடமாக அவளுக்குச் சமைத்துப் பரிமாறி, காபூலைச் சுற்றிக் காரில் அழைத்துப் போனாலும் என்னைப் பற்றி எதுவுமே தெரியாமல் இருப்பதாகவும் கொஞ்சம் தெரிந்துகொள்ள விரும்புவதாகவும் நீலா கேட்டாள். சொல்லப் போனால், அவளின் கோரிக்கை என்னைத்

திகைக்க வைத்தது. அவளைப்போன்ற அந்தஸ்திலிருக்கும் பெண், ஒரு வேலைக்காரனின் வீட்டுக்கு அவ்வளவு தூரம் பயணப்பட்டு அழைத்துப் போகச் சொல்வது சாதாரண விஷயமில்லை. கூடவே, நீலா என்மேல் இவ்வளவு ஆர்வப்பட்டு ஈடுபாடு காட்டியதை நினைத்தால் எனக்கு உற்சாகமாகவும் இருந்தது. ஆர்வமிருந்த அதே அளவுக்குப் பயமும் கூட. காரணம், நான் பிறந்து வளர்ந்த கிராமத்தின் ஏழ்மையையும் சேர்த்து அவள் காணப்போவதை நினைத்ததால் ஒருபக்கம் உளைச்சலாகவும் அவமானமாகவும் உணர்ந்தேன்.

மேகமூட்டமாக இருந்த ஒருநாள் காலையில் நாங்கள் புறப்பட்டோம். ஆளுயர்த்தி-செருப்பும் சாயம்போன செந்நிறத்தில் கையில்லாத ஆடையும் போட்டிருந்தாள். அம்மாதிரி உடையணிந்துகொண்டு என் கிராமத்துக்கு வருவது முறையில்லையென்று சொல்கிற தகுதி எனக்கில்லை. அதனால் அமைதி காத்தேன். போகிற வழியில், என் கிராமத்தைப் பற்றி, என் மக்களைப் பற்றி, என் தங்கை மற்றும் சபூரைப் பற்றி, அவர்களின் குழந்தைகளைப் பற்றியெல்லாம் கேள்வியாகக் கேட்டபடி வந்துகொண்டிருந்தாள்.

"அவங்க பேர் என்னென்ன?"

"பெரியவன் பெயர் அப்துல்லா, மேடம்," நான் சொன்னேன், "கிட்டத்தட்ட ஒன்பது வயதாகிறது அவனுக்கு. அடுத்தது பரி. அவளுக்கு இரண்டு வயதாகப் போகிறது. பரியைப் பிரசவிக்கும் போது அவர்களின் அம்மா இறந்துவிட்டாள். ஆகவே என் தங்கை பர்வானா, அவர்களுக்கு மாற்றாந்தாய் ஆகிறாள். சென்ற பனிக்காலத்தில் பர்வானாவுக்கு ஓர் ஆண் குழந்தை பிறந்தது - உமர் அவனது பெயர் - ஆனால் பிறந்து இரண்டே வாரத்தில் அவன் இறந்துவிட்டான், மேடம்."

"என்னாச்சு நபி?"

"குளிர், மேடம். அது எங்கள் கிராமங்களில் மொத்தமாக இறங்கி, கையில் கிடைக்கும் ஒன்றிரண்டு குழந்தைகளை ஒவ்வொரு வருடமும் எடுத்துக் கொண்டுவிடும். ஒவ்வொரு வருடமும், எங்கள் வீடுகளில் இழப்பு இருக்கக்கூடாது; குளிர் எங்களைக் கடந்து போய்விட வேண்டும் என்று வேண்டுவதைத் தவிர எங்களுக்கு வேறு கதியில்லை மேடம்."

"கடவுளே," அவள் முணுமுத்தாள்.

“ஒரு சந்தோஷமான விஷயம்,” நான் சொன்னேன், “என் தங்கை மறுபடியும் கர்ப்பமாக இருக்கிறாள்.”

ஷாத்பாகில் வழக்கம்போல், கால்செருப்பில்லாத பிள்ளைகள் எங்களைச் சுற்றியும் கூப்பாடு போட்டு ஓடிவர, நாங்கள் வரவேற்கப்பட்டோம். பின்இருக்கையில் இருந்த நீலா வெளியேறியதைப் பார்த்ததும் பிள்ளைகள் வழக்கத்துக்கு மாறாக, கப்சிப்பென்று அமைதியாகி பின்வாங்கினார்கள். நீலா அவர்களைத் திட்டிவிடுவாளோ என்ற பயம். ஆனால் நீலாவிடம் நானே எதிர்பார்க்காத பொறுமையும் அன்பும் வெளிப்பட்டன. அவர்களுக்குச் சமமாக மண்டியிட்டு, ஒவ்வொருவரிடமும் சிரித்துப் பேசி, கைகுலுக்கினாள். அழுக்கான கன்னங்களைத் தடவிக்கொடுத்தாள். பலநாளாகக் கழுவாத முடிகளைக் கோதிவிட்டாள். ஜனங்கள் மொத்தமும் கூடிநின்று அவளை வேடிக்கைப் பார்த்துக்கொண்டிருந்ததால் எனக்கு மிகவும் தர்மசங்கடமாகியது. என் சிறுவயது நண்பன் பைதுல்லா அங்கேயிருந்தான், ஒரு கூரையின் நுனியில், தன் தம்பிகளுடன் வரிசையாகக் குந்தி உட்கார்ந்து, எல்லாருமே *நஸ்வார்* மென்று துப்பிக்கொண்டு வேடிக்கை பார்த்தார்கள், காக்கா வரிசை மாதிரி. அப்புறம் அவனுடைய அப்பா, முல்லா ஷெகிப் அங்கேயிருந்தார். அவருடன் மூன்று வெள்ளைத் தாடி பெரியவர்கள் சுவரின் நிழலில் உட்கார்ந்து, விரல்களில் பிரார்த்தனை மணியைச் சுண்டியபடி நீலாவின் ஆடையைப் பார்த்ததில் ஓர் அதிருப்தி தெரிந்தது.

நான் நீலாவை சபூரிடம் அறிமுகப்படுத்தினேன். அவர்களின் சிறிய மண்வீட்டுக்குமுன் போனதும் சுற்றியிருந்த கும்பலின் பார்வை எங்களைப் பின்தொடர்ந்தது. வாசலில், சபூர் வேண்டாமென்று வற்புறுத்தியும் கேட்காமல், நீலா தனது ஆளுயர்த்தி-செருப்பைக் கழற்றிவிட்டுத்தான் உள்ளே போனாள். நாங்கள் அறைக்குள் நுழைந்ததும், பர்வானா ஒரு மூலையில் பந்து மாதிரி இறுகி, அமைதியாக உட்கார்ந்திருந்ததை பார்த்தேன். ரகசியம் பேசுவதைவிடக் கொஞ்சம் சத்தமாக அவள் நீலாவை வரவேற்றாள்.

அப்துல்லாவிடம் சபூர் கண் ஜாடை காட்டினான். “டீ கொண்டு வாப்பா.”

நஸ்வார் – ஒருவிதப் புகையிலை.

"ஓ, அதெல்லாம் எதும் வேண்டாம், தயவுசெய்து," தரையிலேயே பர்வானாவுக்குப் பக்கத்தில் உட்கார்ந்து நீலா சொன்னாள். "அதெல்லாம் தேவையே இல்லை." ஆனால் அப்துல்லா அதற்குள் பக்கத்து அறைக்குள் மறைந்துவிட்டான். அது சமையலறையாகவும் அவனும் பரியும் தூங்குகிற இடமாவும் இருந்ததென்று எனக்குத் தெரியும். உண்மையில் அது அறை கிடையாது. மங்கலான நெகிழித் தார்ப்பாய் தொங்கவிட்டு நாங்கள் உட்கார்ந்திருந்த இடத்தையும் சமையலறையையும் அறை மாதிரிப் பிரித்திருந்தார்கள். கார் சாவிகளைக் குலுக்கிக்கொண்டே நினைத்தேன், நாங்கள் வரப்போகிற செய்தியை என் தங்கையிடம் முன்கூட்டியே சொல்ல வாய்ப்பிருந்திருந்தால் நன்றாக இருந்திருக்கும்; இடத்தைச் சுத்தம் செய்ய அவளுக்கும் நேரம் கிடைத்திருக்கும். விரிசல் விழுந்த மண்சுவரில் புகைக்கரி கருப்பாக அழுக்காகி, நீலாவுக்கு அடியிலிருந்த மெத்தை தூசு படிந்து, அந்த ஒற்றை ஜன்னலில் ஈ மொய்த்தது.

"இந்தக் கம்பளம் அற்புதமா இருக்கு," ஆசையோடு அவள் விரல்களை அதன்மேல் நீவிக்கொண்டே நீலா சொன்னாள். யானைப்பாத வேலைப்பாட்டுடன் அடர்சிகப்பு நிறத்தில் அது இருந்தது. சபூருக்கும் பர்வானாவுக்கும் சொந்தமான பொருட்களில் அது ஒன்றுதான் கொஞ்சம் மதிப்புத் தேறும் - ஒருவேளை விற்க நினைத்தால். அதையும் அடுத்து வந்த பனிக்காலத்திலேயே அவர்கள் விற்றுவிட்டார்கள்.

"என் அப்பா காலத்துக் கம்பளம் மேடம்," சபூர் சொன்னான்.

"துருக்கிக் கம்பளமா இது?"

"ஆமாம், மேடம்."

"அவர்கள் இதில் செம்மறியாட்டு ரோமத்தைப் பயன்படுத்தும் விதம் எனக்கு ரொம்பப் பிடித்திருக்கு. கலை வேலைப்பாடுகளும் பிரமாதம்."

சபூர் தலையாட்டினான். நீலாவிடம் பேசிய ஒருமுறைகூட அவள் பக்கம் அவன் திரும்பவே இல்லை.

அப்துல்லா அந்த நெகிழித் தார்ப்பாய் அசைய டீ தட்டுடன் திரும்பி வந்தான். நீலாவுக்கு முன் தரையில் குனிந்து டீயை ஒப்படைத்தான். அவளுக்கு ஒரு கோப்பையில் டீயை நிரப்பிக்

கொடுத்து எதிரில் சம்மணம் போட்டு உட்கார்ந்தான். அவனிடம் பேச முயற்சியெடுத்து நீலா அவனை நோக்கிச் சில சாதாரணக் கேள்விகளைக் கேட்டபோதும் அப்துல்லா தன் மொட்டைத்தலையை ஆட்டியும், ஓரிரு வார்த்தைகளை மட்டும் பதில்களாக முனகியும் அந்தக் கேள்விகளையெல்லாம் தவிர்த்துக்கொண்டேயிருந்தான். எச்சரிக்கை உணர்வுடன் அவன் நீலாவைப் பார்த்ததை என்னால் புரிந்துகொள்ள முடிந்தது. அவனுக்கு ஒழுக்கத்தைக் கடைபிடிக்கச் சொல்லிக்கொடுக்க வேண்டுமென்று மனதில் குறிப்பெடுத்தேன், லேசான கண்டிப்புடன். பொறுப்பான, திறமையான அந்தப் பையனை எனக்குப் பிடிக்கும்; அதனால் கொஞ்சம் அன்பாகவே சொல்ல வேண்டுமென்றும் நினைத்தேன்.

"எத்தனை மாதம்?" நீலா பர்வானாவிடம் கேட்டாள்.

தலையைக் குனிந்துகொண்டே, என் தங்கை சொன்னாள் - வரும் பனிக்காலத்தில் குழந்தை பிறக்கப்போவதாக.

"நீ ரொம்ப அதிர்ஷ்டசாலி," நீலா சொன்னாள், "சீக்கிரமே குழந்தை பிறக்கப்போகுது. உன் கணவனின் மகன்கூட எவ்வளவு பணிவாக நடக்கிறான் பார்." எந்த உணர்ச்சியும் காட்டாத அப்துல்லாவை நீலா பார்த்தாள்.

பர்வானா எதையோ முணுமுணுக்க, அது என் காதில், *மிக்க நன்றி மேடம்* என்று சொன்னதுமாதிரி விழுந்தது.

"அப்புறம் இன்னொரு குட்டிப் பெண்கூட இருக்கிறாள் இல்லை?" நீலா கேட்டாள். "பரி தானே அவளோட பேர்?"

"அவள் தூங்குகிறாள்," அப்துல்லாவின் பதில் வெடுக்கென்று வந்தது.

"ஓ, அவள் ரொம்பவும் அழகென்று கேள்விப்பட்டேன்."

"போய் உன் தங்கையைத் தூக்கி வா," சபூர் சொன்னான்.

அப்துல்லா தன் அப்பாவையும் நீலாவையும் மாறி மாறிப் பார்த்துத் தயங்கினான். பிறகு வெளிப்படையான கோபத்தோடு தன் தங்கையைத் தூக்கிவர எழுந்தான்.

என்னுடைய இந்த அந்திம காலத்திலும், நான் குற்றமற்றவன் என நிரூபிக்க ஒரேயொரு வாய்ப்புக் கிடைத்தால், நான் இதைத்தான் சொல்வேன், மார்கோஸ் சார்: அப்துல்லாவுக்கும் அவன்

தங்கைக்கும் இருந்த பந்தம் மிகச் சாதாரணமானது. ஆனால் அது அப்படி இருக்கவில்லையே. அவர்கள் ஒருவரையொருவர் ஏன் தேர்ந்தெடுத்தார்களென்று அந்தக் கடவுளைத் தவிர வேறு யாருக்குமே தெரியாது. புரியாத ஒரு புதிராக அது இருந்தது. இரண்டு உயிர்களுக்குள் அப்படியொரு ஒட்டுதலை நான் இதுவரை பார்த்ததேயில்லை. உண்மையில், அப்துல்லாவைப் பரியின் அண்ணனென்று சொல்வதைவிட அப்பாவென்று சொல்வதுதான் பொருத்தமாக இருக்கும். அவள் கைக்குழந்தையாக இருந்தபோது, அவள் அழுகிற இரவு நேரங்களில், தூக்கத்திலிருந்து எழுந்து அவளைச் சமாதானப்படுத்தத் தூக்கிக்கொண்டு நடந்தவன் அவன்தான். அவளின் ஈரத்துணியை மாற்றிவிட்டு, தட்டிக்கொடுத்துத் தூங்கவைத்ததும் அவன்தான். பரிக்கான அப்துல்லாவின் பொறுமை எல்லையில்லாதது. அவளைக் கிராமத்தைச் சுற்றி தூக்கிக்கொண்டு திரிவான் - என்னவோ அவள்தான் இந்த உலகிலேயே விலைமதிக்க முடியாத கோப்பை மாதிரி.

தூக்கத்தில் இன்னமும் தள்ளாடிக் கொண்டிருந்த பரியை அப்துல்லா அறைக்குள் தூக்கி வந்தபோது, தான் வைத்துக்கொள்வதாக நீலா அவளைக் கேட்டு வாங்கினாள். அப்துல்லா அவளைக் கொடுத்தப்போது, சந்தேகத்தால் வெட்டுகிற மாதிரி நீலாவைப் பார்த்தான், அவனுக்குள் ஓர் உள்ளுணர்வு அபாயமணி அடித்தது மாதிரி.

"ஓ, வாடா என் செல்லம்!" நீலா ஆச்சரியத்தில் கத்த, பரியை இசகுபிசகாக அவள் ஆட்டிய விதம், இதற்கு முன் குழந்தைகளைத் தூக்கிய அனுபவம் அவளுக்கில்லை என்பதைக் காட்டிக்கொடுத்தது. பரி, நீலாவைக் குழப்பத்தோடு உற்றுப்பார்த்து, பிறகு அப்துல்லாவின் பக்கமாகத் திரும்பி, அழ ஆரம்பித்தாள். உடனே, அவன் அவளை நீலாவிடமிருந்து காப்பாற்றித் திரும்பவும் தன் மடியில் போட்டுச் சமாதானப்படுத்தினான்.

"அந்தக் கண்களைப் பாரு!" நீலா சொன்னா. "அந்தக் கன்னங்களைப் பாரு! ஓ, இவள் எவ்வளவு அழகு பார், நபி?"

"நிச்சயமா, மேடம்," நான் சொன்னேன்.

"அப்புறம் பேர் கூட ரொம்பப் பொருத்தமாத்தான் வைத்திருக்கீங்க: பரி. உண்மையிலேயே அழகில் இவள் தேவதைதான்."

அப்துல்லா தன் கைகளால் பரியை ஆட்டிக்கொண்டே, நீலாவைக் கவனித்தான். அவன் முகத்தில் ஏதோவொன்று சூழ்ந்தது.

காபூலுக்குத் திரும்பிப் போகும்போது, தலையைக் கண்ணாடியில் சாய்த்து பின்இருக்கையில் நீலா சரிந்து உட்கார்ந்து வந்துகொண்டிருந்தாள். நீண்ட நேரமாக அவள் ஒரு வார்த்தைகூடப் பேசவில்லை. பிறகு, திடீரென்று, அவள் அழ ஆரம்பித்தாள்.

சாலையோரமாக ஒதுங்கி நான் காரை நிறுத்தினேன்.

நீண்ட நேரமாக அவள் அமைதியாக இருந்தாள். தனது உள்ளங்கைகளுக்குள் அவள் தேம்பியபோது அவளின் தோள்கள் குலுங்கின. கடைசியாக, கைக்குட்டைக்குள் மூக்கைச் சிந்திவிட்டுச் சொன்னாள், “நன்றி, நபி.”

“எதுக்கு, மேடம்?”

“என்னை அங்கே கூட்டிட்டுப் போனதுக்கு. உன் குடும்பத்தைச் சந்தித்ததுக்கு நான் ரொம்ப சந்தோஷப்படறேன்.”

“சந்தோஷப்பட வேண்டியது அவர்கள்தான், மேடம். நானும் கூட. எங்களுக்கு மிகப்பெரிய கௌரவத்தைக் கொடுத்தீங்க, மேடம்.”

“உன் தங்கையின் குழந்தைகள் மிக அழகு.” அவள் தனது குளிர்கண்ணாடிகளைக் கழற்றிக் கண்களை ஒற்றியெடுத்தாள்.

நான் என்ன செய்வதென்று ஒரு கணம் யோசித்து, முதலில் அமைதியாக இருக்க முடிவெடுத்தேன். ஆனால் அவள் என் முன்னால் அழுகிறாளே. அந்த அன்னியோன்ய சூழ்நிலைக்குத் தகுந்த சில ஆறுதல் வார்த்தைகளைச் சொல்லவில்லையென்றால் எப்படி. மென்மையாக நான் சொன்னேன், “உங்களுக்கும் அதேபோன்று அழகான குழந்தைகள் பிறக்கும், மேடம். இன்ஷால்லா, இறைவன் நிச்சயம் கொடுப்பார். பொறுங்கள்.”

“அது நடக்காது, நபி. அந்த இறைவனே நினைத்தாலும் கூட எனக்கு அதற்கான வாய்ப்புகள் இல்லை.”

“கண்டிப்பா அவர் கொடுப்பார், மேடம். உங்களுக்கு இன்னும் வயது இருக்கிறது. இறைவன் மனது வைத்தால் நிச்சயம் அது நடந்தே தீரும்.”

“உனக்குப் புரியவில்லை,” அவள் சோர்வாகப் பேசினாள். அவள் அவ்வளவு சோர்ந்து, சுரத்தேயில்லாமல் நான் பார்த்ததேயில்லை.

“எல்லாமே போச்சு எனக்கு. இந்தியாவில இருந்தபோதே அறுவைசிகிச்சை செய்து எடுத்துட்டாங்க. இனி என்னால ஒரு குழந்தையைச் சுமக்கவே முடியாது.”

இதற்கு என்ன பதில் சொல்வதென்றே எனக்குத் தெரியவில்லை. பின்இருக்கையில் அவளருகில் உட்கார்ந்து அவளை என் பக்கமாக இழுத்து என் கைகளுக்குள் ஏந்தி, முத்தங்களால் அவளைச் சமாதானப்படுத்த ஏங்கினேன். நான் என்ன செய்கிறேனென்று எனக்கே தெரிவதற்கு முன், முழுதாகத் திரும்பி அவள் கைகளை என் கைகளால் இறுக்கமாகப் பிடித்தேன். தட்டிவிட்டுப் பின்வாங்கிடுவாளோ என்றுதான் நினைத்தேன், ஆனால் நன்றியோடு அவள் என் விரல்களை அழுத்த, நாங்கள் ஒருவரையொருவர் பார்க்காமல், எங்களைச்சுற்றியிருந்த, ஒரு தொடுவானத்திலிருந்து இன்னொரு தொடுவானத்துக்கிடையில் மஞ்சளாக வாடிவதங்கியிருந்த சமவெளிகளையும், உழவுகால் வரிசையாக வற்றிப்போன வாய்க்கால் வரப்புகளையும், நடுநடுவே புதர்களும் பாறைகளும் இறைந்திருந்து, இங்கேயும் அங்கேயும் சில பூச்சிகள் காற்றைக் கலக்குவதையும் மட்டுமே பார்த்துக்கொண்டிருந்தோம். நீலாவின் கைகளை எனக்குள்ளே பிடித்து நான் தூரத்து மலைகளையும் மின்சாரக் கோபுரங்களையும் பார்த்தேன். தனக்குப் பின்னால் புழுதியைக் கிளப்பித் தூரத்தில் ஓடிய ஒரு சரக்குவண்டியின் தடத்தை என் பார்வை பின்தொடர்ந்தது. விட்டிருந்தால் அப்படியே இருட்டுகிற வரைக்கும்கூட உட்கார்ந்திருப்பேன்.

“வீட்டுக்குப் போலாம்,” இறுதியாக என் கைகளை விடுவித்து அவள் பேசினாள். “இன்று சீக்கிரமே தூங்க வேண்டும்.”

“சரிங்க, மேடம்.” தொண்டையைக் கனைத்து சரிசெய்து, சன்னமாக நடுங்கும் கைகளால், முதல்படியைப் போட்டு வண்டியை நகர்த்தினேன்.

***

படுக்கையறைக்குள் போன நீலா நாள்கணக்காக அதைவிட்டு வெளியே வரவில்லை. இது முதல்முறை அல்ல; பலமுறை இப்படி நடந்திருக்கிறது. சில வேளைகளில், மாடியிலிருக்கும் அவளின் படுக்கையறை ஜன்னலோரம் நாற்காலியை எடுத்துப் போட்டு உட்கார்ந்திருப்பாள். கால் ஆட்டிக்கொண்டே வெண்பீடி ஊதிக்கொண்டு, ஜன்னலுக்கு வெளியே வெறுமையாகப் பார்த்துக்கொண்டிருப்பாள். அந்நேரங்களில் அவள் யாரிடமும்

பேசமாட்டாள். தூங்கும்போது மாட்டிய மெல்லுடையைக் கூட மாற்றமாட்டாள். பல் துலக்காமல், குளிக்காமல், தலையும் வாராமலிருப்பாள். இன்னும் மோசமாக இம்முறை திரு. வஹ்தாதிக்கே கிலி ஏற்படுத்துவது போல, அவள் சாப்பிடக்கூட இல்லை.

நான்காவது நாள், வெளிக்கதவை யாரோ தட்டுகிற சத்தம் கேட்டது. கச்சிதமான சூட்டும், பளபளக்கிற காலணிகளும் போட்ட ஓர் உயரமான பெரியவருக்கு நான் அதைத் திறந்து விட்டேன். அவர் நின்ற தோரணை எனக்கு அச்சுறுத்தலாக இல்லையென்றாலும், அவர் என்னை ஊடுருவிப் பார்த்ததில், மெருகேற்றிய பிரம்புக் கைத்தடியை ஒரு செங்கோலைப் போல கையில் பிடித்திருந்ததில், ஏதோவொரு அதிகாரத் தொனியை உணர்ந்தேன். அவர் அப்போது வரை ஒரு வார்த்தை கூடப் பேசியிருக்கவில்லை, ஆனால் அதற்குள்ளேயே மற்றவர்கள் கீழ்படிந்து நடந்துகொள்ளவே அவர் பழக்கப்படுத்தப்பட்டவரென்று என் உள்மனம் சொல்லியது.

"என் மகளின் உடல்நிலை சரியில்லையென்று கேள்விப்பட்டேன்," என்றார் அவர்.

ஆக அவர்தான் அப்பா. நான் அதுவரை அவரைச் சந்தித்ததில்லை. "ஆமாம், சார். அது உண்மைதான்," நான் சொன்னேன்.

"அப்புறம் என்ன, வழிவிட்டு நில்." என்னைத் தாண்டிக் கடந்தார்.

தோட்டத்தில் விறகைப் பிளக்கும் வேலையில் நான் மும்முரமாக ஈடுபட்டிருந்த இடத்திலிருந்து நீலாவின் படுக்கையறை ஜன்னல் நன்றாகத் தெரியும். அந்த ஜன்னலின் சட்டகத்தில் அப்பா இருந்தார், இடுப்பு வரை குனிந்து, அவரின் ஒருகை நீலாவின் தோளை அழுத்த, ஏதோ பேசிக்கொண்டிருந்தார். நீலாவுடைய முகபாவம், திடீரென்று ஒரு பட்டாசு உரக்க வெடித்தால் எப்படியிருக்குமோ அல்லது எதிர்பாராத நொடியில் பலமான காற்று கதவைப் படாரென்று அடித்து சாத்தினால் எப்படியிருக்குமோ, அப்படி இருந்தது.

அன்றிரவே அவள் சாப்பிட்டாள்.

சில நாட்களுக்குப் பிறகு, நீலா என்னை வீட்டுக்குள் அழைத்து கேளிக்கை விருந்து ஒன்று கொடுக்கப் போவதாகச் சொன்னாள். திரு. வஹ்தாதியின் திருமணத்துக்கு முன்புவரை நாங்கள் விருந்து கொடுத்ததேயில்லை. நீலா வந்ததற்குப் பிறகு மாதத்தில் இரண்டு அல்லது மூன்று கேளிக்கைகளைக் கொண்டாடிவிடுவாள். விருந்துக்கு

ஒருநாள் முன்னதாகவே எனக்கு விவரமாகச் சொல்வாள், பசியூக்கியாக என்னென்ன செய்யவேண்டுமென்று, உணவுப்பட்டியலில் என்னென்ன உணவு வகைகள் இருக்கவேண்டுமென்று. நானும் கடைத்தெருவுக்குப் போய் தேவையானதெல்லாம் வாங்கி வந்துவிடுவேன். தேவையானதில் முதன்மையானது மது, நான் அதுவரை வாங்காத ஒன்று, காரணம் திரு. வஹ்தாதி குடிக்கமாட்டார் - அதற்கும் மதத்துக்கும் ஒரு தொடர்பும் இல்லை, அது அவரின் உடலில் ஏற்படுத்தும் விளைவுகளை அவர் விரும்பவில்லை; அவருக்குப் பிடிக்கவில்லை; அவ்வளவுதான். ஆனால், நீலாவுக்கு இதுபோன்ற சில இடங்கள் நல்ல பரிச்சயம் - மருந்துக்கடையென்று விளையாட்டாகச் சொல்வாள். அந்த மருந்துக்கடையில் தான் என்னுடைய இரண்டு மாதச் சம்பளத்துக்கு நிகரான பணம் கொடுத்து ஒரேயொரு மருந்துபுட்டியைக் கமுக்கமாக வாங்கி வருவேன். இதுபோன்ற பாவத்துக்கு உடந்தையான வேலை செய்ததில் எனக்குக் கலவையான எண்ணங்கள் இருந்தன. ஆனால், எப்போதும் போல, நீலாவை மகிழ்விக்க வேண்டுமென்ற சிந்தனை மற்றெல்லாவற்றையும் ஒதுக்கித் தள்ளிவிட்டது.

ஒரு விஷயத்தை நீங்கள் புரிந்துகொள்ள வேண்டும், மார்கோஸ் சார். அதாவது, ஷாத்பாகில், கல்யாணத்துக்கோ சுன்னத்துக்கோ எதுக்காகவாவது விருந்து நடந்தால், அங்கே அந்த விசேஷம் இரண்டு வீடுகளில் நடக்கும் - ஆண்களுக்கு, பெண்களுக்கென்று தனித்தனியாக. நீலாவின் விருந்துகளில் ஆண்களும் பெண்களும் சங்கமித்தனர். பெரும்பாலான பெண்கள், நீலாவை மாதிரியே, முழுநீளக் கைகளையும் முக்கால்வாசிக் கால்களையும் காட்டுகிற உடைகளை அணிந்திருந்தனர். அரைகுறையாக நிரம்பிய சிகப்புநிற, செம்புநிற அல்லது நிறமேயில்லாத சாராயத்தைக் கோப்பையில் ஏந்தி, குடித்துப் புகை விட்டனர். அவர்கள் பகடி சொல்லிக்கொண்டு, சத்தமாகச் சிரித்துக்கொண்டு, ஆண்களைத் (எனக்குத் தெரிந்து அதே அறையிலிருந்த மற்ற பெண்களின் கணவர்களை) தொட்டுத் தொட்டுப் பேசிக்கொண்டனர். நான் சின்னசின்ன தட்டுகளில் பொலானியையும் லோலா கவாபையும் தூக்கியபடி அந்த வெண்பீடிப் புகைசூழ்ந்த அறையின் ஒரு மூலையிலிருந்து இன்னொரு மூலைக்கு, ஒரு கும்பலிலிருந்து இன்னொரு கும்பலுக்கு, இசைத்தட்டு இரைச்சலாகச் சுழல அலைவேன். அந்த இசை ஆஃப்கன் இசை மாதிரி இருக்கவில்லை. அதன் பேர்கூட நீலா சொன்னாள், ஏதோ ஜாஸ் என்று. பல வருடங்களுக்குப்பிறகு நீங்கள் அதை இந்த

வீட்டில் குறுந்தகடாகப் போடும்போது நான் அதன் பேரைச் சொல்லப்போக, நீங்களும்கூட பாராட்டினீர்களே, மார்கோஸ் சார், அதே இசைதான். கன்னாபின்னாவென கிலுகிலுக்குகிற பியானோவும் இனம்புரியாமல் அழுகிற ஊதலும், என் காதுக்கு என்னவோ சுதிசேராத மாதிரிக் கேட்டன. ஆனால் நீலாவுக்கு இதெல்லாம் மிகவும் பிடித்தன, மேலும் அவளின் நண்பர்களிடம் இந்த ஒலிவட்டையோ அல்லது அந்த ஒலிவட்டையோ எப்படிக் கேட்பதென்றும், அவற்றைச் சிலாகித்ததையும் பலமுறை நான் ஒட்டுக்கேட்டிருக்கிறேன். இரவுமுழுக்க கோப்பை மட்டுமே கையிலிருக்க, நான் கொடுத்த சாப்பாட்டை விட அதைத்தான் அவள் அதிகமாக விரும்பினாள்.

திரு. வஹ்தாதி தனது விருந்தினர்களிடம் அளவளாவப் பெரிதாக எந்த முயற்சியும் எடுக்கவில்லை. எதோ ஒப்புக்கு சிலமுறை கூட்டத்தோடு கூட்டமாகக் கலந்து, பெரும்பாலும் ஒரு மூலையில், சொந்த வீட்டிலேயே அந்நியன் போல உட்கார்ந்து, ஒரு கோப்பை சோடாவைக் கையில் தாங்கி, யாராவது பேச முயற்சித்த போது மட்டும் மரியாதைக்கு வாயை மூடி சிரித்தார். வந்தவர்கள் எல்லோரும் நீலாவைக் கவிதை சொல்லக் கேட்கும் போது மட்டும், அவர் வழக்கமாகச் செய்வதைப் போல, ஏதாவது சாக்குச் சொல்லிவிட்டு வெளியேறிவிடுவார்.

அந்த மாலை நேரக் கேளிக்கைகளிலேயே எனக்குப் பிடித்த பகுதி அதுதான். அவள் ஆரம்பிக்கும் போதெல்லாம் ஏதாவதொரு வேலையைக் கண்டுபிடித்து அவள் பக்கத்திலிருப்பது மாதிரி பார்த்துக் கொள்வேன். அங்கே நான், கையில் துண்டுடன், அப்படியே உறைந்து நின்று, காதுகளைத் தீட்டி வைப்பேன். நீலாவின் கவிதைகள் நான் வளரும்போது படித்த மாதிரியெல்லாம் இருக்கவில்லை. உங்களுக்கே நன்றாகத் தெரியும், மார்கோஸ் சார், ஆஃப்கன்களாகிய எங்களுக்கு கவிதைகளென்றால் உயிர்; இருப்பதிலேயே மோசமான தற்குறிகூட ஹாஃபிஸ் அல்லது கய்யாம் அல்லது ஸாடி போன்ற கவிஞர்களின் வரிகளை மனப்பட மாக ஒப்பிப்பான். உங்களுக்கு ஞாபகம் இருக்கிறதா, மார்கோஸ் சார், எந்தளவுக்கு ஆஃப்கன் மக்களை உங்களுக்குப் பிடிக்குமென்று போன வருடம் சொன்னீர்களே? எதனால் சார் என்று நான் கேட்க,

---

பொலானி – உருளைக்கிழங்கு, மிளகு சேர்த்து செய்யப்படும் ரொட்டி வகை.

லோலா கவாப் – ஆட்டிறைச்சி உணவு வகை.

அதுற்கு நீங்கள் சிரித்துக் கொண்டே பதில் சொன்னீர்கள், ஏன்னா இங்கே சுவரில் வண்ணம் அடிக்கறவன் கூட ரூமியைத்தான் தீட்டுகிறான்.

ஆனால் நீலாவின் கவிதைகள் மரபை எதிர்த்து மீறின. கட்டமைக்கப்பட்ட ஒரு சொல்லமைப்போ ஓசைநயமோ அதில் இருக்கவில்லை. வழக்கமான மரம், செடி-கொடிகளோ, பூக்களோ வானம்பாடிப் பறவைகளோ அதில் வர்ணிக்கப்படவில்லை. நீலா காதலைப் பற்றி எழுதினாள், அதுவும் காதலென்று நான் சொன்னது, ரூமியோ ஹஃபிஸோ எழுதிய சூஃபி வகை காதலைப் பற்றியில்லை, உடல்சார்ந்த காமம் சம்மந்தப்பட்டதை. காதலர்கள் ஒருவரையொருவர் தொட்டுக்கொண்டு கொஞ்சுகிற தலையணை கிசுகிசுப்பை நீலா எழுதினாள். சுகத்தைப் பற்றி எழுதினாள். ஒரு பெண் அப்படியெல்லாம் பேசி அதுவரை நான் கேட்டதேயில்லை. நீலாவின் தூபக்குரல் அறை முழுதும் படர, நான் கண்களை மூடி, காதெல்லாம் சூடாகிச் சிவக்க, அவள் எனக்கு மட்டுமே கவிதை படிப்பது போலவும், அந்தக் கவிதையில் தோன்றும் காதலர்கள் நாங்கள் தானோ என்றும் கற்பனையில் மிதந்தேன், யாரோ 'டீ' என்றும், 'உடைத்த முட்டை' என்றும் கூப்பாடு போட்டு என் மயக்கத்தைக் கலைக்கும்வரை. உடனே நீலாவும் என் பெயரைச் சொல்லிக் கூப்பிட நானும் ஓடுவேன்.

அந்த முறை, நீலா தேர்ந்தெடுத்து வாசித்த கவிதையைக் கேட்டு எனக்குத் தூக்கிவாரிப் போட்டது. ஒரு கிராமத்தில், கணவன் மனைவி இருவரும் பனிக்காலத்தில் குளிர் தாங்காமல் இறந்துவிட்ட தங்களின் பச்சிளங் குழந்தையை நினைத்து துக்கம் தாங்காமல் புலம்புவதைப் பற்றிய கவிதை அது. வந்திருந்தவர்கள் எல்லாருக்குமே அந்தக் கவிதை ரொம்பப் பிடித்ததென்று, அவர்கள் தலையாட்டி ரசித்ததையும், முணுமுணுப்பாக ஆமோதித்ததையும் பார்த்தபோது தெரிந்தது. வாசித்து முடித்து நீலா நிமிர்ந்த உடனே எல்லோரும் கைதட்டிப் பாராட்டினர். இருந்தாலும், எனக்குள் சிறு திகைப்பையும் ஏமாற்றத்தையும் உணர்ந்தேன், என் தங்கையின் கண்ணீர் இவர்களின் பொழுதுபோக்கிற்காகப் பயன்படுத்தப்பட்டுவிட்டதே என்று. இதுவும் கூட ஒருவகை துரோகம்தான் என்பதை என்னால் உணராமல் இருக்கமுடியவில்லை.

விருந்து முடிந்த இரண்டாவது நாள், தனக்குப் புதிதாக ஒரு கைப்பை தேவைப்பட்டதென்று நீலா சொன்னாள். நான் திரு. வஹ்தாதிக்கு

ரொட்டியும் பருப்பு சாம்பாரும் மதிய உணவாகப் பரிமாற, அவர் செய்தித்தாள் படித்துக்கொண்டிருந்தார்.

“உங்களுக்கு ஏதாவது தேவையா, சுலைமான்?” நீலா கேட்டாள்.

“இல்லை, அஜீஸ். நன்றி,” என்றார் அவர். நீலாவை ‘அஜீஸ்’ என்று மட்டும்தான் அவர் கூப்பிடுவார். வேறெப்படியும் கூப்பிட்டு நான் கேட்டதில்லை. ‘அன்பே’ என்ற அர்த்தம் தொனிக்கக் கூப்பிட்டாலும் அந்த ஜோடிக்கிடையில் அன்பே இருந்ததில்லை. ஆசையாக எல்லோரும் தன் மனைவியைக் கூப்பிடும் அந்த வார்த்தை திரு. வஹ்தாதியின் உதட்டிலிருந்து வரும்போது விறைப்பாகத்தான் வந்தது.

கடைக்குப் போகும் வழியில், நீலா தன் தோழியையும் உடன் அழைத்துப்போக விரும்புவதாக ஒரு வீட்டுக்கு வழி சொன்னாள். தெருவோரமாகக் காரை நிறுத்தி, அவள் அந்த இளஞ்சிவப்புநிற இரண்டடுக்கு மாடி வீட்டுக்குள் நடந்துபோவதைப் பார்த்தேன். முதலில் நான் காரை அணைக்கவில்லை, ஆனால் ஐந்து நிமிடங்களுக்குப் பிறகும் நீலா வராததால் அணைத்துவிட்டேன். அப்படிச் செய்ததே நல்லதாகப் போனது, காரணம் அவளது மெலிந்த உருவம் திரும்பவும் காரை நோக்கித் தவழ்ந்துவர கிட்டத்தட்ட இரண்டு மணி நேரமானது. அவளுக்காகப் பின் கதவை நான் திறக்க, அவள் சறுக்கி உள்ளே போக, எனக்குப் பழக்கப்பட்ட அவளின் திரவிய வாசனைக்கடியில் இன்னொரு திரவியத்தின் வாசனையை, இரண்டாவது வாசனையை நுகர்ந்தேன். தேவதாரு அல்லது லேசான இஞ்சி வாசனை போன்ற ஏதோவொரு திரவியத்தின் வாசனை, இரண்டு நாட்களுக்கு முன் நடந்த கேளிக்கை விருந்தில் நான் சுவாசித்து அடையாளம் கண்ட ஒரு வாசனை.

“எனக்குப் பிடித்த மாதிரி எதுவும் கிடைக்கல,” பின்இருக்கையில் மறுபடியும் உதட்டுச்சாயத்தைத் தேய்த்துக்கொண்டே நீலா சொன்னாள்.

திருதிருவென நான் விழித்ததைப் பின்காட்சிக் கண்ணாடியில் அவள் கவனித்துவிட்டாள். உதட்டுச்சாயத்தைத் தற்காலிகமாகக் கீழிறக்கித் தனது இமைகளின் நிழலில் என்னை முறைத்தாள். “நீ என்னை இருவேறு கடைகளுக்குக் கூட்டிட்டுப்போன, ஆனால் எனக்குப் பிடித்த கைப்பை எதுவுமே அங்கு கிடைக்கல.”

அவளின் கண்கள் என் கண்களோடு கண்ணாடியில் மோதி, சிறிது நேரம் அப்படியே காத்திருக்க, அந்த ரகசியத்துக்கு நானும் உடந்தையானதை உணர்ந்தேன். அவள் என் விசுவாசத்தைச் சோதிக்கிறாள்; நான் யார் பக்கமென்று கேட்கிறாள்.

“நீங்கள் மூன்று கடைகளுக்குச் சென்றீர்கள் என நினைக்கிறேன், மேடம்,” என்றேன் பலவீனமாக.

அவள் புன்னகைத்தாள். *“பக்ஹ்வா ஜூ பான்ஸ் கெ து வெ மொன் சுலமி, நபி.”*

நான் மீண்டும் விழித்தேன்.

“அதாவது ‘சில நேரங்களில் நீ மட்டும்தான் என் உண்மையான நண்பன்னு நினைக்கிறேன்’ என்று அர்த்தம். ஃபிரெஞ்சுல.”

என்னைப் பார்த்துப் பளிச்சென்று சிரித்தாள், ஆனால் அந்தச் சிரிப்பால் என் சோர்ந்து போன உற்சாகத்தை நிமிர்த்த முடியவில்லை.

அந்நாளின் மீதியை, என்னுடைய வேலைகளில் கழித்தேன், வழக்கமாக நான் செய்கிற வேகமில்லாமல் பாதி வேகத்தில்; பாதி ஆர்வத்தில் மட்டும். என் சகாக்கள் அன்றிரவு என் குடியிருப்புக்கு வந்து, அதில் ஒருவன் எங்களுக்காகப் பாடினபோதும் அது என் மனவாட்டத்தைப் போக்கவில்லை. என்னவோ என் மனைவியே சோரம் போய், துரோகம் செய்துவிட்டது மாதிரித் துடித்தேன். பிறகு, ஒருவழியாக, அவள் மீது எனக்கிருந்த பிடிப்பும் மெல்லமெல்ல விலகியது போல எனக்குத் தோன்றியது.

ஆனால் பாருங்கள், காலையில் நான் எழுந்த உடனேயே நீலாவின் நினைவுகள் மறுபடியும் என்னை இறுக்கின. புகைமூட்டம் மாதிரி, என் குடியிருப்பு முழுக்க, தரையிலிருந்து விட்டம் வரை, சுவரில் ஊறிப் படர்ந்து, என் மூச்சை அடைத்தன. எவ்வளவுதான் அடிபட்டாலும் பிரயோஜனமே இல்லை, நான் திருந்தவே மாட்டேன் போல, மார்கோஸ் சார்.

***

அந்த யோசனை எப்போது தோன்றியதென என்னால் துல்லியமாகச் சொல்ல முடியவில்லை.

அந்த இலையுதிர்காலத்தின் காலைப் பொழுதில், நீலாவுக்கு ரோட்கேக்கும் டீயும் பரிமாறிக்கொண்டிருந்த சமயம், ஜன்னலோரம்

அசையாமலிருந்த வானொலியில், வரவிருக்கும் 1952ம் வருடத்தின் பனிக்காலம் சென்ற வருடத்தை விட இன்னும் கொடுமையாக இருக்கப்போகிறதென்று வந்த செய்தியைக் கேட்டபோதா. ஒருவேளை அதற்கும் முன்னால், அவளை அந்த இளஞ்சிவப்புநிற வீட்டுக்கு அழைத்துப் போன நாளிலா, அதுவும் இல்லையென்றால் இன்னும் முன்னால், காரில் அவள் அழுதபோது அவளின் கைகளைப் பிடித்து உட்கார்ந்திருந்தேனே அப்போதா.

அது எப்போதோ தெரியாது, ஆனால் என் தலைக்குள் அது நுழைந்தவுடன் என்னால் அதை வெளியேற்ற முடியவில்லை.

ஒரு விஷயத்தைச் சொல்கிறேன், மார்கோஸ் சார், பரிசுத்தமான மனசாட்சியோடுதான் அந்தக் காரியத்தை நான் முன்னெடுத்தேன். ஒரு நல்ல நோக்கத்திற்காகவும் நேர்மையான சிந்தனையோடும்தான் அந்த எண்ணம் எனக்குள் பிறந்தது. அது, அப்போதைக்கு வேதனையாக இருந்தாலும், சம்பந்தப்பட்ட எல்லாருக்குமே பின்னால், எதிர்காலத்தில், நன்மையாக அமையுமென்று திடமாக நம்பினேன். ஆனால் எனக்குச் சில கேவலமான, சுயநல உள்நோக்கங்களும் அதில் இருந்தன. முக்கியமாக இதைச் சொல்லலாம்: எந்தவொரு ஆணாலும் - அவள் கணவனால் கூட, அந்த இளஞ்சிவப்புநிற வீட்டுக்காரனால் கூட - நீலாவுக்குக் கொடுக்க முடியாத ஒன்றை என்னால் கொடுக்க முடியுமென்று நிரூபிக்க நான் ஆசைப்பட்டேன்.

முதலில் சபூரிடம் பேசினேன். சபூர் இந்தத் திட்டத்துக்குப் பிரதியுபகாரமாகப் பணத்தை ஏற்கத் தயாராக இருந்திருந்தால், கண்டிப்பாக, என் சம்பளத்திலிருந்து திரு. வஹ்தாதியிடம் கொஞ்சம் முன்பணம் வாங்கியாவது அவனுக்குக் கொடுத்திருப்பேன். அவன் பணத்துக்காகக் கஷ்டப்பட்ட விஷயம் எனக்குத் தெரியும், சரிவர வேலை கிடைப்பதில்லையென்று ஏற்கனவே சொல்லியிருந்தான். ஆனால் சபூருக்குக் கௌரவம் ஜாஸ்தி, அதை அவன் விட்டுக்கொடுக்கவும் மாட்டான்; பணத்துக்காக விலை பேசவும் மாட்டான், என் ஊர் ஆட்களை மாதிரியே. அப்போது மட்டுமில்லை வேறு எப்போதுமே என்னிடம் அவன் பணம் வாங்கமாட்டான். பர்வானாவைத் திருமணம் செய்த உடனே நான் மாதாமாதம் அவளுக்குக் கொடுத்து வந்திருந்த சிறு தொகையைக்

ரோட் கேக் – கோதுமை மாவு, முட்டை, பாதாம் கொண்டு செய்யப்படும் கேக்.

கூட வேண்டாமென்று மறுத்துவிட்டான். அவன்தான் குடும்பத் தலைவன்; அவன் உழைப்பில்தான் அவனது குடும்பம் பசியாற வேண்டும். கடைசியில், குடும்பத்துக்காக உழைக்கும் போதேதான் அவன் செத்தும் போனான். பீட்ரூட்டை அறுவடை செய்ய பாக்லான் சென்றிருந்தபோது நிலத்திலேயே சரிந்து விழுந்து நாற்பது வயதைத் தாண்டாமலேயே இறந்தான். இறந்த பிறகும் கூடத் தனது காப்புக்காய்ந்துப் போன கைகளால் அந்தத் துரட்டியைக் கெட்டியாகப் பிடித்திருந்தானென்று கேள்விப்பட்டேன்.

நான் ஒரு தகப்பன் கிடையாது. அதனால் சபூரின் இம்முடிவுக்குப் பின்னால் எவ்வளவு பதைபதைப்பும் மனவலியும் வேதனையும் இருந்திருக்குமென்று வெற்று வார்த்தைகளால் பாசாங்கு செய்ய நான் விரும்பவில்லை. வஹ்தாதிகளோடு இந்தச் சதியில் உடந்தையாகவும் நான் இருக்கவில்லை. அவர்கள் இருவரும் என்ன பேசிக்கொண்டார்களென்று கூட எனக்குத் தெரியாது. நீலாவிடம் இந்த யோசனையைச் சொல்லும் போது, இதைத்தான் சொன்னேன்: நீங்கள் உங்கள் கணவரிடம் இதைப் பற்றி விவாதிக்கும் போது, உங்களின் யோசனையென்றே சொல்லுங்கள், தயவு செய்து நான் சொன்னேனென்று மட்டும் சொல்லிவிடாதீர்கள். திரு. வஹ்தாதி இதற்குச் சம்மதிக்க மாட்டாரென்று எனக்குத் தெரியும். ஒரு குழந்தையைப் பராமரிக்கக் கூடிய நபராகத் துளி கூட அவர் என் கண்களுக்குத் தெரியவில்லை. உள்ளபடியே சொல்லவேண்டுமென்றால், நீலாவால் ஒரு குழந்தைக்குத் தாயாக முடியாத அந்த நிலைதான் அவளைத் திருமணம் செய்துகொள்ள அவரைத் தூண்டியிருக்கலாம். எப்படியிருந்தாலும், அவர்கள் இருவருக்கும் இடையிலிருந்த இறுக்கமான சூழ்நிலையை விட்டு நான் விலகியே நின்றேன். நீலாவிடம் அந்த விஷயத்தைச் சொன்னதும் திடீரென்று பெருக்கெடுத்த கண்ணீரோடு, என் கைகளைக் கெட்டியாகப் பிடித்து நன்றியுணர்ச்சியும் - அப்புறம், வெகு நிச்சயமாக - காதல் மாதிரி ஏதோ ஒன்றையும் கலந்து பார்த்த பார்வை மட்டும்தான், நான் தூங்கச் சாய்கிற இரவுகளில் என் கண்களுக்குத் தெரிந்தது. வசதி வாய்ப்புகள் நிறைந்த பல ஆண்களால் அவளுக்குக் கொடுக்க முடியாத ஒரு பரிசை என்னால் கொடுக்க முடிகிறதே என்ற எண்ணம் மட்டும்தான் எனக்குள் இருந்தது. எவ்வளவு முழுமையாக என்னை அவளுக்கு அர்ப்பணித்தேனென்றும், அதையும் எவ்வளவு மகிழ்ச்சியாகச் செய்தேனென்றும் அடிக்கடி நினைத்தேன். பிறகு மற்றொன்றும்

நினைத்தேன், சொல்லப்போனால் நம்பினேன் - முட்டாள்தனமாக - இனிமேலாவது என்னை ஒரு விசுவாசமான வேலைக்காரனாக மட்டுமில்லாமல் அதைவிட ஒருபடி மேலேயாவது அவள் நினைப்பாளா.

திரு. வஹ்தாதி ஒரு வழியாக வளைந்து கொடுத்தபோது - எனக்கு அது பெரிய ஆச்சரியமாகவே இல்லை, காரணம் நீலா ஒரு கடினமான பிடிவாதக்காரி - நான் சபூருக்குத் தகவலனுப்பி அவனையும் பரியையும் காரிலேயே காபூலுக்கு அழைத்து வர முன்வந்தேன். ஆனால் அவன் ஏன் தன் மகளை ஷாத்பாகிலிருந்து நடக்க வைத்தே அழைத்து வந்தானென்று எனக்கு இந்த ஜென்மத்தில் புரியாது. அல்லது ஏன் அப்துல்லாவையும் உடன் அழைத்து வந்தானென்றும். அநேகமாக, தன் மகளோடு இருக்கப்போகிற ஒவ்வொரு கடைசி நிமிடத்தையும் ஒன்றுவிடாமல் சுரண்டிவிடத் துடித்த பசியா. அல்லது ஒருவேளை அந்தக் கொடுமையான பயணத்தின் வழியே தன் பாவத்தைத் தொலைக்க எடுத்த முயற்சியா. தன் மகளை வாங்கப்போகிறவனின் வண்டியில் ஏறக்கூடாதென்ற அவனது சுயமரியாதைதான் காரணமா. எதுவாக இருந்தாலும், கடைசியில், அவர்கள் மூன்று பேருமே பேசியபடி காத்துக்கொண்டிருந்தார்கள், புழுதி படர்ந்து, மசூதிக்குப் பக்கத்தில். வஹ்தாதி இல்லத்துக்கு அவர்களைக் கூட்டிக்கொண்டு வந்த முழுநேரமும் குழந்தைகளுக்காக நான் மிகவும் உற்சாகமாக இருக்கிற மாதிரி முடிந்தவரை நடித்தேன், அந்த ஒன்றும் தெரியாத அப்பாவிப் பிள்ளைகளுக்கு விதி அவர்களின் வாழ்க்கையில் எப்படி விளையாடப் போகிறதென்று, அடுத்தடுத்து நடக்கப்போகும் விபரீதங்களை உணரக்கூடிய புரிதலும் அவர்களுக்குக் கிடையாதென்று அறிந்ததால்.

நான் எப்படியெல்லாம் நடந்துவிடக்கூடாதென பயந்தேனோ அதே மாதிரிக் கொஞ்சமும் பிசகாமல் நடந்த விஷயங்களை மீண்டும் நுணுக்கமாக விவரிப்பதில் என்ன பயன், மார்கோஸ் சார்? ஆனால் இத்தனை வருடத்துக்குப் பிறகும், அதன் நினைவுகள் எனக்குள் உந்தி மேலெழும்பும் போது, இதயத்தைக் கவ்வுகிற வலியை இப்போதும் நான் அனுபவிக்கிறேன். வலிக்காமல் என்ன செய்யும்? பரிசுத்தமான எளிய அன்பை மட்டுமே ஆதாரமாகக் கொண்டிருந்த, அந்த இரு அப்பாவிப் பிஞ்சுகளை நான் பிரித்துவிட்டேன். ஒரு ஜீவனிடமிருந்து இன்னொரு ஜீவனை நான் பிய்த்து எறிந்துவிட்டேன். திடுதிப்பென்று நடந்தேறிய அந்தப் பாசக்கலவரத்தை என்னால் மறக்கவே முடியாது. பரி என் தோளில் தொங்கி, பீதியில் கைகால்களைக் கண்டபடி

உதைத்து, *அப்புல்லா! அப்புல்லா!* என்று அலற, விருட்டென்று நான் அவளைத் தூக்கிக்கொண்டு நகர்ந்துவிட்டேன். அப்துல்லா, தன் தங்கையின் பேரைச் சொல்லிக் கத்தி, அவனது அப்பாவின் பிடியிலிருந்து தப்பிக்கப் போராடித் துடித்தான். நீலா, கண்கள் விரிய, அவளுடைய இரு கைகளாலும் வாயைப் பொத்தி, தனது அலறலைத் தானே தடுத்து நிறுத்தினாள். அந்த பாரம் என்னைப் போட்டு அழுத்துகிறது, மார்கோஸ் சார். இவ்வளவு காலமாகிவிட்டது, இன்னமும் அந்த பாரம் என்னைப் போட்டு அழுத்துகிறது.

***

அப்போது பரிக்கு ஏறத்தாழ நான்கு வயதிருக்கும், ஆனால் அந்தச் சிறுவயதிலேயே தன் வாழ்க்கையில் மீளுருவாக்கம் செய்துகொள்ள வேண்டிய சில நிர்பந்தங்கள் அவளுக்கு ஏற்பட்டன. என்னை நபி மாமா என்று கூப்பிடக்கூடாதென அவள் அறிவுறுத்தப்பட்டாள், மாறாக நபி என்று மட்டும் வெறுமனே கூப்பிடலாம். எங்களுக்குள் எந்தவொரு உறவுமுறையும் இல்லையென்று அவளை நம்பச் செய்தவரை, அவளின் தவறுகள் மெல்ல மெல்லத் திருத்தப்பட்டன, என்னாலும் கூட, மீண்டும் மீண்டும். அவளைப் பொறுத்தவரை நபி ஒரு சமையல்காரனாவும், காரோட்டியாகவும் மாறினான். நீலா 'அம்மா'வாகவும், திரு. வஹ்தாதி 'அப்பா'வாகவும் மாறினர். நீலா தன் சொந்தத் தாய்மொழியான ஃபிரெஞ்சு மொழியைப் பரிக்குச் சொல்லித்தரவும் தயாரானாள்.

பரியின் மீதான திரு. வஹ்தாதியின் அக்கறையற்ற உபசரிப்பு குறுகிய காலம் மட்டுமே நீடிக்க, அவரே ஆச்சரியப்படும் வகையில், குழந்தை பரியின் தவிப்பும், வீட்டு நினைவுகளால் அவள் சிந்திய கண்ணீரும் அவரைச் சரணடைய வைத்தன. சீக்கிரமே, எங்களுடன் காலாறுகிற காலை நேரங்களில் பரியும் சேர்ந்துகொண்டாள். திரு. வஹ்தாதி அவளைத் தள்ளுவண்டியில் குனிந்தபடியே வீதியில் தள்ளிக்கொண்டு நடந்தார். அல்லது அவளை மடியில் உட்காரவைத்து கார் ஹாரனை அழுத்தி விளையாடவிட்டுப் பொறுமையாகச் சிரித்தார். ஒரு தச்சனை வேலைக்கு அமர்த்திப் பரிக்காக மூன்று இழுப்பறைகள் கொண்ட படுக்கை, பொம்மைகள் வைக்க மரப்பெட்டி, உயரம் குறைவாக ஓர் அலமாரி இதெல்லாம் செய்வித்தார். பரிக்குப் பிடித்தமான நிறம் மஞ்சளென்று கண்டுபிடித்ததால் அவளின் அறையிலிருந்த மரச்சாமான்கள் அனைத்துக்குமே மஞ்சள் நிற வண்ணத்தைப்

பூசச் செய்தார். ஒருநாள், திரு. வஹ்தாதி அலமாரிக்கு முன்னால் சம்மணம் போட்டு உட்கார்ந்து, பரி அருகிலிருக்க, குறிப்பிடத்தகுந்த திறமையோடு, அந்த அலமாரிக் கதவில் ஒட்டகச்சிவிங்கியையும் நீண்டவால் குரங்குகளையும் வரைந்ததை நான் பார்த்தேன். மார்கோஸ் சார், இத்தனை வருடமாக அவர் படம் வரைந்ததை நான் பார்த்திருந்தாலும், உண்மையிலேயே அந்தச் சமயத்தில் மட்டும்தான் அவரின் கலைத்திறமையை நான் முதன்முதலாகப் பார்த்தேனென்று சொன்னால், இதிலிருந்தே அவரின் தனிப்பட்ட வாழ்வு எந்தளவுக்கு அந்தரங்கமாக இருந்ததென உங்களுக்குப் புரியும்.

முதன்முறையாக அந்த வஹ்தாதி இல்லத்திலிருந்தவர்கள் ஒரு முறையான குடும்பம் மாதிரித் தோற்றமளித்தது பரியின் வருகை ஏற்படுத்திய விளைவுகளில் ஒன்று. பரியின் பாசத்துக்குக் கட்டுப்பட்டதால், நீலாவும் அவளின் கணவரும் எல்லா வேளையும் சேர்ந்தே சாப்பிட்டார்கள். பரியைப் பக்கத்திலிருந்த பூங்காவுக்கு அழைத்துப் போய் அவள் விளையாடியதை அங்கிருந்த இருக்கையில் அருகருகே உட்கார்ந்து மனநிறைவோடு ரசித்தார்கள். இரவுச் சாப்பாடு முடிந்து மேஜையைச் சுத்தமாக்கிய பின் அவர்களுக்கு டீ கொடுக்கும் நேரத்தில், நீலாவோ அவரோ, பரியைத் தன் மடியில் சாய்த்து ஏதோவொரு கதையை அவளுக்குச் சொன்னதை அடிக்கடி நான் பார்க்க, பரி, கடந்துபோன ஒவ்வொரு நாளிலும், தன் ஷாத்பாக் வாழ்க்கையையும், அதிலிருந்த மனிதர்களையும் மறந்துகொண்டேயிருந்தாள்.

பரியின் வருகை ஏற்படுத்திய மற்றொரு பின்விளைவு நான் சற்றும் எதிர்பாராத ஒன்று: நான் புறந்தள்ளப்பட்டது. பெருந்தன்மையோடு என்னை நினைத்துப் பாருங்கள், மார்கோஸ் சார் கூடவே அப்போது நானொரு இளைஞன் என்பதையும் ஞாபகப்படுத்திக்கொள்ளுங்கள். எனக்கு அப்போதும் நம்பிக்கை இருந்ததென்று ஒப்புக்கொள்கிறேன், அது எவ்வளவுதான் முட்டாள்தனமாகத் தெரிந்தாலும். எல்லாவற்றுக்கும் மேலே, நீலா அம்மாவாக மாறியதற்கு நான்தான் காரணம். அவளது மகிழ்ச்சியின்மைக்கான ஆதாரமூலத்தைத் தேடிக் கண்டுபிடித்து அதற்கான மருந்தைக் கொடுத்ததும் நான்தான். இனிமேலாவது நாங்கள் காதலர்களாக மாறுவோமா? இப்படி எதிர்பார்க்கிற அளவுக்கு நான் பெரிய முட்டாளில்லை எனச் சொல்ல விரும்பினாலும், அது முழுக்க முழுக்க உண்மையாக இருக்காது, மார்கோஸ் சார். உண்மை என்னவென்றால் நாம்

காத்துக்கொண்டுதான் இருக்கிறோம், நாம் எல்லோருமே, நடக்கவே நடக்காதென்று நினைக்கும் ஏதோவொரு அதிசயம், எல்லாத் தடைகளையும் மீறி, எப்படியாவது நமக்கு நடந்துவிடாதா என்று காத்துக்கொண்டுதான் இருக்கிறோம்.

எனது முக்கியத்துவம் மங்கிவிடுமென்று நான் முன்னேயே உணரவில்லை. இப்போது நீலாவின் நேரத்தை முழுக்க முழுக்க பரிதான் ஆக்கிரமித்தாள். பாடங்கள், விளையாட்டுகள், குட்டித் தூக்கம், நடைபயிற்சி, பிறகுமேலும் விளையாட்டுகளென்று. எங்களின் தினசரி அரட்டை வீதியோரம் வெளியேறியது. அவர்கள் இருவரும் வீடுகட்டி விளையாட்டிக்கொண்டோ ஒரு புதிருக்கு விடை தேடிக்கொண்டிருக்கும் போதோ, நான் காபி கொண்டு வந்து, அவள் பின்னால் ஆர்வத்தோடு நின்றாலும், நீலா அதைக் கொஞ்சம் கூட கவனிக்கவேயில்லை. ஒருவேளை நாங்கள் பேசினாலும் கூட, அவளின் கவனம் சிதறி, உரையாடலைத் துண்டிப்பதிலேயே ஆவலாக இருந்தாள். காரிலும், அவளின் முகபாவம் துளியும் நெருக்கம் காட்டாமல்தான் இருந்தது. இதற்காக – சொல்ல எனக்கு அவமானமாக இருக்கிறது – பரியின் மேல் எனக்கு ஒருவித வெறுப்பின் சாயல் போன்ற உணர்வு ஏற்பட்டதை ஒப்புக்கொள்கிறேன்.

வஹ்தாதிக் குடும்பத்தாரோடு செய்திருந்த ஒப்பந்தப்படி, பரியின் குடும்பம் அவளைப் பார்க்க அனுமதிக்கப்படவில்லை. பரியோடு எந்தவிதத் தொடர்பும் வைத்துக்கொள்ள அவர்கள் அனுமதிக்கப்படவில்லை. அவள் வஹ்தாதி வீட்டுக்கு வந்த சில நாளிலேயே நான் ஷாத்பாகுக்குப் போனேன். அப்துல்லாவுக்கும், அப்போது கைக்குழந்தையாக இருந்த என் தங்கையின் மகன், இக்பாலுக்கும், ஆளுக்கொரு பரிசை எடுத்துக்கொண்டு.

"கொண்டு வந்த பரிசைக் கொடுத்தாகிவிட்டது. இப்போது நீ போகலாம்." சபூர் வார்த்தைகளால் குத்தினான்.

அவன் அரைகுறை மனதுடன் என்னை வரவேற்றதற்கான காரணம் எனக்குப் புரியவில்லையென கேட்டேன், என்னிடம் அவன் சிடுசிடுத்ததற்கும்.

"உனக்கு நிச்சயம் புரியும்," சபூர் சொன்னான். "இனியும் எங்களைப் பார்க்க இங்கு வரலாம் என்று நினைக்காதே."

அவன் சரியாகத்தான் சொன்னான், எனக்கும் புரிந்திருந்தது. எங்களுக்குள் ஓர் இறுக்கம் உண்டானது. என்னுடைய வருகை விகாரமாக, மனசஞ்சலத்துடன், இன்னும் சொல்லப் போனால் வாக்குவாதத்தில் கூட முடிந்திருக்கும். இத்தனைக்குப் பிறகும் ஒன்றாக உட்கார்ந்து, டீ குடித்துக்கொண்டே வானிலையைப் பற்றியும் திராட்சை விளைச்சலைப் பற்றியும் பேசுவது எனக்கு செயற்கையாகப் பட்டது. நாங்கள் எப்போதும் போல் சாதாரணமாகப் பழகுவதாக நடித்துக்கொண்டிருந்தோம், நானும் சபூரும். ஆனால் இனிமேலும் அது முடியாது. காரணம் எதுவாக இருந்தாலும், முடிவில், நான்தான், அவன் குடும்பம் பிளந்ததற்கு பொறுப்பு. மீண்டும் சபூரின் கண்கள் என் மீது பட விரும்பவில்லையென்று புரிந்தது. என் மாதாந்திரப் பயணத்தை நிறுத்தினேன். அவர்கள் யாரையும் அதற்குப் பிறகு, எப்போதுமே நான் பார்க்கவில்லை.

***

1955ஆம் வருடத்தின் வசந்தகாலத் தொடக்கத்தில் ஒருநாளில்தான், மார்கோஸ் சார், அந்த வீட்டிலிருந்த எங்கள் எல்லோருடைய வாழ்க்கையும் நிரந்தரமாக மாறியது. அப்போது மழை பெய்துகொண்டிருந்தது எனக்கு ஞாபகமிருக்கிறது. தவளைகளை வெளியே இழுத்துக் கத்த வைக்கும் வகை மழையாக எரிச்சலூட்டாமல், தயக்கமான தூறலாக அது காலையிலிருந்து வந்துவந்து போய்க்கொண்டிருந்தது. எனக்கு ஞாபகமிருக்கக் காரணம், ஜாஹித் அங்கே இருந்ததுதான். வழக்கமான அவனது சோம்பேறி இயல்புடன், சுரண்டியில் ஊன்றி நின்றபடி, பிசுபிசுத்த வானிலையைக் காரணம் காட்டி, வேலையை அத்துடன் நிறுத்திக்கொள்ளப் போவதாக சொல்லிக்கொண்டிருந்தான். அவனது அறுவையை விட்டுத் தப்பித்து என்னுடைய குடியிருப்புக்கு ஓடிவிட நான் யத்தனித்தபோது, வீட்டுக்குள்ளிருந்து என் பேரைச் சொல்லி நீலா அலறியதைக் கேட்டேன்.

அவசர அவசரமாகத் தோட்டத்தைக் கடந்து நான் வீட்டுக்குள் பாய்ந்தேன். அவளின் குரல் மாடியிலிருந்து வந்தது, பிரதான படுக்கையறையின் திசையிலிருந்து.

சுவருக்கு முதுகைக் காட்டி, அவளின் உள்ளங்கை வாயை அடைத்துப் பிடித்திருக்க, நீலாவை ஒரு மூலையில் பார்த்தேன். "அவருக்கு என்னமோ ஆகிடுச்சு," உள்ளங்கையை எடுக்காமலேயே அவள் பேசினாள்.

திரு. வஹ்தாதி படுக்கையில் உட்கார்ந்திருந்தார், வெள்ளை முண்டா பனியனோடு. தொண்டையிலிருந்து விசித்திரமான சத்தங்களை உண்டாக்கிக் கொண்டிருந்தார். அவரது முகம் வெளிறி ஒரு பக்கமாக இழுத்து, முடியெல்லாம் கலைந்திருந்தது. தனது வலது கரத்தால், ஏதோவொரு காரியத்தைச் செய்ய திரும்பத் திரும்ப முயற்சி செய்து தோற்றுக்கொண்டிருக்க, அவரின் வாயோரம், கீழ்நோக்கி ஓர் எச்சில் வரி அருவருப்பாக ஒழுகிக்கொண்டிருந்ததை நான் கவனித்தேன்.

"நபி! ஏதாவது செய்!"

பரி, அப்போது அவளுக்கு ஆறு வயதிருக்கும், அறைக்குள் வந்திருந்து, திரு. வஹ்தாதியின் பக்கமாகப் போய் அவரின் பனியனைப் பிடித்து இழுத்தாள். "அப்பா? அப்பா?" அகன்ற கண்களுடன், அவர் அவளைக் கீழே பார்க்க, அவரின் வாய் திறந்து மூடியபடியே இருந்தது. பரி கதறி அழுதாள்.

நான் உடனே அவளைத் தூக்கி, நீலாவிடம் கொடுத்தேன். தன் அப்பாவை இந்த நிலையில் அந்தக் குழந்தை பார்த்துவிடக் கூடாதென்று அவளை வேறொரு அறைக்குத் தூக்கிப் போகச் சொன்னேன். சிலை போல மெய்மறந்திருந்த நிலையைத் தனது இமைகளால் தகர்க்கிற மாதிரி நீலா விழிக்க, பரியைத் தூக்குவதற்கு முன் அவளின் பார்வை என்னிடமிருந்து பரிக்குத் தாவியது. தன் கணவனுக்கு என்னவானது என என்னிடம் கேட்டுக்கொண்டே இருந்தாள். நான் ஏதாவது செய்தே ஆகவேண்டுமென்று சொல்லிக்கொண்டே இருந்தாள்.

ஜன்னலுக்கு வெளியே நான் ஜாஹித்தைக் கூப்பிட, ஒன்றுக்குமே லாயக்கில்லாத அந்த முட்டாள் கடைசியாக ஒரு விஷயத்துக்குப் பிரயோஜனப்பட்டான். திரு. வஹ்தாதிக்குப் பைஜாமா போட்டுவிட அந்நேரத்தில் அவன் உதவினான். நாங்கள் படுக்கையிலிருந்து அவரைத் தூக்கி, படிக்கட்டு வழியாகக் கீழே கொண்டுவந்து, காரின் பின்இருக்கையில் கிடத்தினோம். நீலா அவருக்குப் பக்கத்தில் ஏறி உட்கார்ந்தாள். நான் ஜாஹித்தை வீட்டிலேயே இருந்து பரியைக் கவனித்துக்கொள்ள சொன்னேன். அவன் ஆட்சேபிக்க ஆரம்பிக்கும்போதே, விட்டேன் ஓர் அறை! பளாரென்று! உள்ளங்கை விரிய அவன் கன்னப்பொறியில், என்னால் எவ்வளவு முடியுமோ அவ்வளவு பலமாக. அவனைக் கழுதையென்று திட்டி சொன்னதைக் கேட்டு அவன் நடந்தாக வேண்டுமென்று உத்தரவு போட்டேன்.

அதன்பிறகு, வண்டிப்பாதையில் பின்வாங்கி காரைத் தரையிலிருந்து உரித்தெடுத்துக் கிளம்பினேன்.

திரு. வஹ்தாதியை மீண்டும் வீட்டுக்குக் கொண்டு வருவதற்கு முன்னால் முழுதாக இரண்டு வார காலமானது. அமளி ஆரம்பித்தது. கும்பல் கும்பலாக குடும்பங்கள் வீட்டுக்குள் இறங்கின. நான் கிட்டத்தட்ட எல்லா நேரமும், இந்த மாமாவுக்காக, அந்த அண்ணனுக்காக, வயதான சித்திக்காக சாப்பாடு போட்டு டீயும் கொடுக்க கடிகார முள்ளாகச் சுழன்றேன். முன்வாசல் கதவின் மணி நாள்முழுக்க அடித்தபடியே இருக்க, வரவேற்பறையின் பளிங்குத் தரையைக் குதிகால் செருப்புகள் 'டக்கு டக்கு டக்கென்று மோதி எதிரொலிக்க, வீட்டுக்குள் மக்கள் வழிந்தோடிக்கொண்டே இருந்தார்கள். பெரும்பாலானவர்களை நான் மிக அரிதாகத்தான் அந்த வீட்டில் பார்த்திருந்ததால், அவர்களின் வருகைப் பதிவு, தங்களோடு கொஞ்சமும் நெருங்கி ஒட்டாத, அந்த நோய் பீடித்த தனிமை விரும்பியை நலம் விசாரிப்பதை விடவும் எஜமானியான திரு.வஹ்தாதியின் அம்மாவுக்கு மரியாதை செலுத்துவதைத்தான் முக்கிய கடமையாகக் கொண்டிருந்தது என புரிந்துகொண்டேன். அந்த எஜமானியம்மாவும் வந்தாள், இயல்பாகவே - நல்லவேளை, நாய்கள் இல்லாமல். சிவந்த கண்களை ஒற்றியெடுக்கவும் ஒழுகுகிற நாசியைத் துடைக்கவும் இரண்டு கைகளிலும் கைக்குட்டைகளை ஏந்திச் சூறாவளியாக வீட்டுக்குள் நுழைந்தாள். அவரின் படுக்கைக்குப் பக்கத்திலேயே அசையாமல் உட்கார்ந்தாள்; விசும்பினாள். அதுவுமில்லாமல், என்னவோ அவளின் மகன் செத்துவிட்டது மாதிரி அவள் போட்டிருந்த கருப்பு உடையைப் பார்த்து நான் திகைத்தேன்.

ஒருவகையில், அதுகூட உண்மைதான். குறைந்தபட்சம், திரு. வஹ்தாதியின் பழைய பதிப்பு இறந்துதான் போயிருந்தது. அவரின் முகத்தில் ஒரு பாதி இப்போது முகமூடியாக உறைந்துவிட்டது. தனது கால்களால் அவருக்குச் சுத்தமாகப் பலனேயில்லை. அவரின் இடதுகையில் அசைவிருந்தாலும், வலது கை வெறும் தளர்ச்சியாகத் தொங்குகிற எலும்பும் சதையும் மட்டும்தான். யாராலுமே புரிந்துகொள்ள முடியாத கரகரப்பான உறுமலும் முனகலுமாகத்தான் அவர் பேசினார்.

திரு. வஹ்தாதியால் பக்கவாதத்துக்கு முன்னிருந்தது மாதிரி, மன உணர்ச்சிகளை வெளிக்காட்ட முடியுமென்று மருத்துவர்

சொன்னார். கூடவே, எல்லாவற்றையும் அவரால் புரிந்துகொள்ள முடியுமென்றும். ஆனால் அவரால் செய்யமுடியாதது, குறைந்தபட்சம் அப்போது வரை, தன் உணர்ச்சிகளுக்கேற்ற வகையில் செயல்பட முடியாதது மட்டும்தான்.

ஆனால் அதிலும் முழு உண்மையில்லை. உள்ளதைச் சொல்ல, அந்த முதல் வாரத்துக்குப் பிறகு, தன்னைப் பார்க்க வந்தவர்களிடம் அவரின் மனஉணர்ச்சிகளைத் தெளிவாகவே வெளிக்காட்டினார், அவரின் அம்மா உட்பட. அப்படிப்பட்ட தீவிர நோய் பாதித்த நிலையிலும் கூட, அவர் அடிப்படையிலேயே யாரோடும் சேராத உயிரினம். அவர்களின் அனுதாபமோ அல்லது சோகப் பார்வையோ அல்லது இழிவான ஒரு காட்சிப் பொருளாக மாறிவிட்ட தன்னைப் பார்த்து எல்லோரும் நம்பிக்கையிழந்து தலையசைத்ததோ அவருக்கு ஒரு பலனையும் கொடுக்கவில்லை. அவரின் அறைக்குள் அவர்கள் நுழைந்தபோது, வேலை செய்யும் அவரின் இடது கையை அசைத்துக் கோபத்தோடு அவர்களைத் தூர விரட்டினார். அவர்களாகவே வலுக்கட்டாயமாகப் பேசியபோதும் கன்னத்தைத் திருப்பிக்கொண்டார். அவர்கள் நகர்ந்து அவரின் பக்கத்தில் போய் உட்கார்ந்தாலும், அவர் கைப்பிடி முழுக்க போர்வையை இறுக்கமாகப் பிடித்து, உறுமி, அவர்கள் வெளியேறுகிறவரை தன் இடுப்பில் ஓங்கி அடித்துக்கொண்டார். பரியை வெளியேற்றியதில் அவர் காட்டிய பிடிவாதம் மற்றவர்களுக்கு எவ்விதத்திலும் குறைவில்லையென்றாலும் அது மிக மென்மையானதாக இருந்தது. தனது பொம்மைகளுடன் பரி அவரின் படுக்கைக்குப் பக்கத்தில் விளையாட வந்தபோது, ஈரமான கண்களும், துடிக்கும் முகமுமாக, என்னை நிமிர்ந்து கெஞ்சுகிற மாதிரிப் பார்ப்பார், நான் பரியை வெளியே அழைத்துப் போகிறவரை. அவருடைய குரலைக் கேட்டால் பரி வருத்தப்படுவாளென்று தெரிந்து அவர் அவளிடம் பேச முயற்சிக்கவேயில்லை.

அந்தப் பிரமாதமான பார்வையாளர் புறப்பாடு நீலாவுக்கு ஆறுதலாக அமைந்தது. ஒரு சுவரிலிருந்து மற்றொரு சுவர் வரைக்கும் மக்கள் நெருக்கி நின்றுகொண்டிருந்த சமயம், எதற்குமே இல்லாவிட்டாலும் குறைந்தபட்சம் வெளித்தோற்றத்துக்கு மட்டுமாவது தன் மகனுக்குப் பக்கத்தில் நீலா இருக்க வேண்டுமென்ற யதார்த்தத்தை எதிர்பார்த்த அந்த மாமியாருக்கு வெறுப்பு ஏற்படுத்துகிற மாதிரி, பரியின் படுக்கையறைக்குள் போய் நீலா ஒதுங்கிக்கொள்ள, பிறகு அந்தம்மாவை யார் தப்பு சொல்ல முடியும்? வெளித்தோற்றத்தைப்

பற்றியெல்லாம் நீலா கவலைப்படவில்லையென்பது நிச்சயம் அல்லது மற்றவர்கள் அவளைப் பற்றி என்ன பேசுவார்களோ என்றும். மற்றவர்கள் வாய்க்கு வந்தபடி ஏகத்துக்கும் பேசினார்கள். "என்ன மாதிரியான மனைவி இவள்?" அந்த மாமியார் இப்படிப் பலமுறை கத்தியதை நான் கேட்டேன். யாரெல்லாம் அவளுக்குக் காது கொடுத்தார்களோ, அவர்கள் எல்லாரிடமும் மாமியார் குறைகுறையாகச் சொன்னாள், நீலாவுக்கு இதயமே கிடையாதென்று, அவள் மனசாட்சியில் பெரிய ஓட்டை விழுந்துவிட்டதென்று. தன் கணவனுக்குத் தேவையான சமயத்தில் உடனிருக்காமல் எங்கே போய்த் தொலைந்தாளோ? தன் நம்பிக்கைக்குரிய அன்பான கணவனை எம்மாதிரியான மனைவி கைவிடுவாள்?

அந்தக் கிழவி சொன்னதில் சிலவற்றை மறுக்கவே முடியாது. துல்லியமான நிஜம். உண்மையில், திரு. வஹ்தாதிக்குப் பக்கத்திலிருந்த நம்பகமான ஆள் யாரென்றால் அது நான்தான், அவருக்கான மாத்திரைகளைக் கொடுத்து அறைக்குள் வந்தவர்களை வரவேற்று உபசரித்தது யாரென்றால் அதுவும் நான்தான். அடிக்கடி மருத்துவர் என்னிடம்தான் பேசினார், அதனால் திரு.வஹ்தாதியின் உடல்நிலையைப் பற்றி எல்லாரும் விசாரித்ததும் என்னிடம் தான், நீலாவிடம் அல்ல.

திரு. வஹ்தாதி விருந்தினர்களை அப்புறப்படுத்தியது நீலாவுக்குச் சில தொல்லைகளிலிருந்து விடுதலை கொடுத்தாலும் வேற சில அசௌகரியங்களை உண்டாக்கின. பரியின் அறைக்குள் போய்க் கதவைச் சாத்திப் புகுந்துகொண்டிருந்த நீலா, தன்னை விலக்கி வைத்தது அந்த ஒத்துவராத மாமியாரிடமிருந்து மட்டுமல்ல, அலங்கோலமாக மாறிக்கொண்டிருந்த அவளின் கணவனிடமிருந்து கூடத்தான். வீடு அப்போது காலியானதால், அவளுக்கு எந்தவிதத்திலும் பொருத்தமில்லாத குடித்தனக் கடமைகளை அவள் எதிர்கொள்ள வேண்டியிருந்தது.

அவளால் செய்ய முடியவில்லை.

அவள் செய்யவும் இல்லை.

நான் அவளைக் கொடுமையானவளென்றோ அல்லது இரக்கமே இல்லாதவளென்றோ சொல்ல வரவில்லை. நீண்ட காலம் நான் வாழ்ந்திருக்கிறேன், மார்கோஸ் சார், என் அனுபவத்தில் சொல்கிறேன், ஒருவன் இன்னொரு மனிதனின் மனதுக்குள் நடக்கின்ற

விஷயங்களை எடை போடும்போது மிகுந்த அடக்கத்தோடும் பெருந்தன்மையோடும் எடைபோடவேண்டும். நான் சொல்ல வருவது என்னவென்றால் ஒருநாள் திரு. வஹ்தாதியின் அறைக்குள் நடந்து போனபோது, நீலா அவரின் தொந்தியில் சாய்ந்து, தால் கஞ்சி அவரின் மோவாயைத் தாண்டிக் கழுத்தைச் சுத்தியிருந்த அணையாடையின் மேல் சிந்த, கையில் சிற்றகப்பை இன்னமும் இருக்க, விம்மிக்கொண்டிருந்ததைப் பார்த்தேன். அவ்வளவுதான்.

"நான் பார்த்துக் கொள்கிறேன், மேடம்." மென்மையாக நான் பேசினேன். அவளிடமிருந்து சிற்றகப்பையை எடுத்து, அவரின் வாயைச் சுத்தமாகத் துடைத்து, ஊட்டிவிடப் போனேன், ஆனால் அவர் முனகி, கண்களைப் பிழிந்து மூடிக்கொண்டார், பிறகு முகத்தைத் திருப்பிக்கொண்டார்.

நான் ஒரு ஜோடி பயணப்பெட்டியை படி வழியாகச் சுமந்துவந்து அதை ஒரு காரோட்டியிடம் ஒப்படைத்த நிகழ்வு நடக்க நீண்டநாள் ஆகவில்லை. இயக்கத்தை அணைக்காத அந்தக் காரின் பின்வைப்பறையில் காரோட்டி அதைத் திணித்தான். தனக்குப் பிடித்தமான மஞ்சள் கோட்டு போட்டிருந்த பரியை, நான் பின்இருக்கையில் ஏற்றிவிட உதவினேன்.

"நபி, அம்மா சொன்னது போல நீங்க அப்பாவைக் கூட்டிட்டு பாரீஸ் வந்து எங்களைப் பார்ப்பீங்களா?" இடைவெளி விழுந்த பற்களின் சிரிப்பை எனக்குக் கொடுத்துக்கொண்டே அவள் கேட்டாள்.

அவளது அப்பாவுக்கு உடம்பு சரியானதும் கண்டிப்பாக அப்படியே செய்வதாகச் சொன்னேன். அவளின் ஒவ்வொரு சிறு கையின் பின்னும் முத்தம் பதித்தேன். "பரி மேடம், அதிர்ஷ்டம் உங்களின் கூடவே இருக்கட்டும். நீங்கள் மகிழ்ச்சியாக இருக்க வாழ்த்துக்கள்," என்றேன்.

நான் நீலாவை வீங்கிய கண்களும் கலைந்த மைக்கறையோடும் முன் படிக்கட்டில் அவள் இறங்கி வந்தபோது சந்தித்தேன். போய் வருகிறேனென்று சொல்ல திரு. வஹ்தாதியின் அறைக்குச் சென்றிருந்திருக்கிறாள்.

அவர் எப்படி இருக்கிறாரென்று கேட்டேன்.

தால் – பருப்பு

“நிம்மதியா இருக்கார். அப்படித்தான் நினைக்கிறேன்,” என்றாள் அவள், கூடவே, “அப்படித்தான் இருக்கணும்னு ஆசைப்படுகிறேன்.” தனது கைப்பையின் பற்பிணையை இழுத்துமூடி, தோளில் மாட்டிக்கொண்டாள்.

“நான் எங்கே போறேன்னு யாரிடமும் சொல்லாதே. அதுதான் எல்லாருக்கும் நல்லது.”

கண்டிப்பாகச் சொல்லமாட்டேனென்று சத்தியம் செய்தேன்.

சென்று சேர்ந்ததும் சீக்கிரமே கடிதம் போடுவதாகச் சொன்னாள். பிறகு என் கண்ணுக்குள் அவள் நீண்ட நேரம் பார்த்த பார்வையில் உண்மையான நேசத்தைக் கண்டதாக நம்பினேன். தன் உள்ளங்கையால் என் முகத்தை அவள் தொட்டாள்.

“நீ அவரோடு இருப்பதற்காக, நான் சந்தோஷப்படுகிறேன், நபி.”

பிறகு என்னை நெருக்கமாக இழுத்துக் கட்டித்தழுவினாள், எங்கள் கன்னங்கள் உரச, அவளது கூந்தலின் வாசம், அவளது திரவியத்தின் வாசம் என் நாசியை நிரப்பியது.

“நீதான், நபி,” அவள் என் காதில் சொன்னாள். “எப்போதுமே அது நீதான். உனக்குத் தெரியல?”

எனக்குப் புரியவில்லை. நான் கேட்பதற்கு முன்னாடியே என்னிடமிருந்து பிளந்து விலகிவிட்டாள். தலையைக் கவிழ்த்து, செருப்பின் குதிகால் தார் தரையோடு சொடுக்க, வண்டிப்பாதையை விட்டு வேகவேகமாகப் பறந்தாள். வாடகைக்காரின் பின்இருக்கையில் பரியோடு சரிந்து உட்கார்ந்து, என் பக்கமாக ஒரே முறை பார்த்து, கண்ணாடியில் உள்ளங்கையை அழுத்தமாகப் பதித்தாள். அவளை நான் கடைசியாகப் பார்த்தது, கார் நகர்ந்தபோது ஜன்னலுக்குப் பின் வெள்ளையாக இருந்த அவளது உள்ளங்கையை வழியனுப்பிய போதுதான்.

அவள் போனதை நான் பார்த்தேன். வெளிவாசல்கதவைச் சாத்துவதற்கு முன் அந்தக் கார் தெரு முடிவில் வளைந்து திரும்புகிறவரை காத்திருந்தேன். பிறகு அதன் மீதே சாய்ந்து, ஒரு குழந்தை மாதிரி அழுதேன்.

***

திரு. வஹ்தாதியின் விருப்பத்துக்கு மாறாக, ஒருசில பார்வையாளர்கள் இன்னமும் சொட்டுச் சொட்டாக வந்துகொண்டுதான் இருந்தார்கள், குறைந்தபட்சம் கொஞ்ச காலத்துக்காவது. கடைசியாக, அவரின் அம்மா மட்டுமே அவரைப் பார்க்க வந்தாள், வாரத்துக்கு ஒரு முறையோ இரு முறையோ. என்னை நோக்கி அவள் விரலைச் சொடுக்க, நான் உடனே அவளுக்காக நாற்காலியை இழுத்துப்போடுவேன். தன் மகனின் படுக்கைக்குப் பக்கத்தில் 'தொப்'பென்று உட்கார்ந்தாளோ இல்லையோ உடனே ஓடிப்போன அவரின் மனைவியுடைய நடத்தையின் மேல் தனிமொழித் தாக்குதலைத் தொடங்கிவிடுவாள். அவள் ஒரு வேசி. ஒரு பொய்யள். ஒரு குடிகாரி. தன் கணவனுக்கு மிகவும் தேவையான சமயத்தில் உடனிருக்காமல் அந்தக் கோழை எங்கே ஓடிப்போனாளோ, அது கடவுளுக்குத்தான் வெளிச்சம். அதற்குப் பிறகுதான் ஒரு முடிவேயில்லாத அருவி மாதிரி ஏகப்பட்ட அற்ப செய்திகளும் புதுப்பிப்புகளும் காதுகள் இரண்டும் வலிக்கும் அளவுக்குக் கொட்டும். தனது தங்கையிடம் சண்டை போட்ட ஒரு சித்தப்பா மகள், காரணம், அவள் வாங்கிய அதே பாணி குறுமேஜையை அவளும் வாங்க எவ்வளவு திமிர் இருந்திருக்க வேண்டும். பாக்மனிலிருந்து போன வெள்ளிக்கிழமை வீட்டுக்குத் திரும்பி வந்தபோது யாருடைய கார் சக்கரத்தில் காற்று போனது. யார் புதிதாக முடிவெட்டியது. இப்படியே தொடர்ந்து. சில நேரங்களில் திரு. வஹ்தாதி ஏதோவொரு உறுமலை வெளியிட, அந்தம்மா என் பக்கமாகத் திரும்புவாள்.

"ஏய். உன்னைத்தான். என்ன சொன்னான் அவன்?" அவள் எப்போதுமே என்னை இப்படித்தான் கூப்பிடுவாள். வார்த்தைகள் கூர்மையாகக் கோணலாகக் குத்தும்.

ஏறத்தாழ நாளின் எல்லா நேரமும் திரு. வஹ்தாதியின் பக்கத்திலேயே இருந்த காரணத்தால், அவரது பேச்சின் புதிரை மெதுமெதுவாக அவிழ்க்கும் திறமை எனக்குள் வளர்ந்தது. நான் நெருக்கமாகக் குனிந்து கேட்க, மற்றவர்களுக்குப் புத்திகெட்ட பொருமலாகவும் பிதற்றலாகவும் கேட்பதெல்லாம் எனக்குத் தண்ணீருக்கான அல்லது மலத்தட்டுக்கான கோரிக்கையாகவும், திரும்பிப் படுக்க வைப்பதற்கான விருப்பமாகவும் அடையாளம் புரியும். நான் அவருடைய அந்தரங்க துபாஷியாக மாறிவிட்டேன்.

"உங்க மகன் தூங்க விரும்புவதாகச் சொல்கிறார், மேடம்."

அந்த வயதான கிழவி பெருமூச்சுவிட்டுச் சொல்வாள், சரியென்று, தான் எப்படியும் கிளம்பத்தான் போகிறேனென்று. குனிந்து தன் மகனின் நெத்தியில் முத்தம் கொடுத்துவிட்டு அடுத்தமுறை திரும்பி வருவதாகச் சொல்லிவிட்டு அவள் கிளம்பிவிடுவாள். அவரின் காரோட்டி காத்துக்கொண்டிருந்த வெளிவாசல் கதவு வரை சென்று அம்மாவை வழியனுப்பிய உடனே, திரு. வஹ்தாதியின் அறைக்குத் திரும்பி அவர் பக்கத்திலிருக்கும் நாற்காலியில் நான் உட்கார, இருவரும் சேர்ந்து அந்த அமைதியை ஒன்றாக அனுபவிப்போம். சில நேரங்களில் அவரின் கண்கள் என்னைப் பார்க்க, தன் தலையை ஆட்டுவார். பிறகு சில்மிஷமாகச் சிரிப்பார்.

நான் பணியமர்த்தப்பட்டதற்கான வேலைகள் இப்போது வரம்புக்குட்பட்டதாக மாறிய காரணத்தால் - நான் வாரத்தில் ஓரிரு முறை மட்டும்தான் மளிகை சாமான் வாங்குவதற்காக கார் எடுத்து, இருவருக்கு மட்டுமே சமைக்க வேண்டியிருந்தது - என்னாலேயே செய்ய முடிகிற வேலைகளுக்காக மற்ற வேலைகாரர்களுக்குச் சம்பளம் கொடுப்பது அவ்வளவு பெரிய புத்திசாலித்தனமாக எனக்குப் படவில்லை. திரு. வஹ்தாதியிடம் இதை நான் வெளிப்படுத்த, அவர் கையசைத்து என்னைக் கூப்பிட்டார். நானும் குனிந்தேன்.

"நீ சோர்ந்து விடுவாய். உனக்கு ஏற்கனவே பாரம் அதிகம்."

"அப்படியெல்லாம் இல்லை சார். நான் மிகுந்த விருப்பத்தோடுதான் செய்கிறேன்."

அவர் என்னை நிச்சயமாகவா எனக்கேட்க, நானும் கண்டிப்பாக சார் என்று சொன்னேன்.

அவரின் கண்கள் நீராக, தனது பலவீனமான விரல்களால் என் மணிக்கட்டை மூடினார். அவரைப் போல எதையும் தாங்கும் இதயம் கொண்டவரை நான் பார்த்ததில்லை, ஆனால் பக்கவாதம் அடித்ததுக்குப் பிறகு சின்னசின்ன சாமானிய விஷயம் கூட அவரைக் கலங்க வைத்தது, கவலைப்பட வைத்தது, கண்ணீர் சிந்த வைத்தது.

"நான் சொல்லுவதைக் கேள், நபி."

"சொல்லுங்க சார்."

"உனக்கு எவ்வளவு சம்பளம் வேண்டுமோ எடுத்துக்கோ."

அதைப்பற்றிப் பேசவேண்டிய அவசியம் இல்லையென்று சொன்னேன்.

"நான் பணத்தை எங்கே வைப்பேன் என்று உனக்குத் தெரியும்."

"ஓய்வெடுத்துக்கோங்க, சார்."

"நீ எவ்வளவு எடுத்துக் கொண்டாலும் எனக்குக் கவலையில்லை."

மதிய சாப்பாட்டுக்கு ஷோர்வாரசம் சமைக்கலாமா என யோசித்துக் கொண்டிருக்கிறேனென்று சொன்னேன். "எப்படிங்க சார், ஷோர்வா செய்யட்டுமா? எனக்கும் பிடிக்கும். நினைக்கும் போதே எச்சில் ஊறுது."

மற்ற வேலைக்காரர்களோடு நடந்த அந்த மாலை நேரக் கூட்டங்களுக்கு நான் முடிவு கட்டினேன். என்னைப் பற்றி அவர்கள் என்ன நினைப்பார்களோ என இனி நான் கவலைப்படப்போவதுமில்லை; திரு. வஹ்தாதியின் வீட்டுக்குள் வந்து அவரின் காசில் கூத்தடிப்பதற்கு நான் அனுமதிக்கப்போவதுமில்லை. மிகுந்த பிரியத்தோடு ஜாஹித்தை வேலையை விட்டுத் தூக்கினேன். துணிகளைத் துவைக்க வந்துகொண்டிருந்த அந்த ஹசாராப் பெண்ணையும் விடுவித்தேன். அதற்குப்பிறகு, துணிகளை நானே துவைத்துக் கொடியில் காயப்போட்டேன். மரங்களைப் பராமரித்தேன், புதர்களைச் செதுக்கினேன், புற்களை வெட்டினேன், புதுப்புது காய்கறிகளும் பூக்களும் நட்டேன். ஜமுக்காளத்தைப் பெருக்கி, தரையைப் பளபளவென்று துடைத்து, திரைச்சீலைகளைத் தூசுதட்டி, ஜன்னலைக் கழுவி, ஒழுகிய குழாய்களைச் சீராக்கி, துருப்பிடித்த குழாய்களை மாற்றி, மொத்த வீட்டையும் பராமரித்தேன்.

ஒருநாள் திரு. வஹ்தாதி தூங்கிக்கொண்டிருந்த சமயம் நான் அவரின் அறையில் ஒட்டடையடிக்க மாடிக்குப் போனேன். அது கோடைகாலம்; வெயில் வறண்டு உக்கிரமாக அடித்தது. அவர் மேலிருந்த போர்வையெல்லாம் நீக்கி, அணிந்திருந்த பைஜாமாவை மேலே சுருட்டிவிட்டேன். தலைக்கு மேல் கிரீச்சிட்டு சுத்துகிற காற்றாடியால் பெரிதாக பலன் கிடைக்காததால், நான் ஜன்னலைத் திறந்திருந்தேன். எல்லாப் பக்கமும் வெப்பம் உள்ளே தள்ளிக்கொண்டு வந்தது.

நீண்ட நாளாக நான் சுத்தம் செய்யவேண்டுமென்று நினைத்த ஒரு பெரியளவு துணி அலமாரி அறையிலிருக்க, ஒரு வழியாக அன்று

அதைச் செய்து முடித்துவிடவேண்டுமென்று தீர்மானித்தேன். கதவுகளைச் சறுக்கித் தள்ளி, சூட்டுகளிலிருந்து ஆரம்பித்தேன். அந்தச் சூட்டுகளை அணியப்போகிற வாய்ப்பு திரு.வஹ்தாதிக்கு இனி ஒருபோதும் கிடைக்கப்போவதேயில்லை என்ற நிலையை என் மனம் அங்கீகரித்தாலும், ஒவ்வொரு சூட்டையும் தனித்தனியாக எடுத்துத் தூசு தட்டினேன். தூசு படர்ந்திருந்த ஒரு புத்தக அடுக்கும் அங்கிருக்க, அதையும் துடைத்தேன். அவரின் காலணிகளை ஒரு துணியால் சுத்தமாக்கி நேர்த்தியான வரிசையாக அடுக்கினேன். ஒரு பெரிய அட்டைப்பெட்டியை, நீளமான பனிக்கோட்டுகளின் மடிப்பில், ஏறக்குறைய போர்த்திப் பதுக்கி வைத்திருந்ததைக் கவனித்தேன். என் பக்கமாக அதை இழுத்து, திறந்தேன். அது முழுக்க திரு. வஹ்தாதியின் பழைய வரைபட புத்தகங்கள், ஒன்றின் மீது ஒன்றாக, அவரின் கடந்தகால வாழ்க்கையின் சோகமான நினைவுச் சின்னங்களாக அடுக்கப்பட்டிருந்தன.

மேலேயிருந்த ஒரு வரைபட புத்தகத்தை நான் எடுத்து, கைக்குக் கிடைத்த ஒரு பக்கத்தைத் திருப்பினேன். என் தலைசுற்றிக் கிட்டத்தட்ட மயக்கமாகிவிட்டேன். அந்த முழு புத்தகத்தையும் திருப்பினேன். அதைக் கீழே வைத்துவிட்டு இன்னொன்றை எடுத்தேன், பிறகு இன்னொன்று, மேலும் ஒன்று, பிறகு மேலும் மேலும். என் கண் முன்னால் பக்கங்கள் திரும்ப, ஒவ்வொரு பக்கமும் குட்டிப் பெருமூச்சை என் முகத்துக்கு விசிறியது. பென்சிலால் வரையப்பட்ட ஒரே உருவத்தைத்தான் அதன் ஒவ்வொரு பக்கமும் சுமந்திருந்தது. மாடிப் படுக்கையறையிலிருந்து பார்த்த மாதிரி காரின் முன்கம்பியைத் துடைக்கும் நான், அதில் இருந்தேன். தாழ்வாரத்தின் பக்கத்தில் கடப்பாரையை ஊன்றி நின்ற நான், அதில் இருந்தேன். காலணியின் நாடாவைக் கட்டிக்கொண்டிருந்த, விறகைப் பிளந்துகொண்டிருந்த, புதர்களுக்கு நீர் பாய்ச்சிக்கொண்டிருந்த, கெண்டியிலிருந்து டீயை ஊற்றிக்கொண்டிருந்த, தொழுது கொண்டிருந்த, தூங்கிக்கொண்டிருந்த என்னை, அந்தப் பக்கங்களில் பார்க்க முடிந்தது. இதோ கார்கா ஏரிக்கரையோரமாக நிறுத்தப்பட்டிருந்த அந்தக் கார். காரோட்டியின் இருக்கையில் என்னைக் கொண்டு, கீழிறக்கிய கண்ணாடி வழியாக என் கை கதவின் மேல் தொங்கிக்கொண்டிருக்க, ஒரு மங்கலான உருவம் பின்இருக்கையில் வரையப்பட்டிருக்க, பறவைகள் தலைக்கு மேலே வட்டமடித்துக்கொண்டிருந்தன.

நீதான், நபி.

எப்போதுமே அது நீதான்.

உனக்குத் தெரியல?”

திரு. வஹ்தாதியை நான் திரும்பிப் பார்த்தேன். ஒருக்களித்துப் படுத்து நன்றாகத் தூங்கிக் கொண்டிருந்தார். அந்த வரைபட புத்தகங்களைத் திரும்பவும் கவனமாக அட்டைப்பெட்டிக்குள்ளேயே வைத்து, மூடி, அந்தப் பனிக்கோட்டுகளுக்கு அடியில் தள்ளினேன். அவரை எழுப்பிவிடக்கூடாதென்று கதவை ஓசைபடாமல் சாத்தி, பிறகு அறையை விட்டு வெளியே வந்தேன். இருட்டான நடுக்கூடம் வழியாக படிக்கட்டில் இறங்கி நடந்தேன். தொடர்ந்து நடந்த என்னை, நானே கவனித்தேன். அந்தக் கோடைப்பகலின் வெக்கையில், ஓடுபாதை வழியாக வெளியேறி, வெளிவாசல் கதவை வெளியே தள்ளி, வீதியில் இறங்கி அடியெடுத்து, தெருமுனையில் திரும்பி, நடந்துகொண்டேயிருந்தேன், திரும்பிக்கூட பார்க்காமல்.

இனிமேலும் அங்கு எப்படி தொடர்ந்து தங்குவது? நான் யோசித்தேன். நான் கண்டுபிடித்த விஷயத்தால் எனக்கு அருவருப்பாகவும் இல்லை பெருமையாகவும் இல்லை, மார்கோஸ் சார், ஆனால் சங்கடமாக இருந்தது. இப்போது எல்லாமே வெளியில் தெரிந்துவிட்டதால் நான் எப்படி அங்கே இருப்பதென்று காட்சிப்படுத்தினேன். சகலத்தின் மேலும் வெறுப்பை வார்த்துவிட்டது அது, அட்டைப்பெட்டிக்குள் நான் பார்த்த அந்த விஷயம். இதைப்போன்ற ஒரு விஷயத்தைத் தப்பிக்க விடவோ, புறந்தள்ளிடவோ முடியாது. இருந்தாலும் கூட அதுபோன்ற கையறு நிலையிலிருக்கும் ஒருவரைவிட்டு எப்படி நான் விலகிப் போய்விடமுடியும்? என்னால் முடியாது, எனது கடமைகளைச் செய்வதற்கேற்ற ஓர் ஆளைக் கண்டுபிடிக்கும் வரை என்னால் முடியாது. திரு. வஹ்தாதிக்கு, குறைந்தபட்சம், அந்தளவுக்காவது நான் கடன்பட்டிருக்கக் காரணம், ஒரு பக்கம் அவர் என்னை நன்றாக நடத்த, ஆனால் நானோ, இன்னொரு பக்கம், அவரின் முதுகுக்குப் பின்னால் அவருடைய மனைவியின் அனுகூலத்தைத் தந்திரமாக சம்பாதிக்கத் துணிந்தேன்.

நான் உணவருந்தும் அறைக்குள் போய் அந்தக் கண்ணாடி மேஜையின் எதிரே கண்ணை மூடி உட்கார்ந்தேன். அந்த இடத்தைவிட்டு எவ்வளவு நேரமாக நகராமலிருந்தேனென்று என்னால் சொல்ல முடியாது, மார்கோஸ் சார். ஆனால் மாடியிலிருந்து வந்த சலசலப்பைக் கேட்டதும், கண் விழித்து மின்விளக்கின் வெளிச்சத்தைப் பார்த்ததும், நான் டீ வைக்க

தண்ணீரைக் கொதிக்கவிட எழுந்துபோனேனென்று மட்டும்தான் என்னால் சொல்ல முடியும்.

***

நான் ஒருநாள், மேலே அவரின் அறைக்குப் போய் அவருக்கொரு பரிசு கொண்டு வந்திருப்பதாகச் சொன்னேன். இது நடந்தது 1950களின் பிற்பகுதியில், காபூலுக்குத் தொலைக்காட்சி வந்த காலகட்டத்துக்கு நெடுநாளுக்கு முன். அவரும் நானும் சீட்டு விளையாடிக்கொண்டே அந்நாட்களில் நேரத்தைக் கடத்தினோம். பிறகு சமீபமாக, அவர் எனக்குக் கற்றுக்கொடுத்திருந்து அதில் சிறப்பான முன்னேற்றத்தை நான் காண்பித்திருந்த, சதுரங்கமும் கூட. அதிகப்படியான நேரங்களை நாங்கள் படிப்பதற்காகவும் செலவு செய்தோம். மிகப் பொறுமையான ஆசிரியரென்று தன்னை அவர் நிரூபித்தார். நான் படித்துக் காட்டும்போது கண்ணை மூடிக் கவனிப்பார், தவறு செய்தால் தலையை மென்மையாக ஆட்டித் திருத்துவார். *திரும்பவும்*, என்பார். நாட்கள் செல்லச் செல்ல ஆச்சரியப்படுமளவுக்கு அவரின் பேச்சு அப்போது முன்னேறியிருந்தது. *நபி, அதைத் திரும்பவும் படி*. 1947ம் வருடம் அவர் என்னை வேலைக்கு அமர்த்தியபோது ஓரளவுக்கு எனக்கு எழுதப் படிக்கத் தெரியும், (முல்லா ஷெகிப்புக்கு நன்றி) ஆனால் சுலைமானின் வகுப்புகள் மூலமாகத்தான் எனது படித்தல் திறன் உண்மையாகவே மேம்பட்டது, அதன் விளைவாக என் எழுத்தும் கூட. அவர் கற்றுக்கொடுத்தது சந்தேகமேயின்றி, எனக்கு உதவியாக இருந்தாலும், அவர் விரும்பிய புத்தகங்களை இப்போது என்னால் படித்துக் காட்ட முடியுமென்ற ஒரு சுயநலமும் அதிலிருந்தது. அவரால் சுயமாகவே படிக்கமுடியும், நிச்சயமாக, ஆனால் சீக்கிரமே சோர்வாகிவிடுவதால், கொஞ்ச நேரம் மட்டும்.

வீட்டு வேலைகளுக்கு மத்தியில் அவரோடு நான் இருக்க முடியாமல் போனால், தன்னை ஆக்கிரமிக்க அவருக்கு வேறெதுவும் பெரிதாகக் கிடைக்காது. ஒலிவட்டுப் போட்டுக் கேட்பார். பலநேரம், ஜன்னலுக்கு வெளியில் - மரத்து மேலிருந்த அந்தப் பறவைகள், அந்த வானம், அந்த மேகங்கள் - பார்த்துக் கொண்டிருப்பதைத் தவிர, தெருப்பிள்ளைகளின் விளையாட்டுச் சத்தம், பழ வியாபாரிகள் தள்ளுவண்டியில் கூவிக்கொண்டிருந்த (*சேலாப்பழம்! இளசான சேலாப்பழம்!*) ஓசையைக் கேட்டுக் கொண்டிருப்பதைத் தவிர அவருக்கு வேறு வழியில்லை.

பரிசு என்று நான் சொன்னதும், அது என்னவென்று அவர் கேட்டார். அவரின் கழுத்துக்கடியில் என் கையை விட்டு அதற்கு நாம் முதலில் கீழே போகவேண்டுமென்று சொன்னேன். அந்தக் காலத்தில், அப்போதும் கூட நான் திடகாத்திரமான இளைஞன்தான், அதனால் அவரைத் தூக்கியதில் சிரமமே இருக்கவில்லை. சுலபமாக அவரைத் தூக்கி வரவேற்பறைக்குக் கொண்டு வந்து, அங்கிருந்த மஞ்சத்தில் மெதுவாகச் சாய்த்து அமர்த்தினேன்.

"அப்புறம்?" அவர் கேட்டார்.

முற்றத்திலிருந்து ஒரு சக்கர நாற்காலியை உள்ளே தள்ளி வந்தேன். கடந்த ஒரு வருடத்துக்கும் மேலாக, அதற்காக நான் போராடிக்கொண்டிருந்தாலும், அவர் மிகப்பிடிவாதமாக மறுத்து வந்தார். இப்போது நானே முன்னெடுத்து அதை ஒருவழியாக வாங்கிவிட்டேன். அடுத்த கணமே, அவர் வேண்டாமென்று தலையை ஆட்டினார்.

"அக்கம் பக்கத்தில் எல்லோரும் என்ன நினைப்பார்கள் என்று கவலைப்படறீங்களா?" நான் கேட்டேன்.

அவரைத் திரும்பவும் மேலே தூக்கிக்கொண்டு போகச் சொன்னார்.

"அவர்கள் என்ன நினைப்பார்கள் அல்லது என்ன பேசுவார்கள் என்று ஒருதுளி கூட நான் கவலைப்படவில்லை," நான் சொன்னேன். "நாம் செய்யவேண்டியது கொஞ்ச தூரம் காலாற நடப்பது மட்டும்தான். அருமையான நாள் இது, நீங்களும் நானும் வெளியே கொஞ்சம் நடக்கப் போகிறோம், அவ்வளவுதான். இந்த வீட்டைவிட்டு நாம் வெளியே போகவில்லையென்றால் நான் நிச்சயமாகத் தலையைப் பிய்த்துக் கொள்வேன். நான் பைத்தியமாகிவிட்டால் பிறகு உங்களின் கதி? யோசிங்க. சுலைமான், அழுவதை நிறுத்துங்க, இப்போ என்னாகிடுச்சு. வயதான கிழவி மாதிரி அழுதுட்டு."

இப்போது அவர் அழுதுகொண்டே சிரிக்கிறார். அப்பவும் கூட, "வேண்டாம்! வேண்டாம்!" அவரைத் தூக்கி சக்கரநாற்காலியில் இறக்கினேன். போர்வையால் அவரை மூடி வாசல் வழியாக வெளியே உருட்டினேன்.

நான் உண்மையாகவே எனக்குப் பதிலான ஓர் ஆளைத் தேடத்தான் செய்தேனென்று இந்த இடத்தில் சொல்வதுதான் முறையாக இருக்கும். அதைச் சுலைமானிடம் சொல்லாமலிருந்தேன்; காரணம், சரியான

ஆளைக் கண்டுபிடித்த பிறகு அவரிடம் செய்தி சொல்வதுதான் சிறப்பாக இருக்குமென்று நினைத்தேன். நிறைய பேர் வேலையைப் பற்றி விசாரிக்க வந்தார்கள். சுலைமானுக்குச் சந்தேகம் எழாத மாதிரி அவர்கள் எல்லாரையும் நான் வெளிவாசல் கதவுக்கு முன்பாகவே நேர்காணல் செய்தேன். ஆனால் அந்தத் தேடல் நான் எதிர்பாராத சிக்கலை ஏற்படுத்தியது. விண்ணப்பித்தவர்களில் சிலரும் ஜாஹித்தும் ஒரே குட்டையில் ஊறின மட்டைகளென்பது - ஆயுள் முழுக்க அவர்களைப் போன்ற ஆட்களுடனே பழகியதால், நான் சுலபமாக மோப்பம் பிடிக்க - உடனே துரத்திவிட்டேன். மற்றவர்களுக்குப் போதுமான சமையல் திறமை இல்லை, சுலைமான் நுணுக்கமான சுவையோடு வகைவகையாகச் சாப்பிடுவாரென்று ஏற்கனவே சொல்லியிருக்கிறேன். அல்லது அவர்களுக்குக் கார் ஓட்டத் தெரியாது. நிறைய பேருக்குப் படிக்கத் தெரியவில்லை, பின்மதியப் பொழுதில் அவருக்குப் புத்தகம் படித்தே பழக்கப்படுத்திவிட்டதால் அதுவும் ஒரு முக்கியமான குறைதான். ஒரு சிலருக்குப் பொறுமையே இல்லாததை நான் பார்த்தேன். சில நேரங்களில் சின்ன குழந்தையின் முன்கோபத்தால் கடுப்பேற்றும் சுலைமானைக் கவனிக்கும் இந்த வேலையில் இது ஒரு தீவிரக் குற்றம். பிறருக்கு, அந்தச் சிரமமான வேலையைச் செய்யக்கூடிய அளவுக்கு மனப்பக்குவம் இல்லையென என் உள்ளுணர்வு மதிப்பிட்டது.

இப்படியே மூன்று ஆண்டுகளாகிவிட்டது, இன்னமும் அதே வீட்டில் இருந்தேன், சுலைமானின் விதியை நம்பகமான கைகளில்தான் ஒப்படைத்திருக்கிறேனென்று உறுதியானவுடனே கிளம்பிவிடவேண்டும் என இன்னமும் எனக்கு நானே சொல்லிக்கொண்டுதான் இருந்தேன். மூன்று வருடமாகிவிட்டது, இன்னமும் நான்தான் ஒருநாள் விட்டு ஒவ்வொரு நாளும் ஈரத்துணியால் அவரின் உடம்பைத் துடைத்து விட்டு, முகத்தைச் சவரம் செய்து, நகங்களை நறுக்கி, முடிவெட்டிக் கொண்டிருந்தேன். சாப்பாடும் நான்தான் ஊட்டினேன். அவரின் மலத்தட்டுக்கும் உதவி, ஒரு கைக்குழந்தைக்குச் செய்வோமே, அதுபோல துடைத்துச் சுத்தமாக்கி, கட்டிவிட்ட அவரின் இடுப்புத் துணியையும் நான்தான் துவைத்துப் போட்டேன். அந்தக் காலகட்டத்தில், பரிச்சயத்துக்கும் பழக்க வழக்கத்துக்கும் பிறந்த சொல்லப்படாத ஒரு பாஷையை எங்களுக்குள் நாங்கள் வளர்க்க, அதற்கு முன் என்னால் நினைத்தே பார்க்க முடியாத ஒரு நெருக்கம் எங்களது உறவுக்குள் ஊறிப்படர்ந்தது.

சக்கரநாற்காலிக்கு நான் அவரைச் சம்மதிக்க வைத்தவுடனே, அந்தப் பழைய நடைபயணச் சடங்கைத் திரும்பவும் ஆரம்பித்தோம். நான் அவரை வீட்டை விட்டு வெளியே உருட்டிகொண்டே, வீதியில் இறங்கி நடக்க, அக்கம் பக்கத்து மக்களை சலாம் சொல்லிக்கொண்டே கடப்போம். அதிலொருவர் திரு. பஷீரி, வெளியுறவு அமைச்சகத்துக்கு வேலை செய்துகொண்டிருந்த காபூல் பல்கலைக்கழகத்துச் சமீபத்திய பட்டதாரி இளைஞர். அவரும், அவரின் தம்பியும், தங்களின் மனைவிகளோடு நம் வீட்டுக்கு எதிரில் மூன்று வீடு தள்ளியிருந்த ஒரு பெரிய இரண்டடுக்கு மாடிவீட்டுக்குக் குடிவந்திருந்தார்கள். சில சமயங்களில், வேலைக்குக் கிளம்பத் தயாராக அவர் காரின் இயந்திரத்தைச் சூடாக்கிக்கொண்டிருக்க, சுருக்கமான நலம் விசாரிப்புகளுக்காக நான் நிறுத்தினேன். அடிக்கடி சுலைமானை ஷார்-எ-நவ் பூங்காவுக்குக் கூட்டிப் போய், மரங்களின் நிழலில் அமர்ந்து போக்குவரத்தை - வாடகைக்கார்களின் ஓட்டுநர்கள் உள்ளங்கைகளால் ஹாரனை அழுத்திக்கொண்டிருந்தது, மிதிவண்டியின் டிங்-டாங் மணிச்சத்தம், கழுதைகள் கனைத்துக்கொண்டிருந்தது, பாதசாரிகள் பேருந்துகளின் குறுக்கே தற்கொலைக்குச் சமமாக கடந்துபோய்க்கொண்டிருந்தது - வேடிக்கை பார்த்தோம். நாங்கள் வழக்கமான காட்சியாக மாறினோம், சுலைமானும் நானும், பூங்காவுக்கு உள்ளேயும் வெளியேயும். வீட்டுக்குத் திரும்பும் வழியில், பத்திரிகைக் கடைக்காரனுடனும், கசாப்புக் கடைக்காரனுடனும் அடிக்கடி தமாஷாகப் பேசிக்கொண்டோம். அதேபோல் அந்த இளம் போக்குவரத்துக் காவலனுடனும். சவாரிக்காகக் காத்துகொண்டு, முன்கம்பி மேலே சாய்ந்துகொண்டிருந்த காரோட்டிகளோடும் அரட்டை அடித்தோம்.

சிலமுறை நான் அந்தப் பழைய செவ்ரொலேவின் பின்இருக்கையில் அவரைக் கிடத்தி, சக்கரநாற்காலியைப் பின்வைப்பறையில் திணித்து, எப்போதுமே பசுமையான வயல்வெளியையும் மரநிழலைத் தாங்கிச் சலசலக்கும் சிற்றோடையையும் பார்க்க முடிகிற, பாக்மன்னுக்கு பயணம் போனோம். மதியஉணவுக்குப் பிறகு ஓவியம் வரைய அவர் முயற்சி செய்ய, ஆனால் பக்கவாதம் அவரின் முதன்மைக் கையான வலதுகையை பாதித்ததால், அது ஒரு பெரும்போராட்டமாக அமைந்தது. இருந்தாலும், தனது இடதுகையைப் பயன்படுத்தி மரங்களையும், மலைகளையும், காட்டுப் பூங்கொத்துகளையும் ஒருகுறையுமில்லாத என்னால் வரைய முடிவதை விடவும்

மிகப்பெரிய கலைத்திறத்தோடு அவர் சமாளித்து வரைந்தார். இறுதியில், சுலைமான் களைத்துப் போக, அவரின் கையிலிருந்து பென்சில் வழுக்க, கண்ணயர்ந்துவிடுவார். அவரின் கால்கள் வரை நான் போர்வையால் போர்த்திவிட்டுவிட்டு சக்கரநாற்காலிக்குப் பக்கத்திலேயே புல்வெளி மேல் படுத்துக்கொள்வேன். மரங்களை ஆட்டுகிற தென்றலைக் கேட்பேன், அந்த மேகக் கீற்றுகள் தலைக்கு மேல் வழுக்க, வானத்தைப் பார்ப்பேன்.

என்னை விட்டு ஒரு முழு கண்டத்தைத் தாண்டியிருக்கும் நீலாவை நோக்கி என் நினைவுகள் நகர்ந்ததை நான் உணர நீண்ட நேரமாகாது. அவளது மிருதுவான கூந்தலின் அந்த மினுமினுப்பை, பாதங்களைக் குதித்து அவள் நடக்கும் அந்த அழகை, வெண்பீடியை நசுக்கும்போது அவளின் செருப்பு குதிகாலை அறையும் அந்தச் சத்தத்தை மனதுக்குள் கற்பனை செய்துகொள்வேன். அவளது பின்பக்க வளைவையும் மார்புப் புடைப்பையும் நினைத்துப் பார்ப்பேன். மறுபடியும் அவளின் அணுக்கத்தில் வாழ, அவளின் வாசத்தால் விழுங்கப்பட, என் கையை அவள் தொடும்போது ஏற்படும் வெகுப்பரிச்சயமான அந்த நெஞ்சுப் படபடப்பை உணர நான் ஏங்கினேன். போய்ச் சேர்ந்ததும் கடிதம் போடுவதாக அவள் சத்தியம் செய்துவிட்டுப் போயிருந்தாலும், வருடங்கள் பல கடந்து என்னை மறக்க அத்தனை வாய்ப்புகளும் இருந்தாலும், வீட்டில் ஒவ்வொரு முறையும் நாங்கள் ஏதாவது கடிதத்தைப் பெறும்போது என் மனதுக்குள் ஓர் எதிர்பார்ப்பு மேலெழவில்லையென்று இப்போது நான் சொன்னால் அது பொய்யாகத்தான் இருக்கும்.

ஒருநாள், பாக்மனில், புல்வெளி மேல் உட்கார்ந்து சதுரங்கப் பலகையைப் படித்துக்கொண்டிருந்தேன். இது நடந்தது பல வருடங்களுக்குப் பிறகு, 1968ல், சுலைமானின் அம்மா இறந்துபோனதற்கும், திரு. பஷீரியும் அவரின் தம்பியும் ஆளுக்கொரு ஆண் குழந்தைக்கு அப்பாவாகி, முறையே இட்ரிஸ் மற்றும் தைமூர் என்று பெயர் வைத்ததற்கும் மறு வருடம். அந்தக் குட்டிப் பங்காளிகளை, அவர்களின் அம்மாக்கள் தள்ளுவண்டியில் போட்டுக் காலாறக் கூட்டிப் போனதை அடிக்கடி பார்த்தேன். அன்று, சுலைமான் கண்ணயர்வதற்கு முன், அவரும் நானும் ஓர் ஆட்டம் சதுரங்கத்தை ஆரம்பிக்க, தொடக்கத்திலேயே தனது சிப்பாயை வெட்டுக்கொடுத்த அவரின் ஆக்ரோஷமான நகர்வை எப்படிச் சமாளிப்பதென்று நான் முயற்சிக்கும்போது, அவர் பேசினார், "உனக்கு என்ன வயதிருக்கும், நபி?"

"அது வந்து, நான் நாற்பதைத் தாண்டிட்டேன்," என்றேன். "அதை மட்டும்தான் என்னால் நிச்சயமாகச் சொல்ல முடியும்."

"நீ திருமணம் செய்துகொள்ள வேண்டுமென நினைக்கிறேன்." அவர் சொன்னார். "உன் அழகை இழப்பதற்குள். ஏற்கனவே உனக்கு நரைத்துக் கொண்டிருக்கிறது."

நாங்கள் ஒருவரையொருவர் பார்த்துச் சிரித்தோம். என் தங்கை மசூமாவும் அடிக்கடி இப்படித்தான் கேட்பாளென்று அவரிடம் சொன்னேன்.

இருபத்தோரு வருடங்களுக்கு முன், 1947ல், அவர் என்னை வேலைக்குச் சேர்த்த நாள் எனக்கு நினைவிலிருந்ததா எனக் கேட்டார்.

அது எப்படி எனக்கு மறக்கும். வஹ்தாதி இல்லத்துக்குச் சில வீடு தள்ளியிருந்த ஒரு வீட்டில், சமையல் உதவியாளனாக நான் வேலை செய்துகொண்டிருந்தேன், ரொம்பவே மகிழ்ச்சியில்லாமல். அவருக்கொரு சமையல்காரன் தேவைப்பட்டதைக் கேள்விப்பட்ட உடனேயே - ஏற்கனவே அங்கே இருந்தவன் திருமணமாகி குடிபெயர்ந்துவிட்டான் - நான் நேராக அவரின் வீட்டுக்கு ஒரு மதியநேரத்தில் நடந்துபோய் வெளிவாசல் அழைப்புமணியை அழுத்தினேன்.

"அப்போது, இருந்ததிலேயே மிக மோசமான சமையல்காரன் நீதான்," சுலைமான் தொடர்ந்தார். "இப்போது நீ பிரமாதப்படுத்துகிறாய், நபி, ஆனால், அந்த முதல் சமையல்? கடவுளே! அப்புறம் முதன்முதலாக என்னை வைத்து நீ காரோட்டிய போது எனக்கு மாரடைப்பே வந்துவிடுமோ என்று பயந்தேன்." அங்கே அவர் ஒரு சிறு இடைவெளிவிட்டு, பிறகு 'களுக்'கென்று சிரித்தார், தன்னுடைய எதேச்சையான பரிகாசத்தைக் கேட்டு.

இது எனக்குப் பெரிய ஆச்சரியமாக இருந்தது, மார்கோஸ் சார், உண்மையைச் சொல்ல, அதிர்ச்சியாகவே, காரணம் சுலைமான் அத்தனை வருடங்களில் ஒரேயொருமுறை கூட என் சமையலைப் பற்றியோ, நான் காரோட்டும் விதத்தைப் பற்றியோ சிறு புகார் கூடச் சொன்னதில்லை. "பிறகு, எதற்காக என்னை வேலைக்குச் சேர்த்தீங்க?" நான் கேட்டேன்.

அவர் முகத்தை என் பக்கமாகத் திருப்பினார். "ஏன்னா நீ உள்ளே வந்தபோது, உன்னைப் போல அவ்வளவு அழகானவனை அதுவரை நான் பார்த்ததேயில்லையென்று நினைத்தேன்."

சதுரங்கப்பலகையை நோக்கி என் கண்களைத் தாழ்த்தினேன்.

"நான் உன்னைப் பார்த்தபோதே நீயும் நானும் வேறுவேறு என்று தெரிந்துகொண்டேன். நான் ஆசைப்பட்டது நடக்கவே நடக்காதென்றும் தெரிந்தது. இருந்தாலும், நாம் ஒன்றாகவே காலாறப் போனோம், அப்புறம் அந்தக் கார் பயணங்கள், எனக்கு அது போதுமானதாக இருந்ததென்று சொல்லமாட்டேன், ஆனால், உன்னோடு இல்லாமல் இருப்பதைவிட அது எவ்வளவோ மேல். உன் அருகாமையைக் கொண்டு மட்டுமே திருப்திப்படக் கற்றுக்கொண்டேன்." அவர் இடைவிட்டார், பின்னர் தொடர்ந்தார், "நான் என்ன சொல்கிறேன் என்று கொஞ்சமாவது உனக்குப் புரியுமென்று நினைக்கிறேன், நபி. உனக்குப் புரியுமென்று எனக்கும் தெரியும்."

அவரின் கண்களை என்னால் நிமிர்ந்து பார்க்க முடியவில்லை.

"ஒரே ஒரு முறையாவது உன்னிடம் இதைச் சொல்லியே ஆகணும் நபி, நீண்ட காலமா, மிக நீண்ட காலமாவே நான் உன்னைக் காதலித்துக்கொண்டுதான் இருக்கேன். தயவுசெய்து கோபப்படாதே."

இல்லையென்பது போல நான் தலையாட்டினேன். நிமிடக்கணக்காக, நானும் சரி அவரும் சரி, ஒரு வார்த்தை கூடப் பேசவில்லை. எங்களுக்கிடையில் மூச்சுக்காற்றாக அலைந்துகொண்டிருந்தது. அவர் சொன்ன அந்த விஷயம், ஒடுக்கப்பட்ட ஒரு வாழ்வின் அந்த வலி, ஒருபோதுமே நிறைவேறாத அந்த சந்தோஷம்.

"உன்னிடம் இதைத்தான் சொல்லிக் கொண்டிருக்கிறேன்," அவர் பேசினார், "எதனால் நீ செல்ல வேண்டுமென்று விரும்புகிறேன் என உனக்குப் புரியவேண்டும். போ, உனக்கென்று ஒரு பெண்ணைப் பார்த்துத் திருமணம் செய்துகொள். உனக்கென்று ஒரு குடும்பத்தை உண்டாக்கு நபி, எல்லோரையும் போல. இன்னமும் உனக்கு வயதிருக்கு."

"வாஸ்தவம்தான்," அங்கிருந்த இறுக்கத்தைக் குறைக்கவேண்டுமென்ற எண்ணத்தில், கடைசியாக நான் சொன்னேன், "ஒருநாள் கண்டிப்பா நான் போகத்தான் போறேன். அப்புறம் நீங்க ரொம்பக்

கஷ்டப்படத்தான் போறீங்க. அதே மாதிரிதான் அடுத்து உங்க இடுப்புத்துணியைத் துவைக்கப் போறவனும்."

"உனக்கு எல்லாமே விளையாட்டுதான்."

சாம்பலும் பச்சையும் கலந்த ஓர் இலையின் குறுக்கே விட்டில் பூச்சி ஒன்று ஊர்ந்து போனதைப் பார்த்தேன்.

"எனக்காக நீ இங்கிருக்க வேண்டாம். இதைத்தான் நான் சொல்லிக் கொண்டிருக்கிறேன் நபி. எனக்காக இங்கிருக்காதே."

"உங்களுக்குத் தற்புகழ்ச்சி அதிகம்."

"மறுபடியும் விளையாடுகிறாய்," சொல்லும்போது அவர் சோர்ந்துவிட்டார்.

அவர் சொன்னதில் உண்மையில்லையென்று தெரிந்தும் நான் அமைதியாக இருந்தேன். அந்த முறை நான் விளையாட்டுக்காகச் சொல்லவில்லை. என்னுடைய இருத்தல் இனிமேலும் அவருக்காக அமையவில்லை. ஆரம்பத்தில் அப்படித்தான் இருந்தது. நான் அங்கே இருந்ததற்கான காரணம், சுலைமானுக்கு எனது உதவி அவசியமாக இருந்ததால், அவர் முழுக்கமுழுக்க என்னைச் சார்ந்தே இருந்ததால். முன்னொரு முறை என்னுடைய உதவி ஒருவருக்குத் தேவைப்பட்டபோது நான் கைவிட்டுவிட்டு ஓடிவிட, இப்போதும் கூட அதற்காக நான் அனுபவிக்கும் அந்தக் குற்றஉணர்ச்சியைவிட்டுச் சாகும்வரை என்னால் தப்பிக்க முடியாது. மீண்டும் அந்தப் பாவத்தை நான் செய்யமாட்டேன். ஆனால் மிக மெதுவாக, கண்ணுக்குத் தெரியாமலேயே, நான் அங்கே வாழ்ந்ததற்கான காரணங்கள் மாறிவிட்டன. எப்போது, எப்படி அந்தக் காரணங்கள் மாறின என்னால் சொல்ல முடியவில்லை, மார்கோஸ் சார், ஆனால் இப்போது நான் எனக்காக மட்டும்தான் அங்கே தங்கிக்கொண்டிருக்கிறேன். சுலைமான் சொன்னார், நான் கண்டிப்பாகத் திருமணம் செய்துகொள்ளவேண்டுமென்று. ஆனால், உண்மை என்னவெனில், என் வாழ்க்கையைத் திரும்பிப் பார்க்கும்போது, எதற்காக ஒருவன் திருமணத்தை நாடிப்போவானோ அதெல்லாம் ஏற்கனவே எனக்கு அமைந்திருந்ததை உணர்கிறேன். எனக்கிருந்தது வசதியான ஒரு வாழ்க்கை, ஒரு தோழமை, எல்லாவற்றுக்கும் மேலாக எப்போதுமே நான் வரவேற்கப்படுகிற, அன்பு செய்யப்படுகிற, தேவைப்படுகிற ஒரு வீடு. ஓர் ஆணாக எனக்கு இருக்கத்தான் செய்த உடல்சார்ந்த தேவைகளை – இப்போதும்

இருக்கிறது, சந்தேகமேயில்லாமல், ஆனாலும் வயதாவிட்டதால் சற்று வீரியம் குறைவாக, எப்போதாவது - சமாளிக்க முடியும், நான் முன்னேயே விவரித்தது மாதிரி. பிள்ளைகளைப் பொறுத்த வரை, எனக்குக் குழந்தைகளை எப்போதுமே பிடித்திருந்தாலும், தகப்பனாக வேண்டுமென்ற அந்த உத்வேகம் ஒருபோதும் எனக்கு இருந்ததேயில்லை.

"கடைசி வரை திருமணமே செய்யமாட்டேன்னு பிடிவாதமாக" சுலைமான் பேசினார், "இருந்தால் எனக்காக நீ ஒன்றைச் செய்யவேண்டும். ஆனால் ஒரு நிபந்தனை, நீ செய்வேனென்று ஒப்புக்கொண்டால் மட்டுமே அது என்னவென்று சொல்வேன்."

அவர் என்னிடம் அதுபோல வற்புறுத்தக்கூடாதென்று சொன்னேன்.

"ஆனாலும் நான் வற்புறுத்தித்தான் கேட்கிறேன்."

நான் என்ன கேட்கப்போகிறாரென்று பார்த்தேன்.

"நீ முடியாதென்றும் சொல்லிவிடலாம்."

அவருக்கு என்னை நன்றாகவே தெரியும். விஷமமாகச் சிரித்தார். நான் செய்கிறேனென்று சத்தியம் செய்ய, அவர் அந்தக் கோரிக்கையைச் சொன்னார்.

***

அடுத்து வந்த ஆண்டுகளைப் பற்றி நான் என்னவென்று சொல்வது, மார்கோஸ் சார்? இந்தப் பாவப்பட்ட நாட்டின் சமீபகால வரலாறு உங்களுக்கு நன்றாகவே தெரியும். அந்த இருண்ட நாட்களை மறுபடியும் உங்களுக்காக மறுசுழற்சி செய்யத் தேவையில்லையென்று நினைக்கிறேன். அதைப் பற்றி எழுத நினைக்கும்போதே சோர்ந்துவிடுகிறேன். இன்னும் சொல்லப் போனால், இந்த நாடு அனுபவித்த துன்பங்கள் போதுமான அளவு, என்னைவிட படித்த, என்னைவிட சொல்லாற்றல் மிக்க பேனாக்களால், ஏற்கனவே வரலாற்றில் பதியப்பட்டிருக்கின்றன.

ஒரே வார்த்தையில் என்னால் அதைச் சொல்லிட முடியும்: போர். அல்லது, இப்படி - போர்கள். ஒன்றோ இரண்டோ கிடையாது, பல போர்கள், சிறிதும் பெரிதுமாக, நியாயமும் அநியாயமுமாக, ஹீரோக்களின் வேஷமும் வில்லன்களின் வேஷமும் மாறிக்கொண்டேயிருந்த போர்கள், ஒவ்வொரு புதிய

ஹீரோவும் பழைய வில்லனே தேவலாமென்று நினைக்க வைத்த போர்கள். பெயர்கள் மாறின, முகங்கள் மாறின, ஆனாலும் எல்லார் மேலும் பாரபட்சமே பார்க்காமல் நான் காறித்துப்பினேன், அந்த அற்பச் சண்டைகளுக்காக, அந்தத் துப்பாக்கிகளுக்காக, அந்தக் கண்ணிவெடிகளுக்காக, அந்தக் குண்டு மழைகளுக்காக, அந்த ஏவுகணைகளுக்காக, அந்தச் சூறையாடல்களுக்காக, அந்தக் கற்பழிப்புகளுக்காக, அந்தக் கொலைகளுக்காக. ஆ! போதும்! போதும்! விவரிக்கும் அந்தப் பணி மிகக் கடினமானது, ரொம்பப் பெரிது. அந்நாட்களை நான் ஏற்கனவே ஒருமுறை வாழ்ந்துவிட்டேன், அதனால், இந்தப் பக்கங்களில் மீண்டும் எவ்வளவு முடியுமோ அவ்வளவு சுருக்கமாகத்தான் வாழ விரும்புகிறேன். அந்தக் காலகட்டத்தில் எனக்கிருந்த ஒரே ஆறுதல், இந்நேரம் நிச்சயமாக ஓர் இளம்பெண்ணாக வளர்ந்திருக்கக் கூடிய, குட்டிப் பரிக்கு நடந்த அந்த நல்லது மட்டும்தான். அவள் இத்தனை கொலைகளிலிருந்தும் பாதுகாப்பாக இருக்கிறாள் என்கிற அந்த விஷயம், என் மனசாட்சியைச் சாந்தப்படுத்தியது.

அந்த 1980களில், உங்களுக்கேத் தெரியும், மார்கோஸ் சார், பெரும்பாலான போர்கள் கிராமப்புறங்களில் நடந்ததால், காபூல் அவ்வளவு மோசமாகப் பாதிக்கப்படவில்லை. ஆனாலும், அக்கம் பக்கத்தில் இருந்தவர்கள் எல்லாரும் வெளியேற அதுதான் சரியான சமயமென்று மூட்டை முடிச்சுகளைக் கட்டிக்கொண்டு, மேற்குப் பக்கம் எங்கேயாவது சென்று பிழைத்துவிடலாமென்ற நம்பிக்கையில் பாகிஸ்தானுக்கோ அல்லது ஈரானுக்கோ சென்றார்கள். திரு. பஷீரி விடைபெற வந்த அந்த நாள் துல்லியமாக எனக்கு ஞாபகமிருக்கிறது. நான் அவரின் கையைக் குலுக்கி வாழ்த்தினேன். நீண்ட முடியோடும் உதட்டுக்கு மேல் செம்பட்டை அரும்போடும், நல்ல உயரமாக நெடுநெடுவென வளந்திருந்த அவரின் பதினொன்கு வயது மகன், இட்ரிஸுக்கும் விடை கொடுத்தேன். அவனும் அவன் சித்தப்பா-மகன் தைமூரும் சேர்ந்து பட்டம் விட்ட, வீதியில் கால்பந்து விளையாடிய காட்சிகளை எண்ணி நான் மிகவும் ஏங்கப்போவதாக அவனிடம் சொன்னேன். மார்கோஸ் சார், நீங்களும் நானும், அந்த ஒன்று-விட்ட சகோதரர்களைப் பல வருடங்கள் கழித்து, அவர்கள் வளர்ந்து பெரியவர்களானதும், 2003ம் வருடத்தின் வசந்தகாலத்தில் நம் வீட்டில் நீங்கள் கொடுத்த கேளிக்கை விருந்தில் சந்தித்தது உங்களுக்கு நினைவிருக்கலாம்.

1990களில் தான் ஒரு வழியாக நகரத்தின் எல்லைக்குள்ளேயே போர் வெடித்தது. தங்களின் தாய் வயிற்றுக்குள்ளிருந்து வெளியில் உருண்டு வந்தபோதே கையில் கலாஷ்நிக்கோவுடன் பிறந்ததைப் போன்ற ஆட்களிடம் காபூல் இரையாகி விழ, எல்லோருமே காலிப்பயல்கள், மார்கோஸ் சார், பகட்டு ஆரவாரத்தோடு தம்பட்டம் அடித்துக்கொண்டிருந்த துப்பாக்கியேந்திய திருடன்கள். ஏவுகணைகள் பறக்க ஆரம்பித்தும், சுலைமான் வெளியேற மறுத்து வீட்டுக்குள்தான் தங்கினார். தன் வீட்டுச் சுவர்களுக்கு வெளியே நடந்துகொண்டிருந்த செய்திகளை வீறாப்பாக தெரிந்துகொள்ள மறுத்தார். தொலைக்காட்சியின் மின்வடத்தைப் பிடுங்கி எடுத்தார். வானொலியை ஒதுக்கினார். செய்தித்தாள்களைப் பயன்படுத்தவேயில்லை. சண்டையைப் பற்றிய செய்தி எதையும் வீட்டுக்குள் கொண்டுவர வேண்டாமென்று என்னிடம் கோரினார். யார் யாருடன் சண்டையிடுகிறார்கள், யார் ஜெயிக்கிறார்கள், யார் தோற்கிறார்கள் என்பதெல்லாம் அபூர்வமாகத்தான் தெரிந்து வைத்திருந்தார், என்னவோ இதையெல்லாம் விடாப்பிடியாகப் புறக்கணித்தால் பதிலுக்கு அந்தப் போரும் அவருக்குத் தயவு செய்யுமோ என்று நம்பிய மாதிரி.

அவர் நம்பியது நடக்கவில்லை. ஒருகாலத்தில் மிக அமைதியாகப் பழம்பெருமையோடு பளிச்சென்றிருந்த, நாங்கள் வாழ்ந்த அந்த வீதி, போர்க்களமாக மாறியது. ஒவ்வொரு வீட்டையும் தோட்டாக்கள் துளைத்தன. தலைக்கு மேலே ஏவுகணைகள் விசிலாகப் பறந்தன. கையெறி குண்டுகள் தெருவெங்கும் தரையிறங்கித் தார்மேலே பள்ளம் பள்ளமாக வெடித்தன. இரவில், சிவப்பும் வெள்ளையுமாக ஏவுகணைகள் இருக்கின்ற அத்தனை திசையிலும் விடிகிறவரை பாய்ந்தன. சில நாட்களில், ஒருசில மணி நேர சாந்தம் மட்டுமே எங்களுக்குச் சிறுநேர ஓய்வாகக் கிடைக்க, பிறகு திடீரென்று வெடித்த நெருப்பு அதைத் தகர்க்க, எல்லா திசையிலும் தோட்டாக்கள் சுற்றுச்சுற்றாக வெடிக்க, தெருவெங்கும் மக்கள் அலறிக்கொண்டேயிருந்தார்கள்.

அந்த ஆண்டுகளில்தான், மார்கோஸ் சார், நீங்கள் 2002ல் முதன்முதலாகப் பார்த்தபோதிருந்த அந்தப் பெரும்பாலான சேதங்களை நம் வீடு கவர்ந்தது. ஒத்துக்கொள்கிறேன், அதில் சில சிதைவுகள் காலப்போக்காலும் என்னுடைய கவனிப்பின்மையாலும் ஏற்பட்டவைதான் - எனக்கு மிகவும் வயதாகியிருந்ததால் அதற்கு மேலும் முன்னே காட்டிய அக்கறையை வீட்டின் மேல் என்னால்

செலுத்த முடியவில்லை. அவ்வேளையில் மரங்கள் இறந்திருந்தன - வருடக்கணக்காக அவை பிஞ்சு வைக்கவேயில்லை - புல்வெளி மஞ்சளாக மாறியிருந்தது, பூக்கள் அழிந்திருந்தன. ஆனாலும் ஒரு காலத்தில் அழகாயிருந்த அந்த வீட்டின் மேல் போர் துளிகூட இரக்கமே காட்டவில்லை. பக்கத்து கையெறிகுண்டுகளின் வெடிப்பால் ஜன்னல்களெல்லாம் சுக்குநூறாகின. தோட்டத்தின் கிழக்குச் சுவரை ஏவுகணை ஒன்று தவிடுபொடியாக்கி, நானும் நீலாவும் ஏகப்பட்ட உரையாடல்களை நிகழ்த்திய அந்தத் தாழ்வாரத்தில் பாதியை அழித்துவிட்டது. ஒரு கையெறிகுண்டு கூரையைக் காயப்படுத்திவிட்டது. சுவர் முழுக்கத் தோட்டாக்களின் தழும்புகள்தான்.

அப்புறம் அந்தச் சூறையாடல், மார்கோஸ் சார். ராணுவப் போராளிகள் இஷ்டம்போல் உள்ளே வந்து எதையெல்லாம் அவர்கள் ஆசைப்படுகிறார்களோ அதையெல்லாம் தூக்கிப்போய்க்கொண்டே இருப்பார்கள். பெரும்பாலான அந்த மரத்தளவாடங்கள், அந்த ஓவியங்கள், அந்தத் துருக்கிக் கம்பளங்கள், அந்தச் சிலைகள், அந்த வெள்ளி மெழுகுவத்தி மாடங்கள், அந்தப் பளிங்குக்கல் பூச்சாடிகள் எல்லாவற்றையும் அவர்கள் சடுதியில் துடைத்தெடுத்துப் போய்விட்டார்கள். கழிவறை மேடையிலிருந்த வைடூரியங்களைச் செதுக்கிப் பெயர்த்தார்கள். ஒருநாள் காலையில் முற்றத்தில் ஆட்கள் நுழைந்த சத்தத்தால் நான் எழுந்தேன். உஸ்பெக் ராணுவக்குழு ஒன்று வளைந்த கத்தியால் படிக்கட்டுக் கம்பளத்தை உரித்தெடுத்துக் கொண்டிருந்ததைப் பார்த்தேன். அங்கேயே அருகில் நின்று முழுதாக வேடிக்கைப் பார்த்தேன். என்னால் வேறென்ன செய்ய முடியும்? இன்னொரு கிழவனின் தலையில் ஒரு தோட்டாவைச் செலுத்த அவர்களுக்கு எவ்வளவு நேரமாகிவிடப்போகிறது?

அந்த வீட்டை மாதிரியே, சுலைமானும் நானும் சிதிலமாகிக்கொண்டிருந்தோம். என் கண்பார்வை மங்கியது, அதோடுகூட அடிக்கடி மூட்டுகள் வலித்தன. அநாகரிகத்துக்கு மன்னிக்க வேண்டும், மார்கோஸ் சார், வெறும் சிறுநீர் கழிக்கும் செயல் கூட என் பொறுமையை ரொம்பவே சோதித்தது. முதுமை என்னைத் தாக்கியதை விடவும் சுலைமானைப் பலமாகத் தாக்கியது, எதிர்பார்த்த மாதிரியே. அவர் சுருங்கி, உடல் மெலிந்து, அதிர்ச்சிகரமாக நலிவுற்றுப் போனார். இரண்டு முறை, அவர் கிட்டத்தட்ட இறந்திருப்பார், அஹமது ஷா மஸூத் கோஷ்டிக்கும் குல்புதீன் ஹேக்மத்யார் கோஷ்டிக்கும் இடையில் நடந்த உச்சகட்டப்

போர் நாட்களில் ஒருமுறை, இறந்துபோன உடல்களைப் பெற யாருமே முன்வராது பல நாளாக அவை தெருவிலேயே கிடந்தபோது ஒருமுறை. அப்போது சுலைமானுக்கு நுரையீரலழற்சி வந்துவிட்டது, தனது எச்சிலை மூச்சோடு கலந்து உறிந்து சுவாசித்ததால் என்று மருத்துவர் சொன்னார். மருத்துவர்களுக்கும் மருந்துகளுக்கும் கடும் தட்டுப்பாடு நிலவினாலும், சுலைமானை எப்படியோ சமாளித்துக் காப்பாற்றி அவரின் உயிரை நிச்சய சாவிலிருந்து நான் மீட்டேன்.

ஒருவேளை தினசரி ஒரே இடத்தில் அடைந்திருந்ததாலோ அல்லது நெருக்கத்தின் காரணமாகவோ என்னவோ, நாங்கள் அந்நாட்களில் அடிக்கடி வாக்குவாதத்தில் ஈடுபட்டோம், சுலைமானும் நானும். திருமணமான தம்பதிகள் மாதிரிச் சண்டையிட்டோம், பிடிவாதமாக, கோவமாக, சின்னசின்ன அற்ப விஷயங்களுக்காகவெல்லாம்.

இந்த வாரத்தில் ஏற்கனவே பீன்ஸ் சமைத்துவிட்டாய்.

இல்லை, அப்படி இல்லையே.

ஆமாம், அப்படித்தான். செய்தாய்! திங்கட்கிழமை!

நாங்கள் முந்தைய நாள் எத்தனை ஆட்டம் சதுரங்கம் ஆடினோமென்ற கணக்கில்கூட எங்களுக்குள் ஒத்துப்போகவில்லை. தண்ணீரை நான் ஏன் எப்போதும் ஜன்னல் மேடையிலேயே வைக்கிறேன், வெயில் அதைச் சூடாக்கிவிடுமென்று தெரிந்தும்?

என்னைக் கூப்பிட்டிருந்தா மலத்தட்டு வைத்திருப்பேனே, சுலைமான்?

நான் கூப்பிட்டேனே, நூறு முறையாவது கூப்பிட்டேன்!

என்னன்னு கூப்பிட்டீங்க, செவிடுன்னா? சோம்பேறின்னா?

சந்தேகமே வேண்டாம், இரண்டும் சேர்த்துதான் கூப்பிட்டேன்!

நாள் பூரா படுக்கையில் படுத்துட்டே இருக்குற நீங்க என்னை சோம்பேறின்னு சொல்ல எவ்வளவு தைரியம் இருக்கணும்.

இப்படியே, தொடர்ந்து.

அவருக்கு நான் சாப்பாடு ஊட்டிவிட முயற்சிக்கும்போது தன் தலையைத் திருப்பிக்கொள்வார். கதவைப் படாரென்று அறைந்து சாத்திவிட்டு நான் வெளியே போய்விடுவேன். சிலசமயம், வேண்டுமென்றே அவரைத் தவிக்கவிட்டதை ஒப்புக்கொள்கிறேன். வீட்டை விட்டு வெளியே போய்விடுவேன். அவர் அழுவார், எங்கே

போற? ஆனால் நான் பதில் சொல்லவேமாட்டேன். ஒரேடியாக விட்டுவிட்டுப் போவது போலப் போக்குக் காட்டுவேன். நான் போகப் போவதில்லை, கண்டிப்பாக. மிஞ்சிப் போனால் தெருமுனையில் நின்று வெண்பீடிப் பிடிப்பேன்- ஒரு புதுப் பழக்கம், வெண்பீடி, காலம் கடந்து ஏற்பட்ட ஒன்று - ஆனால் நான் கோபத்தில் இருந்தால் மட்டும்தான். சிலநாட்களில் மணிக்கணக்காக வெளியே சுற்றுவேன். ஒருவேளை என்னை அளவுக்கதிகமாக அவர் உளைச்சலாக்கியிருந்தால், இருட்டுகிற வரைக்கும் கூடத் திரும்பமாட்டேன். ஆனால் அதற்குப்பிறகு கண்டிப்பாகத் திரும்பிவிடுவேன். அவரின் அறைக்குள்ளே நுழைந்து ஒரு வார்த்தையும் பேசாமல் அவரை ஒருக்களித்து, தலையணையைத் தட்டிப்போட்டு, இருவரும் எங்களின் கண்களைத் தவிர்த்து, இருவரும் உம்மென்று, யார் முதலில் சமாதானமாவதென்று.

கடைசியாக, கருந்தாடி வளர்த்துக் கூரிய முகமும், கண்களில் மையும், கைகளில் சாட்டையும் கொண்ட, அந்தத் தலிபான்களின் வருகையால்தான் போர் முடிவுக்கு வந்தது. அவர்களுடைய கொடூரங்களும் அத்துமீறல்களும் கூட முழுமையாக ஆவணப்படுத்தப்பட்டுவிட்டதால், மீண்டும் அதையெல்லாம் உங்களுக்கு விளக்கப் பெரிய காரணம் எதுவும் கிடைக்கவில்லை, மார்கோஸ் சார். காபூல் நகரத்தின் தலிபான் வருடங்கள் தான், தனிப்பட்ட வகையில், எனக்குக் கொஞ்சம் ஆறுதலாக இருந்தது ஒரு மிகப்பெரிய முரண். தங்களுடைய எல்லா வெறுப்பையும், வெறித்தனத்தையும் இளம்பெண்களுக்காக, குறிப்பாக ஏழ்மையான இளம்பெண்களுக்காக அவர்கள் சேர்த்து வைத்திருந்தார்கள். என்னைப் பொறுத்த வரை, நான் ஒரு கிழவன். அந்த ஆட்சிக்காலம் எனக்களித்த முக்கியச் சலுகை தாடி வளர்க்கச் செய்ததுதான். அதுவும் வெளிப்படையாகச் சொல்வதென்றால், தினசரி நிதானமாகச் செய்ய வேண்டிய முகச்சவர வேலை அதனால் மிச்சம்.

"அதிகாரபூர்வமாகிவிட்டது, நபி," படுக்கையிலிருந்து சுலைமான் சுவாசித்தார், "*உன்னோட அழகை நீ இழந்தாச்சு. தீர்க்கத்தரிசி மாதிரியே இருக்கிறாய்.*"

வீதியில், அந்தத் தலிபான்கள் என்னைக் கடந்து போனார்கள், என்னவோ நானொரு மேய்கிற மாடு மாதிரி. அதற்கேற்ப நானும் மந்தமான ஊமையாகத் தேவையற்ற அவர்களின் கவனத்தை வேண்டுமென்றே தவிர்த்தேன். இந்நேரம் இங்கிருந்திருந்தால்

நீலாவுக்கு என்ன நடந்திருக்குமோ, அவர்கள் என்னென்ன செய்திருப்பார்களோ என நினைக்கும் போதே என் குலை நடுங்குகிறது. கேளிக்கை விருந்துகளில் கையில் ஷாம்பேய்ன் கோப்பையோடு, சிரித்துக்கொண்டே, உடையற்ற கைகளும், நீளமான மெல்லிய கால்களும் கொண்டிருந்த அவளை, சில சமயம் என் மனதுக்குள் வரவழைக்கும்போது, அவள் நிஜமில்லை; எனக்குள் நானே ஜோடித்த கற்பனையென்று தோன்றியது. என்னவோ அவள் எப்போதுமே இங்கு வாழ்ந்திருக்காத மாதிரி. என்னவோ அவள் மட்டுமல்ல, நானும் கூட, பிறகு பரியும், ஆரோக்கியமான இளவயது சுலைமானும், காலம் நேரம் கூட, பிறகு நாங்கள் எல்லோரும் வாழ்ந்திருந்த அந்த வீடுமே கூட உண்மையில்லாதது மாதிரி.

2000ன் கோடை காலத்தில் ஒருநாள் காலையில் நான் டீயும் புதிதாகச் சுட்ட ரொட்டியும் ஒரு தட்டில் தூக்கிக்கொண்டு சுலைமானின் அறைக்குள் போனேன். உடனே, என்னவோ நடந்துதிருக்கிறதென்று எனக்குப் புரிந்தது. அவரின் மூச்சு ஒழுங்கில்லாமல் வேதனையாக வந்துகொண்டிருந்தது. தலை மிகத்தெளிவாக தளர்ந்து தொங்க, அவரின் பேசும் முயற்சி ரகசியத்தை விடவும் கொஞ்சம் கொரகொரப்பான சத்தமாகக் கேட்டது. தட்டைக் கீழே வைத்துவிட்டு அவரிடம் ஓடினேன்.

“நான் போய் மருத்துவரைக் கூட்டிட்டு வரேன், சுலைமான்,” நான் சொன்னேன். “இங்கேயே இருங்க. உங்களுக்குச் சரியாகிடும், எப்போதும் போல.”

நான் போகத் திரும்பினேன், ஆனால் அவர் ஆவேசமாகத் தலையாட்டினார். தன் இடதுகையின் விரல் சைகையால் என்னைக் கூப்பிட்டார்.

நான் கீழே குனிந்தேன், அவரின் வாய்க்கு நெருக்கமாக இருந்தது என் காது.

எதையோ சொல்லவேண்டுமென்று அவர் தொடர்ந்து முயற்சித்துக் கொண்டிருந்தார் ஆனாலும் என்னால் எதையுமே புரிந்துகொள்ள முடியவில்லை.

“மன்னிச்சுடுங்க, சுலைமான்,” என்றேன், “மருத்துவரைப் பார்க்கப் போக விடுங்க. சீக்கிரமே வந்துடுவேன்.”

மீண்டும், இந்த முறை தன் தலையை மிக மெதுவாக ஆட்டி மறுக்க, அவரின் புரை விழுந்த கண்களோரம் கண்ணீர் ஒழுகியது. அவரின் வாய் திறந்து மூடியது. அந்தப் படுக்கை மேஜையின் பக்கமாகக் கண்ணைக் காட்டினார். அதிலிருந்து அவருக்கு ஏதாவது வேண்டுமா எனக் கேட்டேன். இமைகளை மூடி ஆமோதித்தார்.

மேல் இழுப்பறையை இழுத்துத் திறந்தேன். அதில் மாத்திரைகள், கண் கண்ணாடி, பழைய நறுமணத் திரவிய புட்டி, ஒரு நோட்டுப்புத்தகம், பல வருடங்களுக்கு முன்னாலேயே அவர் பயன்படுத்துவதை நிறுத்தியிருந்த பென்சில்களைத் தவிர வேறெதையும் நான் பார்க்கவில்லை. என்னை எதைத் தேடச் சொல்கிறாரென்று நான் அவரைக் கேட்க எத்தனிக்கும்போது, அதை நான் பார்த்தேன், நோட்டுப்புத்தகத்துக்கு அடியில் மறைத்து வைத்திருந்ததை. எனது பெயரை சுலைமானின் அலங்கோலமான கையெழுத்தால் கிறுக்கிய ஒரு காகித உறை. அதற்குள் ஒற்றைப் பத்தி மட்டுமே கொண்டிருந்த ஒரு காகிதம். அதைப் படித்தேன்.

நான் அவரைப் பார்த்தேன், அந்தப் பள்ளமான கன்னப்பொறியை, அந்த ஒடுங்கிய கன்னங்களை, அந்தக் குழிவிழுந்த கண்களை.

திரும்பவும் அவர் சைகை செய்ய, நான் கீழே குனிந்தேன். சில்லென்று, கரடுமுரடாக, ஒழுங்கில்லாமலிருந்த அவரின் மூச்சை என் கன்னத்தில் உணர்ந்தேன். அந்த உலர்ந்த வாய்க்குள் தன் சொற்களைத் திரட்டப் போராடிக்கொண்டிருந்த அவர் நாக்கின் சத்தத்தைக் கேட்டேன். எப்படியோ, அதுதான் ஒருவேளை அவரின் கடைசி முயற்சி என்பதாலோ என்னவோ - அதுதான் கடைசியும் கூட - விடாப்பிடியான மனோதிடத்துடன் என் காதில் ஓதினார்.

எனக்குள்ளிருந்து காற்று 'உஸ்' என்று வெளியேறியது. என் தொண்டைக்குள் முண்டாகச் சிக்கியிருந்த வார்த்தைகளை உந்தித் தள்ளினேன்.

"வேண்டாம் சுலைமான். தயவு செய்து."

நீ சத்தியம் செய்திருக்க, நபி.

"அதுக்கான நேரம் இதுவல்ல. நான் உங்களை மீண்டும் குணப்படுத்துவேன். பார்க்கத்தான் போறீங்க. நாம் இதைக் கடக்கத்தான் போறோம் எல்லா முறையும் செய்தது போல."

நீ சத்தியம் செய்திருக்க.

எவ்வளவு நேரமாக அவர் பக்கத்தில் உட்கார்ந்திருந்தேன்? எவ்வளவு நேரமாக அவரைச் சமாதானப்படுத்த முயன்றேன்? எனக்கு நினைவில் இல்லை, மார்கோஸ் சார். என் நினைவிலிருப்பது இதுதான்: இறுதியாக நான் எழுந்து, படுக்கையோரமாக சுற்றி நடந்து, அவர் பக்கத்தில் வந்து படுத்தேன். அவரைத் தூக்கி என் மேல், என்னைப் பார்த்த வாக்கில் படுக்கவைத்தேன். ஒரு கனவைப் போலத் தக்கையாக அவரை உணர்ந்தேன். காய்ந்துபோய் வெடித்திருந்த அவரின் உதட்டில் ஒரேயொரு முத்தமிட்டேன். என் நெஞ்சுக்கும் அவரின் முகத்துக்கும் இடையில் ஒரு தலையணையைப் போட்டு என் கைகளால் அவர் தலையைப் பின்பக்கமாக நெருங்கினேன். ஒரு நீண்ட நெடிய, இறுக்கமான அணைப்பாக அவரைப் பிடித்திருந்தேன்.

அதற்குப் பிறகு எனக்கு ஞாபகம் இருந்ததெல்லாம் அவரின் கண்கள் அகலமாக விரிந்திருந்த அந்த விதம் மட்டும்தான்.

ஜன்னலை நோக்கி நான் நடந்து, பிறகு அதன் மேல் உட்கார, சுலைமானுக்காகக் கொண்டு வந்த டீ தட்டு என் பாதத்துக்கடியில் இன்னமும் கிடந்தது. அதுவொரு வெயிலான காலை, எனக்கு நினைவிருக்கிறது. சீக்கிரமே கடைகள் திறந்துவிடும், இதுவரை திறக்காமலிருந்திருந்தால். சின்னப்பிள்ளைகள் பள்ளிக்குப் போய்க்கொண்டிருந்தார்கள். அதற்குள்ளேயே புழுதி பறக்க ஆரம்பித்திருந்தது. ஒரு நாய் அதன் தலையைச் சுற்றிக் கருமேகக் கொசுக்கள் மெய்க்காவலைப் போல் பறக்க, சோம்பலாகத் துள்ளிக்கொண்டு சென்றது. இரு இளைஞர்கள் இருசக்கரவண்டியில் போனதைப் பார்த்தேன். அந்தப் பிரயாணி ஒரு தோளில் கணினித் திரையையும் இன்னொன்றில் தர்பூசணியையும் ஏற்றிக்கொண்டு பின்இருக்கையில் பரப்பி உட்கார்ந்தான்.

அந்த வெதுவெதுப்பான கண்ணாடியில் என் நெற்றியைச் சாய்த்தேன்.

***

சுலைமானின் மேஜை இழுப்பறையில் இருந்தது ஓர் உயில், அதில் எல்லாச் சொத்துக்களையும் எனக்கென்று அவர் எழுதியிருந்தார். அந்த வீடு, அவரின் பணம், தனிப்பட்ட உடைமைகள், அந்தக் காரும் கூட - நீண்ட காலமாகவே அது சிதைந்திருந்தாலும். கொல்லைப்புறத்தில் காற்றுப்போன சக்கரங்களோடு அதன் பிரேதம் துருப்பிடித்த உலோகக் குவியலாக தோய்ந்துபோய்க் கிடந்தாலும்.

சில காலம், துக்கத்தில் என்னை வைத்துக்கொண்டு நானே என்ன செய்வதென்று தெரியாமல் திரிந்தேன். அரை நூற்றாண்டுக்கும் மேலாகச் சுலைமானைக் கவனித்துக்கொண்டிருந்தேன். அவருடைய தேவைகளால், தோழமையால்தான் என் தினசரி இருத்தல் வடிவமைக்கப்பட்டிருந்தது. இப்போது நான் இஷ்டப்படி இருக்கலாம், ஆனால் நான் மிக விரும்பிய ஒன்று என்னிடமிருந்து பிடுங்கப்பட்டுவிட்டதால், எனது சுதந்திரம் ஒரு மாயையாகத் தோன்றுகிறது. உனக்கென்று ஒரு குறிக்கோளைக் கண்டெடுத்து அதன்படி வாழ் என்பார்கள். ஆனால், சில நேரங்களில், நீங்கள் வாழ்ந்து முடித்ததற்குப் பிறகுதான் உங்களின் வாழ்க்கைக்கு நோக்கமென்று ஒன்று இருந்ததே தெரியவருகிறது, ஆனால் அதை உணராமலிருக்கத்தான் நமக்கு வாய்ப்புகள் அதிகம். எனது குறிக்கோளைப் பூர்த்தி செய்துவிட்டேன், மார்கோஸ் சார். அதனால் இப்போது நான் இலக்கில்லாமல் அலைகிறேன்.

என்னால் அந்த வீட்டில் இனிமேலும் தூங்கவே முடியாதென்று கண்டுபிடித்தேன், அங்கே இருக்கவும் முடியாதென்றும். சுலைமானும் போய்விட்டதால், அது தகுதிக்கு மீறியதாகத் தோற்றமளித்தது. மேலும் ஒவ்வொரு மூலையும், ஒவ்வொரு இண்டு இடுக்குமே மலரும் நினைவுகளைத் தூண்டியதால் கொல்லைப்புறத்துக்குப் பின்பக்கமாக இருந்த என் பழைய குடியிருப்புக்கே மீண்டும் குடிபெயர்ந்துவிட்டேன். படிப்பதற்காக மின்விளக்கும் வெயில் காலத்தில் குளிர்ச்சியாக இருக்க மின்விசிறியும் வேண்டுமென்று குடியிருப்பில் மின்சாரத்தை நிறுவ சில ஆட்களுக்குக் கூலி கொடுத்தேன். இடத்தைப் பொறுத்தவரை, எனக்கு அதிகம் தேவைப்படாது. ஒரு படுக்கை, கொஞ்சம் துணிமணிகள், அப்புறம் ஒரு பெட்டி முழுக்க சுலைமானின் ஓவியங்கள். இதுதான் என் சொத்தே. உங்களுக்கு இது விசித்திரமாகப் படலாமென்று எனக்குத் தெரியும், மார்கோஸ் சார். ஆமாம், சட்டப்படி அந்த வீடும் அந்த வீட்டிலிருக்கும் சகலமும் இப்போது எனக்குத்தான் சொந்தம், ஆனால் அது எதன் மேலும் என்னால் உண்மையான உரிமையே கொண்டாட முடியவில்லை, எனக்குத் தெரியும் எப்போதுமே என்னால் அது முடியாது.

நான் கொஞ்சம் படித்தேன், சுலைமானின் படிப்பறையிலிருந்து எடுத்த புத்தகங்கள் மூலம். படித்து முடித்ததும் திரும்ப வைத்துவிடுவேன். கொஞ்சம் தக்காளிச் செடிகளையும், ஒருசில புதினாத் தண்டுகளையும் நட்டேன். அக்கம்பக்கம் காலாறப்

போகலாமென்று கிளம்பினேன், ஆனால் இரண்டு வீட்டைத் தாண்டுவதற்குள்ளேயே என் மூட்டுகள் தொடர்ந்து வலித்ததால், திரும்பிட வேண்டியக் கட்டாயமாகிவிட்டது. சில சமயங்களில் தோட்டத்தில் ஒரு நாற்காலியை இழுத்துப் போட்டு வெறுமனே உட்கார்ந்தேன். நான் சுலைமான் மாதிரிக் கிடையாது, மார்கோஸ் சார்: தனிமை எனக்கு அவ்வளவு பொருத்தமாக இல்லை.

பிறகுதான் 2002ல் ஒருநாள் நீங்கள் வெளிவாசல் அழைப்பு மணியை அடித்தீர்கள்.

அந்தக் காலக்கட்டத்தில், தலிபான்கள் வடக்குக் கூட்டணிப் படைகளால் விரட்டியடிக்கப்பட்டு, அமெரிக்கர்கள் ஆப்கானிஸ்தானுக்குள் வந்திருந்தார்கள். ஆயிரக்கணக்கான சமூகப் பணியாளர்கள் உலகத்தின் எல்லாப் பக்கங்களிலிருந்தும் மருத்துவமனைகள்-பள்ளிக்கூடங்கள் கட்டவும், சாலைகளை-பாசனக் கால்வாய்களை சீர் செய்யவும், உணவு, உறைவிடம், வேலைவாய்ப்புகளைக் கொண்டுவரவும் திரண்டு வந்தார்கள்.

உங்களுக்குத் துணையாக வந்திருந்த அந்த இளம் மொழிபெயர்ப்பாளன் பளிச்சென்று ஊதா நிறத்தில் மேல்சட்டையும் குளிர்கண்ணாடியும் போட்ட ஓர் உள்ளூர் ஆஃப்கனாக இருந்தான். வீட்டு உரிமையாளர் யாரென்று கேட்டான். அவன் பேசுவதே உரிமையாளரிடம்தானென்று நான் சொன்னதும் நீங்கள் இருவரும் ஒரு குறும்பார்வையை டக்கென்று பரிமாறினீர்கள். ஏளனமாக நகைத்து அவன் சொன்னான், “இல்ல *காகா*, வீட்டோட சொந்தக்காரர்.” நான் உங்கள் இருவரையும் டீ குடிக்க உள்ளே வரவேற்றேன்.

அடுத்து அந்தக் கலந்துரையாடல், தாழ்வாரத்தின் எஞ்சியிருந்த பகுதியில் டீ கசாயக் கோப்பைகளோடு, பார்ஸி மொழியில் நிகழ - அதற்கடுத்து வந்த ஏழு வருடமாக உங்களின் சிறப்பான வழிகாட்டுதலாலும் பெருந்தன்மையாலும் தான் நான் கொஞ்சம் ஆங்கிலம் பேசத் தொடங்கினேன்று உங்களுக்கே தெரியும், மார்கோஸ் சார். அதற்காக மிக்க நன்றி. அந்த மொழிபெயர்ப்பாளன் மூலமாக நீங்கள் தினோவ்ஸ் என்ற கிரேக்க நாட்டுத் தீவிலிருந்து வந்ததாகச் சொன்னீர்கள். நீங்களொரு முகச்சீரமைப்பு மருத்துவரென்றும், முகத்தில் காயமடைந்த குழந்தைகளுக்குச் சிகிச்சை அளிப்பதற்காகக் காபூலுக்கு வந்திருந்த ஒரு மருத்துவக் குழுவைச் சேர்ந்தவரென்றும் சொன்னீர்கள். உங்களுக்கும்

உங்களோடு வேலை பார்ப்பவர்களுக்கும் தங்குவதற்கு ஒரு வீடு தேவையென்று கேட்டீர்கள், இந்தக் காலத்தில் சொல்கிற மாதிரி, ஒரு கெஸ்ட்ஹவுஸ்.

வாடகையாக நான் எவ்வளவு எதிர்பார்ப்பேனென்று கேட்டீர்கள்.

நான் சொன்னேன், "எதுவும் வேண்டாம்."

அந்த ஊதாநிற மேல்சட்டை போட்டவன் இதை மொழிபெயர்த்ததும் நீங்கள் எப்படி அதை நம்பாமல் விழித்தீர்களென்று இன்னமும் எனக்கு ஞாபகமிருக்கிறது. உங்களின் கேள்வியை மீண்டும் கேட்டீர்கள், ஒருவேளை எனக்குப் புரியவில்லையோ என்று எண்ணி.

அந்த மொழிபெயர்ப்பாளன் அவனது இருக்கையின் நுனியில் தன்னை இழுத்து என்னை நோக்கிக் குனிந்தான். கமுக்கமான தொனியில் அவன் பேசினான். என்னுடைய புத்தி பிசகிவிட்டதா எனக் கேட்டான், உங்களின் குழு இதற்காக எவ்வளவு பணம் கொடுக்கத் தயாராக இருந்ததென்று கொஞ்சமாவது தெரியுமா எனக் கேட்டான், காபூலில் இப்போதெல்லாம் வாடகை எந்தளவுக்குப் போய்க்கொண்டிருக்கிறதென்று துளி எண்ணமாவது இருக்கிறதா? நான் ஒரு புதையலை வேண்டாமென்று தவிர்ப்பதாகச் சொன்னான்.

பெரியவர்களிடம் பேசும்போது அவன் தனது கண்ணாடியைக் கழட்ட வேண்டுமென்று நான் சொன்னேன். பிறகு, அவனுடைய வேலையை மட்டுமே செய்ய அறிவுறுத்தினேன், அதாவது மொழிபெயர்ப்பது, அறிவுரை கொடுப்பது கிடையாதென்று, பிறகு உங்களிடம் திரும்பி, எனக்கிருந்த பல காரணங்களில், அந்தரங்கமில்லாத அந்த ஒரு காரணத்தைக் கொடுக்க முன்வந்தேன். "நீங்க உங்க நாட்டை விட்டு," நான் சொன்னேன், "உங்க நண்பர்களை விட்டு, குடும்பத்தை விட்டு, இந்தப் பாழாய்ப்போன ஊருக்கு, என் தாய்நாட்டுக்கும் என் மக்களுக்கும் உதவி செய்ய வந்திருக்கீங்க. உங்களிடம் நான் எப்படி லாபம் பார்க்க முடியும்?"

அதன் பிறகு உங்களுடன் எப்போதுமே நான் பார்க்காத அந்த துபாஷி, அவனது கைகளை மேலேத் தூக்கிப்போட்டு வாய்மூடிச் சிரித்தான். இந்த நாடு மாறிவிட்டது. ஆனால் முன்பெல்லாம் இப்படி இருந்ததில்லை, மார்கோஸ் சார்.

சில இரவுகளில், என் குடியிருப்பின் இருண்ட தனிமையில் நான் படுத்துக்கிடந்தபோது, பிரதான வீட்டில் மின்விளக்கு எரிந்துகொண்டிருந்ததைப் பார்ப்பேன். நீங்களும், உங்களின் நண்பர்களும் - முக்கியமாக அந்தத் துணிச்சல் மிக்க, மிகப்பெரிய மனம் படைத்த, என் அளவற்ற போற்றுதலுக்குரிய அம்ரா அடெமோவிச் மேடம் - தாழ்வாரத்திலோ அல்லது தோட்டத்திலோ, சாப்பிட்டுவிட்டு, வெண்பீடி புகைத்தபடி, ஒயின் குடித்துக்கொண்டிருப்பீர்கள். அந்த இசையையும் கேட்பேன், சில நேரங்களில் நீலாவை நினைவூட்டுகிற ஜாஸ் ஒலிக்கும்.

அவள் இறந்துவிட்டாளென்று இப்போது எனக்குத் தெரியும். அம்ரா மேடம் சொல்லித்தான் அது தெரிந்தது. வஹ்தாதிகளைப் பற்றி அவர்களிடம் நான் பகிர்ந்தபோது நீலா ஒரு கவிஞரென்று சொல்லியிருந்தேன். கணிப்பொறியில் ஒரு ஃபிரெஞ்சுப் பத்திரிக்கையை அம்ரா கண்டுபிடித்தார். அந்தப் பத்திரிக்கையின் கடந்த நாற்பது வருடத்துச் சிறந்த படைப்புகளை இணையத்தில் தொகுத்திருந்தார்கள். நீலாவுடையதும் அதிலிருந்தது. அந்தப் படைப்பில் அவள் 1974ல் இறந்திருந்ததாக் குறிப்பிட்டிருந்தார்கள். முன் எப்போதோ இறந்திருந்த ஒரு பெண்ணுடைய கடிதத்திற்காக எதிர்பார்த்துக் காத்திருந்த அத்தனை ஆண்டுகளின் பயனின்மையை நினைத்தேன். அவளே தனது உயிரை மாய்த்துக்கொண்டதைக் கேள்விப்பட்டபோது எனக்கொன்றும் அவ்வளவு ஆச்சர்யமாக இருக்கவில்லை. சிலர் அன்பை உணர்கிற மாதிரியே ஒருசிலர் துன்பத்தையும் உணர்கிறார்கள்: அந்தரங்கமாக, தீவிரமாக, ஆறுதலுக்குத் ஒரு துணையுமே இல்லாமல்.

இத்துடன் முடித்துக்கொள்கிறேன், மார்கோஸ் சார்.

எனக்கான நேரம் முடியப்போகிறது. ஒவ்வொரு நாளும் நான் பலவீனமடைகிறேன். நீண்டகாலம் நான் இருக்கப் போவதில்லை. நல்லவேளை, கடவுளுக்குத்தான் நன்றி சொல்லவேண்டும். உங்களுக்கும் நன்றி, மார்கோஸ் சார், உங்களின் நட்புக்காகவும், தினமும் நேரம் ஒதுக்கி என்னுடன் சேர்ந்து டீ குடித்து, தினோஸ்ஸில் இருக்கும் உங்களின் அம்மாவைப் பற்றி உங்களின் சிறுவயதுத் தோழி தாலியாவைப் பற்றிப் பகிர்ந்த செய்திகளுக்காகவும் மட்டுமல்ல, எங்கள் மக்களின் மேல் காட்டுகிற உங்களது பரிவுக்காகவும் இந்தக் குழந்தைகளுக்காக நீங்கள் செய்யும் விலைமதிக்க முடியாத சேவைகளுக்காகவும் சேர்த்துத்தான்.

இந்த வீட்டைச் சுற்றி நீங்கள் செய்திருக்கும் மராமத்து வேலைகளுக்காகவும் நான் நன்றி பாராட்டுகிறேன். என்னுடைய முக்கால்வாசி ஆயுளை இங்கேதான் கழித்தேன். இதுதான் என் முகவரி, என் கடைசி மூச்சுகூட இந்தக் கூரைக்குக் கீழேதான் பிரியப்போகிறதென்பதும் நிச்சயம். என் கண் முன்னாடியே இந்த வீடு பாழானதைப் பார்த்து நான் மனமுடைந்து கலங்கினேன். ஆனால் திரும்பவும் புதுப்புது வண்ணங்களைப் பார்க்க, தோட்டம் சீராவதைப் பார்க்க, ஜன்னல்கள் புதுப்பிக்கப்படுவதைப் பார்க்க, அத்துடன் பல எண்ணற்ற சந்தோஷ தருணங்களை எனக்குக் கொடுத்த அந்தத் தாழ்வாரத்தை மீட்டுக் கட்டியதைப் பார்க்க எனக்கு மிகப்பெரிய ஆனந்தம் ஏற்பட்டது, மார்கோஸ் சார். மிக மிக நன்றி, நண்பரே, நீங்கள் நட்டிருந்த அந்த மரங்களுக்காவும், மீண்டும் பூக்கத் தொடங்கிய அந்த மலர்களுக்காகவும். இந்த மக்களுக்காக நீங்கள் செய்கிற சேவையில் என்னுடைய பங்கென்று ஒருவேளை ஏதாவது இருந்திருந்தால், அதற்கு அருள் உள்ளத்தோடு நீங்கள் இந்த வீட்டுக்குச் செய்திருந்ததே எனக்குப் போதுமானது.

ஆனாலும், நான் பேராசைப்படுகிறேனென்று நீங்கள் நினைத்தாலும் பரவாயில்லை, உங்களிடம் இரண்டு விஷயத்தைக் கேட்கிற உரிமையை நான் எடுத்துக்கொள்கிறேன், ஒன்று எனக்காக, இன்னொன்று வேறு ஒருவருக்காக. முதல் விஷயம் என்னை இங்கே, காபூலில் இருக்கும் ஆஷுக்கான்-ஆரேஃபான் இடுகாட்டில் புதைக்கச் செய்யவேண்டும். உங்களுக்கு அந்த இடம் தெரியுமென்று உறுதியாகச் சொல்வேன். பிரதான வாசலிலிருந்து வடக்கு நோக்கிக் கடைசி வரை நடந்து, பிறகு சிறிது நேரம் தேடினால் நீங்கள் சுலைமான் வஹ்தாதியின் கல்லறையைப் பார்ப்பீர்கள். அதற்குப் பக்கத்தில் ஓர் இடத்தைப் பிடித்து என்னையும் அங்கேயே புதைத்துவிடுங்கள். எனக்காக நான் கேட்பது இது ஒன்று மட்டும்தான்.

இரண்டாவது கோரிக்கை, நீங்கள் என் தங்கை மகள் பரியைக் கண்டுபிடிக்க முயற்சிக்க வேண்டும், நான் போனதுக்குப் பிறகு. ஒருவேளை அவள் இன்னமும் உயிரோடு இருந்தால், அது சிரமமில்லை என நினைக்கிறேன் - இந்த இணையம் ஒரு வியப்பான கருவி, மார்கோஸ் சார். இந்தக் கடிதத்துடன் இணைத்திருப்பது என் உயில்.இதில் இந்த வீடு, பணம், ஒருசில உடைமைகளை அவளுக்காக விட்டுச்செல்கிறேன். இந்தக் கடிதம், உயில் இரண்டையும் சேர்த்து அவளிடம் ஒப்படைக்கவேண்டுமென்று உங்களைக்

கேட்டுக்கொள்கிறேன். இறுதியாகத் தயவுசெய்து அவளிடம் சொல்லுங்கள், நான் தூண்டிய ஓர் இயக்கம் இப்படி எண்ணற்ற பல விளைவுகளை ஏற்படுத்துமென்று எனக்குத் தெரிந்திருக்க வாய்ப்பே இல்லையென்று சொல்லுங்கள். ஒரேயொரு நம்பிக்கையில் மட்டும்தான் நான் ஆறுதலடைந்தேனென்று சொல்லுங்கள். அவள் இப்போது எங்கேயிருந்தாலும், இந்த உலகம் அனுமதிக்கின்ற அளவு அமைதியையும், கருணையையும், அன்பையும், மகிழ்ச்சியையும் பெற்றிருப்பாள் என்கிற, அந்த ஒரே நம்பிக்கையில்.

மிக்க நன்றி, மார்கோஸ் சார். கடவுள் உங்களைக் காப்பாற்றுவாராக.

என்றும் உங்கள் நண்பன்,

நபி.

ஐந்து

வசந்தகாலம் 2003

அம்ரா அடெமோவிச் என்னும் பெயர்கொண்ட அந்தச் செவிலி, இட்ரிஸையும் தைமூரையும் எச்சரித்தாள். அவர்களைத் தனியே ஒதுக்கிய பின் சொன்னாள், "நீங்க ஏதாவது சிறு எதிர்வினையைக் காட்டினாலும் சரி, அவ்வளவுதான், அவள் உடைஞ்சுபோயிடுவா, அப்புறம் உங்களை வெளியே தள்ளிடுவேன்."

வாஸிர் அக்பர் கான் மருத்துவமனையின் ஆண்கள் சிகிச்சைப்பிரிவின் நீளமான, வெளிச்சம் குறைந்த ஒரு தாழ்வாரத்தின் கடைசியில் அவர்கள் நின்று கொண்டிருக்கிறார்கள். அம்ரா சொன்னாள், அந்தச் சிறுமிக்கு மிச்சமிருக்கும் ஒரே சொந்தம் - அல்லது அவளைப் பார்க்க வந்த ஒரே ஆள் - அவளது மாமா மட்டும்தான் என்று. மேலும் பெண்கள் சிகிச்சைப்பிரிவில் அவளை வைத்தால் பார்ப்பதற்கு அவரை அனுமதிக்கமாட்டார்கள். அதனால் பணியாளர்கள் அவளை ஆண்கள் சிகிச்சைப்பிரிவில் வைத்திருக்கிறார்கள், ஆனால் அறைக்குள் அல்ல - தன் உறவினரில்லாத வேற்று ஆண்களுடன் ஒரு பெண் ஒரே அறையில் இருப்பது நாகரிகமாக இருக்காது - அதனால்தான் இங்கே, தாழ்வாரத்தின் கடைசியில், ஆண்களுக்கும்-இல்லாத-பெண்களுக்கும்-இல்லாத ஒரு பொது இடத்தில்.

"தலிபான்கள் ஊரைக் காலி பண்ணிட்டதால்ல நான் நினைச்சேன்," தைமூர் சொல்கிறான்.

"இது பைத்தியக்காரத்தனமா இல்ல?" அம்ரா கேட்கிறாள், பிறகு ஒரு கையாலாகாத ஏளனச்சிரிப்பைத் தடுமாறவிடுகிறாள். இட்ரிஸ் மீண்டும் காபூலுக்குத் திரும்பியிருந்த ஒரு வாரத்தில், விசித்திரமான இந்த ஆஃப்கன் கலாச்சாரத்தைச் சமாளித்துச்

சேவை செய்கிற வெளிநாட்டு மீட்புப் பணியாளர்களிடம் இவ்வித மனக்கொதிப்பைப் பரவலாகப் பார்க்கிறான். கேலி - கிண்டலுக்கான இந்த உரிமை, இவர்களுக்கு மட்டுமே இரக்கப்படத் தகுதியிருக்கிறது என்ற இந்த எண்ணம், லேசாக அவனைப் புண்படுத்தியது, உள்ளூர் மக்கள் இதைக் கவனிக்காமல் இருப்பதாலும், அல்லது அப்படியே கவனித்தாலும் அவமானமாகக் கருதாமல் இருப்பதாலும், அநேகமாகத் தானும் அப்படி நினைக்கக் கூடாதோ என்று விட்டுவிடுகிறான்.

"ஆனா நீங்க இங்க வந்து போறீங்களே, உங்களை அனுமதிக்கிறாங்களே," தைமூர் கேட்கிறான்.

அம்ரா ஒரு புருவத்தை மட்டும் வளைக்கிறாள். "நான் கணக்கில்ல. நான் ஆஃப்கன் கிடையாது. ஆக, நான் உண்மையில பெண்ணே கிடையாது. உங்களுக்குத் தெரியாதா?"

தைமூர் அடங்கவில்லை, சிரிக்கிறான். "அம்ரா. நீங்க போலந்தைச் சேர்ந்தவங்களா?"

"இல்லை. பொஸ்னியா. எதிர்வினை காட்டவே கூடாது. சரியா. இது மருத்துவமனை, மிருகக்காட்சி சாலை இல்லை. சத்தியம் பண்ணுங்க."

தைமூர் கிண்டலும் செய்கிறான், "எதிர்வினை காட்டவேமாட்டோம். சத்தியமா."

இட்ரிஸ் அந்தச் செவிலியை நோட்டமிடுகிறான், எங்கே இந்தத் தேவையில்லாத துடுக்கான கேலி, அவளைப் புண்படுத்திவிடப் போகிறதோ என்ற கவலையோடு, ஆனால் தைமூர் இம்முறையும் தப்பித்துவிட்டது போலத் தெரிகிறது. தனது சித்தப்பா-மகனின் இந்தத் திறமையால் இட்ரிஸுக்கு ஆத்திரமும் பொறாமையும் ஒருசேர ஏற்படுகிறது. எப்போதுமே அவன் தைமூரை நாகரிகமற்ற, முன்யோசனை இல்லாத ஓர் ஆளாகத்தான் பார்த்திருக்கிறான். தைமூர் அவனது மனைவியையும் வரிகளையும் ஏமாற்றுவது இட்ரிஸுக்குத் தெரியும். அங்கே அமெரிக்காவில், தைமூர் சொந்தமாக வீட்டுமனை அடகு நிறுவனம் ஒன்றை நடத்துகிறான், ஏதோ ஒருவித மோசடியில் அவன் வசமாகச் சிக்கியிருக்கிறான் என்பது மட்டும் இட்ரிஸுக்கு நிச்சயமாகத் தெரிகிறது. ஆனால் தைமூர் ஆக்ரோஷமான இணக்கத்தோடு பழகக் கூடியவன், தனது நகைச்சுவைத் திறத்தால் எல்லாத் தவறுகளிலிருந்தும் தப்பித்துக்

கொள்பவன், ஒரு விடாப்பிடியான நட்பும், உள்நோக்கம் கொண்ட அவனது அப்பாவித்தனமும் அவனைச் சந்திப்பவர்களை வசியப்படுத்திவிடும். அம்சமான தோற்றம் வேறு - அந்த முறுக்கேறிய உடம்பு, அந்தப் பச்சைக் கண்கள், அந்தக் கன்னக்குழி. இட்ரிஸ் நினைக்கிறான் - தைமூர் ஒரு குழந்தைக்கான சலுகைகளை அனுபவிக்கும் ஒரு வளர்ந்த ஆண்.

"நல்லது," அம்ரா சொல்கிறாள். "வாங்க." அவள் ஒரு தற்காலிக மூடுதிரையாக விட்டத்தில் ஆணி அடித்திருந்த அந்தப் போர்வையை விலக்கி அவர்களை உள்ளே அனுமதிக்கிறாள்.

அந்தச் சிறுமி - ரோஷி, அப்படித்தான் அம்ரா அழைத்தாள், "ரோஷானா" என்பதைச் சுருக்கி - சுமார் ஒன்பது அல்லது பத்து வயது பெண்ணாக இருக்கலாம். இரும்புக் கட்டிலின் மேல், சுவருக்கு முதுகு காட்டி, தனது மூட்டுகளை மார்போடு சேர்த்து அமர்ந்து கொண்டிருக்கிறாள். இட்ரிஸ் டக்கென்று பார்வையைக் கீழே போடுகிறான். அந்த அதிர்ச்சி தன்னைவிட்டுத் தப்பிப்பதற்குள் பெருமூச்சாக அதை விழுங்கிவிடுகிறான். எதிர்பார்த்த மாதிரியே, அந்தக் கட்டுப்பாடு தைமூருக்குக் கைமீறியதாக இருக்கிறது. தனது நாக்கால் அவன் உச்சுக் கொட்டுகிறான், பிறகு கத்துகிறான், "ஓ! ஓ! ஓ!" மீண்டும் மீண்டும், வேதனையான, சத்தமான ஒரு முனகலாக. இட்ரிஸ் தைமூரைப் பார்க்கிறான். நாடகத்தனமான ஒரு நடுக்கத்தோடு அவன் கண்களில் கண்ணீர் உருண்டது இட்ரிஸுக்கு ஆச்சர்யமாகவே இல்லை.

அந்தச் சிறுமி துடிதுடித்து ஓர் உறுமலை உண்டாக்குகிறாள்.

"சரி, அவ்வளவுதான், போலாம்," அம்ரா துரத்துகிறாள்.

வெளியே, நொறுங்கிக் கொண்டிருக்கும் படிக்கட்டின் மேலே, அந்தச் செவிலி அவளது வெளிர்நீலச் சீருடையின் மேல்பையிலிருந்து ஒரு மார்ல்பரோ ரெட்டை இழுக்கிறாள். தைமூருக்கு வந்த வேகத்திலேயே கண்ணீர் மறைந்துவிட, அதிலிருந்துஒரு சிகரெட்டை எடுத்துக் கொண்டு அவளுக்கும் சேர்த்துப் பற்றவைக்கிறான். இட்ரிஸ் அருவருப்பாக, தலை சுற்றுவது போல உணர்கிறான். அவனின் வாய் உலர்ந்துவிட்டது. வாந்தியெடுத்துத் தன்னை அவமானப்படுத்திக் கொள்வானோ என கவலைப்படுகிறான், அவனைப் பற்றிய அம்ராவின் கண்ணோட்டத்தை, அவர்கள் எல்லாரையும் - இப்போது அந்தப் பூச்சாண்டிகள் ஓடிவிட்டதால்

அந்தப் படுகொலைகளை அகலக் கண்ணோடு வேடிக்கை பார்க்க மீண்டும் தாய்நாட்டுக்குத் திரும்பிய அந்தப் புலம் பெயர்ந்த பணக்காரர்களை - பற்றிய கண்ணோட்டத்தை ஊர்ஜிதமாக்கும் விதமாக.

அம்ரா அவர்களைக் கண்டிப்பாள் என்றுதான் இட்ரிஸ் எதிர்பார்த்தான், குறைந்தபட்சம் தைமூரையாவது, ஆனால் நடந்துகொண்ட விதம் திட்டுவதை விட கொஞ்சுவதாகவே இருக்கிறது. பெண்களிடம் தைமூர் ஏற்படுத்தும் தாக்கம் இதுதான்.

“அப்புறம்,” அவள் சொல்கிறாள், கொஞ்சம் சரசமாக, “என்ன நினைக்கிறீங்க தைமூர்?”

அமெரிக்காவில், தைமூரை “டிம்” என்பார்கள். 9/11 க்குப் பிறகு அவன் பெயரை மாற்றிக் கொண்டான். அதிலிருந்து தனது வியாபாரம் இரட்டிப்பானதாகச் சொல்கிறான். மாற்றிக் கொண்ட அந்தப் பெயர், இட்ரிஸிடம் சொல்லியிருந்தான், தன் தோழிலுக்கு பட்டப்படிப்பை விடவும் நல்லதைச் செய்திருப்பதாக - ஒருவேளை அவன் கல்லூரிக்குப் போயிருந்தால், ஆனால் அவன் போகவில்லை; இட்ரிஸ்தான் பஷீர் குடும்பத்தின் படிப்பாளி. அவர்கள் காபூலுக்கு வந்ததிலிருந்து தன்னைத் தைமூர் என்றே அறிமுகம் செய்து கொண்டதை இட்ரிஸ் கேட்டிருந்தான். இந்த இரட்டை வேடம் தப்பில்லை, சொல்லப்போனால் அவசியமானதுதான். ஆனாலும் இட்ரிஸின் மனதை என்னவோ செய்கிறது.

“அங்க அப்படி நடந்ததுக்கு மன்னிப்பு கேட்டுக்கிறேன்,” தைமூர் ஒப்புக்கொள்கிறான்.

“உங்களை உதைச்சா என்ன.”

“பொறும்மா, பொறு.”

அம்ரா இட்ரிஸின் பக்கம் திரும்புகிறாள். “அவர்தான் மன்மதன். அப்புறம் நீங்க, கூச்ச சுபாவம் கொண்ட அமைதியான ஆளு. உங்களை - என்னமோ சொல்வாங்களே? - ஆமாம். அகமுகன்.”

“அவன் ஒரு மருத்துவன்,” தைமூர் பதில் தருகிறான்.

“ஆஹ்? உங்களுக்கு அதிர்ச்சியா இருந்திருக்குமே. இந்த மருத்துவமனையைப் பார்க்க.”

“அவளுக்கு என்னாச்சு?” இட்ரிஸ் கேட்கிறான். “ரோஷிக்கு. யார் அப்படிப் பண்ணா?”

அம்ராவின் முகம் மூடுகிறது. அவள் பேசும்போது, அந்த ஸ்ருதியில் தாய்மையின் மனோதிடம் சேர்கிறது. “அவளுக்காக நான் போராடறேன். இந்த அரசாங்கத்தை எதிர்த்து, இந்த மருத்துவமனைக் கட்டுப்பாடுகளை எதிர்த்து, அந்தத் தேவிடியாமகன் நரம்பியல் மருத்துவனை எதிர்த்து. ஒவ்வொரு நிலையிலும், அவளுக்காகப் போராடறேன். நிறுத்தமாட்டேன், கண்டிப்பா. அவளுக்குன்னு யாருமே கிடையாது.”

இட்ரிஸ் சொல்கிறான், “ஒரு மாமா இருக்கறதா நினைச்சேன்.”

“அவனும் ஒரு தேவிடியாமகன் தான்.” தன் சிகரெட் சாம்பலை அவள் தட்டிவிடுகிறாள். “அப்புறம், பசங்களா. நீங்க எதுக்கு இங்க வந்திருக்கீங்க?”

தைமூர் உடனே களத்தில் குதிக்கிறான். மேலோட்டமாக அவன் சொன்னது அத்தனையும் கிட்டத்தட்ட உண்மைதான். அதாவது அவர்கள் ஒன்றுவிட்ட சகோதரர்கள் என்றும், அதாவது அவர்களின் குடும்பங்கள் சோவியத் படையெடுப்பின் போது தப்பியோடியது என்றும், அதாவது எண்பதுகளின் ஆரம்பத்தில் கலிஃபோர்னியாவில் அவர்கள் குடியேறுவதற்கு முன்பு ஒரு வருடம் பாகிஸ்தானில் கழித்தனர் என்றும். அதாவது இருபது வருடங்களில் அங்கு திரும்பி வருவது அவர்கள் இருவருக்குமே அதுதான் முதல்முறை என்றும். ஆனால் கூடவே, அவர்கள் மீண்டும் அங்கு திரும்பி வந்தது “தொடர்புகளைப் புதுப்பிக்கவும்”, “கற்றுக் கொள்ளவும்”, இத்தனை ஆண்டுகால போருக்கும் அழிவுக்குமான “சாட்சியாக இருக்கவும்” என்றும் சொல்கிறான். அமெரிக்காவுக்குத் திரும்பிப் போய், விழிப்புணர்வும் நிதியும் ஏற்படுத்தி, இந்தச் சமுதாயத்திற்குத் “திருப்பிக் கொடுக்க” விரும்புவதாகவும் அவன் சொல்கிறான்.

“நாங்க இந்த மண்ணுக்கு ஏதாவது திருப்பிக் கொடுக்கணும்னு நினைக்கிறோம்,” அவன் அந்தத் தேய்ந்து போன வாக்கியத்தை அதீத அக்கறையுடன் உணர்ச்சிகரமாக மறுபடியும் சொல்ல, இட்ரிஸ் சங்கடப்படுகிறான்.

எதிர்பார்த்த மாதிரியே, காபூலுக்கு அவர்கள் திரும்பி வந்ததற்கான உண்மையான காரணத்தைத் தைமூர் சொல்லவில்லை: அவர்களின் அப்பாக்களுக்குச் சொந்தமான அந்தச் சொத்தை

மீட்பதற்கு, அவனும் இட்ரிஸூம் தங்களின் வாழ்வில் முதல் பதினான்கு ஆண்டுகளைக் கழித்த அந்த வீட்டை அடைவதற்கு. ஆயிரக்கணக்கான வெளிநாட்டு மீட்புப் பணியாளர்கள் காபூலுக்கு வந்திறங்கியுள்ளதாலும், அவர்கள் எல்லோருக்கும் தங்குவதற்கு இடம் தேவைப்படுவதாலும், அந்தச் சொத்தின் மதிப்பு வானத்தைத் தொட்டுக் கொண்டிருக்கிறது. அவர்கள் முன்னதாக அங்கு சென்றிருந்தார்கள், தற்சமயம் தாறுமாறான, பார்ப்பதற்குக் களைத்துப் போயிருந்த ஒரு வடக்குக் கூட்டணி படைக்குழுவின் அடைக்கலமாக இருந்த அந்த வீட்டுக்கு. அங்கிருந்து கிளம்பும்போது, அவர்களுக்கு எதிரே மூன்று வீடு தள்ளியிருந்த வீட்டில் வசிக்கும் ஒரு நடுத்தர வயது நபரைச் சந்தித்தார்கள். அவர் ஒரு கிரேக்க நாட்டு முகச்சீரமைப்பு மருத்துவர், பெயர் மார்கோஸ் வார்வரிஸ். அவர் அவர்களை மதிய உணவுக்கு அழைத்து, தான் வேலை செய்யும் தொண்டு நிறுவனத்தின் அலுவலகம் இருக்கிற வாஸிர் அக்பர் கான் மருத்துவமனையைச் சுற்றிக்காட்ட முன்வந்தார். அன்றிரவு நடக்கும் கேளிக்கை விருந்துக்கும் அவர்களை வரச்சொன்னார். அந்தச் சிறுமியைப் பற்றி அவர்கள் கேள்விப்பட்டது அங்கு வந்த பிறகுதான் - வாசல் படிக்கட்டில் இரண்டு உதவியாளர்கள் அவளைப் பற்றி பேசிக்கொண்டதை ஒட்டுக்கேட்டதற்குப் பிறகு. அடுத்து தைமூர் முழங்கையால் இட்ரிஸை இடித்தான், *நாம கண்டிப்பா என்னன்னு பார்க்கணும், சகோ.*

தைமூரின் கதை அம்ராவுக்குச் சலிக்கிறது. அவளின் சிகரெட்டை தூரச் சுண்டிவிடுகிறாள். சுருள் சுருளான அவளின் பொன்னிறக் கூந்தலைக் கொண்டையாக முடிந்திருக்கும் அந்த இழுவைப்பிணையை இறுக்குகிறாள். "அப்புறம், பசங்களா. இன்னிக்கு ராத்திரி விருந்துல பார்க்கலாமா?"

***

தைமூரின் அப்பா தான் (இட்ரிஸின் சித்தப்பா), அவர்களைக் காபூலுக்கு அனுப்பியிருந்தார். கடந்த இருபது ஆண்டுகாலப் போரில், அந்த பஷீரி குடும்பத்து வீடு பல முறை பல கைகள் மாறியிருந்தது. சட்டப்படி மீண்டும் அதன்மேல் உரிமையை நிலைநாட்ட நேரமும் பணமும் செலவாகும். ஆயிரக்கணக்கான சொத்துத் தகராறுகள் ஏற்கனவே நாட்டின் நீதிமன்றங்களில் தேங்கிக் கிடக்கின்றன. எல்லாக் காரியங்களையும் மந்தமாக நீட்டி முழக்குவதற்குப் பேர்போன ஆஃப்கன் அதிகார மட்டங்களில்

"நீந்திக் கரையேற" வேண்டியிருக்கும் என்று தைமூரின் அப்பா சொல்லியிருந்தார் - அதாவது "சரியான ஆளைப் பிடித்துச் சரியான விஷயத்தைக் கையில் அழுத்து" என்பதை கவுரவமாக.

"அது என்னோட வேலை. நான் பார்த்துக்கறேன்," தைமூர் சொன்னான், என்னவோ அதைச் சொல்லித்தான் தெரியவேண்டும் என்பதைப் போல.

இட்ரிஸின் அப்பா ஒன்பது ஆண்டுகளுக்கு முன்னர் இறந்திருந்தார், புற்றுநோயோடு நீண்ட போராட்டத்தில் தோற்று. பக்கத்தில் மனைவியும், இரு மகள்களும், இட்ரிஸும் உடனிருக்கும்போது தனது வீட்டிலேயே அவர் இறந்திருந்தார். அவர் இறந்த அன்று, ஒரு கும்பலே வீட்டுக்குள் இறங்கி - மாமாக்கள், அத்தைகள், பங்காளிகள், நண்பர்கள் மற்றும் தெரிந்தவர்கள் - மஞ்சத்திலும், உணவருந்தும் நாற்காலிகளிலும், அப்புறம், அதில் இடம் கிடைக்காதவர்கள் தரையிலும், படிகளிலும் உட்கார்ந்தனர். பெண்கள் உணவருந்தும் இடத்திலும் சமையலறையிலும் கூடினர். குண்டான் குண்டானாக டீயைக் கொதிக்க வைத்தனர். இட்ரிஸ், ஒரே மகன் என்பதால், அத்தனைக் காகிதங்களிலும் கையெழுத்திட வேண்டியிருந்தது - அப்பா இறந்துவிட்டதை உறுதிசெய்து அறிவித்த அந்த மருத்துவ ஆய்வாளரின் காகிதங்களில்; தகன மையத்திலிருந்து, அவனது அப்பாவின் உடலை உருட்டுப் படுக்கையில் கொண்டு போக வந்த, அந்தக் கண்ணியமான இளைஞர்களின் காகிதங்களில்.

தைமூர் அவரை விட்டு நகரவேயில்லை. அவன் இட்ரிஸின் தொலைபேசி அழைப்புகளுக்குப் பதிலளித்து உதவினான். அலையலையாக இறுதி மரியாதை செலுத்த வந்தவர்களை வரவேற்றான். தன் நண்பர் அப்துல்லாவால் நடத்தப்படும் அபேஸ் கபாப் ஹவுஸ் என்ற உள்ளூர் ஆஃப்கன் உணவுவிடுதியிலிருந்து சாதமும் ஆட்டுக்கறியும் தருவித்தான். அவரை *அங்கிள் அபே* என்று கிண்டலாகக் கூப்பிடுவான். மழை ஆரம்பித்த போது வயதானவர்களின் கார்களை ஓரங்கட்டினான். உள்ளூர் ஆஃப்கன் தொலைக்காட்சி ஒன்றில் அவனது சகா ஒருவனுக்குத் தொலைபேசினான். இட்ரிஸைப் போலல்லாமல், தைமூருக்கு ஆஃப்கன் சமூகத்தில் நல்ல செல்வாக்கு இருந்தது; ஒருமுறை இட்ரிஸிடம் அவனது செல்பேசியில் முந்நூறு தொடர்பு எண்களுக்கும் மேல் வைத்திருப்பதாகச் சொன்னான். அன்றிரவே ஆஃப்கன் தொலைக்காட்சியில் அறிவிப்பு இடம்பெற ஏற்பாடுகளைச் செய்தான்.

முன்னதாக அந்தப் பிற்பகல் நேரத்தில், தைமூர் இட்ரிஸை ஹேவர்டில் இருந்த அந்தத் தகன மையத்துக்குக் கூட்டிச் சென்றான். அப்போது மழை கொட்டிக் கொண்டிருக்க, வடக்கு நோக்கிச் செல்லும் 680ம் நெடுஞ்சாலை மெதுவாக ஊர்ந்து கொண்டிருந்தது.

“உங்கப்பா பெரிய ஆளு, சகோ. அந்தக் காலத்து மனுஷர்,” தைமூர் கரகரத்தான், இறுதி ஊர்வலத்தைக் கிளப்பியபடி. மிச்சமிருந்த கையால் கண்ணீரைத் துடைத்துக் கொண்டே வந்தான்.

இட்ரிஸ் சோகமாகத் தலையாட்டினான். அவனது வாழ்நாள் முழுக்க அடுத்தவர் முன்னிலையில் அவனால் அழ முடிந்ததேயில்லை, அவ்வாறு மிகவும் எதிர்பார்க்கப்படும் இம்மாதிரியான துக்க நிகழ்ச்சிகளில் கூட. இதை ஒரு சிறு ஊனமாகவே அவன் பார்த்தான், நிறக்குருடு மாதிரி. ஆனாலும், அவனுள் மிகச் சன்னமான - அது மடத்தனம் என்றும் அவனுக்குத் தெரியும் - ஓர் ஆத்திரம் தைமூரின் மேல் வந்தது, வீட்டில் ஓடியாடி வேலை செய்தது, நாடகத்தனமாகக் கதறி அழுதது என்று தன்னை விட எல்லார் கவனமும் அவன் மேல் இருக்குமாறு பார்த்துக்கொண்டதால். என்னவோ அவனுடைய அப்பாவே இறந்துவிட்டது மாதிரி.

மிதமாக வெளிச்சப்படுத்தி, கனமான மரச்சாமான்களுடன் அமைதியாக இருந்த ஓர் அறைக்கு அவர்கள் அழைத்துச் செல்லப்பட்டனர். கருப்பு கோட்டு போட்டுத் தலையில் நடுவகிடு எடுத்திருந்த ஒரு மனிதர் அவர்களை வரவேற்றார். விலையுயர்ந்த காபியைப் போல வாசமடித்தார். இட்ரிஸுக்கு இரங்கல் தெரிவித்ததில், தகன ஆணையிலும் சட்டப்பூர்வ அதிகாரமளிப்புக் கடிதத்திலும் அவனிடம் கையெழுத்து வாங்கியதில், ஒரு தொழில் நேர்த்தி தெரிந்தது. அந்தக் குடும்பத்துக்கு எத்தனை இறப்புச் சான்றிதழ்கள் தேவைப்படுமென்று கேட்டார். எல்லாப் படிவங்களிலும் கையெழுத்து வாங்கிய பின், இட்ரிஸிடம் “விலைப் பட்டியல்” என்ற தலைப்பிருந்த ஒரு துண்டுப் பிரசுரத்தை நாசூக்காக முன்வைத்தார்.

அந்தத் தகன மைய இயக்குனர் தனது தொண்டையைக் கனைத்தார். “உங்க அப்பா ஆஃப்கன் மசூதிக் குழுவின் உறுப்பினரா இருந்தா நிச்சயமா இந்தக் கட்டணம் எதுவுமே உங்களுக்கு இல்ல. எங்களுக்கு அவங்க கூட ஒப்பந்தம் இருக்கு. அதனால, இந்தச் சேவைக்கட்டணத்தை அவங்க ஏத்துப்பாங்க. நீங்க கட்டத்தேவையில்ல.”

"அவர் உறுப்பினரா இல்லையான்னு எனக்கு எந்த யோசனையும் இல்லை," இட்ரிஸ் சொன்னான், அந்தத் துண்டுப் பிரசுரத்தை உற்றுப் பார்த்து. அவனுடைய அப்பா பக்தி உள்ளவர்தான், அவனுக்குத் தெரியும், ஆனாலும் தனிப்பட்ட முறையில் மட்டுமே. வெள்ளிக்கிழமை தொழுகைக்குக் கூட அவர் மிகச்சில முறைதான் சென்றார்.

"ரெண்டு நிமிஷம் அவகாசம் எடுத்துக்கறீங்களா? மசூதிக்குப் பேசிக்கூட நீங்க கேட்டுப் பார்க்கலாம்."

"ம்ஹூ~ம், தேவையில்ல. வேணாம்," என்கிறான் தைமூர். "அவர் உறுப்பினர் கிடையாது."

"கண்டிப்பாத் தெரியுமா?"

"ஆமா. அவரோட பேசினது ஞாபகமிருக்கு."

"அப்படியா," தகன மைய இயக்குனர் முடித்துக்கொண்டார்.

வெளியே, கார் அருகில் ஒரே சிகரெட்டை அவர்கள் இருவரும் இழுத்தனர். மழை நின்றிருந்தது.

"பகல் கொள்ளை." இட்ரிஸ் சலித்துக் கொண்டான்.

தேங்கிய மழைநீர்க் குட்டையில் தைமூர் துப்பினான். "இருந்தாலும் செம வியாபாரம்தான் - சாவு - ஒத்துட்டுதான் ஆகணும் சகோ. எப்பவுமே இதுக்கு தேவை இருக்கு. கார் விக்கறத விடவும் நிறைய சம்பாதிக்கலாம் போல."

அந்தச் சமயத்தில், தைமூர் பயன்படுத்தப்பட்ட கார்களுக்கான விற்பனை நிலையம் ஒன்றை நடத்தி வந்தான். அது ரொம்பவே நஷ்டத்தில் இயங்கி வந்தது, தைமூர் அதை தன் நண்பன் ஒருவனோடு சேர்ந்து எடுத்து நடத்தத் தொடங்கிய வரை. இரண்டு வருடத்துக்குள்ளேயே அவன் அதை லாபத்தில் இயங்கும் நிறுவனமாக உருமாற்றிவிட்டான். தனியாவே ஜெயிச்சு வந்தவன், இட்ரிஸின் அப்பாவுக்குத் தைமூரைப் பற்றி இவ்வாறு சொல்வது மிகவும் பிடிக்கும். அதேநேரம், இட்ரிஸ், சொற்பக் கூலிக்கு அவனது இரண்டாம் ஆண்டின் மருத்துவப் பயிற்சியை யூ.ஸீ டேவிஸில் முடித்துக் கொண்டிருந்தான். நாஹீல், அவனின் ஒரு வருட மனைவி, வாரத்துக்கு முப்பது மணிநேரங்கள் ஒரு சட்ட நிறுவனத்துக்கு

காரியதரிசியாகச் சென்றுகொண்டிருந்த அதே நேரம் சட்டக் கல்லூரி நுழைவுத் தேர்வுக்கும் படித்துக்கொண்டிருந்தாள்.

“இது கடன்தான்,” இட்ரிஸ் சொன்னான். “புரியுதா தைமூர். நான் திருப்பிக் கொடுத்துடுவேன்.”

“உன் இஷ்டம் சகோ. கவலைப்படாத.”

தைமூர் இட்ரிஸுக்கு முன்னே நிற்பது இது முதல் தடவையும் அல்ல; கடைசி தடவையும் அல்ல. இட்ரிஸின் திருமணத்தின் போது, தைமூர் அவனுக்குத் திருமணப் பரிசாகப் புத்தம் புதிய ஃபோர்டு எக்ஸ்ப்ளோரரை அளித்திருந்தான். இட்ரிஸும் நாஹீலும் சேர்ந்து டேவிஸ்ஸில் வாங்கிய ஒரு சிறிய வீட்டின் கடனுக்கு அவனும் சேர்ந்துதான் கையெழுத்துப் போட்டிருந்தான். குடும்பத்திலுள்ள அத்தனைக் குழந்தைகளுக்கும் அவன்தான் ரொம்ப பிடித்த சித்தப்பா. ஏதாவது ஆபத்தில் இட்ரிஸ் சிக்கிக்கொண்டு அவனுக்கு ஒரேயொரு தொலைபேசி அழைப்பு மட்டுமே செய்ய அனுமதியளித்தால் கண்டிப்பாக அவன் அழைக்கும் அந்த ஆள் தைமூர் தான்.

இவ்வளவுக்குப் பிறகும் கூட.

இட்ரிஸ் கண்டுபிடித்தான், உதாரணமாக, குடும்பத்தின் எல்லாருக்கும் அவனுடைய கடனுக்குத் தைமூர் கையெழுத்துப் போட்டது தெரிந்திருந்தது என்பதை. தைமூர் தான் சொல்லியிருக்கிறான். மேலும் திருமணத்தில் கூட, ஓர் அறிவிப்பைச் சொல்வதற்காக அந்தப் பாடகனைப் பாதியில் நிறுத்தச் செய்து, அந்த எக்ஸ்ப்ளோரருக்கான சாவி இட்ரிஸுக்கும் நாஹீலுக்கும் ஒரு தட்டில் வைத்து ஆரவாரமாகக் கொடுக்கப்பட்டது - வந்தவர்கள் அத்தனை பேரும் கவனித்தார்கள் என்று உறுதிப்படுத்திக்கொண்ட பிறகு. புகைப்படக்கருவிகள் பளபளத்தன. இதுதான் இட்ரிஸுக்கு நெருடுகிறது, அந்த எக்காளம், அந்தப் பகட்டு, வெட்கமேயில்லாமல் காட்டப்படும் அந்த வித்தை, அந்த ஆர்ப்பாட்டம். அவனைப் பற்றி இப்படி நினைப்பது பிடிக்கவில்லைதான், ஓர் உடன்பிறந்த சொந்த சகோதரனை விடவும் நெருக்கமான தைமூரைப் பற்றி. ஆனால் தைமூர் தனது விளம்பரத்தைத் தானே தயாரிப்பது போலப் படுகிறது, மேலும் இட்ரிஸ் சந்தேகிக்கிறான், அவனது ஈகை குணம் என்பது, ஏற்கனவே நுட்பமாகத் திட்டமிட்டு நன்கு வடிவமைக்கப்பட்ட அவனது பிம்பத்தின் ஒரு பகுதி என்று.

ஓர் இரவில் இட்ரிஸும் நாஹீலும் படுக்கைக்குப் போர்வையை விரித்துக் கொண்டிருந்தபோது அவனைப் பற்றிய சிறு கருத்து வேறுபாடு ஏற்பட்டது.

ஒவ்வொருத்தருமே தன்னை எல்லாருக்கும் பிடிக்கணும்னு தானே ஆசைப்படுவாங்க, அவள் கேட்டாள். *நீங்க மாட்டீங்க?*

நானும்தான், ஆனா அதுக்காக லஞ்சம் கொடுக்க மாட்டேன்.

அவன் பேசுவது முறையல்ல என்று அவள் அறிவுரைக்கிறாள், நன்றிகெட்ட செயல் என்றும் கூட, தைமூர் அவ்வளவு செய்ததற்குப் பிறகும்.

நீ ஒரு விஷயத்த கவனிக்க மறுக்குற, நாஹீல். உன்னோட நல்ல செயல்களை தம்பட்டம் அடிச்சி விளம்பரம் தேடக்கூடாதுன்னுதான் நான் சொல்லவர்றேன். உண்மையான ஈகைய அமைதியா, கௌரவத்தோட செய்யணும். பொதுவுல செய்யற உதவியில இரக்கத்தோடு சேர்ந்து வேற சிலதும் இருக்கும்.

சரி விடுங்க, போர்வையை உதறிக்கொண்டே நாஹீல் சொல்கிறாள், *அதையாவது சிலர் செய்யறாங்களே.*

***

“எனக்கு இந்த இடம் ஞாபகமிருக்கு, சகோ,” தைமூர் சொல்கிறான், அந்த வீட்டை நிமிர்ந்து பார்த்து. “வீட்டுக்காரர் பேர் என்னன்னு சொன்ன?”

“ஏதோ வஹ்தாதின்னு நினைக்கிறேன்,” இட்ரிஸ் தடுமாறுகிறான். “ம்ஹூம், முழுப்பேரு மறந்து போச்சு.” எண்ணற்ற முறை அவர்கள் சிறுவர்களாக இருந்தபோது அங்கு அந்த வெளிவாசல் கதவுக்கு முன் வீதியில் விளையாடியிருந்ததை அவன் நினைக்கிறான். ஆனால் பல ஆண்டுகளுக்குப் பிறகு, அன்றுதான் அவர்கள் முதல் முறையாக உள்ளே நுழைகிறார்கள்.

“இறைவனும் அவரது லீலைகளும்,” தைமூர் முணுமுணுக்கிறான்.

அது ஒரு சாதாரண இரண்டடுக்கு வீடு, சான் யோஸேவில் இட்ரிஸின் வட்டாரத்தில் இருந்திருந்தால் இந்நேரம் வீட்டு உரிமையாளர் சங்கத்தின் கோபத்தை அது தூண்டியிருக்கும். ஆனால் காபூலின் தகுதிக்கு, அது ஓர் ஆடம்பரமான வீடு - உயரமான சுவர்களோடு, இரும்புக் கதவுகளுடன், அகலமான ஓடுபாதையும்

கொண்டு. அவனையும் தைமூரையும் ஆயுதம் ஏந்திய காவலன் ஒருவன் உள்ளே அனுமதிக்க, இட்ரிஸ் பார்க்கிறான், காபூலில் அவன் ஏற்கனவே பார்த்திருக்கிற பல இடங்களைப் போலவே, அந்த வீடும் அதன் கடந்து போன பழம்பெருமையின் சாயலைத் தனது சிதிலத்திற்கடியில் மறைத்திருந்தது கண்கூடாகத் தெரிகிறது: தோட்டாக்களின் பொத்தல்களோடு குறுக்கும் நெடுக்குமாக விரிசல்கள் விழுந்த புகைக்கரி சுவர்கள், சிமெண்ட்டு பூச்சு பெயர்ந்து அம்பலப்பட்ட செங்கல்கள், ஓடுபாதை நெடுக இறந்திருந்த புதர்கள், தோட்டத்தின் மொட்டை மரங்கள், மஞ்சளடைந்த புல்வெளி. கொல்லைப்புறத்தை நோக்கும் தாழ்வாரத்தில் பாதிக்கும் மேல் காணாமல் போயிருக்கிறது. ஆனாலும் கூட காபூலின் பல இடங்களைப் போலவே, மெதுவாக, தயக்கத்தோடு அந்த வீடு மறுபிறவி எடுத்து வருவதற்கான அறிகுறிகள் தென்படுகின்றன. யாரோ மீண்டும் வண்ணமடிக்க ஆரம்பித்து, தோட்டத்தில் ரோஜாச் செடிகளை நட்டிருக்கிறார்கள். தோட்டத்தின் கிழக்குச் சுவரின் விட்டுப்போன பாகத்தை மீண்டும் பூர்த்தி செய்திருக்கிறார்கள், ஆனால் அலங்கோலமாக. வீதிப்பக்கமாக இருக்கிற சுவரில் முட்டுக்கொடுத்திருந்த ஏணி, கூரையில் மராமத்து வேலை நடந்து கொண்டிருக்கிறது என இட்ரிஸை நினைக்க வைக்கிறது. காணாமல் போயிருந்த தாழ்வாரத்தின் மறுபாதியைச் சீர் செய்யும் பணி தொடங்கியிருப்பது போலத் தெரிகிறது.

மார்கோஸை அவர்கள் முற்றத்தில் சந்திக்கிறார்கள். அவருக்குச் சாம்பல் நிறத்தில் அடர்த்தியற்ற தலைமுடியும் வெளிர்நீலக் கண்களும் இருக்கின்றன. அதே சாம்பல் நிறத்தில் ஆஃப்கன் உடையையும் கழுத்தைச் சுற்றி நேர்த்தியாகக் கருப்பு-வெள்ளையில் கட்டம் போட்ட கஃப்பியாவையும் அணிந்திருக்கிறார். புகைமூட்டத்துடன் இரைச்சலாக இருந்த அறையை அவர்களுக்குக் காட்டுகிறார்.

“டீ, ஒயின் அப்புறம் பியர் இருக்கு. இல்ல வேற எதாவது காட்டமா வேணுமா?”

“நீங்க கை காட்டுங்க நான் ஊத்திக்கிறேன்,” என்கிறான் தைமூர்.

“அடடா! உன்னை எனக்குப் பிடிச்சிருக்கு. அதோ அங்க, ஒலிபெருக்கிக்குப் பக்கத்துல. ஐஸ், சுத்தமான தண்ணீல போட்டதுதான். பாதுகாப்பானது.”

கஃப்பியா – கழுத்து வரை நீளும் பாரம்பரிய அரேபியத் தலைப்பாகை.

“ரொம்ப நன்றி.”

தைமூர் இதுபோன்ற கேளிக்கை விருந்துகளிலேயே குடியிருப்பவன். அவ்வளவு இலகுவாக பழகுகிற அவனது பாணியை, டக்கென்று விழும் அந்த புத்திசாலித்தனமான நகைச்சுவைகளை, அந்தத் தனித்துவமான வசீகரத்தை இட்ரிஸால் வியக்காமல் இருக்க முடியவில்லை. அவன் மதுப்பீடத்துக்குத் தைமூரைப் பின்தொடர, அங்கே தைமூர் அவர்களுக்காக ஓர் அடர்சிவப்புநிற புட்டியிலிருந்து மதுவை ஊற்றுகிறான்.

ஏறக்குறைய இருபது பேர் அறையைச் சுற்றித் திண்டுகளில் உட்கார்ந்திருக்கிறார்கள். அந்தத் தரை கருஞ்சிவப்பு ஆஃப்கன் கம்பளத்தால் மூடியிருக்கிறது. ஒரு “வெள்ளைக்காரன்” கண்ணோட்டத்தில் இட்ரிஸுக்கு அந்த அலங்காரம் போதவில்லை என்றாலும் ரசனையோடு இருக்கிறது. நீனா சிமோனின் குறுந்தகடு ஒன்று மெலிதாக ஒலிக்கிறது. எல்லோரும் குடித்துக்கொண்டிருக்கிறார்கள், கிட்டத்தட்ட எல்லோருமே புகைவிட்டு, ஈராக் யுத்தத்தைப் பற்றிப் பேசிக்கொண்டிருக்கிறார்கள், ஆஃப்கானிஸ்தானை அது எப்படி பாதிக்கப்போகிறது என்றும். மூலையிலிருந்தத் தொலைக்காட்சி சி.என்.என் இன்டர்நேஷனலைக் காட்டியது, ஒலியை ஊமையாக்கி. இரவுநேர பாக்தாத், வன்முறையாலும் திகிலாலும் வெளியிட்ட வேதனைக் குரல், பச்சை ஒளிப்பிழம்புகளாகப் பளிச்சிடுகிறது.

ஐஸ் சேர்த்த வோட்கா கையில் இருக்க, அவர்களுடன் மார்க்கோஸும், உலக உணவுத் திட்டத்திற்காக வேலை செய்யும் இரு கறாரான ஜெர்மன் இளைஞர்களும் சேருகின்றனர். இட்ரிஸுக்கு, அவன் காபூலில் சந்திக்கிற பல மீட்புப் பணியாளர்களைப் போலவே அவர்கள் சற்று மிரட்டலாகவும், ஈர்க்கவே முடியாத மாதிரியும், உலகளாவிய ஞானத்தோடும் தெரிகின்றனர்.

மார்கோஸிடம் அவன் சொல்கிறான், “வீடு ரொம்ப நல்லாருக்கு.”

“அதைச் சொந்தக்காரர்கிட்டயே சொல்லிடுங்களேன்.” மார்கோஸ் அறையை விட்டுச் சென்று ஓர் ஒல்லியான பெரியவரோடு திரும்புகிறார். அந்தப் பெரியவர் தனது அடர்த்தியான நரைத்த தலைமுடியை மேல்நோக்கி வழித்துச் சீவியிருக்கிறார். நெருக்கமாகக் கத்தரித்த தாடி வைத்திருக்கிறார். ஏறக்குறைய பொக்கை விழுந்ததால் கன்னங்கள் உள்வாங்கி இருக்கின்றன. அருதப் பழசான,

சற்றுப் பெரிய பழும்பச்சைநிற சூட், முன்னர் 1940களின் பாணியாக அது இருந்திருக்க வேண்டும், அணிந்து கொண்டிருக்கிறார். மார்கோஸ் அந்தப் பெரியவரைப் பார்த்துப் புன்னகைப்பதில் வெளிப்படையான பிரியம் தெரிகிறது.

"நபி ஜான்?" தைமூர் கத்துகிறான், திடீரென்று இட்ரிஸுக்கும் ஞாபகம் வருகிறது.

அந்தப் பெரியவர் கூச்சத்துடன் சிரிக்கிறார். "மன்னிக்கணும், நாம சந்திச்சுருக்கோமா?"

"நான் தைமூர் பஷீரி," தைமூர் பார்ஸியில் பேசுகிறான். "நாங்க இதே தெருவுலதான் குடியிருந்தோம்!"

"அடக்கடவுளே," அந்தப் பெரியவர் சுவாசிக்கிறார். "தைமூர் ஜான்? அப்புறம் நீ கண்டிப்பா இட்ரிஸாத்தான் இருக்கணும்?"

இட்ரிஸ் சிரித்து ஆமோதிக்கிறான்.

நபி இருவரையும் கட்டித் தழுவுகிறார். அவர்களின் கன்னங்களில் முத்தமிடுகிறார், இன்னமும் சிரித்துக் கொண்டே, நம்பவே முடியாமல். அந்தத் தெருவில் நபி அவரின் முதலாளி திரு. வஹ்தாதியைச் சக்கரநாற்காலியில் வைத்து இப்படியும் அப்படியுமாகத் தள்ளிக்கொண்டிருந்ததை இட்ரிஸ் நினைக்கிறான். சிலநேரங்களில் நபி சக்கரநாற்காலியை நடைபாதையில் நிறுத்த, அவர்கள் இருவரும் இட்ரிஸும் தைமூரும் கால்பந்து விளையாடுவதைப் பார்ப்பார்கள்.

"நபி 1947லருந்து இந்த வீட்ல வாழ்ந்துட்டு இருக்கார்," மார்கோஸ் சொல்கிறார், நபியின் தோளைச் சுற்றி அவரின் கையைப் போட்டபடியே.

"அப்படின்னா இந்த வீட்டுக்கு இப்ப *நீங்கதான் சொந்தக்காரரா?*"தைமூர் கேட்கிறான்.

தைமூரின் ஆச்சரியத்தைக் கண்டு சிரித்த நபி சொல்கிறார், "நான் திரு. வஹ்தாதிக்கு 1947ல இருந்து 2000ல அவர் காலமாகுற வரை இங்க வேலை செய்துட்டு இருந்தேன். இந்த வீட்ட பெரிய மனசு பண்ணி அவர் எனக்கு உயிலெழுதி வச்சுட்டுப் போயிட்டார்."

"அவர் உங்களுக்கு எழுதி வச்சுட்டாரா," தைமூர் அவநம்பிக்கை கொள்கிறான்.

“ஆமா.” நபி தலையாட்டுகிறார்.

“நீங்க ஒரு பயங்கரமான சமையல்காரனா இருந்துருக்கணும்!”

“அப்புறம் நீ, எனக்குத் தெரிஞ்சு, கொஞ்சம் பொல்லாத பையனா இருந்துருக்கணும்.”

தைமூர் கெக்கலிக்கிறான். “ஐயையோ ஆளை விடுங்க, இப்படி நேரடியாப் பேசி எனக்குப் பழக்கமில்ல. அதுக்கு என் அண்ணன்தான் லாயக்கு.”

மார்கோஸ், அவரின் மதுக்கோப்பையைச் சுழற்றிக் கொண்டே, தைமூரிடம் பேசுகிறார், “நீலா வஹ்தாதி, இந்த வீட்டு முன்னாள் எஜமானரின் மனைவி, ஒரு கவிஞர். விசாரிச்சதுல கொஞ்சம் பிரபலம்னு தெரிஞ்சது. நீங்க அவரைப் பற்றி கேள்விப்பட்டுருக்கீங்களா?”

இட்ரிஸ் இல்லையென்பது போல் தலையசைக்கிறான். “எனக்குத் தெரிஞ்சு நான் பொறந்தப்பவே அவங்க இந்த நாட்டை விட்டுக் கிளம்பிட்டாங்க.”

“அவங்க பாரிஸ்ல தன் மகளோட வாழ்ந்தாங்க,” அந்த ஜெர்மன் இளைஞர்களில் ஒருவன், தாமஸ், குறுக்கிடுகிறான். “1974ல இறந்துட்டாங்க. தற்கொலைன்னு நினைக்கறேன். குடியால கொஞ்சம் பிரச்சனையாம், குறைந்தபட்சம், அது மாதிரி படிச்சதாத்தான் எனக்கு ஞாபகம். ஒண்ணு ரெண்டு வருஷத்துக்கு முன்னாடி யாரோ அவங்களோட கவிதைகளின் ஜெர்மன் மொழிபெயர்ப்பைக் கொடுத்தாங்க. படிச்சேன், உண்மையில் ரொம்பவே நல்லாருந்தது. எதிர்பார்க்கவேயில்ல, கொஞ்சம் விரசமாக் கூட.”

இட்ரிஸ் ஏற்றுக்கொள்கிறான், இம்முறை எங்கிருந்தோ வந்த ஒரு வெளிநாட்டவன் ஓர் ஆஃப்கன் கலைஞரைப் பற்றி அவனுக்குப் பாடம் எடுத்ததின் குற்ற உணர்ச்சியோடு. இரண்டடி தள்ளி, தைமூர் நபியிடம் அதீத ஆர்வத்தோடு வாடகையைப் பற்றிய விவாதத்தில் ஈடுபட்டிருப்பதை இட்ரிஸால் கேட்க முடிகிறது. சொல்லவே தேவையில்லை, பார்ஸியில்தான்.

“இந்த மாதிரி எடத்துக்கு எவ்வளவு வாடகை வாங்கலாம்னு உங்களுக்குக் கொஞ்சமாவது யோசனை இருக்கா, நபி ஜான்?” அந்தப் பெரியவருக்குப் புரியவைக்க முயற்சி செய்துகொண்டிருக்கிறான்.

“ஆமாம்,” என்கிறார் நபி, தலையாட்டிக்கொண்டே, சிரித்துக்கொண்டே. “நகரத்துல இப்ப எவ்வளவு வாடகை போகுதுன்னு எனக்கு தெரியும்.”

“இவங்ககிட்ட எவ்வளவு வேணாலும் கறக்கலாம்!”

“அது வந்து…”

“ஆனா இவங்கள ஓசியிலத் தங்கவச்சுட்டு இருக்கீங்க நீங்க.”

“அவங்க நம்ம நாட்டுக்கு உதவி பண்ண வந்துருக்காங்க, தைமூர் ஜான். அவங்க வீடு, வாசல், குடும்பத்தையெல்லாம் விட்டுட்டு இங்க வந்துருக்காங்க. அது என்னமோ எனக்குச் சரியாப்படல, நீ சொல்ற மாதிரி - ‘கறக்கறது.’”

தைமூர் ஒரு புலம்பலை வெளியிடுகிறான், கோப்பையைக் கவிழ்த்துக்கொள்கிறான். “ஒண்ணு உங்களுக்குப் பணத்தைப் பிடிக்காம இருக்கணும், இல்லன்னா, நீங்க என்னவிட ரொம்ப நல்லவரா இருக்கணும்.”

அம்ரா அறைக்குள் வருகிறாள், சாயம்போன ஜீன்ஸின் மேல் நீலநிற ஆஃப்கன் மேலங்கியை மாட்டிக்கொண்டு. “நபி ஜான்!” அவள் கூவுகிறாள். அவரை ஒரு கையால் சுற்றி அணைத்து அவரின் கன்னத்தில் முத்தமிட்டதில் நபி கொஞ்சம் அரண்டுபோவது தெரிகிறது. “இவர்னா எனக்கு உயிர்.” அந்தக் குழுவில் அறிவிக்கிறாள். “இவரை வெட்கப்படுத்த எனக்கு ரொம்பப் பிடிக்கும்.” நபியிடம் இதைப் பார்ஸியில் சொல்கிறாள். பெரியவரின் தலை முன்னும் பின்னும் ஊசலாட, லேசாக வெட்கப்படுகிறார்.

“என்னையும் கொஞ்சம் வெட்கப்பட வைங்களேன்.” தைமூர் தூண்டிவிடுகிறான்.

அம்ரா அவனின் மார்பில் தட்டுகிறாள். “இவரு கிட்ட உஷாரா இருக்கணும்.” அவளும் மார்க்கோஸும் ஆஃப்கன் பாணியில், கன்னத்தில் மூன்று முறை, முத்தம் கொடுத்துக் கொள்கின்றனர், அதே போல அந்த ஜெர்மன்களிடமும்.

மார்கோஸ் அவளது இடுப்பைச் சுற்றிகையைப் போடுகிறார். “அம்ரா அடெமோவிச், ஒட்டுமொத்தக் காபூல்லயும் இவங்கள மாதிரி கடுமையான உழைப்பாளிய பார்க்க முடியாது. இவங்க கிட்ட வச்சுக்காதீங்க. எவ்வளவு அடிச்சாலும் இவங்களுக்குப் பத்தாது.”

“அதையும்தான் பார்த்துடலாமே,” தைமூர் தனக்குப் பின்னாலிருந்த மதுப்பீடத்திலிருந்து ஒரு கோப்பைக்குக் கை நீட்டுகிறான்.

அந்தப் பெரியவர் நபி, விடை பெறுகிறார்.

ஏறக்குறைய அடுத்த ஒரு மணி நேரமாக, இட்ரிஸ் அளவளாவ, அல்லது அப்படி முயற்சிக்கிறான். புட்டிகளில் மதுவின் அளவு குறையக் குறைய உரையாடல்களின் ஸ்ருதி ஏறுகிறது. ஜெர்மன், பிரெஞ்சு, பிறகு கிரேக்கம் போன்ற ஏதோ ஒன்றை இட்ரிஸ் கேட்கிறான். அவனது அடுத்த வோட்காவை இளஞ்சூடான பியர் தொடர்கிறது. அங்கே கலிஃபோர்னியாவில் பார்ஸியில் கேட்ட ஒரு முல்லா உமர் நகைச்சுவைத் துணுக்கை ஒரு கும்பலில் நுழைக்கிறான். ஆனால் அது, ஆங்கிலத்தில் எடுபடவில்லை, பிரயோகமும் சரியில்லை. அதனால் படுத்துவிட்டது. அவனும் அதைப் பெரிதாக எடுத்துக்கொள்ளாமல், காபூலில் திறக்கப்போகும் ஓர் அயர்லாந்து பாணி மதுவிடுதியைப் பற்றிய பேச்சைக் கவனிக்கிறான். அது தாக்குப்பிடிக்காது என்பதே அனைவரின் பொதுக்கருத்தாக இருக்கிறது.

கையில் பியர் குவளையுடன் அவன் அறையைச் சுற்றி அலைகிறான். இதுபோன்ற கூட்டங்கள் என்றாலே அவனுக்கு அலர்ஜி. அங்கிருந்த அலங்காரங்களில் தன்னை ஈடுபடுத்திக் கொள்ள முயற்சிக்கிறான். அங்கிருந்த சுவரொட்டிகளில் பாமியான் புத்தர்கள், ஒரு புஸ்கேஷி விளையாட்டு, தினோவ்ஸ் என்ற கிரேக்க நாட்டுத் தீவின் ஒரு துறைமுகம் இருந்தன. தினோவ்ஸைப் பற்றி அவன் கேள்விப்பட்டதேயில்லை. முற்றத்தில் சட்டகமிட்ட ஒரு புகைப்படம் அவனுக்குத் தட்டுப்படுகிறது. கருப்பு-வெள்ளையில், சற்றுத் தெளிவில்லாமல், ஏதோவொரு தரமற்ற புகைப்படக்கருவியால் எடுக்கப்பட்டதைப் போல. அதில் நீளமான கரியநிறக் கூந்தல் கொண்ட இளம்பெண், புகைப்படத்துக்கு முதுகு காட்டுகிறாள். கடற்கரையில், ஒரு பாறைமேல் உட்கார்ந்து கொண்டு, கடலைப் பார்த்துக் கொண்டிருக்கிறாள். அதன் இடது பக்கக் கீழ்முனை நெருப்பினால் தீய்ந்தது போலிருக்கிறது.

புஸ்கேஷி – மத்திய ஆசியாவை சேர்ந்த, ஒரு குதிரையேற்ற விளையாட்டு. தலையில்லாத ஒரு ஆட்டின் உடலை இரு அணியினர் போட்டி போட்டுக்கொண்டு கோல் பகுதியில் கொண்டு வைக்க வேண்டும்.

கல்பாசியும் பூண்டும் சேர்த்த ஆட்டுக்கறி இரவு உணவாக வைக்கப்பட்டிருக்கிறது. ஆட்டுப்பாலாடைக்கட்டி கலவையும், புதினா தொக்கு போட்ட மாச்சேவையும் இருக்கிறது. இட்ரிஸ் கொஞ்சம் கலவையைப் போட்டுக்கொள்கிறான், ஒரு மூலையில் உட்கார்ந்து அதனுடன் விளையாட மட்டுமே அவனால் முடிகிறது. இரண்டு கவர்ச்சியான டச்சு நாட்டு இளம்பெண்களுடன் தைமூர் அமர்ந்திருப்பதைப் பார்க்கிறான். அந்தப்புரம் தொடங்கிவிட்டது, இட்ரிஸ் நினைக்கிறான். சிரிப்பொலி வெடிக்க, ஒருத்தி தைமூரின் முட்டியைத் தொடுகிறாள்.

இட்ரிஸ் தன்னுடைய மதுவை வெளியே, தாழ்வாரத்துக்குத் தூக்கிக்கொண்டு, ஒரு மரப்பலகையின் மேல் அமர்கிறான். இப்போது இருட்டிவிட்டது, விட்டத்திலிருந்து தொங்கும் ஒரு ஜோடி மின்விளக்கு மட்டுமே அந்தத் தாழ்வாரத்துக்கு ஒளியூட்டுகிறது. இங்கிருந்து, ஏதோவொரு வகை குடியிருப்பு போன்ற வடிவத்தை அந்தத் தோட்டத்தின் கடைசியில் அவனால் பார்க்க முடிகிறது. மேலும், அதன் வலது பக்க மூலையில், ஒரு காரின் நிழலுருவம் தென்படுகிறது - பெரிய, நீளமான, பழசான - அமெரிக்க உற்பத்தியாக இருக்கலாம். நாற்பதுகளின் தயாரிப்பு, ஒருவேளை ஐம்பதுகளின் தொடக்ககாலத் தயாரிப்பாகக் கூட இருக்கலாம் - இட்ரிஸுக்கு நிச்சயமாகத் தெரியவில்லை - அவனுக்கு எப்போதுமே கார்களின் மீது ஈடுபாடில்லை. தைமூருக்கு நிச்சயம் தெரியும். அதன் தயாரிப்பு, ஆண்டு, எந்திர அளவு, அனைத்து வசதிகள் என எல்லாவற்றையும் புட்டுப்புட்டு வைத்துவிடுவான். நாய் ஒன்று பக்கத்தில் திக்கித்திக்கிக் குரைக்கிறது. உள்ளே, யாரோ லியோனார்ட் கோஹனின் குறுந்தகட்டைப் போட்டிருக்கிறார்கள்.

"கூச்ச சுபாவம் கொண்ட அமைதியான ஆளு."

அம்ரா அவன் பக்கத்தில் உட்கார்கிறாள், காலணிகள் போடவில்லை. ஐஸ் அவளின் கோப்பையில் கிலுகிலுக்கிறது.

"விருந்தோட நாடித்துடிப்பே, உங்களோட மன்மதன் தம்பி தான்."

"நான் எதிர்பார்த்ததுதான்."

"பார்க்க செமயா இருக்காரு. கல்யாணமாயிடுச்சா?"

"மூணு குழந்தைங்க பொறக்கறதுக்கு முன்னாடியே."

"ஐயோ பாவம். அப்ப நான் கொஞ்சம் பார்த்துதான் நடந்துக்கணும்."

“இதைக் கேட்டா அவன் கண்டிப்பா மனசுடைஞ்சு போயிடுவான்.”

“எனக்கும் விதிமுறைகள் இருக்குது பா,” அவள் சொல்கிறாள். “உங்களுக்கு அவரைப் பிடிக்கலதான.”

இட்ரிஸ் எடுத்துக் கூறுகிறான், கொஞ்சம் மனப்பூர்வமாகவே, அதாவது தைமூர் ஓர் உடன்பிறந்த, சொந்த சகோதரனை விடவும் அவனுக்கு நெருக்கமானவன் என்பதை.

“ஆனா, அவர் உங்களை சங்கடப்படுத்தறாரு இல்ல.”

உண்மைதான். தைமூர் அவனைச் சங்கடப்படுத்தி இருக்கிறான் தான். ஒரு மோசமான ஆஃப்கன் - அமெரிக்கனுக்குத் தைமூர் மிகச் சிறந்த உதாரணம், இட்ரிஸ் நினைக்கிறான். என்னவோ போரால் உருக்குலைந்த இந்த ஊரைச் சேர்ந்தவனைப் போலவே தெருக்களில் சுற்றுவதும், நன்கு பழகியவனைப் போல உள்ளூர் மக்களை முதுகில் தட்டி நலம் விசாரிப்பதும் அண்ணன், தங்கை, மாமா எனக் கூப்பிடுவதும், தனது *பக்ஷீஷ்* கட்டிலிருந்து வித்தை காட்டுவதைப் போல பிச்சைக்காரர்களுக்குப் பணம் கொடுப்பதும், ‘அம்மா’ என்று அவன் அழைக்கிற பெண்மணிகளிடம் சிரித்துப்பேசுவதும், அவர்கள் கதை சொல்வதைக் கேட்டுக்கொண்டே பாவமான முகத்தோடு அவனின் ஒளிப்பதிவுக் கருவியில் படமெடுப்பதும், என்னவோ அவனும் அவர்களில் ஒருவன் போல நடிப்பதும், என்னவோ ஆயுளுக்கும் இங்கேயே இருந்தவன் மாதிரி, இந்த மக்கள் சுடப்பட்டும், கொல்லப்பட்டும், கற்பழிக்கப்பட்டும் கொண்டிருந்தபோது அவன் அங்கே, சான் யோஸேவிலிருந்த உடற்பயிற்சிக்கூடத்தில் தொந்தியைக் குறைக்காத மாதிரி, புஜத்தை ஏற்றாத மாதிரி. இது ஒரு பாசாங்கு தான், கசப்பான போலித்தனம். ஆனால் இதை யாருமே உணராமல் இருக்கிறார்கள் என்பதுதான் இட்ரிஸை மேலும் அதிகமாக ஆச்சரியப்படுத்துகிறது.

“அவன் உங்ககிட்ட சொன்ன அந்த விஷயத்துல உண்மையில்ல,” இட்ரிஸ் ஒப்புக்கொள்கிறான். “நாங்க இங்கத் திரும்பி வந்தது எங்க அப்பாக்களுக்குச் சொந்தமான வீட்டை மீட்கறதுக்குத்தான். அவ்ளோதான். வேற எதுக்கும் இல்ல.”

அம்ரா கேலியாகச் சிரிக்கிறாள். “எனக்கு தெரியும். என்னை முட்டாள்னு நினைச்சீங்களா? பெரிய பெரிய ராணுவ ஆளுங்க,

---

பக்ஷீஷ் – சிற்றீகை (அல்லது) லஞ்சம்.

தலிபான்களையே பார்த்தவ நான். எல்லாத்தையும் பார்த்துட்டேன். எதுவுமே எனக்கு அதிர்ச்சி தராது. எதுவும், யாருமே என்னை ஏமாத்த முடியாது."

"பார்க்கும்போதே தெரியுது."

"நீங்க உண்மையா இருக்கீங்க," அவள் சொல்கிறாள். "குறைந்தபட்சம், நீங்களாவது உண்மையா இருக்கீங்க."

"இந்த மக்களுக்கு, அவங்க அனுபவிச்ச கஷ்டங்கள் எல்லாத்துக்குமே நாம மரியாத கொடுக்கணும். இங்க 'நாம'ன்னு நான் சொல்றது என்னையும் தைமூரையும் போல ஆளுங்கள. இங்க குண்டு போடும்போது இங்கிருக்காம தப்பிச்சுப் போன அதிர்ஷ்டசாலிங்கள. நாங்க இவங்களை மாதிரி கிடையாது. இவங்க கஷ்டத்த எங்களால சொந்தம் கொண்டாட முடியாது....நான் ஔர்றேன்."

"அப்படின்னா?"

"இல்ல, உங்களுக்குப் புரியாது."

"இல்ல. என்னால புரிஞ்சுக்க முடியுது." என்கிறாள், "அவங்க அனுபவிச்ச கஷ்டத்த நீங்க நாலு பேருக்குச் சொல்லுங்க. இது அவங்க உங்களுக்குக் கொடுத்திருக்குற வாய்ப்பு."

"ஆமாம். நல்ல வாய்ப்பு."

மேலும் கொஞ்சம் ஒயின் உறிஞ்சுகிறார்கள். காபூல் வந்ததிலிருந்து இட்ரிஸ் ஈடுபட்ட முதல் மனப்பூர்வமான உரையாடல் அதுதான் என்பதால், கொஞ்சமும் ஏளனம் இல்லாதிருப்பதால், உள்ளூர் மக்களிடமும், அரசாங்க அதிகாரிகளிடமும், மீட்புக் குழுவினரிடமும் அவன் பார்த்த எள்ளல்கள் இல்லாதிருப்பதால் மேலும் கொஞ்ச நேரம் பேசுகிறார்கள். அவளுடைய வேலையைப் பற்றி அவன் விசாரிக்க, ஐ.நா சபையுடன் கொசோவோவிலும், அந்த இனஅழிப்புக்குப் பிறகு ருவாண்டாவிலும், கொலம்பியாவிலும், புருண்டியிலும் சேவை செய்திருப்பதைப் பற்றி அம்ரா சொல்கிறாள். கம்போடியாவில் குழந்தைப் பாலியல் தொழிலாளர்களுக்காகவும் சேவை செய்திருக்கிறாள். இப்போது ஒரு வருடமாகக் காபூலில் தங்கியிருக்கிறாள். இது அவளுக்கு மூன்றாவது முறை, இம்முறை ஒரு சிறிய தொண்டு நிறுவனத்துடன், மருத்துவமனையில் வேலை செய்து கொண்டே திங்கட்கிழமைகளில் நடமாடும் சிகிச்சையகத்தை நடத்திக் கொண்டிருக்கிறாள். இருமுறை

திருமணமாகி, இருமுறை விவாகரத்தாகி, குழந்தைகள் கிடையாது. அம்ராவின் வயதைக் கணிக்கும் போது இட்ரிஸால் இதை நம்பவே முடியவில்லை, தோற்றத்தை விட அவள் இன்னும் இளையவளாக இருக்க அத்தனை வாய்ப்புகள் இருந்தும். அந்தக் கண்களுக்குக் கீழே தொங்குகிற அயற்சிப் பைகளின் அடியில், அந்த மஞ்சளடைந்து கொண்டிருக்கிற பற்களுக்குப் பின், அவளது அழகின் மினுமினுப்பு மங்கிக் கொண்டிருக்கிறது. இன்னும் நான்கு, அல்லது ஐந்து ஆண்டுகளில், இட்ரிஸ் யோசிக்கிறான், அதுவும் போய்விடும்.

பிறகு அவள் கேட்கிறாள், "ரோஷிக்கு என்னாச்சுன்னு தெரியணுமா?"

"உங்களுக்கு இஷ்டம் இல்லன்னா சொல்ல வேணாம்." அவன் சொல்கிறான்.

"நான் குடிச்சிட்டுப் பேசறேன்னு நினைக்கிறீங்களா?"

"அப்ப இவ்ளோ நேரம் குடிச்சிட்டுத்தான் பேசுனீங்களா?"

"குடிச்சிருக்கேன் கொஞ்சமா," என்கிறாள். "நீங்க நேர்மையான ஆளு." அவன் தோளில் மென்மையாகத் தட்டுகிறாள், கொஞ்சம் குறும்பாகவும். "நீங்க சரியான காரணங்களுக்காகத்தான் கேட்குறீங்க. உங்களை மாதிரி மத்த ஆஃப்கன்களுக்கு - அதாவது மேலை நாட்டுலருந்து வந்திருக்குற ஆஃப்கன்களுக்கு, இது - எப்படி சொல்றதுன்னு தெரியலயே - வெறும் வேடிக்கை பார்க்குறது மாதிரி"

"'ரப்பர்நெக்கிங்'னு சொல்வாங்க - ஆங்கிலத்துல."

"ஆமாம்."

"அதாவது போற போக்குல ஒரு விபத்தை வேடிக்கைபார்த்துட்டு கடந்து போற மாதிரி."

"ஆனா நீங்க அப்படிப்பட்ட ஆளு கிடையாது. ரொம்ப நல்லவர்."

"உங்ககிட்டருந்து இப்படி ஒரு வார்த்தை வருதுன்னா," அவன் சொல்கிறான், "நான் அதைப் பெரிய பாராட்டா எடுத்துப்பேன்."

ஆகவே அவள் இட்ரிஸிடம் சொல்கிறாள்.

அவளின் அப்பா-அம்மா, இரு சகோதரிகள், ஒரு தம்பியோடு காபூலுக்கும் பாக்ரம்மிற்கும் இடையே மூன்றில் ஒரு பங்கு தூரத்தில்

இருக்கும் ஒரு கிராமத்தில் ரோஷி வசித்து வந்தாள். போன மாதத்தில் ஒரு வெள்ளிக்கிழமை, அவளின் பெரியப்பா, அதாவது அப்பாவின் அண்ணன், அவர்களின் வீட்டுக்கு வந்திருக்கிறான். கிட்டத்தட்ட ஒரு வருட காலமாக, ரோஷியின் அப்பாவுக்கும் பெரியப்பாவுக்கும், ரோஷி தனது குடும்பத்தோடு வசித்து வரும் அந்த இடம் சம்மந்தமாகத் தொடர்ந்து தகராறு இருந்து வந்திருக்கிறது. பெரியப்பா மூத்தவனாக இருப்பதால் நியாயமாக அவனுக்கே வந்து சேர்ந்திருக்க வேண்டிய அந்த இடம், ஆனால் அவனை விட அவன் அப்பாவுக்கு மிகவும் பிடித்த தம்பிக்கு எழுதிவைத்துவிட்ட காரணத்தால் தொடங்கிய அந்தத் தகராறு. இருந்தாலும், பெரியப்பா வந்த அன்று, எல்லாம் நன்றாகவே இருந்தது.

“தகராறத் தீர்த்துக்க விரும்புறதா சொல்லிருக்கான்.”

விருந்தாளியை உபசரிக்க, ரோஷியின் அம்மா இரண்டு கோழிகளை அடித்து, ஒரு குண்டான் நிறைய சாதம் வடித்து, அதில் உலர் திராட்சையைக் கலந்து, சந்தையிலிருந்து மாதுளம் பழங்களை வாங்கியிருக்கிறாள். பெரியப்பா வந்தவுடன், அவனும் அப்பாவும் முத்தமிட்டுக் கட்டித் தழுவினார்கள். அவன் ரோஷியின் அப்பாவைக் கட்டித்தழுவிய விதத்தில் அவரின் கால்கள் இரண்டுமே கம்பளத்திலிருந்து மேலெழும்பியது. ரோஷியின் அம்மா ஆனந்தக் கண்ணீர் வடித்தாள். குடும்பம் மொத்தமும் சாப்பிட உட்கார்ந்தனர். ஒவ்வொருவரும் இரண்டாம் முறை, மூன்றாம் முறையென்று வாங்கிச் சாப்பிட்டனர். மாதுளம் பழங்களையும் எடுத்துக் கொண்டனர். கொஞ்சம் மிட்டாய்களும் டீ கசாயமும் கூட இருந்தன. கழிவறை வரை சென்று வருவதாகச் சொல்லி பெரியப்பா வெளியேறினான்.

அவன் திரும்பி வந்தபோது, கையில் ஒரு கோடாலியைப் பிடித்திருந்தான்.

“மரத்தை வெட்ட வச்சுருப்பமே அந்த வகைக் கோடாலி,” அம்ரா விளக்குகிறாள்.

முதலில் போனது ரோஷியின் அப்பா. “ரோஷி எங்கிட்ட சொன்னா, அவளோட அப்பாவுக்கு என்ன நடந்ததுன்னே தெரியாதுன்னு. அவர் எதையுமே உணரல.”

கழுத்தில் ஒற்றைப் போடு, பின்னாலிருந்து. அவரது தலை ஏறக்குறைய துண்டாகிவிட்டது. அடுத்தது ரோஷியின் அம்மா.

தனது தாய் போராட முயற்சி செய்ததை ரோஷி பார்த்தாள், ஆனால் முகத்திலும் மார்பிலும் விழுந்த பல வீச்சுக்களால் அவள் அமைதியாக்கப்பட்டிருந்தாள். இப்போது அந்தப் பிள்ளைகள் அலறிக்கொண்டிருந்தனர்; ஓடிக்கொண்டிருந்தனர். பெரியப்பா அவர்களைத் துரத்தினான். அவளின் அக்கா ஒருத்தி வெளியே கூடத்துக்குத் தப்பித்து ஓட எத்தனித்ததை ரோஷி பார்த்தாள். ஆனால் பெரியப்பா அவளது தலைமுடியைப் பற்றிக் கீழே தள்ளுகிறான். மற்றொரு அக்கா வெளியே ஓடிவந்துவிட்டாள். பெரியப்பா அவளைத் துரத்தினான், அவன் படுக்கையறையின் கதவை எட்டி உதைத்துத் தரையில் தள்ளிய சத்தத்தை ரோஷியால் கேட்க முடிந்தது, பிறகு அந்த அலறல்களை, அதன் பிறகு அந்த நிசப்தத்தை.

"அப்புறம் ரோஷி, அவளோட சின்ன தம்பி கூட தப்பிச்சுப் போக முடிவு பண்றா. அவங்க வீட்டைவிட்டு வெளியே ஓடறாங்க, வெளிக்கதவை நோக்கி ஓடறாங்க ஆனா அது பூட்டியிருக்கு. கண்டிப்பா, பெரியப்பாதான் பூட்டிருக்கான்."

பின்பக்கமாகத் தோட்டத்துக்கு ஓடினார்கள், பீதியிலும் பதற்றத்திலும். அதனால்தான் அந்தத் தோட்டத்திலிருந்து வெளியேற பின்வாசல் இல்லை என்பதைக் கூட மறந்தார்களோ என்னவோ. தப்பிக்க வழியே இல்லை, சுற்றுச்சுவர் கூட ஏற முடியாத உயரத்தில் இருக்கிறது. வீட்டைப் பிளந்து, பெரியப்பா அவர்களை நோக்கி வெளிவந்தபோது அவளின் சின்ன தம்பி - ஐந்து வயதிருக்கும் - ஒரு மணி நேரத்துக்கு முன், அவளின் அம்மா ரொட்டி சுட்டுக்கொண்டிருந்த அதே தந்தூரி அடுப்பில் குதிப்பதை ரோஷி பார்த்தாள். நெருப்பில் விழுந்து, துடிதுடித்துக் கதறிய அவனது ஓலத்தை ரோஷியால் கேட்க முடிந்த அக்கணத்தில் நிலை தடுமாறி அவள் கீழே விழுகிறாள். மல்லாந்து திரும்பிய அந்த நொடியில் அவளுக்கு நீல வானமும் அசுரகதியில் இறங்கிக் கொண்டிருக்கும் ஒரு கோடாலியும் தெரிகிறது.

அம்ரா நிறுத்துகிறாள். உள்ளே, லியோனார்டு கோஹன் "நெருப்பருகில் யாரோ" எனப் பாடுகிறார்.

இட்ரிஸால் பேச முடிந்தாலும் - அக்கணத்தில் கண்டிப்பாக முடியாது - அவனுக்கு என்ன சொல்வதென்று தெரியவில்லை. எதையாவது சொல்லியிருக்க முடியும், ஆண்மையற்ற அட்டூழியம் என்பது மாதிரி எதையாவது ஒன்றை அவன் விநியோகத்திருக்க

முடியும், ஒருவேளை இதைச் செய்தது தலிபானோ அல்லது அல்-கொய்தாவோ அல்லது ஏதாவது ஒரு பைத்தியக்கார முஜாஹிதீன் தளபதியாகவோ இருந்திருந்தால். ஆனால் இதற்கு ஹெக்மத்யார் மீதோ, முல்லா உமரின் மீதோ, பின் லாடனின் மீதோ,அல்லது புஷ்ஷின் மீதோ அவரின் பயங்கரவாதத்துக்கு எதிரான போரின் மீதோ பழி சுமத்திவிட முடியாது. அந்தப் படுகொலைகளுக்குப் பின்னால் இருக்கிற மிகச்சாதாரண காரணம் ஏதோ ஒருவகையில் அதைப் பயங்கரமானதாக மாற்றுகிறது; மனஅழுத்தத்தைத் தந்துகொண்டிருக்கிறது. *ஈவிரக்கமற்ற* என்னும் வார்த்தை இட்ரிஸின் மனதுக்குள் துள்ளி எழ, அதை அவன் தடுக்கிறான். *ஈவிரக்கமற்ற* ஒரு *வன்முறை*, *ஈவிரக்கமற்ற* ஒரு **கொலை.** என்னவோ ஈவிரக்கத்தோடும் ஒரு கொலையைச் செய்யலாம் என்பது போல.

அங்கே மருத்துவமனையில், சுவருக்கு எதிரே சுருண்டு, கால் கட்டை விரல்களைக் கோர்த்து, பால் வடியும் முகத்தோடு இருக்கும் ரோஷியை, அவன் நினைக்கிறான். அவளது உச்சந்தலையின் அந்தப் பிளவில், ஒரு கைப்பிடியளவு மூளைத்திசு ஒழுகி பளபளத்துக் கொண்டிருக்கிறது, ஒரு சீக்கியனின் தலைப்பாகைக் கட்டினைப் போல.

"உங்ககிட்ட அவளாவே இதெல்லாம் சொன்னாளா?" ஒருவழியாக அவன் கேட்கிறான்.

அம்ரா வருத்தத்தோடு தலையாட்டுகிறாள். "அவ தெளிவா ஞாபகம் வச்சுருக்கா. ஒவ்வொரு விஷயத்தையும். உங்ககிட்டக் கூட துல்லியமா சொல்லுவா. நான் ஆசைப்படறேன், ஒரு கெட்ட கனவா நெனச்சு அவ அதெல்லாம் மறந்துடக்கூடாதான்னு."

"அவளோட தம்பி, அவனுக்கு என்னாச்சு?"

"ஏகப்பட்ட தீக்காயம்."

"அப்புறம் அந்த மாமா?"

அம்ரா தோளைக் குலுக்குகிறாள்.

"எச்சரிக்கையா இருக்கணும்னு சொல்வாங்க," அவள் சொல்கிறாள். "என்னோட வேலையில தொழில்முறையா மட்டும் பழகணும், எச்சரிக்கையா இருக்கணும்னு. நோயாளிகளோட நெருங்கிப் பழகறது நல்லதில்லன்னு. ஆனா ரோஷியும் நானும்....."

இசை திடீரென்று இறந்துவிடுகிறது. மற்றொரு மின்வெட்டு. ஒரு சில நொடிகள் எல்லாம் இருட்டாக இருக்கிறது, நிலா வெளிச்சத்தைத் தவிர. வீட்டுக்குள் அவர்கள் சலித்துக் கொள்வதை இட்ரிஸ் கேட்கிறான். கைவிளக்குகளுக்கு உடனே உயிர் வருகிறது.

"அவளுக்காக நான் போராடறேன்," அம்ரா சொல்கிறாள். கடைசிவரை அவள் நிமிரவேயில்லை. "நான் ஓயமாட்டேன்."

***

அடுத்த நாள், தைமூர் அந்த ஜெர்மன்களோடு இஸ்தாலிஃப் என்ற ஊருக்கு பயணம் போகிறான். மண்பாண்டப் பொருட்களுக்குப் பேர் போன ஊர் அது. "நீ கண்டிப்பா வரணும்."

"இல்ல, நான் இங்கயே இருந்து படிக்கப் போறேன்," இட்ரிஸ் மறுக்கிறான்.

"சான் யோஸேவுல கூட நீ படிக்கலாம், சகோ."

"நான் ஓய்வெடுக்கணும். ராத்திரி கொஞ்சம் அதிகமாயிடுச்சுன்னு நினைக்கிறேன்."

அந்த ஜெர்மன்கள் தைமூரை அழைத்துச் சென்ற பிறகு, இட்ரிஸ் கொஞ்ச நேரம் படுக்கையிலேயே கிடக்கிறான், சுவரில் தொங்கிக் கொண்டிருந்த அறுபதுகளின் மங்கிப்போன விளம்பரப் படத்தை வெறித்துக்கொண்டு, அதில் நான்கு பேர் கொண்ட சுற்றுலாக் குழு ஒன்று பாண்ட்-இ-அமிர் ஏரிப்பகுதியில் நடைபயணம் சென்று கொண்டிருக்க, அவனுக்கு அது போருக்கு முந்தைய, வன்முறைகள் கட்டவிழ்க்கப்பட்டதற்கு முந்தைய, அவனது சிறுவயது காபூலின் நினைவுச் சின்னமாகத் தெரிகிறது. மதியப்பொழுதில், அவன் வெளியே நடக்கச் செல்கிறான். ஒரு சிறிய உணவுவிடுதியில், மதிய உணவாகக் கபாப் சாப்பிடுகிறான். உம்மென்ற பிஞ்சு முகங்கள் கண்ணாடிக்குள் உற்றுப்பார்த்துக் கொண்டிருக்கும்போது, அதை அவன் ரசித்து அனுபவிப்பது கடினமாக இருக்கிறது. அவனைத் திணறடிக்கிறது. இட்ரிஸ் தனக்குள் ஒப்புக்கொள்கிறான், இம்மாதிரி விஷயங்களில் அவனைவிட தைமூர் சிறந்தவன் என்று. தைமூருக்கு அதுவொரு விளையாட்டு. ஒரு பயிற்சியாளரைப் போல அவன் விசிலடித்து, அந்தப் பிச்சைக்காரச் சிறுவர்களை வரிசையாக நிறுத்தி, அவனுடைய பக்ஷீஷ் கட்டிலிருந்து நோட்டுகளை உருவுவான். ஒவ்வொரு குழந்தைக்கும், அவன் ஒவ்வொரு தாளை நீட்டும்போது,

குதிகாலை அழுத்தி வீரவணக்கம் அடிப்பான். பிள்ளைகள் கூத்தாடும். அவர்களும் பதிலுக்கு வீரவணக்கம் அடிப்பார்கள். மாமா என்று அவனைக் கூப்பிடுகிறார்கள். சில சமயம் அவனது கால் மேலேயே ஏறுகிறார்கள்.

மதிய உணவு முடித்த பிறகு, இட்ரிஸ் ஒரு வாடகைக் காரைப் பிடிக்கிறான். மருத்துவமனைக்குப் போகச் சொல்கிறான்.

“ஆனா முதல்ல கடைத்தெருவுல நிறுத்து.” என்கிறான்.

***

அட்டைப்பெட்டியைத் தூக்கிக் கொண்டு, அந்தத் தாழ்வாரத்தில் நடக்கிறான், சுவரோவியங்கள் ஒப்பனை செய்திருந்த சுவர்களைக் கடந்து, கதவுகளுக்குப் பதில் நெகிழி விரிப்புகள் அடைத்திருந்த அறைகளைக் கடந்து, வெறும் காலால் தத்திக்கொண்டிருந்த கண்ணொட்டுப் போட்ட அந்த முதியவரைக் கடந்து, மின்விளக்குகள் காணாமல் போய், வெக்கையில் மூச்சுத் திணறிக் கொண்டிருக்கும் நோயாளிகளைக் கொண்ட அறைகளைக் கடந்து. எங்கும் உடல்-நாற்றம் முகம் சுளிக்க வைக்கிறது. அந்தத் தாழ்வாரத்தின் முடிவில், மூடுதிரையை விலக்குவதற்கு முன்னால், சற்று ஆசுவாசம் கொள்கிறான். அந்தச் சிறுமி படுக்கையின் விளிம்பில் உட்கார்ந்திருப்பதைப் பார்க்கும்போது அவனது இதயத்தில் ஒரு தள்ளாட்டத்தை உணர்கிறான். அம்ரா அவள் முன் குனிந்து, அந்தச் சின்ன பற்களைத் துலக்கிக் கொண்டிருக்கிறாள்.

படுக்கையின் மறுவோரம் ஒருவர் உட்கார்ந்திருக்கிறார், ஒற்றை நாடி, வெங்குரு, எலிவளை தாடி, கருத்த முடி. இட்ரிஸ் நுழைந்த போது, அவர் டக்கென்று எழுந்து, தனது உள்ளங்கையை நெஞ்சின் மீது வைக்கிறார்; தலைவணங்குகிறார். அவனைத் தாக்குகிறது, எப்படிப் பார்த்தவுடனேயே உள்ளூர் ஆட்களால் அவனை மேற்கத்திய-ஆஃப்கன் என்று அடையாளம் கொள்ள முடிகிறதென்று, எப்படி பணமும் அதிகாரமும் தகுதியற்ற ஒரு சலுகையை அவனுக்கு அளிக்கிறதென்று. அவர் தன்னை ரோஷியின் தாய் வழி மாமா என இட்ரிஸிடம் சொல்கிறார்.

“மறுபடியும் வந்துட்டீங்களா,” அம்ரா கேட்கிறாள், கிண்ணத்தில் பல்குச்சியை முக்கிக்கொண்டே.

“வரலாம்னு தோணுச்சு. வரலாம் தான.”

“ஏன் இல்லாம,” என்கிறாள்.

இட்ரிஸ் தொண்டையைக் கனைக்கிறான் . “சலாம், ரோஷி.”

ரோஷி அம்ராவின் அனுமதிக்காகப் பார்க்கிறாள். அவளின் குரல் தயக்கமான, ஓர் உரத்த ரகசியம் போல் இருக்கிறது. “சலாம்.”

“உனக்கொரு பரிசு வாங்கிட்டு வந்துருக்கேன்.” இட்ரிஸ் அட்டைப்பெட்டியை இறக்கிப் பிரிக்கிறான். உள்ளிருந்து ஒரு தொலைக்காட்சி, ஒரு ஒளிநாடாப்பெட்டி வெளிவந்தபோது ரோஷியின் கண்கள் உயிர் பெறுகின்றன. அவன் வாங்கிய நான்கு படங்களை அவளிடம் காட்டுகிறான். கடையிலிருந்த நிறைய ஒளிநாடாக்கள் இந்தியப் படங்களாகவோ அல்லது சண்டைப் படங்களாகவோ, ஜெட்-லீ, ஜான்-கிளவுட் வான் டாம-வின் தற்காப்புக் கலைப் படங்களாகவோ, ஸ்டெவன் சீகாலின் எல்லாப் படங்களுமாகவோ இருந்தன. ஆனால் அவனால் *ஈ. டீ., பேப், டாய் ஸ்டோரி, த ஐயன் ஜெயண்ட்* ஒளிநாடாக்களைக் கண்டுபிடிக்க முடிந்தது. தன் பிள்ளைகளுடன் இதெல்லாம் அவனது வீட்டில் பார்த்திருக்கிறான்.

அம்ரா ரோஷியிடம் எதைப் பார்க்க விருப்பமென்று பார்ஸியில் கேட்கிறாள். ரோஷி *த ஐயன் ஜெயண்ட்டை* எடுக்கிறாள்.

“கண்டிப்பா உனக்கு இது ரொம்பப் பிடிக்கும்,” இட்ரிஸ் சொல்கிறான். அவளை நேரடியாக எதிர்நோக்க சிரமப்படுகிறான். அவன் பார்வை அவளின் தலைக்கு மேலிருக்கும் அந்த அலங்கோலத்தை நோக்கி வழுக்கிக் கொண்டே இருக்கிறது, கொத்தாகப் பளபளக்கும் அந்த மூளைத் திசுவை, குறுக்கும் நெடுக்குமான அந்த ரத்தநாள வலைப்பின்னலை.

அங்கே மின்சாரத்துக்கான முனையம் இல்லை என்பதால் இணைப்புப்பெட்டியைத் தேடிக்கண்டுபிடிக்க அம்ராவுக்குச் சற்று நேரமாகிவிட்டது. ஆனால் இட்ரிஸ் மின்வடத்தைப் பொருத்த, திரையில் படம் வந்தபோது, ரோஷியின் உதடுகள் புன்னகையாய் விரிகின்றன. அவளின் புன்னகையில், இந்த முப்பத்தைந்து வயதிலும் அவன் அறிந்திருந்த உலகம் எவ்வளவு சிறியது என்பதை இட்ரிஸ் பார்க்கிறான், அதன் மிருகத்தனம், அதன் கொடூரம், அதன் எல்லையற்ற கொடுமைகளையும் கூட.

அம்ரா மற்ற நோயாளிகளைக் கவனிக்கச் சென்றுவிட, ரோஷியின் படுக்கையில், அவள் பக்கத்தில் உட்கார்ந்து இட்ரிஸ் படம் பார்க்கிறான். மவுனமான, புரிந்துகொள்ளமுடியாத இருத்தலாக அந்த அறையில் மாமா அமைகிறார். பாதிப் படத்தில், மின்சாரம் போய்விடுகிறது. ரோஷி அழத்தொடங்க, அந்த மாமா நாற்காலியிலிருந்து முன்னோக்கிக் குனிந்து அவளின் கரத்தை முரடாகப் பிடிக்கிறார். இட்ரிஸ் பேசாத பாஷ்தூ மொழியில் ஒருசில விரைவான, சுருக்கமான சொற்களை முணுமுணுக்கிறார். ரோஷி மருண்டு போய், விலக முயற்சிக்கிறாள். அந்த மாமாவின் கடுமையான, வெளிர் முஷ்டிக்குள் ரோஷியின் சின்ன கைகள் காணாமல் போனதை இட்ரிஸ் கவனிக்கிறான்.

இட்ரிஸ் தனது கோட்டைப் போட்டுக் கொள்கிறான். “திரும்பவும் நாளைக்கு வரேன், ரோஷி, உனக்குப் பிடிச்சுதுன்னா இன்னொரு படம் பார்க்கலாம், சரியா?”

போர்வைக்கு அடியில் ரோஷி பந்தாகச் சுருள்கிறாள். இட்ரிஸ் அந்த மாமாவைப் பார்க்கிறான், தைமூர் இருந்திருந்தால் அவரை என்ன செய்திருப்பான் என கற்பனை செய்கிறான். அவனைப் போலில்லாமல், மன உணர்ச்சிகளைக் கட்டுப்படுத்தும் திறமை தைமூருக்கு இல்லை. *அவன்கூட என்னை தனியா ஒரு பத்து நிமிஷம் விடு, சகோ,* என்று சொல்லியிருப்பான்.

அந்த மாமா அவனை வெளியே பின்தொடர்கிறார். படிகளில், அவர் பேச இட்ரிஸ் திகைக்கிறான், “இங்க உண்மையா பாதிக்கப்பட்டவன் நான்தான், சார்.” கட்டாயம் அவர் இட்ரிஸின் முகத்தைப் பார்த்திருக்க வேண்டும், அதனால்தான் திருத்திக் கொண்டு சொல்கிறார், “பாதிக்கப்பட்டது அவதான் சார், கண்டிப்பா. ஆனா, நான் சொல்ல வர்றது என்னன்னா, நானும் இதுல பாதிக்கப்பட்டவன் தான். நீங்களே பார்க்கறீங்கல்ல, கண்டிப்பா உங்களுக்குப் புரியும், நீங்க ஒரு ஆஃப்கன். ஆனா இந்த வெளிநாட்டவங்களுக்குப் புரியாது.”

“நான் போகணும்,” இட்ரிஸ் சொல்கிறான்.

“நான் ஒரு *மஸ்தூர்* சார், தினக்கூலி. நாளுக்கு ஒத்த டாலர் கூலி வாங்குறேன், மிஞ்சிப்போனா ரெண்டு டாலர் கிடைக்கும். ஏற்கனவே எனக்கு அஞ்சு புள்ளைங்க, சார். அதுல ஒண்ணு குருடு. இப்ப இதுவும் சேர்ந்துடுச்சு.” அவர் பெருமூச்சு விடுகிறார். “சில சமயம் எனக்குள்ளயே யோசிக்கிறேன், சார் - கடவுள்

மன்னிக்கணும் - எனக்குள்ளயே சொல்லிக்கிறேன், அல்லா ரோஷிய....அது வந்து, உங்களுக்கே புரியும், சார். அதே எவ்வளவோ தேவலாம். ஏன்னா, நீங்களே சொல்லுங்க, இப்ப எவன் அவளைக் கல்யாணம் பண்ணிப்பான்? ஜென்மத்துல மாப்பிள்ளையே கிடைக்க மாட்டான் சார். அப்புறம் யாரு அவளைப் பார்த்துக்குவா? என் தலையில தான் விழப்போகுது. காலம் பூரா என் தலையிலதான் சார் விழப்போகுது.”

தான் வசமாக மாட்டிக்கொண்டதை இட்ரிஸ் உணர்கிறான். தனது பணப்பைக்காகக் கையை நுழைக்கிறான்.

“உங்களால என்ன முடியுதோ, சார். நிச்சயமா எனக்காக இல்ல. ரோஷிக்காக.”

இட்ரிஸ் அவரிடம் ஒரு ஜோடித் தாள்களை அமுக்குகிறான். அந்த மாமா முழிக்கிறார், பணத்திலிருந்து நிமிர்கிறார். பேசத் தொடங்குகிறார், “இரு நூ...” பின்னர் தனது வாயைக் கவ்விக்கொள்கிறார், என்னவோ இட்ரிஸின் தவறை உணர்த்திவிடப் போகிற கவலையில்.

“அவளுக்குக் கொஞ்சம் நல்ல துணிமணி வாங்கிக்கொடு,” படிகளில் இறங்கிக்கொண்டே இட்ரிஸ் சொல்கிறான்.

“அல்லா உங்களை ஆசீர்வதிப்பார், சார்,” அவன் பின்னணியில் அந்த மாமா வாழ்த்துகிறார். “நீங்க நல்லவர். இரக்ககுணம் படைச்ச ரொம்ப நல்லவர், சார்.”

***

இட்ரிஸ் அடுத்த நாள் அவளைப் பார்க்கப் போகிறான், அதற்கு மறுநாளும். விரைவில், அவனது தினசரி வழக்கமாக அது மாற, ஒவ்வொரு நாளும் அவன் ரோஷியின் பக்கத்தில் இருக்கிறான். அங்கிருக்கும் பணியாளர்களின் பெயர்கள் அவனுக்குத் தெரிய வருகிறது, தரைத்தளத்தில் வேலைபார்க்கும் அந்த ஆண்-செவிலியர்கள், அந்தக் காவலாளி, மருத்துவமனையின் நுழைவாயிலில் சோர்ந்திருக்கும் அந்த நோஞ்சான் பாதுகாப்பு வீரர்களையும் கூட. அவனது வருகையை முடிந்தளவு ரகசியமாக வைக்கிறான். நாஹீலிடம் பேசும்போது கூட ரோஷியைப் பற்றி

மஸ்தூர் – கூலித்தொழிலாளி.

அவன் சொல்லவில்லை. எங்கு போகிறான் என்றோ, பாக்மன் பயணத்தில் ஏன் சேர்ந்து கொள்ளவில்லை என்றோ அல்லது உள்துறை அமைச்சக அதிகாரிகளைச் சந்திக்கும்போது ஏன் உடன் வரவில்லை என்றோ தைமூரிடமும் அவன் சொல்லியிருக்கவில்லை. ஆனால் எப்படியோ தைமூர் கண்டுபிடித்துவிட்டான்.

"நல்லது, சகோ," அவன் சொல்கிறான். "நல்ல விஷயந்தான் நீ பண்றது." அடுத்து சொல்வதற்கு முன் கொஞ்சம் தயங்குகிறான்: "இருந்தாலும் கொஞ்சம் பார்த்து நடந்துக்க."

"போறதை நிறுத்துன்னு சொல்றியா."

"இன்னும் ஒரு வாரத்துல நாம கிளம்பப்போறோம். அவ உன் மேல ரொம்பப் பாசமா இருக்க நீ விட்டுடாத, அவ்வளவுதான்."

இட்ரிஸ் தலையாட்டுகிறான். ரோஷியிடம் பழகுவதால் அவன்மேல் தைமூர் கொஞ்சம் கூடப் பொறாமைப்படவில்லையா என இட்ரிஸ் ஆச்சரியப்படுகிறான், அல்லது இன்னும் மோசமாக, தைமூர் கதாநாயகனாகியிருக்கக் கூடிய அட்டகாசமான வாய்ப்பைப் பறித்ததற்காக அவன்மேல் ஆத்திரப்படவில்லையா என்றும். கொழுந்துவிட்டு எரிகிற ஒரு கட்டிடத்திலிருந்து, ஒரு குழந்தையைப் பற்றிக்கொண்டு, குறைவேகத்தில் வெளிப்படும் தைமூர். ஆரவாரித்து வெடிக்கும் ஒரு கூட்டம். ரோஷியை அப்படி தைமூருடன் பகட்டாக அணிவகுக்க விடப்போவதில்லை என இட்ரிஸ் தீர்மானிக்கிறான்.

இருந்தாலும், தைமூர் சொன்னது சரிதான். அவர்கள் ஒரு வாரத்தில் ஊர் திரும்புகிறார்கள், மேலும் ரோஷியோ இட்ரிஸை மாமா என்றும் கூப்பிடத் தொடங்கிவிட்டாள். அவன் தாமதாக வந்தால், அவள் கலங்கிப்போவதைப் பார்க்கிறான். அவனது இடுப்பை அவள் கட்டிக்கொள்ள, ஓர் ஆறுதலான அலை அவள் முகத்தைக் கழுவுகிறது. அவனது வருகையைத்தான் அவள் மிகவும் எதிர்பார்க்கிறாளாம், சொல்லியிருக்கிறாள். படம் பார்க்கும்போது அவனது கையைச் சிலசமயம் அவளது இரு கைகளாலும் மூடிக்கொள்கிறாள். அவள் இல்லாத சமயங்களில், அவளது கைகளின் வெளிர் மஞ்சள் ரோமத்தை, அவளது சிறிய பழுப்பு நிறக் கண்களை, அவளது அழகிய பாதங்களை, அவளது உருண்டையான கன்னங்களை, ஃபிரெஞ்சு லீஸ்ஸேவுக்குப் பக்கத்திலிருந்த புத்தகக்கடையில் அவளுக்காக அவன் வாங்கியிருந்த சிறுவர் புத்தகம் ஒன்றை அவளுக்குப் படித்துக் காட்டும்போது

தன் உள்ளங்கையால் அவள் மோவாயை மூடிக் கொள்ளும் விதத்தை அடிக்கடி நினைக்கிறான். மிகச்சில முறை, அவளையும் அமெரிக்காவுக்கு அழைத்துப் போனால் என்ன, அங்கே, அவன் வீட்டில் ஜாபி மற்றும் லெமாருடன் சேர்ந்து ஒன்றாக இருந்தால் எப்படி இருக்கும் என்ற மின்னல் வேக நப்பாசைக்கு இடம் கொடுக்கிறான். சென்ற வருடம் தான், அவனும் நாஹீலும் மூன்றாவது குழந்தைக்கான வாய்ப்புகளை அலசியிருந்தார்கள்.

“அடுத்து என்ன?” அவன் புறப்பட வேண்டிய நாளுக்கு ஒரு நாள் முன் அம்ரா கேட்கிறாள்.

முன்னதாக அன்று, ரோஷி இட்ரிஸுக்கு, மருத்துவமனை காகிதம் ஒன்றில் பென்சிலால் வரையப்பட்ட படத்தைக் கொடுத்திருந்தாள். இரண்டு குச்சி உருவங்கள் அதில் தொலைக்காட்சி பார்த்துக் கொண்டிருந்தன. நீண்ட முடி வைத்திருந்த உருவத்தைத் தட்டி, அவன் கேட்டான்: *“இது நீயா?”*

அப்புறம் இது நீங்க, இட்ரிஸ் மாமா.

உனக்கு முடி நீளமா இருந்துச்சா? அப்போ? முன்னாடி?

ம். ஒவ்வொரு ராத்திரியும் என் அக்கா தலை வாரி விடுவா. வலிக்காத மாதிரி வாரி விடுவா.

ரொம்ப நல்ல அக்காவா இருந்துருக்கணும்.

எனக்கு முடி வளர்ந்ததும் நீங்களும் அதே மாதிரி வாரி விடுங்க.

கண்டிப்பா பண்றேன்.

போகாதீங்க, மாமா. என்னை விட்டுப் போகாதீங்க.

“அவ ரொம்ப நல்ல பொண்ணு,” அம்ராவிடம் சொல்கிறான். உண்மைதான். சிறந்த ஒழுக்கத்தோடு, அடக்கமும் கூட. ரொம்ப காலமாகவே தங்களது ஆஃப்கன் பெயர்களின் மீதான விருப்பமின்மையை வாதிட்டு வரும், அவனும் நாஹீலும் எப்படி வளர்த்துவிடக் கூடாதென்று உறுதி எடுத்தார்களோ அதே மாதிரி சிறிய கொடுங்கோலர்களாக, அதே மாதிரி திமிர் பிடித்த அமெரிக்கச் சிறுவர்களாக மாறிவரும் அவனது மகன்கள்

ஃபிரெஞ்சு லீஸ்ஸே – ஃபிரெஞ்சு உயர்நிலைப் பள்ளி.

ஜாபியையும் லெமாரையும், குற்ற உணர்ச்சி மேலிட, அப்போது அவன் நினைக்கிறான்.

“அவ ஒரு போராளி,” அம்ரா சொல்கிறாள்.

“ஆமா.”

அம்ரா சுவரில் சாய்கிறாள். இரண்டு ஊழியர்கள் அவர்களை அவசர அவசரமாகக் கடக்கிறார்கள், உருட்டுப் படுக்கையைத் தள்ளிக்கொண்டே. அதன்மேல் ஓர் இளம் சிறுவன் தலையைச் சுற்றி ரத்தம் நனைந்த துணிக்கட்டோடும், தொடையில் ஏதோ ஒரு வகை காயத்தோடும் படுத்திருக்கிறான்.

“அமெரிக்காவுலருந்தோ இல்ல ஐரோப்பாவுலருந்தோ வர்ற மத்த ஆஃப்கன்கள்,” அம்ரா தொடர்கிறாள், “வர்றாங்க, அவள படம் எடுக்குறாங்க. ஒளிப்பதிவு பண்றாங்க. அப்புறம் வீட்டுக்குப் போறாங்க எல்லார்கிட்டயும் காட்றாங்க. என்னவோ அவ மிருகக்காட்சி சாலையில இருக்குற ஜந்து மாதிரி. நானும் விட்டுர்றேன், ஏதாச்சும் அவளுக்கு உதவி பண்ணிட மாட்டாங்களான்னு ஒரு நம்பிக்கையில. ஆனா, அவ்வளவுதான். அவங்க மறந்துடுறாங்க. அதுக்கப்புறம் அவங்களப் பிடிக்கவே முடியறதில்ல. அதனாலதான், நான் திருப்பியும் கேட்கறேன். அடுத்து என்ன?”

“அவளுக்குத் தேவைப்படற அந்த அறுவை சிகிச்சை தான?” அவன் கேட்கிறான். “கண்டிப்பா அதுக்கு ஏற்பாடு பண்ணனும்னு விரும்பறேன்.”

அவள் அவனைத் தயக்கத்துடன் பார்க்கிறாள்.

“எங்க குழுமத்துல நரம்பியல் அறுவை சிகிச்சைப் பிரிவு ஒண்ணு இருக்கு. எங்க தலைமைகிட்ட பேசறேன். அவ கலிஃபோர்னியா வந்து அறுவை சிகிச்சை செய்துக்கத் தேவையான எல்லா ஏற்பாடுகளையும் நாங்க பண்றோம்.”

“எல்லாம் சரிதான். பணம்?”

“கண்டிப்பா நன்கொடைகள் கிடைக்கும். அப்படியும் கிடைக்கலன்னா, நான் பார்த்துக்கறேன்.”

“‘அவுட் ஆஃப் வாலட்’ னு ஆங்கிலத்துல சொல்வாங்களே, அந்த மாதிரியா?”

அவன் சிரிக்கிறான். "அது அப்படி இல்ல, 'அவுட் ஆஃப் பாக்கெட்,' ஆனா, சரிதான், நீங்க சொல்ல வந்த மாதிரிதான்."

"அந்த மாமாகிட்ட அனுமதி வாங்கணுமே."

"அந்தாளு திரும்பவும் வந்தா பார்த்துக்கலாம்." இட்ரிஸ் இருநூறு டாலர்கள் கொடுத்த அன்றிலிருந்து அந்த மாமாவைப் பற்றி யாரும் கேள்விப்படவோ பார்க்கவோ இல்லை.

அம்ரா புன்னகைக்கிறாள். இட்ரிஸ் இதற்குமுன் இப்படியெல்லாம் செய்ததில்லை. இம்மாதிரியான மிகப்பெரிய ஒரு பொறுப்புக்கும், அர்ப்பணிப்புக்கும் தானாகவே தலையைக் கொடுப்பதில் ஏதோ இனம் புரியாத ஓர் உற்சாகம், ஒரு கிளர்ச்சி, ஏன் ஒரு பரவசமும் கூட இதில் இருப்பதாக அவனுக்குப் படுகிறது. புத்துயிர் பெற்றதாக அவன் உணர்கிறான். கிட்டத்தட்ட சுவாசிப்பதற்கே மறக்கிறான். அவனுக்கே ஆச்சரியமாக, அவன் கண்களில் கண்ணீர் சுரக்கிறது.

"ஐயோடா," என்கிறாள் அம்ரா. "ரொம்ப நன்றி." காலின் விரல்நுனியால் ஊன்றி நிற்கிறாள், பிறகு அவனது கன்னத்தில் முத்தமிடுகிறாள்.

***

"அந்த டச்சுப் பொண்ணுங்கள்ல ஒருத்திய," தைமூர் அறிவிக்கிறான். "அதான் அந்த விருந்துல பார்த்தோமே... முடிச்சுட்டேன்,"

ஜன்னலின் மீதிருந்த தலையை இட்ரிஸ் தூக்குகிறான். வெகு கீழே, நெருக்கமாகப் பிணைக்கப்பட்டிருந்த ஹிந்துகுஷ் மலைத்தொடர்கள் மிருதுவான செம்பழுப்புநிற முகடுகளாகத் தென்படுவதை அவன் வியந்து கொண்டிருந்தான். விளிம்பிருக்கையில் இருந்த தைமூரைப் பார்க்க அவன் திரும்புகிறான்.

"அதான் அந்தக் கருத்த முடி பொண்ண. பாதி மாத்திர 'வைட்டமின் வை'-யப் போட்டு நான் முடிக்கறதுக்குள்ள விடியகால சங்கே ஊதிட்டான்."

"கடவுளே! நீ திருந்தவே மாட்டியா?" இட்ரிஸ் கேட்கிறான், அவனது ஒழுக்கக் கேடால், அவனது கள்ள உறவால், அசடு வழிகிற அவனது கோணங்கி முகபாவத்தால் வெறுப்பாகி.

தைமூர் இளிக்கிறான். "சகோ, சொன்னது ஞாபகம் இருக்கட்டும், காபூல்ல நடந்தது காபூலோட..."

“தயவுசெஞ்சு சொல்லாத.”

தைமூர் சிரிக்கிறான்.

விமானத்தின் பின்பக்கம் எங்கேயோ சிறிய கச்சேரி நடந்து கொண்டிருக்கிறது. யாரோ பாஷ்தூவில் பாட, யாரோ தட்டில் கஞ்சீரா வாசிக்கிறான்.

“நபியப் பார்ப்போம்னு நினைச்சுக் கூடப் பார்க்கல,” தைமூர் வாய்க்குள் பேசுகிறான்.

தனது சட்டைப்பையில் சேமித்திருந்த தூக்க மாத்திரையை இட்ரிஸ் துழாவி எடுத்து அப்படியே தண்ணீர் இல்லாமல் விழுங்குகிறான்.

“நான் அடுத்த மாசம் திரும்பவும் வரேன்,” தைமூர் சொல்கிறான், அவனது கண்களை மூடிக்கொண்டே, வேண்டிக்கொண்டே. “இன்னும் ரெண்டு முறைகூட வரவேண்டிய அவசியம் இருக்கலாம், ஆனா அதுக்கு மேல தேவைப்படாது.”

“அந்தாளு ஃபாரூக்க நம்புறியா?”

“கண்டிப்பா இல்ல. அதனாலதான் மறுபடியும் வரணும்னு சொல்றேன்.”

ஃபாரூக் ஒரு வக்கீல், தைமூர் அமர்த்தியிருந்தான். புலம் பெயர்ந்த காபூல் வாசிகள் விட்டுச்சென்ற சொத்துகளை மீட்டுக் கொடுப்பதுதான் அவனது தனித்திறம். ஃபாரூக் தாக்கல் செய்யப்போகும் மனுக்களின் விவரங்களை, அவன் எதிர்பார்க்கும் நீதிபதியின் முன் அந்த வழக்கு விசாரணைக்கு வரப்போவதாக நம்புவதை, ஃபாரூக்கின் மனைவியின் இரண்டு-விட்ட சகோதரன்தான் அந்த நீதிபதி என்ற செய்தியை தைமூர் அடுக்குகிறான். இட்ரிஸ் தனது கிருதாவை மறுமுறை ஜன்னலின் மீது அழுத்தி, மாத்திரை வேலை செய்வதற்காகக் காத்திருக்கிறான்.

“இட்ரிஸ்?” தைமூர் மென்மையாகக் கூப்பிடுகிறான்.

“ம்.”

“நிறைய சோகங்களை நாம அங்கப் பார்த்தோம்ல, சகோ?”

உனக்கு உடம்பு பூரா மூளைதான், சகோ. “ம்,” இட்ரிஸ் சொல்கிறான்.

“ஒரு சதுர கிலோ மீட்டருக்கு ஆயிரம் சோகக்கதைகள்பா.”

சீக்கிரமே, இட்ரிஸின் தலை ரீங்காரமிடத் தொடங்க, அவனது பார்வை மங்குகிறது. அவன் தூக்கத்தில் சறுக்க, ரோஷியிடம் விடைபெற்றதை நினைக்கிறான். அவளது விரல்களை ஏந்தியதை, மீண்டும் அவர்கள் சந்திக்கபோவதாகச் சொன்னதை, மென்மையாக, ஏறக்குறைய அமைதியாக, அவன் வயிற்றுக்குள் அவள் தேம்பியதை.

***

சான் ஃபிரான்ஸிஸ்கோ விமான நிலையத்திலிருந்து வீட்டுக்குத் திரும்புகிற வழியில், காபூலின் வெறிபிடித்த போக்குவரத்தை இட்ரிஸ் வாஞ்சையோடு நினைக்கிறான். இப்போது அந்த லெக்சஸை தெற்கு நோக்கிச் செல்லும்,நேர்த்தியான, குண்டும் குழிகளற்ற 101ம் நெடுஞ்சாலையில் செலுத்துவது புதுமையாக இருக்கிறது. எப்போதும் உதவிக்கு நிற்கும் அறிவிப்புப் பலகைகளும், ஒவ்வொருவரும் மிகக் கண்ணியமாக சமிக்ஞை காட்டியதும், வழிவிட்டதும். அவனும் தைமூரும் காபூலில் தங்களின் உயிர்களை ஒப்படைத்திருந்த அந்த வாடகைக்கார் ஓட்டும் விடலைகளின் முரட்டுத் தாண்டவம் நினைவுக்கு வர, புன்னகைக்கிறான்.

பக்கத்து இருக்கையிலிருந்த நாஹீல் கேள்வி மேல் கேள்வி கேட்டுக்கொண்டிருக்கிறாள். காபூல் பாதுகாப்பாக இருந்ததா? சாப்பாடு எப்படி இருந்தது? உடம்புக்கு ஏதும் இல்லையே? எல்லாவற்றையும் புகைப்படம், ஒளிப்பதிவு செய்தானா? முடிந்தவரை சிறப்பாகவே பதில் சொல்கிறான். அவளுக்காக அந்தத் தோட்டா வெடித்த பள்ளிக்கூடங்களை, அந்தக் கூரை இல்லாத கட்டடங்களில் அத்துமீறித் தங்கியிருந்தவர்களை, அந்தப் பிச்சைக்காரர்களை, அந்தச் சகதியை, அந்தத் தற்காலிக மின்சாரத்தை எவ்வளவு வர்ணித்தாலும் அது உயிர்ப்போடு அமையவில்லை, இசையை வர்ணிப்பது போல. காபூலின் உயிர்ப்பான சில காட்சிகள் கூட - உதாரணமாக, இடிபாடுகளுக்கிடையே அமைந்திருந்த அந்த உடற்பயிற்சிக் கூடம், ஒரு ஜன்னலிலிருந்த ஆர்னால்டின் அந்த ஓவியம் - இப்போது அவனை விட்டுத் தப்பிக்க, வர்ணனைகள் சுவாரசியமில்லாமல் அருதப்பழசாக வருகிறது, தொலைக்காட்சித் தொடர்களைப் போல.

பின்இருக்கையில், மகன்கள் ஒப்புக்காகக் கதை கேட்கிறார்கள், அல்லது கேட்பதுபோல நடிக்கிறார்கள். அவர்களுக்கு அவனது பேச்சு போராடிக்கிற யதார்த்தத்தை உணர்கிறான். பின்னர், ஜாபி - வயது எட்டு, நாஹீலை படம் போடச் சொல்கிறான். லெமார் - வயது

பத்து, இன்னும் கொஞ்சம் கதை கேட்க விரும்ப, விரைவிலேயே *நின்தெந்தோவில்* கார்கள் பறப்பதை இட்ரிஸ் கேட்கிறான்.

“பிள்ளைங்களா, உங்களுக்கு என்னாச்சு?” நாஹீல் திட்டுகிறாள். “காபூல்லருந்து இவ்ளோ நாள் கழிச்சு உங்கப்பா வந்துருக்காரு. உங்களுக்குக் கொஞ்சம் கூட அக்கறையே இல்லையா? என்ன எதுன்னு கேட்க மாட்டிங்களா? விளையாடிட்டுருக்கீங்க?”

“பரவால்ல, விடு.” இட்ரிஸ் நாஹீலைச் சமாதானம் செய்கிறான். “விளையாடட்டும்.” ஆனால் அவன் சமாதானமாகவில்லை. பிள்ளைகளின் அக்கறையின்மையால், அவர்களின் இந்தக் கவலைகளில்லாத கொடுத்து வைத்த வாழ்க்கையே எதேச்சையாக விழுந்த ஒரு மரபணுக் குலுக்கல்சீட்டில் விழுந்த பரிசுதான் என்பதை அறியாத அவர்களின் மூடத்தனத்தால் எரிச்சலடைகிறான். திடீரென அவனுக்கும் அவன் குடும்பத்துக்கும் இடையில் ஒரு கீறல் விழுந்ததாக உணருகிறான். நாஹீலிடமும் கூட - அவளின் பெரும்பாலான கேள்விகள் உணவுவிடுதிகள், தங்குமிட வசதிகளைச் சுற்றியே இருப்பதால். இப்போது அவன் அவர்களை ஒருவித வெறுப்போடு பார்க்க ஆரம்பிக்கிறான். முதன்முதலில் அவன் காபூல் வந்திறங்கியபோது நிச்சயமாக அந்த ஊர்க்காரர்களும் இப்படித்தான் அவனைப் பார்த்திருப்பார்கள்.

“ரொம்பப் பசிக்குது,” என்கிறான்.

“என்ன சாப்பிடலாம்?” நாஹீல் கேட்கிறாள். “சூஷீயா, இத்தாலியனா? ஓக்ரிட்ஜ் பக்கத்துல புதுசா ஒரு உணவகம் திறந்துருக்கான்.”

“ஆஃப்கன் உணவு சாப்பிடலாம்,” என்கிறான்.

சான் யோஸேவுக்குக் கிழக்கே, பெரியெஸ்ஸா பழைய பொருள் சந்தைக்குப் பக்கத்தில் அமைந்திருந்த *அபேஸ் கபாப் ஹவுஸுக்குச்* செல்கிறார்கள். அதன் உரிமையாளர் அப்துல்லாவுக்கு வயது அறுபது, சாம்பல் நிற நரைத்த முடி, இருபக்கமும் உதட்டைத் தாண்டிக் கீழ்நோக்கி வளைந்த மீசை, வலுவான கைகள். அவர் இட்ரிஸின் நோயாளிகளில் ஒருவர், அவரின் மனைவியும் தான். இட்ரிஸ் குடும்பத்தோடு அந்த உணவகத்தில் நுழைய கல்லாவுக்குப் பின்னால் அப்துல்லா கையசைக்கிறார். *அபேஸ் கபாப் ஹவுஸ்* ஒரு குடும்பத் தொழில். எட்டே எட்டு மேஜைகள் மட்டுமிருக்க, பிசுபிசுத்த வினைல் விரிப்புகளால்தான் பெரும்பாலும் அவை போர்த்தப்படும். உணவுப் பட்டியல், நெகிழியால் வார்க்கப்பட்ட காகிதம் மட்டுமே. சுவரை

ஆப்கானிஸ்தான் சுவரொட்டிகள் அலங்கரிக்கும். ஒரு மூலையில் குளிர்பான இயந்திரம் அப்புறம் பலசரக்கு. அவ்வளவுதான். விருந்தினர்களை அப்துல்லா வரவேற்கிறார், கல்லாவை மூடுகிறார், மேஜையைத் துடைக்கிறார். அவரது மனைவி, சுல்தானா, பின்பக்கம் இருக்கிறாள். அங்கு நடக்கும் அற்புதத்துக்கு அவள்தான் பொறுப்பு. சமையலறையில் அவள் எதன் மீதோ குனிந்திருக்க, கூந்தல் நேர்த்தியாய் தொப்பிக்குள் அடைக்கப்பட்டு, கண்கள் புகையால் குறுக்கப்பட்டிருந்தன. அவளும் அப்துல்லாவும் கம்யூனிஸ்டுகள் நாட்டை மீட்டதற்குப் பிறகு, 1970களின் பிற்பகுதியில், பாகிஸ்தானில் திருமணம் செய்துகொண்டதாக இட்ரிஸிடம் சொல்லியிருந்தார்கள். அவர்களின் மகள், பரி பிறந்த 1982ல் அமெரிக்கா அவர்களுக்குத் தஞ்சமளித்தது.

இப்போது பரி தான் சாப்பாட்டுக்கான தேவைக்குறிப்பை எடுக்க இருக்கிறாள். பரி நட்பானவள்; இணக்கமாகப் பழகுபவளும் கூட. தன் அம்மாவைப் போலவே பளிச்சிடும் நிறம் அவளுக்கு, எளிதில் உணர்ச்சிகளைக் காட்டாத கண்களில் அதே மினுமினுப்பு. இடுப்புக்கு மேலே ஒல்லியாக, கச்சிதமாகவும், அகலமான இடுப்புக்குக் கீழே, பருத்த தொடைகளும், பெரிய கணுக்காலும் கொண்ட ஒரு விசித்திரமான உடல்வாகு அவளுக்கு. வழக்கமாக அவள் அணியும் தளர்வான பாவாடையைத்தான் இப்போதும் போட்டுக்கொண்டிருக்கிறாள்.

இட்ரிஸும் நாஹீலும் பழுப்பரிசி சாதத்திற்கு ஆட்டுக்கறியையும் பிறகு பொலானியையும் கோருகிறார்கள். பட்டியலில் ஹாம்பர்கருக்கு நெருக்கமாக இருந்த *சாப்ளி கபாப்*போடு சிறுவர்கள் முடிக்கிறார்கள். சாப்பாட்டுக்காக அவர்கள் காத்திருக்கையில் ஜாபி தனது கால்பந்து அணி இறுதிப்போட்டிக்கு முன்னேறியதை இட்ரிஸிடம் சொல்கிறான். அவன் வலப்பக்க ஆட்டக்காரன். அந்தப் போட்டி ஞாயிறன்று நடக்க இருக்கிறது. சனிக்கிழமை தனக்குக் கிட்டார் பாராயணம் இருப்பதாக லெமார் சொல்கிறான்.

“என்ன வாசிக்கப் போற?” இட்ரிஸ் மந்தமாகக் கேட்கிறான். விண்ணலுப்பு வேலையைக் காட்டுகிறது.

“ரோலிங் ஸ்டோன்ஸ்.”

“அருமை.”

“ஆனா உனக்குப் பயிற்சி பத்தாது,” நாஹீல் அதட்டி எச்சரிக்கிறாள்.

காகிதத்துணியைச் சுருட்டிக்கொண்டிருந்த லெமார் அதைக் கீழே போடுகிறான். "அம்மா! ஒவ்வொரு நாளும் நான் என்னலாம் செய்துட்டு இருக்கேன்னு பார்த்துட்டுதான இருக்கீங்க? எனக்கு எவ்ளோ வேலை தெரியுமா."

பாதி சாப்பாட்டின் போது, அப்துல்லா அவர்களை நலம் விசாரிக்க வருகிறார். தனது இடுப்பில் கட்டியிருந்த அங்கியில் கைகளைத் துடைத்துக் கொண்டே சாப்பாடு பிடிக்கிறதா என்கிறார், மேலும் ஏதாவது தேவையா எனக் கேட்கிறார்.

அவனும் தைமூரும் அப்போதுதான் காபூலிலிருந்து திரும்புவதாக இட்ரிஸ் சொல்கிறான்.

"தைமூர் ஜான் எப்படி இருக்கார்?" அப்துல்லா கேட்கிறார்.

"எப்பவும் போல எதுக்கும் பிரயோஜனமில்லாம."

அப்துல்லா சிரிக்கிறார். தைமூரின் மீது அவருக்கு எவ்வளவு பிரியமென்று இட்ரிஸுக்குத் தெரியும்.

"அப்புறம் கபாப் தொழில் எப்படிப் போயிட்டுருக்கு?"

அப்துல்லா பெருமூச்சு விடுகிறார். "நான் யாருக்காவது சாபம் கொடுக்கணும்னு நினைச்சா, 'இறைவன் உனக்கு ஓர் உணவகத்தைக் கொடுக்கட்டும்'னு தான் சொல்லுவேன்."

சுருக்கமான சிரிப்பொலியை அவர்கள் பகிர்ந்துகொள்கிறார்கள்.

பின்னர், அவர்கள் உணவகத்திலிருந்து வெளியேறி காருக்குள் தாவிக்கொண்டிருந்த போது, லெமார் கேட்கிறான், "அப்பா, அவர் எல்லாருக்குமே இலவசமாத்தான் சாப்பாடு கொடுப்பாரா?"

"அப்படியல்லாம் இல்ல."

"அப்புறம் ஏன் உங்ககிட்ட காசு வாங்கல?"

"ஏன்னா நாம ஆஃப்கன்கள். ஏன்னா நான் அவரோட மருத்துவர்," இட்ரிஸ் சொல்கிறான், பாதி உண்மையை மட்டும். அதைவிட முக்கிய காரணமாக அவன் சந்தேகிப்பது, அவன் தைமூரின் சகோதரன் என்பதை, பல வருடங்களுக்கு முன்னால் அந்த உணவகத்தை ஆரம்பிக்கக் கடன் கொடுத்து உதவியதும் தைமூர்தான் என்பதை.

வீட்டில், முற்றத்திலும் வரவேற்பறையிலும் போர்த்தியிருந்த தரைக்கம்பளம் உரித்தெடுக்கப்பட்டு, ஆணிகளும் மரப்பலகைளும் அம்பலப்பட்டுக் கிடந்ததைப் பார்த்த இட்ரிஸ் முதலில் திகைக்கிறான். பிறகுதான் அவர்களின் கம்பளத்துக்குப் பதில் வன்மரப்பட்டைகளை – காப்பர் கெட்டில் என்று அந்தத் தரைப்பணி ஒப்பந்ததாரர் பெயர் வைத்திருந்த சேலாப்பழநிற அகலமான பலகைகளைப் பதித்து மாற்றியமைத்துக் கொண்டிருப்பது அவன் ஞாபகத்துக்கு வருகிறது. சமையலறை அலமாரிகளின் கதவுகள் கழட்டப்பட்டு, அந்தப் பழைய நுண்ணலை-அடுப்பு உட்கார்ந்திருந்த இடத்தில் பெரிய பொந்து தெரிகிறது. திங்கள் காலையில் தரைப்பணி ஆட்களும் ஜேசனும் வரப்போவதால் அரை நாள் விடுப்பு எடுக்கப் போவதாக நாஹீல் அவனிடம் சொல்கிறாள்.

“ஜேசன்?” பிறகுதான் நினைவுக்கு வருகிறது, ஜேசன் ஸ்பீர், ஒலியமைப்புக்காரன்.

“ஆமாம், அளவெடுக்க வரப்போறான். ஏற்கனவே குறையொலிப் பெருக்கியும் படவீழ்த்தியும் குறைந்த விலையில் வாங்கிட்டான். அவனோட ஆளுங்க மூணு பேரை அனுப்பி புதன்கிழமை வேலைய ஆரம்பிக்கிறான்.”

இட்ரிஸ் தலையாட்டுகிறான். அந்த ஒலியமைப்புத் திட்டம் அவனுடையது. ரொம்ப நாளாகவே அவன் ஆசைப்பட்ட ஒன்று. ஆனால் இப்போது அவனைச் சங்கடப்படுத்துகிறது அது. எல்லாவற்றின் மீதும் தொடர்பற்று இருப்பதாக உணர்கிறான், ஜேசன் ஸ்பீர் மீது, அந்தச் சமையலறை அலமாரியின் மீது, காப்பர் கெட்டில் தரையின் மீது, தனது பிள்ளைகளின் 160 டாலர் காலணிகளின் மீது, அவன் படுக்கையறையில் இருக்கும் மென்பட்டு மெத்தை விரிப்பின் மீது, அவனும் நாஹீலும் அப்பொருள்களைத் துரத்திய அந்த வெறியின் மீது. அவனது உழைப்பின் பலன்களெல்லாம் இப்போது அற்பமாகத் தோன்றுகிறது அவனுக்கு. இங்குள்ள வாழ்க்கைக்கும் காபூலில் அவன் பார்த்ததற்கும் இடையேயான அப்பட்டமான ஏற்றத்தாழ்வை அது அவனுக்குக் குத்திக்காட்டுகிறது.

“என்னாச்சு செல்லம்?”

“ஒண்ணுமில்ல, விண்ணலுப்பு,” இட்ரிஸ் பொய்க்கிறான். “நான் தூங்கணும்.”

சனிக்கிழமை அந்தக் கிட்டார் பாராயணத்தை எப்படியோ அவன் கடந்துவிட, முக்கால்வாசி ஞாயிறு ஜாபியின் கால்பந்தாட்டத்தில் போகிறது. இரண்டாம் பாதி ஆட்டத்தின் போது அவன் திருட்டுத்தனமாகக் கார் நிறுத்தும் பகுதிக்குச் சென்று அரைமணி நேரம் தூங்கவேண்டியிருந்தது. நல்லவேளை, ஜாபி கவனிக்கவில்லை. ஞாயிறு இரவு, சுற்றுவட்டார நண்பர்கள் இரவு உணவுக்கு வந்திருந்தார்கள். இட்ரிஸின் பயணப் புகைப்படங்கள் அவர்களின் கைகளில் வட்டமடிக்கிறது. காபூலைப் பற்றிய அந்த ஒரு மணி நேர ஒளிப்பதிவை - இட்ரிஸின் விருப்பத்துக்கு எதிராக - பார்த்தே தீரவேண்டுமென்று நாஹீல் அடம்பிக்க அவர்கள் பொறுமையாகப் பார்த்து முடிக்கிறார்கள். சாப்பிடும் போது, அவனது பயணத்தைப் பற்றிக் கேட்கிறார்கள், ஆப்கானிஸ்தானின் தற்போதைய சூழலை அவன் எப்படிப் பார்க்கிறான் என்றும். தனது மொஹிட்டோவை உறிஞ்சிக்கொண்டே சுருக்கமாகப் பதில் தருகிறான்.

"காபூல் எப்படி இருக்கும்னு என்னால கற்பனை பண்ணிக்கூடப் பார்க்க முடியல," சிந்தியா சொல்கிறாள். நாஹீல் போகிற உடற்பயிற்சிக்கூடத்தில் சிந்தியா மென்னுடல்பயிற்சிக்கான பயிற்றுநராக இருக்கிறாள்.

"எப்படி சொல்றது..." இட்ரிஸ் சரியான வார்த்தைகளைத் தேடுகிறான். "காபூல்ல ஒரு சதுர கிலோமீட்டருக்கு ஆயிரம் சோகக்கதைகள் இருக்கு."

"கண்டிப்பா ஒரு மிகப்பெரிய கலாச்சார முரணா இருந்துருக்குமே, அங்க போனதும்."

"ஆமாம். கண்டிப்பா." உண்மையில் மிகப்பெரிய கலாச்சார முரணாகத் தெரிவது அவன் இங்கு திரும்பி வந்த பிறகுதான்.

இறுதியாக, அக்கம் பக்கத்தில் நடக்கும் சமீபகால தபால் திருட்டைப் பற்றி அவர்களின் பேச்சு திரும்புகிறது.

அன்றிரவு படுக்கையில், இட்ரிஸ் கேட்கிறான், "நமக்கு இதெல்லாம் தேவைன்னு நினைக்கறியா?"

" 'இதெல்லாம்'னா?" நாஹீலும் கேட்கிறாள். அவள் கழுவுந்தொட்டியில் பல் துலக்குவதை அவனால் இங்கிருந்தே கண்ணாடியில் பார்க்க முடிகிறது.

"இது எல்லாம். இந்த வசதிகள், பொருள்கள் எல்லாம்."

"இல்ல. நமக்குத் தேவையே இல்லதான், நீ சொல்றபடி பார்த்தா," அவள் சொல்கிறாள் கழுவுந்தொட்டியில் துப்பி, கொப்பளிக்கிறாள்.

"அளவுக்கதிகமா உனக்குத் தோணலை? இது எல்லாமேதான்."

"நாம கஷ்டப்பட்டுருக்கோம், இட்ரிஸ். கடுமையா உழைச்சுருக்கோம். மருத்துவக் கல்லூரி நுழைவுத்தேர்வு, சட்டக்கல்லூரி நுழைவுத்தேர்வு, அப்புறம் அந்தப் பயிற்சி வருடங்கள் எல்லாம் ஞாபகம் இருக்கா? நமக்கு எதுவும் சும்மா கிடைச்சுடல, இட்ரிஸ். யாரும் நமக்குத் தூக்கிக் கொடுத்துடல. நாம எதுக்காக கஷ்டப்படணும்?"

"அந்த ஒலியமைப்புக்குக் கொடுக்குற விலையில நாம ஒரு பள்ளிக்கூடமே கட்டிக் கொடுத்திருக்கலாம், ஆப்கானிஸ்தான்ல."

அவள் படுக்கையறைக்குள் நுழைந்து அவளது விழித்திரைகளை நீக்க, படுக்கையில் அமர்கிறாள். மிக அழகான முகம் அவளுக்கு. அவளின் நெற்றி ஏறக்குறைய வளையாமலேயே நாசியாக நிமிரும் அந்த வளைவு, அவளின் எடுப்பான கன்னங்கள், அவளின் மெலிதான கழுத்து. அவளென்றால் அவனுக்கு உயிர்.

"அப்படின்னா ரெண்டுமே செய்," என்கிறாள், அவனிடம் திரும்பி, சொட்டு மருந்தை விட்டுக் கொண்டே.

சில வருடங்களுக்கு முன்பு, மிகேல் என்ற கொலம்பிய சிறுவனுக்கு ஆதரவாக நாஹீல் உதவி செய்து கொண்டிருந்ததை இட்ரிஸ் கண்டுபிடித்தான். அவனைப் பற்றி ஒரு வார்த்தை கூட இட்ரிஸிடம் அவள் சொல்லியிருக்கவில்லை. தபால்கள் மற்றும் கணக்கு வழக்குகளுக்கு அவள்தான் பொறுப்பு என்பதால் அந்த விஷயத்தைப் பற்றி வருடக்கணக்காக இட்ரிஸுக்குத் தெரிந்திருக்கவில்லை, மிகேலின் கடிதத்தை அவள் ஒருநாள் படித்துக் கொண்டிருந்ததைப் பார்க்கும் வரை. ஒரு கன்னியாஸ்திரி அதை ஸ்பானிய மொழியிலிருந்து மொழிபெயர்த்திருந்தாள். அதில் ஒரு புகைப்படம் கூட இணைக்கப்பட்டிருந்தது, ஓர் உயரமான, குச்சியான உடம்போடு ஒரு பையன் கால்பந்தை ஏந்தி நின்றுகொண்டிருந்தான். பின்னணியில் பச்சை மலைகளையும், நோஞ்சான் பசுவையும், குடிசை வீட்டையும் தவிர ஏதுமில்லை. நாஹீல் சட்டக்கல்லூரியில் படித்துக் கொண்டிருந்தபோதே அவனுக்கு உதவ ஆரம்பித்திருந்தாள். இப்படி பதினோரு ஆண்டுகளாக நாஹீலின் காசோலைகளும் மிகேலின் புகைப்படங்களும், அவனது நன்றி கூறும் மொழிபெயர்ப்புக் கடிதங்களும் சத்தமின்றிப் பரிமாறப்பட்டு வந்திருக்கின்றன.

அவள் மோதிரங்களைக் கழற்றுகிறாள். "அப்புறம், என்னதிது? அங்கிருந்து திரும்பியதும் குற்றவுணர்ச்சி கூடவே வந்துடுச்சா?"

"இப்போல்லாம் என்னோட கண்ணோட்டம் வித்தியாசமா மாறிடுச்சு. அவ்வளவுதான்."

"நல்லது. அப்படின்னா உருப்படியா எதாவது பண்ணு. ஆனா தொப்புளை வெறிக்கறத முதல்ல நிறுத்து."

விண்ணலுப்பு அன்றிரவு அவனது தூக்கத்தைப் பிடுங்கிக் கொள்கிறது. கொஞ்ச நேரம் படிக்கிறான், கீழே வந்து வெஸ்ட் விங் பார்க்கிறான், முடிவாக நாஹீல் அலுவலகமாக மாற்றியிருந்த அந்த விருந்தினர் அறையின் கணிப்பொறியில் வந்து சேர்கிறான். அம்ராவின் மின்னஞ்சலைக் கண்டெடுக்கிறான். அவன் பத்திரமாக ஊர் திரும்பியிருப்பான் என அவள் நம்புகிறாள், குடும்பம் நன்றாக இருக்குமென்றும். காபூலில் மழை 'ஆத்திரமாக'க் கொட்டித் தீர்த்துக் கொண்டிருப்பதாக, தெருக்களில் கணுக்கால் வரை சகதி சேர்ந்திருப்பதாக எழுதுகிறாள். மழை, வெள்ளத்தை உண்டாக்கிவிட, காபூலுக்கு வடக்கே, ஷோமாலியில் சுமார் இருநூறு குடும்பங்கள் விமானத்தால் மீட்கப்பட வேண்டியிருந்தது. புஷ்ஷின் ஈராக் போருக்குக் காபூல் ஆதரவளித்துள்ளதாலும் அதற்கு அல்-காய்தாவின் பதிலடியை எதிர்நோக்கியுள்ளதாலும் அங்கே பாதுகாப்பு பலப்படுத்தப்பட்டு வருகின்றன. அவளின் கடைசி வரி இப்படி முடிகின்றது: *உங்க தலைமையிடம் பேசினீங்களா?*

அம்ராவின் மின்னஞ்சலுக்கு அடியில் ரோஷி எழுதி அம்ரா படியெடுத்த சிறிய பத்தி ஒன்று வெட்டி ஒட்டப்பட்டிருந்தது. அதில்:

> *சலாம், இட்ரிஸ் மாமா,*
>
> *இன்ஷால்லா, நீங்க பத்திரமா அமெரிக்கா போய்ச் சேர்ந்திருப்பீங்கன்னு நினைக்கிறேன். உங்களைப் பார்த்து உங்க குடும்பத்தில் எல்லாரும் சந்தோஷப் பட்டிருப்பாங்கன்னு கண்டிப்பா எனக்குத் தெரியும். நான் நல்லா இருக்கேன். அம்ரா ஜான் என்னை ரொம்ப நல்லா கவனிக்கறாங்க. ஒவ்வொரு நாளும் உங்களைப் பற்றித்தான் நான் நினைக்கிறேன். நீங்க வாங்கிட்டு வந்த படங்களைத் தினமும் பார்க்கிறேன். எல்லாமே எனக்குப் பிடிச்சுருக்கு. படம் பார்க்க நீங்க என்கூட இல்லைன்னுதான் ரொம்ப கஷ்டப்படறேன். உங்க குடும்பத்தில் எல்லோருக்கும் சலாம் சொன்னேன்னு சொல்லுங்க. இன்ஷால்லா, நாம சீக்கிரமே கலிஃபோர்னியாவுல சந்திப்போம்.*

அன்புடன்,

ரோஷானா.

அம்ராவுக்கு அவன் பதில் எழுதுகிறான். அவளுக்கு நன்றி சொல்கிறான், வெள்ளம் வந்ததற்காக மிகவும் வருந்துகிறான். மழை தணியும் என்று நம்புகிறான். ரோஷியைப் பற்றி அவனது தலைமையிடம் வரும் வாரம் ஆலோசிப்பதாகச் சொல்கிறான். அதற்கு அடியில் அவன் எழுதுகிறான்:

சலாம், ரோஷி ஜான்:

உன் அன்பான கடிதத்துக்கு மிக்க நன்றி. உன் கடிதத்தைப் பார்த்து மிகவும் மகிழ்ச்சியடைகிறேன். நானும் உன்னைப் பற்றித்தான் அடிக்கடி நினைக்கிறேன். என் குடும்பத்தில் அனைவருக்கும் உன்னைப் பற்றி எல்லாமே சொல்லியிருக்கிறேன். அவர்கள் உன்னைச் சந்திக்க ஆவலுடன் எதிர்பார்க்கிறார்கள், குறிப்பாக என் மகன்கள், ஜாபியும் லெமாரும் உன்னைப் பற்றி நிறைய கேட்கிறார்கள். உன் வருகையை நாங்கள் எல்லோரும் மிகவும் எதிர்பார்க்கிறோம்.

அன்புடன்,

இட்ரிஸ் மாமா.

மின்னஞ்சலை விட்டு வெளியேறுகிறான். தூங்கப் போகிறான்.

***

திங்களன்று, தொலைபேசிச் செய்திக் குறிப்புகள் ஒரு குவியலாக அவனை அலுவலகத்துக்குள் வரவேற்கிறது. அவனது ஒப்புதலுக்காகக் காத்திருந்த மருந்துக் குறிப்புகளும் கூடையிலிருந்து நிரம்பி வழிகிறது. அவன் சலித்தெடுக்க நூற்று அறுபதுக்கும் மேற்பட்ட மின்னஞ்சல்கள் கிடக்கின்றன. குரலஞ்சலில் அதற்கு மேல் இடமில்லை. கணிப்பொறியில் தனது கால அட்டவணையைப் பார்த்து மலைக்கிறான் - முன்பதிவுகள் வரிசையாக நிற்கின்றன. போதாக்குறைக்கு, திருமதி. ராஸ்முஸ்ஸன் என்ற பெயர் வேறு அன்றைய மதிய அட்டவணையில் இருக்கிறது. அவள் சிடுசிடுப்பான, எதற்குமே சமாதானமாகாத பெண்மணி. இதுவரை எந்த வைத்தியத்துக்கும் கட்டுப்படாத குழப்பமான அறிகுறிகளோடு ஆண்டுக்கணக்காக வருபவள். அவளின் வினோத தேவைகளை எதிர்கொள்ள வேண்டியிருப்பதை நினைத்தாலே

அவனுக்கு வியர்க்கிறது. கடைசியாக, அவனது மின்னஞ்சல்களில் ஒன்று, அவன் காபூல் செல்வதற்கு முன்பு நுரையீரலழற்சி என்று அறிக்கையளித்திருந்த ஒரு நோயாளிக்கு மறுபரிசோதனையில் இதயச் செயலிழப்பு என்று தெரியவந்திருப்பதாகச் சொன்ன, அவனது தலைமை மருத்துவர் ஜோன் ஷேஃபரிடமிருந்து வந்திருக்கிறது. அந்நிகழ்வு அடுத்த வாரம் நடக்க இருக்கிற ஆய்வுக்கூட்டத்தில் விவாதிக்கப்படும். காணொளிக்காட்சி வழியாக நடக்கும் அந்த மாதாந்திரக் கூட்டத்தில் அனைத்துப் பிரிவுகளின் மருத்துவர்களும் கலந்துகொள்வார்கள். மருத்துவர்கள் செய்யும் தவறுகள் கற்றல் காரணங்களுக்காக எடுத்துக்காட்டப்படும், ரகசியமாக, பெயர் குறிப்பிடப்படாமல். ஆனால் இட்ரிஸ்ஸுக்குத் தெரியும், அந்த ரகசியம் நிலைக்காது, குறைந்தபட்சம் பாதி பேருக்காவது குற்றவாளி யாரென்று தெரிந்துவிடும்.

தலைவலிக்கத் தொடங்கிவிட்டதாக உணர்கிறான்.

அன்றைய காலை நேர அட்டவணையில் பரிதாபமாகப் பின்தங்குகிறான். முன்பதிவு இல்லாமலேயே ஒரு சுவாச நோயாளி நுழைந்துகொள்ள, சுவாச சிகிச்சையும் பிராணவாயு செரிமான அளவு மற்றும் நுரையீரல் வெளிசுவாச குறியீடுகளின் தொடர் கண்காணிப்பும் தேவைப்படுகிறது. அவன் கடைசியாக மூன்று வருடங்களுக்கு முன்னால் பார்த்த, ஒரு நடுத்தர வயது அதிகாரி, இதயத் திசு இறப்பு நோயின் ஆரம்பநிலையோடு வருகிறார். பன்னிரண்டைத் தாண்டி அரை மணி ஆகியும் அவனால் மதிய உணவைத் தொடங்க முடியவில்லை. மருத்துவர்கள் உணவருந்தும் கூட்ட அரங்கில், குறிப்புகளைப் படித்துக்கொண்டே ஒரு காய்ந்துபோன வான்கோழி ரொட்டியை அவசரமாகக் கடிக்கிறான். உடன் பணியாற்றுபவர்களின் அதே கேள்விகளுக்குப் பதில் சொல்கிறான். காபூல் பாதுகாப்பாக இருந்ததா? அமெரிக்கப் படைகள் இருப்பதைப் பற்றி அங்கிருக்கும் ஆஃப்கன்கள் என்ன நினைக்கிறார்கள்? அவன் மனம் திருமதி. ராஸ்முஸ்ஸனின் மேல், பதில் சொல்ல வேண்டிய குரலஞ்சல்களின் மேல், ஒப்புதல் கொடுக்க வேண்டிய மருந்துக் குறிப்புகளின் மேல், பிற்பகல் கால அட்டவணையில் இடைச்செருகப் பட்ட அந்த மூன்று நோயாளிகளின் மேல், வரப்போகும் அந்த ஆய்வுக்கூட்டத்தின் மேல், அங்கே வீட்டை அறுத்துக்கொண்டும், துளை போட்டுக்கொண்டும், ஆணியடித்துக் கொண்டும் இருந்த வேலையாட்களின் மேல் இறைந்திருக்க பதில்களைச் சிக்கனமாக, கத்தரித்துச் சொல்கிறான்.

எப்படி கண்ணுக்கே தெரியாமல் அவ்வளவு வேகமாக அது நடந்ததென்று திகைத்தான் - ஆஃப்கானிஸ்தானைப் பற்றிய பேச்சின்போது சமீபத்தில் பார்த்த ஒரு திரைப்படத்தின் உணர்ச்சி வெள்ளம் திடீரென வடியத் தொடங்கிக் கொண்டிருப்பதாக அவன் உணர்வதை.

அந்த வாரம் அவனுடைய அனுபவத்திலேயே மிகக் கடினமான வாரங்களில் ஒன்றாகத் தன்னை நிரூபிக்கிறது. பேசவேண்டும் என்று நினைத்தாலும், ரோஷியைப் பற்றி ஜோன் ஷேஃபரிடம் பேச அவனுக்கு நேரமே கிடைக்கவில்லை. வாரம் முழுக்கவே ஒரு கடுகடுப்பான மனநிலை அவனைப் பிடித்துக்கொள்கிறது. வீட்டில் வேலையாட்கள் வந்து போய்க்கொண்டு இரைச்சல் ஏற்படுத்திக் கொண்டிருந்ததால் வெறுப்பாகி பிள்ளைகளிடம் முகத்தைக் காட்டுகிறான். அவனது தூக்கம் இன்னமும் இயல்புக்குத் திரும்பவில்லை. அம்ராவிடமிருந்து காபூல் செய்திகளைப் புதுப்பித்த இரண்டு மின்னஞ்சல்களைப் பெறுகிறான். ராபியா பால்கி, அந்தப் பெண்கள் மருத்துவமனை, மீண்டும் திறக்கப்பட்டது. இஸ்லாமிய பழமைவாதிகளின் எதிர்ப்புக்குச் சவால் விடும் வகையில் ஹமீது கர்சாயின் அமைச்சரவை செயற்கைக்கோள் தொலைக்காட்சி ஒளிபரப்பிற்கு அனுமதி வழங்கப் போகிறது. இரண்டாவது மின்னஞ்சலின் பின்குறிப்பாக, அவன் சென்ற பிறகு ரோஷி யாரிடமும் பேசாமல் உம்மென்று இருப்பதாகவும், அவனது தலைமை மருத்துவரிடம் பேச வாய்ப்புக் கிடைத்ததா என்றும் கேட்கிறாள், மறுபடியும். விசைப்பலகையை விட்டு அவன் விலகுகிறான். மீண்டும் அதனிடம் திரும்புகிறான், அம்ராவின் வார்த்தைகள் அவனை எரிச்சலாக்கிய அவமானத்தால், ஒரு கண நேரம், அவளுக்குப் பதில் தர தூண்டப்பட்டதால், இப்படிக் கொட்டை எழுத்துகளில் கத்துகிறான்: பேசுகிறேன். உரிய நேரம் வரும்போது.

***

“ஓரளவுக்கு சுமாரா போயிருக்கும்னு நினைக்கிறேன்.”

ஜோன் ஷேஃபர் அவளது மேஜைக்குப் பின் அமர்கிறாள், கைகளை மடிமேல் கோர்த்துக் கொண்டு. உற்சாகமான பெண்மணி அவள், நிறைவான முகம், வெள்ளைநிறக் கோரை முடி. அவளின் நாசிப் பாலத்துக்கு மேல் குந்தியிருந்த கண் கண்ணாடியைத் தாண்டி அவனை உன்னிக்கிறாள். “இதோட நோக்கம் உன்னைக் குறை சொல்றதுக்காக இல்லை, உனக்கே புரியும்.”

"ஆமாம், நிச்சயமா," என்கிறான் இட்ரிஸ். "எனக்குப் புரியுது."

"கஷ்டப்படாத. இது எங்கள்ல யாருக்கு வேணாலும் நடந்திருக்கலாம். இதயச் செயலிழப்பும் நுரையீரலழற்சியும், அதுவும் எக்ஸ்-கதிர்ல, சில சமயம் கண்டுபிடிக்கறது கஷ்டம்தான்."

"நன்றி, ஜோன்." செல்வதற்கு எழுகிறான், கதவருகில் தயங்குகிறான். "அப்புறம், நான் ஒரு விஷயத்த கேட்கணும்னு நினைச்சுட்டு இருந்தேன்."

"கண்டிப்பா. கண்டிப்பா. உட்கார்."

மீண்டும் அவன் உட்கார்கிறான். ரோஷியைப் பற்றி அவளிடம் கூறுகிறான், அவளின் காயத்தைப் பற்றி, வாஸிர் அக்பர்கான் மருத்துவமனையின் வசதிக் குறைபாட்டைப் பற்றி விவரிக்கிறான். அவன் ஏற்றுக்கொண்டிருக்கிற இந்தப் பொறுப்பை நம்பியே அம்ராவும் ரோஷியும் இருப்பதாக ஒத்துக்கொள்கிறான். அவன் காபூலில் இருந்தபோதும், அம்ராவுடன் அந்தத் தாழ்வாரத்தில் நின்று கொண்டிருந்தபோதும், அவனது கன்னத்தில் அவள் முத்தமிட்டபோதும் அழுத்தாத அந்த பாரம் இப்போது உளைச்சலாகி அவனை அழுத்துவதை வெளிப்படையாகப் பேசுகிறான். அவனது சக்திக்கும் மீறிய ஒரு விஷயத்தில் தலையிட்டுவிட்டதை உணர்ந்து சிரமப்படுகிறான்.

"அடக் கடவுளே," ஜோன் பரிதாபிக்கிறாள், தலையை ஆட்டிக்கொண்டு. "உன்னைப் பாராட்டறேன். பாவம் அந்தப் பொண்ணு. எவ்வளவு கொடுமை. என்னால நினைச்சுக்கூட பார்க்க முடியல."

"உண்மைதான்," ஆமோதிக்கிறான். ரோஷியின் மருத்துவச் சிகிச்சைக்கான செலவை மருத்துவமனை ஏற்குமா எனக் கேட்கிறான். "அல்லது *சிகிச்சைகள்*. எனக்குத் தெரிஞ்சவரை ஒன்றுக்கு மேற்பட்ட சிகிச்சைகள் தேவைப்படும்."

ஜோன் பெருமூச்செறிகிறாள். "எனக்கும் விருப்பம்தான். ஆனா, வெளிப்படையாச் சொல்லனும்னா, இதுக்கு இயக்குநர்கள் குழு ஒப்புதல் கொடுக்கறது சந்தேகம். அதுல ரொம்பவே சந்தேகம் எனக்கு, இட்ரிஸ். உனக்கே தெரியும் நாம கடந்த அஞ்சு வருஷமா கடன்லதான் இருக்கோம்னு. அப்புறம் சட்ட சிக்கல்களும் இதுல இருக்கு, நிறைய."

அவள் அவனுக்காகக் காத்திருக்கிறாள், அவனது எதிர் கேள்விகளுக்காக ஆயத்தமாகி, ஆனால் அவன் கேட்கவில்லை.

"எனக்குப் புரியுது," என்கிறான் அவன்.

"இந்த மாதிரி விஷயங்களுக்குன்னு இருக்குற தொண்டு நிறுவனங்களை நீ கேட்டுப் பார்க்கலாமே? கொஞ்சம் முயற்சி செய்யணும்தான், ஆனா...."

"நான் பார்த்துக்கறேன். நன்றி, ஜோன்." மீண்டும் எழுகிறான், அவளது பதிலால் பாரம் குறைந்ததாக உணர்வது அவனுக்கே ஆச்சரியமளிக்க, கிட்டத்தட்ட நிம்மதியடைகிறான்.

***

அந்த அற்புதமான ஒலியமைப்பை அமைத்து முடிக்க மேலும் ஒரு மாதம் ஆகிறது. விட்டத்தில் பொருத்தப்பட்ட படவீழ்த்தியிலிருந்து வந்த அந்தக் காட்சி, நம்பமுடியாத துல்லியத்தில் இருக்க, அந்த 102 அங்குலத் திரையின் மேல் அசைவுகள் கண்ணைப் பறிக்கின்றன. அந்த 7.1 சூழொலி அமைப்பு, அந்த வரைகலை சமனிகள், அவர்கள் நான்கு மூலைகளிலும் வைத்திருந்த அந்த குறையொலிப் பொறிகள், ஒலிக்குள் அதிசயத்தைப் புகுத்தியிருந்தன. அவர்கள் *பைரேட்ஸ் ஆஃப் தி கரீபியன்* பார்க்கிறார்கள். தொழில்நுட்பத்தால் மகிழ்ந்த பிள்ளைகள், அவனது இருபக்கத்திலும் அமர்ந்து, பொதுவான சோளப்பொரிக் கிண்ணத்திலிருந்து கொரித்துக் கொண்டிருக்கிறார்கள். உச்சகட்டக் காட்சிக்கு முன்பாகவே தூங்கிவிடுகிறார்கள்.

"படுக்கவச்சுட்டு வந்துடறேன்," நாஹீலிடம் இட்ரிஸ் சொல்கிறான்.

ஒருவனைத் தூக்கிக் கொள்கிறான், பிறகு இன்னொருவனை. பிள்ளைகள் வளர்கிறார்கள், அவர்களின் ஒல்லியான உடல்கள் நெடுநெடுவென்று நீண்டுகொண்டிருக்கின்றன. ஒவ்வொருவனையும் படுக்கையில் கிடத்தும்போது, பிள்ளைகள் கொடுக்கக் காத்திருக்கும் அந்த வேதனையின் யதார்த்தம் அவனுக்குப் புரியத் தொடங்குகிறது. இன்னும் ஒன்று, மிஞ்சிப்போனால் இரண்டு வருடங்களில் அவனது முக்கியத்துவம் குறையப் போகிறது. மற்ற பொருட்களாலும், மற்ற மனிதர்களாலும் அவனது மகன்கள் ஈர்க்கப்பட இருக்கிறார்கள், அவனாலும் நாஹீலாலும் சங்கடப்படப் போகிறார்கள். அவர்கள் குழந்தைகளாக, தன்னை மட்டுமே சார்ந்திருந்ததை இட்ரிஸ் ஏக்கத்தோடு நினைக்கிறான். ஜாபி சிறுவனாக இருந்தபோது, எப்படி

சாக்கடைப்புழைக்குப் பயந்துகொண்டு, அதைச் சுற்றி பெரிய வட்டம்போட்டு நடந்தான் என்று ஞாபகம் கொள்கிறான். ஒருமுறை, பழைய திரைப்படம் ஒன்றைப் பார்த்தபோது, லெமார் இட்ரிஸிடம் கேட்டிருந்தான், உலகம் கருப்பு வெள்ளையாக இருந்தபோது அவன் உயிரோடு இருந்தானா என்று. அது அவனுக்குப் புன்னகையைத் தருகிறது. மகன்களின் கன்னங்களை முத்தமிடுகிறான்.

அங்கேயே இருட்டில் அமர்ந்து கொள்கிறான், லெமார் தூங்குவதைப் பார்த்துக் கொண்டு. அவசரப்பட்டுத் தனது பிள்ளைகளைத் தவறாக நினைத்துவிட்டான், இப்போதுதான் தெரிகிறது, சற்றே அநியாயமாகவும் கூட. தன்னையும் கொஞ்சம் கடுமையாகவே அவன் எடைபோட்டிருக்கிறான். அவன் குற்றவாளி இல்லை. அவனுக்கு உரியதெல்லாமே அவனாக உழைத்துச் சேர்த்தது. பதின்ம வயதுகளில், அவனுக்குத் தெரிந்த பாதிபேர் வெளியே குடித்துக்கொண்டும் பெண்களைத் துரத்திக்கொண்டும் இருந்த வேளையில் அவன் படிப்பில் முழுகியிருந்தான், மருத்துவமனையின் தாழ்வாரங்களில் தன்னை இழுத்துக் கொண்டும், ஓய்ச்சலை, உறக்கத்தை, வசதிகளைத் துறந்துகொண்டும். தனது இருபதுகளை அவன் மருத்துவத்துக்காகக் கொடுத்திருந்தான். அவன் செய்ய வேண்டியதையெல்லாம் செய்தாகிவிட்டது. எதற்காக அவன் வருந்த வேண்டும்? இது அவனுடைய குடும்பம். இது அவனது வாழ்க்கை.

கடந்த ஒரு மாதத்தில், ரோஷி அவனுக்கு ஓர் அருவமாக மாறிப் போயிருந்தாள், ஒரு திரைப்படக் கதாப்பாத்திரத்தைப் போல. அவர்களின் தொடர்பு முறிந்திருந்தது. அந்த மருத்துவமனையில் அவனைத் தடுக்கியிருந்த எதிர்பாராத, மிக விரைவான, முனைப்பான அந்த நெருக்கம், சுரத்தின்றி சிதைந்திருந்தது. அந்த அனுபவத்தின் வீரியம் குறைந்திருந்தது. அவனைப் பிடித்திருந்த அந்த மூர்க்கமான பிடிவாதம் என்னவென்று அடையாளம் கண்டுகொள்கிறான்: அதுவொரு மாயை, ஒரு கானல் நீர். அவ்வளவுதான்; வேறெதுவும் இல்லை. ஏதோவொரு மயக்க மருந்தின் ஆதிக்கத்தில் விழுந்திருந்ததாக உணர்கிறான். அவனுக்கும் அந்தச் சிறுமிக்கும் இடையேயான தொலைவு இப்போது மிகப்பரந்ததாக இருக்கிறது. எல்லையில்லாததாகவும், கடக்கவே முடியாததாகவும், அவளுக்கு அவன் கொடுத்த வாக்கு வழிதவறிய, பொறுப்பற்ற தவறாகவும், அவனது சொந்த திறமை, மனஉறுதி மற்றும் குணத்தின் ஒரு மோசமான கணிப்பாகவும் தோன்றுகிறது. அவனால் முடியவில்லை. அவ்வளவுதான். எல்லாவற்றையும்

மறப்பதே நல்லது. கடந்த இரு வாரங்களில், அம்ராவிடமிருந்து மேலும் மூன்று மின்னஞ்சல்களை அவன் பெறுகிறான். முதலாவதை அவன் படிக்கிறான், பதில் அளிக்கவில்லை. அடுத்த இரண்டையும் படிக்காமலேயே அழிக்கிறான்.

***

அந்தப் புத்தகக் கடையிலிருக்கும் வரிசை சுமார் பன்னிரண்டு அல்லது பதின்மூன்று ஆள் நீளம் இருக்கும். அந்தத் தற்காலிக மேடையிலிருந்து பத்திரிக்கை மாடம் வரை அது நீள்கிறது. அகன்ற முகத்துடன் உயரமான பெண் ஒருத்தி, அவர்கள் புத்தகத்தில் பதிவு செய்ய விரும்பும் தனிப்பட்ட செய்திகளை எழுதச் சிறுசிறு மஞ்சள்நிற ஒட்டுச்சீட்டுகளை வரிசையில் இருப்பவர்களுக்குக் கடத்துகிறாள். ஒரு பணிப்பெண் முன்னே நின்றுகொண்டு புத்தகத்தின் தலைப்புப் பக்கத்தை வரிசையாளர்களுக்குத் திருப்ப உதவுகிறாள்.

வரிசையின் முன்பகுதியை இட்ரிஸ் நெருங்குகிறான், ஒரு பிரதியை கெட்டியாகப் பிடித்துக் கொண்டு. அவனுக்கு முன்னால் ஒரு பெண்மணி, ஐம்பதுகள், குட்டையாக நறுக்கப்பட்ட பொன்னிற முடி, அவனிடம் திரும்பி, கேட்கிறாள், “நீங்க படிச்சுட்டீங்களா?”

“இல்லை,” என்கிறான்.

“எங்களோட வாசிப்புக்குழுவுல அடுத்த மாசம் இதைத்தான் படிச்சுக் காட்டப் போறோம். இந்த முறை தேர்வு பண்ண வேண்டியது நான்தான்.”

“ஓ.”

புருவத்தை நெருக்கி வலது உள்ளங்கையால் அவளது நெஞ்சில் கை வைத்துச் சொல்கிறாள். “ஜனங்க கண்டிப்பாப் படிக்கணும். என்ன உருக்கமான கதை. ரொம்பவும் உணர்வுப்பூர்வமா. நிச்சயம் ஒரு படமா எடுப்பாங்க பாருங்களேன்.”

அவன் சொன்னது உண்மைதான். அந்தப் புத்தகத்தை அவன் படித்திருக்கவில்லை, படிப்பான் என்பதும் சந்தேகம்தான்.அதன் பக்கங்களில் தன்னைத்தானே மீள்பார்வை செய்யுமளவுக்கு திராணியில்லை அவனுக்கு. ஆனால் மற்றவர்கள் படிப்பார்கள். அப்படிப் படிக்கும்போது, அவன் குட்டு வெளிப்பட்டு விடும். எல்லோருக்கும் தெரிந்துவிடும். நாஹீல், மகன்கள், உடன் வேலை

செய்பவர்கள் என எல்லோருக்குமே. நினைத்தாலே அவனுக்குக் குமட்டுகிறது.

அந்தப் புத்தகத்தை மீண்டும் திறக்கிறான். நன்றியுரையைத் திருப்பி, உண்மையாகவே அதை எழுதியிருந்த அதன் இணை-எழுத்தாளரின் தகவல் பக்கத்தைக் கடக்கிறான். புத்தக அட்டையிலிருந்த அந்தப் புகைப்படத்தை மறுபடியும் பார்க்கிறான். காயத்தின் சுவடே தெரியவில்லை. நிச்சயமாக. அவள் தழும்பைச் சுமந்திருந்தாலும், அந்த நீளமான, அலையலையான கூந்தல் அதை மறைக்கிறது. ரோஷி தங்க நிற மணிகள் பொருத்திய சட்டையை அணிந்திருக்கிறாள். ஓர் அல்லா மணியையும், நீலக்கல் கம்மலையும் போட்டிருக்கிறாள். சிரித்தபடி, ஒரு மரத்தில் சாய்ந்துகொண்டு புகைப்படக்கருவியை நேராகப் பார்த்துப் புகைப்படம் எடுத்தன அவளின் கண்கள். அவனுக்கு வரைந்து காட்டிய குச்சி உருவ ஓவியத்தை நினைத்துப் பார்க்கிறான். *போகாதீங்க, மாமா. என்னை விட்டுப் போகாதீங்க.*

ஆறு வருடங்களுக்கு முன்பு அவன் பார்த்திருந்த, திரைக்குப் பின்னே நடுங்கிக்கொண்டிருந்த அந்த ஜீவனின் சிறுதுணுக்குக்கூட இந்த இளம்பெண்ணிடம் அவனுக்குத் தட்டுப்படவில்லை.

இட்ரிஸ் ‘அர்ப்பணிப்பு’ என்ற தலைப்பின் கீழ் படிக்கிறான்.

என் வாழ்வின் இரு தேவதைகளுக்காக: என் அம்மா அம்ரா மற்றும் என் மாமா தைமூர். என்னைக் காப்பாற்றியது நீங்கள்தான். உங்களுக்காக கடன்பட்டிருக்கிறேன்.

வரிசை நகர்கிறது. குட்டையாக நறுக்கப்பட்ட பொன்னிற முடிப் பெண்மணி தனது புத்தகத்தில் கையெழுத்தை வாங்கிக்கொள்கிறாள். அவள் அப்பால் நகர, இட்ரிஸ், இப்போது இதயம் படபடக்க, முன் வருகிறான். ரோஷி அவனைப் பார்க்கிறாள். பூசணி வண்ணத்தில் அவள் போட்டிருந்த சட்டைக்கு நீளமான கைகள். ஆஃப்கன் சால்வை சுற்றியிருக்கிறாள். நீள்வட்ட வெள்ளிக் காதணிகள். அவனுக்கு நினைவிருந்ததை விட இப்போது கண்கள் அடர்ந்திருக்க, பெண்மைக்கான வளைவுகளை அவளது உடல் பூர்த்தி செய்துகொண்டிருக்கிறது. இமைக்காமல் அவனைப் பார்க்கிறாள், அவனை அடையாளம் கண்டதற்கான அறிகுறியை வெளிப்படையாகக் காட்டாவிட்டாலும், அவளது புன்னகையில் கண்ணியமிருந்தாலும், அவளின் முகபாவத்தில் ஏதோவொரு உற்சாகமான அந்நியம் தெரிகிறது, ஒரு குறும்பு, தந்திரம், கொஞ்சமும் வெறுப்பில்லாமல். அது அவனைச் சாய்த்து விட,

தனக்குள் இயற்றியிருந்த - அவ்வளவு ஏன், எழுதி வைத்து ஒத்திகை பார்த்திருந்த - அத்தனை வார்த்தைகளும் டக்கென்று இப்போது உலர்ந்து போகிறது. சொல்வதற்கு ஒன்றைக்கூட அவன் தன்னை முன்னெடுக்கவில்லை. அங்கே அவனால் நிற்கத்தான் முடிகிறது, முட்டாள் மாதிரிப் பார்த்துக்கொண்டு.

அந்தப் பணிப்பெண் தொண்டையைக் கனைக்கிறாள். “சார், உங்க புத்தகத்தைக் கொடுத்தீங்கன்னா நான் தலைப்புப் பக்கத்தைத் திருப்புவேன், ரோஷி உங்களுக்கு கையெழுத்துப் போட்டுக்கொடுப்பாங்க.”

ஆமாம். புத்தகம். இட்ரிஸ் தேடுகிறான். இறுக்கமாகக் கைகளில் பிடித்துக்கொண்டிருந்தது கிடைக்கிறது. அவளிடம் கையெழுத்து வாங்க அவன் வந்திருக்கவில்லை, நிச்சயமாக. அது எவ்வளவு கீழ்த்தரமான காரியமாகப் போயிருக்கும், இருப்பதிலேயே எவ்வளவு மோசமான செயலாகப் போயிருக்கும் - அவன் அவ்வளவு செய்ததற்குப் பிறகும், அல்லது செய்யாமல் விட்டதற்குப் பிறகும். இருந்தாலும், அவனது கை புத்தகத்தை ஒப்படைப்பதை அவன் பார்க்கிறான். பணிப்பெண் ஒரு நிபுணரைப் போல அந்தப் பக்கத்தைத் திருப்ப, தலைப்பின் கீழே ரோஷியின் விரல்கள் எதையோ கிறுக்கித் தள்ளுகின்றன. சில வினாடிகளே மீதமிருக்கின்றன, அவன் எதையாவது பேச. அது மன்னிக்கவே முடியாத அவனது தவறுக்கு முட்டுக்கொடுக்க அல்ல என்றாலும் குறைந்தபட்சம் அதையாவது செய்ய அவன் கடன்பட்டிருக்கிறான். ஆனால் பணிப்பெண் புத்தகத்தைத் திருப்பிக் கொடுத்தபோதும், வார்த்தைகள் வர மறுக்கின்றன. தைமூரின் தைரியத்தில் கொஞ்சமாவது தனக்கு வரக்கூடாதா என இப்போதுதான் அவனுக்கு உரைக்கிறது. ரோஷியை மீண்டும் பார்க்கிறான். அவளது பார்வை அவனுக்குப் பின்னிருந்த ஆளின்மேல் எப்போதோ கடந்துவிட்டது.

“நான் வந்து...” அவன் தொடங்குகிறான்.

“சார், அடுத்து நிறைய பேர் காத்திருக்காங்க,” பணிப்பெண் இடிக்கிறாள்.

அவன் தலையைக் கீழே போட்டுவிட்டு வரிசையைப் பிரிகிறான்.

கடைக்குப் பின்னாலிருந்த இடத்தில் காரை நிறுத்தியிருந்தான். இன்று ஏன் கார் அத்தனை தூரத்தில் இருக்கிறது. அவனது வாழ்நாளில் அவ்வளவு நேரம் அவன் காருக்காக நடந்ததில்லை.

கார் கதவைத் திறந்து நுழைவதற்கு முன் யோசிக்கிறான். நடுக்கத்தை நிறுத்தாத கைகளால், மீண்டும் புத்தகத்தைத் திருப்புகிறான். அந்தக் கிறுக்கல் கையொப்பம் இல்லை. அவனுக்காக ஆங்கிலத்தில் இரண்டு வரிகளை அவள் எழுதியிருந்தாள்.

புத்தகத்தை மூடுகிறான், கண்களையும் கூடத்தான். சொல்லப்போனால் அவன் ஆறுதல் தான் அடைந்திருக்க வேண்டும். ஆனால் அவனின் ஒரு பகுதி வேறொன்றுக்கு ஏங்குகிறது. அவள் அவனைப் பார்த்ததும் முகம் சுளித்திருந்தாலோ, வெறுப்பையும் கோபத்தையும் பெருந்தன்மையில்லாமல் காட்டியிருந்தாலோ குறைந்தபட்சம் வன்மம் வெடித்திருந்தால் கூட அவன் நிம்மதி அடைந்திருக்கலாம். மாறாக, அப்பழுக்கற்ற, நாகரிகமான ஒரு புறக்கணிப்பு. அதுவும் போதாதென்று இந்தக் குறிப்பு வேறு: கவலை வேண்டாம். நீங்கள் இதில் இல்லை. இரக்கத்தின் வெளிப்பாடு. தானம். இன்னும் சரியாகச் சொல்லப்போனால், பிச்சை. அவன் ஆறுதலடைந்திருக்க வேண்டும். ஆனால் வலிக்கிறது. வேதனையை உணர்கிறான், தலையில் கோடாலியைப் போட்டது போல.

அருகே ஓர் இருக்கை இருக்கிறது, ஒருவகை ஐரோப்பிய மரத்துக்கு அடியில். நடந்து சென்று, அதன் மீது புத்தகத்தை வைத்துவிட்டுக் காருக்குத் திரும்பிவிடுகிறான். அவனுக்குச் சிறிது நேரம் பிடிக்கிறது, தன்னை நம்பி சாவியைப் போட்டு வண்டியைக் கிளப்புவதற்கு.

ஆறு

பிப்ரவரி 1974

ஆசிரியர் கடிதம்

பாரலாக்ஸ் 84 (குளிர்காலம் 1974), பக்கம். 5

அன்பு வாசகர்களுக்கு,

ஐந்து வருடங்களுக்கு முன்பு, அதிகம் அறியப்படாத கவிஞர்களின் பேட்டிகளைத் தாங்கி வரும் காலாண்டு இதழ்களை நாங்கள் வெளியிடத் தொடங்கியபோது, அவை இவ்வளவு பிரபலமாகுமென்று நாங்கள் எதிர்பார்த்திருக்கவில்லை. உங்களின் வரவேற்பால், உண்மையாகவே, உங்களின் உற்சாகமான கடிதங்களுக்கு ஏற்றார் போல, இத்தகைய பதிப்புகள் இங்கே பாரலாக்ஸில் வருடாந்திர சம்பிரதாயமாகவே மாறிவிட்டன. எங்களது நிருபர்களின் தனிப்பட்ட விருப்பங்களாகவும் இவை இருக்கின்றன. சில அரிதான கவிஞர்களைக் கண்டுபிடிக்கவும், அல்லது மறுகண்டுபிடிப்பு செய்யவும், அவர்களின் படைப்புகளுக்கான காலம் கடந்த கௌரவத்தை அளித்துப் பாராட்டவும் இந்தப் பேட்டிகள் வழிசெய்திருக்கின்றன.

துரதிஷ்டவசமாக, இந்த இதழின் மீது ஒரு சோகம் படர்கிறது. இதில் தோன்றுகிற நீலா வஹ்தாதி, ஓர் ஆஃப்கன் கவிஞர். திரு. எட்யன் புஸ்துலர் சென்ற குளிர்காலத்தில் பாரிஸுக்கு அருகிலிருக்கும் கூர்பவ்வா என்னும் ஊரில் அவரைப் பேட்டி கண்டிருந்தார். திரு. புஸ்துலருக்கு, இதுவரை நாங்கள் அச்சிட்டதிலேயே மிகவும் மனம்திறந்த, வெளிப்படையான, அதிர்ச்சிகரமான பேட்டியை திருமதி.வஹ்தாதி அளித்திருந்தார் என்பதை நீங்களும் ஏற்றுக்கொள்வீர்கள் என நிச்சயம் நம்புகிறோம். இந்நேர்காணல் நடந்த குறுகிய காலத்திலேயே அவர் அகால மரணமடைந்துவிட்டார் என்ற செய்தியறிந்து நாங்கள் பெரும் சோகம் கொள்கிறோம். இலக்கிய

உலகத்துக்கு அவரது இறப்பு ஒரு பேரிழப்பு. அவருக்கு ஒரு மகள் இருக்கிறார்.

***

எக்குத்தப்பான தருணம் அது. மின்தூக்கியின் கதவுகள் 'டிங்'கென்று திறந்த துல்லியமான - மிகத் துல்லியமான - அதே வினாடியில் தொலைபேசி ஒலிக்கத் தொடங்குகிறது. பரியால் அதைக் கேட்க முடிகிறது, ஏனெனில் அது ஜூலியனின் அடுக்குமாடிக் குடியிருப்பிலிருந்து ஒலிப்பதால், ஏனெனில் குறுகலான, ஏனோதானோவென வெளிச்சப்படுத்திய தாழ்வாரத்தின் தலைப்பகுதியில் அவனின் குடியிருப்பு இருப்பதால், அதனால் மின்தூக்கிக்கு மிக நெருக்கத்தில் அமைந்திருப்பதால். யார் அழைத்துக்கொண்டிருக்கிறார்கள் என்றும் அவளின் உள்ளுணர்வு மணியடிக்கிறது. ஜூலியனுக்கும் தெரியும், அவனது முகத்தைப் பார்த்தாலே சொல்ல முடிகிறது.

ஏற்கனவே மின்தூக்கிக்குள் காலடி வைத்துவிட்ட ஜூலியன், “அடிக்கட்டும் விடு.” என்கிறான்.

அவனுக்குப் பின்னால் மாடியிலிருக்கும் சிவந்த முகம் கொண்ட வீம்புக்காரி நிற்கிறாள். பரியைப் பொறுமையின்றி முறைக்கிறாள். ஜூலியன் அவளை *லா ஷெவ்வா* என்பான், மோவாயில் ஆடு மாதிரி மயிர்கள் முளைத்திருப்பதால்.

“போலாம், பரி. ஏற்கனவே நமக்கு நேரமாகுது.”

ஏழு மணிக்கு 16வது *அரோவ்ண்டிஸ்மானில்* இருக்கிற ஒரு புது உணவகத்தில் அவன் முன்பதிவிட்டிருக்கிறான். அதன் *பூலே ப்ரஹெஸ்ஸை*, அதன் *ஸோல் கர்தினலை*, அதன் ஸ்பெயின் நாட்டு புளிங்காடியோடு பரிமாறப்படும் கன்றுக்குட்டியின் ஈரலைப் பற்றி பலரும் ஆஹா ஓஹோ எனத் தம்பட்டம் அடிக்கிறார்கள். அவர்கள் கிறிஸ்டியனையும் ஆர்ரெலியையும் சந்திக்க இருக்கிறார்கள், ஜூலியனின் பழைய பல்கலைக்கழக நண்பர்கள் அவர்கள் - அவன் படித்தபோது, பேராசிரியனாக இருந்தபோதல்ல. உணவுக்கு முன்பாக

லா ஷெவ்வா – பெண் ஆடு

அரோவ்ண்டிஸ்மான் – பிரெஞ்சு உள்ளாட்சிப் பிரிவு (உம்: வார்டு)

பூலே ப்ரஹெஸ் – சுட்ட கோழிக்கறி

ஸோல் கர்தினல் – ஒரு வகை மீன் உணவு

அருந்துகிற மதுவுக்காக அவர்கள் எல்லோரும் ஆறரை மணிக்கே சந்திப்பதாக ஏற்பாடு, ஆனால் இப்போதே ஆறேகால் ஆகிவிட்டது. இனிமேல்தான் அவர்கள் இருவரும் பெருநகர ரயில் நிலையத்துக்கு நடந்து, மூவ்வெட் போய், பிறகு ஆறு கட்டிடங்களைத் தாண்டி நடந்து உணவகத்தை அடையவேண்டும்.

அந்தத் தொலைபேசி அடித்துக்கொண்டே இருக்கிறது.

அந்த ஆடு இறுமுகிறாள்.

ஜூலியன் கூப்பிடுகிறான், இம்முறை கொஞ்சம் கடுமையாக, “பரி?”

“அது ஒருவேளை அம்மாவா இருக்கும்,” பரி சொல்கிறாள்.

“ஆமாம், எனக்கும் தெரியுது.”

கொஞ்சமும் நியாயமின்றி, பரி அம்மாவைப் பொருமுகிறாள் - எல்லாவற்றையும் ஊதிப்பெரிதாக்கும் அபாரத் திறமை கொண்ட அம்மாவை - அதுவும் குறிப்பாக இந்த சமயத்திலா இப்படியொரு இக்கட்டான முடிவெடுக்கும் சிக்கலில் அவளை மாட்டிவிட வேண்டும்: ஜூலியனோடு மின்தூக்கியில் ஏறு இல்லையென்றால் என் அழைப்பை எடு.

“எதாவது முக்கியமான விஷயமா இருக்கப்போகுது,” என்கிறாள்.

ஜூலியன் பெருமூச்சுவிடுகிறான்.

அவனுக்குப் பின்னால் மின்தூக்கியின் கதவுகள் மூடிக்கொள்ள, தாழ்வாரத்தின் சுவரில் சாய்கிறான். தனது கைகளால் அவனது நீளமான கோட்டின் பைக்குள் தோண்டுகிறான், ஒரு கணம் பார்ப்பதற்கு மெல்வெல்லின் போலீசியர் கதாபாத்திரம் போலிருக்கிறான்.

“ஒரே ஒரு நிமிஷம்தான்,” பரி சொல்கிறாள்.

ஜூலியன் அவள் மீது சந்தேகப்பார்வையை வார்க்கிறான்.

ஜூலியனின் குடியிருப்பு சிறியது. ஆறு அவசர அடிகள்தான், அதற்குள் முற்றத்தைத் தாண்டி, சமையலறையைக் கடந்து, படுக்கையின் விளிம்பில் உட்கார்ந்து, பக்கத்தில் ஒரேயொரு மேஜைக்காக மட்டுமே இடமிருந்ததால், அதன்மேலிருந்த தொலைபேசிக்கு அவள் எட்டிக்கொண்டிருக்கிறாள். ஆனால்

அங்கிருந்து தெரியும் காட்சி, அட்டகாசமானது. இப்போது மழைத்துக்கொண்டிருக்கிறது, ஆனால் ஒரு தெளிவான நாளில் கிழக்கு நோக்கிய அந்த ஜன்னல் பெரும்பாலான 19வது, 20வது அரோவ்ண்டிஸ்மான்களை அவளுக்குக் காட்டிவிடும்.

"ஹலோ?" அவள் தொலைபேசிக்குள் கேட்கிறாள்.

ஓர் ஆணின் குரல் பதில் சொல்கிறது. "போஸ்ஸுவா. மேட்முவாசெல் பரி வஹ்தாதியா பேசறது?"

"நீங்க யாரு?"

"நீங்க மேடம் நீலா வஹ்தாதியோட பொண்ணுதானே?"

"ஆமாம்."

"என் பேர் மருத்துவர் டுலோனே. உங்க அம்மாவைப் பத்திக் கொஞ்சம் பேசணும்."

பரி கண்களை மூடிக்கொள்கிறாள். வழக்கமான பீதிக்கு முன்னால் வருகிற சுருக்கமான குற்றவுணர்ச்சி அவளை மின்னலாக வெட்டுகிறது. இம்மாதிரியான தொலைபேசி அழைப்புகளை அவள் பலமுறை எடுத்திருக்கிறாள், இப்போது கணக்கைத் தாண்டிவிட்டது, அவள் விடலையாக இருந்ததிலிருந்து, உண்மையில் சொல்லப்போனால் அதற்கு முன்பே கூட - அவள் ஐந்தாவது படிக்கும்போது, ஒரு முறை புவியியல் பரீட்சைக்கு நடுவே, அந்த ஆசிரியை அவளை இடைமறித்து, வகுப்புக்கு வெளியே கூட்டிப்போய், என்ன நடந்ததென்று ரகசியமாக விவரிக்க வேண்டியிருந்தது. இதுபோன்ற அழைப்புகள் பரிக்குப் பழக்கப்பட்டதுதான், ஆனாலும் இதன் தொடர்ச்சி அவளது அக்கறையைக் குறைக்கவில்லை. ஒவ்வொரு முறையும் குறைத்துக் கொள்ளத்தான் நினைக்கிறாள், *இதுதான் சமயம், இதுதான் சரியான சமயம்,* ஆனால் தொலைபேசியை வைத்தவுடன் அம்மாவிடம் பறக்கிறாள். ஜூலியன் அவளிடம் பொருளாதாரம் பேசியிருந்தான், பரியின் **அக்கறை** என்ற அளிப்பு நின்றுபோனால், ஒருவேளை அம்மாவின் தேவைகளும் குறைந்துவிடுமோ என்னவோ.

"உங்க அம்மா ஒரு விபத்தில் சிக்கிட்டாங்க," மருத்துவர் டுலோனே அறிவிக்கிறார்.

போஸ்ஸுவா – மாலை வணக்கம்.
மேட்முவாசெல் – இளம்பெண். (குறிப்பாகத் திருமணமாகாத பெண்)

பரி ஜன்னலின் அருகில் நிற்கிறாள், மறுமுனையில் மருத்துவரின் விவரிப்பைக் கேட்கிறாள். தொலைபேசியின் சரடைச் சுருட்டுகிறாள்; சுருட்டலை நீக்குகிறாள், மனதுக்குள் அம்மாவின் மருத்துவமனை வருகையை, அந்தத் தலைக்காயத்தை, அந்தத் தையல்களை, அந்த முன்னெச்சரிக்கையான டெட்டானஸ் ஊசியை, அந்த பேரொராக்ஸைடின் பராமரிப்பை, அந்தக் குறிப்பிட்ட நுண்ணுயிர்கொல்லிகளை, அந்தத் துணிக்கட்டுகளை வரிசையாக ஓட்டிப்பார்க்கிறாள். பரியின் நினைவுகள் திடீரெனப் பின்னோடுகின்றன. அப்போது அவளுக்குப் பத்து வயதிருக்கும், பள்ளி முடிந்து வீடு திரும்பியிருந்தபோது சமையலறை மேடையில் ஒரு குறிப்பும் இருபத்து ஐந்து ஃபிராங்க்கும் கிடந்ததைப் பார்க்கிறாள். *மார்க்குடன் நான் அல்சாஸ் சென்றிருக்கிறேன். உனக்கு அவரை ஞாபகம் இருக்கும். ஓரிரு நாட்களில் திரும்பிவிடுவேன். நல்ல பெண்ணாக இரு. (நீண்ட நேரம் கண்விழிக்காதே!) ஜெட் டெம். அம்மா.* கண்கள் ததும்ப, பரி சமையலறையிலேயே நடுங்கிக்கொண்டு நின்றிருந்தாள், தனக்குள்ளேயே ஆறுதல் சொல்லிக்கொண்டு: இரண்டு நாட்கள் ஒன்றும் அவ்வளவு மோசமில்லை, சீக்கிரம் ஓடிவிடும்.

அந்த மருத்துவர் எதையோ கேட்டுக்கொண்டிருக்கிறார்.

"என்ன சொன்னீங்க?"

"மேட்முவாசெல், நீங்க அவங்களைக் கூட்டிட்டுப் போக வருவீங்களான்னு கேட்டேன்? ஒண்ணு புரிஞ்சுக்கோங்க, பயப்படற அளவுக்கு அடி ஒண்ணும் பெரிசா இல்லை. ஆனா, இந்த நிலையில அவங்களை வீட்டுக்குத் தனியா அனுப்ப வேண்டாம்னு பார்க்கிறோம். இல்லைன்னா வாடகைக்கார் ஏற்பாடு செய்யறோம்."

"இல்லை. வேண்டாம் தேவையில்லை. இன்னும் அரை மணி நேரத்துல நானே வந்துடறேன்."

அவள் படுக்கையில் அமர்கிறாள். ஜூலியன் கண்டிப்பாக எரிச்சலாகப் போகிறான், அநேகமாக கிறிஸ்டியன்-ஆர்ரெலியின் எதிரே சங்கடமாகவும் உணரப்போகிறான். அவர்களின் மேல் மிகுந்த மதிப்பு வைத்திருக்கிறான் அவன். வெளியே சென்று ஜூலியனின் முகத்தில் விழிக்கவே பிடிக்கவில்லை அவளுக்கு. கூர்பவ்வாவுக்குப் போய் அம்மாவை எதிர்கொள்ளவும் கடுப்பாக இருக்கிறது.

ஜெட் டெம் – நான் உன்னைக் காதலிக்கிறேன். (இக்கதைச் சூழலில் – அன்புடன்.)

இப்படியே, காற்று ஜன்னல் கண்ணாடியில் மழைத்துளிகளை வீசுவதைக் கேட்டுக்கொண்டே தூங்கிவிடலாமா என யோசிக்கிறாள்.

சிகரெட் ஒன்றைப் பற்றவைக்கிறாள். அவளுக்குப் பின்னால், ஜூலியன் அறைக்குள் நுழைந்து, "நீ வரவில்லை, அதானே?" எனக் கேட்கிறபோது அவளால் பதில் சொல்லவே முடியவில்லை.

***

'ஆஃப்கன் கானக்குயில்' நீலா வஹ்தாதியுடன்
எட்யன் புஸ்துலர் நடத்திய நேர்காணலின் ஒரு பகுதி

பாரலாக்ஸ் 84 (குளிர்காலம் 1974), பக்கம். 33

புஸ்துலர்: ஆக, உண்மையில் நீங்க பாதி ஆஃப்கன், பாதி ஃபிரெஞ்சு என நான் புரிஞ்சுக்கலாமா?

நீலா: ஆமாம், என் அம்மா ஃபிரான்ஸ் நாட்டவள். பாரீஸைச் சேர்ந்தவள்.

புஸ்: ஆனால் அவர் உங்க அப்பாவைக் காபூலில் சந்திச்சார். நீங்க பிறந்தது அங்குதான்.

நீலா: ஆமாம். அவங்க அங்கே 1927ல் சந்திச்சாங்க. மன்னரின் அரண்மனையில் நடந்த அரசு விருந்தில். என் அம்மாவை அவரின் அப்பா - அதாவது மன்னர் அமானுல்லாவின் சீர்திருத்தங்களில் ஆலோசனை சொல்வதற்காக அனுப்பப்பட்ட என்னோட தாத்தா அவரோடு கூட்டிட்டுப் போறார். நீங்க கேள்விபட்டுருக்கீங்களா, மன்னர் அமானுல்லாவைப் பற்றி?

நாங்கள் பாரீஸுக்கு வடமேற்கே கூர்பவ்வா என்ற ஊரிலிருக்கும் அடுக்குமாடிக் கட்டிடத்தின் பதின்மூன்றாவது மாடியில் உள்ள நீலா வஹ்தாதியின் குடியிருப்பின் வரவேற்பறையில் அமர்ந்து கொண்டிருக்கிறோம். அதுவொரு சிறிய அறை, போதிய வெளிச்சமில்லாமல், ஒரு குங்குமப்பூ நிற சாய்வு நாற்காலி, ஒரு குறுமேஜை, இரண்டு உயரமான புத்தக அலமாரிகள் எனக் குறைவாகவே அலங்கரிக்கப்பட்டு. ஜன்னலுக்கு முதுகு காட்டி நீலா உட்கார்ந்திருக்க, அதைத் திறந்து வைத்திருக்கிறாள், தொடர்ச்சியாக அவள் பற்றவைக்கும் சிகரெட்டுப் புகையை வெளித்தள்ள.

நீலா வஹ்தாதி அவளின் வயதை நாற்பத்து நான்கு எனக் குறிக்கிறாள். அசத்துகிற கவர்ச்சிமிக்க பெண் அவள், அநேகமாகத்

தன் அழகின் உச்சத்தைக் கடந்திருக்கலாம், ஆனால் வெகுதூரம் கடந்துபோய்விடவில்லை. கன்னங்களில் ராஜகலை, சிறந்த மேனி, சிறிய இடை. கூர்மையான, வசீகரிக்கும் கண்கள் அவளுக்கு. அதன் ஊடுருவும் பார்வையால் ஒருவன் ஒரே நேரத்தில் எடைபோடப்பட்டு, சோதிக்கப்பட்டு, கவரப்பட்டு, ஆட்டிவைக்கப்படுவான். அவளின் கண்கள் ஆளை மயக்கும் என்பதில் எனக்குச் சந்தேகமேயில்லை. உதட்டுச்சாயத்தைத் தவிர வேறெந்த ஒப்பனையும் அவள் அணியவில்லை. அதன் ஒரு சிறு கீறல் அவளின் உதடுகளை மீறியிருக்கிறது. புருவத்திலிருந்து புள்ளிகள் போட்ட ஒரு மணிக்குட்டையை தலையின் மேல்நோக்கி அணிந்திருக்கிறாள், ஜீன்ஸின் மேல் வெளிறிய ஊதாநிறச் சட்டை, காலுறைகளும் இல்லை, காலணிகளும் இல்லை. மணி பதினொன்றுதான் ஆகிறது. ஆனாலும் அதற்குள்ளாகவே, குளிர்ச்சியில்லாத ஒரு ஷாம்பெயின் புட்டியிலிருந்து ஊற்றிக்கொள்கிறாள். அன்போடு எனக்கும் ஒரு கோப்பையை அவள் உபசரிக்க நான் மறுக்கிறேன்.

நீலா: அவர்கள் பெற்றிருந்ததிலேயே மிகச்சிறந்த மன்னர் அவர்தான்.

அந்தச் சுட்டுப்பெயரின் தேர்வு எனக்குள் ஆர்வத்தைத் தூண்டுகிறது.

புஸ்: 'அவர்கள்'? நீங்க உங்களை ஆஃப்கனாக நினைக்கலையா?

நீலா: என் பிரச்சினைக்குரிய ஆஃப்கன் அடையாளத்திலிருந்து, விவாகரத்து வாங்கிட்டேன்னு சொல்லிக்கலாம்.

புஸ்: ஏனென்று தெரிய ஆர்வமா இருக்கு.

நீலா: ஒருவேளை அவர் ஜெயித்திருந்தால், அதாவது மன்னர் அமானுல்லா, உங்களின் கேள்விக்கு வேற மாதிரி பதில் சொல்லியிருப்பேன்.

அவளிடம் மேலும் விரிவாகச் சொல்லுமாறு கேட்கிறேன்.

நீலா: அதாவது பாருங்க, ஒருநாள் காலையில் அவர் எழுந்திருக்கிறார், அந்த மன்னர். நாட்டைச் சீரமைக்கறதுக்கான தன்னோட திட்டங்களைப் பிரகடனம் செய்யறார் - அழுதாலும் சரி விழுந்து புரண்டாலும் சரி - எப்படியாவது ஒரு புதிய ஞானமிக்க நாடாக ஆஃப்கானிஸ்தானை முன்னேற்றிடணும்னு. கடவுளின் பெயரால்! இப்படித்தான் அவர் சொன்னார். உதாரணத்துக்கு ஒண்ணு சொல்றேன், இனிமேல் பெண்கள் யாரும் முக்காடு போட்டுக்க வேண்டாம்னு. கற்பனை செய்து பாருங்க, மொஸ்ஸூயூ புஸ்துலர், ஆஃப்கானிஸ்தான்ல புர்கா அணியாத

மொஸ்ஸூயூ – திரு.

குற்றத்துக்காக ஒரு பெண்ணை கைது செய்துருக்காங்க! ஆனால் அவரோட மனைவி, ராணி சொரையா, பொது இடத்தில திறந்த முகத்தோட காட்சி கொடுத்தா எப்படி இருக்கும்? ஹூல்லால்லா. அத்தனை முல்லாக்களும் தங்களின் நெஞ்சுக்கூட்டில் ஈர்த்த மூர்ச்சையால் ஆயிரம் ஹிண்டென் பர்க்குகள் பறந்திருக்கும். அடுத்து அறிவிக்கிறார், பலதார மணங்களுக்குத் தடை! நீங்க யோசிச்சுப் பாருங்க, அதாவது ஓர் ஊரையே வைப்பாட்டியா வைத்துக்கொள்ளும் வழக்கமுள்ள ராஜாக்கள் ஆளும் நாட்டுல இப்படி ஓர் அறிவிப்பு. அதுவும் அந்த ராஜாக்களின் விளையாட்டால் பிறந்த பெரும்பாலான குழந்தைகளை ஆயுள் முழுக்க அவங்க ஏறெடுத்துக்கூட பார்த்திருக்க மாட்டாங்க. மேலும் அவர் உத்தரவு போடறார், இனிமேல் பெண்களை யாரும் திருமணத்துக்குக் கட்டாயப்படுத்தக்கூடாது. தீரமிக்க ஆஃப்கன் பெண்களே, வரதட்சணையே இனி இருக்காது, குழந்தைத் திருமணத்துக்கும் தடை! இன்னும் இருக்கு: நீங்கள் எல்லோரும் பள்ளிக்குப் போய் படிக்க வேண்டும்.

புஸ்: அவரைத் தொலைநோக்குப் பார்வை கொண்டவர்னு சொல்லலாம்.

நீலா: அல்லது முட்டாள்னு. இரண்டுக்கும் இடையில மிக மெல்லிய கோடுதான் இருக்கு. என் அனுபவத்தைப் பொறுத்தவரை.

புஸ்: அப்புறம் என்னாச்சு?

நீலா: எந்தளவுக்கு யூகிக்க முடியுதோ அதே அளவுக்கு அந்தப் பதில் வெறுப்பையும் கொடுக்கும், மொஸ்ஸூயூ புஸ்துலர். ஜிஹாத்! எதிர்பார்த்த மாதிரியே அந்த முல்லாக்கள், அந்தப் பழங்குடித் தலைவர்கள் எல்லோரும் மன்னர் மேல ஜிஹாத் தொடுத்தாங்க. ஆயிரக்கணக்கான கைகள் முஷ்டியை மடக்கி வானத்தைக் குத்தினால் எப்படி இருக்கும்னு காட்சிப்படுத்திக்கோங்க. அந்த மன்னர் நிலத்தைத்தான் அசைச்சுப் பார்த்தார், புரியுதா, ஆனால் அவரைச் சூழ்ந்திருந்ததோ வெறியர்களின் சமுத்திரம். அது கொந்தளித்தால் என்னாகும்னு உங்களுக்கே தெரியும், மொஸ்ஸூயூ புஸ்துலர். சுனாமி! சுனாமி போன்ற ஒரு தாடிக்காரப் புரட்சி அந்தப் பாவப்பட்ட மன்னரைத் தாக்கிப் புரட்டிப் போட, அவரோ நாதியின்றித் தத்தளிக்க, அது ஆரம்பத்தில் இந்தியாவின் கரையில் அவரைத் தூக்கியடிச்சது, பிறகு இத்தாலிக்கு, இறுதியா சுவிட்சர்லாந்துக்கு. அங்கதான் அவர் எல்லாக் குப்பையிலிருந்தும் தப்பித்தவழ்ந்து, விரக்தியில ஏமாந்த ஒரு கிழவனா இறந்துபோறார்.

ஹிண்டென்பர்க் – ஜெர்மனியில் வடிவமைக்கப்பட்டுத் தோல்வியில் முடிந்த ஒரு பறக்கும் கப்பல்.

புஸ்: அதன்பிறகு அந்த நாட்டோட நிலைமை? உங்களுக்கு உங்க நாடு சரிப்பட்டு வரவில்லைன்னு சொல்லலாமா?

நீலா: அந்த நாட்டுக்கு நான் சரிப்பட்டு வரலைன்னு சொன்னாலும் உண்மைதான்.

புஸ்: அதனாலதான் 1955ல் ஃபிரான்ஸுக்கு குடிபெயர்ந்தீங்களா?

நீலா: ஆமாம். நான் ஃபிரான்ஸுக்கு வந்துட்டேன், காரணம், ஒரு குறிப்பிட்ட வகை வாழ்க்கையிலிருந்து என் மகளைக் காப்பாற்ற.

புஸ்: என்ன மாதிரியான வாழ்க்கையிலிருந்து?

நீலா: என் மகளின் இயல்புக்கும் விருப்பத்துக்கு மாறா, அவளைக் கடமை தவறாத ஓர் உம்மணாமூஞ்சியா, வாழ்நாள் முழுக்க மவுனமா சேவகம் செய்கிற முதுகெலும்பில்லாத ஓர் அடிமையா, தவறான விஷயங்களைக் காட்டிடுவோமோ, சொல்லிடுவோமோ, செய்துடுவோமோன்னு தினம்தினம் பயத்தில் செத்துக் கொண்டிருக்கும் ஒரு பெண்ணா வளர்க்கணும்னு நான் விரும்பலை. சில மேல்நாட்டவர்கள் - உதாரணமா, இங்க ஃபிரான்ஸிலே கூட - அந்தப் பெண்கள் அனுபவிக்கும் கொடுமைகளுக்காக, அவர்களோட நிலையில் தங்களால் ஒரு நாள்கூட இருக்க முடியாம, தூரத்திலிருந்தே அவர்களை கதாநாயகிகளைப் போல கொண்டாடும் அந்த மோசமான நிலை என் மகளுக்கு வேண்டாம். தங்களின் தாபங்களைத் தணித்து, கனவுகளைத் துறந்து, இத்தனைக்குப் பிறகும் - இதுதான் மிகவும் கொடுமை, மொஸ்ஸுயூ புஸ்துலர் - நீங்கள் பேசும்போது, என்னவோ கொடுத்து வைத்த ஒரு வாழ்க்கை வாழ்வது மாதிரி, சிரித்துக்கொண்டே எந்தக் கஷ்டமும் இல்லாதது மாதிரி நடிக்கும் ஒரு பாவப்பட்ட பெண்ணாக என் மகளை வளர்க்க நான் விரும்பலை. ஆனால் நீங்க கூர்ந்து பார்த்தா, அவங்க முகத்துல திக்கற்ற ஒரு சுமை தெரியும், சிரிப்பையும் மீறி வெளிப்படும் பாருங்க அந்த வேதனை, அந்த விரக்தி. அதெல்லாம் கொடுமை, மொஸ்ஸுயூ புஸ்துலர். மிகக் கொடுமை. அது என் மகளுக்கு வேண்டாம்.

புஸ்: இதெல்லாம் உங்களின் மகள் புரிந்து கொள்கிறார். இல்லையா?

அவள் இன்னொரு சிகரெட்டைப் பற்றவைக்கிறாள்.

நீலா: அது வந்து, குழந்தைங்க விஷயத்தில நாம எதிர்பார்க்கறது எல்லாமே நடந்துடறது கிடையாது, மொஸ்ஸுயூ புஸ்துலர்.

***

அவசர சிகிச்சைப் பிரிவில், பரி ஒரு முன்கோப செவிலியால் அங்கே போய்க் காத்திருக்கும்படி அறிவுறுத்தப்படுகிறாள், அந்தப் பதிவறை மேஜையின் பக்கம், கோப்புகளும் அட்டைகளும் அடைத்துக்கொண்டிருக்கும் சக்கரம் வைத்த இரும்பு அலமாரி நிற்கிறதே அங்குதான். இம்மாதிரியான ஓர் இடத்தில் வேலை செய்வதற்கான பயிற்சிக்குத் தங்களின் இளமையைத் தானாக முன்வந்து செலவழிக்கவும் ஒரு சிலர் இருக்கத்தான் செய்கிறார்கள் என்பதைப் பரியால் நம்பவே முடியவில்லை. அவளுக்குத் தூக்கிவாரிப்போடுகிறது. மருத்துவமனை என்றாலே பரிக்கு அலர்ஜி. மனிதர்களை மோசமான நிலையில் காண்பதை அவள் வெறுக்கிறாள். அங்கு வீசும் நோய் வாசமும், கிரீச்சிடும் உருட்டுப்படுக்கைகளும், தாழ்வாரங்களும் அதன் மந்தமான ஓவியங்களும், தலைக்குமேல் ஓயாது கூப்பாடு போடும் ஒலிப்பெருக்கிகளும்.

அவள் எதிர்பார்த்ததைவிட மருத்துவர் டுலோனே இளமையாக இருக்கிறார். அவருக்கு ஒல்லியான நாசி, குறுகலான உதடுகள், சிக்கலான தங்கநிற சுருள்முடி. அவசரப்பிரிவிலிருந்து, விசிறிவிடும் கதவுகளின் ஊடாக, பிரதானத் தாழ்வாரத்தை நோக்கி அவளை வெளிநடத்துகிறார்.

“உங்க அம்மாவைக் கொண்டுவந்தப்போ,” ராணுவ ரகசியத்தைப் போல காதைக் கடிக்கிறார், “அவங்க ஒரு மாதிரி போதையில..... உங்களைப் பார்த்தா அதிர்ச்சியான மாதிரித் தெரியலையே.”

“எனக்கு அதிர்ச்சியா இல்லை.”

“அதேபோலத்தான் இங்கிருக்கும் செவிலியர்களும். உங்க அம்மா இந்த மருத்துவமனையில கணக்கே வைச்சுருக்காங்களாமே. கிண்டல் பண்ணாங்க. நான் இங்கப் புதுசு. அதனால இதெல்லாம் தெரியாது.”

“இப்போ எப்படி இருக்காங்க?”

“ரொம்ப சிடுசிடுன்னு,” என்கிறார். “அப்புறம், இதைச் சொல்லியே ஆகணும், கொஞ்சம் உணர்ச்சிமயமா.”

சுருக்கமான புன்னகையை இருவரும் பகிர்கிறார்கள்.

“சரியாகிடுவாங்க தானே?”

“ஆமாம், இப்போதைக்கு,” டுலோனே சொல்கிறார். “ஆனா, நான் அறிவுரைக்கிறேன், கொஞ்சம் அழுத்தமாவே, அவங்க குடிக்கறதைக் குறைக்கணும். நல்ல வேளையா இந்தமுறை எதுவும் ஆகலை, ஆனா அடுத்த முறை என்னாகும்னு யாரால சொல்லமுடியும்...”

பரி தலையாட்டி ஆமோதிக்கிறாள். கேட்கிறாள், “எங்க இருக்காங்க?”

மீண்டும் அவளை அவசரப்பிரிவுக்கு உள்நடத்துகிறார், ஒரு மூலைக்கு. “மூன்றாவது படுக்கை. வெளியேற்று அறிக்கையோடு மீண்டும் சந்திக்கிறேன்.”

பரி அவருக்கு நன்றி சொல்கிறாள். பிறகு அம்மாவின் படுக்கைக்கு வழிசெய்கிறாள்.

“ஸல்லூ, மம்மா.”

அம்மாவின் சிரிப்பில் சோர்வு தெரிகிறது. அவளது முடி கந்தலாகக் கலைந்திருக்கிறது, காலுறைகள் பொருந்தவில்லை. நெற்றியைக் கட்டுகள் சுற்றியிருக்க, அவளின் இடது கரத்தின் நரம்புக்குள்ளே நிறமற்ற ஒரு திரவத்தைச் செலுத்திக் கொண்டிருக்கிறார்கள். தப்பும் தவறுமாக அந்த மருத்துவமனை அங்கியைப் அம்மா போர்த்தியிருக்கிறாள், ஒழுங்காக முடிச்சிடவில்லை. முன்பக்கம் சற்று அலட்சியமாகப் பிரிந்திருக்க, பரியால் அம்மாவின் செங்குத்தான மகப்பேறு அறுவை சிகிச்சைத் தழும்பைக் காண முடிகிறது. வழக்கமான கிடைமட்டத் தழும்பு அவளுக்கு மட்டும் ஏன் நீளவாக்கில் இருக்கிறது எனச் சில வருடங்களுக்கு முன்னால் அவள் கேட்டிருக்க, அந்தக்கால மருத்துவர்களின் சிக்கலான விளக்கத்தை மறந்துவிட்டதாகவும் எல்லாவற்றுக்கும் மேலாக, முக்கியமான விஷயம் அவங்க உன்னைப் பத்திரமாக மீட்டதுதான், என்றாள்.

“உனக்கு வீண் சிரமம் கொடுத்துட்டேன்,” அம்மா முனகுகிறாள்.

“விபத்து நடக்கறது சகஜம்தானே. வாங்க வீட்டுக்குப் போலாம்.”

“விட்டால் ஒரு வாரம் தூங்குவேன்.”

அவளது கண்கள் அயர்கின்றன, இருந்தாலும் திக்கித் திணறி உளறிக்கொண்டிருக்கிறாள். “சும்மாதான் உட்கார்ந்து தொலைக்காட்சி பார்த்துட்டு இருந்தேன். பிறகு ரொட்டியை எடுக்கச்

ஸல்லூ – வணக்கம்

சமையல்கட்டுக்குப் போனேன். அங்கதான் வழுக்கி விழுந்துட்டேன். எப்படின்னு தெரியலை. ஆனால் கீழே விழும்போது என் தலைக்குக் குறுக்கா அந்த நுண்ணலை-அடுப்போட கைப்பிடி வந்து மோதி.... கொஞ்ச நேரம் அப்படியே மயக்கமாகிட்டேன். கீழ உட்கார், பரி. வெளிச்சத்தை மறைக்காதே."

பரி அமர்கிறாள். கேட்கிறாள், "நீங்க குடிச்சிருந்ததா டாக்டர் சொன்னார்."

அம்மா ஒரு கண்ணை மட்டும் அரைகுறையாக வெடிக்கிறாள். அடிக்கடி சந்திப்பதாலோ என்னவோ அவளுக்கு மருத்துவர்களின் மீது வெறுப்பு அதிகமாகிறது. "யாரு? அந்தப் பையனா? அவனா சொன்னான்? *லெ பெட்டிய் சல்லூத்*. அவனுக்கு என்ன தெரியும்? அவன் வாயைத் திறந்தாலே அவன் அம்மாவோட முலையில குடித்த பால் வாசம்தான் அடிக்குது."

"ஒவ்வொரு முறை இந்த விஷயத்தை எடுக்கும்போதும் கிண்டலடிக்கிறீங்க."

"சோர்வா இருக்கு, பரி. வேறொரு சமயத்தில் திட்டலாம். நான் எங்கேயும் ஓடிடப்போறதில்லை."

இப்போது அவள் தூங்கியே விட்டாள். மற்ற சமயங்கள் மாதிரி இல்லாமல் மதுவுக்குப் பிறகு மட்டும் அவள் குறட்டை விடுவது அவ்வளவு கவர்ச்சியாக இருக்கவில்லை.

மருத்துவர் டுலோனேவுக்காகக் காத்திருக்கையில், பரி படுக்கைக்குப் பக்கத்திலிருக்கும் இருக்கையில் அமர்ந்துகொண்டு, வெளிச்சம் குறைந்த மேஜைக்கு முன்னால் ஜூலியன் இருப்பதையும், கைகளில் உணவுப்பட்டியலுடன், நெட்டையான போர்டோ கோப்பைகளோடு கிறிஸ்டியனுக்கும் ஆர்ரெலிக்கும் இந்த இக்கட்டை விளக்குவதையும் கற்பனை செய்துகொண்டிருக்கிறாள். அவனும் அவளுடன் மருத்துவமனைக்கு வருவதாகத்தான் சொன்னான், ஆனால் அது கடமைக்காக மட்டுமே. சும்மா ஒரு மரியாதைக்கு. அவ்வளவுதான். இங்கே வருவதுகூட ஒருவிதத்தில் நல்லது கிடையாது. மருத்துவர் டுலோனே இதுவரை பார்த்ததே 'உணர்ச்சிமயம்' என்றால் அவன் வந்திருந்தால்...இருந்தாலும், அவளுடன் வந்திருக்காவிட்டாலும்

லெ பெட்டிய் சல்லூத் – வேசியின் மகன்

போர்டோ – ஒரு ஒயின் வகை

பரவாயில்லை, அவளில்லாமல் அவன் மட்டும் தனியாக உணவகத்துக்கு சென்றிருக்க வேண்டாமே எனப் பரி விரும்புகிறாள். அவன் செயல் இன்னமும் அவளுக்குள் அதிர்கிறது. அவனால் கிறிஸ்டியனுக்கும் ஆர்ரெலிக்கும் சூழலை எடுத்துச் சொல்லியிருக்க முடியும். முன்பதிவை மாற்றி, வேறொரு நாளை அவர்களால் தேர்ந்தெடுத்திருக்க முடியும். ஆனாலும் ஜூலியன் போயிருந்தான். யோசிக்காமல் செய்த விஷயமில்லை இது. நிச்சயம் இல்லை. இதன் பின்னால் ஏதோவொன்று இருக்கிறது, திட்டமிட்டு நடந்த ஒன்று. அவளை அறுக்கிறது இது. சிலநாட்களாகவே பரிக்கு தெரிந்திருந்தது ஜூலியன் இப்படிச் செய்யக்கூடியவன்தான் என்று. சமீபமாக அவளுக்குச் சந்தேகம் இன்னும் வலுக்கிறது, இப்படி நடந்துகொள்வதை ஒருவேளை அவன் விரும்புகிறானோ என்றும்.

இதுபோலல்லாமல் வேறொரு அவசர சிகிச்சைப் பிரிவில்தான் அம்மா முதன்முதலில் ஜூலியனைச் சந்தித்தாள். அது நடந்தது பத்து வருடங்களுக்கு முன்பு, 1963ல், பரிக்குப் பதினான்கு வயதிருக்கும் போது. கடுமையான ஒற்றைத்தலைவலியால் சிரமப்பட்ட அவனது நண்பனை ஜூலியன் அழைத்து வந்திருந்தான். அப்போது சீருடற்பயிற்சியின் போது கணுக்காலைச் சுளுக்கிக்கொண்ட பரியை அம்மா அழைத்து வந்திருந்தாள். ஜூலியன் அவனது நண்பனைத் தள்ளிக்கொண்டு உள்நுழைந்தபோது, பரி உருட்டுப்படுக்கையில் படுத்திருந்தாள். அம்மாவுடன் எதையோ பேசிக்கொண்டிருந்தான் அவன். என்னவென்று இப்போது ஞாபகம் வரவில்லை. ஆனால் ஜூலியன் கேட்டது நன்றாக நினைவிருக்கிறது, "பரி - அதாவது நகரத்தோட பேர் மாதிரியா?" கூடவே அம்மாவின் வழக்கமான தெளிவுரையும், "இல்லை. 'எஸ்' சேர்க்கக்கூடாது. ஃபார்ஸில 'தேவதை'ன்னு அர்த்தம்."

பிறகு அந்த வாரத்தின் ஒரு மழை இரவில் ஜூலியனை செயிண்ட்-ஜெர்மான் வீதியிலிருக்கும் சிறிய பிஸ்த்ரோவில் அவர்கள் சந்தித்தனர். வீட்டில், எதை உடுப்பது எனத் தீர்மானிக்க முடியாமல் அம்மா நடத்திய நாடகம் இழுவையாக நீடிக்க, இடுப்போடு ஒட்டும் அந்த வெளிர்நீல உடையுடன் ஒருவழியாகச் சமாதானமாகிறாள். கைகளில் மாலைநேரக் கையுறைகள், கால்களில் கூரான ஸ்டிலட்டோஸ் காலணிகள். இத்தனைக்குப் பிறகும், மின்தூக்கியில், பரியிடம் அவள்

பிஸ்த்ரோ – பாரம்பரிய சிறிய ஃபிரெஞ்சு உணவு விடுதி.

கேட்கிறாள், "ரொம்ப அடிக்குதா? இல்லைல்ல? உனக்கு என்ன தோணுது?"

உணவுக்கு முன் அவர்கள் புகைத்தார்கள், மூன்று பேரும்தான். அம்மாவுக்கும் ஜூலியனுக்கும் முன்னால் பிரம்மாண்டமான பியர் ஜாடிகள் நுரைததும்ப நிற்கின்றன. முதல் சுற்றை முடித்தார்கள், ஜூலியன் இரண்டாவது சுற்றைக் கொண்டு வரச் செய்தான், பிறகு மூன்றாவது சுற்றையும். வெள்ளைச் சட்டைக்கு நடுவில் கழுத்துப் பட்டை, மேலே கட்டம்போட்ட கோட்டு போட்டிருந்த ஜூலியனிடம் அடக்கமான ஒரு மேல்தட்டு நாகரிகம் வெளிப்பட்டது. இயல்பாகப் புன்னகைத்தான்; எளிதாகச் சிரித்தான். நெற்றிக்கும் காதுக்கும் இடையில் ஒரு சிட்டிகை நரைத்திருந்ததை அந்த மருத்துவமனையில் பரி கவனித்திருக்கவில்லை. அவனுக்கும் ஏறக்குறைய அம்மாவின் வயதே இருக்குமென கணிக்கிறாள். தனது விரல் நுனிகளைத் தற்காலச் செய்திகளால் நிரப்பியிருந்தான் அவன். ஐரோப்பிய பொது சந்தையில் இங்கிலாந்து சேர்வதற்கான டு-காலின் எதிர்ப்பைச் சுவாரசியமாக்கியதில் கிட்டத்தட்ட அவன் வெற்றிபெற்றது, பரிக்கே ஆச்சர்யமாக இருந்தது. சோர்பான் பல்கலைக்கழகத்தில் பொருளாதாரம் சொல்லிக் கொடுக்க ஆரம்பித்திருந்ததை அம்மா கேட்கும்வரை அவன் சொல்லவில்லை.

"நீங்க பேராசிரியரா? அசத்துறீங்க!"

"கொஞ்சம் கூட இல்லை," என்றான். "நேரம் கிடைக்கும்போது வகுப்புக்கு வாங்க. உடனே முடிவை மாத்திக்குவீங்க."

"அப்படியும் நடக்கலாம்."

அம்மாவுக்கு அதற்குள் ஏறிவிட்டது. பரி உணர்கிறாள்.

"ஒருநாள் உங்க வித்தையைக் கண்ணெதிரில் பார்க்க நைசா வரத்தான் போறேன்."

"'வித்தையா'? ஞாபகம் இருக்கட்டும், நீலா. நான் வெறும் பொருளாதாரம் மட்டும்தான் சொல்லித்தரேன். நீங்க வந்தா என்னோட மாணவர்கள் என்னை சிடுமூஞ்சின்னு கூப்பிடறதைத்தான் கேட்க முடியும்."

"அது வந்து, நான் அப்படி நினைக்கலை."

பரியும் தான். ஜூலியனின் மாணவிகளில் பலர் அவனோடு ஓர் இரவாவது தங்க ஏங்குவார்கள் என அவள் யூகிக்கிறாள். உணவு முடிகிறவரை பரி அவனைப் பார்த்துக்கொண்டிருப்பதை யாரும் கண்டுபிடித்துவிடக் கூடாது என்பதில் கவனமாக இருக்கிறாள். பழைய திரைப்படத்தில் தோன்றுகிற முகம் அவனுக்கு, கருப்பு-வெள்ளையில் எடுப்பதற்காகவே பிறந்த முகம், ஜன்னலை மறைக்கும் தட்டியின் வரிவரியான நிழல்கள் அதில் குறுக்காக ஓட, பக்கத்தில் சுருள் சுருளாகப் புகைமேகங்கள். அடைப்புக்குறி போன்ற ஒரு முடிக்கற்றையால் அவனது புருவத்தில் மேல் வசீகரமாக விழமுடிகிறது - சற்றே கூடுதல் வசீகரமாக. ஒருவேளை, அது அப்படி எதேச்சையாக விழுந்தாலும் கூட, அதை ஒழுங்குபடுத்த எந்த முயற்சியும் அவன் எடுக்காததைப் பரி கவனிக்கிறாள்.

அம்மா சொந்தமாக நடத்திவரும் புத்தகக் கடையைப் பற்றி அவன் விசாரிக்கிறான். ஸென்னுக்கு அக்கரையில் போன்ட்-டர்ஹ்கோலைத் தாண்டி இருக்கிறது அது.

"ஜாஸ் சம்பந்தமான புத்தங்கள் இருக்கா?"

"*பா ஊயி*" என்றாள் அம்மா.

வெளியே மழையின் சுருதி பெருக *பிஸ்த்ரோ*வில் ஆரவாரம் வளர்ந்தது. அந்தப் பணியாள் சீஸ் பப்ஸூம் ஹாம் ப்ரோஷ்ஷேவையும் கொண்டு வந்ததும், அம்மாவுக்கும் ஜூலியனுக்கும் இடையே, பட் பவெல், சன்னி ஸ்டிட், டிஸ்சி கில்லெஸ்பி, பிறகு ஜூலியனுக்கு மிகப் பிடித்த, சார்லி பார்க்கர் பற்றிய நீண்ட உரையாடல் அங்கே தொடர்ந்தது. அவனிடம் அம்மா சொன்னாள், சேத் பேக்கர் மற்றும் மைல்ஸ் டேவிஸ்ஸின் மேற்குக் கரை பாணிதான் பிடிக்குமென்று, அவனிடம் கைண்டு ஆப் ப்ளூ கேட்டிருந்தானா எனக் கேட்டாள். அம்மாவுக்கு ஜாஸ் இவ்வளவு பிடிக்குமா, இத்தனை வகையான இசைக்கலைஞர்களைப் பற்றி அவளால் பேசமுடியுமா என பரி வியக்கிறாள். அம்மாவால் ஒரு குழந்தையின் பெருமிதம் பூரிக்கும் அதே வேளையில் அவளை இன்னமும் முழுதாகத் தெரிந்துகொள்ளவில்லை என்ற உண்மை பரியைத் தாக்குவது இது முதன்முறை இல்லை. பரிக்கு ஆச்சர்யம் தராதது: ஜூலியனை எளிதாக, முழுமையாக, கச்சிதமாக அவள் வளைத்ததுதான். அம்மாவுக்கு இது கைவந்த கலை. ஆண்களின்

பா ஊயி – நிச்சயமாக.

கவனத்தை இழுப்பதில் அவள் தவறியதேயில்லை. ஆண்களை அவள் விழுங்கினாள்.

ஜூலியனின் பகடிகளுக்கு அம்மா சரசமாகச் சிரித்ததை; குறும்பாகக் கெக்களித்ததை; தலையைச் சாய்த்ததை; அனிச்சையாகக் கூந்தலைச் சுழற்றியதைப் பரி கவனிக்கிறாள். அம்மா எவ்வளவு அழகாக, எவ்வளவு இளமையோடு இருக்கிறாள் என்று மீண்டும் மலைக்கிறாள் - அம்மாவுக்கு அவளைவிட இருபது வயதுதான் அதிகம். அவளது நீளமான கருங்கூந்தல், அவளது நிறைந்த மார்புகள், திக்குமுக்காட வைக்கும் அவளது கண்கள், ராஜகலை மின்னுகிற அந்த முகம். அம்மாவின் சாயலைக் கொஞ்சம்கூட தாங்காத தன்னை நினைக்கும்போது பரியின் வியப்பு மேலும் அதிகமாகிறது. மருட்சியால் வெளிறிய அந்தக் கண்களும், அந்த நீட்டு மூக்கும், அந்த இடைவெளி விழுந்த சிரிப்பும், அந்தக் குட்டி மார்புகளும். அழகு என்று அவளை வகைப்படுத்தினால் சராசரி என்று இடத்தில்தான் அது அவளை நிறுத்தும். அம்மாவின் அருகாமை பரிக்கு எப்போதும் ஒன்றை நினைவூட்டும்: அவளின் அழகு மிகச் சாதாரணத் துணியால் நெய்யப்பட்டது. சில சமயங்களில் அம்மாவே அதைக் குத்திக்காட்டிவிடுவாள், ஆனால் எப்போதுமே அது வஞ்சப் புகழ்ச்சியால் பூசி மெழுகப்பட்டிருக்கும்.

அவள் சொல்வாள், நீ ரொம்பக் கொடுத்து வைச்சிருக்க, பரி. ஆண்கள் உன்னைப் பெரிதாக எடுத்துக்க நீ அதிகம் மெனக்கெட வேண்டியதில்லை. அவங்க நிச்சயமா உன்னைக் கவனிப்பாங்க. அதிகமான அழகுதான் காரியத்தையே கெடுத்துடும். அவள் சிரிப்பாள். ஓ, கவனி. நான் இதெல்லாம் என் அனுபவத்துல சொல்லலை. கண்டிப்பா இல்லை. எல்லாம் கேள்விப்பட்டது மட்டும்தான்.

நான் அழகா இல்லைன்னு சொல்றீங்க.

நீ அழகா இருக்கவேண்டிய அவசியம் இல்லைன்னு சொல்லவரேன். அது இருக்கட்டும் விடு, உனக்கு மிதமான அழகு. என்னைப் பொறுத்தவரை அதுவே போதும் செல்லம். சிறந்ததும் கூட.

தனக்கு அப்பாவின் சாயலும் இருக்கவில்லை எனப் பரி நம்பினாள், அவரோ தீர்க்கமான முகத்தோடு, உயர்ந்த நெற்றியோடு, குறுகிய தாடையோடு, மெல்லிய உதடுகளோடு நெட்டையான மனிதராக இருந்திருந்தார். அவளுடைய சிறுவயதில், காபூல் வீட்டில் எடுத்த அவரின் புகைப்படத்தை பரி தன் அறையில் வைத்திருக்கிறாள். அப்பாவுக்கு 1955ல் உடல்நிலை கெட்டுவிட - அப்போதுதான்

அவளும் அம்மாவும் பாரிஸுக்கு குடிபெயந்தார்கள் - குறுகிய காலத்திலேயே அவர் இறந்திருந்தார். சில சமயம், அவருடைய பழைய புகைப்படங்களில் ஒன்றை வெறித்துக் கொண்டிருப்பதைப் பரி உணர்ந்திருக்கிறாள், குறிப்பாக அவளும் அப்பாவும், ஒரு பழைய அமெரிக்கக் காரின் முன்னே இருக்கும் அந்தக் கருப்பு-வெள்ளைப் புகைப்படத்தை. அதில் அவளைத் தூக்கிக் கொண்டு முன்கம்பியில் சாய்ந்தபடி அப்பா நின்றிருப்பார், இருவரும் சிரித்திருப்பார்கள். அவர் அவளுக்காக அந்த அலமாரியில் ஒட்டகச்சிவிங்கியையும் நீளவால் குரங்கையும் வரைந்தபோது பரியும் அவருக்குப் பக்கத்தில் உட்கார்ந்திருந்தது அவளின் நினைவுக்கு வருகிறது. அவளது பிஞ்சுக் கைகளைப் பிடித்து, பொறுமையாகத் தூரிகையை வழிநடத்தியபடி, பரியை ஒரு குரங்குக்கு வண்ணம் தீட்டவிட்டிருந்தார்.

அந்தப் புகைப்படங்களிலிருந்த அப்பாவின் முகத்தைப் பார்க்கும்போது பழைய நினைவுகளில் ஒன்று பரியைக் கிளர்கிறது. அவளுக்கு விவரம் புரிந்த நாட்களிலிருந்தே இருந்து வந்திருக்கிற உள்ளுணர்வு அது. அவளது வாழ்க்கைக்கே அடிப்படையான ஏதோவொன்றின் வெறுமை, அல்லது யாரோ ஒருவரின் இல்லாமை எப்போதுமே அவளைப் பின்தொடர்ந்திருக்கிறது. சில சமயங்களில் அது தெளிவில்லாமல், இருளடர்ந்த பாதைகளின் வழியாக நெடும் தூரத்திலிருந்து அனுப்பப்பட்ட, ஒரு பலவீனமான வானொலி சமிக்ஞையாக, நெருக்கமில்லாமல் கரகரக்கும். மற்ற நேரங்களில், இந்த வெறுமை துல்லியமாகக் கேட்கும், மனதைப் பிசையுமளவுக்கு மிகத் துல்லியமாக. உதாரணமாக, இரண்டு வருடங்களுக்கு முன்பு, ப்ரோவான்ஸில் பரி ஒரு பண்ணை வீட்டுக்கு வெளியேயிருந்த ராட்சச சிந்தூர மரத்தைப் பார்த்தபோது. வேறொரு சமயத்தில் ஜாஹ்தா தி டுய்லரிஸ்ஸில் ஓர் இளம்தாய் அவளது மகனைக் குட்டித் தள்ளுவண்டியில் இழுத்து நடந்ததைப் பார்த்தபோது. பரிக்கு இதற்கான அர்த்தங்கள் எதுவும் புரியவில்லை. அவள் ஒரு நிகழ்வைப் படித்திருக்கிறாள்: அமேசான் மழைக் காடுகளில் துடுப்புப் படகில் சுற்றிக்கொண்டிருந்தபோது கடும் மாரடைப்பு தாக்கி இறந்திருந்தார் ஒருவர். அதே சமயத்தில் துருக்கியில் தீவிர மனஅழுத்தத்தில் விழுந்திருக்கிறார் இன்னொருவர். இருவரும் இரட்டைச் சகோதர்கள். இதில் அதிசயம் என்னவெனில் துருக்கியில் இருந்தவருக்கு இறந்தவர் அவரது இரட்டைச் சகோதரனென்று கடைசி வரை தெரியாது. அவளது மன உணர்ச்சிகளை மிக

நெருக்கத்தில் பிரதிபலித்தது அந்தக் கட்டுரையில் படித்த செய்தி மட்டும்தான்.

அம்மாவிடம் இதைப்பற்றி அவள் பேசியிருந்தாள்.

இதுல என்ன பெரிய ஆச்சரியம், மோன் அமூர், அம்மா சொல்லியிருந்தாள். *உங்க அப்பாவை நினைச்சு நீ ரொம்ப ஏங்குற. அவர் போயிட்டார். அதனால, நீ இப்படி உணர்வது சகஜம்தான். அதான் உண்மை. வா இங்க. அம்மாவுக்கு ஒரு முத்தம் கொடு.*

அவளது அம்மாவின் பதிலில் நூறு சதவீத நியாயம் இருந்தாலும் பரிக்குத் திருப்தியளிக்கவில்லை. அவளின் அப்பா இன்றும் உயிரோடு இருந்திருந்தால், இப்போது இங்கே அவளோடு இருந்திருந்தால், இப்படிப்பட்ட எண்ணங்கள் இல்லாமல் அவள் முழுமையடைந்திருக்கக்கூடும் என்று பரி நம்புகிறாள். ஆனால் அவளுக்கு ஞாபகம் இருக்கிறது. இதே போலத்தானே அவள் சிறியவளாக இருந்தபோதும் அனுபவித்திருக்கிறாள், அவ்வளவு பெரிய வீட்டில், தனது அம்மாவும் அப்பாவும் உடன் இருந்தபோதுமே கூட.

உணவுக்குப் பிறகு, *பிஸ்த்ரோவின்* கழிவறைக்குச் செல்ல அம்மா அனுமதி வாங்கியிருக்க, சில நிமிடங்கள் பரி ஜூலியனுடன் தனித்திருக்கிறாள். சென்ற வாரத்தில் அவள் பார்த்திருந்த அந்தப் படத்தை நோக்கிப் பேச்சு ஓடுகிறது, ஜீன் மோர்ரோ சூதாட்டக்காரியாக நடித்திருந்தாளே, அந்தப் படத்தைப் பற்றித்தான். கூடவே பள்ளியைப் பற்றியும், இசையைப் பற்றியும். அவள் பேசியபோது, தனது அத்தனை முழங்கைகளையும் மேஜையில் ஊன்றி, அவளின் பக்கமாகச் சற்றே குனிந்து, அபாரமான ஈடுபாட்டோடு அவளைக் கவனித்துக்கொண்டிருந்தான் அவன், ஒரே நேரத்தில் சிரித்தும், முறைத்தும், அவளை விட்டு ஒரு நொடிகூட கண்களை எடுக்காமல். பரி தனக்குள் சொல்லிக்கொண்டாள், இதெல்லாம் வெறும் நடிப்பு. அவன் வெறுமனே நடித்துக் கொண்டிருக்கிறான். ஒரு மேம்போக்கான பகட்டு, பெண்களுக்கு மட்டுமேயான பிரத்தியேக வெள்ளோட்டம். திடீரென அக்கணத்தில் தோன்றிய ஒரு கணத்தாக்கம் அது, அவளைப் பகடையாக்கிப் பொழுதை ஓட்ட, அவளது உணர்ச்சிகளில் கொஞ்சம் குளிர்காய. இத்தனைக்குப் பிறகும், அவன் பார்வையின் விடாப்பிடியிலிருந்து அவளது

மோன் அமூர் – என் அன்பே.

இதயம் வேகமெடுப்பதை, அடிவயிறு இறுகுவதை அவளால் தடுக்க முடியவில்லை. அவளின் குரல் இயல்பைக் கைவிட்டு, செயற்கையாகக் குழைவதை அவளாலேயே கேட்கமுடிகிறது. வழக்கமான பரியின் சாயல் அதில் துளிகூட இருக்கவில்லை. அப்பட்டமாகத் தெரிந்திருந்தாலும் அவளால் அதைத் தடுக்கவே முடியவில்லை.

ஒரேயோரு முறை, கொஞ்ச காலம் மட்டும், திருமண உறவில் இருந்ததாக அவளிடம் சொன்னான்.

“நிஜமாவா?”

“சில வருஷத்துக்கு முன்னாடி லீயோனில் இருந்தப்போ. எனக்கு அப்போ முப்பது வயசு.”

ஜூலியன் தன்னைவிட மூத்தவளைத் திருமணம் செய்திருந்தான். அவன்மேல் அவள் அளவுக்கதிகமாக உரிமை கொண்டாடியிருந்ததால் அது நிலைத்திருக்கவில்லை. அம்மா இருந்தபோது ஜூலியன் இதைச் சொல்லியிருக்கவில்லை. “உண்மையில் அது உடல்சார்ந்த வசதிக்காக மட்டும்தான்,” என்றான். “*சீட்டே கொம்ப்ளிட்மன் செக்ஸுவால்*. அவள் என்னை முழுசா அடிமையாக்கப் பார்த்தா.” இதைச் சொல்லும்போது அவளின் கண்களையே நோக்கிக்கொண்டிருந்தான் அவன், கவிழ்க்கின்ற புன்னகையை வீசிக்கொண்டு, அவளது முகபாவத்தைக் கவனமாக அளவெடுத்துக்கொண்டு. பரி சிகரெட்டைப் பற்றவைத்தாள், இதைப் பெரிதாகவே எடுத்துக்கொள்ளாததைப் போல, ப்ரிஜித் பார்டோவைப் போல, என்னவோ பல ஆண்கள் அவளிடம் இதைச் சொல்லக்கேட்டுப் பழகியவள் போல. ஆனால், உள்ளுக்குள், உதறிக்கொண்டிருந்தாள். அந்த மேஜையில் நடந்திருந்தது மெல்லிய துரோகம் என்பது அவளுக்குப் புரிந்தது. இனம்புரியாத ஒரு கள்ளத்தனம், பெரிய பாவமில்லையென்றாலும் அதிலிருக்கும் கிளர்ச்சியை மறுக்கவே முடியாது. அம்மா மறுபடியும் தலைவாரி உதட்டுச்சாயத்தை மெருகேற்றித் திரும்பிவர, அவர்களின் கமுக்கத் தருணம் உடைய, குறுக்கிட்டுக்கொண்டிருந்த அம்மாவின் மேல் பரிக்கு ஒரு தற்காலிக வெறுப்பு ஊற, அதன் விளைவால் உண்டான அவசர வருத்தம் உடனே அந்த வெறுப்பை அடைத்தது.

சீட்டே கொம்ப்ளிட்மன் செக்ஸுவால் – அது முழுக்கவே காமம் சார்ந்தது.

அவள் ஏறக்குறைய ஆயிரத்து முந்நூற்று நாற்பத்து நான்கு மணிநேரங்களுக்குப் பிறகு அவனை மீண்டும் பார்த்தாள். அப்போது காலை நேரம், குவளை நிறையக் காபியுடன் அம்மாவின் அறைக்கு அவள் சென்றுகொண்டிருந்தாள். அம்மாவின் படுக்கை ஓரத்தில் உட்கார்ந்து கைக்கடிகாரத்தைக் கட்டிக்கொண்டிருந்த அவன் அவளது கண்களுக்குத் தட்டுப்பட்டான். அவன் அங்கு இரவைக் கழித்தது அவளுக்குத் தெரிந்திருக்கவில்லை. கதவிடுக்கின் வழியாக வரவேற்பறையிலிருந்து பார்த்தபோதே அவளுக்கு அவனை அடையாளம் தெரிய, மரம் போல அசையாமல் கையில் குவளையுடன், அங்கேயே உறைந்தாள். வாயில் சேற்றைப் பூசிக்கொண்ட உணர்வு. அந்த மாசுமருவற்ற முதுகை, அந்த இளந்தொந்தியை, கால்களுக்கு நடுவில் பாதிப் போர்வை சுற்றியிருந்த அந்த இருளை அவள் கவனித்தாள். அவன் கைக்கடிகாரத்தைக் கொக்கினான். படுக்கைக்குப் பக்கத்திலிருந்த மேஜையின் மேலிருந்த சிகரெட்டிடம் போய்ச் சேர்ந்தான். பற்றவைத்தான். அவள் அங்கு நின்றிருந்ததை ஆரம்பத்திலிருந்தே அறிந்தவன் போல சாவகாசமாக அவளின் திசையில் பார்வையைத் திருப்பி, வாயைத் திறக்காமல் சிரித்தான். பின்னர் குளியலறையிலிருந்த அம்மா எதையோ கத்த, பரி விருட்டென்று வெளியேறினாள். மிகப் பெரிய விஷயம் அது, அவள் காபியை கீழே போடாதது.

அம்மாவும் ஜூலியனும் ஆறு மாதக் காதலர்களாக இருந்தனர். திரைப்படங்களுக்கும் அருங்காட்சியகங்களுக்கும் அடிக்கடிச் சென்றனர். வளர்ந்து வரும் வெளிநாட்டு ஓவியர்களின் புரியாத படங்கள் நிறைந்த ஓவியக் கண்காட்சிகளுக்கும் கூட. ஒரு வாரஇறுதியில் போர்டோவுக்கு அருகிலிருக்கும் அஹ்கச்சோம் கடற்கரைக்குப் போய், வெயிலில் பழுத்த தோல்களையும் பெட்டி நிறைய சிவப்பு ஒயினையும் கொண்டு வந்தனர். ஜூலியன் அவளைப் பல்கலைக்கழக நிகழ்வுகளுக்கும், அம்மா அவனைப் புத்தக வாசிப்புகளுக்கும் பரிமாறிக்கொண்டனர். ஆரம்பத்தில் பரியும் ஒட்டிக்கொண்டாள் - ஜூலியன் அவ்வாறு கேட்க, அம்மாவுக்கும் அது பிடித்திருந்தது - ஆனால் பரி போகப்போக ஏதாவது சாக்குச் சொல்லி ஒதுங்கத் தொடங்கினாள். அவளுக்கு விருப்பமில்லை, அவளால் முடியவில்லை. தாங்க முடியாதது அது. ரொம்ப அசதி என்பாள், இல்லையென்றால் உடம்புக்கு முடியவில்லை என்பாள். அவளது சினேகிதி கூலட்டின் வீட்டுக்குப் படிக்கச் சென்றுகொண்டிருக்கிறேன் என்பாள். இரண்டாம்

வகுப்பிலிருந்து அவளுடைய தோழியாக இருக்கும் கூலட், ஒரு நரம்பி, ஊதினாலே சாய்ந்துவிடும் உடம்பு, அடர்த்தியில்லாத முடி, காக்கையின் அலகுபோல மூக்கு. அருவருப்பான, அவதூறான செய்திகளால் மனிதர்களை நிலைகுலையச்செய்வது அவளுக்குப் பிடித்தமான பொழுதுபோக்கு.

"நீ போகாததால அவன் ஏமாந்துடுவான், பாவம்." கூலட் சொன்னாள்.

"அப்படியே ஏமாந்து கஷ்டப்பட்டாலும், அவன் வெளிக்காட்டிக்க மாட்டான்."

"எப்படி வெளிக்காட்ட முடியும்? அவனாலதான் முடியாதே. உங்க அம்மா என்ன நினைப்பாங்க?"

"அவங்க என்ன நினைக்கப் போறாங்க?" பரி கேட்டாள், வெகு நிச்சயமாகப் பதில் தெரிந்தும். அவளுக்குத் தெரிந்திருந்தாலும் கூலட் சொல்லி, அதை அவள் கேட்க வேண்டும் என விரும்பினாள்.

"அவங்க என்ன நினைக்கப்போறாங்க?" கூலட் பரியைக் கிண்டல் செய்கிறாள், கிளர்ச்சியோடு சொல்கிறாள், "ஜூலியன் அவங்களோடு இருக்கறதே உன்னை அடையறதுக்குத்தான்னு. அவன் விரும்புறது உன்னைத்தான்னு."

"ச்சீ...நீ ரொம்ப மோசம்," பரி சொன்னாள், சிலிர்ப்போடு.

"இல்லைன்னா அவனுக்கு உங்க இரண்டு பேருமே வேணுமோ என்னவோ. படுக்கையில் ஒரு கும்பலே இருக்கணும்னு ஆசைப்படறானோ என்னவோ. அப்படியிருந்தா, என்னைப் பற்றியும் அவன் காதில் போட்டு வை."

"வெறுப்பேத்தாதே, கூலட்."

சிலநேரங்களில் அம்மாவும் ஜூலியனும் வெளியே சென்றிருக்கும்போது, பரி தனது உடைகளைக் களைந்து அந்தப் பெரிய கண்ணாடியின் முன்னே நிற்பாள். தன் உடலில் குறைகளைக் கண்டுபிடிப்பாள். அது ரொம்ப நீளம், இது அம்சமாகவே இல்லை, மிகமிகச்...சுமார்தான், நினைப்பாள். அம்மாவின் சொக்கவைக்கும் வளைவுகளில் ஒன்றைக்கூட அவள் பெற்றிருக்கவில்லை. சில நேரங்களில் அவள் அப்படியே நடந்து - முழு நிர்வாணமாக - அம்மாவின் அறைக்குப் போய் அம்மாவும் ஜூலியனும் கட்டிப்புரண்ட கட்டிலின்மேல் விழுவாள். உடலில்

பொட்டுத் துணியின்றி, கண்களை மூடி, இதயம் படபடக்க, அவளின் மார்புகளில் ஊறி, இடையைக் கடந்து, இன்னும் கீழிறங்கி வழிந்து கொண்டிருக்கும் ஓர் இனம்புரியாத ரீங்காரத்தின் கற்பனையில் திளைத்துக்கொண்டே கிடப்பாள்.

அது முடிவுக்கு வந்தது, எதிர்பார்த்த மாதிரியே. அவர்களுக்குள் முடித்துக்கொண்டார்கள், அம்மாவும் ஜூலியனும். பரி ஆறுதல்பட்டாள், ஆனால் ஆச்சர்யப்படவில்லை. ஆண்கள் எப்போதுமே அம்மாவைக் கைவிட்டுவிடுவார்கள். அவளது கட்டுக்குள் சிக்காமல் பரிதாபமாகத் தப்பியோடும் வழக்கத்தை அத்தனை ஆண்களும் தவறாமல் தொடர்ந்தார்கள். முத்தங்களில் ஆரம்பித்தது எல்லாம் கத்தல்களில், கோபக் கண்ணீர்த்துளிகளில் முடிந்தன; வீசியெறிந்த சமையல் பாத்திரங்களில் தரைமட்டமாக்கப்பட்டன. பயங்கர உணர்ச்சிமயம். அதீத உணர்ச்சிவயப்படாமல் ஓர் உறவைத் தொடங்கவும் முடிக்கவும் அம்மாவால் முடியாது.

அதன்பிறகு வரும் வழக்கமான காலகட்டத்தில் அம்மாவுக்குத் தனிமையின் மீது திடீர்ப் பாசம் பொத்துக்கொள்ளும். அவள் படுக்கையிலேயே வாழ்வாள். தூங்கும்போது போட்டிருந்த மெல்லுடையின் மேல் அந்தப் பழைய கம்பளிக் கோட்டை மாட்டிக்கொண்டு, ஒரு சோகமான, சிரிப்பைத் தொலைத்த இழவு முகம் வீட்டில் உலாவரும். அவளைத் தனியாக விடுவதுதான் சிறந்தது எனப் பரி அறிந்திருந்தாள். அவளைத் தேற்றும் பரியின் தோள்கள் வரவேற்கப்படவில்லை. வாரக்கணக்கில் அந்த முகம் வாடியிருக்கும். ஜூலியனின் விஷயத்தில் அது மேலும் நீண்டது.

"அடக்கொடுமையே!" என்கிறாள் அம்மா, இப்போது.

அவள் படுக்கையில் உட்கார்ந்திருக்கிறாள், இன்னமும் மருத்துவமனை அங்கியோடு. மருத்துவர் டுலோனே அம்மாவைத் துரத்துவதற்கான காகிதங்களைக் கொடுத்திருக்க, அந்தச் செவிலி அம்மாவின் கரத்திலிருந்து ஊசியை நீக்க ஆயத்தமாகிறாள்.

"என்னாச்சு?"

"இப்போதான் ஞாபகம் வருது. இன்னும் இரண்டு நாள்ல நான் ஒரு பேட்டி கொடுக்க வேண்டியிருக்கு."

"என்ன பேட்டி?"

"ஓர் இலக்கியப் பத்திரிகைக்காகப் பேட்டி எடுக்க வர்றாங்க."

“அப்படியா, அருமை.”

“என்னோட புகைப்படமும் கூடச்சேர்ந்து வரப்போகுது.” நெற்றியின் தையல்களைச் சுட்டிக்காட்டுகிறாள்.

“இதை மறைக்கறதுக்கு அழகான யோசனை உங்களுக்குத் தோணாமலா போயிடும்?”

அம்மா பெருமூச்சுடன் முகத்தைத் திருப்பிக் கொள்கிறாள். அந்தச் செவிலி ஊசியை நீக்க, அம்மா துடிக்கிறாள். ஏதோ சில இரக்கமற்ற, தகாத வார்த்தைகளை அப்பெண்ணின் மீது வீசுகிறாள்.

***

‘ஆஃப்கன் கானக்குயில்’ நீலா வஹ்தாதியுடன்
எட்யன் புஸ்துலர் நடத்திய நேர்காணலின் ஒரு பகுதி

பாரலாக்ஸ் 84 (குளிர்காலம் 1974), பக்கம். 36

நான் அந்தக் குடியிருப்பைச் சுற்றிலும் இன்னொரு முறை நோட்டமிடுகிறேன். அங்கிருந்த புத்தக அலமாரிகளில் ஒன்றின் மேலிருக்கும் சட்டகம் போட்ட புகைப்படம் ஒன்றினால் கவரப்படுகிறேன். காட்டுச் செடிகளின் பரப்பில், ஏதோவொரு விதையைப் பொறுக்குவதில் மும்முரமாக இருக்கும் ஒரு சின்ன பெண்ணின் புகைப்படம் அது. மஞ்சள் கோட்டு போட்டிருக்கிறாள் அவள், கழுத்துவரை பட்டனைப் பூட்டி, மேலே மேகமூட்டத்துடன் கருஞ்சாம்பல் நிற வானத்தைப் பளிச்சென்று வேறுபடுத்திக் கொண்டு. பின்னணியில் இருந்த கல்வீட்டின் கதவுகள் பூட்டியிருந்தன; கூரையின் மரப்பாவோடுகள் பெயர்ந்திருந்தன. நான் அந்தப் படத்தைப் பற்றிக் கேட்கிறேன்.

நீலா: என் மகள், பரி. நகரத்தோட பேர் மாதிரிதான் ஆனால் ‘எஸ்’ சேர்க்கக்கூடாது. ‘தேவதை’னு அர்த்தம். நாங்க இருவரும் நார்மண்டி போயிருந்தபோது எடுத்த படம் அது. 1957ல் நினைக்கிறேன். பரிக்கு அப்போ எட்டு வயசிருக்கும்.

புஸ்: அவங்க பாரீஸ்ல இருக்காங்களா?

நீலா: சோர்பான்ல கணிதம் படிக்கிறா.

புஸ்: உங்களுக்குப் பெருமையா இருக்குமே.

நீலா புன்னகைக்கிறாள், தோளைக் குலுக்குகிறாள்.

புஸ்: அவங்க தேர்ந்தெடுத்த துறை எனக்கு ஆச்சர்யமாயிருக்கு, இலக்கியத்துக்காக வாழ்க்கையையே அர்ப்பணித்த உங்களைப் பார்க்கும்போது.

நீலா: அவளுக்கு அந்தத் திறமை எங்கிருந்து வந்ததுன்னு எனக்குத் தெரியலை. மண்டை குழம்புற சூத்திரங்களும் சிக்கலான அந்தக் கோட்பாடுகளும்... அப்பப்பா. அவளுக்கு அதெல்லாம் மண்டையைக் குழப்பாதுன்னு நினைக்கிறேன். எனக்குப் பெருக்கல் கணக்குக்கூடச் சரியா வராது.

புஸ்: ஒருவேளை அவங்களோட பிடிவாதத்தை, எதிர்ப்பை வெளிப்படுத்த இதுவொரு வழியோ. பிடிவாதத்தைப் பற்றி உங்களுக்குத் தெரியாதது ஒண்ணும் இல்லைன்னு நினைக்கிறேன்.

நீலா: ஆமாம், நான் முரண்டு பிடிச்சேன், ஆனால் சரியான முறையில. குடி, சிகரெட்டு, பசங்களோட ஊர் சுத்துறதுன்னு. கணக்குப் பாடத்தோடு யார் முரண்டு பிடிப்பா?

அவள் சிரிக்கிறாள்.

நீலா: அது ஒரு பக்கம் இருந்தாலும், காரணமே இல்லாம முரண்டு பிடிப்பதற்கு அவள்தான் சிறந்த உதாரணம். இருக்கிற அத்தனை சுதந்திரமும் அவளுக்குக் கொடுத்திருக்கேன். அவளுக்குன்னு எதுவுமே தேவைப்படலை. அவள் எதுவுமே இழக்கவும் இல்லை. ஒருத்தரோடு சேர்ந்து வாழ்கிறாள். அவனுக்குக் கொஞ்சம் வயசு அதிகம். மிதமிஞ்சிய வசீகரம், நல்ல படிப்பு, கலகலப்பானவன். ஆனால் டக்கென்று கோபம் பொத்துக்கும். அவனுக்கு அவன் மட்டும் தான் முக்கியம். வேறு எதைப் பற்றியும் யாரைப் பற்றியும் கவலையில்லை. போலந்து அளவுக்கு ஆணவம்.

புஸ்: அவங்க சேர்ந்து வாழ்வதில் உங்களுக்கு உடன்பாடில்லை.

நீலா: எனக்கு உடன்பாடு இருக்கோ இல்லையோ, அது முக்கியமில்லை. பிள்ளைகள் பெற்றோர்களின் விருப்பத்துக்கு உட்பட்டு வாழ்வதற்கும் சாவதற்கும் இது ஆஃப்கானிஸ்தான் கிடையாது, மோஸ்யூ புஸ்துலர், ஃபிரான்ஸ்.

புஸ்: உங்கள் மகளுக்கு ஆஃப்கானிஸ்தானோடு எவ்விதத் தொடர்பும் இல்லை. அப்படித்தானே?

நீலா: அவளுக்கு ஆறு வயசிருக்கும்போதே நாங்க இங்கே வந்துட்டோம். அவளுக்கு அங்கிருந்த நாட்களின் நினைவுகள் மிக மிகக் குறைவு.

புஸ்: உங்களுக்கு அப்படி இல்லைதானே?

அவளது ஆரம்பகால வாழ்க்கையைப் பற்றிச் சொல்லும்படி கேட்கிறேன்.

அந்த அறையிலிருந்து சில நொடிகள் வெளியேற அனுமதி கேட்கிறாள். திரும்பி வரும்போது, ஒரு பழைய, கசங்கிய கருப்பு-வெள்ளைப் புகைப்படத்தை என் வசம் தருகிறாள். வாட்டசாட்டமான ஒரு மனிதர், அவரது பளபளப்பான முடியை அப்பழுக்கற்ற நேர்த்தியுடன் வாரி, கண்ணாடி வழியாக இரக்கமின்றிப் பார்த்துக்கொண்டிருந்தார். ஒரு மேஜைக்குப் பின்னால் உட்கார்ந்து புத்தகம் படித்துக்கொண்டிருந்தார். அவர் போட்டிருந்த கோட்டுக்குள் பெரிய காலர் வைத்த வெள்ளைச் சட்டையும், பாட்டாம்பூச்சி கழுத்துப்பட்டையும் அணிந்திருந்தார்.

நீலா: என்னோட அப்பா. ஆயிரத்து தொள்ளாயிரத்து இருபத்து ஒன்பதுல. நான் பிறந்த வருஷம் அது.

புஸ்: பார்க்க முக்கியமான ஆள் மாதிரித் தெரியுது.

நீலா: காபூலில் பாஷ்துன் உயர்குடியைச் சேர்ந்தவர் அவர். மெத்தப் படித்து, துல்லியமான ஒழுக்கத்தோடு, தேவைப்படும் அளவுக்கு மட்டும் இணக்கமுடன் வாழ்ந்த மனிதர். நல்லாப் பேசக்கூடியவர், குறைந்தபட்சம் பொதுவெளியிலாவது.

புஸ்: தனிப்பட்ட வாழ்க்கையில்?

நீலா: யூகிக்க முயற்சி பண்ணுங்களேன், மோஸ்யூ புஸ்துலர்?

நான் அந்த புகைப்படத்தை மீண்டும் கையில் எடுக்கிறேன். உற்றுப் பார்க்கிறேன்.

புஸ்: கொஞ்சம் விலகியே இருப்பவர்னு சொல்வேன். கண்டிப்பானவர். புரிந்துகொள்ள முடியாதவர். எதற்குமே விட்டுக்கொடுக்க மாட்டார் போல.

நீலா: கட்டாயம் நீங்க ஒரு கோப்பை எடுத்துத்தான் ஆகணும். தனியாகக் குடிப்பதென்றாலே எனக்கு வெறுப்பாக - சொல்லப்போனால் - எனக்கு அருவருப்பாக இருக்கும்.

எனக்கும் ஒரு கோப்பை ஷாம்பெயினை அவள் ஊற்ற, மரியாதைக்காக ஒரு வாய் குடிக்கிறேன்.

நீலா: எப்படிப்பட்ட வெப்பநிலையிலேயும் எங்க அப்பாவோட கைகள் சில்லுன்னு இருக்கும். எப்படிப்பட்ட வெப்பநிலையிலேயும் அவர் எப்போதுமே கோட்டுதான் போட்டிருப்பார். கச்சிதமாகத் தைத்து, கூரான மடிப்புகளோடு. கிரீடம் மாதிரி ஒரு தொப்பியும் கூட. அந்த இரட்டை-வண்ணக் காலணிகளைப் பற்றிச் சொல்லவே வேண்டாம். அழகானவர், சொல்லப்போனால் அவரோட அழகில் ஒரு கம்பீரம் இருந்தது. கூடவே - இதை நான் ரொம்ப காலத்துக்குப் பிறகுதான் புரிஞ்சுகிட்டேன் - ஒரு செயற்கையான, ஓர் அபத்தமான போலி-ஐரோப்பியத்தனமும் இருந்தது. லான் பவுலிங், போலோ மற்றும் ஒரு ஃபிரெஞ்சு மனைவின்னு முழுமையான ஐரோப்பியத்தனம், இதெல்லாமே அந்த இளம், முற்போக்கான மன்னரின் முழு அங்கீகாரத்தோடு. அவள் நகத்தைக் கடிக்கிறாள். சில நிமிடங்களாக எதையும் சொல்லவில்லை. எனது ஒலிப்பதிவு பெட்டியின் ஒலிநாடாவை மறுபக்கம் திருப்பிக்கொள்கிறேன்.

நீலா: அவரோட தனியறையில்தான் அப்பா தூங்குவார். நானும் என் அப்பாவும் எங்களோட அறையில் படுத்துக்கொள்வோம். முக்கால்வாசி நாட்கள், அமைச்சர்கள், மன்னரின் பிற ஆலோசகர்களுடன் மதிய உணவு சாப்பிடப் போயிடுவார். இல்லைன்னா குதிரையேற்றம், அல்லது போலோ, அல்லது வேட்டைக்குப் போயிடுவார். வேட்டைன்னா அவருக்கு ரொம்பப் பிடிக்கும்.

புஸ்: அப்படின்னா, அவருடன் நீங்க அதிகமா பழகலை. அடிக்கடிக் காணாமல் போயிருந்தார்.

நீலா: அப்படி ஒரேயடியாகச் சொல்லிடவும் முடியாது. இரண்டு நாட்களுக்கு ஒருமுறை என்னோடு ஒருசில நிமிடங்கள் செலவிடுவதை வழக்கமாகக் கொண்டிருந்தார். என்னோட அறைக்குள் வருவார், படுக்கையில் உட்காருவார். நான் அவரோட மடியில் போய் உட்கார்ந்து கொள்வதற்கான அறிகுறி அது. கொஞ்ச நேரம் மடிமேல் என்னைத் தாலாட்டுவார். நாங்க இருவருமே அதிகம் பேசிக்கொள்ளமாட்டோம். கடைசியா அவர் சொல்வார், “இப்போ என்ன பண்ணலாம், நீலா?” சில சமயங்களில் அவரோட கைக்குட்டையை எடுக்க விட்டுத் திரும்பவும் மடிச்சு அவரோட பையில் வைக்க என்னை அனுமதிப்பார். அதை ஒரு

லான் பவுலிங் – ஒரு பெரிய பந்தை, வட்டத்துக்குள் இருக்கும் ஒரு சிறிய பந்தை நோக்கி உருட்டிவிட்டு, மிக அருகில் நிற்கவைக்கும் ஐரோப்பிய விளையாட்டு.

பந்து மாதிரி அலங்கோலமாச் சுருட்டி நான் பையில் திணிக்க, அவர் ஆச்சரியப்படுவது மாதிரி பாசாங்கு செய்வதைப் பார்க்க ரொம்ப வேடிக்கையா இருக்கும். அவருக்குப் போரடிக்கும் வரை - அதுக்கு அதிக நேரமாகாது - இந்த விளையாட்டு தொடரும். பிறகு அவரோட குளிர்ச்சியான கைகளால் என் கூந்தலை வருடிச் சொல்வார், "அப்பாவுக்கு நேரமாகுது, மான்குட்டி. எழுந்திரு. ஓடு."

அவள் அந்த புகைப்படத்தை அடுத்த அறைக்குள் வைத்துவிட்டுப் புதிய சிகரெட் பெட்டியுடன் திரும்புகிறாள். ஒன்றை எடுத்துப் பற்றவைக்கிறாள்.

நீலா: அதான் என்னோட செல்லப்பெயர். எனக்குப் பிடிச்ச பெயர். தோட்டத்தில் - எங்களுக்குப் பெரிய தோட்டம் இருந்தது - பாடிக்கொண்டே துள்ளி வந்தேன், "நான் அப்பாவோட மான்குட்டி! நான் அப்பாவோட மான்குட்டி!" அந்தச் செல்லப்பெயரில் எவ்வளவு குரூரம் இருந்ததுன்னு எனக்குத் தெரிய ரொம்ப காலம் ஆகலை.

புஸ்: புரியவில்லை.

அவள் புன்னகைக்கிறாள்.

நீலா: என் அப்பா மான்களை வேட்டையாடினார், மோஸ்யூ புஸ்துலர்.

***

சில தெருக்களே இருந்த அம்மாவின் அடுக்குமாடிக் குடியிருப்புக்கு அவர்களால் நடந்தே போயிருக்க முடியும், ஆனால் மழை பலம்பெறத் தொடங்கிவிட்டது. வாடகைக் காருக்குள், பரியின் மழைக்கோட்டைச் சுற்றிக்கொண்டு, ஜன்னலுக்கு வெளியே வார்த்தைகளின்றி முறைத்தபடி அம்மா பின்இருக்கையில் பந்தாகச் சுருள்கிறாள். அம்மாவுக்குச் சட்டென வயதாகிவிட்டதாகப் பரிக்குத் தோன்றுகிறது, அவளது நாற்பத்து நான்கு வயதை விடவும் மிக அதிகமாக. முதிர்வாக, பலவீனமாக, தளர்வாக.

பரி அம்மாவின் அடுக்குமாடிக் குடியிருப்புக்கு வந்தே சிலகாலம் ஆகிவிட்டது. அவள் சாவியைத் திருகி அவர்களை உள்ளே நுழைக்க, அழுக்கடைந்த ஒயின் கோப்பைகள், திறந்திருந்த சீவல் பொட்டலங்கள், சமைக்காத மாவுசேமியா, அடையாளம் தெரியாத உணவுப் படிமங்களைத் தாங்கியிருந்த தட்டுகள் எல்லாம் சேர்ந்து சமையல் மேடையைக் கலவரமாக்கியிருந்தன. காலியான ஒயின் புட்டிகள் திணிக்கப்பட்டிருந்த காகிதப்பை கவிழ்வதற்கு

நேரம் பார்த்துக்கொண்டிருந்தது. பரி தரையில் இறைந்திருந்த செய்தித்தாள்களைப் பார்க்கிறாள், முன்னதாக அன்று சிந்திய இரத்தத்தில் அதில் ஒன்று ஊறிக்கொண்டிருக்க, அதன் மேல், அம்மாவின் இளஞ்சிவப்புநிற ஒற்றைக் காலுறை கிடந்தது. அம்மாவின் வீட்டைப் பார்த்ததும் பரிக்கு கிலி தொற்றிக்கொள்கிறது. குற்றவுணர்ச்சியும் சேர்ந்து குத்துகிறது. அம்மாவைப் பற்றி தெரிந்ததால், அது எதிர்பார்க்கப்பட்ட உணர்வாகக்கூட இருக்கலாம். இப்படி நினைத்துவிட்டு உடனே அந்த எண்ணத்தை வெறுக்கிறாள். ச்சே, ஜூலியன்தான் இப்படியெல்லாம் நினைப்பான். *அவள் உன் குற்றவுணர்ச்சியைத் தூண்டுகிறாள்.* சென்ற வருடத்தில் பலமுறை இப்படிச் சொல்லியிருக்கிறான். *அவள் உன் குற்றவுணர்ச்சியைத் தூண்டுகிறாள் பரி.* முதலில் அவன் அப்படிச் சொன்னபோது, பரி புரிந்துகொண்டாள், சற்று ஆறுதலாகவும் இருந்தது. அவளால் சொல்ல முடியாத, அவள் சொல்லவும் விரும்பாததை அவன் வார்த்தைப்படுத்தியதால் நெகிழ்ந்தாள். தனக்கேற்ற ஒரு துணை கிடைத்தாக உணர்ந்தாள். ஆனால், சமீப நாட்களில், அவளுக்குள் சந்தேகம் படர்கிறது. அவனது வார்த்தைகளில் வெறுப்பு மின்னுவதைக் காண்கிறாள். அதிலிருக்கும் வன்மம் அவளை உறுத்திக் கொண்டிருக்கிறது.

துணிகள், ஒலிவட்டுகள், புத்தகங்கள், மேலும் சில செய்தித்தாள்களால் படுக்கையறையின் தரை குப்பையாகிருந்தது. ஜன்னல் மேடையில், அரைக் குவளைத் தண்ணீர் மிதக்கும் சிகரெட் பஞ்சுகளால் மஞ்சளடைந்திருந்தது. அவள் புத்தகங்களையும், காலாவதிப் பத்திரிக்கைகளையும் படுக்கையிலிருந்து துடைக்கிறாள், போர்வைக்குள் அம்மா வழுக்கிக்கொள்ள உதவுகிறாள்.

அம்மா அவளை நிமிர்ந்து பார்க்கிறாள். அவளது புறங்கை அந்த நெற்றிக்கட்டின் புருவத்தில் சாய்ந்திருக்கிறது. இன்னும் சற்று நேரத்தில் மயங்கப் போகும் ஒரு பேசும்படக் கதாநாயகியைப் போலத் தோரணை காட்டுகிறாள்.

“அம்மா, உங்களுக்குச் சரியாகிடும் தானே?”

“எனக்கு அப்படித் தோணலை,” என்கிறாள். என்னைக் கவனித்துக்கொள் என்பதற்கான வேண்டுகோளாக அது தொனிக்கவில்லை. அம்மா இதை உணர்ச்சியற்ற, சலித்துப்போன குரலில் சொல்கிறாள். அது சோர்வாக, மனப்பூர்வமாக, இறுதியாக ஒலிக்கிறது.

"அம்மா, நீங்க என்னை பயமுறுத்துறீங்க."

"கிளம்பப்போறியா நீ?"

"வேணும்னா இருக்கட்டுமா?"

"இரு."

"சரி, இருக்கேன்."

"விளக்கை அணை."

"அம்மா?"

"ம்."

"மாத்திரையெல்லாம் எடுத்துக்கறீங்க தானே? நிறுத்திட்டீங்களா? நிறுத்திட்டீங்கன்னு நினைக்கிறேன், எனக்கு ரொம்பக் கவலையா இருக்கு."

"திரும்பவும் ஆரம்பிக்காதே. விளக்கை அணை."

பரி அப்படியே செய்கிறாள். படுக்கையோரத்தில் அமர்ந்து அம்மா தூங்குவதைக் கவனிக்கிறாள். பிறகு சமையலறைக்குச் செல்கிறாள், அதைச் சுத்தமாக்கும் படுபயங்கர வேலையைத் தொடங்க. ஒரு ஜோடிக் கையுறைகளைக் கண்டுபிடித்துப் பாத்திரங்களிலிருந்து ஆரம்பிக்கிறாள். நீண்ட நாளாகக் கெட்டுப்போய் நாற்றமடிக்கிற பால் குவளையை, தானியப் பொடிகள் காய்ந்து அப்பியிருந்த கிண்ணங்களை, பாசித் திட்டுக்கள் படிந்திருந்த தட்டுகளைக் கழுவுகிறாள். முதன்முறையாக அவள் ஜூலியனின் வீட்டில் அவர்கள் ஒன்றாகத் தூங்கியெழுந்ததற்குப் பிறகு வந்த காலையில் பாத்திரங்களைக் கழுவியதை நினைவுகூர்கிறாள். ஜூலியன் அவளுக்கு ஆம்லட் செய்து கொடுத்திருந்தான். ஜேன் பிர்கின் பாடலை அவன் ஒலிவட்டுக்கருவியில் போட, அந்த எளிமையான இல்லற வேலையை அவள் எவ்வளவு அனுபவித்துச் செய்திருந்தாள்.

ஒரு வருடத்துக்கு முன்புதான், 1973ல், பத்து வருடங்களுக்குப் பிறகு முதன்முறையாக அவனுடன் தொடர்பைப் புதுப்பித்திருந்தாள். கடல்நாய்களின் வேட்டையை எதிர்த்து கனடா நாட்டுத் தூதரகத்துக்கு முன் ஏற்பாடாகியிருந்த ஒரு மாணவப் பேரணியின்போது எதேச்சையாக அவனைச் சந்தித்தாள். பரிக்குக் கலந்துகொள்வதில் விருப்பமில்லைதான், உருத்திரிபு செயல்பாடுகள் தொடர்பான

ஆய்வுக்கட்டுரையை வேறு முடிக்கவேண்டியிருந்தது, ஆனால் கூலட் விடவில்லை. அப்போது இருவரும் ஒன்றாகத்தான் தங்கியிருக்க, இருவருக்குள்ளும் கசப்புணர்வை வளர்த்து வரும் ஏற்பாடாகத் தன்னை நிரூபித்துக் கொண்டிருந்தது அது. கூலட் இப்போதெல்லாம் கஞ்சா அடிக்கிறாள். தலைப்பட்டைகளை அணிந்து, கருஞ்சிவப்பு நிறத்தில், பறவைகளும், செவ்வந்திப் பூக்களும் பதித்திருந்த தளர்வான அங்கிகளைத்தான் போடுகிறாள். நீளமுடி வைத்த, பரட்டைத்தலைப் பையன்களை வீட்டுக்கு அழைத்துவருகிறாள். அவர்கள் பரியின் சாப்பாட்டைக் காலிசெய்து கிட்டாரைக் கேவலமாக வாசிக்கிறார்கள். கூலட் எதற்கெடுத்தாலும் வீதியில் இறங்குகிறாள், மிருகவதைக்கு எதிராக, இனவெறிக்கு எதிராக, அடிமைத்தனத்துக்கு எதிராக, பசிஃபிக்கில் ஃபிரான்ஸ் நடத்தும் அணுஆயுதச் சோதனைக்கு எதிராக கோஷம் போட்டுகொண்டு. மக்கள் உள்ளேயும் வெளியேயும் போய்வந்துகொண்டிருக்க இருபத்து நான்கு மணிநேரமும் வீட்டில் ஓர் அவசரநிலை இரைச்சலிடுகிறது. அவர்கள் தனியாக இருக்கும் போதும், அவர்களுக்கிடையில் இதற்குமுன் இல்லாத இறுக்கத்தை, கூலட் அவளை ஒரு கர்வத்தோடு மவுனமாகப் புறக்கணிப்பதைப் பரியால் உணரமுடிகிறது.

“அவங்க பொய் சொல்றாங்க,” கூலட் ஆவேசத்துடன் சொல்கிறாள். “மனிதாபிமான முறைகளைத்தான் பயன்படுத்துவதாகச் சொல்றாங்க. மனிதாபிமானமாம்! அதுங்க தலையை எதால அடிக்கறாங்க தெரியுமா? அந்த *ஹக்காபீக்*கால. இதுதான் மனிதாபிமானமா? பாதி நேரம், அந்தப் பாவப்பட்ட ஜீவன்களின் உயிர் போவதேயில்லை. ஆனாலும் அந்தத் தேவிடியாப்பசங்க கொக்கியைப் போட்டு படகுமேல இழுத்துப் போடறாங்க. தோலை உரிக்கிறாங்க, பரி, உயிரோடவே!” கடைசியாகக் கூலட் சொன்ன விஷயத்தை, அவள் அழுத்திச் சொன்ன அந்த விதத்தைக் கேட்கும்போது, பரிக்கே மன்னிப்புக் கேட்கத் தோன்றுகிறது. எதற்காகவென்று அவளால் சரியாகச் சொல்லமுடியவில்லை, ஆனால் ஒன்று நிச்சயம், சமீப நாட்களாக, கூலட்டுடன் அவளது அவதூறுகளுடனும் சீற்றத்துடனும் வாழ்வது அவளுக்கு மூச்சுத் திணறச் செய்கிறது.

சுமார் முப்பது பேர் மட்டுமே தலையைக் காட்டினர். பிரிஜிட் பார்தோ வரப்போகிறாள் என்ற வதந்தி பரவியது,

---

ஹக்காபீக் – கடல்நாய்களை வேட்டையாட உதவும் கோடாலி போன்ற ஆயுதம்.

ஆனால் கடைசிவரை அதுவாகத்தான் இருந்தது, வதந்தியாக மட்டும். கூட்டத்தைப் பார்த்த கூலட் ஏமாந்தாள். அவள் வெளிறிப்போனக் கண்ணாடியைப் போட்டிருந்த எரிக் என்ற ஒல்லியான இளைஞனுடன் - பரி திரட்டிய தகவலின்படி அவன்தான் பேரணிக்கு ஆள்சேர்க்கும் பொறுப்பை ஏற்றிருந்தவன் - ஆவேசமாக வாக்குவாதித்துக் கொண்டிருந்தாள். பாவம் எரிக்! பரி அனுதாபித்தாள். கூலட், அடங்காத குமுறலுடன் பேரணியை வழிநடத்தினாள். பரி கூட்டத்திலிருந்து பின்பக்கமாக விலகி, ஒருவிதக் கூச்சமான பூரிப்புடன் கோஷமிட்ட ஒரு தட்டை நெஞ்சுப் பெண்ணுக்கு அடுத்து நழுவி நின்றாள். நடைமேடையிலேயே கண்ணாக இருந்தாள், தான் தனித்து நிற்பது தெரிந்துவிடக்கூடாது என்பதில் கவனமாகவும்.

தெருமுனையில், ஒருவன் அவளின் தோளைத் தட்டினான்.

“உன்னைப் பார்த்தால் யாராவது காப்பாற்றமாட்டார்களா என ஏங்குவது போலத் தெரியுது.”

அவன் கம்பளிச்சட்டைக்கு மேல் கம்பளிக் கோட்டு போட்டிருந்தான், ஜீன்ஸ், கழுத்தைச் சுற்றி ஒரு கம்பளிச் சால்வை. அவனது தலைமுடி நீளமாக இறங்கியிருந்தது, வயது கொஞ்சம் ஏறியிருந்தது, ஆனால் நளினமாக. அவன் வயது பெண்கள் ‘அநியாயம்’ என்று பொருமும் விதமாக, ஏன் வெறிகொள்ளும் விதமாகக் கூட. இன்னமும் அதே கட்டுக்கோப்பான உடல், கடைக்கண் மூலையில் ஒரு ஜோடிச் சுருக்கம், நெற்றிக்கும் காதுக்கும் இடையில் மேலும் கொஞ்சம் நரை, சோர்வு மிகச் சன்னமாக தொட்டிருந்த அவனது முகம்.

“அதான் உண்மை.”

கன்னங்களில் முத்தமிட்டார்கள், அவனுடன் காபி குடிக்க வருவாளா என்று அவன் கேட்டபோது, அவள் சரி என்றாள்.

“உன் நண்பர்கள் கோவமா இருக்காங்க போல. கொலைவெறியில.”

பரி பின்னால் திரும்பிப் பார்த்தாள். தொடர்ந்து முஷ்டியை உயர்த்திக் கோஷமிட்டுக் கொண்டு, அவர்கள் இருவரையும் அபத்தமாக முறைத்துக்கொண்டு கூலட் எரிக்குடன் நின்றிருந்தாள். பரி சிரிப்பை மென்று விழுங்கினாள் - நல்லவேளை. சிரித்திருந்தால் மிகப்பெரிய கலவரத்தை ஏற்படுத்தியிருக்கும் அது. முகத்தைப் பாவமாக வைத்துத் தோளைக் குலுக்கித் தப்பித்தாள்.

அவர்கள் ஒரு சிறிய அருந்தகத்துக்குள் நுழைந்து ஜன்னலருகே இருந்த மேஜையைப் பிடித்துக் கொண்டனர். ஆளுக்கொரு காபியையும் கஸ்டர்டு மில்-ஃபையையும் தருமாறு அவன் கேட்டுக்கொண்டான். அவளது நினைவுக்கு நன்கு பரிச்சயமான, அந்தப் பணியாளனிடம் அவன் செலுத்திய அதே இணக்கமான அதிகாரத்தைப் பரி கவனித்தாள். இப்போதும் அவளது அடிவயிறு படபடக்கிறது, அம்மாவை அழைத்துப் போக அவன் வரும்போதெல்லாம் உணர்ந்த மாதிரியே. திடுக்கென அவளின் தோற்றத்தைப் பற்றிய சுரணை வருகிறது, கடிபட்ட அவளது நகங்களை, நறுமணப்பொடி பூசாத அவளது முகத்தை, சுருட்டையாகக் கலைந்திருந்த அவளது கூந்தலை - துவட்டுவதற்கு இன்னும் கொஞ்சம் நேரமிருந்திருந்தால் நன்றாக இருந்திருக்கும், ஆனால் தாமதமாகியிருக்கும், கூலட் வேறு அடைபட்ட விலங்காகப் பொறுமையை மிதித்துக்கொண்டிருந்தாள்.

"உன்னைப் பார்த்தால் போராடுகிற ஆள் மாதிரி தெரியலை," ஜூலியன் சொன்னான், அவளுடைய சிகரெட்டைப் பற்றவைத்துக்கொண்டே.

"நானும் அப்படிக் கிடையாது. கொள்கையெல்லாம் இல்லை, பார்க்கப் பாவமா இருந்தது அதான்."

"கடல்நாய்களைப் பார்த்தா?"

"கூலட்டைப் பார்த்து."

"ஆஹ். ஆமாம். உனக்குத் தெரியுமா அவளைப் பார்த்தா எனக்குக்கூட கொஞ்சம் பயம் வர மாதிரிதான் இருக்கு."

"எங்க எல்லோருக்குமே தான்."

சிரித்தார்கள். மேஜையின் குறுக்கே அவனது கை நீண்டு அவளின் சால்வையைத் தொட்டது, பிறகு கீழே இறங்கியது. "உனக்குக் கேட்டுக் கேட்டுப் புளிச்சுப் போன காரணத்தால நீ பெரிய பெண்ணாக வளர்ந்துட்டேன்னு நான் சொல்லாம இருக்கமாட்டேன். ஆனால் ஒண்ணு மட்டும் நிச்சயம், பரி. உன்னோட அழகு அசத்துது."

தனது மழைக்கோட்டின் கழுத்துப்பட்டியைப் பரி சீர் செய்தாள். "என்னது? இந்த பிங்க்பேன்தர் உடையிலயா போகப்போற?" கூலட் அதை முட்டாள்தனம் என்று இடித்திருந்தாள். பரியை ஈர்க்கும்

மில்-ஃபை – ஃபிரெஞ்சு நாட்டுக் கேக் வகை.

ஆண்களின் முன்னே அவளது பதற்றத்தை மறைக்கும், சுயமதிப்பைக் குறைக்கும் ஒரு கிறுக்குத்தனப் பழக்கம் அது. இவ்விஷயத்தில் அம்மாவின் இயல்பான தன்னம்பிக்கையின் மீது பரி பொறாமை கொள்வது இது முதல்முறை அல்ல, கடைசி முறையும் அல்ல.

"அடுத்து என் அம்மாவுக்கு ஏத்தமாதிரி இருக்கேன்னு சொல்லப்போறீங்க," என்றாள் அவள்.

"ஆஹ், இல்லை! தயவுசெய்து. ரொம்பப் பழசு. பெண்களைப் புகழ்வது என்பது ஒரு தனிப்பட்ட கலை, தெரியுமா."

"தெரியாது. ஆனால் உங்களுக்கு அது கைவந்த கலைன்னு மட்டும் நல்லாத் தெரியும்."

அந்தப் பணியாளன் கேட்டதையெல்லாம் கொண்டுவந்தான். பரியின் முழு கவனமும் கோப்பைகளையும், தட்டுகளையும் மேஜையின் மேல் நேர்த்தியாக அடுக்குகிற அவனது கைகளின் மேல் குவிந்திருந்தது, அவளது உள்ளங்கையில் வியர்வை பூக்க. ஆயுள் முழுக்க அவள் நான்கே நான்கு ஆண்களுடன்தான் இருந்திருக்கிறாள் - அவளைப் பொறுத்தவரை சுமாரான எண்ணிக்கை அது, அவளுடைய வயதில் அம்மாவை ஒப்பிடும்போது, அவ்வளவு ஏன் கூலட்டை ஒப்பிடும் போதுகூடத்தான். அம்மாவை விடவும் கூலட்டை விடவும் அவளுக்கு அக்கறை அதிகம், புரிந்துகொள்ளும் திறன் அதிகம், சமரச குணம் அதிகம், பொறுமை அதிகம், சுருக்கமாகச் சொல்லப்போனால் அம்மாவை விடவோ அல்லது கூலட்டை விடவோ அவள் எவ்வளவோ மேல். ஆனால் ஆண்களை மந்தை மந்தையாகக் கவர்வதற்கு இதெல்லாம் போதாதே. அவள் யாரையுமே காதலித்திருக்கவில்லை - ஒருவனிடம் அப்படிப் பொய் சொல்லியிருந்தாலும் - ஆனால் ஒவ்வொரு உறவுக்கு அடியிலும் பரிக்கு ஜூலியனின் நினைவுகளும், அவனுக்கென பிரத்யேக ஒளியைத் தாங்கி வரும் அவனது முகமும் மட்டுமே பதிந்திருந்தன.

அவர்கள் சாப்பிட, அவனது வேலையைப் பற்றி பேசினான். சில காலத்துக்கு முன்பே பேராசிரியர் வேலையை விட்டுவிட்டதாகச் சொன்னான். சர்வதேச நாணய நிதியத்தில் கடன் நிலைத்தன்மைப் பிரிவில் சில ஆண்டுகள் வேலை செய்திருந்தான். அதில் மிகச் சிறந்ததாக அவன் பார்த்தது அதில் கிடைத்தப் பயண அனுபவங்களைத்தான், சொன்னான்.

"எங்கெல்லாம் போனீங்க?"

“ஜோர்டான், ஈராக். அப்புறம் இரண்டு வருடங்கள் முறைசாரா பொருளாதாரத்தைப் பற்றி ஒரு புத்தகம் எழுதினேன்.”

“புத்தகம் வெளிவந்துடுச்சா?”

“இல்லை.” அவன் சிரித்தான். “ஒரு தனியார் நிறுவனத்துக்காக இப்போ இங்கே பாரீஸ்ல வேலை செய்றேன்.”

“எனக்கும் பயணம் போகணும்னு விருப்பம்தான்,” என்றாள் பரி. “கூலட் சொல்லிட்டே இருப்பா நாங்க ஆஃப்கானிஸ்தான் போகணும்னு.”

“அவள் அங்கே போக விரும்பறதுக்கான காரணம் எனக்குத் தெரியும்.”

“நானும் அதைப் பற்றித்தான் யோசிக்கறேன். அதாவது, அங்குப் போவதைப் பற்றி. அங்குக் கிடைக்கும் கஞ்சாவைப் பற்றியெல்லாம் கவலையில்லை, ஆனால் அந்த நாட்டுக்குப் போகவேண்டும். நான் பிறந்த தேசத்தைப் பார்க்க வேண்டும். ஒருவேளை வாய்ப்புக் கிடைத்தால் நானும் என் அப்பா அம்மாவும் வாழ்ந்த அந்தப் பழைய வீட்டைப் பார்க்கவும் எனக்கு ஆசை.”

“இந்த விஷயத்தில் உனக்கு இவ்வளவு ஈடுபாடு இருக்கும்னு எனக்குத் தெரியாது.”

“ஆர்வமா இருக்கு. என்னோட சின்ன வயசு ஞாபகங்கள் ஒருசிலது மட்டுமே இருக்கிறதால இப்படி ஆசைப்படறேன்.”

“ஒரு முறை உங்க வீட்டுச் சமையல்காரனைப் பற்றியும் நீ சொன்னது எனக்கு நினைவிருக்கு.”

பரி உள்ளுக்குள் பூரித்தாள், பல வருடங்களுக்கு முன்னால் அவள் சொல்லியிருந்த அந்தச் சின்ன விஷயத்தை அவன் இப்போது ஞாபகத்துடன் கேட்டதால். அப்படியென்றால், அவனும் இந்த இடைப்பட்ட காலத்தில் அவளை நினைத்திருக்கிறான். ஜூலியனின் நினைவில் பரியும் இருந்திருக்கிறாள்.

“ஆமாம். அவர் பெயர் நபி. அவர் ஓட்டுநரும் கூட. என் அப்பாவுடைய காரை அவர்தான் ஓட்டுவார், ஒரு பெரிய அமெரிக்கக் கார் அது, நீலநிறத்தில் பழுப்புநிற கூரையோடு. அதன்

முன்பக்கத்தில் ஒரு கழுகுத்தலை இருந்ததுகூட நல்லா ஞாபகம் இருக்கு.”

அதன் பிறகு, அவன் கேட்க, பரி சொன்னாள், அவளது படிப்பைப் பற்றி, கூட்டு மாறிகளுக்கு அவள் அளித்து வரும் முக்கியத்துவத்தைப் பற்றி. அம்மா எப்போதும் காட்டியிராத ஆர்வத்தோடு அவன் கவனித்தான்.

கணிதம் என்றாலே அம்மாவுக்குப் போரடித்துவிடும். பரியின் தீவிர கணக்குப் பற்றால் அவள் குழம்பினாள். அம்மாவுக்கு ஆர்வமிருப்பது போல நடிக்கக் கூடத் தெரியாது. மேலோட்டமாகப் பார்த்தால் தனது அறியாமையைக் கிண்டல் செய்துகொள்வதைப் போலத்தான் தெரியும். ஊலால்லா, என்று பல்லைக்காட்டுவாள், *என் மண்டை! பம்பரம் போலச் சுத்துது! நாம ஒன்று செய்யலாம், பரி. உனக்கு நான் டீ போட்டுத் தருவேனாம் நீ மறுபடியும் பூமிக்குத் திரும்பி வருவியாம், சரியா?* அவள் களுக்கென்று நகைச்சுவைக்க பரியும் சிரிப்பாள். ஆனால் அந்தக் கிண்டல்களுக்கான எல்லையையும் பரி உணர்ந்தே இருந்தாள். மறைமுக இகழ்ச்சி அது, ஒரு சிலருக்கு மட்டுமே வாய்க்கக்கூடிய அறிவை அவள் துரத்துவது வீண்முயற்சி, மடத்தனம் என்கிற சூசகம் அது. *மடத்தனம்.* ஒரு கவிஞரின் வாயிலிருந்து இது வருவது எவ்வளவோ தேவலாம், பரி நினைத்தாள். ஆனால் அம்மாவிடம் எப்போதுமே இதெல்லாம் வெளிக்காட்டமாட்டாள்.

கணிதத்தில் அப்படி எதைக் கண்டுவிட்டாள், ஜூலியன் கேட்க, அதில் ஆறுதலடைந்ததாக அவள் சொன்னாள்.

“நானாக இருந்தால் ‘கஷ்டமடைந்து’ என்ற வார்த்தையைப் பயன்படுத்தியிருப்பேன்,” என்றான்.

“அதுவும் சேர்ந்து தான்.”

கணித உண்மைகளில் இருக்கும் நிரந்தரத்தன்மை, கட்டுக்கோப்பான வரையறை, தெளிவு அவளுக்கு ஊக்கத்தைக் கொடுப்பதாகச் சொன்னாள். விடைகள் நம்மிடமிருந்து நழுவுவது போல இருந்தாலும், அதை நம்மால் கண்டுபிடிக்க முடியும். அவை அங்கே தான் இருக்கின்றன, சில சுண்ணக்கட்டிக் கிறுக்கல்களின் தூரத்தில்.

“சுருக்கமாச் சொல்லப்போனா நம்ம வாழ்க்கைக்கு நேர்மாறா,” என்றான். “நம்ம வாழ்க்கையில கேள்விக்கான விடைகள் கிடைக்காது கிடைத்தாலும் குளறுபடியா இருக்கும்.”

"என்னை மாதிரியா?" என்று சிரித்தாள். காகிதத் துணியால் முகத்தை மறைத்தாள். "லூசு மாதிரிப் பேசறேனா."

"கண்டிப்பா கிடையாது," என்றான். அந்தக் காகிதத் துணியைப் பிடுங்கினான். "கிடையவே கிடையாது."

"உங்க மாணவிகள்ல ஒருத்தி மாதிரி. என்னைப் பார்த்தா நிச்சயமா அப்படித்தானே தெரியுது."

மேலும் சில கேள்விகளைக் கேட்கிறான், அதிலிருந்து பகுப்பாய்வு எண் கோட்பாடுகளில் அவனது பரிச்சயத்தைப் பரி அறிகிறாள். குறைந்தபட்சம் கார்ல் காஸ், பென்ஹார்ட் ரீமனைப் பற்றிக் கேள்விப்பட்டிருந்தான். வானம் கறுக்கும்வரை அரட்டையடித்தார்கள். காபியில் தொடங்கி பியர் வழியாக ஒயின் வரை சென்றது. அதன் பிறகு, அதற்கு மேலும் தள்ளிப்போட முடியாமல், ஜூலியன் சற்றே குனிந்து, பணிவாக, கடமையுணர்ச்சி தொனிக்கக் கேட்டான், "சரி, சொல்லு, நீலா எப்படி இருக்கா?"

காற்றுப் பிடுங்கிய பலூனைப் போல் பரியின் கன்னங்கள் மூச்சுவிட்டன.

ஜூலியன் தலையாட்டினான் பதில் தெரிந்ததுபோல்.

"புத்தகக் கடை அவள் கையை விட்டுப் போகப்போகுது," பரி சொன்னாள்.

"கேட்கவே கஷ்டமா இருக்கு."

"ரொம்ப வருஷமாவே வியாபாரம் சரியாகப் போவதில்லை. கடையை அவளால் தொடர்ந்து நடத்தவே முடியாது. யதார்த்தத்தை அவள் புரிந்தகொள்ள மறுக்கிறா. ஆனால் அவளுக்கு இது பெரிய அடியாக இருக்கும். பாவம்."

"ஏதாவது எழுதறாளா?"

"இல்லை."

உடனே அவன் கதையை மாற்ற, பரி இயல்புக்குத் திரும்பினாள். அம்மாவைப் பற்றியோ அவளது குடிப்பழக்கத்தைப் பற்றியோ அல்லது மாத்திரை எடுக்கச்செய்ய நடக்கும் போராட்டத்தைப் பற்றியோ அவள் பேச விரும்பவில்லை. அம்மா பக்கத்து அறையில் உடைமாற்றும் போதெல்லாம் தனித்திருந்த அவளும் ஜூலியனும்

பரிமாற்றிக்கொண்ட சங்கடப் பார்வைகளை, அவளிடம் பேசத் தவித்த ஜூலியனின் முயற்சியைப் பரி நினைவு கூர்ந்தாள். அம்மாவும் இதை உணர்ந்திருக்க வேண்டும். ஜூலியனுடன் உறவை முறித்ததற்கு அதுதான் காரணமோ? பரி வலுவாக சந்தேகித்தாள். அப்படியென்றால் அது பொறாமை கொண்ட காதலியின் செயலாக இருந்திருக்குமேயொழிய பொறுப்பான தாயின் செயலாக நிச்சயம் இருந்திருக்காது.

சில வாரங்களுக்குப் பிறகு, பரியைத் தன்னுடன் சேர்ந்துவாழ ஜூலியன் அழைத்தான். 7வது அரோவ்ண்டிஸ்மானில், இடது கரையில், ஒரு சிறிய அடுக்குமாடிக் குடியிருப்பில் அவன் வாழ்ந்தான். பரியும் சம்மதம் சொன்னாள். கூலட்டின் குத்தலான வெறுப்பு அவளால் தாங்கவே முடியாத அளவுக்குச் சென்றுவிட்டது.

ஜூலியனுடன் அவனது வீட்டில் அவள் கழித்த முதல் ஞாயிறைப் பரி ஞாபகம் கொள்கிறாள். ஒருவரோடு ஒருவர் அழுந்த மஞ்சத்தில் சாய்ந்து கிடந்தனர். பரி இதமான அரை மயக்கத்தில் இருக்க, ஜூலியன் அவனது வளர்ந்த கால்களை குறுமேஜையின் மேல் நீட்டியிருந்தான். செய்தித்தாளின் கடைசிப் பக்கத்தின் தலையங்கத்தைப் படித்துக்கொண்டிருந்தான். ஒலிவட்டுக்கருவியில் ஜாக்ஸ் ப்ரெல் பாடினார். அவ்வப்போது பரி அவனது மார்பில் தலையை இடம் மாற்றிக்கொண்டிருக்க, ஒவ்வொரு முறையும் ஜூலியன் குனிந்து அவளது இமைகளிலோ காதுமடலிலோ நாசியிலோ முத்தங்களை நட்டான்.

"நாம அம்மாகிட்ட சொல்லிடணும்."

அவன் இறுகிக் கொண்டிருப்பதை அவளால் உணர முடிந்தது. அவன் செய்தித்தாளை மடித்தான், கண் கண்ணாடியைக் கழற்றி மஞ்சத்தின் கைகளில் கொடுத்தான்.

"அம்மாவுக்குத் தெரியப்படுத்தியாகணும்."

"சொல்லிக்கலாம்."

"சொல்லிக்கலாமா?"

"இல்லை இல்லை, கண்டிப்பா சொல்லணும். அதான் சரி. நீயே தொலைபேசியில் கூப்பிட்டுச் சொல்லிடு. ஆனால் கவனமா இரு. அவளிடம் அனுமதியோ வாழ்த்தோ எதிர்பார்க்காதே. இரண்டுமே

நிச்சயம் கிடைக்காது. விஷயத்தை மட்டும் சொல். இதில் வாதம் செய்ய எதுவுமே இல்லை, பரி. அதில் மட்டும் தெளிவாக இரு."

"நீங்க சுலபமா சொல்லிடுவீங்க."

"உண்மைதான். இருந்தாலும், நீலா பழிவாங்கத் துடிப்பவள், பிடிவாதக்காரி. ஞாபகம் இருக்கட்டும். சொல்றதுக்கு வருத்தப்படறேன் பரி, அதனாலதான் அவளைப் பிரிஞ்சேன். நினைச்சுப் பார்க்க முடியாத அளவுக்குப் பழிவாங்குவாள். உனக்கு இது ரொம்பவே கஷ்டமான விஷயம்தான் எனக்கும் தெரியுது."

பரி பெருமூச்சுடன் கண்களை மூடினாள். இதை எப்படிச் சொல்வது என்ற எண்ணமே அவளின் வயிற்றைப் பிரட்டியது.

ஜூலியன் அவளது முதுகை வருடினான். "கவலைப்படாதே."

அடுத்த நாள், பரி அவளைத் தொலைபேசியில் அழைத்தாள். அம்மாவுக்கு விஷயம் தெரிந்திருந்தது.

"உங்களுக்கு யார் சொன்னது?"

"கூலட்."

நினைச்சேன், பரி மனதுக்குள் சொல்லிக்கொண்டாள். "நானே உங்களிடம் சொல்லலாம்னு இருந்தேன்மா."

"எனக்குத் தெரியாதா. நீ சொல்வேனு எனக்கும் தெரியும். இதையெல்லாம் மறைக்க முடியாது, இந்த மாதிரி விஷயங்களை."

"என் மேல் கோவமா?"

"என் கோவத்துக்கும் இதுக்கும் ஏதாவது சம்பந்தம் இருக்கா என்ன?"

பரி ஜன்னலருகில் நின்றிருந்தாள். ஜூலியனின் பழைய, தேய்ந்துபோன அந்த நீலநிற சாம்பல் கிண்ணத்தின் விளிம்புகளில் அனிச்சையாகத் தன் விரல்களை ஓட்டினாள். கண்களை அடைத்துக்கொண்டாள். "இல்லம்மா. ஒரு சம்பந்தமும் இல்லை."

"நல்லது. இந்த விஷயம் என்னைக் காயப்படுத்தலைன்னு சொல்ல எனக்கும் ஆசைதான்."

"உங்களைக் காயப்படுத்தணும்னு நான் இதைச் செய்யலை."

"நம்பிட்டேன்."

“உங்களை எதுக்கும்மா நான் கஷ்டப்படுத்தணும், சொல்லுங்க?”

அம்மா சிரித்தாள். மேம்போக்கான, ஒரு கேவலமான சத்தம்.

“சில சமயங்கள்ல உன்னைப் பார்க்கும்போது, என்னோட குணம் கொஞ்சம்கூட உன்கிட்ட இல்லையோன்னு தோணுது. என்னோட குணம் உன்கிட்ட எப்படி இருக்கும் சொல்லு? இருக்காது.
அதில் பெரிய ஆச்சர்யம் ஒண்ணும் இல்லையே. நீ எப்படிப்பட்ட பொண்ணுன்னே எனக்குத் தெரியலை, பரி. நீ யார், உன் ரத்தத்தில் என்ன இருக்குன்னு எதுவுமே எனக்குத் தெரியாது. நீ யாரோ நான் யாரோ.”

“அம்மா, நீங்க என்ன சொல்றீங்கன்னு புரியவே இல்லை.” என்றாள் பரி.

ஆனால் அம்மா எப்போதோ இணைப்பைத் துண்டித்திருந்தாள்.

***

‘ஆஃப்கன் கானக்குயில்’ நீலா வஹ்தாதியுடன்
எட்யன் புஸ்துலர் நடத்திய நேர்காணலின் ஒரு பகுதி

பாரலாக்ஸ் 84 (குளிர்காலம் 1974), பக்கம். 38

புஸ்: இங்கே வந்த பிறகுதான் ஃபிரெஞ்சு கத்துக்கிட்டீங்களா?

நீலா: காபூலில் இருந்தபோதே என் அம்மா எனக்குக் கத்துக் கொடுத்தாங்க. என்கூட ஃபிரெஞ்சுல மட்டும்தான் பேசினாங்க. தினமும் பயிற்சி இருக்கும். அவங்க காபூலை விட்டுப் போனது என்னால தாங்கவே முடியலை.

புஸ்: எங்கே? ஃபிரான்ஸுக்கா?

நீலா: ஆமாம். என் அப்பாவும் அம்மாவும் 1939ல் விவாகரத்து வாங்கிட்டாங்க. அப்போ எனக்குப் பத்து வயசிருக்கும். என் அப்பாவுக்கு நான் ஒரே மகள். அதனால் என்னை விட்டுக்கொடுக்கும் பேச்சுக்கே இடமில்லை. ஆக, நான் அங்கேயே இருக்க, என் அம்மா ஃபிரான்ஸுக்கு வந்து அவள் சகோதரி ஆக்னெஸ் கூட வாழ்ந்தாங்க. எனக்கு அம்மா இல்லாத குறை தெரியாமல் இருக்க, என் அப்பா தனிப்பட்ட முறையில் ஒரு ஆசிரியரை வேலைக்கு அமர்த்தினார், குதிரையேற்ற வகுப்பு, ஓவிய வகுப்புன்னு. ஆனால் அம்மாவோட இடத்தை யாரால் நிரப்ப முடியும்.

புஸ்: அப்புறம் அம்மா என்ன ஆனாங்க?

நீலா: ஓ, அவங்க இறந்துட்டாங்க. நாஜிக்கள் பாரீஸ்ஸுக்கு படையெடுத்த காலகட்டம் அது. அவங்க அம்மாவைக் கொல்லலை. ஆக்னெஸைத்தான் கொன்னாங்க. அம்மா இறந்தது நுரையீரல் அழற்சியால. நேச நாடுகள் பாரீஸை மீட்ட நாள் வரைக்குமே என் அப்பா இதை என்கிட்ட சொல்லவேயில்லை. ஆனால் எனக்குத் தெரிஞ்சுபோச்சு. எப்படியோ எனக்குத் தெரிஞ்சுடுச்சு.

புஸ்: ரொம்பக் கஷ்டமாக இருந்திருக்கும்.

நீலா: நிலைகுலைஞ்சு போயிட்டேன். என் அம்மாதான் எனக்கு உயிர். போருக்குப் பிறகு இங்கே ஃபிரான்ஸில் அம்மாவுடனேயே இருந்திடலாம்னு நினைச்சிருந்தேன்.

புஸ்: உங்களுக்கும் உங்க அப்பாவுக்கும் ஒத்துப்போகலைன்னு யூகிக்கிறேன்.

நீலா: எங்களுக்குள்ள உரசல்கள் இருந்தது உண்மைதான். சண்டை போட்டுக்கொண்டே இருந்தோம். நிறைய. அது அவருக்கு வினோதமாக இருந்தது. யாரும் எதிர்த்துப் பேசி அவர் பழக்கப்பட்டதே இல்லை, அதுவும் ஒரு பெண்ணால நிச்சயமா இல்லை. நான் எதை உடுத்துறேன், எங்கே போறேன், என்ன பேசினேன், அதை எப்படிப் பேசினேன், யாரிடம் பேசினேன் இப்படி எதற்கெடுத்தாலும் வாக்குவாதம் தான். நான் துணிச்சலா தன்னம்பிக்கையா வளர வளர, அவரோ இன்னும் இன்னும் சிடுசிடுப்பானவரா ரொம்பக் கண்டிப்பானவரா மாறினார். நாங்க இயல்பாகவே எதிரிகளாயிட்டோம்.

அவள் 'களுக்'கென்று சிரிக்கிறாள், நெற்றியைச் சுற்றியிருந்த மணிக்குட்டையின் பின்பக்க முடிச்சை இறுக்குகிறாள்.

நீலா: பிறகு நான் காதலில் விழ ஆரம்பிச்சேன். அடுத்தடுத்து, தீவிரமா. அப்பாவை அச்சுறுத்துற மாதிரி, தப்பான ஆட்களிடம். ஒருமுறை எங்க வீட்டு வேலைக்காரனின் மகனோடு, இன்னொரு முறை அப்பாவின் வியாபார விஷயங்களைக் கவனிச்சுட்டு வந்த கடைநிலை ஊழியன் ஒருவனோடு. முட்டாள்தனமான, தாறுமாறான, ஒண்ணு கூட நிலைக்காதுன்னு ஆரம்பத்திலிருந்தே தெரிஞ்சுபோன வயசுக் கோளாறுகள். யாருக்கும் தெரியாத ஒதுக்குப்புறமான மறைவிடங்களில் சந்திக்க ஏற்பாடு செய்து வீட்டிலிருந்து நைசா நழுவிடுவேன். எதிர்பார்த்த மாதிரியே யாராவது அப்பாவிடம் போட்டுக் கொடுத்துடுவாங்க, எங்காவது யாரோடாவது நான் தட்டுப்பட்டேன்னு. நான் தேவிடியாத்தனம் செய்துட்டு இருந்ததா

- இப்படித்தான் அப்பாவிடம் சொல்வார்கள் - நான் 'தேவிடியாத்தனம்' செய்துட்டு இருந்தேன்னு. அப்படியும் இல்லைன்னா 'ஊர் மேய்கிறேன்' என்பார்கள். என்னை மீட்டுக் கொண்டுவர ஒரு கும்பலையே அப்பா அனுப்புவார். அறையில் போட்டு என்னை அடைச்சுப் பூட்டுவார். நாள்கணக்காக. கதவுக்கு வெளியே இருந்து கத்துவார், என்னை அசிங்கப்படுத்துகிறாய். எதற்காக என்னை இவ்வளவு அசிங்கப்படுத்துகிறாய் நீ? உன்னை என்ன செய்யலாம்? பல சமயங்களில் அந்தக் கேள்விகளுக்கெல்லாம் இடுப்புப் பட்டாவால், கைமுஷ்டிகளால் பதில் சொன்னார். அறையைச் சுத்தித் துரத்தித் துரத்தி அடிப்பார். அடிதடியால் என்னைப் பணிய வைக்கலாம்னு நினைச்சாரோ என்னவோ. அந்நாட்களில் நிறைய எழுதித் தள்ளினேன், சர்ச்சைக்குரிய நீளமான கவிதைகளை, காமம் சொட்டச்சொட்ட. இன்னும் சரியாகச் சொல்லப்போனால் உணர்ச்சிகரமாக, மனதை உருக்குற மாதிரி. கூண்டுப் பறவைகளும் கைவிலங்கு காதலர்களும் வரும் கவிதைகள். நான் அவற்றால் பெருமைப்படலை.

அவளுக்குப் போலியான தன்னடக்கம் வராது என நான் உணர்ந்ததால் தனது ஆரம்பகாலப் படைப்புகளைப் பற்றிய அவளது நேர்மையான விமர்சனமாகவே இதைப் பார்க்கிறேன். அது உண்மையெனில், இரக்கமற்ற கடுமையான விமர்சனமாகவே அது இருக்கும். ஏனென்றால் இக்காலகட்டத்தில் எழுதப்பட்ட அவளது கவிதைகள் முதல் தரமானவை; அசத்தலானவை, மொழிபெயர்ப்பில் கூட. இத்தனைக்கும் அவ்வளவு இளம் வயதிலேயே எழுதப்பட்டதை நினைக்கும்போது ஆச்சரியமாக இருக்கிறது. அவளின் கவிதைகள் மனதை உருக்கும், காட்சிகளைக் கண்முன் நிறுத்தும், உணர்த்தெழும், உள்ளத்தைத் திறக்கும், சொல்நயம் வழியும். கட்டுக்கடங்காத சோகத்தையும் தனிமையையும் அவை மிக அழகாக எடுத்துச் சொல்லும். அவளது ஏமாற்றங்களை, இன்பதுன்பங்கள் நிறைந்த இளம் காதலின் அந்த வனப்பை, அந்த நம்பிக்கையை, அந்த அடக்குமுறைகளை அவை வரிசைப்படுத்தும். மேலும் அடிக்கடி தீவிரமான ஒரு மூச்சடைப்பு அதில் தொனிக்கும், உயரழுத்தம் நெறுக்கும், அதன் கூடவே எப்போதும் சூழ்நிலையின் ஆதிக்கத்துக்கு எதிரான அந்தப் போராட்டம் வெளிப்படும். பலமுறை உருவகப்படுத்தி ஒருமுறைகூட பெயர் குறிப்பிடாத ஓர் ஆண் வடிவம் கவிதைகள் முழுக்க வியாபிக்கும். அவளது அப்பாவின் குறியீடாகவே அது தெரியவந்தது, கூர்ந்து கவனிக்கும்போது. இதையெல்லாம் அவளிடம் சொல்கிறேன்.

புஸ்: எனக்குப் புரிந்தவரை ஃபார்ஸிக் கவிதைகளில் இரண்டறக் கலந்திருக்கும் சந்தம், ஓசை நயம், மற்றும் அடிகளின் பாரம்பரியக்

கட்டமைப்பை நீங்க உடைத்தெறிஞ்சீங்க. தங்குதடையில்லாத கற்பனை ஓட்டத்தைப் பயன்படுத்தினீங்க. அன்றாட வாழ்க்கையில் நடக்கக்கூடியச் சின்ன சின்ன தற்செயலான விஷயங்களுக்குக் கூட முக்கியத்துவம் கொடுத்தீங்க. மொத்தத்தில் இது இலக்கிய உலகத்தையே புரட்டிப்போட்டதா எனக்குப் புரியுது. இப்படிக் கேட்பது முறையா என தெரியலை, ஒருவேளை நீங்க கொஞ்சம் முன்னேறிய தேசத்தில் பிறந்திருந்தால் - உதாரணமாக, ஈரான் - நீங்கள் ஒரு எழுத்துலக முன்னோடின்னு கண்டிப்பாக அறியப்பட்டிருப்பீங்க, தகுதிக்கேற்ற அங்கீகாரமும் கிடைச்சிருக்கும்னு சொல்லலாமா?

அவள் கோணலாகப் புன்னகைக்கிறாள்.

நீலா: நீங்களே யோசிங்க.

புஸ்: இருந்தாலும், நீங்க கொஞ்சம் முன்னாடி சொன்னதோட அதிர்ச்சியிலிருந்து இன்னமும் நான் மீளலை. அதாவது அக்கவிதைகளால் நீங்க பெருமைப்படலைன்னு சொன்னது. உங்களின் படைப்புகளில் ஏதாவது உங்களுக்குத் திருப்தி கொடுத்திருக்கா?

நீலா: கொஞ்சம் சிக்கலான கேள்வி, இது. இதுக்கு உடன்பாடான ஒரு பதிலை என்னால் சொல்லமுடியும், என் கவிதைகளை அதன் படைப்புச் செயல்முறைகளிருந்து பிரிச்சுப் பார்க்க முடியும்னா.

புஸ்: விளைவிலிருந்து வழிமுறைகளைப் பிரிக்கச் சொல்றீங்க.

நீலா: என்னைப் பொறுத்தவரை படைப்பு என்பது நாகரீகமான ஒரு திருட்டுத்தனம். மிகச்சிறந்த படைப்புகளை நீங்க தோண்டிப் பார்த்தா, மோஸ்யூ புஸ்துலர், எல்லா விதமான தரம்கெட்டத்தனமும் அதில் உங்களுக்குக் கிடைக்கும். இலக்கியம்னாலே அடுத்தவர் வாழ்க்கையைச் சூறையாடுறதுதான், அடுத்தவங்க விருப்பம் இல்லாமலேயே அவங்களுக்குத் தெரியாமலேயே அவங்களையும் பங்கேற்பாளர்களா மாற்றிக் கொண்டிருப்பதுதான். நீங்க அவங்களோட ஆசைகளை, கனவுகளைத் திருடி, அவங்களோட குறைகளையும், வேதனைகளையும் சுருட்டுவீங்க. உங்களுக்கு உரிமையில்லாததை நீங்க எடுத்துப்பீங்க. இதையெல்லாம் தெரிஞ்சேதான் செய்றீங்க.

புஸ்: ஆனால் இதில்தான் நீங்களும் சிறந்து விளங்கினீங்க.

நீலா: காரணம் கலைக்காக, இலக்கியத்துக்காகன்னு உயரிய நோக்கமெல்லாம் கிடையாது, எனக்கு வேறு வழி தெரியலை,

அவ்வளவுதான். இதற்கான நிர்பந்தம் என் சக்திக்கு மீறியது. அதற்கு அடிபணியாமல் போனால் எனக்குக் கிறுக்குப் பிடிச்சிருக்கும். நான் பெருமைப்படலையா, எனக்குத் திருப்தியான்னு நீங்க கேட்கறீங்க. என் மனசாட்சிக்குத் தெரிஞ்சவரை தார்மீக அடிப்படையில் முறையற்ற வழிகளிலிருந்து பெறப்பட்ட சில படைப்புகளைப் பற்றிப் பெரிசாகப் பீற்றிக்கொள்ள எனக்குக் கஷ்டமா இருக்கு. மெச்சுவதா வேண்டாமா என்ற முடிவை மற்றவர்களிடமே விட்டுடுறேன்.

அவளது ஒயின் கோப்பையை அண்ணாந்து கவிழ்க்கிறாள். பிறகு புட்டியில் மிச்சமிருந்ததைக் கோப்பைக்குள் நிரப்பிக் கொள்கிறாள்.

நீலா: எது எப்படி இருந்தாலும், காபூலில் என்னை ஒருத்தரும் மதிக்கலைன்னு மட்டும் என்னால் சொல்லமுடியும். என்னை எல்லாரும் ரசனை கெட்டவள், வேசி, நடத்தை சரியில்லாதவள்னு சொன்னாங்களே தவிர ஒருவர்கூட எழுத்துலக முன்னோடின்னு நினைக்கலை. என் அப்பாவையும் சேர்த்தேதான் சொல்றேன். என் கவிதைகளை ஒரு தேவடியாளின் உளறல்னு சொன்னார். குறிப்பிட்ட இதே வார்த்தையைத்தான் அவர் பயன்படுத்தினார். அவரின் குடும்ப கௌரவத்தைச் சரி செய்யவே முடியாத அளவுக்குக் கெடுத்துட்டதாச் சொன்னார். அவருக்கு நான் பெரிய துரோகம் பண்ணிட்டதாகச் சொன்னார். மானம்-மரியாதைக்கான தகுதியைப் பெற எனக்கு ஏன் அவ்வளவு சிரமமாக இருக்குதுன்னு கேட்டுக்கிட்டேயிருந்தார்.

புஸ்: அதற்கு நீங்க என்ன சொன்னீங்க?

நீலா: அவரின் பார்வையில் கிடைக்கும் மானம்-மரியாதையைப் பத்தியெல்லாம் எனக்குக் கவலையே இல்லைன்னு சொன்னேன். என் கழுத்தைச் சுத்தி நானே தூக்குக்கயிற்றை மாட்டிக்க ஆசையில்லைன்னு சொன்னேன்.

புஸ்: அவருடைய ஆத்திரத்தை அது அதிகமாக்கியிருக்கும் இல்லையா?

நீலா: இயல்பாகவே.

அடுத்து இதைச் சொல்லத் தயங்குகிறேன்.

புஸ்: ஆனால் அவருடைய கோபம் நியாயமானது தானே.

அவள் ஒரு புருவத்தை மட்டும் உயர்த்துகிறாள்.

புஸ்: அவர்தான் குடும்பத்தலைவர், இல்லையா? அவர் கேள்விப்பட்டிருந்த அத்தனையையும், அவர் பெரிசா நினைச்சிருந்த எல்லாவற்றையும் நீங்க நேரடியாவே எதிர்த்தீங்க. பெண்களுக்கான புதிய வரையறைகளுக்காக, அவர்களுக்கான சமூக அந்தஸ்தை அவர்களே தீர்மானிக்க, நியாயமான சுயமரியாதையைப் பெற, ஒரு வகையில், உங்க வாழ்க்கை மூலமா, உங்க எழுத்து மூலமா நீங்க வாதம் செய்துட்டுருந்தீங்க. காலங்காலமா அவரைப் போன்ற ஆண்கள் அனுபவிச்ச ஏகபோக உரிமைக்குச் சவால் விட்டீங்க. யாருமே சொல்லத் துணியாததைச் சொல்லிட்டிருந்தீங்க. ஒரு சின்ன, தனிமனிதப் புரட்சியையே நடத்திட்டிருந்தீங்கன்னே சொல்லலாம்.

நீலா: அடடா, இத்தனை காலமா, நான் வெறும் காமத்தைப் பற்றி மட்டும்தான் எழுதிட்டுருந்தேன்னு நினைச்சேன்.

புஸ்: அதுவும் ஒரு பகுதிதான், இல்லையா?

என் குறிப்புகளைத் தோண்டி ஒருசில அப்பட்டமான பாலுறவுக் கவிதைகளை குறிப்பிடுகிறேன் - "முட்கள்," "காத்திருக்கவில்லையெனில்," "தலையணை." எனக்குப் பிடித்த கவிதைகளில் அவை இல்லை என்பதையும் ஒப்புக்கொள்கிறேன். அவை நுணுக்கத்தையும் தெளிவையும் இழந்திருப்பதாக இடிக்கிறேன். படிப்பதற்கு என்னவோ அதிர்ச்சி தரவேண்டும், நடைமுறைகளைக் கொச்சைப்படுத்த வேண்டும் என்பதை மட்டுமே ஒரே நோக்கமாகத் தீர்மானித்து வடிக்கப்பட்டதைப் போலிருக்கிறது என்கிறேன். ஆஃப்கன் பாலின வேறுபாட்டின் மீது தொடுக்கப்படும் கசப்பான, கோபமான குற்றச்சாட்டாக மட்டுமே அவை எனக்குப்படுகின்றன.

நீலா: நான் கோவமாத்தான் இருந்தேன், அதில் சந்தேகமேயில்லையே. என்னை காமத்திலிருந்து பாதுகாத்தே தீரவேண்டிய மனப்பான்மையின் மீது கடும் கோவம் எனக்கு. என் உடம்பிடம் இருந்தே என்னைப் பாதுகாக்க வேண்டும் என்பது மாதிரி. ஏன்னா நான் ஒரு பெண் இல்லையா. மேலும் பெண்கள் உணர்வுரீதியா, ஒழுக்கரீதியா, அறிவுரீதியா வளர்ச்சி பெறாதவங்கன்னு உங்களுக்குத் தெரியாதா. அவங்களுக்குச் சுயக்கட்டுப்பாடே கிடையாது, தெரியுமா, உடல்சார்ந்த தூண்டுதல்களுக்கு உடனே விழுந்துடுவாங்க. கட்டுப்படுத்தி வைக்க வேண்டிய, காமத்துக்கு அடிமையான உயிரினங்கள் அவங்க, இல்லைன்னா ஒவ்வொரு அஹ்மதுடனோ அல்லது முஹம்மதுடனோ படுக்கையில் பாய்ஞ்சிடுவாங்க பாருங்க.

புஸ்: சொல்றதுக்கு மன்னிக்கணும் - ஆனால் இதையே தானே நீங்களும் செய்தீங்க, இல்லையா?

நீலா: இம்மாதிரியான கோட்பாடுகளுக்கு எதிர்ப்பு காட்டுவதற்காக மட்டும்.

ரசிக்க வைக்கும் சிரிப்பு அவளுக்கு, குறும்பும், தந்திரமான புத்திக்கூர்மையும் அதில் நிரம்பி வழியும். எனக்கு மதிய உணவு வேண்டுமா என்கிறாள். அவளது மகள் சமீபத்தில்தான் குளிர்சாதனப்பெட்டியின் இருப்பைப் புதுப்பித்திருந்தாள் என்று சொல்லிக்கொண்டே எதையோ செய்ய ஆரம்பிக்க அதுவொரு அற்புதமான ஜம்போ ஃபுமே சாண்ட்விச்சாக மாறுகிறது. ஒன்று மட்டும் தான் செய்கிறாள். அவளுக்கு, ஒரு புதிய ஒயின் புட்டியைத் திறந்து மற்றொரு சிகரெட்டைப் பற்றவைக்கிறாள். அமர்கிறாள்.

நீலா: இந்தப் பேட்டிக்காகவாவது நமக்குள்ள ஒரு நல்ல உடன்பாடு இருக்கணும்னு ஒப்புக்குவீங்களா, மோஸ்யூ புஸ்துலர்?

அவளிடம் ஒப்புக்கொள்கிறேன்.

நீலா: அப்படின்னா இரண்டு விஷயங்களைச் செய்யுங்க. முதல்ல சாண்ட்விச்சை சாப்பிடுங்க அடுத்து என் கோப்பையை முறைக்கறதை நிறுத்துங்க.

குடிப்பழக்கத்தைப் பற்றிய கேள்வி ஏதேனும் எனக்குள் இருக்குமானால் அதை இப்பேச்சு முளையிலேயே கிள்ளியெறிந்திருக்கும் என்பதைச் சொல்லவே வேண்டாம்.

புஸ்: அதன் பிறகு என்ன நடந்தது?

நீலா: 1948ல் எனக்கு உடம்பு சரியில்லாமல் போனது, கிட்டத்தட்ட பத்தொன்பது வயசிருக்கும் போது. ரொம்ப ஆபத்து என்பதோடு மட்டும் நிறுத்திக்கிறேன். என் அப்பா சிகிச்சைக்காக என்னை டெல்லிக்குக் கூட்டிட்டுப் போனார். மருத்துவர்கள் எனக்கு வைத்தியம் செய்த அந்த ஆறு வாரங்களும் அப்பா என் கூடவே இருந்தார். நான் பிழைச்சதே பெரிய விஷயம்னு சொன்னாங்க. நான் பிழைச்சிருக்கவே கூடாதுன்னு நினைக்கிறேன். ஓர் இளம் கவிஞருக்கான உச்சகட்ட தொழில் நகர்வாக அந்த இறப்பு இருந்திருக்கும். நாங்க ஊர் திரும்பியபோது, நலிஞ்சுபோய், யாரிடமும் பேசாமல் விலகியிருந்தேன். எழுத வேண்டுமென்ற சிந்தனையே எனக்கில்லை. சாப்பாட்டின் மீதோ அல்லது பழகுவதின் மீதோ அல்லது

பொழுதுபோக்கின் மீதோ துளியும் ஈடுபாடில்லை. என்னைப் பார்க்க வந்த அத்தனை பேரையும் வெறுத்தேன். கதவு-ஜன்னல்களையெல்லாம் இழுத்து மூடித் தூங்கவேதான் விரும்பினேன், நாள் முழுசும், ஒவ்வொரு நாளும். பெரும்பாலும் அதைத்தான் நான் செய்தேன். ஒருவழியாக, படுக்கையைத் துறந்து, மெல்ல மெல்ல எனது தினசரி நடைமுறைகளைத் தொடர ஆரம்பித்தேன், அதாவது மிகவும் அடிப்படையான, பெயரளவுக்காவது அக்கறை செலுத்தியே தீரவேண்டிய சமூக அத்தியாவசியங்களுக்கு மட்டும். ஆனால் நான் மனதளவில் நொடிஞ்சுட்டேன். என்னுடைய ஜீவாதாரமான ஏதோவொன்றை இந்தியாவிலேயே விட்டுட்டதைப்போல.

புஸ்: உங்க அப்பா கவலைப்பட்டாரா?

நீலா: நேர்மாறா, அவர் உற்சாகமானார். செத்துப் பிழைச்ச என் உடல்நிலை என்னோட திமிரையும், தான்தோன்றித்தனத்தையும் தட்டி மூலையில் உட்கார வைச்சுட்டதாக நினைச்சார். என் மனநிலையை, கஷ்டத்தை அவர் புரிந்துகொள்ளலை. நான் படிச்சிருக்கேன், மோஸ்யூ புஸ்துலர், நீங்க பனிச்சரிவில் சிக்கும்போது, அந்தப் பனி முழுக்க உங்களை அடியில் போட்டுப் புதைக்கும்போது, உங்களுக்கு மேலா கீழான்னு தலைகால் புரியாதாம். சுத்தியும் இருக்கிற பனியைத் தோண்டி வெளியே வந்துவிடப் போராடுவீங்களாம். ஆனால் தவறான வழியைத் தேர்ந்தெடுத்து, உங்களுக்கு நீங்களே சமாதியைத்தான் தோண்டுவீங்களாம். நானும் அதேபோன்ற மனநிலையில் தான் இருந்தேன், வழிகாட்ட ஆளில்லாம, குழப்பத்தில் ஊசலாடி, புத்தி வேலை செய்யாமல். தீவிர மனஅழுத்தத்தில் இருந்தேன்னு சொல்லவே தேவையில்லை. அதைப் போன்ற நிலையில், நீங்கள் எளிதாகச் சிக்கிடுவீங்க. அதனால்தானோ என்னவோ அடுத்த வந்த வருஷத்தில், அதாவது 1949ல், சுலைமான் வஹ்தாதி என் அப்பாவிடம் என்னைப் பெண் கேட்டு வந்தபோது என் சம்மதத்தைச் சொன்னேன்.

புஸ்: அப்போ உங்களுக்கு இருபது வயசு.

நீலா: அவருக்கில்லை.

இன்னொரு சாண்ட்விச்சை உபசரிக்க முன்வர, நான் அதை மறுக்கிறேன், ஆனால் காபியை ஏற்பதாகச் சொல்கிறேன். தண்ணீரைக் கொதிக்க வைக்கும்போது, எனக்குத் திருமணமாகிவிட்டதா என்கிறாள். இல்லை என்கிறேன். இனிமேலும் செய்துகொள்வதும் சந்தேகம்தான் என்றும் சொல்கிறேன். அவள் சட்டெனத் திரும்பிப் பார்க்கிறாள், அவளது உன்னிப்பு என்மீது காலம்கடத்திக் கொண்டிருக்கிறது; சிரிக்கிறாள்.

நீலா: ஓ. எப்பவுமே தவறாது.

புஸ்: சில சமயம் சறுக்கும்.

நீலா: அடிபட்டதும் ஒரு காரணமா இருக்கலாம்.

அவளது தலையைச் சுட்டுகிறாள்.

நீலா: இதை அலங்காரத்துக்காகப் போடலை. இரண்டு நாளுக்கு முன் மயங்கி விழுந்ததில் அடிபட்டு நெத்தியில் காயமாகிடுச்சு. இருந்தாலும், உங்க விஷயத்தில் நான் சரியாச் சொல்லியிருக்கணும். என்னோட அனுபவத்தில், பெண்களை நன்றாகப் புரிந்துகொள்ளும் உங்களைப் போல ஆண்கள் எல்லாருமே ஏறக்குறைய அவர்களிடமிருந்து தள்ளியேதான் இருக்காங்க.

அவள் எனக்குக் காபியைத் தருகிறாள், சிகரெட்டைப் பற்றவைத்து உட்கார்கிறாள்.

நீலா: திருமணத்தைப் பற்றி என்னிடம் ஒரு கருத்து இருக்கு, மோஸ்யூ புஸ்துலர். அது என்னன்னா உங்களுக்கு அந்த முதல் இரண்டு வாரங்களுக்குள்ளேயே தொண்ணூற்று ஒன்பது சதவீதம் நிச்சயமாத் தெரிஞ்சிடும், அது நிலைக்குமா இல்லையான்னு. எப்படி இத்தனை பேர் வருடக் கணக்கா, பல்லாண்டுகளா இதில் கைதியா அடைபட்டுக் கிடக்கிறாங்கன்னு என்னால் நம்பவே முடியவில்லை. எப்படி அவங்க, ஒரு குருட்டு நம்பிக்கையில் ஒருவருக்கொருவர் தன்னைத்தானே ஏமாற்றிக்கொண்டு, அந்த முதல் இரண்டு வாரங்களிலேயே பதில் தெரிந்தபோதும் உறவை நீட்டிமுழக்கி வாழ்றாங்க. என்னைப் பொறுத்தவரை, இரண்டு வாரகாலம்கூட எனக்குத் தேவைப்படலை. என் கணவர் நல்ல மனிதர்தான். ஆனால் ரொம்ப அழுத்தமான ஆள், தனிமை விரும்பி, சுவாரசியமற்றவர். ஓ, அப்புறம் அவருக்கு எங்க வீட்டுக் காரோட்டியின் மேல் காதல்.

புஸ்: ஓ! கண்டிப்பாக உங்களுக்கு இது அதிர்ச்சியைக் கொடுத்திருக்குமே.

நீலா: நான் எதிர்பார்க்கலை. கதை வேற மாதிரிப் போனது மட்டும் நிச்சயம்.

அவளது புன்னகையில் கொஞ்சம் சோகம் இருந்தது.

நீலா: அவருக்காக நான் அடிக்கடிப் பரிதாபப்பட்டேன். அந்த மாதிரிப் பிறப்பதற்கு அதைவிட மோசமான காலத்தையோ இடத்தையோ அவர்

தேர்ந்தெடுத்திருக்கக் கூடாது. என் மகளுக்கு ஆறு வயசிருக்கும்போது பக்கவாதம் வந்து இறந்துபோயிட்டார். அந்த நேரத்தில், நான் காபூலிலேயே இருந்திருக்கலாம். எனக்குன்னு சொந்தமா வீடு, என் கணவரின் சொத்துக்கள் இருந்தன. உதவிக்குத் தோட்டக்காரன் ஒருத்தன் இருந்தான். முன்னாடி சொன்ன அந்தக் காரோட்டி கூட. வசதியான வாழ்க்கையை நான் வாழ்ந்திருப்பேன். ஆனால் மூட்டை முடிச்சுகளைக் கட்டிக்கிட்டு இங்க வந்துட்டோம், பரியும் நானும், இங்கே ஃபிரான்ஸுக்கு.

புஸ்: இதை, நீங்க முன்னாடியே சொன்னது போல, உங்க மகளின் நல்லதுக்காக செய்தீங்க.

நீலா: நான் செய்த எல்லாமே, மோஸ்யூ புஸ்துலர், என் மகளுக்காக மட்டும்தான். அவளுக்காக நான் செய்த விஷயங்களை அவள் முழுதா புரிஞ்சுக்காம, அதன் அருமை தெரியாமல் இருந்தாலும் கூட. பிரமிக்கத்தக்க முட்டாள் அவள், என் மகள். நான் மட்டும் இல்லாமல் போயிருந்தால், எந்த மாதிரியான ஒரு வாழ்க்கையை அவள் சகிக்க வேண்டியிருக்கும் என்பதை மட்டும் அவள் உணர்ந்திருந்தால்...

புஸ்: உங்க மகள் உங்களுக்கு ஏமாற்றத்தைக் கொடுத்தாங்களா?

நீலா: மோஸ்யூ புஸ்துலர், என் மகள் எனக்குத் தண்டனையைக் கொடுக்கிறாள்.

***

1975ல் ஒரு நாள், பரி புதிதாகக் குடிவந்திருந்த அவளது அடுக்குமாடிக் குடியிருப்புக்குள் வருகிறாள். படுக்கையின் மேல் ஒரு பெட்டியைக் காண்கிறாள். அம்மாவை அவசர சிகிச்சைப்பிரிவிலிருந்து வீட்டுக்கு அழைத்து வந்து ஒரு வருடமும் ஜூலியனைப் பிரிந்து ஒன்பது மாதங்களும் ஆகியிருந்த சமயம் அது. பச்சைக் கண்களும் பழுப்பு நிற சுருள் கூந்தலும் கொண்ட ஜாஹியா என்ற இளம் அல்ஜீரிய செவிலிய மாணவியுடன் பரி தற்போது குடியிருந்து வருகிறாள். திறமையான பெண் அவள், பூரிப்பான முகமும், நிதான குணமும் பெற்ற ஜாஹியாவுடன் பரியால் எளிதாக ஒத்துப்போக முடிந்தது. ஆனாலும் ஜாஹியாவும் அவளது காதலன் சமியும் திருமணம் செய்துகொள்ள முடிவெடுத்து, பருவத்தேர்வுகள் முடிந்தவுடன் அவனுடன் சேர்ந்து வாழ இருக்கிறாள்.

அந்தப் பெட்டிக்குப் பக்கத்தில் ஒரு மடிந்த காகிதம் இருக்கிறது. இது உனக்கு வந்தது. இன்றிரவு சமியின் வீட்டில் தங்கப்போகிறேன். நாளை பார்க்கலாம். ஜெ டம்பரஸ். ஜாஹியா.

பரி அந்தப் பெட்டியைப் பிரிக்கிறாள். உள்ளே ஒரு பத்திரிக்கையும், அதனுடன் இணைந்து ஒரு பழக்கப்பட்ட, ஏறக்குறைய பெண்மையின் நேர்த்தியான கையெழுத்தைத் தாங்கிய இன்னொரு குறிப்பும் இருந்தன. இது நீலாவுக்கும் பிறகு கூலட்டின் பழைய வீட்டுக்கும் அனுப்பப்பட்டிருந்தது. இப்போது எனக்கு வந்திருக்கிறது. நீ உன் முகவரியைத் தெரியப்படுத்த வேண்டும். படிப்பதும் படிக்காததும் உன் இஷ்டம். இதில் நம் இருவருக்குமே அவ்வளவு நல்ல பெயர் இல்லை. ஜூலியன்.

அந்தப் பத்திரிக்கையைப் படுக்கையில் போட்டுவிட்டுப் பரி தனக்கென்று கீரை கலவையும் கொஞ்சம் குஸ்குஸ்ஸும் செய்துகொள்கிறாள். உடைமாற்றி, தொலைக்காட்சி பார்த்துக்கொண்டே சாப்பிடுகிறாள். அது ஒரு சிறிய கருப்பு-வெள்ளைப் பெட்டி. விமானங்களால் மீட்கப்பட்ட தெற்கு வியட்நாம் அகதிகள் குவாமுக்கு வந்துகொண்டிருப்பதைச் சிரத்தையில்லாமல் பார்க்கிறாள். கூலட்டின் நினைவு வருகிறது அவளுக்கு. வியட்நாமில் நடக்கும் அமெரிக்கப் போரை எதிர்த்து வீதியில் போராடிய கூலட். சீமைஅல்லியாலும் செவ்வந்தியாலும் செய்த மலர்மாலையை அம்மாவின் கல்லறைக்குக் கொண்டுவந்த கூலட். பரியைக் கட்டித்தழுவி ஆறுதல் முத்தமிட்ட கூலட். இரங்கல் கூட்டத்தில் அம்மாவின் கவிதை ஒன்றை அழகாக வாசித்துக் காட்டிய கூலட்.

ஜூலியன் வந்திருக்கவில்லை. அவளைத் தொலைபேசியில் அழைத்து, மந்தமாக முனகினான், அதாவது துக்க நிகழ்ச்சிகள் என்றாலே அவனுக்குப் பிடிக்காதாம், மனஇறுக்கத்தைக் கொடுக்குமாம்.

யாருக்குத்தான் பிடிக்கும்? பரி கேட்டிருந்தாள்.

நான் வராமல் இருப்பதே நல்லது.

உன் விருப்பம், பரி தொலைபேசியிடம் பேசினாள், வராமல் இருப்பதால் பாவம் தொலைந்துவிடுமா என்ன, நினைத்தாள். அல்லது நான் செல்வதால்தான் அது தீர்ந்துவிடப் போகிறதா. எவ்வளவு கண்மூடித்தனமாக நடந்து கொண்டோம். எத்தனை

ஜெ டம்பரஸ் – மிகுந்த அன்புடன்.

பெரிய முட்டாள்தனம். கடவுளே! ஜூலியனுடனான அவளது பழக்கமே அம்மாவை இம்முடிவுக்கு உந்தியிருக்க வேண்டுமென்ற எண்ணத்தோடு பரி தொலைபேசியை வைத்திருந்தாள். வாழ்நாள் முழுதும் அவள் அகப்படும் நேரமெல்லாம் குத்திக்கொண்டேயிருக்கும், அந்தப் பழி, அந்தப் பயங்கரம், அந்தக் கொடுமை. அவள் அசரும் சமயமெல்லாம் அவளை உலுக்கியெடுத்து, உள்ளுக்குள் எலும்புவரை நோகடிக்கும். இனிவரும் நாட்களில் அவள் அத்துடன் போராடுவாள். அவளது பின் மண்டையில் அது உறுத்திக்கொண்டேயிருக்கும், ஒழுகிக்கொண்டிருக்கும் ஒரு குழாயைப் போல.

சாப்பிட்டு முடித்ததும் அவள் குளிக்கிறாள். பின்னர், வரப்போகும் தேர்வுக்காகச் சில குறிப்புகளைப் படிக்கிறாள். மேலும் கொஞ்சம் தொலைக்காட்சி பார்க்கிறாள், பாத்திரங்களைக் கழுவி உலர்த்துகிறாள், சமையலறையின் தரையைப் பெருக்குகிறாள். பிரயோஜனமில்லை. அவளால் கவனத்தைச் சிதறடிக்க முடியவில்லை. அந்தப் பத்திரிகை படுக்கையில் உட்கார்ந்திருக்கிறது, ஒரு மெல்லிய முனகலாக அது அவளைக் கூப்பிட்டுக் கொண்டேயிருக்கிறது.

அதன் பின்னர், மழைக்கோட்டை எடுத்து மாட்டிக்கொள்கிறாள். ல-ஷப்பெல் புலவாடு வழியாக அவளது குடியிருப்புக்குத் தெற்கே சில தெருக்கள் நடக்கிறாள். காற்று ஜில்லிட, மழைத்துளிகள் நடைபாதையையும் கடை ஜன்னல்களையும் அறைகின்றன. ஆனால் இப்போது அவளின் பரபரத்த மனநிலையை அந்த நான்கு சுவர்களால் அடைக்கமுடியாதே. அவளுக்கு அந்தக் குளிர்ச்சியும், அந்த ஈரமான காற்றும், அந்தத் திறந்தவெளியும் தேவைப்படுகிறதே.

அவளது சிறு வயதில், எப்போதும் கேள்விகளாக மட்டுமே இருந்ததைப் பரி நினைவுகூர்கிறாள். *அம்மா, காபூலில் எனக்குச் சித்தப்பா, பெரியப்பா பசங்க யாராவது இருக்காங்களா? எனக்கு அத்தை மாமா யாராவது? அப்புறம் தாத்தா பாட்டி இருக்காங்களா? ஏன் அவங்கெல்லாம் என்னைப் பார்க்கவே வர்றதில்லை? நாம அவங்களுக்குக் கடிதம் எழுதலாமா? தயவுசெய்தும்மா, நாம அங்கே போலாமா?*

அவளின் பெரும்பாலான கேள்விகள் அவளது அப்பாவைச் சுற்றியே இருந்தன. *அம்மா, அப்பாவுக்கு என்ன நிறம் பிடிக்கும்? சொல்லுங்கம்மா, அப்பா நீச்சலடிப்பாரா? அவருக்கு விடுகதை தெரியுமா?* ஒருமுறை அவளுடன் அறைக்குள் ஓடிப்பிடித்து விளையாடியது அவளது ஞாபகத்துக்கு வருகிறது. தரைக்கம்பளத்தில் விழுந்து புரண்டு, அவளது

பாதங்களிலும் வயிற்றிலும் கிச்சுக்கிச்சு மூட்டிக்கொண்டு அப்பாவின் சோப்பு வாசனையும், உயர்ந்த நெற்றியின் பளபளப்பும், நீண்ட விரல்களும் அவளது நினைவுக்கு வருகின்றன. அவரது மணிக்கட்டின் நீள்வட்ட வைடூரியக் கல்லும், கால்சட்டை மடிப்பும் கூட. இருவரும் சேர்ந்து உதைத்த கம்பளத்தின் பிசிறுகளும் அவள் கண்முன்னே பறக்கின்றன.

பரி அம்மாவிடம் எப்போதுமே எதிர்பார்த்தது, துண்டு துண்டாகியிருந்த அவளது நினைவுகளை ஒட்டவைத்து ஒருவகைக் கோர்வையான விளக்கமாக்கும் ஒரு பசை, இது ஒன்று மட்டும்தான். அவ்வளவுதான். ஆனால் அம்மா அவளுக்குப் போதுமான பதிலைத் தந்ததேயில்லை. அவளது காபூல் நாட்களைப் பற்றிய, அவர்கள் அங்கு ஒன்றாக வாழ்ந்திருந்த காலங்களைப் பற்றிய தகவல்களைத் தனக்குள்ளேயேதான் அவள் வைத்திருந்தாள். அம்மாவும் பரியும் பகிர்ந்து கொண்டிருந்த கடந்தகாலங்களைப் பரியின் பார்வையிலிருந்து அவள் விலக்கி வைத்திருக்க, ஒரு கட்டத்தில், பரியும் நச்சரிப்பை நிறுத்தினாள்.

ஆனால் இப்போது அம்மா இந்தப் பத்திரிக்கை நிருபரிடம், யாரோ இந்த எட்யன் புஸ்துலரிடம், அவளைப் பற்றியும் அவளது வாழ்க்கையைப் பற்றியும் தனது சொந்த மகளிடம் இதுவரை சொல்லியிருந்ததை விட அதிகமாகச் சொல்லியிருந்திருக்கிறாள்.

அல்லது உண்மையிலேயே அப்படித்தானா.

பரி வீட்டிலிருந்தபோது அம்மாவின் பேட்டியை மூன்று முறை படித்துவிட்டாள். ஆனாலும் என்ன யோசிப்பது, எதை நம்புவது என்றே தெரியவில்லை அவளுக்கு. அதன் நிறைய செய்திகள் போலியாகப்படுகின்றன. சில பகுதிகள் நையாண்டியாக. அடைபட்ட காதலிகளும், சேராத காதல்களும், அனைத்திலும் சூழ்ந்திருந்த அடக்குமுறையும். எல்லாவற்றுக்கும் மேலாக இதையெல்லாம் இடைவிடாமல், உற்சாகத்துடன் சொன்ன அந்தத் தைரியமும் என எல்லாமே இயல்பை மீறிய ஒரு நாடகமாகப்படுகிறது.

பரி மேற்கு நோக்குகிறாள். மழைக்கோட்டின் பைகளுக்குள் கைகளைத் திணித்தபடி அவசர நடையாக பிகால்லை நோக்கி நடக்கிறாள். வானம் வேகமாகக் கறுத்துக் கொண்டிருக்க, முகத்தில் வீசிக்கொண்டிருக்கும் சாரல் ஜன்னல்களில் தெறித்தும், வாகன விளக்குகளில் மோதியும் சீராக வலுத்து வருகிறது.

பரிக்கு அவரைப் பார்த்ததாகச் சுத்தமாக நினைவில்லை. அவளின் தாத்தாவை, அம்மாவுடைய அப்பாவை. மேஜைக்குப் பின்னாலிருந்து புத்தகம் படிக்கும் அந்த ஒரு புகைப்படத்தைத் தவிர. அம்மா உருவகப்படுத்தியது போல மீசையை முறுக்கும் கொடூர வில்லனாகப் பரியின் கண்களுக்கு அவர் தெரியவில்லை. இக்கதையின் சூழ்ச்சியைப் புரிந்துகொள்வதாகப் பரி நினைக்கிறாள். ஆனால் அவளது கண்ணோட்டம் மாறுபடுகிறது. அவளின் பார்வையில், தனது சொந்த வாழ்க்கையை அலங்கோலப்படுத்திக் கொள்வதையே வாடிக்கையாகக் கொண்ட புத்திகெட்ட மகளின் நல்வாழ்வுக்காக நியாயமாகக் கவலைப்படும் ஒரு தகப்பனாகத்தான் அவர் தெரிகிறார். அவர் எவ்வளவு அவமானப்பட்டாலும், அவரது கவுரவம் எவ்வளவுதான் தாக்கப்பட்டாலும் கூட, மகளைக் கைவிடாமல், இந்தியாவுக்கு அழைத்துச் சென்று வைத்தியம் பார்த்து, ஆறு வாரங்களாக உடனிருந்து கவனித்துக் கொண்டவரும் அவர்தான். ஒரு நிமிடம், இதைப் பற்றி யோசிக்கும் போதுதான் கேட்கத் தோன்றுகிறது. உண்மையில் அம்மாவின் உடம்புக்கு அப்படி என்னதான் பிரச்சினை? இந்தியாவில் அவளை என்னதான் செய்தார்கள்? பரிக்குள் நீளவாக்கில் இருந்த அம்மாவின் அடிவயிற்றுத் தழும்பை நினைக்கும் போது வியப்பும் ஆர்வமும் சேர்கிறது. ஜாஹியாவிடம் பரி கேட்டிருந்தாள். மகப்பேறு அறுவை சிகிச்சையின் தையல்கள் கிடைமட்டத்தில் மட்டும்தான் போடப்படுமென்று ஜாஹியாவும் நிச்சயித்திருந்தாள்.

மேலும் அம்மா அந்த புஸ்துலரிடம் அவளது கணவரைப் பற்றி, பரியின் அப்பாவைப் பற்றி சொன்ன அந்த விஷயம். அவதூறா? நபியை அப்பா காதலித்தது உண்மையா? அப்படி உண்மையாகவே இருந்தாலும் அதைப் போன்ற விஷயத்தை இப்போது ஏன் வெளிப்படுத்தவேண்டும்? குழப்பம் ஏற்படுத்தவா, அவமானப்படுத்தவா, அல்லது ஒருவேளை காயப்படுத்தவா? என்றால், யாரை?

பரியைப் பொறுத்தவரை, அம்மா அவளைக் கையாண்ட விதத்தால் அவள் ஆச்சரியப்படவில்லை - அதுவும் ஜூலியன் விஷயத்துக்குப் பிறகு - அம்மாவின் மறைத்துவிட்ட, பாரபட்சமான விளக்கங்களும் அவளுக்கு அதிர்ச்சியைத் தரவில்லை.

அத்தனையும் பொய்களா?

இருந்தாலும்...

அம்மா ஓர் அற்புதமான எழுத்தாளர். அவள் ஃபிரெஞ்சில் எழுதியிருந்த ஒவ்வொரு வார்த்தையையும் பரி படித்திருக்கிறாள். பார்ஸியிலிருந்து அவள் மொழிபெயர்த்திருந்த ஒவ்வொரு கவிதையையும் கூட. அவளது எழுத்திலிருக்கும் ஆற்றலையும் அழகையும் மறுக்கவே முடியாது. இந்தப் பேட்டியில் அவளைப் பற்றிச் சொன்னது பொய்யென்றால், பிறகு அதில் அவளது எழுத்தின் சாயல் எங்கிருந்து வந்தது? அந்த வார்த்தைகளில் எங்கிருந்து வந்தது அப்பட்டமும், அன்பும், முரட்டுத்தனமும், சோகமும்? அம்மா வெறும் திறமையான தந்திரக்காரி மட்டும்தானா? மந்திரக்கோலுக்குப் பதிலாகப் பேனாவைச் சுழற்றி மக்களின் மனதை ஆட்டிவைக்கும் அவள் மாயக்காரியா? அது சாத்தியமா என்ன?

பரிக்குத் தெரியவில்லை, சத்தியமாகத் தெரியவில்லை. ஒருவேளை இதுதான் அம்மாவின் உள்நோக்கமாக இருக்கக்கூடுமோ, பரி நின்றிருக்கும் நிலத்தில் பூகம்பத்தை ஏற்படுத்துவது, வேண்டுமென்றே அவளைப் புரட்டிப் போட்டு நிலைகுலைப்பது, அவளிடமிருந்தே அவளை அந்நியப்படுத்துவது, பரியின் உள்ளத்தில், இதுவரை அவளின் வாழ்க்கையென நினைத்திருந்த அத்தனையிலும் அவநம்பிக்கை என்ற பாரத்தை ஏற்றிவைப்பது, சுற்றிலும் இருளும் அறியாமையும் சூழ்ந்திருக்க, நழுவுகிற உண்மை, ஒற்றைப் பொடி வெளிச்சமாகத் தூரத்தில் அணைந்தும் ஒளிர்ந்தும், அணைந்தும் ஒளிர்ந்தும், சதா நகர்ந்துகொண்டே, விலகிக்கொண்டே இருக்கும் இரவில் ஒரு பாலைவனத்தில் தொலைந்து திரிவதைப் போல அவளை பயமுறுத்துவது.

பரி யோசிக்கிறாள், அம்மா ஒருவேளை வஞ்சம் தீர்க்கிறாளா. ஜூலியனுக்காக மட்டுமில்லாமல் அவளுக்கு எப்போதும் ஏமாற்றத்தையே கொடுத்ததற்கும் சேர்த்து பழி வாங்குகிறாளா. அத்தனை சாராயத்துக்கும், அத்தனை ஆண்களுக்கும், மகிழ்ச்சிக்கான பாய்ச்சலில் வீணடித்த அத்தனை வருடங்களுக்கும் முடிவுகட்டியிருக்க வேண்டிய பரி. தேடிய அத்தனை வழிகளும் இல்லாத ஊருக்கான பாதையாக மாறிப்போக, ஒவ்வொன்றும் கைவிடப்பட்டது. ஒவ்வொரு ஏமாற்றத்தின் அடியும் அம்மாவை மேலும் சிதைத்துக் கொண்டிருக்க, மேலும் தடம்புரட்டிக்கொண்டிருக்க, மேலும் மேலும் சந்தோஷம் மாயையாக விலகிக்கொண்டிருந்தது. *நான் யாரும்மா?* பரி கேட்கிறாள். *உன் கருவில் உருவான - உண்மையில் உனது கருவிலிருந்துதான் உருவானேன் என்றால் - உனக்கு நான் யார்?*

நம்பிக்கையின் விதையா? துன்பத்திலிருந்து உன்னை மீட்டுப்போக வாங்கப்பட்ட கடவுச்சீட்டா? உன் இதயம் தாங்கியிருந்த கிழிசலை மறைக்கும் ஒட்டுத்தையலா? அப்படியென்றால் நான் போதாதும்மா. மருந்துக்கும் கூட போதாது. உன் வலிக்கு நான் மருந்தில்லை, தேவையற்ற தடங்கல் மட்டும்தான், மற்றொரு பாரம், ஆரம்பத்திலேயே இதை நீ அறிந்திருக்க வேண்டும். கண்டிப்பாக நீ உணர்ந்திருக்க வேண்டும் ஆனால் உன்னால் என்ன செய்திருக்க முடியும்? போகிறபோக்கில் எந்தக் கடையிலாவது என்னை விற்றுவிடவா முடியும்.

ஒருவேளை இந்த நேர்காணல்தான் அம்மாவின் வெற்றிப் புன்னகையோ.

ஜாஹியா பயிற்சி செய்து கொண்டிருக்கும் அந்த மருத்துவமனையின் மேற்கே சில தெருக்கள் தள்ளியிருந்த ஒரு சாலையோர உணவு விடுதியின் கூரைக்கு அடியில் பரி மழைக்கு ஒதுங்குகிறாள். சிகரெட்டைப் பற்ற வைக்கிறாள். கூலட்டுக்குத் தொலைபேசவேண்டும், நினைக்கிறாள். அம்மா இறந்ததற்குப் பிறகு ஒன்று அல்லது இரண்டு முறை மட்டுமே அவர்கள் பேசியிருக்கிறார்கள். இளம் பெண்களாக இருந்தபோது, வாய் வலிக்கும் வரை மெல்லல் மிட்டாயை மென்று, அம்மாவின் உடையலங்காரக் கண்ணாடியின் முன்னால் உட்கார்ந்து தலைவாரியிருக்கிறார்கள். எதிரில் வயதான கிழவி ஒருத்தி, தொப்பியுடன் கூடிய மழைக்கோட்டைப் போட்டுகொண்டு, வீதியோர நடைபாதையில், சிறிய செம்பழுப்புநிற நாய் ஒன்று பின்தொடர, சிரமத்துடன் நடந்து கொண்டிருந்தாள். பரியின் நினைவுகளை மூடியிருந்த அந்தகாரத்திலிருந்து ஒரு சிறுதுணுக்கு சிதறி ஒரு நாயின் உருவமாக மாறுவது இது முதல்முறையல்ல. அந்தக் கிழவியின் நாயைப் போல சிறிதாக இல்லாமல், அவளது நினைவில் அடிக்கடி வருவது அழுக்காக, உடல்முழுக்க ரோமங்களுடன், அறுந்த வாலும் வெட்டுப்பட்ட காதுமாக இருக்கும் பெரிய மட்டமான ஒரு ஜந்து. பரியால் சரியாகச் சொல்ல முடியவில்லை, உண்மையில் இது பழைய நினைவா அல்லது அதைப்போன்ற ஒரு பிரமையா. ஒருமுறை அம்மாவை அவள் கேட்டிருந்தாள், காபூலில் எப்போதாவது அவர்கள் நாய் வளர்த்திருந்தார்களா என்று. ஆனால் அம்மா சொன்னாள், *எனக்கு நாய் என்றாலே பிடிக்காது. உனக்குத் தெரியாதா, பரி. அவைகளுக்குக் கொஞ்சம் கூட சுயமரியாதையே இருக்காது. உதைத்தாலும் கூட உன் காலைச் சுற்றியே வரும். கடுப்பாக இருக்கும்.*

அம்மா சொன்னாள்:

நீ யார், உன் ரத்தத்தில் என்ன இருக்குன்னு எதுவுமே எனக்குத் தெரியாது.

பரி சிகரெட்டைச் சுண்டி எறிகிறாள். கூலட்டை அழைத்தே தீரவேண்டுமென்று முடிவெடுக்கிறாள். எங்காவது டீ குடிக்க ஏற்பாடு செய்யலாம். அவள் எப்படியிருக்கிறாள் என்று பார்க்கலாம். இப்போது யாருடன் இருக்கிறாள் என்று கேட்கலாம். முன்பு போல கடைத்தெருவில் சுற்றலாம்.

கூலட் இப்போதும் தயாராக இருக்கிறாளா பார்க்கலாம், அந்த ஆஃப்கானிஸ்தான் பயணத்துக்கு.

***

பரி கூலட்டைச் சந்திக்கிறாள். எங்கு பார்த்தாலும் செம்மஞ்சள்நிற திண்டுகள் இறைந்து கிடக்கிற, எல்லா ஜன்னல்களிலும் ஊதாநிற திரைச்சீலைகள் தொங்குகிற, பிரபலமான மொராக்கோ வகை உணவகம் ஒன்றில் அவர்கள் சந்திக்கிறார்கள். சிறிய மேடையில் சுருட்டைமுடிக்காரன் **ஊத்** வாசிக்கிறான். கூலட் தனியாக வந்திருக்கவில்லை. ஓர் இளைஞனையும் அழைத்து வந்திருக்கிறாள். பெயர் எரிக் லக்கூம்ப. 18வது அரோவ்ண்டிஸ்மானில் இருக்கும் லீஸ்ஸேவில் ஏழாவது, எட்டாவது மாணவர்களுக்கு நடிப்பு சொல்லிக்கொடுக்கிறான் அவன். பரியிடம் சொல்கிறான் அவளை ஏற்கனவே சந்தித்திருப்பதாக, சில வருடங்களுக்கு முன், கடல்நாய் வேட்டையை எதிர்த்து நடந்த மாணவர் பேரணியின்போது. முதலில் பரிக்கு ஞாபகம் வரவில்லை. பிறகுதான் பேரணிக்கு ஆள் சேரவில்லை என்று கூலட் அவனிடம் எரிந்து விழுந்தது, அவனின் நெஞ்சில் குத்தியது அவளுக்கு நினைவு வருகிறது. தரையில், மாம்பழநிறத் திண்டுகளின் மேல் அவர்கள் உட்கார்ந்து, பானங்களுக்கு உத்தரவிடுகின்றனர். ஆரம்பத்தில் கூலட்டும் எரிக்கும் காதலர்கள் என்பது போலத்தான் பரிக்குத் தோன்றுகிறது, ஆனால் கூலட் எரிக்கை புகழ்ந்துகொண்டேயிருக்க, சீக்கிரமே தனக்காகத்தான் அவன் அழைத்து வரப்பட்டிருக்கிறான் என்பதைப் பரி புரிந்துகொள்கிறாள். இம்மாதிரியான சமயங்களில் பரியை வழக்கமாகக் கவ்விக்கொள்ளும் அந்த அசௌகரியம் எரிக்கிடமும் கணிசமாகத் தென்பட, அது அவளை அமைதிப்படுத்துகிறது. அவன் வெட்கப்பட்டுக் கொண்டே இருப்பதும், கூச்சத்தால் சங்கடப்பட்டு தலையை ஆட்டிக்கொண்டே இருப்பதும் பரிக்கு வேடிக்கையாகவும் பிரியமாகவும் இருக்கிறது. ரொட்டியும் ஆலிவ் டப்பனாட்டும் மென்றுகொண்டிருக்கும் போது, பரி அவன்

ஊத் – பேரிக்காய் வடிவிலான அரேபிய இசைக்கருவி (கிட்டார் போன்றது)

மீது கள்ளப்பார்வையை வீசுகிறாள். அவனை அழகென்று சொல்லமுடியாது. நீளமான தளர்ந்த முடியைத் தனது கழுத்துக்கு அடியில் இழுவைப்பிணையால் சுற்றியிருக்கிறான். அவனுக்குச் சிறிய கைகள், வெளிர்ந்த சருமம். அவனது நாசி தேவைக்கும் குறைவாகக் குறுகியிருக்க, நெற்றி தேவைக்கும் அதிகமாகவே துருத்தியிருக்கிறது. முகத்தில் மோவாயைத் தேடவேண்டும். ஆனால் அவனது புன்னகை கண்களின் வழியே பளிச்சிடுகிறது. ஒவ்வொரு வரியையும் புன்னகையுடன் பேசிமுடிக்கும் பழக்கம் அவனிடம் இருக்கிறது, மகிழ்ச்சியான முற்றுப்புள்ளியைப் போல, இன்பமான கேள்விக்குறியைப் போல. ஜூலியனைப் போல அவனது முகம் பார்த்தவுடன் அவளை மயக்கவில்லை என்றாலும், அதில் கருணை மிக அதிகம். எரிக்கின் மனதுக்குள் குடியிருக்கும் அந்த அக்கறை, அந்த ஆரவாரமற்ற பொறுமை, அந்த எல்லையில்லாக் கண்ணியத்தின் தூதுவனாக அவனது முகம் இருக்கப்போவதைப் பரி உணர்வதற்கு நீண்டகாலம் ஆகப்போவதில்லை.

1977ம் ஆண்டின் வசந்தகாலத்தில் ஒரு குளிர்ச்சியான பகல் பொழுதில் அவர்கள் திருமணம் செய்துகொள்கின்றனர், ஜிம்மி கார்ட்டர் அதிபராகப் பொறுப்பேற்ற சில மாதங்கள் கழித்து. அவனது பெற்றோரின் விருப்பத்துக்கு மாறாக, எளிமையான விழாவாக மட்டுமே அது இருக்கவேண்டும் என எரிக் அடம்பிடிக்க, மணமக்கள் இருவரைத் தவிர, சாட்சியான கூலட்டைத் தவிர, வேறு யாருமே அதில் கலந்துகொள்ளவில்லை. முறைப்படியான திருமணம் அவனது சக்திக்கு மீறிய ஆடம்பரம் என்கிறான் எரிக். பணக்கார வங்கி அதிகாரியான அவனது அப்பா, செலவுகளை ஏற்க முன்வருகிறார். என்ன இருந்தாலும் ஒரே மகன் இல்லையா. முதலில் அது அவனின் திருமணப் பரிசு என்றார், பிறகு கடனாகவாவது ஏற்றுக்கொள் என்றார். ஆனால் எரிக் சம்மதிக்கவில்லை. அவன் எப்போதும் இதை வெளிப்படையாகச் சொல்லவில்லை என்றாலும் பரிக்குத் தெரியும், பங்கேற்க சொந்தபந்தம் இல்லாமல், அவளின் கைகளைப் பிடித்து எரிக்கிடம் ஒப்புக்கொடுக்க யாருமில்லாமல், ஆனந்தக் கண்ணீர் வடிக்கக் குடும்பம் இல்லாமல், அனாதையாகத் தனித்திருக்கும் தர்மசங்கடத்திலிருந்து அவளைக் காப்பாற்றத்தான் இந்த எளிய திருமணம் என்று.

ஆஃப்கானிஸ்தானுக்குப் போகும் அவளின் திட்டத்தை அவனிடம் சொன்னபோது, அவன் புரிந்துகொண்ட அளவுக்கு ஜூலியனால் ஒருபோதும் புரிந்துகொண்டிருக்கவே முடியாது எனப் பரி

நம்புகிறாள். தனக்குள்ளே வெளிப்படையாக ஒப்புக்கொள்ளாத அளவுக்கும் கூட.

"நீ தத்தெடுத்து வளர்க்கப்பட்டவள்னு நினைக்கிறாயா?"

"என்னோடு நீயும் வருவியா?"

அந்தக் கோடைகாலத்தில் அவர்கள் செல்லத் திட்டமிடுகிறார்கள், எரிக்குக்குப் பள்ளி விடுமுறை விட்டபிறகு, பரி அவளது முனைவர் பட்ட ஆராய்ச்சி வேலைகளிலிருந்து சிறு இடைவேளை எடுத்துக்கொள்ள முடியும்போது. தனது மாணவன் ஒருவனின் அம்மா மூலம் அவர்கள் இருவருக்கும் பார்ஸி வகுப்புக்கு எரிக் ஏற்பாடு செய்கிறான். மஞ்சத்தில் சாய்ந்து, காதில் தலையணி மாட்டிக்கொண்டு, ஒலிநாடாக்கருவியை நெஞ்சில் வைத்து, மூடிய கண்களோடு கவனமாக *நன்றிகளையும், வணக்கங்களையும், எப்படி இருக்கிறீர்களையும்* பயிற்சிக்கிறான், பார்ஸியில்.

கோடை வருவதற்குச் சில வாரங்களுக்கு முன், சரியாக எரிக் விமானப் பயணச்சீட்டுகளின் விலையையும் தங்குமிடத்தையும் தேடிக்கொண்டிருக்கும் அதே சமயத்தில், பரி தான் கர்ப்பமாக இருப்பதைக் கண்டுபிடிக்கிறாள்.

"நம்மால் இப்போது கூட போக முடியும்," என்கிறான் எரிக். "நாம் கண்டிப்பாகப் போக வேண்டும்."

ஆனால் பரிதான் அதற்கெதிரான முடிவை எடுக்கிறாள். "நாம் பொறுப்பில்லாமல நடக்கக் கூடாது," சொல்கிறாள். அடிக்கடிப் பழுதாகும் நீர் சூடேற்றி, ஒழுகும் குழாய்கள், குளிர்சாதன வசதி கூட இல்லாத, மூன்றாம் தர மரச்சாமான்கள் அடைத்த சிறு ஒற்றையறைக் குடியிருப்பில் அவர்கள் வாழ்ந்து கொண்டிருக்கிறார்கள்.

"இது குழந்தைக்கேற்ற இடம் இல்லை," என்கிறாள்.

எரிக் கூடுதலாகப் பியானோ கற்றுக்கொடுக்கும் வேலையில் சேர்கிறான், நாடகத்துறையில் கால் பதிப்பதற்கு முன்னால் கொஞ்ச காலம் அதில் ஈடுபாடு காட்டியிருந்தான் அவன். வெளிர்நிற மேனியுடன், சர்க்கரைப்பாகு நிறக் கண்கள் கொண்ட செல்ல இசபெல் பிறக்கிற நேரத்திலெல்லாம் ஜார்டின் து லுக்ஸம்புர்க்கிலிருந்து வெகு தூரத்தில் இல்லாத சிறிய இரண்டு படுக்கையறைக் குடியிருப்புக்கு, இது எரிக்கின் அப்பா செய்த பண

உதவியால், கடன் என்ற நிபந்தனையோடு இந்த முறை மட்டும் பெற்றுக்கொள்ள எரிக் சம்மதிக்க, அவர்கள் குடிவந்துவிட்டனர்.

பரி மூன்று மாதம் விடுமுறை எடுத்துக்கொள்கிறாள். இசபெல்லுடன் நாள்தோறும் அவளது பொழுதுகளைக் கழிக்கிறாள். இசபெல்லுடன் இருக்கும் நேரங்களில் அவள் காற்றில் மிதக்கிறாள். இசபெல்லின் கண்கள் அவள் மீது படும்போதெல்லாம் அவளைச் சுற்றி ஒளிவட்டத்தை உணர்கிறாள். எரிக் லீஸ்ஸேவிலிருந்து திரும்பும் மாலையில், கோட்டையும் தோல்பெட்டியையும் கதவுக்கு அடியில் போட்டுவிட்டு அவன் செய்கிற முதல் காரியம் மஞ்சத்தில் அமர்ந்து கைகளை நீட்டி விரல்களை அசைத்து இசபெல்லைக் கூப்பிடுவதுதான். "என்னிடம் கொடு, பரி. அவளை என்னிடம் கொடு." இசபெல்லை அவனது நெஞ்சில் ஆட்டிக்கொண்டிருக்கும் போது, பரி அன்றைய நாளின் துகள்களை அவன் காதில் திணிப்பாள் - எவ்வளவு பால் குடித்தாள், எத்தனை முறை தூங்கினாள், இருவரும் சேர்ந்து தொலைக்காட்சியில் என்ன பார்த்தார்கள், என்னென்ன விளையாடினார்கள், அவள் உருவாக்கிய அந்தப் புதுப்புது சத்தங்கள். எவ்வளவு கேட்டுக்கொண்டிருந்தாலும் எரிக்குக்குச் சலிக்கவே சலிக்காது.

ஆஃப்கானிஸ்தானுக்குப் போவதை அவர்கள் தள்ளிப் போட்டிருக்கிறார்கள். உண்மையில், பரிக்கு அவளது பிறப்பின் ஆணிவேருக்கான, பதில்களுக்கான தேடலின் உந்துதல் முன்பு போல இல்லை. காரணம் எரிக்கும், அவனது உறுதியான, இதமான தோழமையும். அவளது நிலத்தைப் பசுமையாக்கியிருந்த இசபெல்லும் ஒரு காரணம் - பதில் தெரியாத கேள்விகளாக, அம்மா சொல்லாமல் விட்டுவிட்ட விஷயங்களாகத் திட்டுத்திட்டாக சில பள்ளங்களும் பாறைகளும் அங்கங்கே இருந்தாலும். இன்னமும் இருக்கத்தான் செய்கின்றன. பரிக்கு விடைகளைத் தெரிந்து கொள்வதற்கான பசி முன்பு போல இல்லை, அவ்வளவுதான்.

எப்போதும் அவளிடம் இருந்து வந்திருக்கிற அந்தப் பழைய உள்ளுணர்வு - அவளது வாழ்வின் முக்கியமான ஏதோவொன்றின் அல்லது யாரோ ஒருவரின் இழப்பு - தற்போது மங்கிவிட்டது. இப்போதும் சமயங்களில் அது எழும், சில நேரங்களில் அவளது அறியாமையைப் பற்றிக்கொள்ளும், ஆனால் முன்பு இருந்ததைவிட குறைவாகத்தான். பரி இதுவரை இவ்வளவு மனநிறைவோடு இருந்ததில்லை, இவ்வளவு மகிழ்ச்சியை அனுபவித்ததில்லை.

1981ல், இசபெல்லுக்கு மூன்று வயதிருக்கும் போது, ஆலன் மூன்று மாத கர்ப்பமாகப் பரிக்குள் உருவாகியிருந்த நேரம், ஒரு கருத்தரங்கில் கலந்துகொள்வதற்காக அவள் மூனிக் போக வேண்டியிருந்தது. மாடுலர் அமைப்புகள் எண்ணியல் கோட்பாடுகளைத் தாண்டி, குறிப்பாக இடவியலிலும் தத்துவ இயற்பியலிலும் பயன்படும் முறைகளை விளக்கும் ஆய்வுக்கட்டுரையை அவள் சமர்பிக்கப் போகிறாள். அவளின் கட்டுரைக்கு நல்ல வரவேற்பு கிடைக்க, நிகழ்ச்சி முடிந்தபிறகு பரியும் சில ஆய்வாளர்களும் ஓர் இரைச்சலான விடுதிக்குச் செல்கிறார்கள், பியருக்காகவும் *பிரெட்ஜல்லுக்காகவும்,* கூடவே வெய்ஸ்வர்ஸ்டுகளுக்காகவும். அவள் நள்ளிரவுக்கு முன்பாகவே தங்கும் விடுதியின் அறைக்குத் திரும்புகிறாள். உடைமாற்றாமலேயே அவ்வளவு ஏன் முகத்தைக்கூட கழுவாமலேயே படுத்துவிடுகிறாள். 2.30 மணியளவில் தொலைபேசி அவளை உசுப்புகிறது. எரிக்தான் எழுப்புகிறான், பாரீஸிலிருந்து.

"இசபெல்லுக்குத்தான்," என்கிறான் அவன். அவளுக்கு ஜுரம் வந்திருக்கிறது. குழந்தையின் ஈறுகள் திடீரென வீங்கிச் சிவந்துவிட்டன. மெதுவாகத் தொட்டாலே ரத்தம் பீறிடுகிறது. "அவளின் பற்களே தெரியவில்லை, பரி. எனக்கு என்ன செய்வதென்றே தெரியவில்லை. எங்கேயோ படித்த ஞாபகம் அது..."

அடுத்து அவன் என்ன சொல்லப் போகிறான் என்று அவளுக்குத் தெரியும். ஆனால் அவள் அதைக் கேட்க விரும்பவில்லை. வாயை மூடு என அவனிடம் கத்த வேண்டும் போலிருக்கிறது அவளுக்கு. கேட்டால் தாங்கவே முடியாது. ஆனால் கைமீறிவிட்டது. சொல்லிவிட்டான். ரத்தப் புற்றுநோய் என்ற வார்த்தை அவளின் காதில் விழுகிறது, அல்லது *நிணநீர் கணு* புற்றுநோய் என்றானா, இரண்டுக்கும் பெரிய வித்தியாசம் இருக்கிறதா என்ன? படுக்கையில் விளிம்பில் அவள் உட்கார்கிறாள், பாறையைப் போல, தலை 'விண்விண்' என இடித்துக் கொண்டிருக்கிறது, உடலின் அத்தனை அங்குலத்திலும் வியர்க்கிறது. இதைப் போன்ற பயங்கரத்தை அதுவும் இந்த நடுராத்திரியில், எழுநூறு கிலோமீட்டருக்கு அப்பால் கையாலாகாமல் இருக்கும் அவளிடம் விதைத்ததற்காக எரிக்கின் மேல் கோபம் கோபமாக வருகிறது. அவளது முட்டாள்தனத்தை நினைத்தும். தானாகவே வந்து விழுந்துவிட்ட கவலையும் வேதனையும் நிறைந்த இந்தப் பாதாளத்தை நினைத்தும். மடத்தனம்.

வெய்ஸ்வர்ஸ்டு – பன்றி இறைச்சியால் செய்யப்படும் பாரம்பரிய ஜெர்மன் உணவு வகை.

சுத்தப் பைத்தியக்காரத்தனம். உன் சக்திக்கு மீறிய இந்த உலகம், நீ நினைத்ததெல்லாம் கொஞ்சம் கூட நடக்காத இந்த உலகம் நீ மிகவும் நேசிக்கும் பொருளை உன்னிடமிருந்து பிடுங்கிக்கொள்ளாது என்ற பிரம்மாண்டமான ஓர் அறியாமை, அபாரமான மூட நம்பிக்கை. இந்த உலகம் உன்னைக் கைவிட்டுவிடாது என்ற நப்பாசை. *என்னால் தாங்க முடியாது.* அவள் தன்னையும் மீறி உளறிவிடுகிறாள். *என்னால் இதைத் தாங்கவே முடியாது.* அந்தச் சில நொடிகளில், குழந்தை பெற்றுக்கொண்டதை விடவும் பொறுப்பற்ற கண்மூடித்தனம் வேறு எதுவும் இருக்கமுடியாது என பரி நினைக்கிறாள்.

அவளின் ஒரு பகுதி *கடவுளே என்னை மன்னித்துவிடு, எப்படியாவது என்னைக் காப்பாற்று* என்று கெஞ்ச, இன்னொரு பகுதி இசபெல்லின் மேல் எரிந்து விழுகிறது, அவளை வேதனையில் தள்ளிக்கொண்டிருப்பதற்காக, பாடாய்ப்படுத்துவதற்காக.

"எரிக். எரிக்! **இக்கூத்து ம்வா.** உன்னைத் திரும்பவும் கூப்பிடுறேன். தொலைபேசியை வைக்கப்போறேன்."

அவளது கைப்பையைப் படுக்கையில் கொட்டிக் கவிழ்த்து, தொலைபேசி எண்களைக் குறித்து வைத்திருக்கும் சிறிய அரக்கு நிற நோட்டுப் புத்தகத்தைக் கண்டுபிடிக்கிறாள். லியோனுக்கு தொலைபேசுகிறாள். கூலட் தற்சமயம் லியோனில்தான் வாழ்கிறாள், அவளது கணவன் திதியருடன். அங்குதான் சிறிய அளவில் பயண முகமை ஒன்றைத் தொடங்கியிருந்தாள். திதியர் மருத்துவத்துக்குப் படித்துக் கொண்டிருக்கிறான். இப்போது அவன்தான் தொலைபேசியை எடுக்கிறான்.

"நான் மனோதத்துவம் தான் படிக்கிறேன்னு உனக்கு நல்லா தெரியும்தானே, பரி?"

"தெரியும். தெரியும். இருந்தாலும் உன்னிடம் கேட்கலாம்னு...."

அவன் சில கேள்விகளைக் கேட்கிறான். இசபெல் சமீபத்தில் எடை குறைந்திருந்தாளா? இரவில் வியர்த்துக் கொட்டுகிறதா? அசாதாரண தடிப்புகள், உடல்சோர்வு, நாள்பட்ட ஜுரம் ஏதாவது?

கடைசியாக, விடிந்ததும் அவளை மருத்துவரிடம் அழைத்துப் போகச் சொல்கிறான். ஆனால், பொது மருத்துவத்தில் அவனுக்குத்

இக்கூத்து ம்வா – நான் சொல்வதைக் கேள்.

தெரிந்தவரை, கடுமையான ஜின்ஜிவஸ்டோமட்டைட்டிஸ் மாதிரிதான் தெரிகிறது என்கிறான்.

விரல்கள் வலிக்கும் அளவுக்குப் பரி தொலைபேசியை இறுக்குகிறாள். “திதியர்,” என்கிறாள் பொறுமையாக, “தயவு செய்து....”

“அடடா, மன்னிச்சுடு. என்ன சொல்ல வந்தேன்னா, அது வாய்ப்புண்ணின் அறிகுறியா இருக்கலாம்.”

“சாதாரண வாய்ப்புண்.”

தன் வாழ்நாளில் அதுவரை கேட்டிருக்காத சந்தோஷ வார்த்தைகளை அதன் பிறகுதான் பரி கேட்கிறாள். “ஒண்ணுமில்லை அவளுக்கு. சீக்கிரமே குணமாகிடுவா.”

பரி திதியரை இரண்டே இரண்டு முறைதான் சந்தித்திருக்கிறாள், கூலட்டைத் திருமணம் செய்ததற்கு முன்னும் பின்னும். ஆனால் அந்தக் கணத்தில் பரிக்கு அவனை உண்மையிலேயே பிடித்துவிடுகிறது. தேம்பிக்கொண்டே அவனிடம் நன்றி சொல்கிறாள், பலமுறை. அவனும் சிரித்துக்கொண்டே தொலைபேசியை வைத்துவிடுகிறான். விடிந்தவுடன் மருத்துவர் பெரின்னிடம் இசபெல்லை அழைத்துச் செல்லப்போகும் எரிக்குக்குப் பரி தொலைபேசுகிறாள். அதன் பின்னர், காதுகள் ரீங்காரமிட, பரி படுக்கையில் கிடக்கிறாள், ஜன்னலை மூடியிருக்கும் மங்கிய பச்சைநிற மரத்தடுப்புகளின் இடுக்குகளின் உள்ளே பாயும் தெருவிளக்கின் வெளிச்சத்தைப் பார்த்துக்கொண்டு. அவளுக்கு எட்டு வயதிருக்கும் போது, நுரையீரல் அழற்சியால் பாதிக்கப்பட்டு மருத்துவமனையில் சேர்த்திருந்ததை, அம்மா விடாப்பிடியாக வீட்டுக்குப் போக மறுத்ததை, அவளுக்குப் பக்கத்தில் இரவு முழுக்க நாற்காலியிலேயே உட்கார்ந்தபடி தூங்கியதை அவள் நினைக்க, புதிய, எதிர்பாராத, காலம்கடந்த ஒரு பந்தம் அம்மாவின் மேல் அவளுக்கு உண்டாகிறது. கடந்த சில வருடங்களில் அம்மாவின் இழப்பைப் பலமுறை அவள் உணர்ந்திருக்கிறாள். அவளது திருமணத்தில். இசபெல்லின் பிறப்பில். எதேச்சையாக நடக்கும் பல்வேறு தருணங்களில். ஆனால் மூனிக்கின் இந்த விடுதி அறையின் கொடுமையான ராத்திரிப் பொழுதை விட அதிகமாக எப்போதும் அவளது இழப்பைப் பரி உணர்ந்ததில்லை.

அடுத்த நாள் பாரீஸ் திரும்பியவுடன், எரிக்கிடம் சொல்கிறாள், ஆலன்னுக்குப் பிறகு அவர்கள் அடுத்த குழந்தையைப் பற்றி யோசிக்கவே கூடாது என. குழந்தைகளின் எண்ணிக்கைக்கேற்ப கவலைகளும் அதிகரிக்கத்தான் செய்யும் என.

1985ல், இசபெல்லுக்கு ஏழும், ஆலன்னுக்கு நான்கும், கடைக்குட்டி தியர்ரிக்கு இரண்டும் என வயதாகியிருக்கும் போது, பாரீஸில் பிரசித்திபெற்ற ஒரு பல்கலைக்கழகத்தின் பேராசிரியை வேலையைப் பரி ஏற்றுக்கொள்கிறாள். சில காலம், சக பேராசிரியர்களிடம் அவள் எதிர்பார்த்த நெருக்கடிகளுக்கும், அற்பத்தனங்களுக்கும் - அது ஒன்றும் பெரிய ஆச்சரியமில்லை, முப்பத்தாறு வயதில், துறையின் இளம்வயது பேராசிரியை என்பதால், இருக்கும் இரண்டே இரண்டு பெண்களில் அவளும் ஒருத்தி என்பதால் - ஆட்படுகிறாள். அதையெல்லாம் அவள் சமாளிக்கும் வழிமுறைகளை ஒருபோதும் அம்மாவால் ஏற்றுக்கொண்டிருக்க முடியாது; ஏற்றிருக்கவும் மாட்டாள். பரி ஜால்ரா போடவும் இல்லை, தாஜா செய்யவும் இல்லை. யாருடனும் முட்டிக்கொள்ளவோ புகார் கொடுக்கவோ இல்லை. சந்தேகப் பேர்வழிகள் இருக்கத்தான் செய்கிறார்கள். ஆனால் பெர்லின் சுவர் சரிந்த காலகட்டத்தில், வேலையில் அவளைச் சுற்றியிருந்த சுவர்களும் சரிய, மெல்ல மெல்ல சக ஆசிரியர்களில் பெரும்பாலானவர்களின் மனங்களைத் தனது நேர்மையான நடத்தையால், எளிதில் பழகுகிற விதத்தால் வெல்கிறாள். அவளின் துறை மட்டுமில்லாமல் பிற துறைகளிலும் நண்பர்களைச் சம்பாதிக்கிறாள். பல்கலைக்கழக நிகழ்வுகள், நிதி திரட்டும் கூட்டங்கள், சம்பிரதாய மதுவிருந்துகள், இரவுஉணவுக் கேளிக்கைகள் என அனைத்திலும் பங்கேற்கிறாள். இது போன்ற மாலைநேர நிகழ்ச்சிகளில் எரிக்கும் கலந்துகொள்கிறான். தொடர்ந்து நடந்துகொண்டிருக்கும் கூத்தாக அதே கம்பளிக் கழுத்துப்பட்டையும் முழங்கைகளில் ஒட்டுத்தையல் போட்ட அதே *கார்டுராய்* கோட்டும் ஒவ்வொரு நிகழ்வுகளுக்கும் அணிந்துவருவேன் என்று அடம்பிடிக்கிறான். கூட்டமான அறையில் திரிகிறான், ஹார்ஸ் டிவோர்ஸ் சுவைத்துக்கொண்டு, ஒயின் உறிஞ்சிக்கொண்டு, கலகலப்பாகத் திணறித் தடுமாறிக்கொண்டு. அடிக்கடிப் பரி இடையில் புகுந்து கணித அறிஞர்களின் கும்பலிலிருந்து முப்படிகளைப் பற்றியும், டையோஃபான்டைன் மதிப்பீடுகளைப் பற்றியும் அவனது கருத்தைச் சொல்வதற்குள் விருட்டென்று தள்ளிக்கொண்டு போகவேண்டியிருக்கிறது.

கட்டாயமாக, இந்தக் கேளிக்கைகளில் யாராவது ஒருவர் பரியிடம் ஆஃப்கானிஸ்தானின் சமீபத்திய முன்னேற்றத்தைப் பற்றிக் கேட்பார். ஒரு சாயுங்காலத்தில், ஷாட்டர்லா என்ற கௌரவப் பேராசிரியர் கொஞ்சம் தள்ளாடியபடியே பரியிடம் கேட்கிறார், ஆஃப்கானிஸ்தானை விட்டு சோவியத்காரர்கள் வெளியேறியவுடன் என்ன நடக்கும் என அவள் நினைக்கிறாள் என்று. "உங்க மக்களுக்கு அமைதி கிடைக்குமா, பேராசிரியை அவர்களே?"

"என்னால் சொல்ல முடியவில்லை," என்கிறாள். "உண்மையைச் சொல்லணும்னா, நான் பெயரில் மட்டும்தான் ஆஃப்கன்."

"நோ மெ, காந்த-மேம்,"* என்கிறார் அவர். "உங்களுக்கென்று ஏதாவது தனிப்பட்ட கருத்து நிச்சயம் இருக்கும்."

அவள் புன்னகைக்கிறாள். இது போன்ற விசாரிப்புகளுடன் எப்போதும் உள்ளே படர்கிற அறியாமையிலிருந்து தற்காத்துக்கொள்ள முயற்சி செய்துகொண்டிருக்கிறாள். "லு மாண்டில்* நான் என்ன படித்தேனோ அது மட்டும்தான். உங்களை மாதிரி."

"ஆனால் நீங்கள் வளர்ந்ததெல்லாம் அங்கதான், இல்லையா?"

"நான் சின்னவளாக இருந்தபோதே அங்கிருந்து வந்துட்டேன். என் கணவரைப் பார்த்தீங்களா? முழங்கையில ஒட்டுத்தையல் போட்டிருப்பாரே அவரு."

அவள் உண்மையைத்தான் சொல்கிறாள். செய்திகளைப் பின்தொடரத்தான் செய்கிறாள், தினசரிகளில் படிக்கத்தான் செய்கிறாள், போரைப் பற்றி, முஜாஹிதீன்களுக்கு ஆயுதம் அளித்துக்கொண்டிருக்கும் மேற்கு நாடுகளைப் பற்றி, ஆனால் அவள் மனதிலிருந்து இப்போது ஆஃப்கானிஸ்தான் பின்வாங்கிவிட்டது. அவளை மும்முரமாக வைத்திருப்பதற்கு ஏகப்பட்ட வேலைகள் இருக்கின்றன வீட்டில். அது இப்போது அழகான நான்கு படுக்கையறைகளைக் கொண்டிருக்கிறது, பாரீஸின் மையத்திலிருந்து சுமார் இருபது கிலோமீட்டர் தூரத்தில் குயான்கோர்ட்டில் இருக்கிறது. நடைபாதைகளையும் குளங்களையும் கொண்டிருக்கும் பூங்காவுக்குப் பக்கத்தில் ஒரு சிறிய குன்றின்மேல் அவர்கள் வசிக்கிறார்கள். எரிக் இப்போது நாடகங்களை எழுதிக்

நோ மெ, காந்த– மேம் – இல்லை, ஆனால் என்ன இருந்தாலும்.
லு மாண்டு – ஃபிரெஞ்சு செய்தித்தாள்.

கொண்டிருக்கிறான், கற்றுக்கொடுப்பதோடும் சேர்த்து. அவனின் நாடகங்களில் ஒன்று, நகைச்சுவையான ஒரு அரசியல் நையாண்டி. அது பாரீஸில் ஹோட்டல் டி வில்லுக்குப் பக்கத்தில் உள்ள சிறிய அரங்கு ஒன்றில் இலையுதிர்காலத்தில் தயாரிக்கப்பட இருக்கிறது. இன்னொரு நாடகம் எழுதவும் அவன் ஏற்கனவே ஒப்பந்தம் செய்யப்பட்டிருக்கிறான்.

இசபெல் அமைதியான ஆனால் புத்திக்கூர்மையான, விவேகமான விடலையாக வளர்ந்திருக்கிறாள். நாட்குறிப்பு பராமரிக்கிறாள். வாரம் ஒரு புதினம் படிக்கிறாள். சினேத் ஓ கானர் என்றால் அவளுக்குப் பிடிக்கும். அழகான நீண்ட விரல்கள் அவளுக்கு. செல்லோ வகுப்பில் சேர்ந்திருக்கிறாள். இன்னும் சில வாரங்களில், செக்கோவ்ஸ்கியின் ஷான்சன் ட்ரிஸ்ட்டை ஒரு கச்சேரியில் வாசிக்கப்போகிறாள். செல்லோ கற்றுக்கொள்வதற்கு முதலில் அவள் எதிர்க்க, பரியும் சில வகுப்புகள் அவளுடன் சேர்ந்து உட்கார வேண்டியிருந்தது, இணக்கத்தை ஏற்படுத்த. ஆனால் பரிக்கு அனாவசியமாகவும் அசாத்தியமாகவும் ஒருசேர அமைந்தது அது. அனாவசியம் ஏனென்றால் இசபெல் டக்கென சுயமாக அவளே பிடித்துக்கொண்டாள். அசாத்தியம் ஏனென்றால் செல்லோவால் பரியின் கைகள் வலித்தன. ஒரு வருடமாக, காலை நேரத்தில் கைகளில் இறுக்கத்துடன்தான் அவள் கண்விழிக்கிறாள். அரை மணி நேரம், சில சமயங்களில் ஒரு மணி நேரமானாலும் அவளின் மணிக்கட்டுகள் தளர்வதில்லை. எரிக் அவளிடம் மருத்துவரைப் பார்க்கச் சொல்லி நெறுக்குவதைக் கைவிட்டுவிட்டு இப்போது விடாப்பிடியாய் அடம்பிடித்துக் கொண்டிருக்கிறான். "உனக்கு இப்போ நாற்பத்தி மூன்று தான் ஆகிறது, பரி." என்கிறான். "இதைச் சாதாரணமா நினைக்காதே." பரி முன்பதிவுக்கு ஏற்பாடு செய்திருக்கிறாள்.

ஆலன், அவர்களின் நடுப்பையன், தந்திரமான போக்கிரித்தனத்தால் மயக்குபவன். தற்காப்புக் கலைகளில் வெறியாக இருப்பவன். குறைப்பிரசவத்தில் பிறந்தவன் அதனால் பதினோரு வயதுக்கு ஏற்ற வளர்ச்சியை அடையாதவன். ஆனால் உருவத்தின் குறைபாட்டை ஆர்வத்தாலும் அறிவுத்திறத்தாலும் சமாளிப்பவன். அவனின் எதிராளிகள் எப்போதுமே அவனது ஒல்லியான உடம்பாலும் குச்சிக் கால்களாலும் ஏமாற்றப்படுவார்கள். அவனைக் குறைத்து மதிப்பிடுவார்கள். இரவுகளில் பரியும் எரிக்கும் அவனது

___
செல்லோ – வயலின் போன்ற பெரிய இசைக்கருவி

அபார மனஉறுதியையும் ஆக்ரோஷ ஆற்றலையும் நினைத்து ஆச்சரியப்பட்டிருந்தார்கள். பரி கவலைப்படுவது இசபெல்லைப் பற்றியோ அல்லது ஆலன்னைப் பற்றியோ கிடையாது. அவள் கவலைப்படுவது தியர்ரியைப் பார்த்து தான். தியர்ரி, ஒருவேளை பிறவிலேயே பெற்ற இனம்புரியாத அறிவாலோ என்னவோ, அவன் எதிர்பாராத, திட்டமிடாத, வேண்டாத குழந்தை என்றே தன்னை உணர்கிறான். பரி அவனிடம் எதையாவது கேட்கும் போதெல்லாம் ரணப்படுத்தும் மௌனங்களுக்கும் குறுகிய பார்வைகளுக்கும், வெற்று ஆர்ப்பாட்டங்களுக்கும் வீண் பிடிவாதங்களுக்கும் அடிக்கடி ஆளாகுபவன். அவளை அவன் எதிர்ப்பதற்கு எந்தவொரு காரணமும் இருக்காது, எதிர்க்க வேண்டும் என்பதைத் தவிர. பரிக்கு அப்படித்தான் தோன்றுகிறது. சில நாட்களில், ஒரு மந்தாரம் அவனைச் சூழ்ந்துகொள்வதைப் பரியால் உணர முடிகிறது. கிட்டத்தட்ட அவளால் பார்க்கவே முடிகிறது. அது ஒன்றுகூடி உப்பி வெடித்துத் திறக்கும்போது, கொட்டிக்கொண்டிருக்கிற கன்னத்துடிப்பின் பிரவாகமாக, பாதம் ஓங்கி மிதித்துக்கொண்டிருக்கிற மூர்க்கமாகப் பரியைப் பயமுறுத்தி எரிக்கைச் சங்கடமாக இளிக்கச் செய்து விழிபிதுங்க வைக்கும். பரியின் உள்ளுணர்வு சொல்கிறது, தியர்ரி அவளின் மூட்டுகளில் உள்ள வலியைப் போல, ஒரு வாழ்நாள் தொந்தரவாக இருக்கப்போகிறான் என்று.

அவள் அடிக்கடி யோசிக்கிறாள் அம்மா எப்படிப்பட்ட பாட்டியாக இருந்திருப்பாள் என்று. குறிப்பாகத் தியர்ரியிடம். ஆழ்மனதில், அம்மா நிச்சயமாக அவன் விஷயத்தில் உதவியாக இருந்திருப்பாள் எனப் பரி நினைக்கிறாள். அம்மா அவளின் ஏதோவொன்றைத் தியர்ரியிடம் பார்த்திருக்கலாம் – ரத்த சம்மந்தம் இல்லையென்றாலும். பரி சில காலமாகவே அப்படித்தான் தீர்மானித்திருக்கிறாள், அவர்களுக்குள் ரத்த சம்பந்தம் இல்லை என்று. பிள்ளைகளுக்கு அம்மாவைப் பற்றித் தெரியும். அதிலும் குறிப்பாக, இசபெல், தீவிர ஆர்வமாகவே இருக்கிறாள். அம்மாவின் பல கவிதைகளைப் படித்திருக்கிறாள்.

“நான் அவங்களைப் பார்த்திருக்கலாமோனு ஆசைப்படறேன்,” என்கிறாள்.

“அவங்க ரொம்பக் கவர்ச்சியானவங்க மாதிரி தெரியுது,” என்கிறாள்.

“நாங்க நல்ல நண்பர்களா இருந்திருப்போம்னு நினைக்கிறேன், நானும் அவங்களும். நீங்க என்ன நினைக்கிறீங்க? நாங்க ஒரே புத்தகத்தைக் கூட மாற்றி மாற்றிப் படித்திருப்போம். அவங்களுக்கு நான் செல்லோ வாசித்துக் காட்டியிருப்பேன்.”

பரி அந்தத் தற்கொலையைப் பற்றி பிள்ளைகளிடம் சொல்லியிருக்கவில்லை. அவர்களாக ஒருநாள் தெரிந்துகொள்ளட்டும். அநேகமாகத் தெரிந்துகொள்ளத்தான் போகிறார்கள். ஆனால் அவள் மூலமாக இல்லை. அவர்களின் மனதில் அந்த எண்ணங்களை அவள் விதைக்கமாட்டாள், ஒரு தாயால் தனது குழந்தையைத் தூக்கியெறிய முடியும் என்று, *நீ போதாது* என்று அதனிடம் சொல்லமுடியும் என்று. பரிக்கு, எப்போதும் எரிக்கும் குழந்தைகளுமே போதுமானதாக இருந்திருக்கிறார்கள். இனிமேலும் அப்படிதான்.

1994ன் கோடையில், பரியும் எரிக்கும் பிள்ளைகளை மையோர்காவுக்கு அழைத்துச் செல்கிறார்கள். கூலட்தான், இப்போது வளர்ந்து வருகிற அவளின் பயண முகமை மூலமாக, அவர்களின் விடுமுறையை ஏற்பாடு செய்கிறாள். கூலட்டும் தியருேம் மையோர்காவில் அவர்களைச் சந்திக்க, இரண்டு வாரங்களுக்குக் கடலைப் பார்த்த மாதிரி இருக்கும் வாடகை வீட்டில் ஒன்றாகத் தங்குகிறார்கள். கூலட்டுக்கும் தியருக்கும் குழந்தைகள் கிடையாது, உடல்ரீதியாக எந்தக் குறையும் இல்லை, குழந்தை பெற்றுக்கொள்வதை அவர்கள் விரும்பவில்லை, அவ்வளவுதான். பரிக்கு அதுதான் சிறந்த வாய்ப்பு, சுற்றுலாவுக்கு. அவளின் மூட்டுவலி வெகுவாகக் குறைந்திருந்த சமயம் அது. அவள் வாராவாரம் மெத்தோட்ரெஸேட் போட்டுகொண்டு, அதை நன்றாகவே சமாளித்துக் கொண்டிருக்கிறாள். நல்லவேளை, சமீப காலமாக எந்தவித ஊக்கமருந்தும் எடுக்க வேண்டிய நிலைமை ஏற்பட்டிருக்கவில்லை, அதனால் பக்கவிளைவான தூக்கமின்மையாலும் அவதிப்படவில்லை.

“எடை போடுவதைப் பற்றிச் சொல்லவே வேண்டாம்,” என்கிறாள் கூலட்டிடம். “ஸ்பெயினில் நீச்சலுடை போட வேண்டுமென்று தெரிந்திருந்துமா?” அவள் சிரிக்கிறாள். “என்ன ஒரு ஆசை!”

தீவைச் சுற்றிப் பார்ப்பதில் பகல் பொழுதுகளைக் கழிக்கிறார்கள், வடமேற்குக் கரையில் இருக்கும் செர்ரா டி ட்ரமென்டானா மலைகளின் மேல் சவாரி போய்க்கொண்டு, ஆலிவ் தோப்புகளின் அருகில் பைன் மரக் காடுகளுக்குள் திரிந்துகொண்டு. போர்ஸெல்லா சாப்பிடுகிறார்கள், அப்புறம் *லுபினா* என்ற அற்புதமான கடல்

உணவையும், அப்புறம் டம்பெட் என்ற கத்தரிக்காய், ஜுக்கினி போட்ட குருமாவையும். தியர்ரி எதையுமே சாப்பிட மறுக்க, ஒவ்வொரு உணவகத்திலும் அங்கிருக்கும் சமையல்காரரை ஒரு தட்டு மாச்சேமியாவைத் தக்காளிச் சட்னியுடன் செய்து தரச் சொல்லி கேட்க வேண்டியிருக்கிறது, இறைச்சி இல்லாமல், பாலாடைக்கட்டி இல்லாமல். இசபெல்லின் வேண்டுகோளால் - சமீபத்தில் அவள் இசைநாடகத்தைக் கண்டுபிடித்திருக்கிறாள் - ஓர் இரவில் அவர்கள் ஜியாக்கமோ புச்சினியின் டாஸ்காவைப் பார்க்கச் செல்கிறார்கள். அந்தச் சோதனையிலிருந்து தப்பிக்க, கூலட்டும் பரியும் வெள்ளிநிறக் குடுவை நிறைய மலிவான வோட்காவைத் திருட்டுத்தனமாகக் கொடுத்து வாங்கிக்கொள்கிறார்கள். இரண்டாம் கட்டத்தின் பாதியிலெல்லாம், அவர்கள் போதையில் மிதக்க, ஸ்கார்பியாவாக நடித்துக் கொண்டிருப்பவனின் நடிப்பைப் பார்த்து இளிக்காமல் இருப்பதை அவர்களால் கட்டுப்படுத்தவே முடியவில்லை.

ஒரு நாள், பரி, கூலட், இசபெல் மற்றும் தியர்ரி சாப்பாட்டைக் கட்டிக்கொண்டு கடற்கரைக்குச் செல்ல; திதியர், ஆலன் மற்றும் எரிக் காலையிலேயே சோல்யர் விரிகுடாவுக்கு நடைப்பயணம் கிளம்பியிருந்தார்கள். கடற்கரைக்குச் செல்லும் வழியில், இசபெல்லின் கண்ணை நீச்சலுடை ஒன்று கவர, அதை வாங்குவதற்காக அந்தக் கடைக்குள் செல்கிறார்கள். கடைக்குள் அவர்கள் நடக்க, பரி தனது உருவத்தைக் கண்ணாடியில் காண்கிறாள். வழக்கமாக, அதிலும் குறிப்பாகச் சமீப காலங்களில், கண்ணாடியின் முன் அவள் அடியெடுத்துவைக்கும் போதெல்லாம் தன் வயதான வடிவத்தை வரவேற்கும் மனநிலை தானாகவே வந்துவிட, அதிர்ச்சியைக் குறைக்கிறது அது, ஓர் இடிதாங்கியைப் போல. இந்தக் கடையின் கண்ணாடியில், திடீரென தன்னைப் பார்க்கும்போது, வாழ்வின் யதார்த்தத்தால் எளிதாகப் பாதிக்கப்படும் தனது உருவத்தை அவள் காண்கிறாள், தெள்ளத் தெளிவாக. மங்கலடிக்கும் தொளதொள சட்டையுடன் மூட்டுகளின் தளர்ச்சியான மடிப்புகளை முழுவதும் மறைக்காத கடற்கரையில் உடுத்தும் பாவாடை அணிந்திருந்த நடுத்தர வயதுப் பெண்ணின் உருவம் அவளுக்குத் தெரிகிறது. அவளின் தலைநரையைச் சூரியன் காட்டிக் கொடுக்கிறது. கண்களை மை சுற்றியிருந்தாலும், உதடுகளை உதட்டுச்சாயம் வரையறை செய்திருந்தாலும், இப்போது அவளுக்கு இருக்கிற முகம் பாதசாரிகளின் பார்வைகள் பட்டு பிறகு சாவகாசமாய் திசைமாறுகிற ஒரு முகம், பெயர்ப்பலகையின் மீதோ அல்லது

வீட்டு எண்ணின் மீதோ பட்டுத் திரும்புமே அதே மாதிரி. அந்தக் கணம் சுருக்கமானது. இதயத்துடிப்பிற்கும் குறைவுதான். ஆனால் இளமையை இழந்து வரும் அந்த உருவம் கண்ணாடியில் தன்னை வெறிக்கும் பெண்ணின் நிதர்சனத்தை உணர்த்துகிற அளவு நீளமானது. மனதைச் சுக்குநூறாக்கிக் கொண்டிருக்கிறது அது. இசபெல்லைப் பின்தொடரும்போது அவள் நினைக்கிறாள், வயதாவது என்பது இதுதானோ, நீங்கள் சற்றும் எதிர்பாராத சமயங்களில் உங்களைக் தாக்குகின்ற இதுபோன்ற இரக்கமற்ற தற்செயலான நொடிகள் தானோ.

பின்னர், கடற்கரையிலிருந்து அந்த வாடகை வீட்டுக்குத் திரும்பியபோது, ஆண்கள் ஏற்கனவே திரும்பிவிட்டதைப் பார்க்கிறார்கள்.

"அப்பாவுக்கு வயதாகிடுச்சு," என்கிறான் ஆலன்.

பின்னால், சங்கிரியாவைக் கலந்துகொண்டிருந்த எரிக், கண்களை உருட்டி சந்தோஷமாகத் தோளைக் குலுக்குகிறான்.

"அப்பா, நான்தான் உங்களைத் தூக்கி நடக்க வேண்டியிருக்கும் போல."

"இன்னும் ஒரு வருடத்தில் பார். அடுத்த வருஷம் திரும்பவும் வரத்தான் போறோம், ஓட்டப் பந்தயத்தில் இந்தத் தீவு முழுக்க உன்னைச் சுற்றிச்சுற்றி நான் ஜெயிக்கத்தான் போறேன்."

அதற்குப்பிறகு அவர்கள் மையோர்கா வரவேயில்லை. அவர்கள் பாரீஸுக்குத் திரும்பிய ஒரு வாரத்தில், எரிக்குக்கு மாரடைப்பு ஏற்படுகிறது. அவன் வேலையில் இருக்கும்போது, விளக்கொளி உதவியாளன் ஒருவனிடம் பேசிக்கொண்டிருக்கும் போது. அவன் பிழைத்துக் கொள்கிறான், ஆனால் அடுத்த மூன்று ஆண்டுகளில் இன்னும் இரண்டு மாரடைப்புகளை அவன் அனுபவிக்கப் போகிறான். மூன்றாவது முறை அவன் தப்பிக்கப் போவதில்லை. ஆக நாற்பத்தி எட்டு வயதில் பரி, விதவையாகிறாள், அம்மாவை மாதிரியே.

***

சங்கிரியா – ஒயின் வகை.

ஒரு நாள், 2010ன் வசந்தகாலத்தின் முற்பகுதியில், வெளிநாட்டுத் தொலைபேசி அழைப்பு ஒன்றைப் பரி ஏற்கிறாள். எதிர்பாராத அழைப்பு இல்லை அது. சொல்லப்போனால், பரி, காலையிலிருந்தே அதற்காகத் தயாராகிக் கொண்டிருக்கிறாள். முன்பாக, அவளது அடுக்குமாடிக் குடியிருப்பில் அவள் மட்டுமே இருப்பதை உறுதி செய்து கொள்கிறாள். இதற்காகவே இசபெல்லை வழக்கத்தை விடவும் சீக்கிரமாகத் துரத்த வேண்டியிருந்தது. இசபெல்லும் அவளின் கணவன், ஆல்பர்ட்டும், இல் செயின்ட் டெனிஸ்ஸுக்கு வடக்கே, பரியின் ஒரு படுக்கையறைக் குடியிருப்புக்குச் சில தெருக்கள் தள்ளிதான் இருக்கிறார்கள். பரியைப் பார்க்க ஒரு நாள் விட்டு ஒவ்வொரு நாள் காலையிலும் இசபெல் வருவாள், அவளின் குழந்தைகளைப் பள்ளிக்கூடத்தில் விட்டதற்குப் பிறகு. பரிக்காக அவள் பகெட்டும், கொஞ்சம் பழங்களும் வாங்கி வருவாள். பரி இன்னும் சக்கரநாற்காலியில் முடங்கிவிடவில்லை, அந்த நிதர்சனத்துக்கு அவள் தன்னைத் தயார்படுத்திக் கொண்டிருந்தாலும். சென்ற ஆண்டில் அவளின் நோய் முன்கூட்டியே அவளை வேலையிலிருந்து ஓய்வு பெற வைத்துவிட்டாலும், அவளுக்குச் சுயமாகக் கடைத்தெருவுக்குச் செல்லக்கூடிய, தினசரி நடைப்பயிற்சி செய்யக்கூடிய தெம்பு இன்னமும் இருக்கிறது. ஆனால் இந்தக் கைகள்தான் - அசிங்கமான, கோணலான இந்தக் கைகள் தான் - பெரும்பாலும் அவளை இம்சிக்கின்றன. சில கொடுமையான நாட்களில் கைமூட்டுகள் உடைந்த கற்கண்டுத் துண்டுகளைக் கசக்குவதைப் போல 'நறநற'வென்கின்றன. பரி வெளியே செல்லும்போதெல்லாம் கையுறை அணிகிறாள், கைகளை வெதுவெதுப்பாக்க என்றாலும் கூச்சம் தான் முக்கிய காரணம். அந்தப் புடைத்த கணுக்களும், பார்க்கவே சகிக்காத அந்தச் சிதைந்த விரல்களும், இடது சுண்டுவிரலின் அந்த நிரந்தரக் கோணலும்.

என்ன ஒரு ஆசை! என்கிறாள் கூலட்டிடம்.

இன்று காலையில், இசபெல் அவளுக்காகக் கொஞ்சம் அத்திப்பழங்களும், சில சோப்புக் கட்டிகளும், பற்பசையும், நெகிழி டப்பா முழுக்க கஷ்கொட்டை சூப்பும் கொண்டு வருகிறாள். ஆல்பர்ட் அவன் ஸூ-ஷெஃப்பாக இருக்கும் உணவகத்தின் முதலாளிகளிடம் உணவுப்பட்டியலில் அதைப் புதிய வரவாகச் சேர்க்கச் சொல்லலாமா என யோசித்துக் கொண்டிருக்கிறான். இசபெல் பைகளை இறக்கி

ஸூ–ஷெஃப் – துணை சமையல்காரர்.

வைக்கும் போது, பரியிடம் அவளுக்குக் கிடைத்திருக்கிற அடுத்த வாய்ப்பைப் பற்றிச் சொல்கிறாள். இப்போது அவள் தொலைக்காட்சி நிகழ்ச்சிகளுக்கும், விளம்பரங்களுக்கும் இசைக் குறிப்புகளை எழுதி வருகிறாள். ஒருநாள் திரைப்படங்களுக்கும் எழுதப்போவதாக நம்பிக்கொண்டிருக்கிறாள். தற்சமயம் மாட்ரிட்டில் படப்பிடிப்பு செய்யப்பட்டுக் கொண்டிருக்கும் ஒரு தொலைக்காட்சித் தொடருக்காக அவள் வெகு விரைவில் வேலையை ஆரம்பிக்க இருப்பதாகத் தெரிவிக்கிறாள்.

"நீ அங்கே போவியா?" பரி கேட்கிறாள். "மாட்ரிட்டுக்கு?"

"இல்லை. தயாரிப்புச் செலவு ரொம்ப கம்மி. என்னோட போக்குவரத்துச் செலவுகளை அவங்க ஏற்கமாட்டாங்க."

"அடக் கொடுமையே. நீ ஆலனோடு தங்கியிருக்கலாம்."

"ஓ, பாவம்மா ஆலன். கொஞ்சம் நினைச்சுப் பாருங்க. அவன் வீட்டுல கால் நீட்டிப் படுக்கக் கூட இடமில்ல."

ஆலன் நிதி ஆலோசகராக இருக்கிறான். மிகச்சிறிய அடுக்குமாடிக் குடியிருப்பில், மனைவி ஆனாவுடனும், நான்கு குழந்தைகளுடன் வாழ்கிறான். பரிக்குக் குழந்தைகளின் புகைப்படங்களை, சின்னசின்ன ஒளிப்பதிவுகளை மின்னஞ்சலில் அனுப்புவது அவனது வாடிக்கை.

தியர்ரியைப் பற்றி ஏதாவது செய்தி இருக்கிறதா எனப் பரி கேட்க, இல்லை என்கிறாள் இசபெல். தியர்ரி ஆப்பிரிக்காவில் இருக்கிறான், சாட் என்ற நாட்டின் கிழக்குப் பகுதியில், டார்ஃபுரிலிருந்து வெளியேறும் அகதிகளுக்கான முகாம் ஒன்றில் வேலை செய்கிறான். பரிக்கு இது தெரியக் காரணம் இசபெல்லிடம் அவ்வப்போது தியர்ரி தொடர்பில் இருக்கிறான். அவன் பேசுகிற ஒரே ஆள் இசபெல் மட்டும்தான். இப்படித்தான் அவளது மகனைப் பற்றிய தோராய விவரங்கள் அவளுக்குத் தெரியவரும், உதாரணமாக, கொஞ்ச காலம் அவன் வியட்நாமில் இருந்தான் என்பதை. ஒருமுறை - அவனுக்கு இருபது வயதிருக்கும் போது - வியட்நாமைச் சேர்ந்த பெண் ஒருத்தியைச் சிலகாலம் திருமணம் செய்திருந்ததை.

இசபெல் தண்ணீரைச் சுடவைக்க பாத்திரத்தை அடுப்பில் வைத்து அலமாரியிலிருந்து இரண்டு குவளைகளை எடுக்கிறாள்.

"தேவையில்ல இசபெல். இன்னும் சொல்லப்போனா, உன்னைக் கிளம்பச் சொல்லலாம்னு இருக்கேன்."

இசபெல்லின் மனம் புண்பட்டதை அவளின் கண்கள் காட்டிவிட, பரி நாக்கைக் கடித்துக் கொள்கிறாள் வார்த்தைகளைக் கவனமாகப் பயன்படுத்தியிருக்கலாமோ என. இசபெல் எப்போதுமே மென்மையான மனம் கொண்டவள்.

"அதாவது நான் என்ன சொல்ல வந்தேன்னா, ஒரு தொலைபேசி அழைப்புக்காக எதிர்பார்த்துட்டு இருக்கேன். அதனால எனக்குக் கொஞ்சம் தனிமை தேவைப்படுது."

"தொலைபேசி அழைப்பா? யாரிடமிருந்து?"

"அப்புறமா சொல்றேன்," என்கிறாள் பரி.

இசபெல் கைகளைக் கட்டிக்கொள்கிறாள்; உதடுகள் பிரியாமல் சிரிக்கிறாள். "அம்மா, யாராவது காதலனா?"

"என்னது காதலனா? உனக்குக் கண்ணு தெரியாதா? சமீபத்துல என்னை ஏறெடுத்து பார்த்திருக்கியா இல்லையா?"

"உனக்கு என்னம்மா குறை?"

"போதும், கிளம்பு. எல்லாத்தையும் அப்புறமா சொல்றேன், கண்டிப்பா."

"டக்கார், டக்கார்." இசபெல் தோள்பையை மாட்டிக்கொள்கிறாள், கோட்டை, சாவிக்கொத்தைக் கவ்விப்பிடிக்கிறாள். "ஆனால் கேட்க ஆவலா இருக்கேன்றதை மட்டும் சொல்லிக்கறேன்."

9.30க்கு அழைக்கும் அந்த நபரின் பெயர் மார்கோஸ் வார்வரிஸ். பரியை அவளின் முகநூல் கணக்கின் மூலம் அவர் தொடர்பு கொண்டிருந்தார். ஆங்கிலத்தில் இச்செய்தியை அனுப்பியிருந்தார்: *நீங்க கவிஞர் நீலா வஹ்தாதியோட மகளா? அப்படின்னா, உங்களிடம் மிக முக்கியமான ஒரு விஷயத்தைப் பற்றி நான் பேச விரும்புறேன்.* பரி வலைதளத்தில் அவரது பெயரைத் தேடியிருக்க அவர் முகச்சீரமைப்பு மருத்துவர் என்றும் காபூலில் தொண்டு நிறுவனம் ஒன்றில் சேவை செய்திருந்த தகவலும் கிடைத்தது. இப்போது, தொலைபேசியில், அவளுக்குப் பார்ஸியில் வணக்கம் சொல்லி, பார்ஸியிலேயே தொடர்ந்து பேச, பரி அவரை இடைமறிக்க வேண்டியிருக்கிறது.

டக்கார் – சரி

“மோஸ்யூ வார்வரிஸ், மன்னிக்கணும், நாம ஆங்கிலத்திலேயே பேசலாமா?”

“ஆ, கண்டிப்பா. மன்னிச்சுடுங்க. நான் நினைச்சேன்....இருந்தாலும் இப்பதான் ஞாபகம் வருது, புரியுது, நீங்க ரொம்ப சின்ன வயசுலயே போயிட்டீங்க, சரிதானே?”

“ஆமாம், உண்மைதான்.”

“நான் இங்க வந்த பிறகுதான் பார்ஸி கத்துக்கிட்டேன். ஓரளவுக்கு பேசத்தெரியும். 2002ல தலிபான்கள் வெளியேறிய கொஞ்ச நாட்களுக்குப் பிறகிலிருந்து இங்க தங்கிட்டு இருக்கேன். ரொம்பவே நம்பிக்கை ஏற்படுத்தின நாட்கள் அது. ஜனநாயகத்தைத் திரும்பவும் மீட்டெடுக்கணும்னு எல்லாரும் தயாரான நாட்கள். ஆனால் இப்போ கதையே வேற. தற்சமயம் குடியரசுத் தலைவர் தேர்தலுக்குத் தயாராகிட்டு இருக்கோம், ஆனால் அதெல்லாம் இப்போ தேவையில்லைன்னு நினைக்கிறேன்.”

ஆஃப்கானிஸ்தானின் தேர்தல்களை நடத்துவதில் உள்ள சவால்களை, எப்படியும் கர்ஸாய் ஜெயித்துவிடுவார் என்பதை, அதன் பிறகு வடக்குப் பகுதியில் தலிபான்கள் கொடுத்துவரும் தொல்லைகளை, செய்தி ஊடகங்களில் அதிகரித்துக் கொண்டிருக்கும் இஸ்லாமிய அமைப்புகளின் அத்துமீறல்களை, காபூலின் மக்கள்தொகைப் பெருக்கத்தை, தங்குமிடங்களின் வாடகைச் செலவுகள் உயர்ந்து கொண்டிருப்பதை என மார்கோஸ் வார்வரிஸ் சுற்றிவளைத்து இழுத்துக் கொண்டிருப்பதைப் பரி பொறுமையோடு கேட்கிறாள். கடைசியாக அவர் விஷயத்துக்கு வருகிறார், “நான் இந்த வீட்டுல வருஷக்கணக்கா தங்கிட்டு இருக்கேன். நீங்க கூட இதே வீட்டுல இருந்தீங்கன்னு எனக்குத் தெரிய வந்தது.”

“புரியலை, என்ன சொல்றீங்க?”

“இந்த வீடு உங்க அப்பாவுக்குச் சொந்தமானது. அப்படித்தான் என்கிட்ட சொன்னாங்க.”

“சொன்னது யாருன்னு நான் தெரிஞ்சிக்கலாமா?”

“இந்த வீட்டோட தற்போதைய சொந்தக்காரர். பேர் நபி. நபிதான் அப்படி சொன்னாரு. இதுல சோகமான விஷயம், அவர் இப்போ

உயிரோட இல்லை. சமீபத்துல இறந்துட்டார். உங்களுக்கு அவரை நினைவிருக்கா?"

பரிக்கு அந்தப் பெயர் ஓர் அழகிய இளைஞனின் முகமாக, அந்தக் கிருதாக்களாக, மேலே வழித்துச் சீவிய கருத்த தலைமுடியாக உருமாறுகிறது.

"ஆமாம். பெரும்பாலும் அந்தப் பெயர்தான் நினைவுல இருக்கு. அவர் எங்க வீட்டுச் சமையல்காரர். ஓட்டுநராகவும் இருந்தார்."

"ஆமாம், ரெண்டுமே தான். 1947ல இருந்து அவர் இங்க, இதே வீட்டுல வாழ்ந்துட்டு இருக்கார். அறுபத்தி மூணு வருஷமா. நம்பவே முடியல இல்ல? ஆனால் நான் முன்ன சொன்னது மாதிரி, அவர் இப்போ இறந்துட்டார். போன மாசம். அவரை எனக்கு ரொம்பப் பிடிக்கும். எல்லாருக்கும்."

"அப்படியா."

"நபி என்னிடம் ஒரு கடிதம் கொடுத்திருந்தார்," என்கிறார் மார்கோஸ் வார்வரிஸ். "அவர் இறந்ததுக்குப் பிறகுதான் நான் படிக்கணும்னு. அவர் போனதுக்கு அப்புறம், என்னோடு வேலை செய்கிற ஆஃப்கன் நண்பர் மூலமா அதை ஆங்கிலத்துல மொழிபெயர்த்தேன். சரியா சொல்லணும்னா அது வெறும் கடிதம் மட்டுமில்லை. அதுக்கும் மேல. நபி சில விஷயங்களை அதில் சொல்லியிருக்கார். நான் உங்களைத் தேடியதுக்குக் காரணம் உங்க சம்பந்தப்பட்ட விஷயங்களும் அதில் இருக்கு, கூடவே உங்களை நான் கண்டுபிடிச்சு நேரடியா உங்ககிட்ட அந்தக் கடிதத்தைக் கொடுக்கணும்னு அதில் அவர் சொல்லியிருக்கார். கண்டுபிடிக்கக் கொஞ்ச கஷ்டமாதான் இருந்தது, ஆனாலும் உங்களைக் கண்டுபிடிச்சுட்டோம். இணையதளத்துக்குத்தான் நன்றி சொல்லணும்." சுருக்கமான சிரிப்பை அவர் வெளியிடுகிறார்.

பரியின் ஒரு பகுதி தொலைபேசியை வைக்கச் சொல்கிறது. அவளது உள்ளுணர்வு, இந்தக் கிழவன் - எங்கேயோ அவளின் கடந்தகாலத்திலிருந்து முளைத்தவன் - வெளிப்படுத்தியிருக்கும் விஷயத்தின் நம்பகத்தன்மையில் துளி சந்தேகத்தைக் கூட ஏற்படுத்தவில்லை. உலகத்தின் பாதி தூரத்திலிருந்து, அவன் காகிதத்தில் கிறுக்கியிருந்த அந்த விஷயத்தில் இருப்பது அத்தனையும் உண்மைதான் என்றும் அது சொல்கிறது. ரொம்ப காலமாகவே அவளது பிள்ளைப்பருவத்தைப் பற்றி அம்மா

பொய் சொல்லி வந்திருக்கிறாள் என்பதைப் பரி அறிந்திருந்தாள். அவளது வாழ்க்கையின் அஸ்திவாரமே ஒரு பொய்யால் ஆட்டம் கண்டிருந்தாலும், அதன் பிறகு பரி கட்டியிருந்ததெல்லாம் திடமாக, அசைக்கமுடியாத கட்டுமானமாக இன்று நிலைத்திருக்கிறது, ஒரு ராட்சச சிந்தூர மரத்தைப் போல. எரிக், அவளின் குழந்தைகள், அவளின் பேரக் குழந்தைகள், அவளின் தொழில், கூலட் என பல அடுக்குகள் அதில் இருக்கின்றன. இப்போது இதனால் என்ன பிரயோஜனம்? இத்தனைக் காலத்துக்கு பிறகு? அநேகமாகத் தொலைபேசியை வைத்துவிடுவதுதான் நல்லது.

ஆனால் அவள் அப்படிச் செய்யவில்லை. அவளின் நாடி படபடத்துக் கொண்டிருக்க, அவளது உள்ளங்கை வியர்வையில் குளித்துக் கொண்டிருக்க, "என்ன...என்ன சொல்றார் அவர், இந்தக் கடிதத்துல?" என்கிறாள்.

"அதாவது, முதல் விஷயம், அவர்தான் உங்களோட மாமான்னு சொல்றார்."

"என்னோட மாமாவா?"

"துல்லியமா சொல்லணும்னா உங்களோட மாற்றாந்தாய் வழி மாமா. இன்னும் பல விஷயங்களை அவர் சொல்றார்."

"மோஸ்யூ வார்வரிஸ், உங்களிடம் இருக்கா? இந்தக் கடிதம், இந்த மொழிபெயர்ப்பு? உங்க கையில இப்போ இருக்கா?"

"ஆமாம் இருக்கு."

"உங்களால படிச்சுக்காட்ட முடியுமா? எனக்காக?"

"இப்போவா?"

"நேரமிருந்தா. வேணும்னா நான் அழைக்கட்டுமா. கட்டணத்தை நான் ஏத்துக்கறேன்."

"இல்லை. அதெல்லாம் அவசியமில்லை. ஆனால் கண்டிப்பா இப்போவே படிக்கணுமா?"

"ஆமாம்," என்கிறாள் தொலைபேசியிடம். "கண்டிப்பா, மோஸ்யூ வார்வரிஸ்"

அவர் அவளுக்குப் படித்துக் காட்டுகிறார். அவர் அவளுக்காக முழுவதும் படித்துக் காட்டுகிறார். நேரம் எடுத்துக் கொள்கிறது அது. அவர் முடிக்கும் போது, அவருக்கு நன்றி சொல்கிறாள். சீக்கிரமே அழைப்பதாகக் கூறுகிறாள்.

தொலைபேசியை வைத்தவுடன், காபி இயந்திரத்தைத் தயார் செய்கிறாள், ஒரு குவளை காபிக்காக. ஜன்னலை நோக்கி நகர்கிறாள். அங்கிருந்து, பழக்கமான காட்சி அவளுக்குத் தன்னைக் காட்டுகிறது - கீழேயிருக்கும் அந்தக் கூழாங்கல் பாறை, தெருக்கோடியில் இருக்கும் அந்த மருந்துக்கடை, மூலையில் இருக்கும் அந்த ஃபலாஃபல் கடை, பாஸ்க் குடும்பத்தினரால் நடத்தப்படுகிற அந்த ப்ராஸரி.

பரியின் கைகள் நடுங்குகின்றன. ஆச்சரியமான ஏதோவொன்று அவளுக்குள் நடந்து கொண்டிருக்கிறது. கோடாலி ஒன்று தரையைப் பிளந்துகொண்டிருக்க திடீரென்று நீரூற்று மேலே பொங்கிக் கொண்டிருக்கிறது. எங்கோ ஆழத்திலிருக்கும் நினைவுகள் மெல்ல மெல்ல தட்டப்பட்டு மேலெழும்பிக் கொண்டிருக்கின்றன. ஜன்னலின் வழியே அந்தப் ப்ராஸரியின் பக்கம் அவளின் பார்வையைத் தள்ளுகிறாள். ஆனால் அவளின் கண்கள் பார்த்தது அந்தக் கூடாரத்துக்கு அடியில், கருப்பு நிறச் சமையல் அங்கியைப் போட்டிருந்த ஒல்லியான பணியாளனை அல்ல. எண்ணெய்க்கு ஏங்கி கிரீச்சென்ற சத்தத்துடன், சுருள் சுருளான மேகங்களுக்கு அடியில், மேட்டிலும் வற்றிப்போன நீர்க்கால் பள்ளத்திலும் உருண்டு, செம்மண்நிற மலைகளின் மேலும் கீழுமாக குதித்துக் குதித்து ஓடிக்கொண்டிருக்கும் ஒரு சிறிய சிகப்புநிற தள்ளுவண்டிதான் அவளின் கண் முன்னால் தோன்றி பிறகு மறைகிறது. தோப்புகளில் எக்கச்சக்கமாக பழ மரங்கள் நின்று கொண்டிருப்பதை, தென்றல் அதன் இலைகளைப் பற்றிக்கொண்டிருப்பதை, திராட்சைக் கொடிகளின் வரிசைகள் தட்டை வீடுகளை இணைத்திருப்பதை அவள் பார்க்கிறாள். துணிகள் உலர்கின்ற கொடிகளையும், ஓடையின் பக்கமாகக் குந்தி உட்கார்ந்து கொண்டிருக்கும் பெண்களையும், கிரீச்சென்ற ஓசையுடன் ஒரு பெரிய மரத்தடியில் ஆடுகிற கயிறு ஊஞ்சலையும், பெரிய நாய் ஒன்றையும், அது கிராமத்துப் பிள்ளைகளின் தொல்லைகளிருந்து பயந்து பதுங்கிக் கொண்டிருப்பதையும், பருந்து-மூக்கு மனிதன் ஒருவன் குழி

ஃபலாஃபல் – மத்திய கிழக்கு உணவு வகை (போண்டா மாதிரியான உணவு)

ப்ராஸரி – சிறிய பிரெஞ்சு உணவு விடுதி

தோண்டிக் கொண்டிருப்பதையும், வியர்வையால் அவனின் முதுகில் சட்டை அப்பிக் கொண்டிருப்பதையும், புர்கா போட்ட ஒருத்தி அடுப்புத் தீயின் மேல் குனிந்து கொண்டிருப்பதையும் அவள் பார்க்கிறாள்.

ஆனால் இதன் அத்தனையின் ஓரத்திலும் ஏதோவொன்று, அவளது பார்வையின் விளிம்பில் - இதுதான் அவளை மிகவும் ஈர்க்கிறது - ஒரு நிழல் நழுவுகிறது. ஓர் உருவம். ஒரே சமயத்தில் மென்மையாகவும் உறுதியாகவும். அவளின் கைகளை ஏந்தியிருக்கிற மென்மை. அவளது கன்னங்கள் சாய்ந்திருக்கிற மூட்டுகளின் உறுதி. அவள் அவனது முகத்தைத் தேடுகிறாள், ஆனால் அது அவளிடமிருந்து தப்பிக்கிறது. அதனிடம் திரும்பும் ஒவ்வொரு முறையும் அவளின் பிடியிலிருந்து அது நழுவுகிறது. பரி தனக்குள் ஒரு வாசல் திறந்து கொண்டிருப்பதாக உணர்கிறாள். அவளின் வாழ்க்கையில், ஆயுள் முழுக்க ஒரு மிகப்பெரிய வெறுமை இருந்து வந்திருக்கிறது. அவள் எப்போதும், ஏதோ ஒருவிதத்தில் இதை உணர்ந்திருக்கிறாள்.

"அண்ணா," என்கிறாள் அவள், வாய்விட்டு பேசுவதுகூட தெரியாமல். கண்ணீர் வருவதுகூட தெரியாமல்.

திடீரென ஒரு பார்ஸி பாடலிலிருந்து சில வரிகள் அவளின் உதடுகளுக்கு உருண்டு வருகின்றன:

சோகமான சிறு தேவதையை அறிவேன்
அது காற்றிலடித்துச் செல்லப்பட்ட இரவில்.

நிச்சயமாக அவளுக்குத் தெரியும். இன்னும் சில வரிகள் இருக்கின்றன. அநேகமாக இதற்கு முன் வருகிற வரிகளாக இருக்கலாம், ஆனால் அதுவும் கூட அவளை விட்டுத் தப்பிக்கின்றன.

பரி அமர்கிறாள். அவளுக்கு உட்கார்ந்தே தீரவேண்டும். இப்போது நிற்க முடியுமென்று அவளுக்குத் தோன்றவில்லை. காபி கொதிக்கட்டும் என காத்திருக்கிறாள். அது தயாரானதும் ஒரு குவளை குடிக்கப்போகிறாள், முடிந்தால் ஒரு சிகரெட்டும் கூட. பிறகு லியோனில் இருக்கும் கூலட்டுக்குத் தொலைபேசப்போகிறாள், அந்தப் பழைய நண்பியால் பயணம் ஒன்றுக்கு ஏற்பாடு செய்யமுடியுமா என கேட்கப் போகிறாள், காபூல் செல்வதற்கு.

ஆனால் இக்கணம் பரி அமர்ந்து கொண்டிருக்கிறாள். காபி இயந்திரம் சத்தம் போடத் தொடங்க, அவள் தன் கண்களை மூடிக்கொள்ள,

அவளின் இமைகளுக்குப் பின்னால் மலைகளும், நீலவானமும் தட்டுப்படுகின்றன. ஒரு காற்றாலைக்குப் பின்னால் அஸ்தமனமாகிக் கொண்டிருக்கும் சூரியனும் கூட, பிறகு எப்போதும், எப்போதுமே, தொடுவானத்துக்கு அப்பால் மங்கலான சங்கிலி போல விழுந்து கிடக்கிற அந்த மலைத்தொடர்களும் கூட.

ஏழு

கோடைகாலம் 2009

"உங்க அப்பா ரொம்ப நல்லவர்."

ஆதில் நிமிர்ந்தான். அவனது காதுக்குள் குனிந்து இப்படி ரகசியம் பேசியது மலாலை என்ற அந்த ஆசிரியை. குண்டான, நடுத்தர வயது பெண்மணி அவள். தோளைச் சுற்றி ஊதாநிற மணிகள் சுற்றிய சால்வையை அணிந்திருந்தாள். இப்போது அவனை நோக்கிச் சிரித்தபோது தனது இமைகளை மூடிக்கொண்டாள்.

"நீ ரொம்ப அதிர்ஷ்டசாலி."

"தெரியும்," அவனும் மெல்லிய குரலில் பேசினான்.

நல்லது, அவள் வாயசைத்தாள்.

செவ்வக வடிவத்தில் இளம்பச்சைநிற வண்ணம் பூசி தட்டையான கூரையோடு, அகலமான ஜன்னல்களோடு புதிதாகக் கட்டப்பட்டிருந்த அந்தப் பெண்கள் பள்ளியின் முன்புறப் படிக்கட்டின் மேல் அவர்கள் நின்றுகொண்டிருக்க, ஆதிலின் அப்பா - அவனது பாபா ஜான், சுருக்கமான ஒரு தொழுகைக்குப் பிறகு வீராவேசமாகப் பேசினார். கொளுத்தும் நண்பகல் வெயிலில் அவர்களுக்கு முன்னால் கூடியிருந்தது கண்களைக் குறுக்கிக் கொண்டிருந்த பிள்ளைகளின், பெற்றோர்களின், பெரியவர்களின், சுமார் நூறு பேர் கொண்ட ஊர் மக்களின் கூட்டம், ஷாத்பாக்-இ-நவ் என்ற ஊரின் கூட்டம். 'புதிய ஷாத்பாக்.'

"ஆஃப்கானிஸ்தான் நமது தாய்," ஆதிலின் அப்பா பேசினார், தடித்த ஆட்காட்டி விரலை வானத்தை நோக்கி உயர்த்தியபடி. சூரியஒளி அவரின் ரத்தினக்கல் மோதிர வளையத்தைத் தாக்கியது. "ஆனால் அந்தத் தாய் இப்போது நோய்வாய்ப்பட்டிருக்கிறாள். நீண்ட

காலமாகவே கொடுமைகளை அனுபவித்து வருகிறாள். இப்போது அந்தத் தாயை மீட்க மகன்களின் உதவி தேவைப்படுவது என்னவோ உண்மைதான். ஆமாம், ஆனால் அதே அளவுக்கு மகள்களின் சேவையும் அவளுக்குத் தேவை."

இதைச் சொன்னவுடன் கூட்டம் கைதட்டியது. ஆமாம் என்பது போல பல முணுமுணுப்புகளும் கூச்சல்களும் கேட்டன. ஆதில் கூட்டத்திலிருந்த முகங்களை அளவெடுத்தான். அப்பாவை அண்ணாந்து பார்த்து அவரின் பேச்சில் மெய்மறந்திருந்தது அது. பாபா ஜான், அவரின் அடர்த்தியான கரிய புருவங்களுடன், முழு தாடியுடன், உயரமாக, திடமாக, அவருக்குப் பின்னாலிருந்த அந்தப் பள்ளிக்கூடத்தின் தலைவாசலை மறைக்கும் அளவுக்கு அகலமாக, அவர்களுக்கு மேல் நின்று கொண்டிருந்தார்.

அவர் தொடர்ந்தார். ஆதிலின் கண்கள் கபீருடன் இணைந்தன. பாபா ஜானின் இரு பாதுகாவலர்களில் அவனும் ஒருவன். பாபா ஜானுக்கு அந்தப் பக்கமாகக் குட்டையான தூணைப் போல அவன் நின்று கொண்டிருந்தான். கைகளில் கலாஷ்நிகோவ். கூட்டம் கபீரின் இருண்ட குளிர்கண்ணாடியில் பிரதிபலித்ததை ஆதிலால் பார்க்க முடிந்தது. கபீர் குள்ளமானவன், ஒல்லியானவன், கிட்டத்தட்ட நோஞ்சான். எப்போதும் பளிச்சென்ற வண்ணத்தில் தான் கோட்டு போடுவான் - வெளிர் ஊதா, நீலப்பச்சை, செம்மஞ்சள் என - ஆனால் பாபா ஜான் சொன்னார் அவன் ராஜாளி மாதிரியாம், அவனைக் குறைத்து மதிப்பிடுவதும் நமக்கு நாமே குழிதோண்டிக் கொள்வதும் ஒன்று தானாம்.

"ஆப்கானிஸ்தானின் இளம்பெண்களே, உங்களிடம் ஒன்று சொல்லிக் கொள்கிறேன்," பாபா ஜான் முடித்தார். அவரது நீண்ட, தடிய கைகளை வரவேற்பது போல வெளியே விரித்து நீட்டினார். "உங்களுக்கு ஒரு புனிதமான கடமை இருக்கிறது. நன்றாகப் படித்து, கடுமையாக உழைத்து, கல்வியில் சிறப்பான இடத்தைப் பிடித்து, உங்களின் தாய்-தந்தைக்காக மட்டும் பெருமை சேர்க்காமல், நம் எல்லோருக்கும் பொதுவான இந்தத் தாய்நாட்டுக்கும் பெருமை சேர்க்க வேண்டும். நம் தாய்நாட்டின் எதிர்காலம் என் கைகளில் இல்லை, உங்கள் அனைவரின் கைகளில் தான் இருக்கிறது. இந்தப் பள்ளியை நான் தந்த கொடையாக நினைக்க வேண்டாமென உங்களையெல்லாம் கேட்டுக்கொள்கிறேன். இது ஒரு சாதாரண கட்டடம் மட்டும்தான், உண்மையான கொடை என்பது இதற்குள் படிக்கும் நீங்கள்தான். இளம் சகோதரிகளே! எனக்கு மட்டுமல்ல,

ஷாத்பாக்-இ-நவ் சமுதாயத்துக்கு மட்டுமல்ல, ஒட்டுமொத்த இந்த ஆஃப்கானிஸ்தானுக்குமே நீங்கள்தான் மிகச்சிறந்த கொடை! உங்கள் எல்லோரையும் கடவுள் ஆசீர்வதிப்பாராக."

கைத்தட்டல்கள் மேலும் வெடித்தன. பலர் கூச்சலிட்டார்கள், "கடவுள் உங்களையும் ஆசீர்வதிப்பாராக, கமாண்டர் சாஹிப்!" பாபா ஜான் முஷ்டியை உயர்த்தினார். அகலமாகச் சிரித்தார். பெருமிதத்தால் ஆதிலின் கண்கள் ஏறக்குறைய அழுதேவிட்டன.

ஆசிரியை மலாலை பாபா ஜானிடம் கத்தரிக்கோலை ஒப்படைத்தாள். அந்த வகுப்பறை வாசலின் குறுக்கே சிகப்புநிற நாடா ஒன்று கட்டப்பட்டிருந்தது. கிட்டத்தில் பார்க்க விரும்பிய கூட்டம் கொஞ்சம் கொஞ்சமாக முன்னே நெருங்க, கபீர் சிலரைப் பின்னால் தள்ளிப்போகுமாறு சைகை செய்தான், இருவரை நெஞ்சில் கை வைத்துத் தள்ளினான். நாடா வெட்டுவதைப் படம்பிடிக்க, கூட்டத்தில் செல்பேசிக் கைகள் உயர்ந்தன. பாபா ஜான் கத்தரிக்கோலை எடுத்தார், ஒரு கணம் தயங்கினார், பிறகு ஆதிலிடம் திரும்பினார், "இந்தாப்பா, நீயே திறந்து வை." ஆதிலிடம் கத்தரிக்கோலைக் கொடுத்தார்.

ஆதில் விழித்தான், "நானா?"

"ஆமாம் நீதான். திறந்து வை," பாபா ஜான் சொன்னார், கண்ணடித்தார்.

ஆதில் நாடாவைக் கத்தரித்தான். கூட்டத்தின் கைதட்டல் குறைய சில நிமிடங்கள் ஆனது. ஆதில் கேட்டான், சில புகைப்படக்கருவிகள் 'க்ளிக்'கிக் கொண்டிருப்பதை, கோஷங்கள் அலறிக் கொண்டிருப்பதை "அல்லாஹு அக்பர்!"

பின்னர் பாபா ஜான் அந்த வகுப்பறையின் வாசலில் நின்றிருக்க மாணவிகள் வரிசையாக வகுப்பறைக்குள் நுழைந்தனர். எட்டு முதல் பதினைந்து வயது வரை இருந்த இளம் சிறுமிகள் அவர்கள். எல்லோரும் வெள்ளை துப்பட்டாவும் பாபா ஜான் கொடுத்திருந்த கருப்பு-சாம்பல் நிறக் கோடு போட்ட சீருடைகளையும் அணிந்து கொண்டிருந்தார்கள். ஒவ்வொரு மாணவியும் உள்ளே செல்லும் போது ஒருவித கூச்சத்துடன் தன்னை அறிமுகப்படுத்திக் கொண்டதை ஆதில் பார்த்தான். பாபா ஜான் இதமாகச் சிரித்தார், அவர்களின் தலைகளைச் செல்லமாகத் தட்டிக் கொடுத்தார், ஒன்றிரண்டு வார்த்தைகளால் உற்சாகப்படுத்தினார். "வெற்றி பெற

வாழ்த்துக்கள், மரியம். நன்றாகப் படி, ஹுமைரா. எல்லாருக்கும் பெருமை சேர், இல்ஹாம்.”

பிறகு, அந்த லேண்ட் குரூஸரின் அருகே, ஆதில் தனது அப்பாவுக்குப் பக்கத்தில் நின்றான். வெப்பத்தால் இப்போது அவனுக்கு வியர்த்துக் கொண்டிருக்க, உள்ளூர் ஆட்களிடம் பாபா ஜான் கைகுலுக்குவதைப் பார்த்தான். பாபா ஜான் மற்றொரு கையால் *தஸ்பீயைப்* பிடித்து அதன் மணிகளை விரல்களால் தள்ளிக்கொண்டு, கொஞ்சம் முன்னால் குனிந்து, அவரின் புருவங்கள் நெறிக்க, தலையாட்டியபடியே ஒவ்வொருவரையும் பொறுமையாகக் கேட்டார். நன்றி சொல்ல, வாழ்த்துச் சொல்ல, மரியாதை செலுத்த, இதுதான் சமயமென்று உபகாரம் கேட்க என வந்த ஒவ்வொரு மனிதருக்கும் தனி கவனம் செலுத்தினார். தனது மகனின் சிகிச்சைக்காகக் காபூலில் ஓர் அறுவை சிகிச்சை நிபுணரைப் பார்க்க விரும்பிய ஒரு தாய், காலணிகளைச் சீர் செய்யும் கடை வைக்கக் கடன் கேட்டு வந்த ஓர் ஆள், தன் தொழிலுக்குத் தேவையான புதிய கருவிகளை வாங்க உதவி கேட்டு வந்த ஒரு தொழிலாளி.

கமாண்டர் சாஹிப், நீங்க மட்டும் கொஞ்சம் மனசு வச்சீங்கன்னா... எனக்கு வேற நாதியில்ல, கமாண்டர் சாஹிப்...

நெருங்கிய குடும்பத்தினரைத் தவிர மற்ற எல்லோரும் பாபா ஜானை “கமாண்டர் சாஹிப்” என்று அழைத்ததைத்தான் ஆதில் கேட்டிருந்தான், என்னதான் ரஷ்யர்கள் பல காலத்துக்கு முன்பே கிளம்பியிருந்தாலும், அப்பா துப்பாக்கியைத் தூக்கிக் கிட்டத்தட்ட பத்தாண்டுகளுக்கும் மேல் ஆகியிருந்தாலும். அப்பாவின் புனிதப்போர் நாட்கள் வீட்டு வரவேற்பறையைச் சுற்றிச் சுற்றி சட்டகம் போட்ட புகைப்படங்களாக மாட்டப்பட்டிருந்தன. ஆதிலுக்கு ஒவ்வொரு புகைப்படமும் மனப்பாடமாகத் தெரியும்: அவனது அப்பா தூசு படிந்த பழைய ஜீப் ஒன்றின் முன்கம்பியில் சாய்ந்தபடி இருந்த படம், கருகிய பீரங்கி வண்டியின் கோபுரத்தில் குந்தி உட்கார்ந்திருந்த படம், அவர்கள் சுட்டு வீழ்த்திய சிறியரக விமானம் பக்கத்திலிருக்க, தோட்டாச் சரத்தை நெஞ்சின் குறுக்காகக் கட்டி, அவரின் சகாக்களுடன் பெருமையாக நின்றிருந்த படம். இதோ அப்பா கவச உடையும் தோட்டாச்சரமும் போட்டுகொண்டு, புருவங்கள் பாலைவனத் தரையில் பதிய தொழுகை செய்து கொண்டிருக்கும் படம். ஆதிலின் அப்பா அந்நாட்களில் எவ்வளவு

தஸ்பி – பிரார்த்தனை மாலை.

ஒல்லியாக இருந்திருக்கிறார். எப்போதும் போல இந்தப் படங்களின் பின்னணியில் மலைகளும் மணல்களும் தவிர வேறு எதுவும் இல்லை.

போரில் பாபா ஜான் இரண்டு முறை சுடப்பட்டிருக்கிறார், ரஷ்யர்களால். ஆதிலிடம் தோட்டாக்களின் தழும்புகளைக் காட்டியிருந்தார் அவர், ஒன்று இடது விலா எலும்புக்கூட்டின் கீழே இருக்க - அதனால் மண்ணீரலை இழந்ததாக அவர் சொன்னார் - இன்னொன்று அவரின் தொப்புளுக்கு சில அங்குலம் தள்ளி இருந்தது. எல்லாவற்றுக்கும் மேலே, அதிர்ஷ்டம் அவரின் பக்கம் இருந்தது என்றார். போரில் கைகளை, கால்களை, கண்களை இழந்த நண்பர்கள் அவருக்கு இருக்க, சில நண்பர்களின் முகம் கருகியிருந்தது. அவர்கள் செய்திருந்தது தாய்நாட்டுக்கான தியாகம், பாபா ஜான் சொன்னார், இறைவனுக்கான தியாகம். புனிதப்போர் என்பது இது எல்லாம் தான், என்றார். தியாகம். நீ உன் கை-கால்களை, உன் பார்வையை, ஏன் உன் உயிரையே கூட தியாகம் செய்தாலும் அதை மகிழ்ச்சியோடு செய்ய வேண்டும். அதே சமயம் ஜிஹாத் சில உரிமைகளையும் சலுகைகளையும் கொடுக்கும் என்றார். ஏனென்றால், தியாகம் செய்தவர் யாரோ அவருக்குத் தகுந்த சன்மானம் கிடைப்பதையும் இறைவன் உறுதிசெய்வார்.

இந்த ஜென்மத்துலயும் அதுக்கு அடுத்தும், பாபா ஜான் சொன்னார், தடித்த ஆட்காட்டி விரலை முதலில் கீழும், பிறகு மேலும் காட்டிக் கொண்டிருந்தார்.

அந்தப் புகைப்படங்களைப் பார்க்கும் போது, தானும் அப்பாவோடு சேர்ந்து புனிதப்போரில் சண்டை செய்திருக்கலாமோ என ஆதில் ஆசைப்பட்டான். அந்த நாட்கள் எவ்வளவோ சாகசமாக இருந்திருக்கக் கூடும். அவனும் பாபா ஜானும் சேர்ந்து ரஷ்ய விமானங்களைச் சுட்டுக் கொண்டிருக்கும், பீரங்கி வண்டிகளை வெடிகுண்டுகளால் தகர்த்துக் கொண்டிருக்கும், துப்பாக்கித் தோட்டாக்களிலிருந்து தப்பித்துக் கொண்டிருக்கும், மலைகளில் வாழ்ந்து கொண்டிருக்கும், குகைகளில் தூங்கிக் கொண்டிருக்கும் காட்சிகளைக் கற்பனை செய்வது அவனுக்குப் பிடித்திருந்தது. அப்பாவும் மகனும், யுத்த நாயகர்களாக.

இன்னொரு பெரிய சட்டகம் போட்ட புகைப்படமும் அங்கிருக்கிறது. பாபா ஜான் ஜனாதிபதி கர்சாயுடன் ஆர்க்கில், காபூலில் இருந்த அந்த ஜனாதிபதி மாளிகையில் சிரித்துக் கொண்டிருந்த போது

எடுத்த படம். சமீபத்தில் எடுக்கப்பட்டது அது, சிறிய அரசு விழா ஒன்றில், ஷாத்பாக்-இ-நவ்வில் பாபா ஜான் செய்த மனிதநேய காரியங்களுக்காக விருது வழங்கப்பட்டிருந்த போது. பாபா ஜானுக்கு அதைப் போல எத்தனை விருது கொடுத்தாலும் தகும். புதிதாகக் கட்டியிருந்த அந்தப் பெண்கள் பள்ளி அவர் செய்து முடித்த பல நல்ல காரியங்களில் ஒன்று, அவ்வளவே. அந்த ஊரின் கர்ப்பிணிகள் பிரசவத்தின் போது அடிக்கடி இறந்து போனது ஆதில் அறிந்தது தான். ஆனால் இப்போதெல்லாம் அப்படியில்லை காரணம் ஒரு சிறிய மருத்துவமனையை பாபா ஜான் கட்டிக்கொடுத்தது தான். அங்கு வேலை செய்யும் இரண்டு மருத்துவர்கள், மூன்று செவிலியர்களுக்குத் தன் சொந்த செலவிலிருந்து சம்பளம் கொடுத்து வந்ததும் அப்பா தான். ஊர் மக்கள் அனைவருக்கும் அங்கே சிகிச்சை இலவசம், ஷாத்பாக்-இ-நவ்வில் பிறந்த எந்தக் குழந்தையும் தடுப்பூசி போட்டுக் கொள்ளாமல் போனதில்லை. ஊர் முழுக்க நீர் ஊற்றுகளைத் தேடிக் கிணறு தோண்ட ஒரு படையையே அவர் முடுக்கிவிட்டார். முழுநேர மின்சார வசதியை ஒருவழியாக ஷாத்பாக்-இ-நவ்வுக்குக் கொண்டு வந்ததும் பாபா ஜான் தான். குறைந்தது ஒரு டஜன் வியாபாரங்களாவது தொடங்கியிருந்தது, அவர் கொடுத்த கடன்களுக்கு நன்றி. அந்தக் கடன்கள், எப்போதும் திரும்பியே வராது, கபீர் மூலமாக ஆதில் தெரிந்து வைத்திருந்தான்.

ஆதில் சற்று முன் அந்த ஆசிரியையிடம் சொல்லியிருந்தது மனப்பூர்வமான உண்மை. இப்படிப்பட்ட ஒருவருக்கு மகனாகப் பிறக்க உண்மையிலேயே அவன் கொடுத்து வைத்திருக்க வேண்டும்.

அத்தனைப் பேரிடமும் கைகுலுக்கி முடிக்கும் போது, அப்பாவை நொடிந்து போன ஓர் ஆள் நெருங்குவதை ஆதில் கவனித்தான். வட்டமான, கம்பி போன்ற சட்டகம் கொண்ட கண்ணாடியைப் போட்டிருந்த அவனுக்குச் சாம்பல் நிறக் குட்டைத் தாடி. தீய்ந்து போன தீக்குச்சி முனைகளைப் போல சின்னஞ்சிறு பற்கள். அவனைப் பின் தொடர்ந்து கொண்டிருந்தது ஒரு பையன், ஏறக்குறைய ஆதிலின் வயதிருக்கும். அந்தப் பையனின் கால் கட்டைவிரல்களுக்குப் பொருத்தமான பெரிய ஓட்டைகள் அவனது இரு காலணிகளிலும் இருந்தன. தலைமுடியின் அலங்கோலம் அவனது தலைமேல் அசையாமல் படர்ந்திருந்தது. அவனின் ஜீன்ஸ் அழுக்கினால் முடமுடப்பாக இருந்ததோடு, அதன் கால்களும் தூக்கிக் கொண்டிருந்தன. அதற்கு நேர்மாறாக, அவனின் பனியன் முட்டி வரை தொளதொளவென தொங்கிக் கொண்டிருந்தது.

கபீர் அந்தக் கிழவனுக்கும் பாபா ஜானுக்கும் நடுவில் தன்னைச் செருகிக் கொண்டான். “நான் ஏற்கனவே சொல்லிட்டேன் இது சரியான சமயமில்லைன்னு,” என்றான்.

“கமாண்டர்கிட்ட ரெண்டே ரெண்டு வார்த்தை பேசிட்டுப் போயிடுறேன்,” அந்தக் கிழவன் சொன்னான்.

பாபா ஜான் ஆதிலின் கையைப் பிடித்து அந்த லேண்ட் குரூஸரின் பின்இருக்கைக்கு வழிநடத்தினார். “நாம போலாம் பா. அம்மா உனக்காகக் காத்துட்டு இருப்பா.” ஆதிலுக்குப் பக்கத்தில் ஏறினார். கதவைச் சாத்தினார்.

உள்ளே, அந்த நிறமேற்றப்பட்ட கார்கண்ணாடி மேலே ஏற, அவனால் கேட்க முடியாத ஏதோவொன்றைக் கபீர் அந்தக் கிழவனிடம் சொன்னதை ஆதில் கவனித்தான். பிறகு கபீர் காருக்கு முன்பக்கமாக வழி செய்துகொண்டு, ஓட்டுநர் இருக்கையில் ஏறி, அவனது கலாஷ்நிகோவ்வைப் பக்கத்து இருக்கையில் கிடத்திவிட்டு, வண்டியைக் கிளப்பினான்.

“என்ன நடந்துச்சு அங்க?” ஆதில் கேட்டான்.

“சொல்ற அளவுக்கு முக்கியமில்லை,” என்றான் கபீர்.

சாலைக்குத் திரும்பினார்கள். கூட்டத்தில் நின்றிருந்த சில பையன்கள் அந்த லேண்ட் குரூஸர் வேகமெடுக்கும் வரை கொஞ்ச தூரம் துரத்தினார்கள். கபீர் ஷாத்பாக்-இ-நவ்வை இரண்டாகப் பிளந்த சந்தடி நிறைந்த அந்தப் பிரதான வீதியில் காரைச் செலுத்தினான். நெரிசலான அந்தப் போக்குவரத்தில் காரைக் கோர்க்கும் போதெல்லாம் அடிக்கடி ஒலி எழுப்பினான். அத்தனை பேரும் வழிவிட்டனர். சிலர் கையசைத்தனர். தனக்கு இருபக்கமும் ஜன நெருக்கடி நிரம்பிய நடைமேடைகளை ஆதில் கவனித்தான். அவனின் பார்வை பழக்கப்பட்ட அந்தக் காட்சிகளின் மீது பட்டுத் தெறித்துக் கொண்டிருந்தது - கசாப்புக் கடைகளின் கொக்கிகளிலிருந்து தொங்கிக் கொண்டிருக்கும் அந்த மாமிசங்கள், காற்றுப் பைகளில் காற்றடித்துக் கொண்டு மரச்சக்கரங்களில் வேலை செய்து கொண்டிருக்கும் அந்தக் கொல்லர்கள், திராட்சைகளிலிருந்தும் சேலாப்பழங்களிலிருந்தும் ஈ ஓட்டிக் கொண்டிருக்கும் அந்தப் பழக்கடைக்காரர்கள், தனது சவரக்கத்தியைச் சாணை பிடித்துக் கொண்டிருக்கும் அந்த நடைமேடை நாவிதர். டீ கடைகளை, கபாப் கடைகளை,

மோட்டார் வாகன பழுது பார்க்கும் கடைகளை, ஒரு மசூதியை அவர்கள் கடக்க, அந்த ஊரின் மிகப் பெரிய சதுக்கத்தின் வழியாகக் கபீர் வண்டியை ஓட்டினான். அந்தச் சதுக்கத்தின் மையத்தில் ஒரு நீலநிற நீரூற்றும், ஒன்பது அடி உயர கருங்கல் சிலையும் இருந்தன. ஒரு புனிதப் போராளியின் சிலை, கிழக்கு நோக்கிக்கொண்டு, தலைக்கு மேலே தலைபாகையை நேர்த்தியாகச் சுற்றிக்கொண்டு, ஓர் ஏவுகணையைத் தோளில் சுமந்தபடி இருந்தது. பாபா ஜான் தனிப்பட்ட முறையில் ஒரு சிற்பியைக் காபூலிலிருந்து வரவழைத்து அந்தச் சிலையை நிர்மாணித்திருந்தார்.

அந்தப் பிரதான சாலைக்கு வடக்கில் இருந்த சில தெருக்களைக் குடியிருப்புகள் கைப்பற்றியிருந்தன. அந்தத் தெருக்கள் பெரும்பாலும் குறுகலாக, மண் சாலைகளாக, வெள்ளை அல்லது மஞ்சள் அல்லது நீல நிற சிறிய தட்டையான வீடுகளை இருபக்கமும் கொண்டதாக இருந்தன. செயற்கைக்கோள் தொலைக்காட்சி ஒளிபரப்புக் குடைகள் ஒருசில கூரைகளின் மீது உட்கார்ந்திருந்தன. பல ஜன்னல்களை ஆஃப்கன் தேசியக் கொடி சுற்றியிருந்தது. பாபா ஜான் ஆதிலிடம் சொல்லியிருந்தார், ஷாத்பாக்-இ-நவ்வின் முக்கால் வாசிக் குடியிருப்புகளும் கடைகளும் கடந்த சுமார் பதினைந்து ஆண்டுகளில் கட்டப்பட்டவை என்று. பல்வேறு கட்டடங்களில் பாபா ஜானின் பங்களிப்பு இருந்திருந்தது. இங்கு வாழ்ந்து வரும் அத்தனை மக்களும் ஷாத்பாக்-இ-நவ்வைத் தோற்றுவித்த தந்தையாகவே அவரை நினைத்தனர். ஊர்ப் பெரியவர்கள் அனைவரும் இந்த ஊருக்கு பாபா ஜானின் பெயரை வைக்க முன்வந்ததும் ஆதிலுக்குத் தெரியும். ஆனால் அவர் அதை ஏற்கவில்லை.

அங்கிருந்து, இரண்டு மைல் தூரத்துக்கு அந்தப் பிரதான சாலை நீண்டு ஷாத்பாக்-இ-கோஹ்னாவை அடைந்தது. பழைய ஷாத்பாக். பல்லாண்டுகளுக்கு முன் இருந்த அந்தக் கிராமத்தின் தோற்றத்தை ஆதில் பார்த்திருக்க வாய்ப்பே இல்லை. பாபா ஜான் அவனையும் அவனது அம்மாவையும் காபூலிலிருந்து ஷாத்பாக்குக்கு அழைத்து வந்த சமயத்தில் அந்தக் கிராமம் கிட்டத்தட்ட அழிந்து காணாமல் போயிருந்தது. அத்தனை வீடுகளும் போய்விட்டன. தப்பிப் பிழைத்த ஒரேயொரு காலச்சுவடு சிதைந்து கொண்டிருக்கும் அந்தப் பழைய காற்றாலை மட்டும்தான். ஷாத்பாக்-இ-கோஹ்னாவில், கபீர் பிரதான சாலையிலிருந்து வண்டியை இடது பக்கம் ஒடித்து, அந்தச் சாலையையும் ஆதில் தனது அப்பா அம்மாவுடன் வசித்து

வரும் அந்தப் பன்னிரெண்டு அடி உயர தடித்த சுற்றுச்சுவரையும் இணைக்கும் அகலமான மண் பாதையில் காரைச் செலுத்தினான். அந்தக் காற்றாலையைத் தவிர்த்து இப்போது ஷாத்பாக்-இ-கோஹ்னாவில் நின்று கொண்டிருக்கும் ஒரே கட்டிடம் ஆதிலின் வீடு மட்டும் தான். மண் பாதையில் வண்டி குலுங்கிக் குதித்த போது ஆதிலால் அந்த வெள்ளைச் சுவர்களைப் பார்க்க முடிந்தது. சுவர்களின் மேலே கம்பி வேலிகள் சுருண்டு சுருண்டு ஓடிக்கொண்டிருந்தன.

சீருடை அணிந்த காவலன் ஒருவன், வெளிவாசல் கதவில் எப்போதும் பாதுகாப்புக்கு நிற்பவன், வீரவணக்கம் வைத்தான். கதவைத் திறந்துவிட்டான். அந்த வெளிவாசல் கதவுகளுக்கு இடையில் கபீர் வாகனத்தை நுழைத்தான், ஜல்லிக்கற்கள் நிரவிய வண்டிப்பாதையில் வீட்டை நோக்கி.

அந்த வீடு மூன்று அடுக்குகளாக உயர்ந்திருந்தது. பளிச்சிடும் இளஞ்சிவப்பு வண்ணத்தில் நனைந்திருந்தது, கொஞ்சம் நீலப்பச்சை நிறத்திலும் கூட. உயரே எழும்பிக் கொண்டிருந்த தூண்களை, கூர்மையான கற்காரைக்கூரை முனைகளை, சூரியஒளியில் மின்னுகிற கண்ணாடிச் சுவர்களைக் கொண்டிருந்தது அந்த வீடு. கைப்பிடிச் சுவர்களும், மினுமினுக்கும் வில்லைத் தரையால் மூடப்பட்ட தாழ்வாரமும், வளைவான இரும்புக் கைப்பிடிகளுடன் கூடிய அகலமான மேல்மாடமும் அங்கிருந்தன. உள்ளே, அவர்கள் ஒன்பது படுக்கையறைகளும் ஏழு கழிவறைகளும் வைத்திருந்தார்கள். சிலசமயம் ஆதிலும் பாபா ஜானும் கண்ணாமூச்சி ஆடும் போது, ஆதில் ஏறக்குறைய ஒரு மணி நேரமாக சுற்றித் திரிவான், அவனின் அப்பாவைக் கண்டுபிடிப்பதற்கு. கழிவறையிலும் சமையலறையிலும் இருந்த மேடைகள் அத்தனையும் கிரானைட் மற்றும் பளிங்கு சலவைக் கற்களால் பளபளத்தன. இப்போது, ஆதிலின் கொண்டாட்டத்துக்கு ஏற்றவாறு, அடித்தளத்தில் நீச்சல் குளம் கட்டுவது தொடர்பாக பாபா ஜான் பேசிக்கொண்டிருந்தார்.

வட்டமான வண்டிப்பாதையில் வீட்டின் நெட்டையான தலைவாசலுக்கு முன்னால் கபீர் வண்டியைக் கொண்டு வந்து நிறுத்தினான். அதன் இயக்கத்தைக் கொன்றான்.

"ஒரு நிமிஷம் எங்கள தனியா விடு." பாபா ஜான் சொன்னார்.

கபீர் தலையாட்டினான். காரை விட்டு இறங்கினான். அவன் அந்தப் பளிங்குச் சலவைக்கல் படிக்கட்டுகளில் ஏறிக் கதவுக்குச்

சென்று அழைப்பு மணியை அழுத்தியதை ஆதில் பார்த்தான். கதவைத் திறந்தது ஏஸ்மரே - அந்த இரண்டாவது பாதுகாவலன் - குட்டையான, கட்டையான, முரடன். இரண்டு பேரும் ஒரு சில வார்த்தைகளைப் பரிமாறிக் கொண்டனர். பிறகு படிக்கட்டிலேயே சுற்றிச் சுற்றி வந்தனர். ஆளுக்கொரு சிகரெட்டைப் பற்ற வைத்தனர்.

"நீங்க கண்டிப்பா போயே ஆகணுமா?" ஆதில் கேட்டான். அவனது அப்பா காலையில் தெற்கில் ஹெல்மண்டில் இருக்கும் தனது பருத்தித் தோட்டத்தை மேற்பார்வை செய்யக் கிளம்பிக் கொண்டிருந்தார். அவர் அங்குக் கட்டியிருந்த பருத்தித் தொழிற்சாலையில் வேலை செய்து வரும் தொழிலாளர்களைச் சந்திக்கவும் கூட. அவர் அங்கே இரண்டு வாரங்கள் தான் இருக்கப் போகிறார், ஆனால் ஆதிலுக்கு அது முடிவேயில்லாத இடைவெளியாகத் தோன்றியது.

பாபா ஜான் அவரின் கூர்ந்த பார்வையை அவன் பக்கமாகத் திருப்பினார். ஆதிலை அவரது உருவம் ஆக்கிரமித்தது. பின்இருக்கையின் பாதியை அவர் எடுத்துக்கொண்டார். "எனக்கு மட்டும் போகணும்னு ஆசையா?"

ஆதில் தலையாட்டினான். "இன்னிக்கு எனக்கு ரொம்ப பெருமையா இருந்துச்சுப்பா, உங்கள பார்த்து."

பாபா ஜான் அவரின் பெரிய உள்ளங்கையின் மொத்த எடையையும் தூக்கி ஆதிலின் முட்டியில் வைத்தார். "நன்றி, ஆதில். ரொம்ப நன்றி. நீ தெரிஞ்சுக்கணும், கத்துக்கணும்னு தான் இந்த மாதிரி விஷயங்களுக்கு உன்னைக் கூட்டிட்டுப் போறேன். நம்மள மாதிரி அதிர்ஷ்டசாலிங்க எல்லோரும் அவங்க அவங்க பொறுப்புகளுக்கு, கடமைகளுக்கு ஏத்த மாதிரி நடந்துக்கணும்னு நீ புரிஞ்சுக்கணும்."

"புரியுதுப்பா ஆனால் நீங்க எப்ப பார்த்தாலும் இப்படி விட்டுட்டுப் போகக் கூடாதுன்னுதான் நான் ஆசைப்படறேன்."

"நானும்தான்பா. நானும்தான். ஆனா நான் காலை வரை கிளம்பப் போறதில்லையே. சாயந்தரம் சீக்கிரமே வந்துடுறேன்."

ஆதில் தலையாட்டினான். அவனது பார்வையை தனது கைகளின் மீது வார்த்துக் கொண்டிருந்தான்.

"இங்க பாரு," அவனின் அப்பா மென்மையான குரலில் பேசினார், "இவங்களுக்கு, இந்த ஊர் மக்களுக்கு, நான் தேவை, ஆதில். தங்கற இடத்துக்கும், செய்யுற வேலைக்கும், பொழப்பு நடத்துறதுக்கும்

நான் கண்டிப்பாத் தேவை. காபூலுக்கு அதோட பிரச்சினையே ஜாஸ்தி. அவங்களால இவங்களுக்கு உதவி செய்ய முடியாது. இப்படி இருக்கும் போது, என்னை விட்டா அவங்களுக்கு உதவ யாருமே இல்ல. அப்புறம் இந்த மக்கள் ரொம்பக் கஷ்டப்படுவாங்க."

"அது எனக்கு தெரியும்பா," ஆதில் முணுமுணுத்தான்.

பாபா ஜான் அவனது முட்டியை லேசாக அழுத்தினார். "நீ காபூல பிரிந்து கஷ்டப்படுற, எனக்குத் தெரியும், அப்புறம் உன்னோட நண்பர்களையும் கூட. இந்தப் புதுச்சூழ்நிலைக்கு ஏத்த மாதிரி மாறுவது கொஞ்சம் கஷ்டமான விஷயம்தான், உனக்கும் உன் அம்மாவுக்கும். நானும் எப்போ பார்த்தாலும் வெளிய போயிடுறேன், கூட்டம் அப்படி இப்படின்னு. ஏகப்பட்ட பேரு என்னோட நேரத்த எடுத்துக்கறாங்க. ஆனாலும்....என்னைப் பாருப்பா."

ஆதில் கண்களை உயர்த்தினான், பாபா ஜானின் கண்களைப் பார்க்க. அவை அவரது அடர்த்தியான புருவங்களின் நிழலிலிருந்து அவனை நோக்கி பாசத்துடன் ஒளிர்ந்தன.

"ஆதில், உன்னைவிட இந்த உலகத்துல எனக்கு எதுவுமே முக்கியமில்லப்பா. நீ என்னோட மகன். இந்த எல்லாத்தையுமே சந்தோஷமா தூக்கி எறிஞ்சுடுவேன் உனக்காக. என்னோட உயிரைக்கூட கொடுப்பேன்பா உனக்காக."

ஆதில் தலையாட்ட, அவனது கண்கள் சிறிதளவு நீர்த்துக் கொண்டிருந்தன. சில சமயங்களில், பாபா ஜான் இப்படிப் பேசியபோது, ஆதிலின் இதயம் புடைத்துப் புடைத்து மேலும் மேலும் வீங்கிக் கொண்டிருந்ததாக உணர்ந்தான், மூச்சு விடுவதற்கே சிரமப்படும் வரை.

"நான் சொன்னது புரிஞ்சதா?"

"புரிஞ்சது, பாபா ஜான்."

"என்னை நம்புறியா?"

"ஆமாம்."

"நல்லது. அப்போ உன் அப்பாவுக்கு ஒரு முத்தம் குடு."

ஆதில் பாபா ஜானின் கழுத்தைச் சுற்றி அவனது கரங்களைப் போட அப்பா அவனை இறுக்கமாகத் தழுவினார். அவன் சிறியவனாக இருந்த போது, கெட்ட கனவால் தூக்கம் கலைந்து உடல்

நடுங்கிக்கொண்டு நடுராத்திரியில் அவனது அப்பாவின் தோளைத் தட்டி எழுப்பிய போது, அப்பா அவரின் போர்வையை விலக்கி, அவனைப் படுக்கையில் கூப்பிட்டு, ஆதிலின் நடுக்கம் குறைந்து அவன் மீண்டும் தூங்கும் வரை அவனை அவரோடு அணைத்துக் கொண்டிருந்ததை, உச்சந்தலையில் முத்தமிட்டுக் கொண்டிருந்ததை ஆதில் நினைத்தான்.

“வேணும்னா உனக்கு ஹெல்மண்ட்ல இருந்து எதாவது வாங்கிட்டு வரட்டுமா,” பாபா ஜான் கேட்டார்.

“வேணாம் பா, தேவையில்ல,” ஆதில் சொன்னான், அவனது குரலை அப்பாவின் தோள் அடைத்தது. அவனுக்கு என்ன செய்வதென்றே தெரியாத அளவுக்கு விளையாட்டுச் சாமான்கள் ஏற்கனவே ஏகத்துக்கும் இருந்தன. அப்பா இல்லாத வெறுமையைப் போக்கக் கூடிய பொம்மை இந்தப் பூமியில் இதுவரை கண்டுபிடிக்கப்படவில்லை.

***

அதே நாளின் பிற்பகுதியில், பாதிப் படிக்கட்டின் மேலிருந்து கீழே விரியும் காட்சியை ஆதில் வேவு பார்த்தான். அழைப்பு மணி ஒலித்திருக்க, கபீர் கதவைத் திறந்திருந்தான். இப்போது கபீர் தனது நெஞ்சுக்குக் குறுக்கே கைககளைக் கட்டிக்கொண்டு, வழியை மறித்துக்கொண்டு நிலைவாசலில் சாய்ந்து கொண்டிருந்தான். வாசலின் அந்தப் பக்கத்தில் இருந்த ஆளிடம் பேசினான். முன்பு பள்ளியில் பார்த்த அதே கிழவன்தான் அது. அந்தக் கண்ணாடி போட்ட மனிதனை, அந்தத் தீய்ந்து போன தீக்குச்சிப் பற்கள் கொண்டவனை ஆதில் நோட்டமிட்டான். காலணிகளில் ஓட்டை விழுந்திருந்த பையனும் அங்கிருந்தான், அவனுக்குப் பக்கத்தில் நின்றுகொண்டு.

அந்தக் கிழவன் கேட்டான், “அவரு எங்க போயிருக்காரு?”

கபீர் சொன்னான், “வேலையா. தெற்குப் பக்கம்.”

“நாளைக்குத் தானே போறதா கேள்விப்பட்டேன்.”

கபீர் தோள்களைக் குலுக்கினான்.

“திரும்ப எப்போ வருவாரு?”

“ரெண்டு, மூணு மாசம் கூட ஆகலாம். யாருக்குத் தெரியும்.”

“இல்லையே நான் அப்படி கேள்விப்படலயே.”

“இங்க பாரு கெழவா, நீ என் பொறுமைய ரொம்ப சோதிக்குற.” கபீர் சொன்னான், கைகளை அவிழ்த்தான்.

“நான் அவருக்காகக் காத்திருக்கேன்.”

“இங்கெல்லாம் கூடாது.”

“சாலைப் பக்கம்னு சொல்ல வந்தேன்.”

கபீர் தன்னுடைய எடையை கால்களில் மாற்றிக்கொண்டே இருந்தான், பொறுமையில்லாமல். “அது உன்னோட இஷ்டம்,” என்றான். “ஆனா கமாண்டர் ஓய்வு ஒழிச்சலில்லாத ஆளு. எப்போ திரும்பி வருவார்னு சொல்ல முடியாது.”

அந்தக் கிழவன் தலையை ஆட்டினான். பிறகு அந்தப் பையன் பின்தொடர, கிழவன் பின்வாங்கினான்.

கபீர் கதவை அடைத்தான்.

ஆதில் அந்த வரவேற்பறையின் ஜன்னல் திரையை விலக்கினான். ஜன்னலின் வெளியே அந்தக் கிழவனும் பையனும், சுற்றுச்சுவரிலிருந்து பிரதான சாலையை இணைக்கும் மண் பாதையில் நடந்து கொண்டிருப்பதைப் பார்த்தான்.

“நீ அவங்ககிட்ட சொன்னது பொய்,” ஆதில் பேசினான்.

“எனக்குச் சம்பளம் கொடுக்கறது இதுக்கும் சேர்த்துதான்: இந்த மாதிரி நச்சரிக்கிற ஆளுங்ககிட்ட இருந்து உன்னோட அப்பாவை காப்பாத்துறதுக்கு.”

“என்னதான் வேணுமாம் அவருக்கு, வேலையா?”

“கிட்டத்தட்ட அந்த மாதிரிதான்.”

கபீர் சாய்வு நாற்காலியிடம் நகர்ந்தான். காலணிகளைக் கழற்றினான். ஆதிலை நிமிர்ந்து பார்த்துக் கண்ணடித்தான். ஆதிலுக்குக் கபீரைப் பிடிக்கும், ஏஸ்மரேவை விடப் பலமடங்கு. ஏஸ்மரே ஒரு சிடுமூஞ்சி, எப்போதாவதுதான் ஆதிலிடம் பேசுவான், அதுவும் ஓரிரு வார்த்தைகள் மட்டும். கபீர் ஆதிலுடன் சீட்டு விளையாடுவான். ஒளிவட்டுக்கருவியில் இருவரும் சேர்ந்து படம் பார்க்கலாம் என்பான். கபீருக்குத் திரைப்படங்கள் என்றால் உயிர். பல படங்களைச் சேகரித்து வைத்திருக்கிறான்,

எல்லாம் கள்ளச் சந்தையில் வாங்கியது. வாரத்துக்குப் பத்து, பன்னிரண்டு படங்களாவது பார்த்துவிடுவான் - ஈரானிய, ஃபிரெஞ்சு, அமெரிக்க, அப்புறம் கண்டிப்பாக இந்திப்படங்கள் - எதுவாக இருந்தாலும் கவலையில்லை. சில நேரங்களில் ஆதிலின் அம்மா வேறொரு அறையில் இருந்தாலோ ஆதில் அப்பாவிடம் சொல்லமாட்டேன் என்று சத்தியம் செய்தாலோ, கபீர் அந்தக் கலாஷ்நிகோவின் தோட்டாக்களைக் காலி செய்துவிட்டு ஆதிலை ஏந்த அனுமதிப்பான், ஒரு புனிதப்போராளியைப் போல. இப்போது அந்தக் கலாஷ்நிகோவ் வாசல் கதவுக்கு அருகில் சுவருக்கு முட்டுக் கொடுத்து உட்கார்ந்திருந்தது.

கபீர் சாய்வு நாற்காலியின் மேல் படுத்து அதன் கரங்களின் மீது அவனது கால்களைத் தூக்கிப் போட்டான். செய்தித்தாளைப் புரட்டத் தொடங்கினான்.

"அவங்கள பார்த்தா பாவமா இருந்துச்சு," என்றான் ஆதில், ஜன்னலின் திரைச்சீலைகளை விலக்கிக் கொண்டே கபீரிடம் திரும்பிக் கொண்டிருந்தான். அவனால் செய்தித்தாளுக்கு மேலே தெரிந்த அந்தப் பாதுகாவலனின் நெற்றியைப் பார்க்க முடிந்தது.

"அப்படின்னா, ஒருவேளை அவங்கள உள்ள கூப்பிட்டு டீ-பிஸ்கட் கொடுத்துருக்கணுமோ," கபீர் முணுமுணுத்தான். "இனிப்பு ரொட்டி கூட கொடுத்துருக்கலாம்."

"கிண்டல் பண்ண வேணாம்."

"அவனுங்க எல்லாருமே அய்யோ பாவம்தான்."

"பாபா ஜான் அவங்களுக்கு உதவி பண்ணுவாரா?"

"பண்ணாலும் பண்ணலாம்," கபீர் பெருமூச்சு விட்டான். "இந்த மக்களுக்கு உங்க அப்பா ஒரு பணம் காய்க்கற மரம்." அவன் செய்தித்தாளைக் கீழே போட்டான். இளித்தான். "என்னது அது? ஐயோ, ஆதில். போன மாசம்தான பார்த்தோம்."

ஆதில் அசட்டை செய்தான். மாடிக்குப் போக ஆரம்பித்தான்.

"*லாரான்ஸ்,*" சாய்வுநாற்காலியில் உட்கார்ந்தவாறே கபீர் குரல் கொடுத்தான். "*லாரன்ஸ் ஆஃப் அரேபியா. அந்தோணி க்வின்.*" அதன் பிறகு, அவன் படிக்கட்டின் உச்சிக்குச் சென்ற அதே நொடி: "அவனுங்க எல்லாருமே மோசமானவங்க, ஆதில். அவங்க நடிப்புல

விழுந்துடாத. வாய்ப்பு கிடைச்சா போதும் உங்க அப்பாவைப் போட்டுத் தள்ளிட்டுப் போயிட்டே இருப்பானுங்க."

***

ஒரு நாள் காலையில், அவனது அப்பா ஹெல்மண்டுக்குக் கிளம்பிப் போயிருந்த இரண்டு நாள் கழித்து, மேலேயிருந்த அவனுடைய அப்பா-அம்மாவின் அறைக்கு ஆதில் போனான். கதவின் மறுபக்கத்திலிருந்து ஒலித்த இசை பலமாக அதிர்ந்து கொண்டிருந்தது. அவன் தன்னை உள்ளே நுழைக்க, அரைக்கால் சட்டையும், பனியனும் போட்டுக் கொண்டு, ராட்சச தொலைக்காட்சித் திரைக்கு முன்னால், அதில் தோன்றிய தங்கநிறக் கூந்தல் பெண்களைப் போலவே, தொடர்ச்சியாகத் தாவி, குந்தி, எம்பி, படுத்தவாக்கில் முழங்கைகளால் உடலைச் சமன்படுத்தி பயிற்சி செய்து கொண்டிருந்த அம்மாவைக் கண்டான். அந்த உடையலங்கார மேஜையின் கண்ணாடியில் தெரிந்த அவனது உருவத்தை அவளும் பார்த்தாள்.

"என்கூட சேர்ந்துக்கிறியா?"

"இல்ல. சும்மா உட்காந்துக்கறேன்," என்றான். அந்த கம்பளத் தரையில் வழுக்கி உட்கார்ந்து, ஆரியா என்னும் பெயருடைய அவனது அம்மா, அறையின் குறுக்கே குதித்துத் திரும்பியதைக் கவனித்தான்.

ஆதிலின் அம்மாவுக்கு மிருதுவான கைகள், கால்களும் கூட. அவளுக்குச் சிறிய, சற்றே மேல்நோக்கிய நாசி. கபீரின் இந்திப்படங்களில் வரும் ஒரு கதாநாயகியைப் போல சிங்காரமான முகம். அவள் ஒல்லியாக, லாவகமாக, இளமையாக இருந்தாள் - பாபா ஜானைத் திருமணம் செய்தபோது அவளுக்குப் பதினான்கு வயதுதான். ஆதிலுக்கு இன்னொரு வயதான அம்மாவும் இருந்தாள், மூன்று அண்ணன்களும் இருந்தார்கள்; ஒன்றுவிட்ட சகோதரர்கள். ஆனால் பாபா ஜான் அவர்களைக் கிழக்கில் குடிவைத்திருந்தார், ஜலாலாபாத்தில். ஆதிலால் மாதத்துக்கு ஒருமுறையோ என்னவோ அப்பா அங்கே செல்லும்போதுதான் அவர்களைப் பார்க்க முடிந்தது. அவனின் அம்மாக்களைப் போலில்லாமல் - அவர்களுக்குள் ஒத்துப் போகாது - ஆதிலும் அவனின் சகோதரர்களும் இணக்கமாகவே இருந்தனர். ஜலாலாபாத்துக்கு அவன் சென்ற போதெல்லாம் அவர்களுடன் ஆதிலைப் பூங்காக்களுக்கும், கடைத்தெருக்களுக்கும், திரைப்படங்களுக்கும், புஸ்கேஷி பந்தயங்களுக்கும் கூட்டிப்

போனார்கள். அவனுடன் ரெஸிடென்ட் ஈவில் விளையாடி கால் ஆஃப் டூட்டியில் அமானுஷ்ய பிணங்களைச் சுட்டுத் தள்ளினார்கள். மேலும் அக்கம்பக்கத்து கால்பந்து போட்டிகளில் அவனை எப்போதுமே அவர்களின் அணியிலேயே சேர்த்துக் கொண்டார்கள். அவர்கள் எல்லோரும், இங்கேயே, அவனுக்குப் பக்கத்திலேயே இருக்கக் கூடாதா என்று ஆதில் மிகவும் ஏங்கினான்.

அவனது அம்மா மல்லாந்துபடுத்து நேராக நீட்டிய அவளின் கால்களை தரையிலிருந்து தூக்கிநிறுத்தி பிறகு மீண்டும் கீழிறக்கியதைக் கவனித்தான். ஒரு நீலநிற நெகிழிப் பந்து அவளின் கணுக்கால்களுக்கு இடையில் மாட்டியிருந்தது.

உண்மையைச் சொல்லப்போனால், இங்கு ஷாத்பாகில் இருப்பதால் ஏற்படும் சலிப்புணர்வு அவனை நசுக்கிக் கொண்டிருந்தது. அவர்கள் இங்கே குடிவந்த இந்த இரண்டு ஆண்டுகளில் ஒரேயொரு நண்பனைக் கூட அவன் சம்பாதிக்கவில்லை. அவனால் ஊருக்குள் மிதிவண்டி ஓட்டவும் முடியாது, அதுவும் கண்மூடித்தனமான குழந்தைக் கடத்தல்கள் எங்கு பார்த்தாலும் நடந்து கொண்டிருந்த அந்த வட்டாரத்தில் யாருமில்லாமல் தனியாகப் போவதற்கெல்லாம் வாய்ப்பேயில்லை. இருந்தாலும் ஒருசில முறை யாருக்கும் தெரியாமல் அவன் நைசாக வெளியில் நழுவியிருந்தான், ஆனால் எப்போதுமே அந்தச் சுற்றுச்சுவரின் எல்லைக்குள்ளே மட்டும் தான். வகுப்புத் தோழர்களும் அவனுக்கு இருந்ததில்லை. காரணம் அவன் உள்ளூர் பள்ளிக்கூடத்தில் சேர பாபா ஜான் அனுமதிக்கவில்லை - "பாதுகாப்புக் காரணங்களுக்காக," என்றார் - ஆகவே தனிவகுப்பு எடுப்பதற்கு ஆசிரியர் ஒருவர் தினசரி காலையில் வந்து கொண்டிருந்தார். பெரும்பாலும், ஆதில் தனியாகவே படித்து, தனியாகவே கால்பந்தை உதைத்து, தனியாகவே நேரத்தைக் கடத்தினான் அல்லது கபீருடன் படம் பார்த்துக்கொண்டு, அதுவும் அடிக்கடி பார்த்த படத்தையே திரும்பத் திரும்ப. அவன் அவர்களுடைய பிரம்மாண்டமான வீட்டின் அகலமான தாழ்வாரத்தில் இலக்கில்லாமல் திரிந்தான், இருந்த அத்தனை அறைகளின் உள்ளேயும் புகுந்து வெளியே வந்தான், அல்லது மாடியிலிருக்கும் அவனின் படுக்கையறை ஜன்னலின் வழியாக வெளியே பார்த்தபடி உட்கார்ந்தான். அவன் மாளிகையில் வாழ்ந்தாலும் அவனது உலகம் மிகக் குறுகியது. சில நாட்களில் மரக்கட்டையையே மெல்ல விரும்பும் அளவுக்கு போரடித்தது அவனுக்கு.

அவனது அம்மாவுக்கும் அப்படித்தான் என்பது அவனுக்குத் தெரிந்திருந்தது. அவளது நாட்களைத் தினசரி காரியங்களான, காலை நேர உடற்பயிற்சி, பிறகு சிற்றுண்டி, பிறகு புத்தகம் படித்தல், தோட்டவேலை, அதன் பிறகு பிற்பகலில் தொலைக்காட்சியில் ஓடும் இந்தியத் தொலைக்காட்சித் தொடர்கள் என அவள் நிரப்ப முயற்சித்தாள். பாபா ஜான் வெளியே சென்ற போதெல்லாம் (அடிக்கடி நடந்த விஷயம் அது) அவள் சாம்பல் நிற பனியனோடும் காலணிகளோடும்தான் வீட்டைச் சுற்றினாள். ஒப்பனையை இழந்த முகத்தோடு, கழுத்துக்குப் பின்னால் கொண்டையாகச் சுருட்டிய கூந்தலோடு. அந்த நகைப்பெட்டியை மறந்தும் கூட திறக்க மாட்டாள். அதில்தான் அப்பா துபாயிலிருந்து வாங்கிக் கொடுத்த அனைத்து மோதிரங்களையும், ஆரங்களையும், தோடுகளையும் அம்மா வைத்திருந்தாள். காபூலில் இருக்கும் அவளின் குடும்பத்தோடு பேசிக்கொண்டிருப்பதில் சிலசமயம் மணிக்கணக்கில் செலவு செய்தாள். இரண்டு அல்லது மூன்று மாதத்துக்கு ஒருமுறை அவளின் அக்காவும், அப்பாவும், அம்மாவும் சில நாட்கள் இங்கு வந்து தங்கிய நேரத்தில் மட்டும்தான் உயிர்ப்புடன் இருக்கும் அவனது அம்மாவை ஆதிலால் பார்க்க முடிந்தது. அவள் நீளமான பூப்போட்ட உடைகளை, ஆளுயர்த்தி-செருப்புகளை, முகத்தில் ஒப்பனையை அணிந்தாள் - அப்போது மட்டும். அவளின் கண்கள் பளிச்சிட்டன, வீட்டைச் சுற்றி அவளின் சிரிப்புகள் கேட்டன. அப்போது மட்டும். முன்னொரு காலத்தில் இருந்திருந்த பெண்ணின் இயல்பான உருவத்தை ஆதிலால் கணநேரம் படம்பிடிக்க முடிந்ததும் அப்போது மட்டும் தான்.

பாபா ஜான் வீட்டில் இல்லாத போதெல்லாம், ஆதிலும் அம்மாவும் ஒருவருக்கு ஒருவர் ஆறுதலாக இருக்க முயன்றனர். படப்புதிர்களின் துண்டுகளை அடுக்கினர், ஆதிலின் காணொலி விளையாட்டில் குழிப்பந்தாட்டமும் வலைப்பந்தும் விளையாடினர். ஆனால் இருந்ததிலேயே ஆதிலுக்குப் பிடித்த பொழுதுபோக்கு அவனது அம்மாவுடன் சேர்ந்து பற்குச்சியில் வீடு கட்டுவதுதான். ஆதிலின் அம்மா வீட்டின் முப்பரிமாண திட்டவடிவத்தைக் காகிதத்தில் வரைந்து காட்டுவாள். முன்பக்க முற்றம், மேலே முக்கோண வடிவ கூரை, உள்ளே படிக்கட்டுகள், பல்வேறு அறைகளைப் பிரிக்கும் சுவர்கள் என்று முழுமையாக இருக்கும் அது. முதலில் அடித்தளத்தைக் கட்டுவார்கள், பிறகு உட்பக்கச் சுவர்களையும் படிக்கட்டுகளையும் அடுக்குவார்கள், பற்குச்சிகளில் பசையைத் தடவிக்கொண்டு,

காயட்டும் என்று கவனமாக நேரத்தைக் கடத்திக்கொண்டு. ஆதிலின் அம்மா சொன்னாள், அவள் சிறுமியாக இருந்தபோது, ஆதிலின் அப்பாவைத் திருமணம் செய்துகொண்டதற்கு வெகு நாட்களுக்கும் முன்னால், ஒரு கட்டடக்கலை வல்லுனராக ஆகவேண்டும் என்று கனவு கண்டிருந்தாளாம்.

அவர்கள் ஓர் அடுக்குமாடி வீட்டைக் கட்டிக்கொண்டிருந்த போது தான் அவளும் பாபா ஜானும் திருமணம் செய்து கொண்ட கதையை ஆதிலிடம் அவள் சொல்லியிருந்தாள்.

உண்மையா சொல்லணும்னா என் அக்காவத்தான் அவரு கல்யாணம் பண்ணிக்க இருந்தாரு, என்றாள்.

நர்கிஸ் பெரியம்மாவையா?

ஆமா. இது நடந்தது காபூல்ல. அவரு அவளைத் தெருவுல பார்த்திருக்காரு. அப்புறம் அவ்வளவுதான். உடனே அவளைக் கல்யாணம் பண்ணிக்கணும்னு ஆசை வந்துடுச்சு. அடுத்த நாளே எங்க வீட்டுக்குப் பெண் கேட்க வந்துட்டார், அவரும் அவரோட அஞ்சு ஆளுங்களும் சேர்ந்து. அவங்க பாட்டுக்கு உள்ள நுழைஞ்சுட்டாங்க. எல்லாரும் பூட்ஸ் போட்டுருந்தாங்க. அவள் தலையைக் குறுக்காக ஆட்டினாள். சிரித்தாள். என்னவோ பாபா ஜான் செய்தது வேடிக்கையான விஷயம் மாதிரி. ஆனால் அவளின் இயல்பான சிரிப்பில்லை அது. *உன் தாத்தா பாட்டியோட முகத்தப் பார்க்கணுமே.*

அவர்கள் வீட்டுக்குள் உட்கார்ந்தார்கள், பாபா ஜானும், அவரது ஆட்களும், அவளின் அப்பாவும் அம்மாவும். அவர்கள் பேசிக்கொண்டிருந்த போது அவள் சமையலறையில் இருந்தாள், டீ போட்டுக்கொண்டு. ஒரு சிக்கல் இருந்தது, என்றாள் அவள், காரணம் அவளின் அக்கா நர்கிஸுக்கு ஆம்ஸ்டெர்டாமில் வாழ்ந்த, பொறியியல் படித்துக் கொண்டிருந்த முறைப்பையன் ஒருவனுடன் ஏற்கனவே திருமணம் நிச்சயம் ஆகியிருந்தது, அவர்களால் எப்படி அந்த நிச்சயதார்த்தை முறித்துக் கொள்ள முடியும்? அவளைப் பெற்றவர்கள் கேட்டிருந்தார்கள்.

அப்பத்தான் நான் உள்ள வந்தேன், தட்டுல பலகாரத்தையும் டீயும் எடுத்துக்கிட்டு. அவங்களுக்கு டீயைக் கொடுத்துட்டு பலகாரத்தை மேஜையில வச்சேன். உங்க அப்பா என்னைப் பார்க்குறாரு, அப்புறம், நான் திரும்பும் போது, உங்க அப்பா, பேசுறாரு , "நீங்க சொல்றது சரிதான், சார். நிச்சயதார்த்த முறிக்கறது அவ்ளோ நல்லா இருக்காது. ஆனா இந்தப் பொண்ணுக்கும் மாப்பிள்ளை பார்த்தாச்சுன்னு சொன்னா, உங்களுக்கு என் மேல அக்கறை இல்லன்னு நினைக்கறத தவிர

எனக்கு வேற வழியில்ல." அப்புறம் அவரு சிரிக்குறாரு. அப்படித்தான் நாங்க கல்யாணம் பண்ணிக்கிட்டோம்.

அவள் பசைக் குழாயைத் தூக்கினாள்.

உங்களுக்கு அவரைப் பிடிச்சுதா?

தோள்களைக் கொஞ்சமாகக் குலுக்கினாள் அவள். நெஜம்மா சொல்றேன், எல்லாத்தையும் விட எனக்கு பயம்தான் அதிகமா இருந்துச்சு.

ஆனா உங்களுக்கு இப்போ அவரைப் பிடிக்குது, சரியா? நீங்க அவரை காதலிக்கிறீங்க தான.

அதுல என்ன சந்தேகம், ஆதிலின் அம்மா கேட்டாள். இதெல்லாம் ஒரு கேள்வியா.

அவரைக் கல்யாணம் பண்ணதுல உங்களுக்கு வருத்தம் ஒண்ணும் இல்லையே.

அவள் அந்தப் பசைக் குழாயைக் கீழே போட்டாள். பதில் சொல்வதற்கு முன் சில நொடிகள் தாமதித்தாள். நாம வாழற இந்த வாழ்க்கையைப் பாரு, ஆதில், அவள் மெதுவாகப் பேசினாள். உன்னைச் சுத்திப் பாரு. இதுல வருத்தப்பட என்ன இருக்கு? அவள் புன்னகைத்தாள். அவனின் காது மடலைச் செல்லமாக இழுத்தாள். அப்படின்னா நீ எனக்குக் கிடைச்சுருக்க மாட்டியே.

இப்போது ஆதிலின் அம்மா தொலைக்காட்சியை அணைத்தாள். மூச்சிரைத்துக் கொண்டு, அவளின் கழுத்து வியர்வையைத் துண்டால் துடைத்துக்கொண்டு, தரையில் உட்கார்ந்தாள்.

"இன்னிக்கு நீயே ஏதாச்சும் விளையாடு, ஆதில்." முதுகை நீட்டிக்கொண்டே அவள் சொன்னாள். "நான் குளிச்சுட்டு சாப்பிடப் போறேன். அப்புறம் உன் தாத்தா பாட்டிகிட்ட பேசலாம்னு நினைச்சுட்டு இருக்கேன். அவங்ககிட்ட பேசியே ரெண்டு நாளாச்சு."

ஆதில் பெருமூச்சு விட்டான். எழுந்து நின்றான்.

ஒரு தளம் கீழே, வீட்டின் மற்றொரு பக்கத்திலிருந்த அவனின் அறையில், கால்பந்தை எடுத்தான். போன பிறந்தநாளுக்கு, அவனின் பன்னிரெண்டாவது பிறந்தநாளுக்கு, பாபா ஜான் பரிசாகக் கொடுத்திருந்த கால்பந்து வீரர் ஜிடானின் பெயர் பொறித்த பனியனை எடுத்துப் போட்டுக்கொண்டான். அவன் கீழே இறங்கி வந்தபோது, ஒரு போர்வையைப் போல நெஞ்சில் செய்தித்தாளை விரித்துக் கொண்டு கபீர் தூங்கிக் கொண்டிருப்பதைப் பார்த்தான்.

குளிர்சாதனப்பெட்டியிலிருந்து ஆப்பிள் சாறு டப்பா ஒன்றைப் பிடுங்கினான். தன்னை வெளியே செலுத்திக்கொண்டான்.

அந்த ஜல்லிக்கற்கள் பரப்பிய பாதையின் மேல் ஆதில் நடந்தான் வெளிவாசலை நோக்கி, அந்தச் சுற்றுச்சுவரை நோக்கி. துப்பாக்கி ஏந்திய பாதுகாவலன் காவலுக்கு நிற்கும் இடம் காலியாக இருந்தது. அந்தக் காவலன் ரோந்துக்குப் போகும் நேரம் ஆதிலுக்குத் தெரியும். அந்த வெளிவாசல் கதவை ஆதில் கவனமாகத் திறந்து வெளியில் அடியெடுத்து வைத்தான். ஏறக்குறைய அடுத்த நொடியே, சுவரின் இந்தப் பக்கத்தில் அவனால் நன்றாக மூச்சு விட முடிந்தது என்ற எண்ணம் அவன் மனதில் பதிந்தது. சிலநாட்களில், அந்தச் சுவர் ஒரு சிறையைப் போன்ற உணர்வை அவனுக்குத் தந்தது.

அந்தச் சுவர் கொடுத்த அகலமான நிழலில் அவன் நடந்தான் சுற்றுச்சுவரின் பின்பக்கத்தை நோக்கி, பிரதான சாலைக்கு எதிர்புறமாக. அங்கே, அந்தச் சுற்றுச்சுவருக்குப் பின்னால், பாபா ஜானின் தோப்புகள் இருந்தன. அவர் நினைத்துப் பெருமைப்பட்ட தோப்புகள். பல ஏக்கர்களில் பேரிக்காய், ஆப்பிள், இலந்தை, சேலா, அத்தி மரங்களையும் மற்றும் லோக்காட் என்ற சீன மரவகையும் கூட அங்கே வரிசை வரிசைகளாகப் பல தூரத்துக்கு நீண்டிருந்தன. இந்தத் தோப்புகளில் ஆதில் அவனது அப்பாவுடன் நடந்தபோதெல்லாம், பாபா ஜான் அவரது தோள்களில் அவனை மேலே தூக்கி உட்கார வைக்க, ஆதில் பழுத்த ஆப்பிள் பழங்கள் இரண்டைப் பறிப்பான். அந்தச் சுற்றுச்சுவருக்கும் தோப்புகளுக்கும் நடுவில் இருந்த இடம், தோட்டக்காரர்கள் அவர்களின் கருவிகளைப் போட்டு வைக்கும் அந்தக் கொட்டகையைத் தவிர, பெரும்பாலும் காலியாகத்தான் இருந்தது. ஒரு காலத்தில் வயதான ஒரு ராட்சச மரமாக இருந்திருக்க வேண்டியதன் வெட்டுப்பட்ட அடிக்கட்டையும் அங்கிருந்தது. பாபா ஜான் ஒருமுறை ஆதிலுடன் சேர்ந்து அதன் வளையங்களை எண்ணியிருக்க அந்த மரம் செங்கிஸ்கானின் படையெடுப்பையே பார்த்திருக்கும் வாய்ப்பிருந்ததாக அவர் முடிவுக்கு வந்தார். துயரத்துடன் தலையாட்டிக்கொண்டே அவர் சொன்னார், அதை வெட்டியது யாராக இருந்தாலும் கண்டிப்பாக அவன் ஒரு முட்டாளாகத்தான் இருந்திருக்க வேண்டும் என்று.

வெக்கையான நாள் அது. உச்சியில் அந்தச் சூரியன் கூசிக்கொண்டிருந்த வானம் அவனுடைய சிறு வயதில் ஆதில் வரைந்த மெழுகு வண்ண வானங்களைப் போல தெள்ளத்தெளிவாக இருந்தது. அவன் அந்த மரத்தின் அடிக்கட்டையில் ஆப்பிள் சாறின்

டப்பாவை வைத்தான். கால்பந்தைத் தரையில் விழாமல் தொடர்ந்து காலால் ஏத்திக்கொண்டிருக்க பயிற்சி செய்தான். அறுபத்து எட்டு எத்துக்கள் தொடர்ந்து தரையில் படாமல் உதைத்ததுதான் அதுவரை அவனின் சாதனையாக இருந்தது. வசந்தகாலத்தில் அவன் அந்த சாதனையை நிகழ்த்தியிருந்தான். இப்போது கோடையின் நடுமத்தி ஆகிவிட்டது. ஆனால் அந்தச் சாதனையை முறியடிக்க இன்னமும் முயற்சி செய்து கொண்டிருக்கிறான். ஆதில் இருபத்து எட்டு எண்ணி முடித்த போது அவனை யாரோ கவனித்துக் கொண்டிருக்கிறார்கள் என்ற எண்ணம் அவனுக்குத் தோன்றியது. அது அந்தப் பையன்தான். அந்தக் கிழவனுடன் வந்திருந்தானே, அந்தப் பள்ளிக்கூடத் திறப்புவிழாவில் பாபா ஜானை அணுக முயற்சி செய்தானே அவனேதான். இப்போது அந்தச் செங்கல் கொட்டகையின் நிழலில் அவன் குந்திக்கொண்டிருந்தான்.

"இங்க என்ன பண்ணிட்டு இருக்க?" ஆதில் கேட்டான், கபீர் முகம் தெரியாத ஆட்களிடம் பேசும் அதே பாணியில் குரைக்க முயற்சி செய்து கொண்டிருந்தான்.

"நிழலுக்கு ஒதுங்கிகிட்டு இருக்கேன்," அந்தப் பையன் சொன்னான். "மாட்டிவிட்டுடாத."

"நீ இங்கெல்லாம் வரக்கூடாது."

"நீயும் தான்."

"என்ன சொன்ன?"

அந்தப் பையன் 'களுக்'கென்று சிரித்தான், கேலியாக. "ஒண்ணுமில்ல." கைகளை அகலமாக விரித்தான். எழுந்து நின்றான். ஆதில், அவனுடைய பைகள் நிரம்பியிருக்கிறதா என பார்க்க முயற்சி செய்தான். ஒருவேளை அவன் பழங்களைத் திருட வந்திருக்கலாம். அந்தப் பையன் ஆதிலிடம் சென்றான். ஒற்றைக் காலால் பந்தை மேலே சுண்டி, இரண்டு அடுத்தடுத்த எத்துகளை விட்டு, பிறகு குதிகளால் உதைத்து அதை ஆதிலின் பக்கம் திருப்பினான். ஆதில் பந்தைப் பிடித்து அவனின் கக்கத்தில் வைத்துக்கொண்டான்.

"உன்னோட அடியாள் என்னையும் என் அப்பாவையும் காத்திருக்க சொன்ன இடத்துல, அந்தச் சாலை இருக்குல்ல? அங்க நிழலே இல்ல. இன்னிக்குன்னு பார்த்து வானத்துல பொட்டு மேகம் கூட இல்ல, மோசம்."

கபீருக்கு வக்காலத்து வாங்க வேண்டிய தேவை ஆதிலுக்கு எழுந்தது. "அவன் ஒண்ணும் அடியாள் இல்ல."

"அப்படியா, எங்க கண்ணுல நல்லா படற மாதிரி அவனோட கலாஷ்நிகோவ்வை ஆட்டிக்கிட்டே இருந்தான். அவனை வேற என்னன்னு சொல்றது." ஒரு சோம்பலான, வேடிக்கைச் சிரிப்பு அவனது உதடுகளின் மீதிருக்க, அவன் ஆதிலைப் பார்த்தான். அவனது காலுக்கு அடியில் கொத்தான எச்சிலைக் கீழே போட்டான். "உன்ன பார்த்தா அந்தத் தலை-முட்டியோட ரசிகன் மாதிரி தெரியுது."

அவன் யாரை குறிப்பிடுகிறான் என்று புரிந்துகொள்ள ஆதிலுக்குச் சில நொடிகள் தேவைப்பட்டது. "ஒரு தப்பை மட்டுமே வச்சு அவரை எடை போடக் கூடாது," அவன் சொன்னான். "அவர்தான் மிகச்சிறந்த ஆட்டக்காரர். நடுக்களத்துல அவரை அடிச்சுக்கவே முடியாது."

"அவர விடப் பல பேர் இருக்காங்க."

"அப்படியா? யாரு அது?"

"மரடோனா."

"மரடோனா?" ஆதில் கேட்டான். கொந்தளித்தான். இந்த வாக்குவாதம் ஜலாலாபாத்தில் அவனது ஒன்று விட்ட சகோதரனுடன் ஏற்கனவே அவனுக்கு ஏற்பட்டிருந்தது. "மரடோனா ஏமாத்துக்காரன்! 'கடவுளின் கை' ஞாபகம் இருக்குல்ல?"

"எல்லாரும்தான் ஏமாத்துறாங்க எல்லாரும்தான் பொய் சொல்றாங்க."

அந்தப் பையன் கொட்டாவி விட்டான். கிளம்பத் தயாரானான். அவன் ஆதிலின் உயரம் இருந்தான், ஒரு மயிரிழை கூடுதலாக இருக்கலாம். வயதும் ஏறக்குறைய அவனுடைய வயதுதான் இருக்கும், ஆதில் நினைத்தான். ஆனால் எப்படியோ அவனது நடை வயதான ஒருவனைப் போல இருந்தது, அவசரம் இல்லாமல், ஒரு விதத்தில் என்னமோ பார்க்க வேண்டிய எல்லாவற்றையும் பார்த்திருந்ததைப் போல என்னமோ எதுவுமே அவனை ஆச்சரியப்படுத்தாததைப் போல.

"என் பேரு ஆதில்."

"குலாம்." அவர்கள் கைகுலுக்கினர். குலாமின் பிடி வலுவாக இருந்தது, அவனது உள்ளங்கை வறண்டு காப்பு காய்ந்திருந்தது.

“சரி உனக்கென்ன வயசு?”

குலாம் தோள்களைக் குலுக்கினான். “பதிமூணுன்னு நினைக்கறேன். பதினாலாகூட இருக்கலாம்.”

“உன் பொறந்தநாள் கூட உனக்குத் தெரியாதா?”

குலாம் பல்லைக் காட்டினான். “உன்னோடது உனக்குத் தெரியும்தான. ஒண்ணு ஒண்ணா கணக்குப் பண்ணிட்டு இருப்பதான.”

“அப்படில்லாம் இல்ல,” ஆதில் சமாளித்தான். “அதாவது, கணக்குலாம் பண்ணமாட்டேன்னு சொல்ல வரேன்.”

“நான் போகணும். என் அப்பா அங்க தனியா காத்துட்டு இருப்பாரு”

“அது உன்னோட தாத்தான்னு நினைச்சேன்.”

“நீ நினைச்சது தப்பு.”

“ஒரு ஷூட்-அவுட் ஆடலாமா?” ஆதில் கேட்டான்.

“பெனால்ட்டி ஷூட்-அவுட் மாதிரி சொல்றியா?’

“ஆளுக்கு அஞ்சு வாய்ப்பு… அதில் யாரு ஜெயிக்குறான்னு பார்ப்போம்.”

குலாம் மறுபடியும் துப்பினான், ஓரக்கண்ணால் அந்தச் சாலையையும் மறுபடி ஆதிலையும் பார்த்தான். ஆதில் கவனித்தான் அவனது மோவாய் அவனுடைய முகத்துக்கு சற்றே சிறிதாக இருந்ததை, அவனது முன்வரிசையில் கூடுதலாக சில பற்கள் மேற்குவிந்திருந்ததை, அதில் ஒன்று மோசமாக உடைந்து சொத்தையாகிக் கொண்டிருந்ததை. அவனது இடது புருவம் பாதியாக பிளந்திருந்தது, ஒரு சிறிய குறுகலான தழும்பால். அது மட்டுமன்றி, அவன் நாறினான். ஆனால் ஆதில் இந்த இரண்டு வருடத்தில் அவன் வயது பையன் ஒருவனிடம் விளையாடியது கிடையாது, அவ்வளவு ஏன் பேசியது கூட கிடையாது, அவனின் மாதாந்திர ஜலாலாபாத் பயணத்தைக் கழித்துப் பார்த்தால். இருந்தாலும் ஆதில் ஏமாற்றத்துக்குத் தயாராகவே இருந்தான், ஆனால் குலாம் அசட்டையாக தோள்களைக் குலுக்கிச் சொன்னான், “த்தூ, ஆடித்தான் பார்க்கலாமே? ஆனா முதல்ல நான் தான் ஆடுவேன்.”

கோல் கம்பங்களுக்கு பதிலாக, எட்டடி இடைவெளியில் வைத்த இரண்டு கற்களை அவர்கள் பயன்படுத்தினார்கள். குலாம் அவனுக்குரிய ஐந்து வாய்ப்புகளை எடுத்தான். ஒன்றைக்

கோலாக்கினான். இரண்டு குறி தவறியது. இரண்டை ஆதில் எளிதாகத் தடுத்தான். குலாமின் தடுப்பாட்டம் அவனது எத்துகளை விட மோசமாக இருந்தது. ஆதில் நான்கு கோல் போட்டான், ஒவ்வொரு முறையும் அவனைத் தவறான பக்கம் சாய வைத்து ஆட்டம் காட்டி ஏமாற்றிக் கொண்டிருந்தான். அவன் தவறவிட்ட அந்த எத்து கோல் கற்களை நெருங்கக் கூட இல்லை.

"...ங்கோத்தா," குலாம் சொன்னான், பாதியாகக் குனிந்தபடி, உள்ளங்கைகளை முட்டிகளில் ஊன்றிக்கொண்டு.

"மறுபடியும் ஆடலாமா?" ஆதில் சந்தோஷத்தை வெளிப்படுத்தாமல் இருக்க எவ்வளவோ முயன்றான், ஆனால் அது கஷ்டமாக இருந்தது. உள்ளுக்குள் பறந்து கொண்டிருந்தான்.

குலாம் ஒத்துக்கொண்டான். முடிவில் இந்த முறையும் படுதோல்வி. அவன் மீண்டும் ஒரேயொரு கோல் போட, ஆதிலோ அவனது ஐந்து முயற்சிகளையும் கோலாக மாற்றினான்.

"அவ்ளோதான், என்னால முடியல," என்றான் குலாம், கைகளை மேலே வீசிக்கொண்டு. சிரமத்துடன் நடந்து சென்று அந்த மரக்கட்டையின் மீது உட்கார்ந்தான். சோர்வான ஒரு முனகலை வெளியிட்டான். ஆதில் பந்தைத் தாங்கிக்கொண்டு அவன் பக்கத்தில் உட்கார்ந்தான்.

"ஒருவேளை இதனாலதான்னு நினைக்கறேன்," குலாம் சொன்னான், சிகரெட் பெட்டி ஒன்றுக்காக அவனுடைய ஜீன்ஸின் முன்பக்கப் பைகளைத் துழாவிக்கொண்டே. ஒன்றே ஒன்றை விட்டு வைத்திருந்தான். தீக்குச்சியின் ஒரே உரசலில் அதைப் பற்ற வைத்து, திருப்தியாக உள்ளிழுத்து, ஆதிலுக்கு அதைக் கொடுக்க முன்வந்தான். ஆதிலுக்கும் சபலமாகத்தான் இருந்தது, குறைந்தபட்சம் குலாமிடம் கெத்து காட்டவாவது, ஆனால் அவன் தவிர்த்தான், கபீரோ அம்மாவோ அவனை மோப்பம் பிடித்துவிட்டால் என்னாவது என்ற கவலை.

"நல்லது," என்றான் குலாம், தலையைப் பின்னால் சாய்த்துக்கொண்டே.

சிறிது நேரம் கால்பந்தைப் பற்றி அவர்கள் பேச, அது தொடர்பான குலாமின் அறிவு ஆதிலுக்கு இன்ப அதிர்ச்சியைக் கொடுக்குமளவுக்குக் கெட்டியாக இருந்தது. பிடித்தமான போட்டி, பிடித்தமான கோல் என்ற கதைகளை அவர்கள் பரிமாறிக் கொண்டார்கள். தங்களுக்குப் பிடித்த முதல் ஐந்து வீரர்களின் பட்டியலை இருவரும் அளிக்க;

குலாமின் ரொனால்டோ பிரேசில் நாட்டுக்காரனாகவும் ஆதிலின் ரொனால்டோ போர்ச்சுகல் நாட்டுக்காரனாகவும் இருந்ததைத் தவிர, ஏறக்குறைய அது ஒன்றாகத்தான் இருந்தது. வேறுவழியில்லாமல், பேச்சு அந்த 2006ம் ஆண்டின் இறுதிப்போட்டியை நோக்கி, ஆதிலுக்கு அந்த தலை-முட்டல் சம்பவத்தால், அதன் சோகமான நினைவுகளை நோக்கிச் சென்றது. குலாம் சொன்னான், அந்தப் போட்டி முழுவதையும் ஒரு தொலைக்காட்சிக் கடையின் முன்னால், கூட்டத்தோடு கூட்டமாக நின்றவாறு பார்த்ததாக. முகாமுக்கு வெகு தூரத்தில் இல்லாத தொலைக்காட்சிக் கடையில்.

"'முகாம்'?"

"நான் வளர்ந்த இடம் அது. பாகிஸ்தான்ல இருக்கு."

ஆஃப்கானிஸ்தானுக்கு அவன் வருவது இதுதான் முதல்முறை என்று அவன் ஆதிலிடம் சொன்னான். அவனது வாழ்நாள் முழுக்க பாகிஸ்தானில் இருக்கும் ஜலோஸாய் அகதிகள் முகாமில் வாழ்ந்திருந்தான், அங்கே அவன் பிறந்ததிலிருந்து. ஜலோஸாய் ஏடாகூடமான பின்னல் போன்ற கூடாரங்களை, மண் குடிசைகளை, நெகிழி மற்றும் அலுமினிய தட்டிகளால் கட்டப்பட்ட வீடுகளை, எங்கு பார்த்தாலும் குப்பைகளும் மலங்களும் கொட்டப்பட்ட எசகுபிசகான குறுகிய தெருக்களைக் கொண்டிருந்த ஒரு பெரிய நகரம் மாதிரி இருந்தது என்றான். அதை விடப் பெரிய நகரத்தின் வயிற்றுக்குள் இருந்த சிறிய நகரம் அது, என்றான். அவனும் அவனின் சகோதரர்களும் - அவன்தான் எல்லோரையும் விட மூன்று வயது மூத்தவன் - அந்த முகாமில்தான் வளர்க்கப்பட்டார்கள். அங்கே அவன் ஒரு சிறிய மண் வீட்டில் வாழ்ந்தான், அவனின் சகோதரர்களுடன், அவனின் அம்மாவுடன், அவனின் அப்பா - இக்பாலுடன், மற்றும் அப்பா வழி பாட்டி - பர்வானாவுடன். அதன் சந்து பொந்துகளில்தான் அவனும் அவனின் சகோதரர்களும் நடை பழகினர்; மொழி பழகினர். அவர்கள் பள்ளிக்குச் சென்றதும் அங்கே தான். அதன் புழுதித் தெருக்களில் அவன் துருப்பிடித்த பழைய மிதிவண்டிச் சக்கரங்களை மற்ற அகதிப் பிள்ளைகளுடன் சேர்ந்து குச்சிகளால் உருட்டி விளையாடியிருந்தான், சூரியன் இரவில் மூழ்கும் வரை, அவனின் பாட்டி வீட்டுக்குக் கூப்பிடும் வரை.

"அந்த இடம் எனக்குப் பிடிச்சிருந்தது," என்றான். "நிறைய நண்பர்கள் இருந்தாங்க. எல்லாரையும் எனக்குத் தெரியும். நாங்களும் ஏதோ நல்லாத்தான் இருந்தோம். எனக்கு அமெரிக்காவுல ஒரு பெரியப்பா

இருக்காரு, என் அப்பாவோட அண்ணன், தாத்தாவோட முதல் சம்சாரத்துக்குப் பொறந்தவர், அப்துல்லா பெரியப்பா. நான் அவரப் பார்த்ததில்ல. அப்பப்போ எங்களுக்குப் பணம் அனுப்பிகிட்டு இருந்தாரு. ரொம்ப உதவியா இருந்துச்சு அது. ரொம்ப ரொம்ப."

"ஏன் அங்கிருந்து வந்தீங்க?"

"கௌம்ப வேண்டிய கட்டாயம். பாகிஸ்தானிங்க முகாம மூடிட்டாங்க. ஆஃப்கனுங்க ஆஃப்கானிஸ்தான்ல தான் இருக்கணும்னு சொல்லிட்டாங்க. அப்புறம் எங்க பெரியப்பாவோட பணமும் நின்னு போச்சு. அதனால தாய்நாட்டுக்கே போய் வாழ்க்கைய புதுசா தொடங்கலாம்னு அப்பா சொன்னார். எப்படிப் பார்த்தாலும் இப்ப தலிபானுங்க பாகிஸ்தான் எல்லைகிட்ட ஓட வேண்டியதா போச்சே. விருந்தும் மருந்தும் மூணு நாள்னு அப்பா சொன்னார், ஆனா நாங்க தேவைக்கு அதிகமாவே அங்க தங்கிட்டோம். நெஜமாவே நான் மனசுடைஞ்சு போயிட்டேன். இந்த இடம்" - அவனது கையை அசைத்தான் - "இந்த நாடுதான் எனக்கு அந்நியமாப் படுது. அப்புறம் உண்மையாவே ஆஃப்கானிஸ்தான பார்த்தாங்கல்ல? முகாம்ல இருந்த அந்தப் பசங்க? அவங்க ஒருத்தர்கூட இந்த நாட்டைப் பத்தி ஒரு நல்ல வார்த்தை கூட சொல்லல."

குலாமின் கஷ்டத்தை ஆதிலும் உணர்ந்திருந்தான். அவனும் குலாமிடம் சொல்லத் துடித்தான், காபூலுக்காக எவ்வளவு ஏங்குகிறான் என்று, அவனது நண்பர்களுக்காக, ஜலாலாபாத்தில் இருக்கிற அவனது சகோதரர்களுக்காக எவ்வளவு ஏங்குகிறான் என்றும். ஆனால் அவனுக்குள் ஏதோவொன்று அதைச் சொன்னால் குலாம் சிரிக்கக்கூடும் என்றது. அதனால் மாறாக, "சரி தான், நிஜமாவே இந்த இடம் ரொம்ப போர்," என்றான்.

இதற்கும் குலாம் சிரித்தான். "இந்த அர்த்தத்துல அவனுங்க சொல்லல," என்றான்.

ஆதிலுக்கு அவன் தண்டிக்கப்பட்டான் என்பது அரைகுறையாகப் புரிந்தது.

குலாம் புகையை ஓர் இழுப்பு இழுத்தான். வளையங்களைத் தொடர்ச்சியாக வெளியே ஊதினான். அந்த வளையங்கள் மெதுவாக மிதந்து போவதை, காற்றில் கரைவதை இருவரும் சேர்ந்து கவனித்தார்கள்.

“என்கிட்டயும் என் தம்பிங்ககிட்டயும் எங்க அப்பா சொன்னார், ‘பாருங்க...பசங்களா, ஷாத்பாகோட காத்த மட்டும் சுவாசிச்சுப் பார்க்கணுமே, அப்புறம் அந்தத் தண்ணிய குடிச்சிப் பார்க்கணுமே.’ அவர் இங்கதான் பொறந்தார், வளர்ந்ததும் இங்கதான். அவர் சொன்னார், ‘நீங்க அந்த அளவுக்கு ஜில்லுனு இருக்குற தண்ணிய, ருசியான தண்ணிய குடிச்சிருக்கவே மாட்டீங்க.’ எப்பப் பார்த்தாலும் ஷாத்பாகை பத்தியேதான் பேசிட்டுருப்பார். அவர் அப்போ இருந்தப்போ இது ஒரு சின்ன கிராமமா இருந்துருக்கும்னு நினைக்கிறேன். அவர் இன்னொன்னும் சொன்னார், ஷாத்பாக்ல மட்டுமே வெளையுற ஒரு திராட்சை வகை இருக்காம் அது உலகத்துல வேற எங்கயும் வெளையாதாம். என்னமோ சொர்கத்தைப் பத்தி சொல்ற மாதிரி விவரிச்சார்.”

அச்சமயம் அவன் எங்கே தங்கிக் கொண்டிருந்தான் என்று ஆதில் கேட்டான். குலாம் சிகரெட்டின் மிச்சத்தைத் தூக்கி எறிந்து, வானத்தை நோக்கி நிமிர்ந்தான், வெளிச்சம் கூச கண்களைக் குறுக்கிக் கொண்டிருந்தான். “உனக்கு அந்தக் காற்றாலை பக்கத்துல இருக்குற காலியிடம் தெரியுமா?”

“ஆமா.”

குலாம் மேற்கொண்டு சொல்வான் என ஆதில் காத்திருந்தான். ஆனால் குலாம் எதுவும் சொல்லவில்லை.

“நீ அங்கயா தங்கிட்டு இருக்க?”

“இப்போதைக்கு,” குலாம் முனகினான். “கூடாரம் போட்டுருக்கோம்.”

“உனக்குன்னு இங்க யாருமே இல்லயா?”

“இல்ல. ஒண்ணு அவங்க இறந்துருக்கணும் இல்லைன்னா வேற எங்காவது போயிருக்கணும். அப்பாவுக்கு ஒரு மாமா இருக்கார், காபூல்ல. இல்ல இருந்தாரு. யாருக்குத் தெரியும் அவர் உயிரோட இருக்காரா இல்லையான்னு? அவரு என் பாட்டியோட அண்ணன். அங்க ஒரு பணக்காரக் குடும்பத்துக்கு வேலை பார்த்துட்டு இருந்தாரு. நபியும் என்னோட பாட்டியும் ரொம்ப வருஷமா பேச்சுவார்த்தையில்லாம இருந்தாங்கன்னு நினைக்கிறேன் - அம்பது வருஷமோ என்னமோன்னு நினைக்கிறேன். ரெண்டு பேரையும் இப்ப அண்ணன் தங்கச்சின்னு சொல்லிக்க முடியாது. போயே ஆகணும்னுற நிலைமை வந்தா என் அப்பா அவருகிட்ட போவாரு.

ஆனா அவரால முடிஞ்சவரை சொந்தமா போராடலாம்னு இருக்காரு. இதுதான் அவரோட மண்ணு.”

அமைதியான சில கணங்களை அந்த அடிக்கட்டையில் அமர்ந்தபடி அவர்கள் கழித்துக் கொண்டிருந்தனர். தோப்பின் இலைகள் வெப்பக் காற்றின் எழுச்சிக்கு வெடவெடப்பதைப் பார்த்துக் கொண்டிருந்தனர். இரவில் குலாமும் அவனது குடும்பமும் அந்தக் கூடாரத்தில் தூங்கிக் கொண்டிருப்பதை, அவர்களைச் சுற்றி தேள்களும் பாம்புகளும் ஊர்ந்து கொண்டிருப்பதை ஆதில் கற்பனை செய்தான்.

ஆதிலுக்குத் தெரியவில்லை அவனும் அவனின் பெற்றோர்களும் காபூலிலிருந்து இங்கு குடிவந்த காரணத்தை அவன் குலாமிடம் ஏன் சொன்னான் என்று. அல்லது, இன்னும் சரியாகச் சொல்லப் போனால், இருந்த காரணங்களில் குறிப்பாக எதுவென்று அவனால் தேர்ந்தெடுக்க முடியவில்லை. பெரிய மாளிகையில் வாழ்வதால் அவன் கவலைகளே இல்லாத மகிழ்ச்சியான ஒரு வாழ்க்கையை வாழ்கிறான் என்ற குலாமின் எண்ணத்தை விரட்டுவதற்கா. அல்லது பள்ளிக்கூடத்தில் யார் பெரியவன் என்பதற்காக நடக்கிற மாதிரியான ஏட்டிக்குப் போட்டியா. ஒருவேளை அனுதாபத்துக்கான வாதமா. அவர்களுக்கு இடையிலான இடைவெளியைக் குறைக்க அதைச் சொன்னானா? அவனுக்குத் தெரியவில்லை. அநேகமாக எல்லாமே கூட காரணமாக இருக்கலாம். குலாமுக்கு அவனைப் பிடிக்க வேண்டும் என்பதை ஏன் முக்கியமாக நினைக்கிறான் என்றும் ஆதிலுக்குத் தெரியவில்லை. அதற்கான காரணம் தொடர் தனிமையும் ஒரு நண்பனுக்கான அவனது விருப்பத்தையும் தாண்டியும் சிக்கலானது என்பது மட்டும் அவனுக்கு ஓரளவு புரிந்திருந்தது.

“காபூல்ல யாரோ எங்களைக் கொல்ல வந்தாங்க அதனாலதான் நாங்க ஷாத்பாகுக்கு வந்தோம்,” என்றான் அவன். “ஒருநாள் இருசக்கர வாகனம் ஒண்ணு எங்க வீட்டு முன்னாடி நின்னுச்சு, அதுல வந்தவன் எங்க வீட்டைத் துப்பாக்கி தோட்டாக்களால துளைச்சான். அவனைப் புடிக்க முடியல. ஆனா, நல்லவேளை, எங்க யாருக்கும் ஒண்ணும் ஆகல.”

அவன் எதிர்பார்த்திருந்த எதிர்வினை என்னவென்று தெரியவில்லை அவனுக்கு, ஆனால் குலாமிடம் எந்த எதிர்வினையும் தென்படாமல் போனது அவனுக்கு ஆச்சரியத்தைக் கொடுத்தது. இன்னமும்

சூரியனைப் பார்த்தபடி கண்களைக் குறுக்கிக் கொண்டிருக்க, குலாம் சொன்னான், "ஆமா, கேள்விப்பட்டேன்."

"கேள்விப்பட்டியா?"

"உங்க அப்பா தும்முனா கூட இங்க எல்லாருக்கும் தெரியுமே."

குலாம் அந்த காலியான சிகரெட் அட்டைப்பெட்டியைக் கசக்கிப் பந்து மாதிரி உருட்டி அவனது ஜீன்ஸின் முன்பக்கப் பையில் நொந்திக்கொண்டான்.

"அவருக்கும் எதிரிங்க இருக்காங்க, உங்க அப்பாவ சொல்றேன்," குலாம் பெருமூச்சுவிட்டான்.

ஆதிலுக்கும் இது தெரியும். பாபா ஜான் விளக்கியிருந்தார் அவருடன் சேர்ந்து 1980களில் சோவியத்தை எதிர்த்து போராடியவர்களில் சிலர் பலம் வாய்ந்த ஊழல்வாதிகளாக மாறியிருந்தனர் என்று. அவர்கள் வழி தவறிவிட்டார்கள், என்றார். அவர்களின் குற்றச்செயல்களுக்கு பாபா ஜான் உடன்படமாட்டார் என்பதால், அவர்கள் எப்போதுமே அவரின் காலை வாரிவிட, பொய்யான, காயப்படுத்துகிற வதந்திகளைப் பரப்பி அவரின் புகழுக்குக் களங்கம் ஏற்படுத்த முயற்சித்தனர். இதற்காகத்தான் அவர் ஆதிலை எப்போதும் பாதுகாக்க முயன்றார். உதாரணமாக, அவனை நாளிதழ்களைப் படிக்க அனுமதித்ததில்லை அவர். தொலைக்காட்சியில் செய்திகளைப் பார்த்துக் கொண்டிருந்ததையும் அவர் விரும்பவில்லை அல்லது இணையத்தை மேய்ந்து கொண்டிருந்ததையும்.

குலாம் குனிந்தான். சொன்னான், "அவர் பெரிய விவசாயின்னும் கேள்விப்பட்டேன்."

ஆதில் தோள்களைக் குலுக்கினான். "நீயே பாரேன். சில ஏக்கர்லதான் தோப்பு வச்சுருக்காரு. அப்புறம், ஹெல்மண்ட்ல பருத்தித் தோட்டமும் இருக்குன்னு நினைக்கிறேன், தொழிற்சாலைக்காக."

மெதுவான புன்னகை ஒன்று குலாமின் உதடுகளுக்குக் குறுக்கே படர, அவன் ஆதிலின் கண்களில் தேடினான், சொத்தைப் பல்லைக் காட்டிக்கொண்டே. "பருத்தி. உன்ன மாதிரி யாராச்சும் இருப்பாங்களா. எனக்கு என்ன சொல்றதுன்னே தெரியல."

ஆதிலுக்கு இது முழுவதுமாக புரியவில்லை. அவன் எழுந்தான். பந்தைத் தரையில் அடித்தான். "இன்னொரு ஆட்டம் போடலாமா!"

"போடலாம்!"

“சரி வா.”

“நான் பந்தயம் கட்டறேன், இந்த முறை நீ ஒரு கோல் கூட போடமாட்ட.”

இம்முறை ஆதில் தான் சிரித்துக் கொண்டிருந்தான். “என்ன பந்தயம்?”

“ரொம்ப சுலபம். அந்த ஜிடான் பனியன்.”

“சரி, நான் ஜெயிச்சா, ஜெயிக்கத்தான் போறேன்.”

“நானா இருந்தா,” குலாம் சொன்னான், “அதைப் பத்திலாம் இப்ப யோசிக்க மாட்டேன்.”

அட்டகாசமான தடுப்பாட்டம் அது. குலாம் இடது பக்கம் பாய்ந்தான், பிறகு வலது பக்கம் பாய்ந்தான். ஆதிலின் அத்தனை எத்துகளையும் தடுத்துவிட்டான். கடைசியாக ஆதில் அந்த பனியனைக் கழட்டிக்கொண்டே, அவனுக்கு உரியதிலிருந்து, அநேகமாக இருப்பதிலேயே அவனுக்கு மிகவும் மதிப்பு வாய்ந்ததிலிருந்து ஏமாற்றப்பட்டதாக முட்டாள்தனமாக உணர்ந்தான். அவன் பனியனை ஒப்படைத்தான். கண்ணீரின் அதிர்ச்சி அவனுக்குள் பாய, உஷாரான அவன் அதை அடக்கப் போராடினான்.

ஆதிலின் கண் முன்னாலேயே அந்த பனியனைப் போட வேண்டாம் என்ற குறைந்தபட்ச இங்கிதமாவது குலாமுக்கு இருந்தது. கிளம்பிய போது, பின்னால் திரும்பிப் பார்த்துச் சிரித்தான். “உங்கப்பா திரும்பிவர மூணு மாசம்லாம் ஆகாதுதான?”

“நாளைக்குத் திரும்பவும் பந்தயம் கட்டலாம்,” ஆதில் சொன்னான். “அந்த பனியனை வச்சு.”

“யோசிச்சு சொல்றேன்.”

அந்தப் பிரதான சாலையை நோக்கி குலாம் நடந்தான். பாதி வழியில் அவன் நின்று, பந்து போலச் சுருட்டிய அந்த சிகரெட் பெட்டியைப் பையிலிருந்து தேடி எடுத்தான். ஆதிலின் வீட்டுச் சுற்றுச்சுவருக்குமேலே வீசி எறிந்தான்.

***

அந்த வாரம் முழுக்க ஒவ்வொரு நாளும், அவனது காலை நேர வகுப்புக்குப் பிறகு, ஆதில் பந்தை எடுத்துக்கொண்டு சுற்றுச்சுவரைத் தாண்டி நடந்தான். அவன் தப்பித்த நேரமும் அந்தத் துப்பாக்கி

ஏந்திய பாதுகாவலன் ரோந்து போன நேரமும் ஒன்றாக இருந்தது, முதல் இரண்டு முயற்சிகளில். ஆனால் அந்த மூன்றாவது முயற்சியில், காவலன் அவனைப் பிடித்துவிட்டான்; வெளியேற அனுமதிக்கவில்லை. ஆதில் மீண்டும் வீட்டுக்குள் நடந்து, ஒரு ஐ-பாட் மற்றும் ஒரு கைக்கடிகாரத்தோடு திரும்பி வந்தான். அப்போதிருந்து, அந்தப் பாதுகாவலன் ஆதிலை வெளியே போய் வர அனுமதித்தான், தோப்பின் எல்லையைத் தாண்டக்கூடாது என்ற நிபந்தனையோடு. கபீரையும் அவனின் அம்மாவையும் பொறுத்தவரை, அவன் இல்லாத ஒரு மணி அல்லது இரண்டு மணி நேரத்தை பெரிய விஷயமாகவே எடுத்துக்கொள்ளவில்லை. இதைப்போன்ற பெரிய மாளிகையில் வாழ்வதற்குரிய சாதகங்களில் இதுவும் ஒன்று.

அந்தச் சுற்றுச்சுவருக்குப் பின்னால் ஆதில் தனியாக விளையாடினான், பழமையான அந்த மரத்தின் அடிக்கட்டை அருகேயிருந்த காலி இடத்தில், குலாம் தென்படுவான் என்று ஒவ்வொரு நாளும் நம்பிக்கொண்டு. பந்தைத் தட்டிய போதும், அடிக்கட்டையில் உட்கார்ந்து போர் விமானம் ஒன்று வானத்தைக் கீறிச் சென்றதைப் பார்த்த போதும், இலக்கில்லாமல் வெறுமனே கூழாங்கற்களைத் தூக்கியெறிந்த போதும் அவன் பிரதான சாலை வரை நீண்டிருக்கின்ற அந்த மண் பாதையில் ஒரு கண் வைத்தபடியே இருந்தான். சிறிது நேரம் கழித்து, குலாம் வரவில்லை என்றதும், அவன் பந்தை எடுத்துக் கொண்டு சுற்றுச்சுவரை நோக்கி நிதானமாக நடந்தான்.

பின்னர் ஒருநாள் குலாம் வந்தான், காகிதப்பை ஒன்றைத் தூக்கிக்கொண்டு.

“எங்க போயிருந்த இவ்ளோ நாளா?’

“வேலைக்கு,” என்றான் குலாம்.

ஆதிலிடம் சொன்னான் அவனும் அவனது அப்பாவும் சில நாட்களாக செங்கல் அறுக்கப் போயிருந்ததாக. கலவை கலப்பது குலாமின் வேலையாக இருந்தது. குடம் குடமாகத் தண்ணீரைச் சுமந்து நடையாய் நடந்திருந்தான் என்றும், மூட்டை மூட்டையாய்ச் சிமெண்ட்டும் மணலும் - அவனைவிட அவை கனம் அதிகம் - இழுத்திருந்தான் என்றும் சொன்னான். தள்ளுவண்டியில் அவன் கலவையைக் கலந்த விதத்தை ஆதிலிடம் விவரித்தான், தண்ணீர் விட்டு மண்வெட்டியால் மணலைப் புரட்டியெடுத்து, மறுபடியும் தண்ணீர் விட்டு, பிறகு மண்ணைக் கலந்து, சீரான வழவழப்பான உடையாத கலவையாக மாறும் வரை மீண்டும் மீண்டும் புரட்டிப்

புரட்டி. அதன் பிறகு அந்தத் தள்ளுவண்டியைச் செங்கல் அறுப்பவர்களிடம் தள்ளிச் செல்வான்; பின்னர் மீண்டும் கலவை கலக்கத் திரும்புவான். அவனது உள்ளங்கைகளை ஆதிலிடம் திறந்து அதிலிருந்த கொப்புளங்களைக் காட்டினான்.

"வாவ்," என்றான் ஆதில் - முட்டாள்தனமாக, அது முட்டாள்தனம் என்று தெரிந்திருந்தும், ஆனால் அவனுக்கு வேறு எதுவும் சொல்லத் தோன்றவில்லை. மூன்று வருடங்களுக்கு முன்னால் ஒரு மதிய நேரம் காபூலில் அவர்களின் வீட்டுத் தோட்டத்தில் சில ஆப்பிள் மரக்கன்றுகளை நடுவதற்காக அந்தத் தோட்டக்காரனுக்கு உதவி செய்தது மட்டும் தான் இதுவரை அவனது உடல் உழைப்பு என்ற விஷயத்துக்கு மிக நெருக்கத்தில் அமைந்திருந்தது.

"உனக்கொருபரிசு வச்சுருக்கேன்," குலாம் சொன்னான். அந்தக் காகிதப்பையில் கையை விட்டான். ஆதிலிடம் அந்த ஜிடான் பனியனைத் தூக்கிப் போட்டான்.

"எனக்குப் புரியல," என்றான் ஆதில், ஆச்சரியமாக, கொஞ்சம் எச்சரிக்கையான சிலிர்ப்போடு.

"ஒருநாள் பையன் ஒருத்தன் இதைப் போட்டுட்டு இருந்ததைப் பார்த்தேன்," குலாம் பேசினான், விரல்களால் பந்தைக் கேட்டுக் கொண்டிருந்தான். ஆதில் அவனிடம் உதைத்தான். அதைக் காலால் தட்டிக்கொண்டே கதை சொன்னான். "உன்னால நம்ப முடியல தான? நான் அவன்கிட்ட போய் சொன்னேன், 'ஏய் நீ போட்டுருக்கறது என் நண்பனோடது.' அவன் என்னை முறைக்கிறான். சுருக்கமா சொல்லணும்னா, பிரச்சினைய சந்து ஒண்ணுல வச்சுத் தீர்த்துக்கலாம்னு முடிவு பண்ணோம். கடைசில, பனியனை எடுத்துக்கோ எடுத்துக்கோன்னு என்கிட்ட கெஞ்சுனான்!" அவன் பந்தைக் கைகளால் பிடித்தான், காறித் துப்பினான், ஆதிலைப் பார்த்து சிரித்தான். "சரி சரி, அதை ரெண்டு நாளைக்கு முன்னாடிதான் அவன்கிட்ட வித்தேன்னு வச்சுக்கோயேன்."

"இது அநியாயம். வித்துட்டா, அவனுக்குத்தான சொந்தம்."

"அப்படியா, அப்படின்னா உனக்கு வேணாமா? உனக்காக அதை மறுபடியும் வாங்க நான் எவ்ளோ கஷ்டப்பட்டேன் தெரியுமா? பயங்கர சண்டை. ரெண்டு மூணு குத்து நல்லா குத்திட்டான்."

"இருந்தாலும்..." ஆதில் முனகினான்.

“நானும் உன்னை ஏமாத்தி புடுங்கிட்டேன் ஆரம்பத்துல. எனக்கே கஷ்டமா இருந்துச்சு. இப்போ உன்னோட பனியன் உன்கிட்டயே வந்துடுச்சு. அப்புறம் எனக்கு...” அவனது பாதங்களைக் காட்டினான். அங்கே நீலம் மற்றும் வெள்ளையில் புத்தம் புதிய காலணிகளை ஆதில் பார்த்தான்.

“அவன் எப்படி இருக்கான், அந்தப் பையன்?” ஆதில் கேட்டான்.

“பொழைச்சுப்பான். நாம பேசிட்டே இருக்கப் போறோமா இல்லன்னா விளையாடப் போறோமா?”

“உங்க அப்பா எங்க? கூட வந்துருக்காரா?”

“இன்னிக்கு வரல. காபூல் போயிருக்காரு, நீதிமன்றத்துக்கு. வா, விளையாடலாம்.”

கொஞ்ச நேரம் விளையாடினார்கள், பந்தை முன்னும் பின்னுமாக உதைத்துக்கொண்டு, சுற்றிச் சுற்றித் துரத்திக்கொண்டு. பிறகு காலாறப் போனார்கள். ஆதில் அந்தக் காவலனுக்குக் கொடுத்த வாக்கை காற்றில் பறக்கவிட்டான், தோப்புக்குள்ளே அவனை இட்டுச்சென்றான். லோக்காட் மரங்களிலிருந்து பழங்களைப் பறித்துத் தின்றார்கள். சமையலறையிலிருந்து ஆதில் திருட்டுத்தனமாகக் கொண்டு வந்திருந்த குளிர்பான புட்டியைக் குடித்தார்கள்.

சீக்கிரமே, ஏறக்குறைய எல்லா நாளும் இதே மாதிரி அவர்கள் சந்திக்க ஆரம்பித்தார்கள். கால்பந்து ஆடினார்கள், தோப்பு மரங்களின் இணைகோட்டு வரிசைகளுக்கு இடையே ஓடிப்பிடித்து விளையாடினார்கள். விளையாட்டு, திரைப்படம் என அரட்டையடித்தார்கள். பேசுவதற்கு விஷயங்கள் தீர்ந்தபோது ஷாத்பாக்-இ-நவ்வின் பக்கம் பார்வையைத் திருப்பினார்கள், தூரத்தில் மென்மையாகத் தெரிந்த அந்தக் குன்றுகளின் பக்கமாக, இன்னும் தூரத்தில் தொடுவானத்துக்கு அப்பால் மங்கலான சங்கிலி போல விழுந்து கிடக்கிற மலைத்தொடர்களின் பக்கமாக. இதுகூட நன்றாகத்தான் இருக்கிறது.

இப்போதெல்லாம் ஆதில் ஒவ்வொரு நாளும் குலாம் அந்த மண் பாதையில் பதுங்கிப் பதுங்கி நடந்து வரும் காட்சிக்காக, உரக்கப் பேசும் அவனது துணிச்சலான அந்தக் குரலுக்காக ஆர்வத்தோடு கண்விழித்தான். காலை நேர வகுப்பின் பாடங்களில் அடிக்கடி அவனது கவனம் சிதறிக் கொண்டிருந்தது, அதன் பிறகு அவர்கள் ஆடப்போகும் விளையாட்டுகள் பற்றிய சிந்தனையால்,

ஒருவருக்கொருவர் சொல்லப்போகும் கதைகளால். குலாமை இழக்க நேரிடுமோ என அவன் கவலைப்பட்டான். குலாமின் அப்பா, இக்பாலுக்கு, ஊருக்குள் நிலையான வேலை கிடைக்காதோ, குடியிருக்க இடமும் கிடைக்காதோ, குலாம் வேறொரு ஊருக்குப் பிழைக்கப் போய்விடுவானோ, அல்லது நாட்டின் வேறொரு மூலைக்கே கூட போய்விடுவானோ. இதன் சாத்தியத்துக்கு ஆதில் தன்னைத் தயாராக்கிக் கொள்ள முயற்சி செய்திருந்தான், அதற்குப் பிறகு நடக்கப்போகும் பிரியாவிடைக்கு எதிராக மனதை இரும்பாக்கிக் கொண்டு.

ஒருநாள், அவர்கள் அந்த அடிக்கட்டையின் மேல் உட்கார்ந்திருந்தபோது, குலாம் கேட்டான், "எப்பவாது ஒரு பொண்ணு கூட இருந்துருக்கியா, ஆதில்?"

"அதாவது..."

"ஆமா, அதே தான்."

ஆதில் அவனது காதுமடலைச் சுற்றி வெப்பம் பாய்வதை உணர்ந்தான். பொய் சொல்லிவிடலாமா என டக்கென்று பரிசீலித்தான், ஆனால் குலாம் எப்படியும் கண்டுபிடித்துவிடுவான் என்பது அவனுக்குத் தெரியும். அவன் வாய்க்குள்ளேயே கேட்டான், "நீ இருந்துருக்கியா?"

குலாம் சிகரெட் ஒன்றைப் பற்றவைத்தான்; ஆதிலுக்கும் ஒன்றைக் கொடுத்தான். இம்முறை, ஆதில் வாங்கிக் கொண்டான், பின்னால் திரும்பி, பாதுகாவலன் மூலையில் ஒளிந்துகொண்டு வேவு பார்க்கிறானா அல்லது கபீர் வெளியில் வந்துவிட்டானா என்ற சந்தேகத்தைத் தெளிவாக்கிக் கொண்ட பிறகு. ஓர் இழுப்பு இழுத்தான். அடுத்த நொடியே வலிப்பு வந்தது போல தொடர்ச்சியான இருமலை அவன் வெளியிட, குலாம் கிண்டலாக இளித்துக்கொண்டே அவனது முதுகைத் தட்டினான்.

"சொல்லு, இருந்துருக்கியா இல்லயா?" ஆதில் மூச்சு வாங்கினான், கண்கள் ஒழுகிக்கொண்டிருந்தது.

"அப்போ முகாம்ல இருந்தப்போ, என் நண்பன் ஒருத்தன்," குலாம் சொன்னான், என்னவோ சதித்திட்டம் போடுவது மாதிரி, "என்னைவிடப் பெரியவன், பெஷாவர்ல பிராத்தல் பண்ற இடத்துக்குக் கூட்டிட்டுப் போனான்."

அவன் கதைத்தான். அழுக்கான அந்தச் சிறிய அறையைப் பற்றி. அந்த செம்மஞ்சள்நிற ஜன்னல் திரைகளைப் பற்றி, விரிசலான அந்தச் சுவர்களைப் பற்றி, விட்டத்திலிருந்து தொங்கிக் கொண்டிருந்த அந்த ஒற்றைக் குண்டு மின்விளக்கைப் பற்றி, அவன் கண்ணேதிரே தரையில் அம்பாகப் பாய்ந்த அந்த எலியைப் பற்றி. வெளிப்புறத்தில் கேட்ட, அங்கும் இங்குமாக தெருக்களைத் துளைத்துக் கொண்டிருந்த அந்த கையிழுவை வண்டிகளின் சத்தத்தைப் பற்றி, உறுமிக் கொண்டிருந்த அந்தக் கார்களைப் பற்றி. மெத்தையின் மேலிருந்த அந்த இளம்பெண், தட்டு பிரியாணியை காலி செய்து கொண்டிருந்தாள், முகத்தில் எவ்வித உணர்ச்சியையும் காட்டாமல் அவனைப் பார்த்துக் கொண்டே மென்று கொண்டிருந்தாள். அவன் எப்படிச் சொல்வான், அந்த மங்கலான வெளிச்சத்திலும், அவள் அழகான முகம் வைத்திருந்தாள் என்று, அவளுக்கும் அவன் வயதுதான் இருக்கும் என்று. அவன் எப்படி வர்ணிப்பான், அந்தக் கடைசி பருக்கை சாதத்தை ரொட்டியால் வாரிச்சுருட்டி அவள் வாயில் போட்டுக்கொண்ட விதத்தை, அந்தத் தட்டைக் கீழே போட்டு தூரத் தள்ளிய விதத்தை, அவளின் விரல்களை அவளின் பாவாடையிலேயே துடைத்துக் கொண்ட விதத்தை, துடைத்தபடியே அதைக் கீழே இறக்கிய விதத்தை.

ஆதில் கேட்டான், மந்திரத்துக்குக் கட்டுப்பட்டவன் மாதிரி, இன்ப வெள்ளத்தில் நீந்துபவன் மாதிரி. இதைப் போன்ற ஒரு நண்பன் அவனுக்குக் கிடைத்ததில்லை. குலாமுக்குப் பல உலக விஷயங்கள் தெரிந்திருந்தன, ஆதிலின் ஒன்று விட்ட சகோதரர்களை விட. இத்தனைக்கும் குலாமை விட அவர்களுக்கு வயது அதிகம். காபூலிலிருந்த ஆதிலின் நண்பர்கள் எல்லோரும், மென்பொறியாளர்களின் மகன்கள், அரசு அதிகாரிகளின் மகன்கள், மந்திரிகளின் மகன்கள். அவர்கள் எல்லோரும் ஆதிலின் வாழ்க்கையைத்தான் வெவ்வேறான ரூபங்களில் வாழ்ந்து கொண்டிருந்தார்கள். குலாம் ஆதிலைப் பார்க்க அனுமதித்திருந்த அவனின் வாழ்க்கைத் துணுக்குகள் எதிர்பாராத பிரச்சினைகள் நிறைந்திருந்தன; துன்பங்கள் நிறைந்திருந்தன ஆனால் சாகசங்களும் அதில் நிரம்பியிருந்தன. ஆதிலின் உலகத்தில் காணக்கிடைக்காத சாகசங்கள் அவை, இதோ எச்சில் துப்பும் தூரத்தில் அவை இருந்தாலும். குலாமின் கதைகளைக் கேட்டுக்கொண்டிருந்த போதுதான், சில நேரங்களில் அவன் எவ்வளவு சுவாரசியமில்லாத

வாழ்க்கையை வாழ்ந்து கொண்டிருந்தான் என்பதே ஆதிலுக்கு உரைத்தது.

“அப்புறம் என்னாச்சு, பண்ணியா இல்லியா?” ஆதில் கேட்டான். “அதாவது, அது வந்து, உள்ள விட்டியா இல்லியா?”

“இல்ல. ரெண்டு பேரும் டீ குடிச்சோம் அப்புறம் ரூமிய பத்தி பேசினோம். நீ என்னன்னு நினைச்ச?”

ஆதில் வெட்கப்பட்டான். “எப்படி இருந்துச்சு?”

ஆனால் குலாம் ஏற்கனவே கதையை மாற்றியிருந்தான். அவர்களுக்குள் நடக்கும் உரையாடல்களின் தினுசு அடிக்கடி இப்படித்தான் தடம் புரளும். அவர்கள் என்ன பேசுவார்கள் என்பதைக் குலாம் தான் தேர்ந்தெடுப்பான், அத்தனை ரசனையோடு கதையை ஆரம்பிப்பான், கதைக்குள் ஆதிலையும் கட்டியிழுப்பான், எல்லாம் பாதியிலியே ஆர்வம் குறைந்து கதையையும் ஆதிலையும் நட்டாற்றில் தவிக்கவிட்டுவிட்டுப் போவதற்காகத்தான்.

இப்போது, அவன் தொடங்கியிருந்த கதையை முடிப்பதற்குப் பதில், குலாம் சொன்னான், “என்னோட பாட்டி சொல்லுச்சு, அதோட வீட்டுக்காரன், என்னோட தாத்தா சபூர், ஒருமுறை இந்த மரத்தப் பத்தி ஒரு கதை சொன்னாராம். அவரு இதை வெட்டினாருல்ல அதுக்கு ரொம்ப காலத்துக்கு முன்னாடி. அவங்க ரெண்டு பெரும் சின்ன புள்ளைங்களா இருந்தப்போ எங்க தாத்தா பாட்டிகிட்ட இதைச் சொல்லியிருக்காரு. கதை என்னன்னா, நமக்கு ஏதாவது ஆசை இருந்துச்சுன்னா, நாம இந்த மரத்துக்கு முன்னாடி மண்டி போட்டு ரகசியமா வேண்டணுமாம். அதுக்கு இந்த மரம் ஒத்துக்கிச்சுன்னா, சரியா பத்து இலைங்கள நம்ம தலைமேல உதிர்க்குமாம்.”

“நான் இதெல்லாம் கேள்விப்பட்டதில்ல,” என்றான் ஆதில்.

“ஆமா, இதெல்லாம் நீ கேள்விப்பட்டிருக்க மாட்ட.”

குலாம் உண்மையில் என்ன சொல்ல வந்தான் என்பதை அப்போது தான் ஆதில் புரிந்துகொண்டான். “இரு இரு. எங்க மரத்த வெட்டுனது உன்னோட தாத்தாவா?”

குலாம் அவனது கண்களை ஆதிலின் பக்கமாகத் திருப்பினான். “உங்க மரமா? இது உங்க மரமில்ல.”

ஆதில் விழித்தான். “என்ன சொல்ல வர்ற?”

குலாமின் பார்வை ஆதிலை இன்னும் ஆழமாகத் துளைத்தது. முதன்முறையாக, ஆதிலால் அவனது நண்பனின் வழக்கமான கலகலப்பின் அறிகுறியையோ, அவனது தனித்துவமான இளிப்பையோ, அவனது இதமான குறும்பையோ காண முடியவில்லை. அவனது முகம் உருமாறியிருந்தது, எந்தவிதச் சலனமும் இல்லாமல். திடீரென்று அவனுக்கு வயதாகியிருந்தது.

"இது எங்களோட மரம். இது எங்களோட நிலம். தலமுறை தலமுறையா இது எங்களுக்குத்தான் சொந்தமா இருந்துச்சு. உங்கப்பா அவரோட பங்களாவ எங்க இடத்துல கட்டிட்டாரு. போர் நடந்தப்போ நாங்க பாகிஸ்தானுக்குப் போன சமயத்துல." அவன் அந்தத் தோப்புகளைக் காட்டினான். "இதோ இதுங்க இருக்குற இடம் ஒரு காலத்துல ஜனங்க வாழ்ந்த வீடுங்களா இருந்துச்சு. ஆனா உங்கப்பா புல்டோசர் வச்சு தரமட்டமாக்கிட்டாரு. எங்க அப்பா பொறந்து வளர்ந்த எங்க வீட்ட தரமட்டமாக்கின மாதிரி."

ஆதில் விழித்தான்.

"எங்க இடத்த அவரோடதுன்னு ஆக்கிரமிச்சு" - இங்கே, அந்தச் சுற்றுச்சுவரை நோக்கி அவனது விரல்களை எறிந்தபோது அவனது முகம் விகாரமானது - "அவரு இதெல்லாம் கட்டிட்டாரு."

குமட்டிக்கொண்டு வர, அவனது இதயம் துடிதுடித்துக் கொண்டிருக்க, ஆதில் சொன்னான், "உன்ன என் நண்பன்னு நினைச்சனே. எதுக்கு இப்படி மோசமா புளுகுற?"

"உன்னோட பனியனை நான் ஏமாத்திப் புடுங்குனது ஞாபகம் இருக்கா?" குலாம் கேட்டான், அவனது கன்னங்களில் கோபத்தின் சிவப்பு படர்ந்துகொண்டிருந்தது. "உனக்கு அழுக அழுகயா வந்துச்சுல்ல. இல்லன்னு சொல்லாத, நான் பார்த்தேன். வெறும் ஒரேயொரு பனியனுக்கே இப்படி. சாதாரண பனியன். எங்க குடும்பம் எவ்ளோ கஷ்டப்பட்டுருக்கும்னு யோசிச்சுப் பாரு. பாகிஸ்தான்ல இருந்து அவ்ளோ தூரம் பயணம் செஞ்சு, பேருந்தை விட்டு இறங்கிப் பார்த்தா, எங்க நிலத்துல இது நிக்குது. அப்புறம் ஊதாநிறக் கோட்டு போட்டுருந்த உன் அடியாளு எங்க இடத்துலர்ந்து எங்களயே வெளிய போன்னு உத்தரவு போடறான்."

"எங்கப்பா திருடன் இல்ல!" ஆதில் வெடித்தான். ஷாத்பாக்-இ-நவ்ல யார வேணாலும் கேட்டுப்பாரு, இந்த ஊருக்காக என்னலாம் செஞ்சுருக்காருன்னு சொல்வாங்க." அங்குள்ள மசூதியில், தரையில்

சாய்ந்து, முன்னால் டீ குவளை இருக்க, பிரார்த்தனை மாலையைக் கையில் பிடித்தபடி உட்கார்ந்து ஊர் மக்களைச் சந்திக்கும் பாபா ஜானை ஆதில் நினைத்துப் பார்த்தான். மக்கள் வரிசை பயபக்தியுடன், அவர் அமர்ந்திருக்கும் திண்டிலிருந்து வெளிவாசல் வரை நீண்டுகொண்டிருந்தது. சேற்றுக்கை ஆண்கள், பொக்கை வாய் கிழவிகள், கைக்குழந்தைகளோடு வந்த விதவைகள், எல்லாருக்குமே ஏதாவது தேவையிருந்தது. ஒவ்வொருவரும் அவருடைய அல்லது அவளுடைய முறைக்காகக் காத்திருந்தனர், வேலை வேண்டும், ஒழுகுகிற கூரையைச் சரி செய்யவோ வாய்க்கால் வெட்டவோ பால்பொடி வாங்கவோ கொஞ்சம் கடன் வேண்டும் என்ற முடிவில்லாத உதவி கேட்க. என்னவோ அங்கு நின்றிருந்த ஒவ்வொரு ஆளும் அவருடைய குடும்பத்தைச் சேர்ந்தவர் மாதிரி அவனது அப்பா தலையாட்டிக் கொண்டிருந்தார், அளவற்ற பொறுமையோடு கேட்டுக்கொண்டிருந்தார்.

"அப்படியா? அப்புறம் எப்படி பத்திரமெல்லாம் எங்கப்பாகிட்ட வந்துச்சு?" குலாம் கேட்டான். "நீதிமன்றத்துல நீதிபதிகிட்ட கொடுத்தாரே அந்த பத்திரமெல்லாம்."

"உங்கப்பா எங்கப்பா கிட்ட பேசினாருன்னா..."

"உங்கப்பா பேச மாட்டேன்னு சொல்லிட்டாரு. அவரு பண்ண தப்ப ஒத்துக்கமாட்டேன்றாரு. தெருநாயைக் கடந்து போறது மாதிரி எங்கள உதாசீனப்படுத்துறாரு."

"நீங்க தெருநாய்ங்க இல்ல," ஆதில் சொன்னான். குரலை உயர்த்தாமல் இருப்பதற்கு அவன் போராட வேண்டியிருந்தது. "அதவிட மோசமானவங்க. கபீர் ஏற்கனவே சொன்னான். எனக்குத்தான் உரைக்கல."

குலாம் மேலே எழுந்தான்; ஓரிரு அடிகள் எடுத்து வைத்தான்; நின்றான். "நீ தெரிஞ்சுக்கறதுக்காகச் சொல்றேன்," என்றான், "எனக்கு உன்மேல எந்தக் கஷ்டமும் இல்ல. நீ ஒரு பாவமும் அறியாத சின்ன பையன். ஆனா அடுத்த தடவ உங்கப்பா ஹெல்மண்டுக்குப் போகும்போது, அவரோட தொழிற்சாலைக்கு உன்னயும் கூட்டிட்டுப் போகச் சொல்லு. போய் எங்க என்ன வெளையுதுன்னு பாரு. உனக்கொரு துப்பு கொடுக்கறேன். அங்க பருத்தி வெளையல."

***

பிறகு அதே நாளின் இரவில், இரவுச் சாப்பாட்டுக்கு முன்னால், நுரை நிரம்பிய குளியல் தொட்டியின் வெதுவெதுப்பான தண்ணீரில் ஆதில் விழுந்து கிடந்தான். கீழேயிருந்து வந்த தொலைக்காட்சியின் சத்தத்தை அவனால் கேட்க முடிந்தது. கபீர் கடற்கொள்ளையர்களைப் பற்றிய ஒரு பழைய படத்தைப் பார்த்துக் கொண்டிருந்தான். அந்தக் கோபம், மதியம் முழுக்க நீடித்திருந்த அந்தக் கோபம், ஆதிலுக்கு வெளியே வடிந்திருந்தது. குலாமிடம் மிகக் கடுமையாக நடந்து கொண்டதாக இப்போது அவனுக்குத் தோன்றியது. பாபா ஜான் ஒருமுறை சொல்லியிருந்தார் நீ எவ்வளவுதான் உதவி செய்தாலும் சரி, ஏழைகள் வசதி படைத்தவர்களைப் பற்றித் தவறாகத்தான் பேசுவார்கள் என்று. தங்களின் வாழ்க்கையின் மீது அவர்களுக்கு இருக்கும் ஏமாற்றமும் இயலாமையும் தான் அவர்கள் அப்படி நடந்துகொள்வதற்கான முக்கிய காரணம் என்று. தவிர்க்கவே முடியாதது அது. இன்னும் சொல்லப் போனால் இயல்பானதும் கூட. *நாம அவங்களைக் குறை சொல்லக்கூடாது, ஆதில்,* அவர் சொல்லியிருந்தார்.

இந்த உலகம் அடிப்படையிலேயே ஒரு நீதி-நியாயமற்ற உலகம் என்று தெரியாத அளவுக்கு ஆதில் ஒன்றும் அவ்வளவு வெகுளியில்லை. இதைத் தெரிந்து கொள்ள அவனது படுக்கையறையின் ஜன்னலிலிருந்து எட்டிப் பார்த்தாலே போதும். ஆனால் குலாமைப் போன்ற ஆட்களுக்கு, இந்த உண்மையை ஒப்புக்கொள்வதில் திருப்தி கிடைப்பதே இல்லை. ஒருவேளை குலாம் போன்ற ஆட்களுக்கு யாரையாவது குற்றவாளிக் கூண்டில் ஏற்ற வேண்டுமோ என்னவோ, எலும்பும் - சதையும் உள்ள ஓர் இலக்கு தேவையோ, அவர்களுடைய கொடுமைகளுக்கான முகவராக யாரையாவது வசதியாக சுட்டிக்காட்ட வேண்டுமோ, யாரையாவது தண்டிக்க வேண்டுமோ, யார் மீதாவது பழி போட வேண்டுமோ, யார் மீதாவது கோபத்தைக் காட்டவேண்டுமோ. அநேகமாக அவர்களைப் புரிந்துகொள்வதும், அவர்களைப் பற்றிய தவறான கண்ணோட்டங்களை அடக்குவதும் தான் இதற்கேற்ற எதிர்வினை என்று பாபா ஜான் சொன்னதும் சரிதான் போல. இன்னும் சொல்லப் போனால், இதற்கெல்லாம் இரக்கத்தால் பதில் சொல்வதும் கூட சிறந்த வழி தான். அவரைப் பற்றிய அவதூறான வதந்திகளை இந்த மக்கள் பரப்பிக் கொண்டிருந்தாலும் அவர்களுக்காக அவனது அப்பா பள்ளிக்கூடங்கள், மருத்துவமனைகள் கட்டிக்கொடுத்ததை

ஆதில் நினைத்தான், சிறு சோப்புக் குமிழிகள் நீரின் மேற்பரப்புக்கு வந்து உடைந்ததைப் பார்த்துக்கொண்டே.

அவன் துவட்டிக்கொண்டிருந்த போது, அவனது அம்மா அந்தக் கழிவறைக் கதவின் வழியாகத் தலையை நுழைத்தாள். "சாப்பாட்டுக்குக் கீழ வர்றியா?"

"எனக்குப் பசிக்கல," என்றான் அவன்.

"ஓ." அவள் உள்ளே வந்தாள். அலமாரியிலிருந்து ஒரு துண்டைப் பிடுங்கிக்கொண்டாள். "இங்க வா. உக்காரு. நான் தலை துவட்டி விடுறேன்."

"நானே செஞ்சுக்கறேன்," ஆதில் சொன்னான்.

அவள் அவனுக்குப் பின்னால் நின்று, கண்ணாடியில் தெரிந்த அவனது கண்களைப் படித்துக் கொண்டிருந்தாள். "என்னாச்சு ஆதில், உனக்கு ஒண்ணும் ஆகலையே?"

அவன் தோள்களைக் குலுக்கினான். ஒரு கையை அவனின் தோள் மீது வைத்தாள், அதன் மீது அவனது கன்னத்தைத் தடவுவான் என்ற எதிர்பார்ப்போடு. ஆனால் அவன் செய்யவில்லை.

"அம்மா, நீங்க பாபா ஜானோட தொழிற்சாலைய எப்பவாது பார்த்துருக்கீங்களா?"

அம்மாவின் அசைவுகளில் தெரிந்த தயக்கத்தை அவன் கவனித்தான். "கண்டிப்பா." என்றாள். "நீயும் கூடத்தான்."

"நான் புகைப்படத்தப் பத்தி சொல்லல. நெஜமாவே நேர்ல நீங்க பார்த்துருக்கீங்களா?"

"நான் எப்படி பார்த்துருக்க முடியும்?" கண்ணாடியில் அவளின் தலையைச் சாய்த்துக்கொண்டே அவனது அம்மா கேட்டாள், . "ஹெல்மண்ட் பாதுகாப்பான இடமில்ல. உங்கப்பா என்னையோ இல்ல உன்னையோ எப்பவுமே ஆபத்துல தள்ளமாட்டார்."

ஆதில் தலையாட்டினான்.

கீழே, பீரங்கிகள் வெடித்தன. கடற்கொள்ளையர்கள் போர் முழக்கமிட்டனர்.

மூன்று நாள் கழித்து, குலாம் மீண்டும் திரும்பி வந்தான். வேகவேகமாக நடந்து வந்து ஆதிலின் முன்னால் நின்றான்.

“நீ வந்ததுல ரொம்ப சந்தோஷப்படுறேன்,” என்றான் ஆதில், “உனக்காக ஒண்ணு கொண்டு வந்துருக்கேன்.” அந்த மரத்தின் அடிக்கட்டை மேலிருந்து அவர்கள் சண்டை போட்ட நாள் முதலாக அவன் தினமும் கொண்டு வந்திருந்த கோட்டு ஒன்றை எடுத்து வந்தான். மிருதுவான செம்மறியாட்டுத் தோல் ஜரிகையோடும் பற்பிணை வைத்து திறந்து மூடும்படியான முக்காட்டோடும் இருந்த செம்மண்நிற தோல் கோட்டு அது. அவன் அதை குலாமிடம் நீட்டினான். “கொஞ்ச நாள் தான் போட்டுருப்பேன். எனக்குக் கொஞ்சம் பெருசா இருக்குது. உனக்குச் சரியா இருக்கும்னு நினைக்கிறேன்.”

குலாம் எந்த அசைவையும் காட்டவில்லை. “நாங்க ஒரு பேருந்தப் பிடிச்சுக் காபூலுக்குப் போனோம் நேத்து, நீதிமன்றத்துக்கு,” அவன் நேரடியாக விஷயத்துக்கு வந்தான். “அந்த நீதிபதி என்ன சொன்னாருன்னு சொல்லு பார்ப்போம்? மோசமான செய்தி இருக்கறதா சொன்னாரு. ஒரு விபத்து நடந்துடுச்சாம். சின்ன தீ விபத்து. எங்க அப்பாவோட பத்திரம் எல்லாமே அதுல சிக்கி எரிஞ்சு போயிடுச்சாம். போச்சு. நாசமாப் போச்சு.”

ஆதில் அந்தக் கோட்டை ஏந்தியிருந்த கையை மெதுவாகக் கீழே இறக்கினான்.

“அப்புறம் அவரு சொன்னாரு, இப்போ அந்தப் பத்திரம் இல்லாம அவரால ஒண்ணுமே பண்ண முடியாதாம். அவரு கையில என்ன கட்டிட்டுருந்தாரு தெரியுமா? புத்தம் புதுசான தங்கக் கைக்கடிகாரம். எங்கப்பா போன தடவ அவரப் பார்க்கப் போனப்போ இல்லாத கடிகாரம்.”

ஆதில் விழித்தான்.

குலாம் அவனது பார்வையை அந்தக் கோட்டின் மீது திருப்பினான். வெட்டுவது போன்ற பார்வை அது, தண்டிப்பது மாதிரியான பார்வை, அவமானப்படுத்துவதற்காகச் செலுத்தப்பட்ட பார்வை. நோக்கம் நிறைவேறிவிட்டது. ஆதில் கூனிக்குறுகினான். அவனது கைகளில் இருந்த, அந்தக் கோட்டு மாறிப் போயிருந்தது, சமாதானப் பரிசிலிருந்து லஞ்சமாக உருமாறியிருந்தது அது.

குலாம் சுழன்று திரும்பினான். பிரதான சாலையை நோக்கி அவசரப்பட்டான், வேகவேகமான, மும்முரமான நடைகளால்.

***

பாபா ஜான் வீட்டுக்குத் திரும்பி வந்த அதே இரவில் கேளிக்கை விருந்து ஒன்றைக் கொடுத்தார். அப்போது விருந்துக்காக விரித்திருந்த ஜமுக்காளத்தின் தலைப்பகுதியில் ஆதில் அவனது அப்பாவுக்குப் பக்கத்தில் உட்கார்ந்திருந்தான். பாபா ஜான் சில நேரங்களில் இப்படித் தரையில் உட்கார்ந்து சிற்றகப்பைகளைப் பயன்படுத்தாமல் வெறும் கைகளால் உண்பதையே விரும்பினார், குறிப்பாக அவரது புனிதப்போர் காலத்து நண்பர்களைச் சந்திப்பதாக இருந்தால். குகைல வாழ்ந்த நாட்களின் ஞாபகம் வருது, என்று நகைச்சுவைப்பார். ஆதிலின் அம்மா பிரதானமாக அமர்ந்திருக்க, பெண்கள் எல்லோரும் உள்ளே உணவருந்தும் அறையின் மேஜையின் மேல் உட்கார்ந்து சிற்றகப்பைகளாலும் முட்கரண்டிகளாலும் சாப்பிட்டுக் கொண்டிருந்தனர். சலவைக்கல் சுவர்களில் பட்டு எதிரொலிக்கும் அவர்களின் அரட்டைகளை ஆதிலால் கேட்க முடிந்தது. அதில் இடுப்புப் பெருத்திருந்த நீளமான சிவப்புநிறக் கூந்தல் கொண்ட பெண் ஒருத்திக்கும், பாபா ஜானின் நண்பர் ஒருவருக்கும் திருமணம் நிச்சயிக்கப்பட்டிருந்தது. முன்னதாக மாலையில், ஆதிலின் அம்மாவிடம் இருமப்படமியில் அவர்களின் திருமணத்திற்கான உடைகளை வாங்க துபாய் சென்றிருந்த புகைப்படங்களை அவள் காட்டியிருந்தாள்.

உணவுக்குப் பிறகு, டீ குடித்தபோது, அந்தக் காலத்தில் அவரது படைப்பிரிவு வடக்கு நோக்கி பள்ளத்தாக்குக்குள் நுழைய இருந்த ஒரு சோவியத் அணியின் மீது பதுங்கித் தாக்குதல் நடத்திய கதையைப் பாபா ஜான் சொன்னார். எல்லோரும் உன்னிப்பாகக் கேட்டனர்.

“போர்க்களத்துக்குள்ள அவனுங்க வந்தப்போ,” பாபா ஜான் சொன்னார், ஆதிலின் தலைமுடியை அனிச்சையாகக் கோதிக்கொண்டே, “நாங்க சுட ஆரம்பிச்சோம். முன்னாடி வந்த வண்டியைத் தாக்கினோம், அப்புறம் சில ஜீப்புகளைச் சுட்டோம். அவனுங்க பின்வாங்கிடுவானுங்க இல்லைன்னா தப்பிச்சுப் போயிடுவானுங்கன்னு தான் நான் நினைச்சேன். ஆனா அந்தத் தேவடியாளுங்களுக்குப் பொறந்தவனுங்க நின்னுட்டானுங்க, வண்டியை விட்டு இறங்கினானுங்க, எங்களைத் துப்பாக்கியால சுட்டானுங்க. ஆச்சரியமா இருக்குல்ல?”

அந்த அறைக்குள் ஒரு முணுமுணுப்பு பரவியது. தலைகள் ஆடின. அங்கிருந்தவர்களில் குறைந்தபட்சம் பாதிப்பேராவது புனிதப் போராளிகள் என்பது ஆதிலுக்குத் தெரிந்திருந்தது.

“அவனுங்களை விட நம்ம எண்ணிக்கை அதிகம், சுமார் மூணு மடங்கு, ஆனா அவனுங்க பயங்கரமான ஆயுதங்களை வச்சுருந்தானுங்க. திரும்பி எங்களைத் தாக்க அவனுங்களுக்கு ரொம்ப நேரமாகல! தோப்புக்குள்ள இருந்த எங்களை நோக்கிச் சுட்டானுங்க. சீக்கிரமே, நாங்க சிதறி ஓடிட்டோம். ஓடிட்டே இருந்தோம். நானும் அந்த இன்னொரு ஆளும், மொஹம்மதுவோ என்னவோ பேரு. நாங்க ரெண்டு பேரும் ஒண்ணா ஓடிட்டுருந்தோம். பக்கம் பக்கமா திராட்சைத் தோட்டத்துக்குள்ள, பந்தல் போட்டு வளர்ப்பாங்களே அந்த மாதிரித் தோட்டமில்லை, கீழ தரையில படரவிடுவாங்களே அந்த மாதிரி தோட்டம் அது. சுத்தியும் தோட்டாங்க பறக்குது, நாங்க உயிருக்குப் பயந்து ஓடிட்டுருந்தோம். திடீருன்னு நாங்க ரெண்டு பேருமே கீழ விழுந்துட்டோம். நான் சுதாரிச்சு எழுந்து ஓடிட்டுருந்தேன், ஆனா அந்த இன்னொரு ஆளு மொஹம்மதுவோ என்னவோ பேரு, அவனோட அறிகுறியே காணோம். நான் திரும்பிக் கத்தினேன், ‘டேய், எழுந்து தொலைடா, கழுதை!’”

பாபா ஜான் தத்ரூபமாக நிறுத்தினார். அவரது உதடுகளுக்கு ஒரு முஷ்டியைக் கொடுத்துச் சிரிப்பை அடக்கப் போராடினார். “அப்புறம் அவன் பட்டுனு எழுந்தான், ஓட ஆரம்பிச்சான். அப்புறம் - சொன்னா நம்புவீங்களா? - அந்த லூசுத் தேவிடியாப்பையன் அவனோட ரெண்டு கை நெறைய திராட்சைங்களைத் தூக்கி வச்சுருக்கான்! ஒவ்வொரு கைலயும் ஒரு கொத்து!”

சிரிப்பு வெடித்தது. ஆதிலும் சிரித்தான். அப்பா அவனின் முதுகைத் தடவி அவரின் பக்கம் இழுத்துக்கொண்டார். யாரோ இன்னொரு கதையைச் சொல்ல ஆரம்பிக்க, பாபா ஜான் அவருடைய தட்டுக்குப் பக்கத்திலிருந்த சிகரெட்டுக்காகக் கை நீட்டினார். ஆனால் அதைப் பற்ற வைக்கும் சந்தர்ப்பம் அவருக்குக் கிடைக்கவேயில்லை காரணம் திடீரென்று வீட்டுக்குள் எங்கேயோ கண்ணாடி சிதறியது.

உணவருந்தும் அறைக்குள்ளிருந்து, பெண்கள் அலறினர். உலோகத்தாலான ஏதோவொன்று, முட்கரண்டியாகவோ வெண்ணெய்க் கத்தியாகவோ இருக்கலாம், ‘கிளிங்’கென்ற பெருத்த சத்தத்துடன் பளிங்குக்கல் தரையில் விழுந்தது. ஆண்கள் தடதடவென்று ஓடினர். ஏஸ்மரேவும் கபீரும் அறைக்குள் ஓடி வந்துகொண்டிருந்தனர், கைத்துப்பாக்கிகள் ஏற்கனவே உருவப்பட்டிருந்தன.

"வாசல்பக்கம் வந்துச்சு," என்றான் கபீர். பிறகு, இதைச் சொன்ன அதே கணம், கண்ணாடி மீண்டும் உடைந்தது.

"இங்கயே இருங்க, கமாண்டர் சாஹிப், நாங்க என்னன்னு பார்க்கறோம்," என்றான் ஏஸ்மரே.

"விடுடா என்னை," பாபா ஜான் கர்ஜித்தார், முன்னால் திமிறிக்கொண்டிருந்தார். "என் வீட்டுக்குள்ளேயே நான் பயந்து ஒளிஞ்சுக்கமாட்டேன்."

ஆதில், ஏஸ்மரே, கபீர் மற்றும் வந்திருந்த ஆண்கள் அனைவரும் பின்தொடர, அவர் முற்றத்தை நோக்கிச் சென்றார். வழியில், கபீர் பனிக்காலத்தின் போது கணப்படுப்பில் நெருப்பைக் கிளறப் பயன்படுத்தும் ஓர் இரும்புத் தடியைக் கையில் எடுத்ததை ஆதில் பார்த்தான். ஆதில் ஓடிவந்து அவர்களுடன் இணைந்து கொண்ட அவனது அம்மாவையும் பார்த்தான். அவளின் முகம் வெளிறியிருந்தது; கலக்கமடைந்திருந்தது. அவர்கள் முற்றத்தை அடைந்தபோது, அந்த ஜன்னலின் ஊடாக ஒரு கருங்கல் பறந்து வந்துகொண்டிருந்தது. கண்ணாடிச் சில்லுகள் தரையில் நொறுங்கின. அந்த சிவப்புநிறக் கூந்தல் கொண்ட பெண், அந்தக் கல்யாணப் பெண், அலறினாள். வெளியே, யாரோ கூச்சல் போட்டுக்கொண்டிருந்தார்கள்.

"காவல்காரனைத் தாண்டி அவனுங்க எப்படி உள்ள வந்து தொலைச்சானுங்க?" ஆதிலுக்குப் பின்னால் யாரோ குரல் கொடுத்தார்.

"கமாண்டர் சாஹிப், வேணாம்!" கபீர் குரைத்தான். ஆனால் ஆதிலின் அப்பா ஏற்கனவே முன்வாசல் கதவைத் திறந்திருந்தார்.

வெளிச்சம் மங்கிக்கொண்டிருந்தது, ஆனால் இது கோடைக்காலம் என்பதால் அந்த வானம் இன்னமும் வெளிர்மஞ்சள் நிறத்தில் சூழப்பட்டிருந்தது. தூரத்தில், சிறு சிறு வெளிச்சக் கொத்துகளை ஆதில் பார்த்தான், ஷாத்பாக்-இ-நவ் தங்களின் குடும்பங்களோடு இரவு உணவுக்காகத் தஞ்சமடைந்து கொண்டிருந்தது. தொடுவானத்தின் நெடுகிலும் ஓடிக்கொண்டிருந்த குன்றுகள் இருளடைந்திருந்தன. சீக்கிரமே அதன் எல்லாப் பள்ளத்தாக்குகளிலும் இரவு நிரம்பிக்கொள்ளும். ஆனால் இன்னும் இருட்டாகவில்லை, ஆதில் பார்த்தபோது வாசல் படிக்கட்டுகளின் முன்னால் நின்று கொண்டிருந்த, ஒவ்வொரு கையிலும் ஒரு கருங்கல் வைத்திருந்த

அந்தக் கிழவனை மூடி மறைக்கும் அளவுக்குப் போதுமான இருட்டாகவில்லை.

“அவனை மேல கூட்டிட்டுப் போ,” பாபா ஜான் பின்னால் திரும்பி ஆதிலின் அம்மாவிடம் சொன்னார். “போ!”

ஆதிலின் அம்மா அவனது தோள்களைப் பிடித்து மாடிப்படி வழியே மேலே அழைத்துச் சென்றாள், தாழ்வாரத்தைத் தாண்டி, பாபா ஜானுடன் அவள் பகிர்ந்து கொண்டிருந்த அந்த பிரதான படுக்கையறைக்குள். அவள் கதவைச் சாத்தினாள்; தாளிட்டாள்; ஜன்னலின் திரைகளை இழுத்து அடைத்தாள்; தொலைக்காட்சியை ஓடவிட்டாள். ஆதிலைப் படுக்கைக்கு வழிநடத்தினாள். இருவரும் ஒன்றாக அதன்மேல் உட்கார்ந்தனர். திரையின் மேல், நீளமான குர்தாவும் பின்னலிட்ட குல்லாவும் போட்டிருந்த இரண்டு அரேபியர்கள், ராட்சச சரக்குவண்டியின் மீது வேலை செய்துகொண்டிருந்தனர்.

“அப்பா அந்த ஆளை என்ன செய்யப்போறாரு?” ஆதில் கேட்டான். அவனால் நடுக்கத்தை நிறுத்தமுடியவில்லை. “அம்மா, அப்பா அவரை என்ன செய்யப்போறாரு?”

அவன் அவனது அம்மாவை அண்ணாந்து பார்க்க, அவளது முகத்தை மேகம் ஒன்று கடக்க, உடனே அவனுக்குத் தெரிந்தது, அவனுக்குத் தெரிந்துவிட்டது, அடுத்து அவளின் வாயிலிருந்து வரப்போகிற எதுவும் உண்மையாக இருக்காதென்று.

“அவரு அந்தாளு கிட்ட பேசப்போறாரு,” அவளின் குரல் பயத்தால் நடுங்கியது. “அது யாராயிருந்தாலும் அப்பா பிரச்சினைய பேசித்தீர்க்கத்தான் போறாரு. உங்கப்பா வேறென்ன பண்ணுவாரு. சுமூகமா பேசத்தான் போறாரு.”

ஆதில் தலையை ஆட்டினான். அவன் அப்போது அழுது கொண்டிருந்தான், தேம்பிக் கொண்டிருந்தான். “என்ன பண்ணப் போறாரும்மா? அந்த ஆளை என்ன பண்ணப் போறாரு?”

அவனது அம்மா சொன்னதையே திரும்பத் திரும்ப சொல்லிக் கொண்டிருந்தாள், எல்லாம் சரியாகிவிடும் என்று, எல்லாம் நல்லபடியாகவே முடியும் என்று, யாருக்கும் எதுவும் ஆகாது என்று. ஆனால் அதை அவள் சொல்லச் சொல்ல, அவன் மேலும் மேலும் அழுதான், உடம்பிலிருந்த சக்தியெல்லாம் தீரும் வரை,

ஒரு கட்டத்தில் அவனது அம்மாவின் மடியிலேயே அசந்து தூங்கும்வரை.

***

கொலை முயற்சியிலிருந்து முன்னாள் தளபதி உயிர் தப்பினார்.

அப்பாவின் அறையிலிருந்த ஆதில் இதைப் படித்தான், அப்பாவுடைய கணிப்பொறியில். அந்தச் செய்திக் கட்டுரை அதை "கொடூரமான" தாக்குதல் என வர்ணித்திருந்தது. தாக்குதல் நடத்திய அந்த முன்னாள் அகதி "தலிபான்களோடு தொடர்புடையவனாகச் சந்தேகிக்கப்படுகிறான்" என்றது. கட்டுரையின் பாதியில், ஆதிலின் அப்பா அவருடைய குடும்பத்தின் பாதுகாப்பு குறித்து அச்சம் தெரிவித்திருந்ததாக மேற்கோள் காட்டப்பட்டார். *குறிப்பா ஒரு பாவமும் அறியாத என்னோட பிஞ்சு மகனுக்காக,* என்று சொல்லியிருந்தார். அந்தச் செய்திக் கட்டுரை தாக்குதல் நடத்திய ஆசாமியின் பெயரைக் குறித்தோ அவனுக்கு என்ன ஆகியிருந்தது என்றோ எதையும் தெரிவிக்கவில்லை.

ஆதில் கணிப்பொறியை அணைத்தான். அவன் அதைப் பயன்படுத்தியிருக்கக் கூடாது. மேலும் அப்பாவின் அறைக்குள் அவன் அனுமதியில்லாமல் நுழைந்திருந்தான். ஒரு மாதத்துக்கு முன்னால், இந்த இரண்டையும் செய்வதற்குக் கனவில் கூட துணிந்திருக்கமாட்டான். அவனுடைய அறைக்குச் சிரமத்துடன் நடந்தான், படுக்கையில் விழுந்தான், பழைய வலைப்பந்தைச் சுவரில் தூக்கியெறிந்தான். *தட்! தட்! தட்!* நீண்ட நேரமாகவில்லை அவனது அம்மா கதவுக்குள் தலையை நீட்டி நிறுத்திச் சொல்லிக் கெஞ்சுவதற்கு, பின்னர் அதட்டுவதற்கு, ஆனால் அவன் கேட்கவில்லை. சில நொடிகள் கதவருகிலேயே அவள் சுணங்கி நின்றாள். பிறகு கூனிக்குறுகி விலகினாள்.

தட்! தட்! தட்!

எதுவுமே மாறவில்லைதான், மேம்போக்காகப் பார்த்தால். ஆதிலின் தினசரி நடவடிக்கைகளை வரிக்கு வரி படியெடுத்தால் அவன் சகஜமான இயல்புநிலைக்குத் திரும்பிவிட்டதைத்தான் அது வெளிப்படுத்தும். அவன் இன்னமும் அதே நேரத்தில்தான் எழுந்தான், குளித்தான், அப்பா அம்மாவுடன் காலை உணவு எடுத்துக்கொண்டான், தனிவகுப்பு எடுக்கும் ஆசிரியரிடம் பாடம் படித்தான். அதன் பிறகு, மதிய உணவு முடித்தவுடன் பிற்பகல்

நேரத்தைப் படுக்கையிலோ, கபீருடன் படம் பார்ப்பதிலோ, காணொலி விளையாட்டுக்களை விளையாடுவதிலோ கழித்தான்.

ஆனால் எதுவுமே முன்பு போல இல்லை. அவனுக்கான வாசலைத் திறந்தது என்னவோ குலாமாக இருக்கலாம் ஆனால் அதன் வழியே அவனைப் பிடித்து எத்திவிட்டது அவனது பாபா ஜான். தூங்கிக் கொண்டிருந்த ஆதிலின் சிந்தனை விழிக்க ஆரம்பித்திருந்தது. ஆதில் உணர்ந்தான், என்னவோ ஒரே இரவுக்குள், முற்றிலும் புதுமையான ஒரு சக்தியை அவன் அடைந்துவிட்டதாக, இதுவரை அவன் புரிந்துகொள்ளாத விஷயங்களை எல்லாம் புரிந்துகொள்கிற சக்தியை அடைந்துவிட்டதாக, இத்தனை காலமும் அவனின் கண்முன்னால் அவனை வெறித்துக்கொண்டிருந்த விஷயங்கள் எல்லாவற்றையும் புரிந்துகொள்கிற சக்தியை அடைந்துவிட்டதாக. உதாரணமாக, அவனது அம்மா இதுவரை மறைத்திருந்த ரகசியங்களை அவன் பார்த்தான். அவளைப் பார்த்தபோது, அந்த ரகசியங்கள் அவளது முகத்திலிருந்து அப்பட்டமாகப் பட்டுத் தெறித்தன. அவளுக்குத் தெரிந்த எல்லாவற்றிலிருந்தும் அவனைப் பாதுகாக்க அவள் நடத்திய போராட்டங்களை அவன் பார்த்தான். அந்த எல்லா விஷயங்களுமே அவளுக்குள் மூடி வைக்கப்பட்டிருந்தன, பூட்டப்பட்டிருந்தன, கவனமாகக் காவல் காக்கப்பட்டிருந்தன, இந்தப் பெரிய மாளிகையில் இருந்த அவர்கள் இருவரையும் போல. முதல்முறையாக, அப்பாவுடைய மாளிகையின் உருவத்தில் தெரிந்த, அந்தக் கண்கூடான அநீதியை, அதன் பயங்கரத்தை, அநியாயத்தின் நினைவுச்சின்னமாக அது இருந்ததை அவன் பார்த்தான். அப்பாவை மகிழ்விக்க நடந்த முண்டியடிப்பில், மக்கள் காட்டிய மரியாதைக்கும் பணிவுக்கும் அடிப்படையாக இருந்த அந்தப் பயத்தையும், அச்சுறுத்தலையும் அவன் பார்த்தான். இந்த அறிவுத்திறமைக்காகக் குலாம் இந்நேரம் பெருமைப்பட்டிருப்பான் என அவன் நினைத்தான். முதல்முறையாக, அவனது வாழ்க்கையை எப்போதுமே வழிநடத்தி வந்த இயக்கங்களின் பரந்துபட்ட தன்மையை ஆதில் மனப்பூர்வமாக உணர்ந்தான்.

ஒரு மனிதனுக்குள் வாழும் பல்வேறு முரண்பட்ட உண்மைகளையும் அவன் அறிந்து கொண்டான். அவனது அப்பாவுக்குள்ளோ அம்மாவுக்குள்ளோ கபீருக்குள்ளோ மட்டுமல்ல.

அவனுக்குள் இருந்ததையும் கூடத்தான்.

சில விதங்களில், அந்தச் சமீபத்திய கண்டுபிடிப்பு, ஆதிலுக்கு அதிகபட்ச ஆச்சரியத்தைக் கொடுத்தது. முதலில் புனிதப்போர் என்ற பெயரால், அதன் பிறகு *தியாகத்திற்குத் தகுந்த சன்மானம்* என்ற பெயரால் அவனது அப்பா செய்திருந்த அத்தனையும் இப்போது அவன் எதிரே அம்பலப்பட்டிருந்தன. ஆதிலைத் தடுமாற்றியிருந்தன. குறைந்தபட்சம் கொஞ்ச காலமாவது. ஜன்னல்களை உடைத்தெறிந்த அந்தக் கருங்கற்கள் விழுந்த அந்த மாலை நேரத்துக்குப் பிறகு, சில நாட்களாக, ஆதிலின் அப்பா அறைக்குள் நுழைந்த போதெல்லாம் அவனுக்குக் குமட்டிக் கொண்டு வந்தது. அவனது அப்பா எங்கோ செல்பேசியில் கத்திக் கொண்டிருந்தார், அல்லது குளிக்கும்போது எதையாவது ரீங்காரமிட்டுக் கொண்டிருந்தார், இங்கே இவனின் தண்டுவடமே நொறுங்கிக் கொண்டிருப்பதாக உணர்ந்தான், தொண்டை வறண்டு வலித்துக் கொண்டிருப்பதாக உணர்ந்தான். தூங்கும்போது அவனது அப்பா முத்தமிட்டார், ஆதிலின் உள்ளுணர்வு கூனிக்குறுகியது. கெட்ட கனவுகள் கண்டான். கனவில் தோப்பின் எல்லையில் அவன் நின்று கொண்டிருந்தான், மரங்களுக்கு இடையே நடந்த அந்தத் தாக்குதலைப் பார்த்துக் கொண்டிருந்தான், மின்னலாக எழுந்து எழுந்து விழுந்து கொண்டிருந்த அந்த இரும்புத் தடியை, சதையையும் எலும்பையும் இடித்துக் கொண்டிருந்த அந்த உலோகச் சத்தத்தை. கனவுகளிலிருந்து அவன் கண் விழித்தான், நெஞ்சுக்குள் அலறலை அடக்கிக் கொண்டு. தொடர்பற்ற தருணங்களில் கண்ணீரின் வீச்சு அவனை ஓரமாகப் புறந்தள்ளியது.

இருந்தாலும்.

இருந்தாலும்.

வேறு ஏதோவொன்றும் நடந்து கொண்டிருந்தது. அந்தப் புதிய சக்தி அவன் புத்திக்குள் வலுவிழந்துவிடவில்லை, ஆனால் மெது மெதுவாக வேறொன்றுடன் சேர்ந்து கொண்டது. இன்னொரு எண்ண ஓட்டம் அவனுக்குள் எதிர்பக்கத்தில் ஓடிக்கொண்டிருந்தது. அந்தப் புதிய சக்தியின் இடத்தை ஆக்கிரமிக்கவில்லை அது, மாறாகக் கைகோர்த்துக் கொண்டது. இதைப் பற்றிய ஞானோதயத்தை, அவனை இன்னும் அதிகமாக உறுத்திக்கொண்டிருந்த இந்த ஞானோதயத்தை ஆதில் உணர்ந்தான். தற்போதைக்கு ஈரமான கம்பளிச் சட்டையைப் போலக் கொஞ்சம் கொஞ்சமாகச் சொட்டிக்கொண்டிருக்கும் இப்புதிய அடையாளத்தை, அவனின் ஒரு பகுதி காலப்போக்கில், ஏறக்குறைய கண்ணுக்கே தெரியாதபடி படிப்படியாக ஏற்றுக்கொள்ளும். ஆதில் உணர்ந்தான், கடைசியில்,

அவனும் எல்லாவற்றையும் சகித்துக்கொள்வானோ என்று, அவனது அம்மாவைப் போல. ஆரம்பத்தில் அம்மாவின் மேல் கோபம் கோபமாக வந்தது; ஆனால் இப்போது அந்தளவுக்கு இல்லை. ஒருவேளை அவளது கணவனின் மேல் கொண்ட பயத்தால்தான் அவள் இதையெல்லாம் சகித்துக் கொண்டிருந்தாளோ. இல்லையென்றால் அவள் அனுபவித்து வந்த இந்த ஆடம்பர வாழ்க்கைக்காகவா. அனேகமாக, ஆதில் ஏற்றுக்கொண்ட அதே காரணமாகத்தான் இருக்க முடியும்: வேறு வழியில்லை என்ற காரணம், சகித்துக்கொண்டே ஆக வேண்டிய கட்டாயம் என்ற காரணம். வேறு வழியிருந்ததா என்ன? ஆதிலால் அவனது வாழ்க்கையிலிருந்து தப்பித்து ஓடிவிட முடியாது, குலாம் எப்படி அவனது வாழ்க்கையிலிருந்து தப்பிக்க முடியாதோ அதே போல. நினைத்துப் பார்க்க முடியாத எத்தனையோ விஷயங்களுடன் வாழ மனிதர்கள் பழகிக் கொண்டிருக்கிறார்கள். அவனுக்கும் பழகிவிடும். இதுதான் அவனது வாழ்க்கை. இதுதான் அவனது அம்மா. இதுதான் அவனது அப்பா. இதுதான் அவன், இதுவரை இதை அவன் உணர்ந்திருக்கவில்லை என்றாலும் கூட.

அவனால் முன்பு மாதிரி அவனது அப்பாவின் மேல் அன்பாக இருக்க முடியாது என்பதை ஆதில் அறிந்தான், அவரின் தடித்த கைகளின் வளைகுடாவில் சந்தோஷமாகச் சுருண்டு தூங்குவானே அதைப் போல. அதையெல்லாம் இப்போது கற்பனை செய்து கூட பார்க்க முடியாது. ஆனால் அவன் மீண்டும் அவர் மேல் பாசம் வைக்கப் பழகிக் கொள்வான், அது எவ்வளவுதான் வித்தியாசமான, சிக்கலான, அலங்கோலமான விஷயமாக இப்போது ஆகிவிட்டாலும். கிட்டத்தட்ட அவனது பால்யத்திலிருந்தே தாவுவதை ஆதிலால் உணரமுடிந்தது. விரைவில் அவன் பெரியவர்களின் உலகத்தில் குதித்துத் தரையிறங்குவான். அப்படி ஒரு நிலை வரும்போது, அவனால் மீண்டும் திரும்பவே முடியாது, காரணம் அவனது அப்பா அடிக்கடிச் சொன்னதுபோல, பெரியவர்களின் உலகத்துக்குள் வருவதும் போரில் சாகசக்காரன் என்று பெயர் எடுப்பதும் ஒன்றுதான்: ஒருமுறை வந்துவிட்டால் சாகும் வரை பழைய நிலைமைக்குத் திரும்ப முடியாது.

இரவில் படுத்துக்கிடக்கும் போது, ஆதில் நினைத்தான், ஒருநாள் - அது அடுத்த நாளோ, அதற்கு மறுநாளோ அல்லது அடுத்த வாரத்தில் ஒருநாளாகக் கூட இருக்கலாம் - அம்மாளிகையை விட்டு வெளியேறி குலாம் அவனது குடும்பத்தோடு கூடாரம்

போட்டிருந்ததாகச் சொன்ன அந்த காற்றாலைக்குப் பக்கத்திலிருந்த காலியிடத்தை நோக்கி நடந்துபோவதாக. அந்த இடத்தில் கூடாரம் எதுவும் இருக்காது என அவன் நினைத்தான். அந்த சாலைக்குப் பக்கத்தில் அவன் நிற்பான், நின்று மனதில் கற்பனை செய்வான், குலாமும், அவனது அம்மாவும், அவனது தம்பிகளும், அவனது பாட்டியும் என அந்தக் குடும்பம் நாட்டுப்புற நெடுஞ்சாலைகளின் புழுதியான விளிம்புகளின் ஓரம், கூடாரம் போட எங்காவது இடம் கிடைக்குமா என தேடிக்கொண்டு, மூட்டை முடிச்சுகளைச் சுமந்து நடந்துகொண்டிருக்கும் ஓர் அலங்கோலமான வரிசையாக. இப்போது குலாம் தான் அந்தக் குடும்பத்தின் தலைவன். அவன் தான் இப்போது வேலைக்குப் போக வேண்டும். அவனுடைய இளமைகளை வாய்க்கால்களைத் தூர்வாரி, சாக்கடைகளைத் தோண்டி, செங்கல் அறுத்து, வயல்களில் அறுவடை செய்து அவன் கழிக்க வேண்டும். எப்போதும் ஏர் கலப்பைகளுக்குப் பின்னால் ஆதில் பார்க்கும் அந்தக் கூன்விழுந்த கருவாட்டு மூஞ்சிக்காரர்களைப் போல் ஒருநாள் குலாமும் படிப்படியாக மாறிப்போவான்.

ஆதில் நினைத்தான் அந்தக் காற்றலைக்குப் பக்கத்திலேயே சில நிமிடங்கள் அவன் நிற்பான் என்று, அங்கேயே நின்று புதிய ஷாத்பாக்கை சூழ்ந்துகொண்டிருக்கும் அந்தக் குன்றுகளையும் மலைகளையும் பார்த்துக்கொண்டிருப்பான் என்று. அதன் பிறகு அவனது பைக்குள் கைவிட்டு, ஒருநாள் அவன் தோப்புக்குள் நடந்துகொண்டிருந்த போது கண்டெடுத்த அதை, அந்தக் கண் கண்ணாடியின் இடது பாதியை, நடுவில் சரிபாதியாக முறிந்திருந்த அந்த உலோகச் சட்டத்தை, சிலந்தி வலையாக விரிசல் விழுந்திருந்த அந்த வில்லைகளை, நெற்றிப்பொட்டின் ரத்தத்தால் துருப்பிடித்திருந்த அந்தப் பக்கக் கம்பியை வெளியே எடுப்பான் என்று. பிறகு நொறுங்கிப்போன அந்தக் கண்ணாடியை அவன் சாக்கடையில் தூக்கிப்போடுவான். ஆதில் பயந்தான், அவன் திரும்பி வீட்டுக்குள் நடக்கும் போது, பெரிய பாரம் ஒன்றை இறக்கிவிட்டதாக உணர்ந்துவிடுவானோ என்று.

எட்டு

இலையுதிர்காலம் 2010

இன்று மாலை, நான் மருத்துவமனையிலிருந்து வீட்டுக்கு வருகிறேன், வந்து என் படுக்கையறையிலிருக்கும் தொலைபேசியில் தாலியாவிடமிருந்து செய்தி வந்திருப்பதைப் பார்க்கிறேன். அதைக் கேட்டுக்கொண்டே எனது காலணிகளைக் கழட்டுகிறேன், மேஜையில் உட்காருகிறேன். அவளுக்குச் சளி பிடித்திருப்பதாகச் சொல்கிறாள், அது நிச்சயமாக அம்மாவிடமிருந்துதான் தொற்றியிருக்கவேண்டும் என்கிறாள், பிறகு என்னை நலம் விசாரிக்கிறாள், காபூலில் வேலை எப்படிப் போய்க் கொண்டிருக்கிறது என்று கேட்கிறாள். கடைசியாக, தொலைபேசியை வைப்பதற்குக் கொஞ்சம் முன்னதாக, சொல்கிறாள், *ஓடீ புலம்பிக்கிட்டே இருக்காங்க நீ பேச மாட்றன்னு. அவங்களா உன்கிட்ட இதைக் கேட்க மாட்டாங்க, மார்கோஸ், கண்டிப்பா. அதால நானே கேட்டுடுறேன். தயவு செஞ்சு உங்க அம்மாவைக் கூப்பிட்டுப் பேசு. எருமை.*

நான் சிரிக்கிறேன்.

தாலியா.

அவளின் புகைப்படத்தை எனது மேஜையில் வைத்திருக்கிறேன், தினோவ்ஸின் கடற்கரையில் பல ஜென்மங்களுக்கு முன்னால் நான் எடுத்த அதே புகைப்படம் - புகைப்படக்கருவிக்கு முதுகு காட்டிக்கொண்டு ஒரு பாறையின் மேல் தாலியா உட்கார்ந்திருக்கிறாள். அந்தப் புகைப்படத்துக்கு சட்டகம் செய்திருக்கிறேன், ஆனாலும் நீங்கள் உன்னிப்பாகக் கவனித்தால் அதன் அடிப்பகுதியில், இடது பக்க மூலையில், பழுப்புநிறத் திட்டு ஒன்று தெரியும். இத்தாலிய லூசு ஒருத்தி பல வருடங்களுக்கு முன்னால் அதைக் கொளுத்த முயற்சி செய்ததுதான் அதற்குக் காரணம்.

எனது மடிக்கணினிக்கு உயிர் கொடுக்கிறேன். முந்தைய நாளின் சிகிச்சைக் குறிப்புகளைத் தட்ட ஆரம்பிக்கிறேன். மாடியில் இருக்கிறது என்னுடைய அறை. இரண்டாவது மாடியில் உள்ள மூன்று படுக்கையறைகளில் இதுவும் ஒன்று. 2002ல் நான் காபூலுக்கு வந்ததிலிருந்து இங்குதான் தங்கிக் கொண்டிருக்கிறேன். ஜன்னலின் எதிரே இருக்கும் என் மேஜை, தோட்டத்தைப் பார்த்தபடி உட்கார்ந்திருக்கிறது. அங்கிருந்து பார்த்தால், நானும் என்னுடைய வயதான வீட்டுச்சொந்தக்காரர் நபியும் சேர்ந்து நட்ட லோக்காட் மரங்கள் எனக்குத் தெரிகின்றன. பின்பக்க சுற்றுச்சுவர் ஓரமாக இருக்கிற, இப்போது புதிதாக வண்ணம் அடிக்கப்பட்டிருக்கிற, நபியின் முன்னாள் குடியிருப்பும் கூடத் தெரிகிறது. அவர் போனதற்குப் பிறகு, இங்கிருக்கும் உயர்நிலைப்பள்ளி ஒன்றுக்குத் தகவல் தொழில்நுட்பத்தில் உதவ வந்திருக்கும் ஒரு டச்சு இளைஞனுக்கு அதை விட்டிருக்கிறேன். அப்புறம், அதோ வலப்பக்கத்தில், சுலைமான் வஹ்தாதியுடைய 1940களின் செவ்ரொலே உட்கார்ந்திருக்கிறது, பல்லாண்டுக்கணக்காக நகராமல், துருக்களால் போர்த்தப்பட்டு, பாசி படர்ந்திருக்கும் பாறையைப் போல, நேற்று திடீரென முந்திக்கொண்டு வந்துவிட்ட பனிப்பொழிவின் (இந்த ஆண்டின் முதல் பனிப்பொழிவு) மெல்லிய படலத்தால் இப்போதைக்கு மூடியபடி. நபி இறந்ததற்குப் பிறகு, அந்தக் காரை காபூலிலிருக்கும் ஏதாவது ஒரு காயலான் கடைக்கு இழுத்துப் போய்விடலாமா என யோசித்தேன், ஆனால் எனக்கு மனம் வரவில்லை. இந்த வீட்டுடைய கடந்த காலத்தின், இதன் வரலாற்றின் மிக முக்கியமான அங்கமாக அது எனக்குப் பட்டது.

நான் குறிப்புகளை முடிக்கிறேன். மணி பார்க்கிறேன். அதற்குள் 9.30 ஆகிவிட்டது. கிரீஸில் மாலை ஏழு மணி.

அம்மாவைக் கூப்பிட்டுப் பேசு. எருமை.

இன்று நான் அம்மாவுக்குப் பேசவேண்டுமானால் இதற்குமேலும் தாமதிக்க முடியாது. தாலியாவின் மின்னஞ்சல் ஒன்றில் அம்மா ஒவ்வொரு நாளும் சீக்கிரமாகத் தூங்கப் போய்விடுகிறாள் என்று எழுதியது எனக்கு ஞாபகம் வருகிறது. நான் ஆழமாக மூச்சை இழுத்து விட்டு என்னைத் திடப்படுத்திக் கொள்கிறேன். தொலைபேசியை எடுக்கிறேன். எண்களைப் பதிக்கிறேன்.

***

நான் தாலியாவை 1967ன் கோடைகாலத்தில் சந்தித்தேன், எனக்குப் பன்னிரண்டு வயதிருக்கும் போது. அவளும் அவளின் அம்மா மேடலினும், அம்மாவையும் என்னையும் பார்க்க தினோவ்ஸுக்கு வந்திருந்தார்கள். ஓடீலியா என்ற பெயர் கொண்ட என் அம்மா, சொன்னாள், அவளும் அவளின் தோழி மேடலினும் கடைசியாக ஒருவரை ஒருவர் பார்த்துப் பல வருடங்கள் ஆகியிருந்ததாக - சரியாகச் சொல்வதென்றால் பதினைந்து வருடங்கள். மேடலின் பதினேழு வயதில் தீவை விட்டுவிட்டு, சுமாரான பிரபலம் வாய்ந்த ஒரு நடிகை ஆவதற்காக ஏதென்ஸுக்குப் போயிருந்தாள், குறைந்தபட்சம் கொஞ்சகாலமே ஆனாலும்.

“எனக்கு ஆச்சரியமாவே இல்ல,” என்றாள் அம்மா, “அவ நடிக்கிறான்னு கேள்விப்பட்டதும். ஏன்னா அவளோட அழகு அப்படி. ஒவ்வொருத்தரும் அசந்து போனாங்க மேடலினைப் பார்த்து. அவளைப் பார்க்கும் போது உனக்கே புரியும்.”

அதுவரை ஏன் அவளைப் பற்றிச் சொல்லவேயில்லை என நான் அம்மாவைக் கேட்டேன்.

“அப்படியா? நான் சொல்லல?”

“கண்டிப்பா சொல்லல.”

“சொல்லிருப்பேன்னு தான் நினைச்சேன், சத்தியமா.” பிறகு அவள் சொன்னாள், “அவளோட பொண்ணு. தாலியா. அவகிட்ட நீ கொஞ்சம் பார்த்து கவனமா நடந்துக்கணும். அவளுக்கு ஒரு விபத்து நடந்துடுச்சு. அவளை நாய் கடிச்சுடுச்சு. தழும்பு கூட இருக்கு.”

அம்மா அதற்குமேல் எதையும் சொல்லவில்லை. அவளிடம் எதிர்பார்த்து நம்பியிருப்பது வீண் என்றும் எனக்குத் தெரிந்தது. ஆனால் இந்த அறிவிப்பு எனக்குள் கிளர்ச்சியை உண்டாக்கியது, மேடலினின் திரைப்பட வாழ்க்கை உண்டாக்கியதை விடப் பல மடங்கு. பார்த்து கவனமாக நடந்துகொள்ள வேண்டிய அளவுக்கு, அந்தப் பெண்ணுக்கு அந்தத் தழும்பு கண்ணில் படும்படியாக, முக்கியமானதாக இருக்க வேண்டுமோ என்ற சந்தேகம் என் ஆர்வத்தைத் தூண்டிவிட்டது. குரூரமான ஆவலோடு, இந்த வடுவை என் கண்ணால் காண எதிர்பார்த்துக் காத்திருந்தேன்.

“மேடலினும் நானும் ஒரு ஜெபக்கூட்டத்துல சந்திச்சோம், நாங்க சின்ன பிள்ளைங்களா இருந்தப்போ,” என்றாள் அம்மா.

அப்போதிருந்தே அவர்கள் இணைபிரியாத தோழிகளாகிவிட்டதாக அவள் சொன்னாள். அவர்கள் கைக்கோர்த்தபடியே இருந்தார்கள், வகுப்பிலுள்ள மேஜைக்கு அடியிலும், பாட இடைவேளையிலும், தேவாலயத்திலும், கோதுமை வயலில் உலவிக் கொண்டிருந்த போதும். இருவரும் அருகருகில் குடியிருக்க வேண்டுமென்று சத்தியம் செய்தார்கள், அவர்களுக்குத் திருமணம் ஆனபிறகும் கூட. ஒருவருக்கு ஒருவர் பக்கத்து வீட்டுக்காரர்களாக இருப்பார்கள். ஒருவேளை யாராவது ஒருவரின் கணவர் அங்கிருந்து இடம்பெயரக் கட்டாயப்படுத்தினால், அவர்கள் இருவரும் விவாகரத்து கேட்பார்கள். இதையெல்லாம் தன்னைத்தானே கிண்டல் செய்வதைப்போல அசட்டுச் சிரிப்புடன் அம்மா சொன்னது எனக்கு ஞாபகம் இருக்கிறது, என்னவோ அந்தப் பருவ வயதின் உணர்ச்சிப் பெருக்குகளுக்கும், அந்த முட்டாள்தனத்துக்கும், அந்த எல்லாக் கண்மூடித்தனங்களுக்கும், செத்துப்போன சபதங்களுக்கும் அவளுக்கும் சம்பந்தமே இல்லாதது போல. ஆனால் அவளது முகம் சொல்லப்படாத வருத்தத்தின் சாயலாக உருமாறியதையும் நான் பார்த்தேன். அம்மாவின் மிதமிஞ்சிய கர்வம் ஏற்றுக்கொள்ளாத ஏமாற்றத்தின் கறை அது.

மேடலின் அப்போது ஒரு பணக்காரனை, அவளை விட மிக வயதான ஆளைத் திருமணம் செய்திருந்தாள். பல வருடங்களுக்கு முன்னால், அவளின் இரண்டாவது படத்தைத் தயாரித்திருந்த திரு. ஆண்ட்ரியாஸ் ஜியானகோஸ் என்ற ஆளோடு. முடிவில் அதுவே அவளின் கடைசி படமாகவும் ஆகிவிட்டது. அச்சமயத்தில் அவர் கட்டுமானத் தொழிலில் இருந்தார். பெரிய நிறுவனம் ஒன்றை ஏதென்ஸில் சொந்தமாக வைத்திருந்தார். சமீபகாலமாக அவர்களுக்குள் ஒத்துவரவில்லை, ஒரே சண்டை. இந்த விஷயங்களையெல்லாம் அம்மா என்னிடம் சொல்லவில்லை; மேடலின் அவளது வருகையின் நோக்கத்தைத் தெரிவிப்பதற்காக அம்மாவுக்கு அனுப்பியிருந்த கடிதத்தைத் திருட்டுத்தனமாக, அவசர அவசரமாக, அரைகுறையாகப் படித்ததிலிருந்து நான் தெரிந்து கொண்டேன்.

நான் இதைச் சொல்லியே தீரவேண்டும், ஆண்ட்ரியாஸுடனும் அவருடைய வலதுசாரி நண்பர்களுடனும் அவர்களின் போர் முழக்கங்களுடனும் வாழ்வது தாங்கமுடியாத அளவுக்குப் போய்விட்டது. எப்போதும் வாயை மூடிக்கொண்டே இருக்கிறேன். நம் ஜனநாயகத்தைக் கேலிக்குள்ளாக்கிய ராணுவ குண்டர்களுக்கு அவர்கள் ஜால்ரா போடும் போது நான் எதுவும் பேசுவதில்லை. என் எதிர்ப்பைக்

காட்டும் வகையில் ஒரேயொரு வார்த்தை பேசினாலும் சரி, என்னை கம்யூனிஸ கைக்கூலியாக அவர்கள் முத்திரை குத்திவிடுவார்கள் என்று நிச்சயமாக நம்புகிறேன். அதன் பிறகு, ஆண்ட்ரியாஸின் செல்வாக்காலும் கூட என்னைச் சிறையிலிருந்து காப்பாற்ற முடியாது. அவர் அதைப் பயன்படுத்தாமலும் போகலாம், அதாவது அவருடைய செல்வாக்கை. சில நேரங்களில் என்னைத் தூண்டிவிட்டு சிக்க வைப்பதுதான் அவருடைய உண்மையான நோக்கமாக இருக்குமோ என நம்புகிறேன். ஆஹ், பிரியமான ஓடி, எனக்கு உன் நினைவாகவே இருக்கிறது. உன்னோடு இருந்த நாட்களை நினைத்து எவ்வளவு ஏங்குகிறேன் தெரியுமா...

எங்களின் விருந்தாளிகள் வரப்போகும் நாளில், சுத்தபத்தமாக இருக்க அம்மா சீக்கிரமே எழுந்துவிட்டாள். நாங்கள் மலையடிவாரத்தில் கட்டப்பட்டிருந்த சிறிய வீட்டில் வாழ்ந்தோம். தினோவ்ஸிலிருந்த பல வீடுகளைப் போல, அது வெள்ளையடிக்கப்பட்ட கற்களால் கட்டப்பட்டிருந்தது, வைரக்கல் வடிவ சிவப்புநிற ஓடுகள் பதிக்கப்பட்ட கூரை தட்டையாக இருந்தது. அம்மாவும் நானும் தூங்கிய அந்த மாடி படுக்கையறைக்குக் கதவுகள் இல்லை - குறுகலான படிக்கட்டுகள் நேராக அதற்குள் இட்டுச்செல்லும் - ஆனால் அதன் ஜன்னலுக்கு மேல்மாடமும், அங்கிருந்து வெளியே பார்த்தால் மற்ற வீட்டின் கூரைகளை, அந்த ஆலிவ் மரங்களை, அந்த ஆட்டு மந்தைகளை, சுற்றிச்சுற்றி போகும் அந்தக் கருங்கல் சந்துகளை, அந்தத் தோரண வாயில்களை, கோடைப் பகலில் நீலமாக, அமைதியாக, மதியத்திற்கு மேல் மெல்டெமி காற்று வடக்கிலிருந்து வீசும்போது நுரையின் வெண்மை மூடியிருக்கும் அந்த ஏஜியன் கடலை உங்களுக்குக் காட்டக்கூடிய இடுப்புயர இரும்புக் கைப்பிடிகளைக் கொண்ட குறுகிய மொட்டை மாடியும் அங்கிருந்தன.

அம்மா சுத்தம் செய்து முடித்தவுடன், இருப்பதிலேயே அவளுக்கு ஆடம்பரமாகத் தோன்றிய ஆடையைப் போட்டுக் கொண்டாள், ஒவ்வொரு ஆகஸ்ட் பதினைந்தாம் தேதியும், அந்த பனாஜியா ஏவான்ஜெலிஸ்டிரியா தேவாலயத்தில் நடக்கும் அன்னை மரியாவின் உயிர்ப்புப் பெருவிழாவின் போது அணிவாளே அதை. அந்தத் தேவாலயத்தின் பிரசித்தி பெற்ற திருவுருவத்தின் முன்னால் பிரார்த்தனை செய்வதற்காக மத்திய தரைக்கடலின் இண்டு இடுக்குகளில் இருந்தெல்லாம் யாத்ரீகர்கள் தினோவ்ஸுக்கு வந்திறங்குவார்கள். அதே ஆடையில் என் அம்மா தோன்றுகிற புகைப்படம் ஒன்று இருக்கிறது - அந்த நீளமான, மங்கிய,

வட்டமான கழுத்தையுடைய துருப்பிடித்த தங்க ஜரிகை ஆடையும், சுருங்கிப்போன அந்த வெள்ளைக் கம்பளிச் சட்டையும், முழங்கால் வரை உயர்ந்த அந்தக் காலுறைகளும், கனமான அந்தப் பழைய காலணிகளும் என. ஒரு விதவைக்கு உண்டான அத்தனை அம்சங்களும் அம்மாவிடம் தெரிந்து கொண்டிருந்தன, அவளின் கடுகடுப்பான முகமும், அவளின் கொத்தான புருவங்களும், அவளின் சப்பை மூக்குமாக விறைப்புடன் நின்று கொண்டிருக்கிறாள். பயபக்தியான மௌனத்துடன் தோற்றமளிக்கிறாள், ஒரு யாத்ரீகரைப் போல. அந்தப் புகைப்படத்தில் நானும் இருக்கிறேன், அம்மாவின் இடுப்புக்கு அருகில் அசையாமல் நிற்கிறேன். வெள்ளைச் சட்டையும், வெள்ளை அரைக்கால் சட்டையும், முட்டி வரை ஏற்றிவிட்ட வெள்ளைக் காலுறையும் போட்டுக் கொண்டிருக்கிறேன். என்னுடைய முகச்சுளிப்பை வைத்து நான் சிரிக்காமல் நேராக நிற்கப் பணிக்கப்பட்டிருந்தேன் என்பதை நீங்கள் தெரிந்து கொள்ளலாம். என் விருப்பத்துக்கு எதிராக, ஏகப்பட்ட அமளிக்குப் பிறகு, எனது முகம் அழுத்தித் தேய்க்கப்பட்டிருந்ததையும், தண்ணீர் தெளித்த எனது தலைமுடி அழுத்தி வாரப்பட்டிருந்ததையும் கூட. நாங்கள் கொஞ்சமும் ஒட்டாமல், எவ்வளவு இறுக்கமாக நிற்கிறோம் என்பதைக் கவனிக்கும்போது எங்களுக்குள் இணக்கமற்ற உறவு நிலவியதை உங்களால் உணர முடியும்.

அல்லது உணர முடியாமலும் போகலாம். ஆனால் ஒவ்வொரு முறை அந்தப் புகைப்படத்தைப் பார்க்கும் போதும் என்னால் உணர முடிகிறது. கடைசியாக அந்தப் புகைப்படத்தைப் பார்த்து இரண்டு வருடங்கள் ஆகிவிட்டன. அந்தப் பயத்தை, அந்தப் பிரயத்தனத்தை, அந்தப் படபடப்பை என்னால் கவனிக்காமல் இருக்க முடியவில்லை. பெற்ற கடமை என்ற ஒரே காரணத்துக்காக மட்டும் இரு உயிர்கள் அங்கே சேர்ந்து நின்றிருந்ததை, ஒருவரை ஒருவர் கலங்கடிக்க, ஒருவருக்கு ஒருவர் ஏமாற்றம் கொடுப்பதற்காகவே பிறந்தவர்கள் என்பதை, ஒருவரை ஒருவர் எதிர்த்து நிற்பதையே கடமையாகக் கொண்டவர்கள் என்பதை என்னால் கவனிக்காமல் இருக்க முடியவில்லை.

மாடிப் படுக்கையறை ஜன்னலின் வழியே, அம்மா தினோவ்ஸின் படகுத்துறைக்குக் கிளம்பியதை நான் பார்த்தேன். கைக்குட்டை ஒன்றை மோவாய்க்கு அடியில் கட்டிக்கொண்டு, அம்மா அந்தக் காலைப்பொழுதின் வெயிலை நேருக்கு நேராக மோதி நடந்தாள். அவள் மெலிந்த உருவம் கொண்டவள், சின்னஞ்சிறு

எலும்புகளுடன் ஒரு குழந்தையின் உடம்பு அவளுக்கு, ஆனால் அவள் எதிரில் வருவதைப் பார்த்தால் அவளுக்கு வழி விடுவதே மேல் என்று நீங்கள் விலகுவீர்கள். ஒவ்வொரு நாளும் அவள் என்னைப் பள்ளிக்கு நடத்திச் சென்றது என் நினைவுக்கு வருகிறது. அம்மா பள்ளி ஆசிரியையாகப் பணியாற்றி இப்போது ஓய்வு பெற்றவள். மற்ற எல்லா அம்மாக்களும் அவர்களது பிள்ளைகளின் கைகளைப் பிடித்து நடந்து வந்தார்கள், ஆனால் அம்மா அப்படியில்லை, அம்மா எப்போதுமே என் கையைப் பிடித்ததேயில்லை. எல்லாக் குழந்தைகளையும் போலத்தான் என்னையும் நடத்த வேண்டியிருந்ததாக அம்மா சொன்னாள். ஒரு முஷ்டியை அவளின் கம்பளிச் சட்டையின் கழுத்தில் மூடியபடி அவள் முன்னால் அணிவகுக்க, நான் சாப்பாட்டு மூட்டையை ஒரு கையில் பிடித்துக் கொண்டு, குடுகுடுவென அவளைப் பின்தொடர முயற்சித்தேன். வகுப்பறைக்குள், நான் எப்போதுமே கடைசியாகத்தான் உட்கார்ந்தேன். எனக்கு ஞாபகம் இருக்கிறது, அம்மா கரும்பலகையில் எழுதிக்கொண்டிருக்கும் போது, ஒழுங்கீனமாக நடந்த மாணவனை நோக்கி ஒற்றைப் பார்வை எறிவாள், உண்டிகோலிலிருந்து புறப்பட்ட ஒரு கல்லைப் போல குறி தப்பாமல் அது துல்லியமாக அவனைத் தாக்கும். உங்களை இரண்டாகப் பிளப்பதற்கு வேறு எதுவும் தேவைப்படாது அவளுக்கு, ஒரு முறைப்பு அல்லது திடுதிப்பென்ற மௌனத்தின் விளாசல் ஒன்றே போதும்.

அம்மா சத்தியத்தை நம்பினாள், எல்லாவற்றுக்கும் மேலாக. சுயகட்டுப்பாடு முக்கியம் அவளுக்கு. எப்போதும் உண்மையைச் சொல்லிவிடுவதே மேல் என்றும் நம்பினாள். எதையும் நீட்டி முழக்காமல் பட்டென்று போட்டு உடைத்து விட வேண்டும் அவளுக்கு. அந்த உண்மை எவ்வளவுக்கு எவ்வளவு கசப்பானதோ அவ்வளவு சீக்கிரம் அதைச் சொல்லிவிட வேண்டும். முதுகெலும்பில்லாத மனிதர்களுக்கெல்லாம் அவளிடத்தில் பொறுமையில்லை. அம்மா அசாத்திய மனோதிடம் கொண்டவளாக இருந்தாள் - இருக்கிறாள். அவளிடத்தில் மன்னிப்பு என்பதே கிடையாது. நீங்கள் வம்பு வைத்துக்கொள்ள விரும்பாத பெண்மணி அவள். அவளது இந்தக் குணம் கடவுள் கொடுத்ததா இல்லை திருமணமாகி ஒரே வருடத்துக்குள் அவளது கணவன் இறந்துவிட தன்னந்தனியாக என்னை வளர்த்து ஆளாக்க வேண்டிய இக்கட்டான தேவையின் காரணமாக அவளாகவே சுயமாக

வளர்த்துக் கொண்டாளா, என்னால் புரிந்துகொள்ள முடிந்ததில்லை, இப்போது வரை.

அம்மா சென்ற பின்பு மாடியிலேயே சிறிது நேரம் கண்ணயர்ந்தேன். ஒரு பெண்ணின் சத்தமான, ரீங்காரக் குரலைக் கேட்டு எனக்குத் தூக்கி வாரிப்போட்டது. நான் எழுந்து உட்கார, அதோ அங்கே அவள் உதட்டுச்சாயமும், நறுமணப் பொடியும், வாசனை திரவியமும், மெல்லிய வளைவுகளும் சகிதமுமாக நின்றிருந்தாள். வட்டத் தொப்பி போட்ட விமான விளம்பரத்தில் தோன்றும் முகம் ஒன்று அதன் மெல்லிய திரை வழியாக என்னைப் பார்த்துச் சிரித்துக் கொண்டிருந்தது. ஒளிரும் பச்சைநிறக் குட்டைப் பாவாடை அணிந்து, தோல் பயணப்பெட்டி காலடியில் கிடக்க, செம்பழுப்புநிறக் கூந்தலும் நீண்ட கால்களும் கொண்ட அவள் அறையின் மத்தியில் நின்றிருந்தாள், என்னைப் பார்த்துப் பல்லைக் காட்டிக்கொண்டிருந்தாள். முகத்தில் அத்தனைப் பிரகாசம். பேசியபோது, அவள் குரலின் அந்தத் தையல் தன்னம்பிக்கையாலும் உற்சாகத்தாலும் பிரிந்து கொண்டிருந்தது.

“நீதான் ஓடீயோட குட்டி மார்கோஸா! நீ இவ்ளோ அழகா இருப்பன்னு உங்கம்மா சொல்லவே இல்லையே! ஓ, அப்படியே உங்க அம்மா ஜாடை, அந்தக் கண்ணைச் சுத்தி - ஆமாம், உனக்கு அவளோட அதே கண்ணு, நிறைய பேர் ஏற்கனவே சொல்லிருப்பாங்கன்னு நினைக்கறேன். உன்னைப் பார்க்க எவ்ளோ ஆசையா இருந்தேன்னு தெரியுமா. உங்கம்மாவும் நானும் - நாங்க ரெண்டு பேரும் - ஓ, சந்தேகமே இல்லை, ஓடீ கண்டிப்பா சொல்லியிருப்பா, அதனால நீயே யோசிச்சுப் பாரு, கற்பனை பண்ணிப் பாரு, உங்க ரெண்டு பேரையும் சந்திக்கறது எனக்கு எவ்ளோ உற்சாகமா இருக்கும்னு, குறிப்பா உன்னைப் பார்க்கறதுக்கு, மார்கோஸ். மார்கோஸ் வார்வரிஸ்! என் பேரு மேடலின் ஜியானகோஸ், உன்னைச் சந்திச்சதுல எனக்கு ரொம்ப சந்தோஷம்.”

அவளது பால்வெள்ளைநிற, முழங்கை நீள பட்டுக் கையுறைகளை நீக்கினாள். அம்மாதிரி கையுறைகளை நான் பத்திரிக்கைகளில் வரும் நவநாகரிகப் பெண்களிடமும், இசைநாடக அரங்குகளில் அகலமான படிக்கட்டுகளின் மேல் சிகரெட் இழுத்துக் கொண்டிருக்கும் பெண்களிடமும், பளபளக்கும் கருப்புக் காரிலிருந்து கைத்தாங்கலாக வெளியேறும்போது, முகங்களில்

புகைப்படக்கருவிகளின் ஒளிமின்னல் பளிச்சிடும் பெண்களிடமும் மட்டும் தான் பார்த்திருக்கிறேன். அதை அவளின் ஒவ்வொரு விரல் நுனியில் இருந்தும் பல முயற்சிகளுக்குப் பிறகே உரித்தெடுக்க வேண்டியிருந்தது. அதன் பிறகு இடுப்பிலிருந்து சற்றே குனிந்து என்னை நோக்கிக் கையை நீட்டினாள்.

“ரொம்ப சந்தோஷம்,” என்றாள் அவள். அவளின் கை ஜில்லென்று, மிருதுவாக இருந்தது, கையுறை போட்டிருந்தும். “அப்புறம் இதான் என் பொண்ணு, தாலியா. செல்லம், மார்கோஸ் வார்வரிஸுக்கு வணக்கம் சொல்லு.”

தாலியா என் அம்மாவுக்குப் பக்கத்தில் அறையின் கதவருகில் நின்றிருந்தாள். என்னை வெறுமையாகப் பார்த்துக்கொண்டிருந்தாள். நெட்டையானவள். வெளிறிய சருமம். அவளின் சுருட்டை முடி தளர்ச்சியாகத் தொங்கிக்கொண்டிருந்தது. அவ்வளவுதான், அதைத் தவிர, என்னால் வேறு எதையும் சொல்ல முடியாது. அவள் எந்த நிறத்தில் ஆடை அணிந்திருந்தாள் என்றோ - அதாவது, ஒருவேளை அவள் ஆடை அணிந்திருந்தால் - அவளின் காலணிகள் எப்படி இருந்தன என்றோ, காலுறை போட்டிருந்தாளா, கையில் கடிகாரம் கட்டியிருந்தாளா, ஆரம் போட்டிருந்தாளா, மோதிரம் போட்டிருந்தாளா, அல்லது கம்மல் போட்டிருந்தாளா. என்னால் வேறு எதையும் சொல்ல முடியவில்லை. ஒருவேளை நீங்கள் ஓர் உணவகத்துக்குப் போகிறீர்கள் என்று வைத்துக்கொள்வோம், அங்கே யாராவது ஒருத்தி திடீரென்று துணிகளையெல்லாம் கழட்டிவிட்டு, மேஜையின் மீது ஏறி, செப்படி வித்தை காட்ட அரம்பித்தால், நீங்கள் அதைத்தானே பார்ப்பீர்கள், உங்கள் கண்களுக்கு அது மட்டும்தானே தெரியும். அந்தப் பெண்ணின் கீழ்பாதி முகத்தைச் சுற்றியிருந்த முகக்கவசமும் அப்படித்தான். எனக்கு அது வேறு எதையும் கவனிக்கிற வாய்ப்பைச் சுத்தமாக அழித்திருந்தது.

“தாலியா, வணக்கம் சொல்லும்மா, செல்லம். மரியாதையில்லாம நடந்துக்காத.”

மிக மிகச் சன்னமான தலையாட்டலைப் பார்த்ததாக நினைத்தேன்.

“வணக்கம்,” நான் கரகரப்பான குரலில் பதில் சொன்னேன். அங்கிருந்த காற்றில் சலசலப்பு ஏற்பட்டது. ஒரு மின்சாரம். கிளர்ச்சி பாதியும் பயம் மீதியும் கலந்த ஏதோவொரு உணர்ச்சியால் நான் ஊட்டம் பெற, அது எனக்குள் வெடித்து மேலெழும்பிச் சுருண்டு

கொண்டது. நான் கண்ணிமைக்காமல் பார்த்துக் கொண்டிருந்தேன் என்ற சுரணை இருந்தாலும் என்னால் வெறிக்காமல் இருக்க முடியவில்லை. என்னால் அந்த முகக்கவசத்தின் வெளிர்நீலநிறத் துணியிலிருந்து, தலைக்குப் பின்னால் கட்டப்பட்டிருந்த இரு ஜோடிக் கயிறுகளிலிருந்து, வாய்க்கு மேல் கீறியிருந்த அந்தக் குறுகலான கிடைமட்டத் துளையிலிருந்து என் கண்களை உரித்தெடுக்க முடியவில்லை. அந்த முகக்கவசம் மறைத்துக் கொண்டிருந்தது எதுவாக இருந்தாலும் அதைப் பார்க்கும் திராணி என்னிடம் இல்லையென்பது மட்டும் அக்கணமே எனக்குத் தெரிந்துவிட்டது. அது என்னவென்று தெரிந்து கொள்ள ஆர்வமாக இருந்தேன். என்னையும் மற்றவர்களையும் அதிலிருந்து பாதுகாக்கும் அளவுக்கு அப்படி என்ன அதிபயங்கர, திகிலான விஷயம் அது என்பதைத் தெரிந்து கொள்ளும் வரை என் வாழ்க்கையில் எதுவும் அதன் வழக்கமான நடைமுறைக்கும், அதன் இயல்பான ஒழுங்குக்கும் மீண்டும் திரும்ப முடியாது.

அந்த இன்னொரு சாத்தியக்கூறு, அதாவது அந்த முகக்கவசம் ஒருவேளை எங்களிடமிருந்து தாலியாவைக் காப்பாற்ற வடிவமைக்கப்பட்டதோ என்ற சாத்தியக்கூறு, என்னை விட்டு நழுவியிருந்தது. குறைந்தபட்சம் அந்த முதல் சந்திப்பின் தலைசுற்றலிலும் வேதனையிலுமாவது.

மேடலினும் தாலியாவும் மூட்டை முடிச்சுகளைப் பிரிப்பதற்காக மாடியிலேயே தங்கிவிட அம்மா இரவு உணவுக்காக வெட்டப்பட்ட மீன் துண்டுகளை இடித்துக் கொண்டிருந்தாள். அவள் மேடலினுக்காக ஒரு கோப்பை எல்லினிக்கோ காபியைத் தயார் செய்யும்படி கேட்டுக்கொண்டாள். நானும் அவள் சொன்னபடியே செய்ய, அதை மேலே போய் கொடுக்கும்படி கேட்டுக்கொண்டாள். அதையும் அப்படியே செய்தேன், ஒரு தட்டில் வைத்து, சிறு தட்டு நிறைய எள்ளு மிட்டாய்களுடன்.

இத்தனை ஆண்டுகளுக்குப் பிறகும் கூட இன்னமும் அந்த அவமானம் என்னைப் பிடுங்கித் தின்று கொண்டிருக்கிறது, அன்று நடந்ததை நினைத்தால். இன்று வரை அந்தக் காட்சியை என்னால் அச்சு அசலாக வெளிக்காட்ட முடியும், ஓர் உறைந்த புகைப்படத்தைப் போல. மேடலின் புகைபிடித்துக் கொண்டிருக்கிறாள், படுக்கையறை ஜன்னலின் முன்னால் நின்று மஞ்சள்நிற குளிர்கண்ணாடியின் வழியாகக் கடலைப்

பார்த்துக் கொண்டிருக்கிறாள், ஒரு கை இடுப்பில் வைத்து, கணுக்கால்களைப் பின்னிக்கொண்டிருக்கிறாள். அவளின் வட்டத் தொப்பி உடையலங்கார மேஜையின் மீது உட்கார்ந்திருக்கிறது. அந்த உடையலங்கார மேஜையில் ஒரு கண்ணாடி இருக்கிறது. அந்த கண்ணாடிக்குள் தாலியா இருக்கிறாள், படுக்கையின் விளிம்பில் உட்கார்ந்து கொண்டு, எனக்கு முதுகு காட்டிக்கொண்டிருக்கிறாள். அவள் கீழே குனிந்திருக்கிறாள். எதையோ செய்து கொண்டிருக்கிறாள், ஒருவேளை அவளது காலணிகளை கழட்டிக் கொண்டிருக்கலாம். அவளின் முகக்கவசத்தை நீக்கியிருக்கிறாள் என்பதை என்னால் கவனிக்க முடிந்தது. அது அவளுக்குப் பக்கத்திலேயே உட்கார்ந்து கொண்டிருந்தது. ஜில்லென்ற குளிர்ச்சி என் தண்டுவடத்தில் அணிவகுக்க, அதை நான் தடுக்க யத்தனிக்க, ஆனாலும் என் கைகள் நடுங்க, அதனால் அந்த பீங்கான் கோப்பை அதன் அடித்தட்டின் மேல் கிலுகிலுக்க, அதைக் கேட்டு மேடலின் ஜன்னலிலிருந்து என் பக்கமாகத் திரும்ப, அதைக் கேட்டு தாலியா கீழிருந்து மேலே நிமிர்கிறாள். கண்ணாடியில் தெரிந்த அவளின் பிம்பத்தை நான் கைப்பற்றுகிறேன்.

அந்தத் தட்டு என் கைகளிருந்து நழுவியது. பீங்கான் தூள் தூளாக உடைந்தது. சூடான திரவம் கீழே கொட்டியது. படிக்கட்டில் தட்டு தடதடவென கீழே இறங்கியது. குட்டிக் கலவரம் அது. மண்டியிட்டபடி நான் உடைந்த பீங்கான் சில்லுகளை வழித்துக் கொண்டிருக்க, மேடலின் கத்திக் கொண்டிருந்தாள், "அடக்கடவுளே. அடக்கடவுளே." அம்மா மேலே ஓடி வந்து கொண்டிருந்தாள், கூச்சலிட்டுக் கொண்டிருந்தாள், "என்னாச்சு? என்ன பண்ண நீ, மார்கோஸ்?"

அவளை நாய் கடிச்சுடுச்சு, என்னை எச்சரிப்பதைப் போல அம்மா சொல்லியிருந்தாள். *தழும்பு கூட இருக்கு.* அந்த நாய் தாலியாவின் முகத்தைக் *கடித்திருக்கவில்லை*; அது அவளின் முகத்தைக் *கடித்துத் தின்றிருந்தது.* அநேகமாக அன்று நான் அந்தக் கண்ணாடியில் பார்த்ததை விவரிப்பதற்கு வேறு ஏதாவது வார்த்தைகள் இருந்திருக்கலாம், ஆனால் *தழும்பு* என்ற வார்த்தை நிச்சயம் கிடையாது.

அம்மாவின் கைகள் திடீரென என் தோள்களைப் பற்றியது எனக்கு நினைவிருக்கிறது, அவள் என்னைப் பிடித்து இழுத்துச் சுற்றித் திருப்பினாள், சொன்னாள், "என்னாச்சு உனக்கு? உனக்கு

என்னதான் பிரச்சினை?” அவளின் பார்வை என் தலையைத் தாண்டிச் சென்று கொண்டிருந்தது. பிறகு அங்கேயே உறைந்து நின்றது. வார்த்தைகள் அம்மாவின் வாய்க்குள் இறந்துவிட்டன. அவளின் முகத்தில் ஈயாடவில்லை; கைகள் எனது தோள்களை விட்டுக் கீழே விழுந்தன. அதன் பிறகு, மிக அபூர்வமான காட்சி ஒன்றை என் கண்ணால் நானே பார்த்தேன். எலிசபெத் மகாராணி மாறுவேஷம் போட்டுக்கொண்டு எங்கள் வீட்டுக்கதவைத் தட்டுவது கூட நடந்தாலும் நடக்கலாம் ஆனால் நடக்கவே நடக்காது என்று நான் நினைத்திருந்த காட்சி அப்போது நடந்து கொண்டிருந்தது: ஒரே ஒரு துளி கண்ணீர், என் அம்மாவின் வலது விழியோரம் உப்பிக்கொண்டிருந்தது.

***

“அப்புறம், அவள் எப்படி இருந்தா?”

“யாரு?”

“யாரா? அந்த ஃபிரெஞ்சு பொண்ணு. உன் வீட்டுச்சொந்தக்காரரோட தங்கச்சி பொண்ணு, பாரீஸ்லருந்து வந்த பேராசிரியை.”

தொலைபேசியின் கைப்பிடியை என் மற்றொரு காதுக்கு மாற்றிக் கொள்கிறேன். அவளுக்கு நினைவிருப்பது எனக்கு ஆச்சர்யமாக இருக்கிறது. ஆயுள் முழுக்க, நான் அம்மாவிடம் சொல்லும் வார்த்தைகள் எல்லாம் அவளின் காதில் விழாமல் காற்றில் கரைந்து போகிறதோ என்ற உணர்வு எனக்கு இருந்து வந்திருக்கிறது, என்னவோ எங்களுக்கு இடையில் வெற்றிடம் இருப்பதைப் போல. மோசமான ஓர் இணைப்பு இருப்பதைப் போல. சில சமயம் காபூலிலிருந்து அவளுக்குத் தொலைபேசும் போது - இப்போது செய்கிறேனே அதே மாதிரி, சந்தடியில்லாமல் தொலைபேசியின் கைப்பிடியைக் கீழே வைத்துவிட்டு அம்மா அப்பால் சென்றுவிட்டாளோ என்ற உணர்வு எனக்குத் தோன்றும். என்னதான் என் அம்மாவின் இருத்தலை நான் உணர்ந்தாலும், என் காதுக்குள் அவள் சுவாசத்தின் சத்தத்தைக் கேட்டாலும், என்னவோ நான் கண்டங்களுக்கு இடையிலான சூனியத்திடம் பேசிக் கொண்டிருப்பதைப் போலத்தான் இருக்கும். பிற நேரங்களில், மருத்துவமனையில் நான் பார்த்த ஏதோ ஒன்றைப் பற்றி சொல்லிக் கொண்டிருப்பேன், உதாரணமாக, ரத்த வெள்ளத்தில் அவனது அப்பாவால் தூக்கி வரப்பட்ட அந்த முகம் தெரியாத சிறுவனைப் பற்றி, வெடிகுண்டின்

உலோகச் சில்லு ஒன்று அவனது கன்னத்தை ஆழமாகத் தைத்திருக்க, காது சுத்தமாகக் கிழிந்திருக்க, தப்பான நேரத்தில் தப்பான இடத்தில் விளையாடிக் கொண்டிருந்த அந்த இன்னொரு பலிகடாவைப் பற்றி - பிறகு கேட்கும், முன் அறிவிப்பில்லாமல், ஒரு பெருத்த 'டொக்', அடுத்து திடீரென எங்கிருந்தோ மந்தமாக வரும் அம்மாவின் குரல், ஏறி இறங்கும் காலடிச் சத்தத்தின் அந்த எதிரொலி, எதையோ தரையின் மேல் இழுக்கும் அந்தத் 'தர தர', 'கம்'மென்ற நான், அவள் மீண்டும் வரும் வரை காத்திருக்கிறேன், ஒரு வழியாக அவளும் இணைப்பில் வருகிறாள், விவரிக்கிறாள், எப்போதும் போல மூச்சு வாங்கியபடி, *நான் நின்னுட்டே பேசறேன்னு அவகிட்ட சொன்னேன். நான் தெளிவா சொன்னேன். "தாலியா, நான் மார்கோஸ் கிட்ட பேசும்போது ஜன்னல்கிட்ட நின்னு கடலைப் பார்த்துட்டே பேச விரும்புறேன்." ஆனா அவள் சொல்றா, "நீங்க சோர்ந்து போயிடுவீங்க, ஓடீ, உட்காருங்க"னு. அடுத்து நான் பார்க்கறேன், அவள் அந்த நாற்காலியை இழுத்துட்டு வர்றா - போன வருஷம் எனக்கு அவள் வாங்கி கொடுத்தாளே அந்தப் பெரிய தோல் நாற்காலிய - அதை ஜன்னல்கிட்ட இழுத்துட்டு வர்றா. கடவுளே, அவள் ரொம்ப பலசாலிதான் போ. நீ அந்த நாற்காலியைப் பார்த்ததில்லையே, இல்ல நீ பார்க்கல. நீ பார்த்ததேயில்ல.* பின்னர் போலி எரிச்சலுடன் அவள் பெருமூச்சு விடுகிறாள். நான் சொல்ல வந்த கதையைத் தொடருமாறு கேட்கிறாள், ஆனால் அதைச் செய்யுமளவுக்கு நான் நிதானத்துடன் இல்லை. கடைசியில் அவள் காரணமே சொல்லாமல் என்னைக் கண்டித்ததாக நான் உணர்ந்ததுதான் மிச்சம், அதை விட, சொல்லப்படாத தவறுகளுக்கு குற்றவாளியாக, ஒருபோதும் குற்றம் சாட்டப்படாத விதிமீறல்களுக்குப் பொறுப்பாளியாக என்னை உணர்ந்துதான் மிச்சம். எனக்கு இது தேவைதான். இனிமேல் நான் சொல்ல வந்ததைத் தொடர்ந்தாலும், என் காதுகளுக்கே அது சுரத்தில்லாமல் தான் ஒலிக்கும். அம்மாவுடைய அந்த நாற்காலிக் கதையின் உணர்ச்சிமயத்தோடு அதனால் போட்டி போடவே முடியாது.

"*அவளோட பேர் என்னன்னு சொன்ன?*" இப்போது அம்மா கேட்கிறாள். "*என்னவோ பரி அப்படின்னு வரும், இல்ல?*"

அம்மாவிடம் எனது நெருங்கிய நண்பராக இருந்த நபியைப் பற்றி சொல்லியிருக்கிறேன். அம்மாவுக்கு நபியின் வாழ்க்கையைப் பற்றி ஓரளவு தான் தெரியும். அதாவது அவர் இந்தக் காபூல் வீட்டை, ஃபிரான்ஸில் வளர்க்கப்பட்ட அவருடைய தங்கை மகள் பரிக்கு எழுதி வைத்தது வரை. ஆனால் நீலா வஹ்தாதியைப் பற்றியோ,

அவளுடைய கணவனுக்குப் பக்கவாதம் தாக்கிய பிறகு அவள் பாரீஸுக்குத் தப்பிச் சென்றதைப் பற்றியோ, சுலைமானைக் கவனிப்பதற்காக நபி செலவிட்ட அத்தனை வருடங்களையும் பற்றியோ நான் அம்மாவிடம் சொல்லியிருக்கவில்லை. ஏகப்பட்ட ஒற்றுமைகள் பிரதிபலிக்கும் வரலாறு அது. உங்களின் குற்றப்பத்திரிக்கையை நீங்களே உரக்கப் படிப்பதைப் போல.

"பரி. ஆமா. ரொம்ப நல்ல மனுஷி," நான் சொன்னேன். "நல்லா பழகறாங்க. அதுவும் ஒரு பேராசிரியையா இருந்தும்."

"என்ன பேராசிரியை அவள், வேதியியலா?"

"கணிதம்," என்றேன், மடிக்கணினியை மூடியபடி. மறுபடியும் பனி பொழிய ஆரம்பித்துவிட்டது, லேசாக. இருளில் வளைந்து நெளிந்து கொண்டிருந்த பனித்துளிகள் என் ஜன்னலில் தன்னைத்தானே வீசியெறிந்து கொண்டிருந்தன.

நான் கடந்த கோடைகாலத்தின் பிற்பகுதியில் பரி வஹ்தாதி வந்திருந்ததைப் பற்றி அம்மாவிடம் சொல்கிறேன். உண்மையிலேயே அவள் மிக அழகாக இருந்தாள். இளகிய மனம். மெல்லிய உடல். நரைத்த கூந்தல். கழுத்தின் ஒவ்வொரு பக்கமும் ஊர்ந்து கொண்டிருக்கும் தடித்த நீல நரம்பு. இடைவெளி விழுந்த பற்களின் இணக்கமான புன்னகை. தொட்டாலே உடைந்துவிடுவதைப் போலிருந்தாள். வயதுக்கு மீறிய முதுமை தெரிந்தது. நாள்பட்ட மூட்டழற்சி. இன்னும் அதன் இயக்கத்தை நிறுத்திக்கொள்ளாத அந்தக் கோணல் கைகள். ஆனால் அதன் நாட்கள் எண்ணப்பட்டுக் கொண்டிருக்கின்றன. அவளுக்கும் அது தெரிந்திருந்தது. எனக்கு அதைப் பார்த்த போது இதே போன்று நாட்களை எண்ணிக் கொண்டிருக்கும் என் அம்மாவின் நினைவு வந்தது.

காபூலில் உள்ள வீட்டில் பரி வஹ்தாதி என்னுடன் ஒரு வாரம் தங்கினாள். அவள் பாரீஸிலிருந்து வந்தவுடன் அந்த வீட்டை அவளுக்குச் சுற்றிக் காண்பித்தேன். அவள் கடைசியாக அந்த வீட்டைப் பார்த்திருந்தது 1955ம் வருடம். அந்த இடத்தைப் பற்றிய, அதன் பொதுவான அமைப்பைப் பற்றிய அவளது ஞாபக சக்தியின் தெளிவைக் கண்டு அவளே பிரமித்ததாகத் தெரிந்தாள். உதாரணமாக, வரவேற்பறைக்கும் உணவுக்கூடத்துக்கும் நடுவில் இருக்கும் அந்த இரண்டு படிக்கட்டுகளைப் பற்றி சொன்னாள். அங்குதான் நண்பகலின் சூரிய வெளிச்சத்தில் உட்கார்ந்து அவளது

புத்தகங்களைப் படிப்பாள். அவளின் நினைவில் பதிந்திருந்ததை ஒப்பிடும் போது உண்மையில் அந்த வீடு எவ்வளவு சிறியதாக இருந்தது என்பதைக் கண்டவுடன் அவள் அதிர்ந்துபோனாள். மாடிக்கு அழைத்துப் போனவுடன் அவளுக்குச் சட்டென தெரிந்தது அவளுடைய படுக்கையறை எதுவென்று. தற்சமயம் அது உலக உணவு திட்டத்துக்காக வேலை செய்யும் ஒரு ஜெர்மானியனால் ஆக்கிரமிக்கப்பட்டிருக்கிறது. படுக்கையறையின் மூலையில் கிடந்த அந்த சிறிய மர அலமாரியைப் பார்த்த நொடி அவள் மூச்சடைத்து நின்றது என் நினைவுக்கு வருகிறது. அவளது பிள்ளைப் பருவத்திலிருந்து தற்போது வரை தப்பிப் பிழைத்திருக்கும் ஒருசில நினைவுச் சின்னங்களில் அதுவும் ஒன்று. இறப்பதற்கு முன் நபி விட்டுச்சென்ற குறிப்பிலிருந்து நான் அதைத் தெரிந்துகொண்டேன். அந்த அலமாரிக்குப் பக்கத்தில் அவள் உட்கார்ந்தாள். பெயர்ந்து உதிரும் மஞ்சள் வண்ணப்பூச்சின் மேலாக, வெளுத்துக் கொண்டிருக்கும் அந்த ஒட்டகச்சிவிங்கியின் மேலாக, அந்த நீளவால் குரங்கின் மேலாக அவளின் விரல்களைத் தீட்டினாள். அவள் என்னை நிமிர்ந்து பார்த்த போது, அவளின் கண்கள் ஈரமாக இருந்ததைக் கவனித்தேன். பிறகு அவள் கேட்டாள், அதீத கூச்சத்துடன், கொஞ்சம் பரிதாபமாகவே, பாரீஸுக்கு அந்த அலமாரியை அனுப்பிவைக்க முடியுமா என்று. அதற்கு ஈடான செலவை அவள் ஏற்றுக்கொள்ள முன்வந்தாள். அந்த வீட்டிலிருந்து எடுக்க விரும்பிய ஒரே பொருள் அது மட்டும் தான். மகிழ்ச்சியோடு அதை அனுப்பி வைப்பதாக அவளிடம் சொன்னேன்.

இறுதியாக, அவள் புறப்பட்டுச் சென்ற அடுத்த சில நாட்களில் நான் அனுப்பி வைத்த அந்த அலமாரியைத் தவிர்த்து, சுலைமான் வஹ்தாதியின் ஓவியங்கள், நபியின் கடிதம், நபி பத்திரப்படுத்தியிருந்த அவளுடைய அம்மா நீலாவின் சில கவிதைகள் ஆகியவற்றோடு பரி வஹ்தாதி ஃபிரான்ஸுக்குத் திரும்பினாள். இங்கு தங்கியிருந்த நாட்களில் அவள் கோரிய மற்றொரு விஷயம் அவளை ஷாத்பாகுக்கு அழைத்துப் போக ஏற்பாடு செய்ய முடியுமா என்றது மட்டும்தான், அவள் பிறந்த ஊரைப் பார்க்கலாமே என்று, ஒருவேளை அவளின் ஒன்றுவிட்ட சகோதரன் இக்பாலைச் சந்திக்கும் வாய்ப்பு கிடைக்கலாமே என்று.

"அவள் அந்த வீட்டை வித்துடுவான்னு நினைக்கிறேன்," அம்மா சொல்கிறாள், "இப்போதான் அது அவளுக்குச் சொந்தமாயிடுச்சே."

"உண்மைய சொல்லனும்னா நான் விரும்புற வரைக்கும் இங்கேயே தங்கிக்கலாம்னு சொல்லிட்டாங்க," என்றேன். "வாடகையே இல்லாம."

அம்மாவின் உதடுகள் சந்தேகத்தால் இறுகுவதை என்னால் நிச்சயமாக உணர முடிந்தது. கடல்புறத்தவள் அவள். நாட்டுப்புறத்தவர்களின் எல்லா நடவடிக்கைகளையும் சந்தேகக் கண்ணோடுதான் பார்ப்பாள், அவர்கள் செய்கிற நல்ல காரியங்கள் அனைத்தும் மேற்பூச்சுக்காக என்பது அவளின் எண்ணம். எனக்குத் தெரிந்தவரை, தினோவ்ஸை விட்டு வாய்ப்பு கிடைக்கும் போது ஓடிவிட வேண்டும் என்று நான் சிறியவனாக இருந்தபோது நினைத்ததற்கான காரணங்களில் இதுவும் ஒன்று. யாராவது இதைப்போல பேசும்போதெல்லாம் ஒருவித மனக்கசப்பு என்னைப் பற்றிக்கொள்ளும்.

"புறா மாடம் எப்படி வந்துட்டு இருக்கு?" நான் கதையை மாற்றுகிறேன்.

"கொஞ்சம் தள்ளிப் போட்டுருக்கேன். ரொம்ப சோர்வாக்குது என்னை."

அம்மாவுக்கு அடிக்கடி இழுத்துக் கொள்கிறது; பொருட்களைக் கீழே தவற விட்டுக் கொண்டே இருக்கிறாள் என்று தாலியா சொன்னதற்குப் பிறகு நரம்பியல் மருத்துவர் ஒருவரைப் பார்க்கும்படி நான் வற்புறுத்த ஆறு மாதத்துக்கு முன்பு அம்மாவுக்கு நரம்புத் தளர்ச்சி இருப்பது கண்டறியப்பட்டது. தாலியாதான் அவளைக் கூட்டிச் சென்றாள். அந்த நரம்பியல் மருத்துவரிடம் சென்று வந்ததற்குப் பிறகு அம்மா தூள் பரத்திக் கொண்டிருந்தாள். தாலியாவின் மின்னஞ்சல்களிலிருந்து இதைத் தெரிந்து கொண்டேன். வீட்டுக்குப் புது வண்ணம் அடிப்பதும், ஒழுகுகிற குழாய்களைச் சீராக்குவதும், தாலியாவைத் தாஜா செய்து மாடியறையில் புதிய துணி அலமாரியை வடிவமைப்பதும், அவ்வளவு ஏன் உடைந்திருந்த கூரையின் ஓடுகளை மாற்றுவது உட்பட பம்பரமாக அவள் சுழல ஒருவழியாகத் தாலியாதான் எல்லாவற்றும் முடிவு கட்டினாள். இப்போது இந்த புறா மாடம். கைகளை மடக்கியபடி, கையில் சுத்தியலோடு, வியர்வையால் முதுகு நனைந்திருக்க, ஆணி அடித்துக் கொண்டிருக்கும், உப்புக்காகிதத்தால் மரப்பலகையைத் தேய்த்துக் கொண்டிருக்கும் அம்மாவை நான் கற்பனை செய்கிறேன். அவளைக் கைவிட்டுக் கொண்டிருக்கும் நரம்பு செல்களுக்கு எதிராகப் போராடிக் கொண்டிருக்கிறாள். காலம் இருக்கும் போதே அதன்

ஒவ்வொரு கடைசித்துளி உபயோகத்தையும் பிழிந்தெடுத்துக் கொண்டேயிருக்கிறாள்.

“நீ எப்போ வீட்டுக்கு வருவ?” அம்மா கேட்கிறாள்.

“சீக்கிரமே,” என்கிறேன். *சீக்கிரமே* என்றுதான் போன வருடமும் சொன்னேன், அவள் இதே கேள்வியைக் கேட்டபோது. கடைசியாக நான் தினோவ்ஸுக்குப் போய் இரண்டு வருடங்கள் ஆகிவிட்டன.

ஒரு சுருக்கமான மௌனம். “ரொம்ப நாளாக்கிடாத. என்னைப் பிராணவாயு உருளையோட கட்டிபோடறதுக்கு முன்னாடி உன்னைப் பார்க்கணும்னு ஆசைப்படறேன்.” பழைய சுபாவம் இது, தனக்குண்டான சங்கடத்தை நையாண்டி செய்வது, பரிகசிப்பது. துளி பச்சாதாபத்தின் வெளிப்பாட்டுக்கும் காட்டுகிற ஏளனம், இகழ்ச்சி. ஒரே சமயத்தில் துன்பத்தைச் சிறிதாக்கவும் ஊதிப் பெரிதாக்கவும் கூடிய விளைவை ஏற்படுத்தும் முரண்பாடு. முன்கூட்டியே அது திட்டமிடப்பட்டது என்றும் எனக்குத் தெரியும்.

“முடிஞ்சா கிறிஸ்மஸுக்கு வா,” அவள் சொல்கிறாள். “இல்லன்னா எப்படியாவது ஜனவரி நாலாம் தேதிக்குள்ளவாது. கிரீஸ்ல அன்னிக்குச் சூரிய கிரகணம் தெரியப்போகுதாம். தாலியா சொல்றா. இணையதளத்துல படிச்சாளாம். நாம எல்லாரும் ஒண்ணா சேர்ந்து பார்க்கலாம்.”

“முயற்சி பண்றேன்மா,” என்றேன்.

***

ஒருநாள் காலையில் எழுந்து காட்டு மிருகம் ஒன்று உங்களின் வீட்டுக்குள் திரிந்து கொண்டிருப்பதைப் பார்த்தால் உங்களுக்கு எப்படி இருக்குமோ அப்படித்தான் எனக்கும் இருந்தது. ஒவ்வொரு இண்டு இடுக்கிலும் அவள் இருந்தாள், இரை தேடியபடியே, பின்தொடர்ந்தபடியே, கைக்குட்டையால் அவளின் வாயிலிருந்து ஒழுகிய கோழைக்கசிவைச் சதா துடைத்தபடியே. எனக்கு எங்குமே பாதுகாப்பில்லை. எங்கள் வீட்டின் குறைவான நீள அகலங்கள் அவளிடமிருந்து தப்பிப்பதை அசாத்தியமாக்கின. அதிலும் குறிப்பாகத் தாலியா அவளின் முகக்கவசத்தின் அடிப்பாகத்தைத் தூக்கி அவளது வாய்க்குக் கரண்டி கரண்டியாக உணவைத் தள்ளுகிற கண்கொள்ளாக் காட்சியைச் சகிக்க வேண்டியிருந்த அந்தச் சாப்பாட்டு நேரத்தைக் கண்டு நான் பயந்து நடுங்கினேன்.

அந்தக் காட்சியைப் பார்த்தாலே, கேட்டாலே எனக்கு குமட்டியது. பெருத்த இரைச்சலுடன் அவள் சாப்பிட்டாள். அரைகுறையாக மெல்லப்பட்ட உணவுத்துகள்கள் அவளின் தட்டிலோ, மேஜையிலோ, தரையிலோ எப்போதுமே 'லொத்'தென்று விழுந்து கொண்டிருக்கும். சூப் முதற்கொண்டு, எல்லாத் திரவங்களையும், அவளது அம்மா கட்டுக்கட்டாக வைத்திருந்த உறிஞ்சுகுழாய்களில் ஒன்றின் மூலமாக மட்டுமே உண்ணும்படி வலியுறுத்தப்பட்டாள். அவள் சூப்பை உறிஞ்சும் போதெல்லாம் விகாரமாக இருந்தது. எந்நேரமும் அது அவளின் முகக்கவசத்தின் மீது சிந்திக் கொண்டேயிருந்தது, வாயின் பக்கவாட்டிலிருந்து அவளின் கழுத்துக்கு ஒழுகிக்கொண்டேயிருந்தது. உண்ணும்போது நான் அங்கிருந்து வெளியேற முதன்முறையாக அனுமதி கேட்க, அம்மா கடுமையான பார்வையை வீசி என்னை உட்காரவைத்தாள். இப்படியாக, அவளைப் பார்க்காமல் இருக்க, கேட்காமல் இருக்க நான் முயற்சி செய்தேன், ஆனால் அது அவ்வளவு சுலபமாக இல்லை. நான் சமையலறைக்குள் நுழைய அதோ அங்கே அவள் இருப்பாள். சிராய்ப்பிலிருந்து பாதுகாக்க மேடலின் அவளது கன்னத்தில் களிம்பு தடவ, அசையாமல் அமர்ந்து கொண்டிருப்பாள். மனதுக்குள் நான் நாட்களை எண்ண ஆரம்பித்தேன், மேடலினும் தாலியாவும் தங்கப்போவதாக அம்மா சொல்லியிருந்த அந்த நான்கு வார காலத்தையும் ஒவ்வொரு நாளாக.

மேடலின் மட்டும் தனியாக வந்திருக்கக் கூடாதா என ஆசைப்பட்டேன். மேடலினை எனக்குப் பிடித்தது. எங்களின் முன்வாசல் கதவுக்கு வெளியே இருந்த சிறிய சதுர-வடிவ முற்றத்தில், நாங்கள் நான்கு பேரும் உட்கார, மேடலின் காபி உறிஞ்சிக் கொண்டே சிகரெட் ஊதினாள், ஒன்றன் பின் ஒன்றாக, தொடர்ந்து. அவளது முகத்தின் வளைவுகளுக்கு எங்களின் ஆலிவ் மரமும் அவளுக்கு அபத்தமாக இருந்திருக்க வேண்டிய அந்த மணி வடிவ தங்கநிற நார் தொப்பியும் நிழல் கொடுத்திருந்தது. வேறு யாராவது அந்தத் தொப்பியைப் போட்டிருந்தால் கண்டிப்பாக அபத்தமாக இருந்திருக்கும் - உதாரணமாக அம்மாவுக்கு. ஆனால் அனாயசமாக, சர்வசாதாரணமாக என்னவோ அது பிறவியிலேயே, அந்த அலங்காரமும் அந்த வசீகரமும் வாய்க்கப்பட்ட ஒரு சிலரில் மேடலினும் ஒருத்தி. மேடலினுடனான உரையாடலில் தொய்வே இருக்காது, கதைகள் அவளிடமிருந்து எழுச்சியுடன் சரளமாக வெளிவந்தன. ஒருநாள் காலை எங்களிடம் அவளது பயணங்களைப் பற்றிச் சொன்னாள் - உதாரணமாக அங்காராவுக்குப் போனதைப்

பற்றி. எங்குறி ஸுவின் கரையில் உலாவியதைப் பற்றி, *ராக்கி* கலந்த டீ கசாயம் உறிஞ்சியதைப் பற்றி. அல்லது அவளும் திரு. ஜியானகோஸும் கென்யாவுக்குப் போயிருந்த நாட்களைப் பற்றி, அங்கே அக்காசியா மரங்களுக்கு இடையில் யானை சவாரி செய்ததைப் பற்றி, உள்ளூர்வாசிகளுடன் சேர்ந்து சோளமாவுக் கஞ்சியும் தேங்காய் சாதமும் சாப்பிட உட்கார்ந்ததைப் பற்றி.

மேடலினின் கதைகள் என்னுள் அடங்கிக்கிடந்த ஒரு பழைய உணர்வைத் தட்டியெழுப்பிவிட்டன. வெளியுலகத்தைப் பார்க்க வேண்டுமென்ற உந்துதலும் துணிச்சலும் உத்வேகமும் எப்போதுமே எனக்கு இருந்து வந்திருக்கின்றன. தினோவ்ஸில் என் சொந்த வாழ்க்கை உப்புச்சப்பில்லாமல் போய்க் கொண்டிருந்தது. என்னுடைய நாட்கள் இனிமேலும் இப்படியே முடிவேயில்லாத வெறுமையின் நீட்சியாகத்தான் விரிந்து கொண்டிருக்கும் என்று கணித்தேன். அதனால் தினோவ்ஸில் என் சிறுவயது நாட்களை, தட்டுத்தடுமாறி சிரமத்துடன்தான் கடத்தினேன், ஒரு நடைபிணமாக, என்னவோ என்னுடைய ஜீவன் வேறு எங்கேயோ வசித்ததைப் போல, என்னவோ இந்த வற்றிய உடலுக்குள் ஒன்று சேர அது காத்துக்கொண்டிருப்பதைப் போல. நாடு கடத்தப்பட்டவனைப் போல நான் உணர்ந்தேன். என் சொந்த வீட்டிலேயே அகதி மாதிரி.

மேடலின் சொன்னாள் அங்காராவில் குகுலு பார்க் என்ற இடத்துக்குப் போயிருந்ததாக, அன்னப்பறவைகள் தண்ணீருக்குள் வழுக்கிக் கொண்டிருந்ததைப் பார்த்ததாக. அந்தத் தண்ணீர் பளபளத்துக் கொண்டிருந்ததாக.

"நான் அளவுக்கதிகமா பேசிட்டுருக்கேன்," என்றாள் சிரித்துக்கொண்டே.

"அப்படியெல்லாம் இல்லை," அம்மா சொன்னாள்.

"என்னோட சுபாவம் இது. நான் அதிகமாப் பேசுவேன். எப்பவுமே அப்படித்தான். உனக்கு ஞாபகம் இருக்கா, வகுப்புல நான் பேசிட்டே இருந்ததால நமக்கு எவ்ளோ பிரச்சினைகளைக் கொண்டு வந்தேன்னு? உன்மேல தப்பேயில்ல ஓடீ. நீ ரொம்ப பொறுப்பான பொண்ணு, படிக்கிற பொண்ணு."

ராக்கி – துருக்கி நாட்டு மது.

"சுவாரசியமா இருக்குது, நீ பேசறது. சுவாரசியமான வாழ்க்கை உன்னோடது."

மேடலின் கண்களை உருட்டினாள். "சிங்காரக் கொண்டையாம் தாழம்பூவாம்."

"உனக்கு ஆஃப்ரிக்கா பிடிச்சுதா?" அம்மா தாலியாவைக் கேட்டாள்.

தாலியா அந்தக் கைக்குட்டையை அவளின் கன்னத்தோடு அழுத்திக்கொண்டாள், பதில் பேசவில்லை. நல்லவேளை. விசித்திரமான குரல் அவளுக்கு. ஈரத்தின் பிசுபிசுப்பு அதில் இருந்தது. மழலையும் கொப்பளிப்பும் கலந்த விந்தையான ஒரு கலவை.

"ஓ, தாலியாவுக்குப் பிரயாணம்னாலே பிடிக்காது," மேடலின் சொன்னாள், அவளின் சிகரெட்டை நசுக்கிக்கொண்டே. ஏதோ அசைக்க முடியாத உண்மையைச் சொல்வதைப் போல இதை சொன்னாள். தாலியா ஆமோதிப்பாளா மறுப்பாளா என்று திரும்பிக்கூட பார்க்கவில்லை. "அவளுக்கு அதற்கான ரசனை இல்லை."

"எனக்கும் தான்," அம்மா சொன்னாள், மறுபடியும் தாலியாவிடம். "எனக்கு வீட்ல இருக்கறதுதான் பிடிக்கும். தினோவ்ஸை விட்டுப் போறதுக்கான சரியான காரணம் எனக்குக் கிடைக்கல."

"எனக்குத் தங்கறதுக்கான சரியான காரணம் கிடைக்கல," மேடலின் சொன்னாள். "உன்னைத் தவிர." அவள் அம்மாவின் மணிக்கட்டைத் தொட்டாள். "எனக்கிருந்த மிகப்பெரிய கவலை என்ன தெரியுமா? என்னோட மிகப்பெரிய பயம்? ஓடீ, நீ இல்லாம நான் எப்படி பிழைக்கப் போறேன்? சத்தியமா சொல்றேன், அதை நினைச்சாலே எனக்கு அடிவயிறு கலங்குது."

"எல்லாம் நல்லபடியா சமாளிச்சுட்ட மாதிரிதான் தெரியுது," மெதுவாக, மிக மெதுவாக தாலியாவிடமிருந்து பார்வையை இழுத்தபடி அம்மா சொன்னாள்.

"உனக்குப் புரியல," மேடலின் சொல்ல, உண்மையில் எனக்குத்தான் ஒன்றுமே புரியவில்லை காரணம் அவள் நேராக என்னைப் பார்த்துக் கொண்டிருந்தாள். "உங்கம்மா இல்லைன்னா நான் என்ன ஆயிருப்பேன்னு எனக்கே தெரியாது. அவள்தான் என்னைக் காப்பாத்தினா."

“இப்போதான் நீ அளவுக்கதிகமா பேசிட்டுருக்க,” அம்மா சொன்னாள்.

தாலியா அவளது முகத்தை நிமிர்த்தினாள். கண்களைக் குறுக்கிக் கொண்டிருந்தாள். அதிவேக விமானம் ஒன்று, மேலே வானத்தில், அதன் தடத்தை நீளமான வெள்ளைப் புகைக் கீற்றால் பதித்துக் கொண்டிருந்தது.

“என்னோட அப்பாகிட்ட இருந்துதான்,” மேடலின் தொடர்ந்தாள், “உங்கம்மா என்னைக் காப்பாத்தினா.” இன்னமும் என்னிடம்தான் பேசிக்கொண்டிருந்தாளா என்பது எனக்கு உறுதியாகத் தெரியவில்லை. “பொறக்கும் போதே கீழ்த்தரமா பொறந்தவங்கள்ல அவனும் ஒருத்தன். முட்டைக் கண்ணு பிதுங்கிட்டு இருக்கும் அவனுக்கு. அந்தக் குட்டையான, கட்டையான கழுத்துக்குப் பின்னாடி மச்சம் ஒண்ணு இருக்கும். அப்புறம் அந்தக் கைகள். முரம் மாதிரி இருக்கும். அந்தாளு வீட்டுக்கு வருவான், வந்து வேற எதுவும் பண்ண வேண்டியிருக்காது, தாழ்வாரத்துல நடந்து வர அந்தச் சத்தம், சாவிக்கொத்தின் கிலுகிலுப்பு, அவனோட மூச்சு சத்தம், வெறும் இது மட்டும் போதும் எனக்கு. அவனுக்கு வெறி பிடிக்கிறப்போ, மூக்கு வழியா பெருமூச்சு விடுவான், என்னவோ தீவிரமா யோசிக்கிற மாதிரி கண்ணை மூடிப்பான், கன்னத்தைத் தேய்ச்சுட்டே சொல்லுவான், *ஒண்ணுமில்லடா, மகளே, ஒண்ணுமில்ல*, உடனே உங்களுக்குத் தெரிஞ்சுடும் - புயல் ஒண்ணு சுத்தி சுத்தி அடிக்கப் போகுதுன்னு - யாராலயும் தடுக்க முடியாத புயல். யாராலயும் உங்களுக்கு உதவி பண்ண முடியாது. சில சமயம், அவன் வெறுமனே அவனோட கன்னத்தைத் தடவினாப் போதும், மீசை வழியா பெருமூச்சு விட்டாப் போதும், எனக்கு மயக்கமே வந்துடும்.”

“அதுக்கப்புறமும் அந்த மாதிரி ஆம்பளைங்களை நான் நிறைய பார்த்துட்டேன். எனக்கும் இப்படிச் சொல்லக்கூடாதுன்னு ஆசைதான். ஆனா என்ன பண்றது. எனக்குத் தெரிஞ்சதெல்லாம் ஒண்ணே ஒண்ணுதான், கொஞ்சம் தோண்டிப் பார்த்தா போதும் ஏறக்குறைய எல்லா ஆம்பளைங்களும் ஒண்ணுதான். சிலபேரு கொடுத்துவச்சவங்க, நாகரிகமா நடந்துப்பாங்க. அவங்க - கொஞ்சம் இல்லை - நிறையவே வசீகரத்தோடு மயக்கிடுவாங்க. அது உங்களை முட்டாளாக்கிடும். ஆனா உண்மையில அவங்க எல்லாரும் தன்மேல இருக்குற வெறுப்புல அலைபாய்ஞ்சுட்டு திரியுற சின்னப்பசங்க. அவங்களுக்கு அநியாயம் நடந்துட்டதா நினைக்கிறவங்க. நியாயமா

அவங்களுக்குக் கிடைக்க வேண்டியது எதுவுமே கிடைக்கல. யாருமே அவங்க மேல போதுமான அளவுக்கு அன்பு செலுத்தல. அதனால இயல்பாவே நீங்க அவங்க மேல அன்பு செலுத்தணும்னு எதிர்பார்ப்பாங்க. அவங்களைத் தூக்கி வச்சுக்கணும்னு, தாலாட்டணும்னு, தட்டிக்கொடுக்கணும்னு விரும்புவாங்க. ஆனா அப்படி பண்ணா அது பெரிய தப்பாப் போயிடும். அவங்களால அதை ஏத்துக்க முடியாது. எந்த விஷயத்துக்காக ஏங்கறாங்களோ அதே விஷயத்தை அவங்களால ஏத்துக்கவே முடியாது. அதனால உங்களை வெறுக்க ஆரம்பிச்சுடுவாங்க. இது தொடர்ந்துட்டே இருக்கும் ஏன்னா எவ்ளோ வெறுத்தாலும் அவங்களுக்குப் பத்தாது. இது முடியாம தொடர்ந்துட்டே இருக்கும் - அந்த விசனங்கள், அந்தச் சமாதானங்கள், அந்தச் சத்தியங்கள், அந்த வாக்குறுதிகள், அந்த மனஉளைச்சல்கள் எல்லாமே. என்னோட முதல் கணவன் அப்படிப்பட்டவன் தான்.”

எனக்குத் தூக்கிவாரிப்போட்டது. என்னிடம் இதற்கு முன் யாரும் இந்த அளவுக்கு வெளிப்படையாகப் பேசியதில்லை, அம்மாவைப் பற்றிச் சொல்லவே வேண்டாம். எனக்குத் தெரிந்த யாரும் தங்களின் துன்பங்களை இப்படி அப்பட்டமாகக் காட்டியதில்லை. மேடலினைப் பார்க்கும்போது ஒரே சமயத்தில் தர்மசங்கடமாகவும் வியப்பாகவும் இருந்தது.

முதல் கணவனைப் பற்றி அவள் குறிப்பிட்டபோது, அவளைச் சந்தித்ததற்குப் பிறகு முதல்முறையாகக் கவனித்தேன், அவளது முகத்தில் நிழல் ஒன்று குடியேறியிருந்ததை, சோகமான, வேதனையான, ரணமான ஏதோவொன்றின் கணநேர அறிவிப்பாக அது வெளிப்பட்டதை, அந்தத் துறுதுறு சிரிப்புகளுக்கும், அந்தக் கிண்டல்களுக்கும், அவள் அணிந்து கொண்டிருக்கிற அந்தப் பூசணிப்பூ ஆடைக்கும் கொஞ்சமும் பொருத்தமில்லாமல் அது இருந்ததை. இப்படி ஏமாற்றத்தையும் வலியையும் உற்சாகத்தின் மேற்பூச்சால் மறைக்கும் அளவுக்கு அவள் எப்படிப்பட்ட தேர்ந்த நடிகையாக இருக்கவேண்டும் என்று அப்போது நினைத்துக் கொண்டிருந்தது எனக்கு ஞாபகம் வருகிறது. ஒரு முகமூடியைப் போல, என்று நினைத்தேன், உள்ளுக்குள் இந்தப் புத்திசாலித்தனமான உவமையை நினைத்துப் பூரித்தேன்.

அதன் பிறகு, எனக்கு வயதான போது, என்னால் தெளிவாகச் சொல்ல முடியவில்லை. திரும்பவும் யோசிக்கும் சமயம் அவளது

முதல் கணவனைப் பற்றிக் குறிப்பிட்ட போது காத்த அந்த நொடிநேர அமைதி, தரையை நோக்கிக் கீழே வார்த்த அந்தப் பார்வை, விக்கித்து அடைத்த அந்தக் குரல், உதடுகளின் சன்னமான அந்தத் துடிப்பு என்னை உறுத்தியது, அந்த ஆரவாரமான கலகலப்புகளும், அந்த பகடிகளும், அந்தத் துள்ளல்களும் உறுத்தியத்தைப் போலவே. அவளின் ஏளனங்கள் கூட இதமாகத்தான் தரையிறங்கின, ஆறுதலான கண்சிமிட்டலையும் புன்னகையையும் வான்குடை போல் தாங்கிக்கொண்டு. ஒருவேளை இரண்டுமே பாசாங்கு தானோ என்னவோ அல்லது ஒருவேளை இரண்டுமே அசலோ. எது நடிப்பு எது உண்மை என்ற குழப்பம் என் கண்ணைக் கட்டியது. குறைந்தபட்சம் அவளை மிகச் சுவாரசியமான நடிகை என்று என்னை நினைக்க வைத்தது அது.

“எத்தனை முறை உன் வீட்டுக்கு ஓடிவந்துருக்கேன், ஓடீ?” மேடலின் கேட்டாள். இப்போது திரும்பவும் அந்தப் புன்னகை, சிரிப்பின் பிரவாகம். “பாவம் உன் அப்பா அம்மா. ஆனா உங்க வீடுதான் எனக்கு அடைக்கலம். என்னோட சரணாலயம். நிஜம்மா. இந்தத் தீவுக்குள்ள ஒரு குட்டித் தீவு அது.”

அம்மா சொன்னாள், “உன் வீடு இது. உனக்கில்லாத உரிமையா.”

“அந்தச் சித்ரவதைக்கெல்லாம் முடிவு கட்டினது உங்க அம்மாதான், மார்கோஸ். உங்கிட்ட எப்பவாச்சும் சொல்லிருக்காளா?”

அவள் சொல்லியிருக்கவில்லை என்று சொன்னேன்.

“எனக்கு ஆச்சரியமாவே இல்ல. அதான் ஓடீலியா வார்வரிஸ்.”

அம்மா அவளது சமையல் அங்கியின் முனையைச் சுருட்டிக் கொண்டிருந்தாள், பின்னர் திரும்பவும் தட்டையாக்கிக் கொண்டிருந்தாள், ஏதோ பகல்கனவு காண்பது மாதிரி முகத்தை வைத்துக்கொண்டு.

“நான் ஒருநாள் ராத்திரி இங்க வந்தேன், வாயிலருந்து ரத்தமா ஒழுகிட்டு இருந்தது, நெற்றிப்பொட்டு பக்கத்துல இருந்து கொத்தா முடியைப் பிய்ச்ச தடம், வாங்கின அடியில காது அப்பவும் ‘ங்கொய்’ன்னு ஊளையிட்டுட்டு இருந்தது. அந்த முறை கொஞ்சம் அளவுக்கு மீறிப் போய்ட்டான் அந்தாளு. அடாடா! என்ன ஒரு நிலைமையில இருந்தேன்! என்ன ஒரு நிலைமை!” மேடலின் சொல்லிக்கொண்டிருந்த விதத்தைக் கேட்டால் என்னவோ

அட்டகாசமான ஒரு விருந்தை விவரிப்பது மாதிரி, நல்ல நாவல் ஒன்றை விவரிப்பது மாதிரிதான் உங்களுக்குத் தோன்றும். “என்னாச்சுன்னு உங்கம்மா கேட்கல ஏன்னா அவளுக்குத் தெரியும். கண்டிப்பா தெரியும். ரொம்ப நேரமா வெறுமனே என்னை உத்துப் பார்க்குறா - நான் நின்னுட்டு இருந்ததை, நடுங்கிட்டு இருந்ததை - அப்புறம் சொல்றா, எனக்கு இன்னமும் ஞாபகம் இருக்கு, ஓடீ, அவள் சொன்னா, *போதும், பொறுத்தது எல்லாம் போதும்.* அவள் சொன்னா, *வா மேடீ, உங்கப்பாவை பார்த்துட்டு வரலாம்.* அப்புறம் நான் கெஞ்சறேன். எனக்குப் பயம் எங்கே எங்க ரெண்டு பேரையும் கொன்னுடுவானோன்னு. ஆனா உனக்குத்தான் தெரியுமே, உங்க அம்மாவைப் பத்தி.”

நான் தெரியுமென்று சொல்ல, அம்மா என்னிடம் ஓரப்பார்வையை வீசினாள்.

“அவள் கேட்கவே இல்ல. ஒரு பார்வை பார்த்தா பாரு. அந்தப் பார்வையை நீயும் பார்த்துருப்பன்னு தெரியும். அவள் வெளியே நடக்குறா, ஆனா அதுக்கு முன்னாடி அவளோட அப்பாவுடைய வேட்டைத் துப்பாக்கியை எடுக்குறா. எங்க வீட்டுக்கு நடந்து போற நேரம் முழுக்க, அவளைத் தடுத்து நிறுத்த முயற்சி பண்ணிட்டே இருந்தேன், அவன் அவ்வளவு மோசமா அடிக்கலன்னு சொல்லிட்டே இருந்தேன். ஆனா அதையெல்லாம் அவள் காதுலயே போட்டுக்கல. நாங்க நேரா எங்க வீட்டு வாசலுக்குப் போய் நிக்க, அங்க என் அப்பா, வாசல் பக்கத்துலயே இருக்க, ஓடீ துப்பாக்கியைத் தூக்குறா, தூக்கி அவனோட மோவாய்க்கு அடியில வச்சு அழுத்துறா, அப்புறம் சொல்றா, *இன்னொரு முறை இப்படி செஞ்சா நான் திரும்பி வருவேன், வந்து இதே துப்பாக்கியால உன் மூஞ்சியிலேயே சுடுவேன்.*

“எங்கப்பா முழிக்குறார். ஒரு கணம் அவருக்குப் பேச்சே இல்லை. ஒரு வார்த்தை கூட அவர் பேசல. இதுல அமர்க்களமான விஷயம் ஒண்ணு சொல்லட்டுமா, மார்கோஸ்? நான் கீழே பார்க்கறேன். பார்த்தா ஒரு சின்ன வட்டம், அதாவது அது என்ன வட்டம்னா - வந்து, உன்னால யூகிக்க முடியும்னு நினைக்கறேன் - அவனோட கால்களுக்கு இடையில தரையில ஒரு சின்ன வட்டம் சத்தமில்லாம பெருசாகிட்டே போச்சு.”

மேடலின் அவளது கூந்தலைப் பின்பக்கமாகக் கோதினாள். பிறகு இன்னொரு முறை சுடரேற்றியைச் சொடுக்கியபடியே சொன்னாள், “அப்புறம், செல்லம், இதெல்லாம் உண்மையாவே நடந்த கதை.”

அவள் இதைச் சொல்ல வேண்டியதேயில்லை. எல்லாம் உண்மை என்பதை நான் அறிந்திருந்தேன். அம்மாவின் நேர்மையிலிருந்து, மூர்க்கமான விசுவாசத்திலிருந்து, அசைக்கமுடியாத மனஉறுதியிலிருந்து, அநீதியைச் சீர்திருத்துபவளாக, ஒடுக்கப்பட்ட கூட்டத்தின் அரணாக இருக்க விரும்பிய அவளது உத்வேகத்திலிருந்து, தேவையிலிருந்து அதற்கான அறிகுறியை அடையாளம் கண்டிருந்தேன். அந்தக் கடைசி விஷயத்தைச் சொன்னதும் அம்மா வெளியிட்ட அந்த உறுமலிலிருந்து மேடலின் சொன்னது அனைத்தும் உண்மை என்று என்னால் இன்னும் உறுதியாகச் சொல்ல முடிந்தது. அம்மாவுக்கு அது பிடிக்கவில்லை. அநேகமாக அதிருப்தி அடைந்திருக்கவும் கூடும், அதில் சொல்லப்பட்ட விஷயங்களுக்காக மட்டுமல்ல. அவளது பார்வையில், மனிதர்கள், அவர்கள் உயிரோடு இருக்கும்போது எவ்வளவுதான் மோசமாக நடந்து கொண்டிருந்தாலும் சரி, இறந்த பிறகு குறைந்தபட்ச கவுரவத்தையாவது பெறுவதற்குத் தகுதியுடையவர்கள். அதிலும் குறிப்பாகக் குடும்பத்தைச் சேர்ந்தவர்கள் என்றால் சொல்லவே வேண்டாம்.

அம்மா சற்று நகர்ந்து உட்கார்ந்தாள். கேட்டாள், "ஆக உனக்குப் பயணம் பண்றது பிடிக்காதுன்னா, வேறென்ன பிடிக்கும், தாலியா?"

எங்கள் எல்லோரின் கண்களும் தாலியாவிடம் திரும்பின. இதுவரை மேடலின் தான் பேசிக்கொண்டிருந்தாள், இப்போது யோசிக்கிறேன், எங்களைச் சுற்றி திட்டுத் திட்டாக சூரிய ஒளி விழுந்துகொண்டிருக்க, நாங்கள் அந்த முற்றத்தில் உட்கார்ந்திருந்த போது, தன்மேல் கவனத்தை ஈர்த்ததில், சுற்றியுள்ள அத்தனையையும் அவளது சுழலுக்குள் இழுத்ததில் தாலியா மறக்கடிக்கப்பட்டிருந்தாள். அவர்கள் இந்த ஏற்பாட்டை - அதாவது அமைதியான மகளை இருட்டடிப்பு செய்து கவனத்தைத் திசை திருப்புகிற, சுயபுராணம் பாடுகிற அம்மா என்கிற ஏற்பாட்டை - தேவையின் காரணமாக தகவமைத்திருக்கலாம் என்ற சாத்தியத்துக்கும் கொஞ்சம் இடம் கொடுத்திருந்தேன். ஒருவேளை இந்தச் சுயபுராணம் கூட இரக்கத்தின் வெளிப்பாடோ என்னவோ. அல்லது தாய்மையின் பாதுகாப்போ.

தாலியா எதையோ முணுமுணுத்தாள்.

"கொஞ்சம் சத்தமா, செல்லம்," மேடலினிடமிருந்து ஆலோசனை வந்தது.

தாலியா தொண்டையைக் கனைத்தாள். உறுமலான ஒலி. ஜலதோஷக் குரல். “அறிவியல்.”

முதல்முறையாக அவளது கண்களின் நிறத்தைக் கவனித்தேன். பச்சைப் பசேலென்று, மேயப்படாத புல்வெளி மாதிரி. அடர் கருமை நிற கோரைக் கூந்தல். அவளது அம்மாவைப் போல அப்பழுக்கற்ற சருமம் அவளுக்கு. ஒரு காலத்தில் அவள் அழகாக இருந்திருப்பாளோ என வியந்தேன், ஒருவேளை மேடலினைப் போல பேரழகியாகக்கூட இருந்திருக்கலாம்.

“அந்தச் சூரிய கடிகாரத்தைப் பத்திச் சொல்லு, செல்லம்,” மேடலின் சொன்னாள்.

தாலியா தோள்களைக் குலுக்கினாள்.

“அவள் சூரியக்கடிகாரம் ஒண்ணைச் செஞ்சிருக்கா,” என்றாள் மேடலின். “எங்க வீட்டுக் கொல்லைப்புறத்துல. போன கோடைகாலத்துல. யாரோட உதவியும் இல்லாம தனி ஆளா. ஆண்ட்ரியாஸ் உதவி பண்ணல. என்னைப் பத்திக் கேட்கவே தேவையில்ல.” அவள் ‘களுக்’கென்று சிரித்தாள்.

“எந்த வகை சூரியக்கடிகாரம்? சமரேகையா இல்லை கிடைநிலையா?” அம்மா கேட்டாள்.

தாலியாவின் கண்களில் ஆச்சரியத்தின் மின்னல் பளிச்சிட்டது. ஒருவிதத்தில் காலம் தாழ்ந்த துலங்கல் என்றும் கூட அதைச் சொல்லலாம். வெளிநாட்டில் ஜனநெருக்கடி நிறைந்த ஒரு தெருவில் தன்னுடைய தாய்மொழியின் துணுக்கைக் கேட்ட ஒரு நபரைப் போல. “கிடைநிலை,” என்றாள் அவள் அதே விசித்திரமான குரலில், ஈரமான பிசுபிசுத்த குரலில்.

“குறிகாட்டியா எதைப் பயன்படுத்தின?”

தாலியாவின் கண்கள் அம்மாவிடம் இளைப்பாறின. “தபால்அட்டையை வெட்டிப் பயன்படுத்தினேன்.”

அம்மாவுக்கும் தாலியாவுக்குமிடையில் எப்படி இருக்கப் போகிறது என்பதை முதல்முதலாக அப்போதுதான் பார்த்தேன்.

“சின்ன வயசுல அவளோட பொம்மைகளை அக்குஅக்கா பிரிச்சுப் போட்டுடுவா,” மேடலின் சொன்னாள். “அவளுக்கு

நகரும் பொம்மைகளை ரொம்ப பிடிச்சது, உள்ளே குட்டிக்குட்டி இயந்திரங்கள் இருக்குமே அந்த மாதிரி பொம்மைகளை. விளையாடுறதுக்காக இல்ல, அப்படித்தானே, செல்லம்? இல்ல, விளையாட மாட்டா, எல்லாத்தையும் பிரிச்சு போட்டுடுவா, அந்த விலையுயர்ந்த பொம்மைகள் எல்லாத்தையும் கொடுத்தவுடனே திறந்து பார்த்துடுவா. கடுப்பா இருக்கும் எனக்கு. ஆனா ஆண்ட்ரியாஸ் - சும்மா சொல்லக்கூடாது பாராட்டியே ஆகணும் அவரை - ஆண்ட்ரியாஸ் அவளை அவள் போக்குல விடுன்னு சொன்னார், இதைக் கூர்மையான புத்தியின் அறிகுறின்னு சொன்னார்."

"உனக்குப் பிடிக்கும்னா, நாம ரெண்டு பெரும் சேர்ந்து செய்யலாம்," என்றாள் அம்மா. "சூரியக்கடிகாரத்தை,"

"எப்படிச் செய்யறதுன்னு ஏற்கனவே எனக்குத் தெரியும்."

"பெரியவங்ககிட்ட மரியாதையா பேசணும், செல்லம்," என்றாள் மேடலின். ஒரு காலை நீட்டினாள், பிறகு மடக்கினாள், என்னவோ நடனம் ஆடுவதற்கு முன்னால் தசைகளைத் தளர்வாக்குவார்களே அந்த மாதிரி. "ஓடீ ஆண்ட்டி உனக்கு உதவி பண்றதுக்குத் தானே கேட்குறாங்க."

"அப்படி இல்லைன்னா வேற ஏதாவது," என்றாள் அம்மா. "நாம வேற ஏதாவது செய்யலாம்.'

"ஓ! ஓ!" மேடலின் சொன்னாள், அவசரகதியில் புகைவிட்டபடி, பெருமூச்செறிந்துகொண்டே. "எப்படி உன்கிட்ட சொல்லாம விட்டுட்டேன்னு எனக்கே தெரியல, ஓடீ. ஒரு விஷயம், என்னன்னு சொல்லு பார்ப்போம்."

அம்மா தோள்களைக் குலுக்கினாள்.

"நான் திரும்பவும் நடிக்கப் போறேன்! படத்துல! எனக்கொரு வாய்ப்பு கிடைச்சுருக்கு, கதாநாயகியா, பெரிய தயாரிப்பு நிறுவனம் ஒண்ணுல. நம்ப முடியலைல்ல?"

"வாழ்த்துக்கள்," அம்மா சொன்னாள் தளர்வாக.

"திரைக்கதை என்கிட்டதான் இருக்கு. தரேன் படிச்சுப்பாரு, ஓடீ, ஆனா உனக்குப் பிடிக்காமப் போயிடுமோன்னு கவலையா இருக்கு. நீ பிடிக்கலன்னு சொல்லிட்டா எனக்கு மனசே உடைஞ்சு போயிடும்.

உன்கிட்ட சொல்றதுக்கு என்ன. என்னால தாங்கவே முடியாது. வரப்போற இலையுதிர்காலத்துல படப்பிடிப்பை ஆரம்பிக்கிறோம்."

***

அடுத்த நாள், காலை உணவுக்குப் பிறகு, அம்மா என்னைத் தனியாக ஒதுக்கினாள். "சரி சொல்லு, என்னாச்சு? என்ன பிரச்சினை உனக்கு?"

அவள் என்ன பேசுகிறாள் என்றே தெரியவில்லை என்றேன்.

"போதும். இந்த முட்டாள்தனமான நடிப்பை நிறுத்து. உனக்குப் பொருத்தமாவே இல்ல," என்றாள். அவளது கண்களைக் குறுக்கிக் கொண்டே தலையை ஒரு பக்கமாகச் சாய்த்தாள், மிகக் கொஞ்சமாக. இன்று வரை கூட அது என்னைக் கட்டிப்போட்டுவிடும்.

"என்னால செய்ய முடியாதும்மா. கட்டாயப்படுத்தாதீங்க."

"அதான் ஏன்?"

நான் தடுப்பதற்குள் அது வெளியே கொட்டிவிட்டது. "அவள் ஒரு பிசாசு. பார்த்தாலே அருவருப்பா இருக்கு."

அம்மா வாயடைத்துப் போனாள். அவளது பார்வையில் கோபம் இருக்கவில்லை ஆனால் அயர்ச்சி தெரிந்தது. என்னவோ நான் அவளுடைய அத்தனை சக்தியையும் உறிஞ்சி எடுத்தைப் போல அந்தப் பார்வையில் ஓர் ஆயாசம் இருந்தது. சலிப்பு. தான் நினைத்த ஒரு சிற்பத்தைச் செதுக்கத் தேறாத ஒரு கல்லைக் கைவிட்டு உளியையும் சுத்தியலையும் தூரத் தூக்கி எறிந்த ஒரு சிற்பியைப் போல.

"ரொம்பக் கொடுமையான விஷயத்தை அனுபவிச்ச பொண்ணு அவள். இன்னொரு முறை அப்படிப் பேசு. நீ பேசணும் அதை நான் கேட்கணும். அப்புறம் பாரு என்ன நடக்குதுன்னு."

சிறிது நேரம் கழித்து, நானும் தாலியாவும், கூழாங்கற்கள் பதித்த பாதையில், இருபுறமும் கல் சுவர்கள் உடன்வர, நடந்து கொண்டிருந்தோம். நான் அவளை விடச் சில அடிகள் முன்னே நடப்பதை உறுதி செய்தேன். வழிப்போக்கர்களோ, என் பள்ளியைச் சேர்ந்த யாராவது ஒரு பையனோ எங்களை ஒன்றாகப் பார்த்துவிடப் போகிறார்கள் என்ற கவலை, எப்படியும் பார்த்துவிடத்தான் போகிறார்கள். பார்க்கிற எல்லோராலும் சொல்லமுடியும்,

நாங்கள் சேர்ந்துதான் வந்திருக்கிறோம் என்பதை. குறைந்தபட்சம், எங்களுக்கு இடையிலிருந்த அந்தத் தூரமாவது என்னுடைய வெறுப்பையும் தயக்கத்தையும் சுட்டிக்காட்டும் என்று நம்பினேன். அப்பாடா, நல்லவேளையாக என் வேகத்திற்கு ஈடு கொடுக்க அவள் முயற்சிக்கவில்லை. வெயிலில் காய்ந்து போய், சோர்வான முகத்துடன் சந்தையிலிருந்து வீடு திரும்பிக்கொண்டிருந்த விவசாயிகளை நாங்கள் கடந்தோம். அவர்களின் கழுதைகள் போனியாகாத சரக்குகளைப் பொதியாகச் சுமந்து வந்துகொண்டிருக்க, அதன் பாதக் குளம்புகள் நடைபாதையின் மீது டக்கு-டக்கென்று தாளம் போட்டன. கடந்து வந்த முக்கால்வாசிப் பேரை எனக்குத் தெரியும், ஆனாலும் நான் தலை குனிந்து அவர்களின் பார்வையைத் தவிர்த்தேன்.

தாலியாவை நான் கடற்கரைக்கு வழி நடத்தினேன். நான் அடிக்கடிப் போகாத அந்தப் பாறைகள் நிறைந்த கடற்கரையைத் தேர்ந்தெடுத்தேன். மற்ற கடற்கரைகளைப் போலில்லாமல், உதாரணத்துக்கு ஏஜியோஸ் ரோமனோஸ் கடற்கரை, அங்கு ஜன நடமாட்டம் குறைவு என்று எனக்குத் தெரியும். எனது கால்சட்டையைச் சுருட்டிக்கொண்டு, கரடுமுரடான பாறைகளின் மேல் ஒவ்வொன்றாகத் தாவி, அலைகள் மோதித் திரும்புகிற பாறை ஒன்றைத் தேர்ந்தெடுத்தேன். என்னுடைய காலணிகளைக் கழற்றி, பாறைக் கொத்துக்கு இடையே உருவாகியிருந்த ஒரு சின்ன குளத்தில் எனது கால்களை இறக்கினேன். நண்டு ஒன்று எனது கட்டை விரல்களை விட்டு குடுகுடுவென்று விலகி நடந்தது. எனக்கு வலது பக்கத்தில் இருந்த ஒரு பாறையின் மேல் தாலியா நிலை கொண்டதைப் பார்த்தேன்.

நாங்கள் இருவரும் கடல் அலைகள் பாறைகளை நோக்கி உருண்டு கொண்டிருந்ததை நீண்ட நேரமாகப் பார்த்துக் கொண்டிருந்தோம், எதுவும் பேசாமல் மௌனமாக. சில்லென்ற குளிர்காற்று என் காதைச் சுற்றிச் சுற்றி அடித்தது; உப்பின் வாசனையை எனது முகத்தில் தெளித்தது. நீலப்பச்சைநிற தண்ணீருக்கு மேல் சிறகுகளை விரித்தபடி ஒரு கடல்நாரை பறந்தது. இரண்டு பெண்கள், முட்டியளவு நீருக்குள், துணிகளை ஏற்றிப் பிடித்தபடி அருகருகே நின்றிருந்தனர். மேற்கே, தீவின் காட்சி தெரிந்தது, வீடுகளின், காற்றாலைகளின் அந்தப் பெரும்பான்மை வெள்ளை, வாற்கோதுமை வயல்களின் அந்தப் பசுமை, ஒவ்வொரு ஆண்டும் அருவிகள் கொட்டுகிற கரடுமுரடான மலைகளின் அந்த மங்கலான பழுப்பு. என் அப்பா அந்த மலைகளில் ஒன்றில்தான் இறந்துபோனார்.

பளிங்குக்கல் குவாரி ஒன்றில் அப்பா வேலை செய்திருந்தார். ஒருநாள், என்னை ஆறு மாதக் கருவாக அம்மா சுமந்திருந்தபோது, ஓங்கல் ஒன்றிலிருந்து தவறி நூறு அடி பள்ளத்தில் விழுந்தார். அப்பா அவரின் பாதுகாப்பு சேணத்தைப் பூட்ட மறந்திருந்தார் என்று அம்மா சொன்னாள்.

"போதும் நிறுத்து," தாலியா பேசினாள்.

நான் கூழாங்கற்களைப் பக்கத்திலிருந்த ஒரு பழைய தகர டப்பாவுக்குள் தூக்கி வீசிக்கொண்டிருந்தேன். அவள் பேசியது என்னைத் திடுக்கிடச் செய்துவிட்டது. குறி தவறியது. "உனக்கென்ன போச்சு?"

"அதாவது, நீ இப்படி நடந்துக்கறத நிறுத்துன்னு சொல்ல வந்தேன். உனக்கு இதெல்லாம் எந்த அளவுக்குப் பிடிக்கலையோ அதே அளவுக்கு எனக்கும் பிடிக்கல."

அந்தக் காற்று அவளுடைய கூந்தலை அலைக்கழிக்க, அவள் அந்த முகக்கவசத்தை கீழ்நோக்கிக் கெட்டியாகப் பிடித்துக் கொண்டிருந்தாள். இதே பயத்துடன்தான் அவள் தினமும் வாழ்ந்தாளோ என நான் சந்தேகித்தேன், அதாவது வலுவான காற்று திடீரென அவளது முகத்திலிருந்து அதைக் கிழித்துவிடுமோ, அதன் பின்னாலேயே அவள் துரத்தியபடி ஓட வேண்டியிருக்குமோ, அம்பலப்பட்டு. நான் எதுவும் பேசவில்லை. மற்றொரு கல்லைத் தூக்கிப் போட்டேன். மறுபடியும் குறி தவறியது.

"நீ ஒரு எரும மாடு," என்றாள் அவள்.

சிறிது நேரம் கழித்து அவள் எழுந்துகொள்ள, நான் அங்கேயே இருப்பதுபோல நடித்தேன். பிறகு நான் திரும்பி, அவள் கடற்கரையை விட்டு, மீண்டும் அந்தப் பாதையை நோக்கி நடந்து கொண்டிருப்பதைப் பார்த்தேன். ஆக நானும் என்னுடைய காலணிகளை மாட்டிக்கொண்டேன். அவள் பின்னாடியே வீட்டுக்கு நடந்தேன்.

நாங்கள் திரும்பியபோது, அம்மா வெண்டைக்காயை அரைத்துக் கொண்டிருந்தாள். மேடலின் பக்கத்தில் உட்கார்ந்திருந்தாள், சிகரெட் ஊதிக்கொண்டே அவளுடைய நகங்களை நறுக்கிக் கொண்டு, அதன் சாம்பலை ஓர் அடித்தட்டில் தட்டிக்கொண்டு. அந்த அடித்தட்டு ஒரு பீங்கான் கோப்பையின் அங்கம். அம்மா அவளுடைய பாட்டியின்

காலத்திலிருந்து தலைமுறை தலைமுறையாகக் காப்பாற்றி வந்த பரம்பரைச் சொத்து அது. மேடலின் அதன் மீது சிகரெட் சாம்பலைத் தட்டியதைப் பார்த்தபோது நான் அப்படியே திகிலில் உறைந்து போனேன். அம்மாவுக்கு என்றிருந்த ஒரே மதிப்புமிக்க பொருள் அது மட்டும்தான். அந்தப் பீங்கான் கோப்பை ஜோடி. அம்மா அதைப் பத்திரமாக வைத்திருந்த உத்திர அலமாரியிலிருந்து மிக மிக அரிதாகத்தான் வெளியே எடுப்பாள்.

மேடலின் சிகரெட்டை இழுப்பதற்கு நடுநடுவில் அவளது நகங்களை ஊதிக் கொண்டிருந்தாள், தளபதிகளின் புரட்சி என அப்போது ஏதன்ஸில் அழைக்கப்பட்ட அந்த ராணுவப் புரட்சியை நடத்திய, பட்டகோஸ், பாப்படூபோலோஸ் மற்றும் மாக்கரேசோஸ் என்ற மூன்று ராணுவ கர்னல்களைப் பற்றிப் பேசிக்கொண்டிருந்தாள். அவளுக்கு நாடக ஆசிரியர் ஒருவரைத் தெரியும் என்று சொல்லிக் கொண்டிருந்தாள். "ரொம்ப, ரொம்ப, அன்பானவன்," என்று அவரை வர்ணித்தாள். அவர் கம்யூனிச கைக்கூலி என குற்றம் சாட்டப்பட்டு சிறையில் அடைக்கப்பட்டிருந்ததாகச் சொன்னாள்.

"ரொம்ப அபத்தம் அது, கண்டிப்பா! அநியாயம். நம்ம மக்களைப் பேச வைக்கிறதுக்கு, அந்த ஈ.எஸ்.ஏ-காரனுங்க என்ன பண்ணுவாங்கன்னு உனக்குத் தெரியுமா?" அவள் இதை ரகசியமான குரலில் சொல்லிக் கொண்டிருந்தாள், என்னவோ அந்த ராணுவ போலீஸ்காரர்கள் வீட்டுக்குள் எங்கேயோ ஒளிந்திருக்கிற மாதிரி. "ஆசனவாயில ஒரு குழாயைச் சொருகுவானுங்க அப்புறம் முழு வேகத்துல தண்ணியைத் திறந்துவிடுவானுங்க. நெஜம்மா, ஓடீ. சத்தியமா. அவனுங்க சாக்குத்துணியை மலத்துல தோய்ச்சு கைதிகளோட வாயில வைச்சுத் திணிப்பானுங்க."

"கொடுமை," அம்மா சொன்னாள் மொட்டையாக.

மேடலினுடன் இருப்பது அதற்குள்ளாகவே அம்மாவுக்குச் சலித்துவிட்டதோ என்று நான் சந்தேகித்தேன். அவளது அந்த அரசியல் அதிகப் பிரசங்கங்களும், அவளது கணவனோடு கலந்து கொண்ட அந்தக் கேளிக்கைக் கதைகளும், அவளுடன் ஷாம்பெயின் கோப்பைகளை முட்டிய அந்தக் கவிஞர்களும், அந்த அறிவுஜீவிகளும், தேவையில்லாமல், முட்டாள்தனமாக அவள் மேற்கொண்டிருந்த அந்த வெளிநாட்டுப் பயணங்களும்,

---

ஈ. எஸ். ஏ – கிரேக்க ராணுவக் காவல்படை.

அணுஆயுதப் பேரழிவு, மக்கள்தொகைப் பெருக்கம் மற்றும் சுற்றுச்சூழல் மாசுபாடு குறித்த அவளது அந்தப் போதனைகளும். அம்மாவும் அதற்கெல்லாம் ஈடு கொடுத்தாள். மேடலினின் கதைகளுக்கு அவள் மேலோட்டமான உற்சாகத்தோடு சிரித்துக் கொண்டிருந்தாலும் அவளைப் பற்றி அப்படியொன்றும் உயர்ந்த அபிப்பிராயம் அம்மாவுக்கு இல்லை என்று எனக்குத் தெரிந்தது. ஒருவேளை மேடலின் தம்பட்டத்தால் பீற்றிக்கொள்கிறாள் என்று அம்மா நினைத்தாளோ என்னவோ. மேடலினால் அம்மா தர்மசங்கடமாகக் கூட உணர்ந்திருக்கலாம்.

அம்மாவின் இரக்கக் குணத்தையும், அவள் செய்கிற உதவிகளையும், துணிச்சலான காரியங்களையும் இதுதான் கெடுக்கிறது, இதுதான் கறைபடுத்துகிறது. அதன் கூடவே ஒட்டிக்கொண்டு வரும் அந்தக் கடப்பாடு. அவள் அந்த நல்ல காரியங்களுடன் உங்களைச் சேர்த்துப் பிணைக்கும் அந்த எதிர்பார்ப்புகள், அந்த நன்றிக்கடன்கள். அவள் உங்களுக்குச் செய்கிற இந்த உதவிகளுக்குக் கைம்மாறாக விசுவாசத்தையும் கட்டுப்பாட்டையும் எதிர்பார்க்கும் அந்த மனப்பான்மை. இப்போது எனக்குப் புரிகிறது ஏன் பல ஆண்டுகளுக்கு முன்பே மேடலின் ஓடிப்போனாள் என்று. வெள்ளத்திலிருந்து உங்களைக் காப்பாற்றும் கயிறு உங்களின் கழுத்தை இறுக்கவும் செய்யும். கடைசியில், மனிதர்கள் எப்போதும் அம்மாவை ஏமாற்றியே தான் வந்திருக்கிறார்கள், நான் உட்பட. அவர்களுடைய பாக்கியை முறையாகத் திருப்பிச் செலுத்தத் தவறிவிடுகிறார்கள், அம்மா எதிர்பார்க்கிற முறையில். எப்போதும் அவளுடைய கை ஓங்கியிருப்பதும், தனக்குத் தோதான மேடையில் வசதியாக உட்கார்ந்து இஷ்டத்துக்குக் குறைசொல்வதும் தான் அம்மாவுக்கான ஆறுதல். ஏனென்றால் எப்போதுமே பாதிக்கப்பட்டது என்னவோ அவள் மட்டும் தானே.

இதுதான் எனக்கு வருத்தத்தைக் கொடுக்கிறது. அம்மாவின் இந்த எதிர்பார்ப்புகள் அவளது தனிப்பட்ட தேவைகளை, அவளது தவிப்புகளை, தனிமைக்கு எதிரான அவளது அச்சத்தை, யாருமே இல்லாமல் தவிக்க விடப்படுவோமோ, கைவிடப்படுவோமோ என்ற பயத்தை வெளிப்படுத்துகின்றன என்பதுதான் எனக்கு கவலை அளிக்கிறது. என்னைப் பற்றி உங்களின் அபிப்பிராயம் என்னவாக இருக்கும்? அதாவது இதையெல்லாம் நான் அறிந்தும், அம்மாவுக்குத் தேவையானது என்னவென்று எனக்குத் துல்லியமாகத் தெரிந்தும், எப்படி நான் வேண்டுமென்றே பிடிவாதமாக அதையெல்லாம்

கொடுக்க மறுத்து வந்திருக்கிறேன் என்று சொன்னால்? கிட்டத்தட்ட முப்பது ஆண்டுகளாக எங்களுக்கு இடையில் ஒரு கடலோ, ஒரு கண்டமோ - முடிந்தால் இரண்டுமே கூட - இருக்குமாறு எப்படி நான் கவனமாகப் பார்த்து வந்திருக்கிறேன் என்றால்?

“கொஞ்சம் கூட கேலி-கிண்டலைப் பொறுத்துக்கவே மாட்டாங்க, அந்த ராணுவ சர்வாதிகாரனுங்க,” மேடலின் சொல்லிக்கொண்டிருந்தாள், “மக்களை நசுக்கிட்டு இருந்தானுங்க. அதுவும் கிரீஸ்ல! ஜனநாயகத்தின் பிறப்பிடமான கிரீஸ்ல... ஆஹா, இதோ வந்துட்டாங்க! எப்படி இருந்துச்சு? ரெண்டு பேரும் என்னலாம் பண்ணீங்க சொல்லுங்க?”

“நாங்க கடற்கரையில விளையாடினோம்,” தாலியா சொன்னாள்.

“சந்தோஷமா இருந்துச்சா? நல்லா விளையாடுனீங்களா?”

“நாங்க ரொம்ப ரொம்ப சந்தோஷமா விளையாடினோம்,” தாலியா சொன்னாள்.

அம்மாவின் கண்கள் சந்தேகத்துடன் என்னையும் தாலியாவையும் பார்த்தன, திரும்பத் திரும்ப. ஆனால் மேடலின் பூரித்தாள், சத்தமின்றி கைதட்டினாள். “நல்லது! இனிமேல் உங்க ரெண்டு பேரைப் பத்தியும் எனக்குக் கவலையில்ல. நானும் ஓடீயும் எங்களுக்குன்னு கொஞ்ச நேரத்தை ஒதுக்கலாம் இனிமேல். என்ன சொல்ற, ஓடீ? நாம பேச வேண்டியது இன்னும் நிறைய பாக்கி இருக்கு!”

அம்மா பிரயத்தனத்துடன் சிரித்தாள். முட்டைக்கோஸை எடுக்க கைநீட்டினாள்

***

அப்போதிருந்து, தாலியாவும் நானும் கழட்டிவிடப்பட்டோம். தீவைச் சுற்றிப்பார்க்க, கடற்கரையில் விளையாட, மகிழ்ச்சியாக இருக்க எதிர்பார்க்கப்பட்டோம், மற்ற எல்லாப் பிள்ளைகளையும் போல. காலை உணவுக்குப் பிறகு அம்மா ஆளுக்கொரு ரொட்டித்துண்டைக் கட்டித் தர, நாங்கள் ஒன்றாகக் கிளம்பிவிடுவோம்.

கண்ணுக்குத் தென்படும் வரை சேர்ந்திருந்து, பிறகு ஆளுக்கொரு பக்கமாகப் பிரிந்தோம். கடற்கரையில், நான் நீச்சலடித்தேன் அல்லது ஏதாவது ஒரு பாறையின் மேல் சட்டையைக் கழட்டிவிட்டு படுத்துக் கிடந்தேன். தாலியாவோ சிப்பி பொறுக்கப் போனாள்

அல்லது தண்ணீரின் மேல் கற்களை வீசியெறிந்தாள். திராட்சைத் தோட்டங்களின் ஊடாகவும் வாற்கோதுமை வயல்களின் ஊடாகவும் வளைந்து நெளிந்து போன ஒற்றையடிப் பாதையின் ஓரமாக, எங்களுடைய நிழல்களைப் பார்த்துக்கொண்டே, இருவரும் அவரவரின் தனிப்பட்ட சிந்தனையில் ஆழ்ந்தபடி நடந்தோம். பெரும்பாலும் நாங்கள் ஊரைச் சுற்றித் திரிந்தோம். அந்தக் காலத்தில் தினோவ்ஸில் சுற்றிப்பார்ப்பதற்கென்று பெரிதாக எதுவும் இருக்கவில்லை. சொல்லப்போனால் அது விவசாயம் சார்ந்த ஒரு தீவு, உண்மையாகவே. அங்கிருந்த மக்கள் ஆட்டையும், மாட்டையும், ஆலிவ் மரங்களையும், கோதுமையையும் வைத்துப் பிழைத்துக் கொண்டிருந்தார்கள். எங்களுக்குச் சீக்கிரமே போரடித்துவிட, எங்கேயாவது உட்கார்ந்து, கொண்டுவந்த மதிய உணவைத் தின்றோம், அமைதியாக, மரத்தின் நிழலிலோ காற்றாலையின் நிழலிலோ அமர்ந்துகொண்டு, ஒவ்வொரு வாய்க்கும் நடுவில் அந்த மலையிடுக்குகளை, அந்த முட்புதர்களின் பரப்புகளை, அந்த மலைகளை, அந்தக் கடலைப் பார்த்துக்கொண்டு.

ஒருநாள், நான் ஊர்ப் பக்கமாகச் சுற்றினேன். நாங்கள் வாழ்ந்த இடம் தீவின் தென்மேற்குக் கரையில் இருந்தது. சில மைல் தெற்குப் பக்கமாக நடந்தால் தினோவ்ஸ் ஊர் வந்துவிடும். திரு. ரூசாஸ் என்ற மனைவியை இழந்த உம்மணாமூஞ்சி நடத்திவந்த தட்டுமுட்டுச் சாமான்கள் விற்கும் கடை அங்கிருந்தது. நீங்கள் எப்போது சென்றாலும், அந்தக் கடையின் ஜன்னலில் 1940களின் தட்டச்சு இயந்திரம் முதல் ஒரு ஜோடி தோல் பாதணிகள் வரை அனைத்தையும் காணலாம், அல்லது வானிலை திசைக்காட்டியை, பழைய பூந்தொட்டியை, பிரம்மாண்ட மெழுகுவர்த்திகளை, சிலுவையை, அல்லது, சொல்லவே வேண்டாம், பனாஜியா எவான்ஜெலிஸ்டீரியா சிலைகளை. அல்லது பித்தளை கொரில்லாவையும் கூட. அவர் ஒரு வளர்ந்து வரும் புகைப்படக் கலைஞர். அவருடைய கடைக்குப் பின்புறம் தற்காலிக இருட்டறை ஒன்றையும் ஏற்பாடு செய்திருந்தார். ஒவ்வொரு ஆகஸ்ட் மாதமும் யாத்திரிகர்கள் தினோவ்ஸுக்கு வந்திறங்கிய போது, திரு. ரூசாஸ் புகைப்படச் சுருள்களை அவர்களுக்கு விற்பார். கட்டணத்தைப் பெற்றுக்கொண்டு அவர்களுடைய புகைப்படங்களை அந்த இருட்டறையில் கழுவித் தருவார்.

ஒரு மாதத்துக்கு முன்னால், அவருடைய கடையின் ஜன்னலில் ஒரு புகைப்படக்கருவியைப் பார்த்தேன். நைந்துபோன அதன் துரு-

நிறத் தோல் உறையின் மேல் அது உட்கார்ந்து கொண்டிருந்தது. இரண்டு-மூன்று நாட்களுக்கு ஒரு முறை, அந்தக் கடையின் பக்கமாக உலாவி, அந்தக் புகைப்படக்கருவியையே வைத்த கண் வாங்காமல் பார்த்தேன். இந்தியாவில் இருப்பது போல் என்னை நானே கற்பனை செய்து கொண்டேன். அந்தத்தோல் உறை என் தோளிலிருந்து ஆடிக்கொண்டிருக்க நேஷனல் ஜியாகிரஃபிக் தொலைக்காட்சியில் பார்த்திருந்த மாதிரி அந்த நெல் வயல்களையும் அந்தத் தேயிலைத் தோட்டங்களையும் புகைப்படம் எடுத்ததாக. அந்த இன்கா டிரெயிலை புகைப்படம் எடுப்பேன். கொளுத்துகிற வெயிலையும் பொருட்படுத்தாமல் ஒட்டகத்தின் மேலோ, புழுதியால் திணறும் பழங்கால சரக்கு வண்டிக்குள்ளோ, இல்லையென்றால் கால்நடையாகவோ பயணம் செய்வேன், அந்த ஸ்பிங்ஸையும் அந்த பிரமிடுகளையும் அண்ணாந்து பார்க்கும் வரை. அவற்றையும் புகைப்படம் எடுப்பேன். என்னுடைய புகைப்படங்கள் பளபளப்பான பக்கங்கள் கொண்ட பத்திரிக்கைகளில் பிரசுரமாவதைப் பார்ப்பேன். இதுதான் அன்று காலை திரு. ரூசாஸின் ஜன்னலை நோக்கி என்னை ஈர்த்தது, அன்று அந்தக் கடை விடுமுறைக்காக மூடியிருந்தாலும் வெளியே நிற்க வைத்தது, கண்ணாடியில் என்னை நெற்றியை அழுத்தி பகல்கனவு காண வைத்தது.

“என்ன தயாரிப்பு அது?”

நான் சற்றே பின்வந்து, அந்த ஜன்னலில் தாலியாவின் பிரதிபலிப்பைப் பார்த்தேன். அவளது கைகுட்டையால் இடது கன்னத்தை ஒற்றியெடுத்தாள்.

“அந்த புகைப்படக்கருவி.”

நான் தோள்களைக் குலுக்கினேன்.

“பார்த்தா *சி3 ஆர்குஸ்* மாதிரி தெரியுது,” என்றாள்.

“உனக்கு எப்படி தெரியும்?”

“இந்த உலகத்துலயே கடந்த முப்பது வருஷமா நல்லா வித்துட்டு இருக்குற ஒரே முப்பத்து அஞ்சு மில்லிமீட்டர் புகைப்படக்கருவி இது மட்டும் தான்,” என்றாள் கொஞ்சம் திட்டுகிற தொனியில். “இருந்தாலும் பார்க்கறதுக்கு பெருசா ஒண்ணுமில்ல. கேவலமாக இருக்கு. செங்கல் மாதிரி. ஆக நீ புகைப்படக்காரன் ஆக

விரும்பறியா? பெரியவனானதும்? உங்கம்மா அப்படித்தான் சொன்னாங்க."

நான் திரும்பினேன். "எங்கம்மா அப்படியா சொன்னாங்க?"

"சொன்னா என்ன?"

நான் தோள்களைக் குலுக்கினேன். அம்மா இதையெல்லாம் தாலியாவிடம் விவாதித்திருந்ததை நினைத்து வெட்கப்பட்டேன். அவள் எப்படி இதைச் சொல்லியிருப்பாள் என்று ஆச்சரியப்பட்டேன். அவளின் பார்வையில், அதிமுக்கியமாகவோ அற்பமாகவோ படும் விஷயங்களைப் பற்றிய கொடுமையான ஏளனங்களையும் நக்கல்களையும் அவளது பேச்சின் பாசறையிலிருந்து கட்டவிழ்த்துவிடும் ஆற்றல் அவளுக்கு உண்டு. உங்களின் கண் முன்னாலேயே உங்களது லட்சியங்களைப் பொசுக்கி விடுவாள். மார்கோஸ் பூமியெல்லாம் தெருத்தெருவா சுத்தி அவனோட புகைப்படக்கருவியில படம் பிடிக்க ஆசைப்படுறான்.

தாலியா பக்கவாட்டு நடைமேடையின் மீது உட்கார்ந்து அவளுடைய பாவாடையை முட்டிக்கு மேலே இழுத்துக்கொண்டாள். வெப்பமான நாள் அது. சூரியன் தோலைக் கடித்துக் கொண்டிருந்தது, அதற்குப் பல் முளைத்திருந்ததைப் போல. சிரமத்துடன் விறைப்பாக நடந்து கொண்டிருந்த ஒரு வயதான தம்பதியைத் தவிர தெருவில் யாரும் நடமாடவில்லை. அந்தக் கணவர் - டெமிஸ்ஸோ யாரோ - அடிக்கிற வெயிலுக்குச் சாம்பல்நிறத் தொப்பியும் பழுப்புநிறக் கம்பளிக் கோட்டும் போட்டிருந்தார். அவரது பார்வை அகல விரிந்த கண்களால் உறைந்திருந்தது எனக்கு ஞாபகம் இருக்கிறது, சில வயோதிகர்களுக்கு இருப்பதைப் போல, எந்நேரமும் முதுமை என்கிற மாபெரும் திகைப்பினால் அவர்கள் திடுக்கிட்டதைப் போல. பல ஆண்டுகளுக்குப் பிறகு, நான் மருத்துவக் கல்லூரியில் இருந்தபோது, ஒருவேளை பார்கின்ஸன் நோயால் அவர் பாதிக்கப்பட்டிருந்தாரோ என்று சந்தேகித்தேன். எங்களைக் கடந்த போது அவர்கள் கையசைக்க பதிலுக்கு நானும் கையசைத்தேன். அவர்கள் தாலியாவைக் கவனித்ததைப் பார்த்தேன். அவர்களின் நடையில் சின்ன தயக்கம். பின்னர் மீண்டும் வழக்கமான நடை.

"உன்கிட்ட புகைப்படக்கருவி இருக்கா?" தாலியா கேட்டாள்.

"இல்லை."

“இதுவரைக்கும் ஒரு புகைப்படமாவது எடுத்துருக்கியா?”

“இல்லை.”

“ஆனாலும் நீ புகைப்படக்காரன் ஆக விரும்பற?”

“உனக்கு விசித்திரமா இருக்கோ?”

“கொஞ்சம்.”

“அதாவது ஒரு பேச்சுக்குக் கேட்கறேன், நான் போலீஸ்காரனாகணும்னு ஆசைப்பட்டா, உனக்கு அதுவும் விசித்திரமா இருக்குமோ? ஏன்னா நான் இதுவரைக்கும் யாருக்குமே கைவிலங்கு மாட்டினது கிடையாது பாரு.”

அவளது கண்கள் குழைந்ததிலிருந்து என்னால் சொல்ல முடிந்தது, அதாவது, அவளால் முடிந்தால், அப்போது சிரித்திருப்பாள் என்று. “நீ ரொம்ப புத்திசாலியான எரும மாடுதான்,” என்றாள். “சின்னஅறிவுரை: எங்க அம்மா இருக்கும்போது புகைப்படக்கருவியைப் பத்தி எதுவும் பேசிடாத இல்லைன்னா உனக்கு வாங்கிக் கொடுத்துடுவா. உன்னைக் குஷிப்படுத்தறதுக்கு அவள் ஆர்வமா இருக்கா.” அந்தக் கைக்குட்டை கன்னத்துக்குச் சென்று திரும்பியது. “ஆனா ஓடீலியா அதுக்கு ஒத்துப்பாங்களான்னு எனக்குச் சந்தேகமா இருக்கு. இது உனக்கும் தெரியும்னு நினைக்கிறேன்.”

அந்தக் குறுகிய காலத்திலேயே அவள் எவ்வளவு விஷயங்களைப் புரிந்து கொண்டிருந்தாள் என்று நினைத்த போது எனக்கு வியப்பாகவும் அதே சமயத்தில் கலக்கமாகவும் இருந்தது. ஒருவேளை அந்த முகக்கவசத்தால் தானோ, நான் நினைத்தேன், திரைக்குப் பின்னாலிருக்கிற சாதகம், அடுத்தவரைக் கவனிக்கிற சுதந்திரம், உற்றுநோக்கவும் ஆராயவும் கூட.

“உன்னைத் திருப்பிக் கொடுக்கச் சொன்னாலும் சொல்லிடுவாங்க.”

நான் பெருமூச்சுவிட்டேன். அது வாஸ்தவம்தான். அதைப் போன்ற எளிதான பரிகாரங்களை அம்மா அனுமதிக்க மாட்டாள், அதுவும் பணம் தொடர்பான விஷயங்கள் என்றால் நூறு சதவீதம் வாய்ப்பேயில்லை.

தாலியா மேலே எழுந்தாள். பின்னாலிருந்த தூசியினைத் தட்டினாள். "உன்கிட்ட ஒண்ணு கேட்கணும், வீட்டுல ஏதாவது அட்டைப்பெட்டி வச்சுருக்கியா?"

***

அம்மாவுடன் மேடலின் சமையலறையில் ஒயின் உறிஞ்சிக் கொண்டிருக்க, மேலே நானும் தாலியாவும், ஒரு காலணி அட்டைப்பெட்டியில் கருப்பு பேனாக்களைப் பயன்படுத்திக் கொண்டிருந்தோம். அந்த அட்டைப்பெட்டி மேடலினுக்குச் சொந்தமானது. இன்னமும் காகிதத் துணியால் சுற்றப்பட்ட புத்தம் புதிய எலுமிச்சைநிற ஆளுயர்த்தி-செருப்பை அது உள்ளடக்கியிருந்தது.

"இதை எங்கே போட்டுட்டு போறதா யோசனை அவங்களுக்கு?" நான் கேட்டேன்.

ஒருமுறை அவள் சென்ற கூத்துப்பட்டறை வகுப்பில் அவளுடைய பயிற்சியாளர், பயிற்சிக்காக, அவளைப் பாறை ஒன்றின் மேல் அசையாமல் உட்கார்ந்திருக்கும் ஒரு பல்லியாக நடிக்கச் சொல்லியதைப் பற்றி கீழே மேடலின் பேசிக்கொண்டிருந்ததை என்னால் கேட்க முடிந்தது. சிரிப்பின் பிரவாகம் ஒன்று - அவளுடையது - பின்தொடர்ந்தது.

நாங்கள் இரண்டாவது முறையாகக் கருப்பு நிறத்தை ஏற்றி முடிக்க, தாலியா மூன்றாவது முறையும் அடிக்க வேண்டும் என்றாள், புள்ளி இடம் கூட நாங்கள் விட்டுவிடவில்லை என்பதை உறுதிப்படுத்த. அந்தக் கருமை சீராக, முழுமையாக இருக்க வேண்டியிருந்தது.

"இதோ புகைப்படக்கருவின்னா இதான்," அவள் சொன்னாள், "ஒரு கருப்புப் பெட்டி, அதுக்குள்ள ஒளியை அனுமதிக்குற அளவுக்கு ஒரு சின்ன துவாரம், அப்புறம் அந்த ஒளியை ஈர்க்குறதுக்கேத்த மாதிரி ஏதோ ஒண்ணு. அந்த ஊசியைக் குடு."

அம்மாவின் தையல் ஊசியை அவளுக்குக் கடத்தினேன். இந்தக் கைவினை-புகைப்படக்கருவி வேலை செய்யுமா என்ற சந்தேகம் எனக்குள் இருந்தது என்பதைக் குறைந்தபட்சம் நான் சொல்லித்தான் தீரவேண்டும். ஓர் அட்டைப்பெட்டியும் ஊசியும் வேலைக்காகுமா என்ன? ஆனால் தாலியா அந்தச் செயல்திட்டத்தின் மீது அவ்வளவு தன்னம்பிக்கையுடன் அத்தனை ஆர்வத்துடன் போர்

தொடுத்திருந்ததால் ஏதாவது அதிசயம் நிகழ்ந்து அது வேலை செய்தாலும் செய்யும் என்ற எண்ணத்துக்கும் நான் இடம் கொடுத்திருந்தேன். எனக்குத் தெரியாததெல்லாம் அவளுக்குத் தெரிந்திருந்தது என்ற எண்ணத்தை எனக்கு அவள் ஏற்படுத்தினாள்.

"நான் சில கணக்கு போட்டு வச்சுருக்கேன்," அவள் சொன்னாள், அட்டைப்பெட்டியைக் கவனமாக ஊசியால் குத்தினாள். "கண்ணாடி வில்லை இல்லாம, நம்மால சின்ன முகப்புப் பக்கம் துளை போட முடியாது, அட்டைப்பெட்டி வேற நீளமா இருக்குது. ஆனா அகலம் கச்சிதம். முக்கியமான விஷயமே சரியான அளவுல துளை போடறதுதான். பூஜ்யம் புள்ளி ஆறு மில்லிமீட்டர் இருக்கணும்னு நினைக்கறேன், தோராயமா. இதோ, முடிஞ்சது அவ்ளோதான். இப்போ நமக்கு ஒரு மூடி தேவை."

கீழே, மேடலினின் குரல் ரகசியமான, அவசரமான முணுமுணுப்பாகத் தாழ்ந்திருந்தது. அவள் என்ன சொல்லிக்கொண்டிருந்தாள் என்று எனக்குக் கேட்கவில்லை. ஆனால் முன்பை விட மெதுவாகப் பேசிக்கொண்டிருக்க, நன்றாக உச்சரித்துக் கொண்டிருக்க, அவள் முன்னால் சாய்ந்து, முழங்கைகள் மூட்டின் மேல் இருந்தபடி, கண்ணோடு கண் இமைக்காமல் பார்த்துக் கொண்டிருந்ததாக நான் கற்பனை செய்தேன். போகப் போக, குரலின் இம்மாதிரியான தொனியைத் தெளிவாகத் தெரிந்து வந்திருக்கிறேன். மனிதர்கள் இப்படிப் பேசும்போது, உலகையே புரட்டிப்போடுகிற ஏதோவொன்றை வெளிப்படுத்தவோ, அம்பலப்படுத்தவோ, அல்லது பாவமன்னிப்பு கோரவோ, கேட்டுக்கொண்டிருக்கும் நேயரிடம் கெஞ்சிக்கொண்டோ இருப்பார்கள். அதில் துக்கச் செய்தியைக் கொண்டுவந்து கதவைத் தட்டுகிற ராணுவக்குழுவினரின் சாயல், கட்சிக்காரரிடம் வாதத்துக்கான பேரத்தை நடத்தும் வக்கீல்களின் சாயல், அதிகாலை 3 மணிக்கு வண்டியை நிறுத்துகிற போலீஸ்காரனின் சாயல், மனைவிக்குத் துரோகம் செய்கிற கணவன்மார்களின் சாயல். நானே இங்கு காபூலில் எத்தனை முறை அதை பயன்படுத்தியிருக்கிறேன்? எத்தனை முறை குடும்பம் மொத்தத்தையும் அமைதியான தனியறைக்குள் வழி நடத்தியிருக்கிறேன், அவர்களை உட்காருமாறு கேட்டிருக்கிறேன், எனக்காக நானே ஒரு நாற்காலியை இழுத்துப் போட்டிருக்கிறேன், அந்தச் செய்தியைத் தெரிவிக்க அத்தனைத் தெம்பையும் திரட்டியிருக்கிறேன், அடுத்து வரப்போகிற உரையாடல்களுக்காகப் பயந்திருக்கிறேன்?

“அவங்க ஆண்ட்ரியாஸைப் பத்திப் பேசிட்டு இருக்காங்க,” தாலியாவின் குரலில் உணர்ச்சி இல்லை. “நிச்சயமா சொல்லுவேன். பெரிய சண்டை அவங்களுக்குள்ள. அந்த ஒட்டுநாடாவையும் கத்தரிக்கோலையும் எடுத்துக் கொடு.”

“அவர் ஆள் எப்படி? பணக்காரனா இருக்கறதைத் தவிர?”

“யாரு, ஆண்ட்ரியாஸா? அவரு பரவால்ல. அடிக்கடி வெளியூருக்குப் பயணம் போவாரு. வீட்டுல இருக்கும்போது, எப்பவுமே விருந்தாளிங்க வந்துட்டே இருப்பாங்க. முக்கியமான ஆளுங்க - அதாவது மந்திரிங்க, ராணுவத் தளபதிங்க, அந்த மாதிரி. கணப்படுப்புக்குப் பக்கத்துல குடிச்சுக்கிட்டு ராத்திரி பூரா பேசிட்டே இருப்பாங்க, பெரும்பாலும் வியாபாரம், அரசியல் தான். என்னோட அறையில இருந்து அவங்க பேசுறதைக் கேட்க முடியும். ஆண்ட்ரியாஸ் கூட யாராவது இருக்கும் போது நான் மாடியிலேதான் இருந்தாகணும். கீழ இறங்கி வரக்கூடாது. ஆனா எனக்கு அவர் நிறைய வாங்கிக் கொடுப்பார். தனிவகுப்பு எடுக்க ஆசிரியர் ஒருத்தருக்குச் சம்பளம் கொடுத்து வீட்டுக்கே வரவைச்சார். அப்புறம் என்கிட்டயும் நல்லாத்தான் பேசுறார்.”

அட்டைப்பெட்டியின் செவ்வகத் துண்டு ஒன்றை ஒட்டினாள் - நாங்கள் அதன் மேலும் கருப்பு நிறத்தை அடித்திருந்தோம் - அந்தத் துளையின் மேலாக.

கீழே எந்த அரவமும் இல்லை. என் மண்டைக்குள் அந்தக் காட்சியை ஓட்டிப் பார்த்தேன். மேடலின் சத்தமில்லாமல் தேம்பிக் கொண்டிருந்ததை, அவளது கைக்குட்டையைக் குழந்தைகள் பொம்மை செய்யப் பயன்படுத்தும் வண்ணக் களிமண்ணைச் செய்வது போல அனிச்சையாக உருட்டிக் கொண்டிருந்ததை, அம்மா ஏதும் செய்ய முடியாமல், என்னவோ அவளது நாக்குக்கு அடியில் புளிப்பான ஏதோவொன்று கரைந்து கொண்டிருப்பது மாதிரி சிறு புன்னகையுடன் முகத்தைச் சுளித்தபடி அவளை விறைப்பாகப் பார்த்துக் கொண்டிருந்ததை. அவளுக்கு எதிரில் யார் அழுதாலும் அம்மாவால் தாங்க முடியாது. அவர்களுடைய புடைத்த கண்களையும், அவர்களின் அப்பட்டமான, கெஞ்சுகிற முகங்களையும் அவளால் சகிக்கவே முடியாது. அழுவதைப் பலவீனத்தின் அறிகுறியாக, கவனத்துக்குக் கையேந்துகிற ஒரு பகட்டான யாசகமாக அவள் பார்க்கிறாள். ஆகவே அதற்கு இடம் கொடுக்க மாட்டாள். ஆறுதல் சொல்லித் தேற்றுவதற்குத் தன்னைத்

தானே அனுமதிக்க முடியாது அவளால். வளர வளர, அம்மாவுக்குத் தோதுபடாத விஷயங்களில் அதுவும் ஒன்று என்று தெரிந்து கொண்டேன். துக்கத்தை அந்தரங்கமாக வைத்திருக்க வேண்டும், கண்டிப்பாக; பீற்றிக்கொள்ளக் கூடாது. அவள் அப்படித்தான் நினைக்கிறாள். ஒருமுறை, நான் சிறுவனாக இருந்தபோது கேட்டிருந்தேன், என் அப்பா கீழே விழுந்து இறந்தபோது அவள் அழுதாளா என்று.

ஈமச் சடங்கு நடந்தப்போ? அதாவது, அடக்கம் பண்ணப்போ?

இல்ல, நான் அழல.

நீங்க சோகமா இல்லைன்ற காரணத்தாலயா?

நான் சோகமா இருக்கேனா இல்லையான்னு பார்க்கறது யாரோட வேலையும் இல்லைன்றதால.

நான் செத்தா நீங்க அழுவீங்களாம்மா?

அதைக் கண்டுபிடிக்க வேண்டிய அவசியம் ஏற்படாதுன்னு நம்பலாம், அவள் சொன்னாள்.

தாலியா புகைப்படத்தாள் பெட்டியை எடுத்தாள். பிறகு “கைவிளக்கை எடு” என்றாள்.

நாங்கள் அம்மாவின் துணி அலமாரிக்குள் புகுந்து, கதவை அடைத்ததை உறுதி செய்து, கதவுக்கடியில் எஞ்சியிருந்த பகல் வெளிச்சத்தைத் துண்டுகளால் போர்த்தி அணைத்தோம். நாங்கள் கும்மிருட்டுக்குள் வந்தவுடன், தாலியா அந்த கைவிளக்கை, நாங்கள் சிவப்பு ஒட்டுநாடாவால் பல சுற்றுகள் சுற்றி மூடியிருந்த அந்த கைவிளக்கை போடச் சொன்னாள். அந்த மங்கலான வெளிச்சத்தில் தெரிந்ததெல்லாம் புகைப்படத்தாளை வெட்டி அட்டைப்பெட்டிக்கு உள்பக்கமாகத் துளைக்கு எதிரே ஒட்டுநாடா வைத்து ஒட்டிய தாலியாவின் ஒல்லியான விரல்கள் மட்டும்தான். அதற்கு முந்தைய நாள்தான் திரு. ரூசாஸின் கடையிலிருந்து அந்தப் புகைப்படத்தாளை வாங்கியிருந்தோம். நாங்கள் கல்லாவை நெருங்கியதும், திரு. ரூசாஸ் அவருடைய கண்ணாடியைத் தாண்டி தாலியாவைப் பார்த்துக் கேட்டார், *என்ன கொள்ளையடிக்க வந்துருக்கீங்களா?* தாலியா அவளுடைய கையைத் துப்பாக்கி மாதிரி வைத்து ஆட்காட்டி விரலால் அவரைச் சுட்டாள்.

தாலியா அந்த அட்டைப்பெட்டியை மூடி, மூடியால் அதன் துளையை அடைத்தாள். இருட்டில் அவள் சொன்னாள், "உன் வாழ்க்கையோட முதல் புகைப்படத்தை நாளைக்கு நீ எடுக்கப் போற." அவள் என்னைக் கிண்டல் செய்தாளா இல்லையா என்று என்னால் சொல்ல முடியவில்லை.

***

நாங்கள் கடற்கரையைத் தேர்ந்தெடுத்தோம். அந்த அட்டைப்பெட்டியைக் கயிற்றால் இறுக்கமாகக் கட்டி (மூடியைத் திறக்கும் போது துளி அசைவு கூட இருக்கக் கூடாது என தாலியா சொன்னாள்) தட்டையான பாறையின் மேல் வைத்துத் தயார் செய்தோம். அவள் எனக்குப் பக்கத்தில் வந்து அந்தப் பெட்டியிலிருந்து ஒரு கண்ணை மூடி மற்றொரு கண்ணால் குறி பார்த்தாள், என்னவோ நிஜமான புகைப்படக்கருவியின் கண்ணாடி வில்லையில் பார்ப்பது போல.

"துல்லியமா இருக்கு," அவள் சொன்னாள்.

"கிட்டத்தட்ட. ஆனா யாரை படம் எடுக்கறது?"

அவள் என் பக்கமாகத் திரும்பி, நான் சொல்ல வந்ததைப் புரிந்து கொண்டாள், அடுத்து சொன்னாள், "இல்லை. என்னால முடியாது."

ஏகப்பட்ட வாக்குவாதத்துக்குப் பிறகு ஒருவழியாக அவள் சம்மதித்தாள், அவளது முகத்தைக் காட்ட முடியாது என்ற நிபந்தனையின் பேரில். அவளின் காலணிகளைக் கழற்றி, புகைப்படக்கருவிக்கு முன்னாலிருந்த பாறை வரிசையின் மீது கயிற்றின் மேல் நடப்பது போல இரண்டு கைகளையும் அகல விரித்து நடந்தாள். மேற்குப் பக்கம் சிரோஸ் மற்றும் கீத்னோவ்ஸ் தீவுகளைப் பார்த்தவாக்கில் கிடந்த பாறைகளுள் ஒன்றின் மேல் உட்கார்ந்தாள். அவளது கூந்தலைப் பின்னால் வாரி அந்த முகக்கவசத்தின் பட்டைகளை மூடி மறைத்தாள். பின்னால் திரும்பி என்னைப் பார்த்தாள்.

"ஞாபகம் இருக்கட்டும்," அவள் கத்தினாள், "ஒண்ணுலருந்து இருபது வரைக்கும் எண்ணு."

அவளது முகத்தைத் திருப்பிக் கடலைப் பார்த்தாள்.

நான் முன்னால் குனிந்து, அந்தப் பெட்டியைத் தாண்டி, தாலியாவின் முதுகை, அவளைச் சுற்றியிருந்த பாறைக் கூட்டத்தை, இறந்த பாம்புகளைப் போலக் கிடந்த அந்த கடற்பாசிப் பின்னல்களை, மேலும் கீழும் ஆடிக்கொண்டிருந்த அந்த தூரத்து இழுவைப் படகை, மேலே எழும்பிக் கொண்டிருந்த, கரடுமுரடான கடற்கரையை விளாசிவிட்டு திரும்பிக் கொண்டிருந்த அந்தக் கடல் அலைகளைப் பார்த்துக் கொண்டிருந்தேன். புகைப்படக்கருவியின் துளையை மூடியிருந்த மூடியைத் தூக்கினேன். எண்ண ஆரம்பித்தேன்.

ஒண்ணு... ரெண்டு... மூணு...நாலு...அஞ்சு...

நாங்கள் படுக்கையில் கிடந்தோம். தொலைக்காட்சித் திரையில் ஓர் அக்கார்டியன் வாத்தியக்கார ஜோடி போட்டி போட்டுக்கொண்டிருந்தது. ஆனால் ஜியானா அதன் சத்தத்தை அணைத்திருந்தாள். நடுப்பகல் சூரியன் ஜன்னலின் திரைகளைக் கத்தரித்து, விடுதியின் சேவகனிடமிருந்து நாங்கள் மதிய உணவுக்காக கோரியிருந்த *மார்கரிட்டா பீட்ஸாவின்* மிச்சங்களின் மீது வரிவரியாக விழுந்து கொண்டிருந்தது. நெட்டையான, ஒற்றை நாடி உடம்பு கொண்ட, கச்சிதமாக மேல் நோக்கிப் பின்பக்கமாக வாரிச் சீவி, கருப்பு கழுத்துப்பட்டையும் வெள்ளைக் கோட்டும் போட்டிருந்த சேவகன் ஒருவனால் அது எங்களுக்குக் கொண்டுவரப்பட்டிருந்தது. அறைக்குள் அவன் உருட்டி வந்த மேஜையின் மேல் புல்லாங்குழல் வடிவ பூச்சாடியிலிருந்து ஒற்றை ரோஜா எட்டிப்பார்த்தது. அந்த *பீட்ஸாவின்* மூடியை அவன் அட்டகாசமாகத் திறந்தான், கைகளால் பெருக்குவது போல சைகை செய்து, தொப்பிக்குள்ளிருந்து முயலை வர வைத்தவுடன் மாயவித்தைக் கலைஞன் கூட்டத்தைப் பார்த்து செய்வது மாதிரி.

எங்களைச் சுற்றி, கலைந்த விரிப்புகளுடன், நான் ஜியானாவுக்குக் காட்டிய புகைப்படங்களும் சிதறிக்கிடந்தன, ஒன்றரை ஆண்டுகளாக எனது பயணங்களில் எடுத்த புகைப்படங்கள். பெல்ஃபாஸ்ட், மான்டிவிடியோ, டான்ஜியர், மார்ஸெல், லிமா, டெஹ்ரான் என. கோப்பன்ஹேகனில் கொஞ்ச காலம் நான் தங்கியிருந்த குடியிருப்புப் பகுதியின் புகைப்படங்களை அவளுக்குக் காட்டுகிறேன். கிழிந்த பனியனும் கம்பளி குல்லாயும் போட்ட, ஒருகாலத்தில் ராணுவத்தளமாக இருந்த இடத்தைத் தன்னாட்சி குடியிருப்பாக உருவாக்கிய ஒரு டேனிய முற்போக்குவாதியுடன் ஒரே அறையில் நான் குடியிருந்தேன்.

நீ எங்க இருந்த? ஜியானா கேட்கிறாள். புகைப்படங்கள்ல நீ காணவே காணோம்.

புகைப்படக்கருவிக்குப் பின்னாடி இருக்கறதுதான் எனக்குப் பிடிக்கும், நான் சொல்கிறேன். அதுதான் உண்மை. நூற்றுக்கணக்கான புகைப்படங்களை எடுத்திருக்கிறேன், ஆனால் ஒரு புகைப்படத்தில் கூட நீங்கள் என்னைப் பார்க்க முடியாது. புகைப்படச் சுருளைத் தூக்கியெறிவதற்கு முன்னால் எப்போதுமே புகைப்படங்களை இரண்டு பிரதிகளாகப் பதிப்புப் போடுவேன். ஒரு பிரதியை நான் வைத்துக்கொண்டு, இன்னொன்றை ஊரிலிருக்கும் தாலியாவுக்கு அனுப்பிவிடுவேன்.

என்னுடைய பயணச் செலவுகளுக்கு என்ன செய்கிறேன் என்று ஜியானா கேட்கிறாள். பூர்வீகச் சொத்திலிருந்து கிடைக்கும் பணத்திலிருந்து செலவு செய்வதாக அவளுக்கு விவரிக்கிறேன். அதுவும் பாதி உண்மைதான் ஏனென்றால் அந்தப் பூர்வீகச் சொத்து என்னுடையது கிடையாது, தாலியாவுடையது. மேடலினைப் போலில்லாமல் - காரணங்களைச் சொல்லித்தான் தெரிய வேண்டியதில்லை - ஆண்ட்ரியாஸின் உயிலில் தாலியாவின் பெயர் இருக்கிறது. தாலியா அதில் பாதியை எனக்குக் கொடுத்து விட்டாள். நியாயமாகப் பார்த்தாள் அதை வைத்து நான் பல்கலைக்கழகத்தில் சேர்ந்திருக்க வேண்டும்.

எட்டு...ஒன்பது...பத்து...

ஜியானா அவளது முழங்கைகளால் ஊன்றி படுக்கையின் குறுக்கே சாய்கிறாள், என் மீதும் கூட. அவளின் சிறிய மார்பகங்கள் என்னை உரசுகின்றன. அவளுடைய பெட்டியை எடுத்து, சிகரெட்டைப் பற்றவைக்கிறாள். முந்தைய நாளில்தான் அவளைப் பியாட்ஸா டி ஸ்பான்யாவில் சந்தித்தேன். கீழேயிருக்கும் சதுக்கத்தையும் மேலே குன்றில் இருக்கும் தேவாலயத்தையும் இணைக்கும் கருங்கல் படிக்கட்டுகளில் நான் உட்கார்ந்து கொண்டிருந்தேன். அவள் மேலேறி வந்து என்னிடம் ஏதோ கேட்டாள், இத்தாலிய மொழியில். ரோம் நகரத்துச் தேவாலயங்களையும் சதுக்கங்களையும் சுற்றிக்கொண்டிருந்த 'சிக்'கென்ற பெண்களில் ஒருத்தி மாதிரி, பார்ப்பதற்குத் திக்குத்தெரியாமல் திரிவது மாதிரி காணப்பட்டாள். அவ்வகைப் பெண்கள் சிகரெட்டை ஊதித்தள்ளி, உரக்கப்பேசி, நிறைய சிரித்தார்கள். என் தலையை இடமும் வலமுமாக ஆட்டிக் கேட்டேன், *என்ன சொல்றீங்க?* அவள் புன்னகைத்து, ஆஹ் என்றாள்,

அதன் பிறகு, இத்தாலிய நெடி தூக்கலான ஆங்கிலத்தில் கேட்டாள், *சுடரேற்றி இருக்கா? சிகரெட்.* நான் திரும்பவும் தலையாட்டினேன். என்னுடைய கிரேக்க நெடி தூக்கலான ஆங்கிலத்தில் பதில் சொன்னேன், எனக்கு சிகரெட் பிடிக்கும் பழக்கமில்லை என்று. அவள் இளித்தாள். துறுதுறுவென பளிச்சென்ற கண்கள் அவளுக்கு. அந்த முன்மதியச் சூரியன் அவளின் வைரக்கல் வடிவ முகத்தைச் சுற்றி மேகமாக சூழ்ந்திருந்தான்.

கொஞ்ச நேரம் கண்ணயர்ந்தேன். என் விலா எலும்புகளை அவள் நோண்டியதால் எழுந்தேன்.

தாலியாவின் அந்தக் கடற்கரை புகைப்படத்தை அவள் பார்க்கிறாள். *ல துவா ரகாட்ஸா?* அவள் கேட்கிறாள். பல வருடங்களுக்கு முன்னால் அந்தக் கைவினை புகைப்படக்கருவியால் நான் எடுத்த அந்த புகைப்படத்தைப் பார்த்து. *உன் காதலியா?*

இல்லை, என்கிறேன் நான்.

உன்னோட தங்கச்சியா?

இல்லை.

ல துவா குஜினா? உன்னோட சித்தப்பா-பெரியப்பா மகளா?

நான் இல்லையென்று தலையாட்டுகிறேன்.

மேலும் கொஞ்ச நேரம் அந்த புகைப்படத்தைப் படிக்கிறாள், அவசரப் புகையைச் சிகரெட்டிலிருந்து இழுத்துக் கொண்டே. இல்லை, வெடுக்கென சொல்கிறாள், அவளின் கோபம் எனக்கு ஆச்சரியத்தைத் தர, *குவெஸ்தா ஏ ல துவா ரகாட்ஸா! கண்டிப்பா உன்னோட காதலிதான். ஆமா, நான் அப்படித்தான் நினைக்கிறேன். நீ பொய் சொல்ற!* அதன் பிறகு, எனக்கு அதிர்ச்சியைத் தர, அவள் அவளது சுடரேற்றியைச் சொடுக்குகிறாள். அந்த புகைப்படத்துக்குத் தீ வைக்கிறாள்.

பதினாலு...பதினைஞ்சு...பதினாறு...பதினேழு...

பேருந்து நிறுத்தத்துக்குத் திரும்புகிற பாதி வழியில், நான் அந்த புகைப்படத்தைத் தொலைத்துவிட்டதை உணர்கிறேன். நான் திரும்பிப் போகவேண்டுமென அவர்களிடம் சொல்கிறேன். வேறு வழியே இல்லை, நான் கண்டிப்பாகப் போகத்தான் வேண்டும். அல்ஃபோன்சோ, எங்களின் அறிவிக்கப்படாத சிலி நாட்டு

வழிகாட்டி, அந்த ஒல்லியான, அதிகம் பேசாத நாட்டுப்புறத்தான், என்ன செய்யலாம் என்பது மாதிரி கேரியைப் பார்த்தான். கேரி ஓர் அமெரிக்கன். எங்கள் மூவரின் தலைவன். செம்பட்டைநிற அழுக்கான தலைமுடி. கன்னங்களில் முகப்பரு வடுக்கள். வாழ்க்கையின் கஷ்ட நஷ்டங்களையே வழக்கமாகக் கொண்ட முகம் அது. கேரி சிடுசிடுப்பாக இருந்தான், பசியாலும், சாராயம் கிடைக்காததாலும், அதற்கு முந்தைய நாள் ஒரு முள்செடியால் வலது கெண்டைக்காலில் ஏற்பட்ட மோசமான சிராய்ப்பாலும் அது மேலும் மோசமாகியிருந்தது. சாண்டியாகோவில் கூட்ட நெரிசலான சாராயக்கடை ஒன்றில் அவர்கள் இருவரையும் சந்தித்தேன். அங்கே, சிலி நாட்டின் பிரசித்தி பெற்ற *பிஸ்கோலாஸ் காக்டெயிலை* அரை டஜன் சுற்றுகள் உள்ளே தள்ளிய பிறகு, அல்ஃபோன்சோ அந்தத் திட்டத்தை முன்வைத்தான். அதாவது அவன் சிறுவனாக இருந்தபோது அவனது அப்பா இட்டுச்சென்ற சால்டோ டெல் அப்போகுவின்டோ அருவிக்கு நடந்தே செல்கிற அந்தப் பயணத் திட்டத்தை. நாங்கள் அங்கு சென்று அடுத்த நாள் இரவு அருவிக்குப் பக்கத்திலேயே கூடாரம் போட்டுத் தங்கினோம். அருவி எங்களின் காதுகளில் ஆர்ப்பரித்துக் கொண்டிருக்க, மேலே பரந்து திறந்த வானம் நட்சத்திரக் கூட்டத்தால் மூச்சுத் திணறிக் கொண்டிருக்க, நாங்கள் கஞ்சா இழுத்தோம். இப்போது சோர்வாக நடந்து கொண்டிருக்கிறோம், சான் கார்லோஸ் டெ அப்போகுவின்டோவை நோக்கி, பேருந்தைப் பிடிப்பதற்காக.

கேரி அவனுடைய தொப்பியின் அகலமான விளிம்பைப் பின்னால் தள்ளுகிறான். கைக்குட்டையால் அவனது புருவங்களை வழிக்கிறான். *போறதுக்கே மூணு மணிநேரமாகும், மார்கோஸ்,* என்கிறான்.

அதாவது போறதுக்கு மட்டும், புரிஞ்சுதா? அல்ஃபோன்சோ எதிரொலிக்கிறான்.

தெரியும்.

தெரிஞ்சுமா போகப்போற?

ஆமா.

ஒரேயொரு புகைப்படத்துக்காகவா? அல்ஃபோன்சோ கேட்கிறான்.

நான் தலையாட்டி ஆமோதிக்கிறேன். நான் எதுவும் சொல்லாமல் அமைதியாக இருக்கிறேன். சொன்னால் அவர்களுக்குப் புரியாது. எனக்கே புரியாதோ என்னவோ.

தனியா போக உனக்கு வழி தெரியாது, தொலைஞ்சு போயிடுவ, என்கிறான் கேரி.

ஆமா, வாய்ப்பு நிறைய.

சரி. அப்புறம் உன் இஷ்டம், நண்பா. வாழ்த்துக்கள் என்கிறான் கேரி, கைகுலுக்க ஒரு கையை நீட்டிக்கொண்டே.

பைத்தியக்காரன், என்கிறான் அல்ஃபோன்சோ.

நான் சிரிக்கிறேன். நான் பைத்தியக்காரன் என்று கூப்பிடப்படுவது அது முதல்முறை இல்லை. நாங்கள் கைகுலுக்குகிறோம். கேரி அவனது தோள்பையின் பட்டைகளைச் சரிசெய்ய, அவர்கள் இருவரும் மலைகளின் மடிப்புகளோரம் தொடர்கிற வழித்தடத்தில் நடக்க, கொண்டை ஊசி வளைவில் திரும்பும்போது பின்னால் பார்க்காமலேயே கேரி கையசைக்கிறான். நாங்கள் வந்த வழியிலேயே நான் திரும்பி நடக்கிறேன். சொல்லப்போனால் எனக்கு நான்கு மணி நேரம் பிடிக்கிறது, காரணம் கேரி யூகித்தது மாதிரியே நான் தொலைந்துவிட்டேன். நாங்கள் கூடாரம் போட்ட இடத்துக்கு வந்த சமயமெல்லாம் அடித்துப் போட்டது மாதிரி இருந்தது எனக்கு. எல்லா இடங்களிலும் தேடுகிறேன், புதர்களை உதைக்கிறேன், பாறைகளின் இடுக்குகளில் பார்க்கிறேன், தேடல் வீணாகிக் கொண்டிருக்க எனக்குள் பயம் படர்கிறது. அதன் பிறகு, விரக்தியில் என் தேடலைக் கைவிட யத்தனித்த சமயத்தில், அங்கே அந்த மேட்டுப் புதர்களின் கூட்டத்துக்கு இடையில் வெள்ளை நிறத்தில் ஏதோவொன்று பளிச்சிடுகிறது. புதர்களின் பின்னல்களுக்கு இடையில் அந்த புகைப்படம் சிக்கியிருந்ததைக் கண்டுபிடிக்கிறேன். அதை விடுவித்து, அதிலிருந்த தூசியைத் தட்டுகிறேன். என் கண்களின் ஓரம் ஆறுதல் துளிகள் பொங்கி வழிந்து கொண்டிருக்கின்றன.

இருபத்து மூணு...இருபத்து நாலு...இருபத்து அஞ்சு...

காராக்காஸில் நான் ஒரு பாலத்துக்கு அடியில் தூங்குகிறேன். பிரஸ்ஸல்சில் தங்கும் விடுதி ஒன்றில். சில நேரங்களில் நான் பணத்தை வாரி இறைக்கிறேன். ஆடம்பர விடுதிகளில் அறை எடுக்கிறேன். வெந்நீர் தூறலில் நீண்ட நேரம் குளிக்கிறேன், முகச்சவரம் செய்கிறேன், குளியல் உடையைப் போட்டபடியே சாப்பிடுகிறேன். வண்ணத் தொலைக்காட்சி பார்க்கிறேன். அந்த நகரங்கள்,

சாலைகள், கிராமப்புறங்கள், சந்திக்கும் மனிதர்கள் - எல்லாமே மங்கத் தொடங்குகிறது. எனக்குள்ளேயே சொல்லிக்கொள்கிறேன் ஏதோவொன்றை நான் தேடிக்கொண்டிருக்கிறேன் என்று. ஆனால் நாட்கள் போகப் போக, நான் இலக்கில்லாமல் திரிந்து கொண்டிருப்பது மாதிரி, எனக்கு ஏதாவது நடந்துவிடாதா, எல்லாவற்றையும் புரட்டிப் போடுவது மாதிரி ஏதாவது, என் வாழ்நாள் முழுக்க தேடிக்கொண்டிருந்த ஏதாவது நடந்துவிடாதா என்று காத்துக் கொண்டிருப்பது மாதிரி உணர்கிறேன்.

முப்பத்து நாலு...முப்பத்து அஞ்சு...முப்பத்து ஆறு...

இந்தியாவில் என்னுடைய நான்காவது நாள். புழுதிச்சாலை ஒன்றில் அனாதை பசுமாடுகளுடன் நான் தட்டுத் தடுமாறி தள்ளாட, என் பாதங்களுக்கு அடியில் பூமி புரண்டு கொண்டிருந்தது. என் தோல் முழுதும் மஞ்சளாக, கண்ணுக்குத் தெரியாத கைகள் பச்சையாக அதை உரித்துக் கொண்டிருப்பதைப் போல உணர்கிறேன். அதற்கு மேலும் என்னால் நடக்க முடியாத போது, சாலையின் ஓரத்தில் அப்படியே சாய்கிறேன். எதிரே, சாலைக்கு அந்தப் பக்கம் ஒரு கிழவன் பெரிய குண்டான் ஒன்றில் கரண்டியால் எதையோ கலக்கிக் கொண்டிருக்கிறான். அவனுக்குப் பக்கத்தில் ஒரு கூண்டு இருக்கிறது. உள்ளே நீலச்சிவப்பு நிறத்தில் ஒரு கிளி. கருப்பான தள்ளுவண்டி வியாபாரி வண்டி முழுதும் காலியான பச்சை பாட்டில்களைத் தள்ளிக்கொண்டு போகிறான். எனக்குக் கடைசியாக ஞாபகமிருந்தது அதுதான்.

நாப்பத்து ஒண்ணு...நாப்பத்து ரெண்டு...

நான் ஒரு பெரிய அறையில் எழுந்திருக்கிறேன். அங்கிருந்த காற்று வெக்கையால் கனக்கிறது. அழுகிக்கொண்டிருக்கும் முலாம்பழத்தைப் போல வாசமடித்துக் கொண்டிருக்கிறது. இரண்டு பேர் படுக்கக் கூடிய, மாத நாவல் தடிமனே இருக்கும் சுருள்வில்கள் இல்லாத கெட்டியான மெத்தை போட்ட இரும்புக் கட்டிலின் மேல் நான் கிடத்தப்பட்டிருக்கிறேன். என்னுடையது போல அந்த அறை முழுக்க கட்டில்கள் நிறைந்திருக்கின்றன. பக்கவாட்டில் தொங்கிக்கொண்டிருக்கிற இளைத்துப் போன கைகளை, கறைபடிந்த போர்வைக்குள்ளிருந்து வெளிநீட்டிக்கொண்டிருக்கிற கருப்பான தீக்குச்சிக் கால்களை, அரைகுறை பற்கள் காட்டிக்கொண்டிருக்கிற வாய்களை நான் பார்க்கிறேன். விட்டத்து மின்விசிறிகள் சுற்றவில்லை. பூஞ்சைத் திட்டுகள் படர்ந்த சுவர்கள். எனக்குப் பக்கத்திலிருந்த

ஜன்னல் சூடான, பிசுபிசுத்த காற்றை அனுமதிக்கிறது. அந்தச் சூரியஒளி கண்களைக் குத்துகிறது. அங்கு செவிலியராக இருந்த குல் என்னும் பெயருடைய குண்டான அச்சுறுத்தும் இஸ்லாமியன் - நான் மஞ்சள் காமாலையால் சாகக்கூடும் என்கிறான்.

அம்பத்து அஞ்சு...அம்பத்து ஆறு..அம்பத்து ஏழு...

என் தோள்பையைப் பற்றி விசாரிக்கிறேன். *எந்தத் தோள்பை?* குல் சுரத்தின்றிக் கேட்கிறான். எல்லாமே போய்விட்டது - என் துணிமணி, காசுபணம், நோட்டுப்புத்தகங்கள் எல்லாமே. *அந்தத் திருடன் இதை மட்டும்தான் விட்டுவைச்சான்,* குல் அவனுடைய ஆங்கிலத்தை நசுக்கிக் கொண்டே பேசுகிறான். பக்கத்திலிருந்த ஜன்னல் மேடையைச் சுட்டிக்காட்டுகிறான். அங்கே அந்த புகைப்படம். நான் அதைக் கையில் எடுக்கிறேன். தாலியா, காற்றில் அசைந்து கொண்டிருந்த அவளின் கூந்தல், அவளைச் சுற்றி நுரை ததும்பிக் கொண்டிருந்த அந்தக் கடல்நீர், பாறையின் மேலிருந்த அவளின் வெற்றுக் கால்கள், அவள் முன்னே வீசி எறிந்தது போல துள்ளிக்கொண்டிருந்த அந்த ஏஜியன் கடல். என் தொண்டைக்குள் உருண்டை ஒன்று அடைக்கிறது. நான் இங்கே சாக விரும்பவில்லை. அவளை விட்டு மிகத் தொலைவில், இந்த முகம் தெரியாத மனிதர்களிடம் சாக விரும்பவில்லை. அந்த புகைப்படத்தை ஜன்னல் சட்டத்துக்கும் கண்ணாடிக்கும் நடுவில் செருகுகிறேன்.

அறுபத்து ஆறு...அறுபத்து ஏழு...அறுபத்து எட்டு...

எனக்குப் பக்கத்துக் கட்டிலிலிருந்த பையனுக்குக் கிழவனின் முகம். நோயால் சோர்ந்து, குழிவிழுந்து பள்ளமாகி, எலும்புகள் துறுத்திய முகம். அவனின் அடிவயிறு கால்பந்து அளவுள்ள கட்டியால் புடைத்திருக்கிறது. செவிலியர்கள் அந்த இடத்தில் அவனைத் தொடும்போதெல்லாம், அவனது கண்களை இறுக்கமாக மூடி வாயைப் பிளந்து மவுனமான, வேதனை ஓலத்தை வெளிவிடுகிறான். இன்று காலையில், அங்கிருந்த செவிலியர்களில் ஒருவர் - குல் அல்ல - அவனுக்கு மாத்திரைகளைக் கொடுக்க முயற்சிக்கிறார், ஆனால் அந்தப் பையன் தலையை இப்படியும் அப்படியுமாக ஆட்டுகிறான், உப்புக் காகிதத்தில் மரத்தைத் தேய்ப்பது மாதிரி அவன் தொண்டைக்குள்ளிருந்து சத்தம் வருகிறது. முடிவாக, அந்த செவிலியர் அவனின் வாயைத் திறந்து, மாத்திரைகளை அதற்குள் திணிக்கிறார். அவர் விலகியவுடன், அந்தப் பையன் என் பக்கம் மெதுவாகத் தலையைத் திருப்புகிறான். எங்களது படுக்கைகளுக்கு

இடையே உள்ள இடைவெளியில் நாங்கள் எங்களின் பார்வைகளை ஒருவருக்கொருவர் கடத்துகிறோம். சின்னதாக ஒரு துளி கண்ணீர் அவனது கண்களிலிருந்து பிழிந்து கன்னங்களின் மேல் உருள்கிறது.

எழுபத்து அஞ்சு...எழுபத்து ஆறு...எழுபத்து ஏழு...

இவ்விடத்தின் துன்பங்களும், கொடுமைகளும், வேதனைகளும் ஓர் அலைபோல, ஒவ்வொரு படுக்கையாகத் தாவி, பூஞ்சை பிடித்த சுவர்களில் மோதி, மீண்டும் உங்களிடமே திரும்பி அடிக்கிறது. நீங்கள் இதில் மூழ்கியே விடுவீர்கள். நான் நிறைய தூங்குகிறேன். தூங்காத நேரங்களில், சொறிந்து கொள்கிறேன். இல்லையென்றால், ஜன்னலின் வழியே இந்தக் கட்டடத்துக்கு வெளியே சந்தடி நிறைந்த தெருவை, கூடாரம் போட்ட கடைத்தெருவின் மேலும் தெருமுனை டீக்கடைகளின் மேலும் சூரிய வெளிச்சம் தவழ்ந்து செல்வதைப் பார்க்கிறேன். சாக்கடையாக மாறிப்போயிருந்த நடைபாதைகளில் சிறுவர்கள் விளையாடுவதை, வாசல்கதவில் கிழவிகள் உட்கார்ந்திருப்பதை, வேட்டி கட்டிய தெரு வியாபாரிகள் பாய்களின் மேல் குந்தி தேங்காய்களை உரித்துக் கொண்டிருப்பதை, சாமந்தி மாலைகளைத் தொடுத்துக் கொண்டிருப்பதைப் பார்க்கிறேன். அறையின் அந்தப் பக்கத்திலிருந்து எவனோ காதைப் பிளக்கிற ஓலத்தை வெளிவிடுகிறான். நான் கண்ணயர்கிறேன்.

எண்பத்து மூணு...எண்பத்து நாலு...எண்பத்து அஞ்சு...

அந்தப் பையனின் பெயர் மன்னார் என்று எனக்கு தெரியவருகிறது. "கலங்கரை விளக்கம்" என்று அதற்கு அர்த்தம். அவனின் அம்மா பாலியல் தொழிலாளி, அப்பா திருடன். அவனுடைய அத்தை-மாமாவின் வீட்டில் அவன் வாழ்ந்தான். அவர்களிடம் அடி வாங்கியிருக்கிறான். அவனது உடம்புக்கு என்ன பிரச்சினை என்று யாருக்கும் தெரியாது. ஆனால் அது அவனைக் கொன்று கொண்டிருக்கிறது என்பது மட்டும் எல்லாருக்கும் தெரியும். யாருமே அவனை பக்கமாக நலம் விசாரிக்க வருவதில்லை. அவன் சாகும்போது கூட - இன்னும் ஒரு வாரத்திலோ, ஒரு மாதமோ, அதிகபட்சமாக இரண்டு மாதமோ தான் - யாரும் அவனது உடலுக்கு உரிமை கோரப்போவதும் இல்லை. யாரும் கண்ணீர் சிந்தப்போவதும் இல்லை. யாரும் அவனை நினைத்துக்கூட பார்க்கப் போவதில்லை. அவன் வாழ்ந்த இடத்திலேயே அவனுடைய உயிர் பிரியப் போகிறது. அவன் தூங்கும்போது, என் கண்கள் அவன் பக்கமாகத் திரும்புவதைக் கவனிக்கிறேன்,

பள்ளமான அவனது நெற்றிப்பொட்டின் பக்கமாக, உடலுக்குப் பொருத்தமில்லாத அவனது பெரிய தலையின் பக்கமாக, தெளிவான அவனது கீழுதட்டுத் தழும்பின் பக்கமாக, குல் சொன்னான், அங்குதான் அவனுடைய அம்மாவின் தரகன் சிகரெட்டை நசுக்கித் தேய்த்து அணைப்பானாம். நான் அவனிடம் ஆங்கிலத்தில் பேச முயற்சிக்கிறேன், பிறகு எனக்குத் தெரிந்த ஒருசில உருது வார்த்தைகளிலும், ஆனால் அவன் சோர்வாகக் கண்களை மூடித் திறக்கிறான், அவ்வளவுதான். சில நேரங்களில் அவன் முகத்தில் ஒரேயொரு புன்னகையை வரவைக்க என் கைகளை ஒன்றாகச் சேர்த்து சுவரில் நிழல் விலங்குகளை உருவாக்குவேன்.

எண்பத்து ஏழு... எண்பத்து எட்டு... எண்பத்து ஒன்பது...

ஒருநாள் மன்னார் ஜன்னலுக்கு வெளியே எதையோ சுட்டிக்காட்டுகிறான். அவனின் விரல்களை நான் பின்தொடர்கிறேன், என் தலையைத் தூக்குகிறேன், ஆனால் மேகங்களுக்கு இடையில் தெரிந்த வானத் திட்டுகளைத் தவிர, தெருக்குழாயிலிருந்து பீய்ச்சியடிக்கும் தண்ணீரில் விளையாடிக் கொண்டிருக்கும் குழந்தைகளைத் தவிர, கரும்புகையைக் கக்கிக் கொண்டிருக்கும் ஒரு பேருந்தைத் தவிர எனக்கு எதுவும் தெரியவில்லை. பிறகுதான் எனக்கு உரைக்கிறது அவன் தாலியாவின் புகைப்படத்தைக் காட்டுகிறான் என்று. ஜன்னலிலிருந்து அதைப் பறித்து அவனிடம் கொடுக்கிறேன். அவனது முகத்துக்கு அருகில், நெருப்பு சுட்ட மூலை வாட்டமாக, அதைப் பிடித்து நீண்ட நேரமாக உற்றுப் பார்க்கிறான். அதிலிருந்த கடல்தான் அவனை ஈர்க்கிறதோ என சந்தேகிக்கிறேன். கடல்நீரை ஒருமுறையாவது குடித்துப் பார்த்திருப்பானா என்று யோசிக்கிறேன் அல்லது காலுக்கடியில் அலை பின்வாங்குவதைத் தொடர்ந்து குனிந்து பார்த்தால் தலை சுற்றுமே அதை ஒருமுறையாவது அனுபவித்திருப்பானா என்றும். அல்லது ஒருவேளை, அவளின் முகத்தை பார்க்க முடியாவிட்டாலும், தாலியாவுடன் ஒரு பந்தத்தை உணர்கிறானோ என்னவோ, அவனை மாதிரியே வலியை உணர்ந்தவள் அல்லவா அவள். என்னிடம் புகைப்படத்தைத் திருப்பிக் கொடுக்க அவன் முன்வருகிறான். நான் தலையாட்டுகிறேன். நீயே வச்சுக்கோ, என்கிறேன். சந்தேக நிழல் ஒன்று அவன் முகத்தில் படர்கிறது. நான் சிரிக்கிறேன். அப்புறம், என்னால் நிச்சயமாகச் சொல்ல முடியவில்லை, அவனும் சிரிக்கிறான் என்றுதான் நினைக்கிறேன்.

தொண்ணூத்து ரெண்டு...தொண்ணூத்து மூணு...தொண்ணூத்து நாலு...

நான் மஞ்சள் காமாலையில் இருந்து தப்பிக்கிறேன். குல் சொன்ன ஆருடம் பலிக்கவில்லை என்பதால் அவனுக்கு ஏமாற்றமா சந்தோஷமா என்று என்னால் சொல்லமுடியாமல் போனது விநோதம். ஆனால் நான் அங்கேயே தங்கி சேவை செய்ய விரும்புவதாகச் சொன்னதும் அவன் ஆச்சரியத்தில் திகைத்துப் போனான் என்று மட்டும் என்னால் சொல்லமுடியும். ஒரு பக்கமாகத் தலையைச் சாய்த்து, முகத்தைச் சுளித்தான். முடிவில் நான் மூத்த செவிலியர்களில் ஒருவரிடம் பேசவேண்டியிருந்தது.

தொண்ணூத்து ஏழு...தொண்ணூத்து எட்டு...தொண்ணூத்து ஒன்பது...

குளிக்கிற இடத்தில் சிறுநீர் வாடையும் கந்தக வாடையும் அடிக்கிறது. ஒவ்வொரு காலையும் நான் மன்னாரை அங்கே தூக்கிச் செல்கிறேன், அவனது நிர்வாண உடம்பை என் கைகளால் ஏந்தியபடி, ஆட்டாமல் அசைக்காமல் கவனமாக. முன்பு ஒருவன் அவனை அரிசி மூட்டையைத் தூக்குவது போல முதுகில் சுமந்து நடந்ததை பார்த்தேன். அங்கிருந்த பெஞ்சில் அவனை மெதுவாக இறக்கி அவன் ஆசுவாசம் கொள்கிறவரை காத்திருக்கிறேன். அவனது சின்ன, மெலிந்த உடலைக் கதகதப்பான நீரால் குளிப்பாட்டுகிறேன். மன்னார் எப்போதும் அமைதியாக, பொறுமையாக உட்காருகிறான், உள்ளங்கைகளை அவனின் மூட்டுகளில் ஊன்றி, தலையைத் தொங்கப் போட்டு. பயந்து நடுங்கும் நோஞ்சான் கிழவன் மாதிரி இருக்கிறான். அவனுடைய விலா எலும்புக் கூட்டில், அவனது முதுகெலும்பு புடைப்புகளில், சுறாமீனின் துடுப்புகளைப் போல விரிந்த அவனது தோள்பட்டைகளில் சோப்பு நுரைத்த பஞ்சை ஓட விடுகிறேன். மீண்டும் அவனுடைய படுக்கைக்குத் தூக்கிச் செல்கிறேன், மாத்திரைகளை ஊட்டுகிறேன். கெண்டைக் கால்களையும் பாதங்களையும் பிடித்து விட்டால் அவனுக்குச் சற்று தேவலாம் போல இருக்கும், அதனால் அப்படியே செய்கிறேன், நிதானமாக. அவன் தூங்கும் போதெல்லாம், தலையணைக்கு அடியில் தாலியாவின் புகைப்படம் அரைகுறையாகச் செருகப்பட்டிருக்கிறது.

நூத்து ஒண்ணு...நூத்து ரெண்டு...

நான் நகரத்தைச் சுற்றி இலக்கில்லாமல் நீண்ட தூரம் கால்நடையாகத் திரிகிறேன், மருத்துவமனையை விட்டு வெளியே வரவேண்டும் என்பதற்காக மட்டும், வியாதியால் செத்துக் கொண்டிருக்கும்

அந்த ஒட்டுமொத்த மூச்சுக் காற்றுகளிலிருந்து தப்பிப்பதற்காக மட்டும். புழுதிபடிந்த அஸ்தமனங்களில் சுவர் விளம்பரங்களின் கரைபட்ட சுவர்களை இரு பக்கமும் கொண்ட தெருக்களில் தகரக் கூரை போட்ட, ஒன்றுக்கொன்று நெருக்கமாக ஒட்டிக்கிடந்த கடைகளைக் கடந்து, பச்சை மாட்டுச்சாணத்தைப் பெரிய குண்டானில் தலைமேல் சுமந்துகொண்டிருக்கும் சிறுமிகளைச் சந்தித்தபடி நான் நடக்கிறேன். கரி அப்பிய பெண்கள் கந்தல் துணிகளைப் பிரம்மாண்ட அலுமினிய கலனில் கொதிக்க வைத்துக் கொண்டிருக்கிறார்கள். பூனைகளின் சரணாலயமாக இருந்த அந்தக் குறுகலான சந்து பொந்துகளில் நான் வளைந்து நெளிந்து நடக்க எனக்கு மன்னாரின் நினைவாகவே இருக்கிறது. அந்த அறையில் மற்ற நொந்துபோன உருவங்களை மாதிரியே அவனும் சாவுக்காகக் காத்துக் கிடக்கிறான். தாலியாவைப் பற்றியும் அடிக்கடி நினைக்கிறேன், அவள் பாறையில் உட்கார்ந்திருப்பது மாதிரி, கடலைப் பார்த்துக்கொண்டிருப்பது மாதிரி. எனக்குள் அடி ஆழத்தில் ஏதோவொன்று அதை நோக்கி என்னைக் ஈர்ப்பதைப் போல உணர்கிறேன், இழுவைப்படகு என்னைக் கட்டியிழுப்பதைப் போல. அதனிடம் என்னை ஒப்படைக்க விரும்புகிறேன். அது என்னை முழுவதும் ஆட்கொள்ளவும் விரும்புகிறேன். என்னுடைய பற்றுகளை அறுக்கவும், ‘நான்’ என்பதிலிருந்து விடுபடவும், பாம்பு சட்டையை உரிக்குமே அதைப்போல எல்லாவற்றையும் துறக்கவும் ஆசைப்படுகிறேன்.

மன்னார்தான் எல்லாவற்றையும் மாற்றிவிட்டான் என்று நான் சொல்லவில்லை. அவன் அப்படி செய்யவும் கிடையாது. ஒரு வழியாக ஏதென்ஸின் நூலகம் ஒன்றின் கடைக்கோடி மேஜையில் உட்கார்ந்து, மருத்துவக் கல்லூரி விண்ணப்பத்தின் மீது குனிந்து கொண்டிருப்பதற்கு முன்னால் சுமார் ஒரு வருடத்துக்கு நான் உலகத்தைச் சுற்றுகிறேன். மன்னாருக்கும் அந்த விண்ணப்பத்துக்கும் இடைப்பட்ட நாட்களில் இரண்டு வாரங்களை டமாஸ்கஸில் கழிக்கிறேன். மொத்தையாக மை வைத்த கண்களும் ஆளுக்கொரு தங்கப்பல்லும் கட்டி இளித்துக்கொண்டிருந்த அந்த இரண்டு பெண்களின் முகங்களைத் தவிர வேறு எதுவும் ஞாபகமில்லாத அந்த இரண்டு வாரங்கள். அதன் பிறகு கெய்ரோவில் கஞ்சா-போதைக்கு அடிமையான வீட்டுமுதலாளிக்குச் சொந்தமான குடியிருப்பின் அடித்தளத்தில் மூன்று மாதங்கள் செல்கின்றன. நான் தாலியாவின் பணத்தை ஐஸ்லேண்டின் பேருந்துப் பயணத்திலும், மூனீக்கில் ராக்

இசைக்குழுவோடு தொற்றிக்கொண்டும் செலவழிக்கிறேன். 1977ல், பில்பாவோவில் நடந்த அணுஉலைக்கு எதிரான போராட்டத்தின் போது என்னுடைய முழங்கையை உடைத்துக் கொள்கிறேன்.

ஆனால் என்னுடைய அமைதியான தருணங்களில், பேருந்தின் பின்னால் உட்கார்ந்தோ, சரக்கு வண்டியில் படுத்தபடியோ மேற்கொண்ட அந்த நீண்ட பயணங்களின் அமைதியான தருணங்களில், என் நினைவுகள் எப்போதுமே மன்னாரைச் சுற்றியே வட்டமடிக்கின்றன. அவனை நினைக்கும் போது, அவனுடைய அந்த இறுதி நாட்களின் வேதனையை நினைக்கும் போது, அந்த வேதனைக்கு முன்னால் என்னுடைய கையாலாகாத நிலையை நினைக்கும் போது, நான் செய்த எல்லாமே, நான் செய்ய விரும்புகிற எல்லாமே எனக்கு அற்பமாகப் போய்விடுகிறது, தூங்குவதற்கு முன்னால் நாம் எடுக்கின்ற குட்டிக் குட்டி சபதங்களைப் போல, எழுந்திருக்கும் போதே அவை மறந்துவிடுவதைப் போல.

நூத்து பத்தொன்பது...நூத்து இருபது.

நான் மூடியை இறக்குகிறேன்.

***

அந்தக் கோடைகாலத்தின் ஓர் இறுதி இரவில், மேடலின் ஏதென்ஸுக்குக் கிளம்பிக் கொண்டிருந்தாள் என்று எனக்குத் தெரிந்தது, தாலியாவை எங்களிடமே விட்டுவிட்டு, குறைந்தபட்சம் சில காலமாவது.

“சும்மா சில வாரத்துக்கு மட்டும்தான்,” அவள் சொன்னாள்.

நாங்கள் இரவு உணவு எடுத்துக் கொண்டிருந்தோம், நாங்கள் நான்கு பேரும். அம்மாவும் மேடலினும் சேர்ந்து வெள்ளை பீன்ஸ் சூப் செய்திருந்தார்கள். மேஜைக்கு எதிரே உட்கார்ந்திருந்த தாலியாவிடம் என் பார்வையை ஓடவிட்டேன், மேடலின் அறிவித்த அந்தச் செய்தி எனக்கு மட்டும்தானா இல்லை அங்கிருந்த எல்லோருக்குமா என்று அறிந்துகொள்ள. எனக்கு மட்டும்தான் போல. தாலியா எந்தச் சலனமும் இல்லாமல் அவளது வாய்க்குள் கரண்டி கரண்டியாக ஊட்டிக் கொண்டிருந்தாள். ஒவ்வொரு முறை கரண்டியை நெருங்கும்போதும் அவளுடைய முகக்கவசத்தைக் கொஞ்சமாகத் தூக்கிக் கொண்டாள். அவளுடைய பேச்சும் சாப்பிடும் விதமும் அப்போதெல்லாம் எனக்குப் பழகிப்

போயிருந்தது, அவ்வளவு தொந்தரவாக இல்லை. வயதான ஆட்கள் பொருந்தாத பல்செட்டுகளைப் போட்டுக்கொண்டு மெல்லுவதை விட இது எவ்வளவோ தேவலாம். பல வருடங்களுக்குப் பிறகு அம்மாவும் கூட அப்படித்தான் சாப்பிடப் போகிறாள்.

மேடலினின் படப்பிடிப்பு முடிந்தவுடன் தாலியாவுக்காக ஆள் அனுப்புவதாகச் சொன்னாள், கிறிஸ்துமஸுக்கு முன்பாகவே படப்பிடிப்பு முடிந்துவிடுமாம்.

"சொல்லப்போனா, உங்க எல்லாரையுமே ஏதென்ஸுக்குக் கூட்டிட்டுப் போகப்போறேன்," அவள் சொல்கிறாள், வழக்கமான உற்சாகம் அவளின் முகத்தைத் தழுவியது. "முதல் நாள் முதல் காட்சிக்கு நாம எல்லாரும் போகப்போறோம்! அட்டகாசமா இருக்கும்ல, மார்கோஸ்? நாம நாலு பேரும், அற்புதமா உடை உடுத்திக்கிட்டு, நடனமாடிகிட்டே அரங்கத்துக்குள்ள போனா?"

அப்படித்தான் இருக்கும் என்றேன், இருந்தாலும் அம்மா ஆடம்பர உடையில் நடனம் ஆடிக்கொண்டு எதற்குள் நுழைந்தாலும் அதைக் கற்பனை செய்வதில் எனக்குச் சில சிக்கல்கள் இருந்தன.

எல்லாமே எப்படி நல்லபடியாக நடக்கும் என்று மேடலின் விளக்கினாள். இன்னும் இரண்டு வாரத்தில் பள்ளி திறந்தவுடன் தாலியாவால் எப்படிப் படிப்பைத் தொடர முடியும் என்று - வீட்டில் தான், அம்மாதான் பாடம் சொல்லப் போகிறாள், நிச்சயமாக. திரைப்பட அரங்கிலிருந்து எங்களுக்குத் தபால்அட்டைகள், கடிதங்கள், புகைப்படங்கள் அனுப்புவதாகச் சொன்னாள். இன்னும் என்னவெல்லாமோ சொன்னாள், ஆனால் முக்கால்வாசி என் காதில் விழவில்லை. எனக்கு ஏற்பட்டது என்னவோ மிகப்பெரிய ஆறுதல் மட்டும்தான். கோடைகாலத்தின் முடிவு நெருங்க நெருங்க ஒவ்வொரு நாளும் என் வயிற்றுக்குள் பயமுடிச்சு ஒன்று இறுகிக்கொண்டிருக்க, வரப்போகும் பிரிவுக்காக என்னை நானே கல்லாக்கிக் கொண்டிருந்தேன். அப்பொழுதெல்லாம் ஒவ்வொரு நாள் காலையிலும் தாலியாவை உணவருந்தும் மேஜையில் பார்ப்பதற்கும், விசித்திரமான அவளின் குரலைக் கேட்பதற்கும் ஆர்வமாக இருந்தேன். சும்மா பேருக்குச் சாப்பிட்டுவிட்டு மரங்களில் ஏறவும், வாற்கோதுமை வயல்களில் ஓடிப்பிடிக்கவும், புதர்களுக்கு இடையில் ஒளிந்து, எங்களின் கால்களுக்கு அடியிலிருந்து பல்லிகள் சிதறி ஓட, போர் முழக்கமிடவும் நாங்கள் வெளியே வந்துவிடுவோம். புதையல் பரிசுகளைக் குகைகளில் பதுக்கி வைத்தோம், அந்தத்

தீவில் இருப்பதிலேயே சத்தமான எதிரொலி எங்கு வருகிறது என்று கண்டுபிடித்தோம். காற்றாலைகளையும், புறா மாடங்களையும் எங்களின் ஊசித்துளை புகைப்படக்கருவியால் படம்பிடித்து திரு. ரூசாஸிடம் கொண்டு சென்றோம். எங்களுக்கு அதையெல்லாம் அவர் கழுவிக்கொடுத்தார். அவரின் இருட்டறையைக்கூட எங்களிடம் காட்டினார். விதவிதமான டெவெலப்பர்களையும், ஃபிக்ஸர்களையும், கருப்பு வெள்ளை புகைப்படங்களுக்குப் பயன்படும் பிற ரசாயனங்களைப் பற்றியும் எங்களுக்குப் பாடம் எடுத்தார்.

மேடலினின் அறிவிப்பு நடந்த அந்த இரவு, அவளும் அம்மாவும் ஒரு புட்டி ஒயினோடு சமையலறைக்குள் செல்ல, பெரும்பாலும் மேடலின்தான் குடித்துக் கொண்டிருக்க, நானும் தாலியாவும் மேலே, டாவ்லி விளையாடிக் கொண்டிருந்தோம். தாலியாவின் கை ஓங்கியிருக்க அவளின் பாதி காய்களை ஏற்கனவே கரை சேர்த்திருந்தாள்.

“அவளுக்குக் காதலன் ஒருத்தன் இருக்கான்,” என்றாள் தாலியா, பகடையை உருட்டிக்கொண்டே.

“யாருக்கு?” என்றேன்.

“யாருக்கா? கேட்குறான் பாரு. யாருக்குன்னு நினைக்கிற?”

அந்தக் கோடைகால விடுமுறையில், தாலியா சொல்ல வருவதை அவளின் கண்களைப் பார்த்தே கண்டுபிடிக்கக் கற்றுக்கொண்டேன். இப்போது தாலியா முறைத்துக் கொண்டிருக்கிறாள், என்னவோ நான் கடற்கரையில் நின்று கொண்டே தண்ணீர் எங்கே என்று கேட்பது மாதிரி. உடனே நான் சுதாரித்தேன். “யாருக்குன்னு தெரியும்,” என்றேன், என் கன்னங்கள் சிவந்துவிட்டன. “அதாவது, அது யாரு... அது வந்து...” நான் பன்னிரெண்டு வயதுப் பையன். அப்போது காதலன் மாதிரியான வார்த்தைகளுக்கு என் சொல்லாடலில் இடமில்லை.

“உன்னால யூகிக்க முடியல? அந்த இயக்குனர் தான்.”

“அதைத்தான் நானும் சொல்ல வந்தேன்.”

டாவ்லி – சொக்கட்டான் போன்ற ஒருவகை கிரேக்க விளையாட்டு.

"பேரு எலியாஸ். அவன் ஒருமாதிரி. அவனோட தலையை 1920கள் பாணியில படிய வாரியிருப்பான். ஒல்லியான குட்டி மீசை வைச்சுருப்பான். அதுதான் அவனுக்குக் கவர்ச்சியான தோரணை கொடுக்குதுன்னு நினைப்பு. சரியான முட்டாள். அவனுக்குத் தான்தான் மிகப்பெரிய கலைஞன்னு நினைப்பு, கண்டிப்பா. அம்மாகூட அப்படித்தான் நினைக்கிறா. அவன்கூட இருக்கும்போது எங்க அம்மாவை நீ பார்க்கணுமே, அப்படியே குழைவா, மட்டையா மடங்குவா, என்னமோ அவன் பெரிய மேதாவி மாதிரியும் அதனால அவன் முன்னாடி இவள் தலைகுனிஞ்சு நிக்கணும் மாதிரியும், ஒத்து ஊதுற மாதிரியும். என்னால புரிஞ்சுக்கவே முடியல எப்படி அம்மாவுக்கு இதெல்லாம் புரியவே மாட்டேங்குதுன்னு."

"மேடலின் ஆண்ட்டி அவனைக் கல்யாணம் பண்ணிக்க போறாங்களா?"

தாலியா தோள்களைக் குலுக்கினாள். "ஆம்பளைங்க விஷயத்துல அவளுக்கு மோசமான ரசனை. ரொம்ப ரொம்ப மோசமான ரசனை." பகடைகளைக் கைகளில் எடுத்துக் குலுக்கினாள், சொன்னதை மறுபரிசீலனை செய்தது போல இருந்தது. "ஆண்ட்ரியாஸைத் தவிரன்னு நினைக்கிறேன். அவர் நல்லவர். ரொம்ப நல்லவர். ஆனா, அம்மா அவரைவிட்டு பிரியப் போறா, கண்டிப்பா. எப்பவுமே பொறுக்கிங்க கிட்டதான் போய் விழறா."

"அதாவது, உங்க அப்பா மாதிரி ஆளுங்ககிட்ட."

சற்றே முகம் சுளித்தாள். "எங்கப்பா யாருன்னு எங்க அம்மாவுக்கே தெரியாது. ஆம்ஸ்டர்டாம் போன வழியில அவரைப் பார்த்துருக்காங்க. ஒரு ரயில்நிலையத்துல 'சோ'ன்னு மழையடிச்சப்போ மதிய நேரத்துல ஒண்ணா இருந்துருக்காங்க. எனக்கு அந்த ஆளைப் பத்தின யோசனை கொஞ்சம் கூட இல்லை. எங்க அம்மாவுக்கும் தான்."

"ஓ. அவங்களோட முதல் புருஷனைப் பத்திச் சொன்னது எனக்கு ஞாபகம் இருக்கு. அவன் குடிப்பான்னு சொன்ன மாதிரி. அதனால நான் நினைச்சேன்...."

"அதுவா, அது டோரியன்," என்றாள் தாலியா. "அவனும் ஒரு மாதிரிதான்." அவள் இன்னொரு காயைக் கரை சேர்த்தாள். "அவன் அம்மாவை அடிப்பான். நல்லாதான் பேசிட்டு இருப்பான் டக்குன்னு கண்ணிமைக்குற நேரத்துல அவனுக்கு மனநிலை

மாறிடும் கொந்தளிச்சுடுவான். திடீர்னு மாறிடுமே? வானிலை மாதிரி, அவனும் அது மாதிரிதான். எப்போ பார்த்தாலும் குடிச்சுக்கிட்டே இருப்பான், வேலைக்குப் போகமாட்டான். சும்மா வீட்டையே சுத்திச் சுத்தி வருவான். குடிச்சிட்டா அவனுக்கு மொத்தமும் மறந்துடும். உதாரணத்துக்கு, குழாயைத் திறந்தா மூட மாட்டான். வீடு முழுக்க வெள்ளத்துல மிதக்கும். எனக்கு ஞாபகம் இருக்கு ஒருமுறை அவன் எரிவாயு அடுப்பை அணைக்க மறந்துட்டான் ஏறக்குறைய எல்லாமே எரிஞ்சு சாம்பலா போயிருக்கும்."

அந்த வட்ட வட்டக் காய்களைச் சிறிய கோபுரமாக அடுக்கினாள். நேராக அடுக்கும் வரை அமைதியாக இருந்தாள், எதுவும் பேசவில்லை.

"டோரியன் உண்மையா அன்பு காட்டின ஒரே ஜீவன் அப்போலோ மட்டும்தான். அக்கம் பக்கத்து பசங்க எல்லாருக்கும் அவன் மேல பயம் - அதாவது அப்போலோ மேல. அந்தப் பசங்கள்ல ஒருத்தர் கூட அவனை நேரடியா பார்த்திருக்க மாட்டாங்க; வெறும் குரைக்கிற சத்தத்தை மட்டும்தான் கேட்டிருப்பாங்க. அதுவே போதும் அவங்களுக்கு. டோரியன் அதைப் பின்னாடி தோட்டத்துல சங்கிலியால கட்டிப்போட்டிருந்தான். பெருசு பெருசா ஆட்டுக்கறித் துண்டுகளைச் சாப்பிடப் போடுவான்."

அதற்கு மேல் தாலியா எதுவும் சொல்லவில்லை. இருந்தாலும் நான் எளிதாகக் காட்சிப்படுத்திக் கொண்டேன். டோரியன் போதையில் மயக்கமாக, அந்த நாய் கவனிக்காமல் மறக்கப்பட, கட்டப்படாமல் தோட்டத்தில் அது திரிந்து கொண்டிருந்ததை. ஒரு கதவு மூடாமல் திறந்திருந்ததை.

"உனக்கு அப்போ என்ன வயசிருக்கும்?" நான் தாழ்வான குரலில் கேட்டேன்.

"அஞ்சு."

பின்னர் அவள் வந்த நாளிலிருந்து என் மனதை அரித்துக் கொண்டிருந்த கேள்வியைக் கேட்டேன். "இதுக்கு ஏதாவது செய்ய முடியலையா..அதாவது, வைத்தியம் ஏதாச்சும்..."

தாலியா அவளின் பார்வையை வெடுக்கெனத் திருப்பினாள். "தயவு செய்து எதுவும் கேட்காத," கனத்த சோகத்துடன் அவள்

சொன்னாள். அதில் ஆழமான வலியை என்னால் உணர முடிந்தது. “கேட்டுக் கேட்டுப் புளிச்சுப் போச்சு.”

“என்னை மன்னிச்சுடு,” என்றேன்.

“இன்னொரு நாள் சொல்றேன்.”

பிறகு, இன்னொரு நாளில் சொன்னாள். தோல்வியில் முடிந்த அந்த அறுவை சிகிச்சை, சீழ் கோர்த்து பேரழிவை ஏற்படுத்திய அந்த அறுவை சிகிச்சைக்குப் பிந்தைய ரணம், அதனால் சிறுநீரகத்தில் ஏற்பட்ட பிரச்சினை, விளைவாக கல்லீரல் செயலிழந்து போனது, உடலின் வேறொரு பகுதியிலிருந்து எடுத்துத் தைக்கப்பட்ட புதிய செயற்கை வாய் மூலம் சாப்பிட்டது, அதுவும் அழுகிப்போக மருத்துவர்கள் அதை மட்டுமில்லாமல் மிச்சமிருந்த இடது கன்னத்தையும் தாடை எலும்பின் ஒரு பகுதியையும் வெட்டியெடுக்க வேண்டிய நிலைக்குத் தள்ளப்பட்டது என்று எல்லாமே சொன்னாள். கிட்டத்தட்ட மூன்று மாதங்கள் மருத்துமனையிலேயே கவலைக்கிடமாக இருந்திருக்கிறாள். ஏறக்குறைய செத்தே போயிருந்தாள், செத்திருந்தாலே தேவலாம். அதற்குப் பிறகு அவர்களைத் தொடவே அவள் அனுமதிக்கவில்லை.

“தாலியா,” நான் சொன்னேன், “நாம சந்திச்சோமே அப்போ நடந்த விஷயத்துக்காகவும் உன்கிட்ட மன்னிப்பு கேட்டுக்கறேன்.”

அவள் கண்களைத் தூக்கி என்னைப் பார்த்தாள். வழக்கமான குறும்புத்தனம் அதில் ஒளிர்ந்தது. “கண்டிப்பா நீ மன்னிப்பு கேட்டுத்தான் ஆகணும். ஆனா நீ தரையில விழுந்து புரண்டதுக்கு முன்னாடியே எனக்கு தெரிஞ்சு போச்சு.”

“என்னன்னு?”

“நீ எரும மாடுன்னு.”

***

பள்ளி திறக்க இரண்டு நாட்கள் இருந்தபோது மேடலின் கிளம்பினாள். அவளின் மெலிதான, உடலோடு ஒட்டியிருந்த, கையில்லாத வெண்ணெய் மஞ்சள்நிற உடையைப் போட்டிருந்தாள். சட்டகம் போட்ட குளிர்கண்ணாடியும், கூந்தலைப் பிடித்து வைக்க உறுதியான முடிச்சுப் போட்ட வெள்ளை பட்டுத் துணியும் அணிந்திருந்தாள். பார்ப்பதற்கு அவளது உடலின் சில பாகங்கள்

கழண்டு விழுந்துவிடுமோ என்ற கவலையில் உடை அணிந்தது போலிருந்தது. என்னவோ தன்னைத் தானே சேர்த்து வைத்துக் கட்டியிருந்ததை போல. தினோவ்ஸிலிருந்த படகுத்துறையில் வைத்து எங்களைக் கட்டித்தழுவினாள். அவளின் உதடுகள் தாலியாவின் உச்சந்தலையில் உடையாத முத்தமாக வெகுநேரம் நீடித்திருக்க, எங்கள் எல்லோரையும் விட இறுக்கமாக அவளைக் கட்டிக்கொண்டாள். கடைசி வரை அந்தக் குளிர்கண்ணாடியை அவள் கழட்டவேயில்லை.

"என்னைக் கட்டிக்கோ," மேடலின் கிசுகிசுத்ததை நான் கேட்டேன்.

தாலியா உடன்பட்டாள், இயந்திரத்தனமாக.

அந்தப் படகு முனகியபடி, தண்ணீரின் தரையைப் பெயர்த்துக் கொண்டே எங்களை விட்டு விலக, மேடலின் அந்தக் கைப்பிடி அருகில் நிற்பாள், திரும்பி நின்று கையசைத்து முத்தங்களை ஊதுவாள் என்று நான் எதிர்பார்த்தேன். ஆனால் அவள் விறுவிறுவென படகின் முன்பக்கத்துக்கு நடந்து ஓர் இருக்கையைப் பிடித்து உட்கார்ந்தாள். எங்களின் பக்கம் திரும்பக் கூட இல்லை.

நாங்கள் வீட்டுக்குத் திரும்பியதும், அம்மா எங்களை உட்காரச் சொன்னாள். எங்களுக்கு முன் நின்றாள், "தாலியா, நான் உன்கிட்ட ஒண்ணு சொல்லணும். இனிமே இந்த வீட்ல நீ அந்த முககவசத்தைப் போட்டுக்க வேண்டிய அவசியமில்லை. எனக்காகவோ இல்லை அவனுக்காகவோ போடாத. உனக்கா போடணும்னு விருப்பம் இருந்தா மட்டும் போடு. இதுக்கு மேல இந்த விஷயத்தைப் பத்தி பேசறதுக்கு எதுவும் இல்லை."

அப்போதுதான், அந்தத் திடீர் தெளிவு பிறக்க, அம்மாவுக்கு ஏற்கனவே தெரிந்திருந்த விஷயத்தை நான் புரிந்துகொண்டேன். அதாவது அந்த முகக்கவசம் தாலியாவுக்காக இல்லை, மேடலினுக்காக என்று. தர்மசங்கடத்திலிருந்தும், தலைக்குனிவிலிருந்தும், அவமானத்திலிருந்தும் அவளைப்பாதுகாத்துக் கொள்வதற்காக என்று.

நீண்ட நேரமாகத் தாலியா அசையவில்லை. ஒரு வார்த்தை கூட பேசவில்லை. பிறகு, மெதுவாக, அவளின் கைகள் உயர்ந்தன, அவளது தலைக்குப் பின்னாலிருந்த கட்டை அவிழ்த்தாள். முகக்கவசம் தரையிறங்கியது. அவளின் முகத்தை நேருக்கு நேராகப் பார்த்தேன். அடுத்த நொடியே முகத்தைச் சுளிக்கிற அனிச்சையான உந்தம் என்னைத் தாக்கியது, திடுமென்ற வெடிச்சத்தம் கேட்டவுடன்

நம் முகம் கோணலாகுமே அதைப் போல. ஆனால் நான் அப்படிச் செய்யவில்லை. என் பார்வையைத் தாங்கிப் பிடித்தேன். கண்ணிமைக்கக் கூடாது என்பதில் தீர்க்கமாக இருந்தேன்.

தாலியாவுக்காக மேடலின் திரும்பிவரும்வரை எனக்கும் சேர்த்து வீட்டிலேயே பாடம் நடத்தப்போவதாக அம்மா சொன்னாள். தாலியா வீட்டில் தனியாக விடப்படுவது இந்த ஏற்பாட்டின் மூலம் தவிர்க்கப்படும். இரவு உணவுக்குப் பிறகு, அம்மா எங்களுக்குப் பாடம் நடத்துவாள். அடுத்த நாள் காலையில், அவள் பள்ளிக்குச் சென்றவுடன், நாங்கள் அவள் கொடுத்த வீட்டுப் பாடத்தை முடிக்க வேண்டும். எல்லாம் சரிதான், கேட்பதற்கு நன்றாகத்தான் இருந்தது.

ஆனால் எங்கள் கடமைகளைச் செய்வது கிட்டத்தட்ட அசாத்தியமாக இருந்தது, அதிலும் அம்மா வெளியில் போன பிறகு சுத்த மோசம். தாலியாவின் குரூரத்தைப் பற்றிய செய்தி காட்டுத்தீயைப் போல தீவு முழுதும் பரவிவிட, என்னவென்று பார்க்கும் ஆர்வத்தால் ஆளுக்கு ஆள் கதவைத் தட்டிக்கொண்டே இருந்தார்கள். என்னமோ ஒட்டுமொத்த தீவிலும் திடீரென மாவும், பூண்டும், அவ்வளவு ஏன் உப்பும் கூட காலியாகிவிட்டது போலவும், எங்கள் வீட்டில் மட்டும்தான் அதைப் பார்க்க முடியும் என்பது போலவும் இருந்தது. குறைந்தபட்சம் அவர்களின் உள்நோக்கத்தை மறைக்கிற இங்கிதம் கூட யாருக்கும் தெரிந்திருக்கவில்லை. கதவைத் திறந்தவுடன், அவர்களின் கண்கள் எப்போதுமே என் தோள்களைத் தாண்டி வீட்டுக்குள் மேயும். கழுத்தை நீட்டி, கால் கட்டைவிரலால் அவர்கள் எம்பி நிற்பார்கள். பெரும்பாலும் அவர்கள் யாரும் அக்கம் பக்கத்தில் கூட வசிக்கவில்லை. ஒரு டபரா சர்க்கரைக்காக மைல் கணக்கில் நடந்திருந்தார்கள். நான் அவர்களை உள்ளே விடவில்லை என்பதைச் சொல்லித் தெரியவேண்டியதில்லை. அவர்களின் முகத்தில் படாரென்று கதவை அடித்துச் சாத்துவதில் எனக்குச் சொல்லமுடியாத ஒரு திருப்தி, ஆனந்தம். ஆனால் அதே சமயம், எனக்குள் சோகமாக, சுரத்தில்லாமலும் உணர்ந்தேன். இங்கேயே இருந்தால் என்னுடைய வாழ்க்கையிலும் இந்த மனிதர்களின் சாயல் படிந்துவிடும் என்று தெரிந்ததால். கடைசியில், நானும், இவர்களைப் போல மாறிவிடுவேன் என்பதால்.

அதிலும் அந்தச் சின்னப் பையன்கள் இருக்கிறார்களே ரொம்ப மோசம், தைரியம் ஜாஸ்தி. ஒவ்வொரு நாளும் இரை தேடி அலைவது போல எங்கள் வீட்டுக்கு வெளியே திரியும், சுற்றுச்சுவர்

ஏறிக் குதிக்கும் எவனாவது ஒருவன் என்னிடம் சிக்கிவிடுவான். நாங்கள் வீட்டுப் பாடம் செய்து கொண்டிருக்க, தாலியா அவளின் பென்சிலால் என் தோளைத் தட்டி, மோவாயால் சுட்டிக்காட்ட, அவள் காட்டிய திசையில் என் முகத்தை நான் திருப்ப, அங்கே ஒன்று, சில சமயங்களில், ஒன்றுக்கு மேற்பட்ட முகங்கள் ஜன்னலை அழுத்திக் கொண்டிருக்கும். நாங்கள் எல்லா ஜன்னல்களின் திரைகளையும் இழுத்து மூடவேண்டிய அளவுக்கு நிலைமை மோசமானது. ஒருநாள் பள்ளியில் எனக்குத் தெரிந்த பெட்ரோஸ் என்கிற பையனுக்கு நான் கதவைத் திறக்க, அங்கே அவனின் கூட்டாளிகள் மூன்று பேர் உடன் நின்றிருந்தார்கள். ஒரே ஒருமுறை அவனை நைசாகப் பார்க்க அனுமதிக்க எனக்கு கைநிறைய காசு தர முன்வந்தான், எந்த நினைப்பில் அங்கு வந்தான் என்று கேட்டேன், இது என்ன கண்காட்சியா?

கடைசியாக, அம்மாவிடம் சொல்லவேண்டியிருந்தது. கேட்டவுடன் அவள் முகமெங்கும் கோபத்தீ படர்ந்தது. பற்களைக் கடித்தாள்.

அடுத்த நாள் காலையில் எங்களுடைய புத்தகங்களும், இரண்டு டப்பா ரொட்டிகளும் மேஜையின் மேல் தயாராக இருந்தன. தாலியா புரிந்து கொண்டாள், என்னைவிடச் சீக்கிரமாக. வாழையிலையைப் போல சுருண்டு கொண்டாள். அவளது பிடிவாதம் கிளம்புகிற வேளையில் இன்னும் உக்கிரமானது.

“வேணாம் ஓடீ ஆண்ட்டி, வேணாம்.”

“உன் கையைக் கொடு.”

“வேணாம் ஆண்ட்டி, தயவு செய்து.”

“வா. கையைக் கொடு.”

“எனக்கு வரப் பிடிக்கல.”

“நமக்கு நேரமாகிட்டே இருக்கு.”

“கட்டாயப்படுத்தாதீங்க ஆண்ட்டி.”

இருக்கையில் உட்கார்ந்திருந்த தாலியாவை அம்மா கைப்பிடித்து இழுத்தாள். அவளின் பக்கமாகக் குனிந்து, எனக்கு நன்கு பரிச்சயமான அந்த முறைப்பால் அடித்தாள். அவ்வளவுதான் இனி இந்தப் பூமியில் இருக்கிற எதனாலும் அவளைத் தடுக்க முடியாது.

“தாலியா,” அம்மா சொன்னாள், ஒரே சமயத்தில் மென்மையாகவும் விடாப்பிடியாகவும் - “உன்னை நான் அவமானமா நினைக்கல.”

நாங்கள் கிளம்பினோம். நாங்கள் மூன்று பேரும். உதடுகள் ஒட்டியிருக்க, மூர்க்கமான எதிர்காற்றில் ஏர் உழுவது போல அம்மா முன்னேறிக் கொண்டிருந்தாள். அவளின் பாதங்கள் அவசர அவசரமாக, சிறுசிறு அடிகளை மிதித்துக் கொண்டிருந்தன. பல வருடங்களுக்கு முன்னால், கையில் துப்பாக்கியோடு, இதே போன்ற தீர்க்கத்துடன் மேடலினுடைய அப்பாவின் வீட்டுக்கு அம்மா நடந்து சென்ற காட்சியை அப்போது நான் கற்பனை செய்தேன்.

வளைந்து நெளிந்த நடைபாதைகளில் நாங்கள் அவர்களைப் புயலெனக் கடந்த போது மக்கள் அருவருப்பாகப் பார்த்தனர். சிலர் அதிர்ச்சியில் வாயடைத்தனர். உற்றுப் பார்க்கச் சிலர் நடப்பதை நிறுத்தினர். கைகாட்டிப் பேசினர். நான் கவனிக்காமல் இருக்க முயற்சித்தேன். என்னைப் பொறுத்தவரை அவர்கள் எல்லாரும் என் ஓரக்கண்ணில் பட்ட மங்கலான வெளிறிய முகங்களும் அரைகுறையாகத் திறந்த வாய்களும் மட்டும்தான்.

பள்ளி மைதானத்தில், பிள்ளைகள் எங்களுக்கு வழிவிட்டு ஒதுங்கினர். ஒரு பெண் அலறியதை நான் கேட்டேன். கால்பந்து மாதிரி அம்மா அவர்களுக்கு இடையே உருண்டாள், ஒரே வித்தியாசம் அவள் தாலியாவையும் கையோடு இழுத்துப் போனது மட்டும்தான். தள்ளியும் நெருக்கியும் வழி பண்ணிக்கொண்டு மைதானத்தின் மூலைக்கு நடந்தாள். அந்த மூலையில் ஒரு மரப்பலகை இருந்தது. அதன் மேல் ஏறி, தாலியாவுக்கும் ஏற உதவி செய்து, அவளது விசிலை மூன்று முறை ஊதினாள். அந்த மைதானம் முழுக்க நிசப்தம் இறங்கியது.

“இது தான் தாலியா ஜியானகோஸ்,” அம்மா கத்தினாள். “இன்னிலருந்து...” அவள் பேச்சை நிறுத்தினாள். “அழுவறது யாரா இருந்தாலும் நீயா வாயை மூடிடு, இல்லைன்னா நான் வரவேண்டியிருக்கும். இப்போ, இன்னிலருந்து, இந்தப் பள்ளியில தாலியாவும் ஒரு மாணவி. அவளை நீங்க எல்லாரும் கண்ணியமாவும் ஒழுக்கமாவும் நடத்துவீங்கன்னு நம்பறேன். கேலியோ கிண்டலோ பண்றீங்கன்னு கேள்விப்பட்டா யாருன்னு கண்டுபிடிச்சு அவங்களைத் தொலைச்சிடுவேன். என்னைப் பத்தி உங்களுக்கே தெரியும் ஆமா. இதுக்கு மேல இந்த விஷயத்தைப் பத்திப் பேசறதுக்கு எதுவும் இல்லை.”

பலகையை விட்டுக் கீழே இறங்கினாள். இறங்கி, தாலியாவின் கையைப் பிடித்துக் கொண்டே வகுப்பறையை நோக்கி நடந்தாள்.

அந்த நாள் முதல், தாலியா முகக்கவசத்தை எப்போதும் அணிந்ததே இல்லை, பொது இடத்திலும் சரி, வீட்டிலும் சரி.

***

அந்த வருடத்தின் கிறிஸ்துமஸுக்கு இரண்டு வாரங்களுக்கு முன், மேடலினிடமிருந்து எங்களுக்கு ஒரு கடிதம் வந்தது. படப்பிடிப்பின்போது எதிர்பாராத தடங்கல்கள் வந்துவிட்டதாம். முதலில், அந்த ஒளிப்பதிவாளருக்கு - மேடலின் டி.ஓ.பி என அவரைக் குறிப்பிட, எனக்கும் அம்மாவுக்கும் தாலியாதான் விளக்க வேண்டியிருந்தது - கையில் மூன்று இடங்களில் எலும்பு முறிவு ஏற்பட்டுவிட்டதாம். அரங்குக்காகப் போட்ட சாரத்திலிருந்து தவறி விழுந்துவிட்டாராம். எல்லா வெளிப்புறப் படப்பிடிப்பையும் வானிலை சிக்கலாக்கிவிட்டதாம்.

அதனால் நாங்கள் எல்லாவற்றையும் தள்ளிப் போட்டிருக்கிறோம். இது ஒன்றும் அவ்வளவு மோசமான விஷயமில்லை, திரைக்கதையை மேலும் நேர்த்தியாக்க எங்களுக்கு நேரம் கிடைத்திருக்கிறதே. என்ன ஒன்று, நான் நினைத்தது போல, நாம் எல்லோரும் ஒன்று சேர்வது இப்போதைக்கு முடியாத காரியமாகிவிட்டது. அதை நினைத்து நான் உடைந்துவிட்டேன் என் செல்லங்களே. எனக்கு எப்போதும் உங்களின் நினைவாகவே இருக்கிறது, குறிப்பாக தாலியா செல்லம், உன்னையும் சேர்த்துதான். வசந்தகாலத்துக்கெல்லாம் படப்பிடிப்பு முடிந்துவிடும் என்பதால் அதுவரை நான் நாட்களை எண்ணிக் கொண்டிருக்கிறேன், உங்களுடன் மீண்டும் ஒன்று கூடுவதற்காக. ஒவ்வொரு நாளும் ஒவ்வொரு நிமிடமும் உங்கள் மூன்று பேரையும் என் நெஞ்சில் சுமந்து கொண்டிருக்கிறேன்.

"அவங்க திரும்ப வரப்போறதில்ல," அந்தக் கடிதத்தை அம்மாவிடம் திருப்பிக் கொடுத்த தாலியாவின் குரலில் உணர்ச்சியில்லை.

"இல்லவே இல்ல, நிச்சயமா வருவாங்க!" நான் திடுக்கிட்டு சொன்னேன். அம்மாவிடம் திரும்பி, அவள் ஏதாவது சொல்வாள் என காத்துக் கொண்டிருந்தேன். ஆனால் அம்மா அந்தக் கடிதத்தை நான்காக மடித்து, மேஜையின் மேல் போட்டு, காபிக்காகத் தண்ணீரைச் சுடவைக்க வெடுக்கெனப் போய்விட்டாள். அப்படியே இருக்கட்டுமே, மேடலின் வரப்போவதில்லை என்றே வைத்துக் கொண்டாலுமே தாலியாவுக்கு ஆறுதலாக இரண்டொரு வார்த்தைகள் கூட சொல்ல முடியாத அளவுக்கு அம்மாவின் மனம்

கல்லாகிப் போய்விட்டதா என்று நான் நினைத்தது இப்போது ஞாபகம் வருகிறது. ஆனால் எனக்குத் தெரியவில்லை - அப்போது வரை - அவர்கள் ஏற்கனவே ஒருவரை ஒருவர் நன்றாகப் புரிந்திருந்தார்கள் என்று, அநேகமாக நான் அவர்கள் இருவரையும் புரிந்து வைத்திருந்ததற்கும் மேலாக. அம்மா தாலியாவின் மேல் அதிகமான மதிப்பு வைத்திருந்தாள். போலி உத்திரவாதத்தால் அவளை அவமதிக்க மாட்டாள்.

வசந்தகாலம் வந்தது, கண்ணைப் பறிக்கிற பச்சைப்பசும் புன்சிரிப்போடு. பின்னர் அது சென்றது. மேடலினிடமிருந்து ஒற்றை அஞ்சலட்டை வந்தது, அவசர அவசரமாக எழுதப்பட்டிருந்தது மாதிரியான வார்த்தைகளைத் தாங்கிக்கொண்டு. படப்பிடிப்பு அரங்கில் ஏற்பட்ட மேலும் பல தடங்கல்களைப் பற்றி எழுதினாள். இம்முறை காலதாமதங்களைக் காரணம் காட்டி பின்வாங்கப் போவதாக மிரட்டிக் கொண்டிருந்த முதலீட்டாளர்கள் சம்பந்தமாக. போன முறையைப் போலில்லாமல், இந்தக் கடிதத்தில் எப்போது திரும்பி வரப்போகிறாள் என்ற காலவரையறை எதையும் அவள் குறிப்பிடவில்லை.

கோடைகாலத்தின் வெயிலான ஒரு மதிய நேரத்தில் - இது நடந்தது 1968ல் - தாலியாவும் நானும் டோரி என்ற பெண்ணுடன் கடற்கரைக்குப் போனோம். அந்தக் காலகட்டத்தில், தாலியா எங்களுடன் தினோவ்ஸில் தங்க ஆரம்பித்துச் சுமார் ஒரு வருடம் ஆகியிருக்க, அவளின் முகம் அதற்கு மேலும் முணுமுணுப்பையோ சுற்றி வரும் நோட்டங்களையோ ஈர்க்கவில்லை. இருந்தாலும் அவள் சிலரின் ஆர்வத்தை இன்னமும் தூண்டிக் கொண்டிருந்தாள். விசாரணை வளையம் ஒன்று அவளைச் சுற்றி எப்போதும் வட்டமிட்டுக் கொண்டிருந்தது. ஆனால் அதுவும் கூட சுவாரசியத்தை இழந்து கொண்டிருந்தது. அவளுக்கென்று தனியாக நண்பர்கள், அவளது தோற்றத்தால் திகிலடையாத நண்பர்கள், அவளோடு உணவைப் பகிர்ந்து, கதை பேசி, பள்ளி முடிந்து விளையாடி, அதன் பிறகு வீட்டுப் பாடம் முடித்த நண்பர்கள் கிடைத்திருந்தார்கள். அவர்களில் டோரியும் ஒருத்தி. நடக்கவே நடக்காது என்று ஒரு காலத்தில் நினைத்தது நடந்தது, ஆமாம், அவளும் சராசரிப் பெண்ணாக மாறிவிட்டாள். எங்களின் தீவைச் சேர்ந்தவர்கள் தாலியாவை அவர்களுள் ஒருத்தியாக ஏற்றுக் கொண்ட விதத்தை நினைக்கும் போது கொஞ்சம் கர்வமாகக் கூட உணர்ந்தேன் என்பதை நான் ஒத்துக்கொண்டுதான் ஆக வேண்டும்.

அன்று மதியம், நாங்கள் மூன்று பேரும் கடலில் நீந்தலாம் என்று திட்டமிட்டிருந்தோம். ஆனால் கடல்நீர் இன்னமும் குளிர்ச்சியாக இருக்கவே முடிவில் பாறைகளின் மேல் படுத்து குட்டித் தூக்கம் போட்டோம். நானும் தாலியாவும் வீட்டுக்குத் திரும்பியதும் அம்மா சமையலறையில் கேரட்டுகளை உரித்துக் கொண்டிருந்ததைப் பார்த்தோம். இன்னொரு கடிதம் மேஜையின் மேல் கிடந்தது, திறக்கப்படாமல்.

"ஆண்ட்ரியாஸ் கிட்டயிருந்து வந்திருக்கு," அம்மா சொன்னாள்.

தாலியா அந்தக் கடிதத்தை எடுத்துக் கொண்டு மேலே போனாள். அவள் கீழே திரும்பி வர ரொம்ப நேரம் பிடித்தது. அந்த ஒற்றைக் காகிதத்தை மேஜையின் மேல் தூக்கிப் போட்டு, இருக்கையில் உட்கார்ந்தாள். ஒரு கேரட்டையும் கத்தியையும் எடுத்துக் கொண்டாள்.

"என்னை வீட்டுக்கு வரச் சொல்றாரு."

"அப்படியா," என்றாள் அம்மா. அவள் குரலில் மிகச் சன்னமான, கொஞ்சமே கொஞ்சமான பதைபதைப்பு இருந்ததைப் போல உணர்ந்தேன்.

"சரியா சொல்லணும்னா வீட்டுக்கு இல்ல. இங்கிலாந்துல ஒரு தனியார் பள்ளியைப் பத்தி விசாரிச்சுருக்கார். இலையுதிர்காலத்துல நான் சேரலாமாம். பள்ளிக் கட்டணத்தை அவரே பார்த்துக்கறதா சொல்றார்."

"மேடலின் ஆண்ட்டி எப்படி இருக்காங்களாம்?" நான் கேட்டேன்.

"அவள் போயிட்டா. எலியாஸ் கூட. ரெண்டு பேரும் ஓடிப்போயிட்டாங்க."

"படத்தோட நிலைமை?"

அம்மாவும் தாலியாவும் நொடி நேரப் பார்வையை அவர்களுக்குள் பரிமாறிக்கொண்ட அதே சமயத்தில் என் மீதும் அதைத் திருப்ப, ஆரம்பத்தில் இருந்தே இத்தனை நாட்களாக அவர்களுக்குத் தெரிந்திருந்த விஷயத்தை அப்போது நான் பார்த்தேன்.

***

முப்பது ஆண்டுகளுக்குப் பிறகு, 2002ன் ஒரு காலை நேரம், நான் ஏதென்ஸிலிருந்து காபூலுக்குக் குடிப்பெயரத் தயாராகிக் கொண்டிருந்த காலகட்டத்தில், மேடலினின் இரங்கல் செய்தியை ஒரு செய்தித்தாளில் தற்செயலாகப் பார்க்கிறேன். இப்போது அவளது பெயரை மேடலின் கவுரிஸ் என்று அது குறிப்பிட்டாலும், அந்த முதியவளின் கண்களில் பரிச்சயமான புன்னகையின் அந்தப் பிரகாசத்தை, தேய்ந்துபோன அவளின் இளமை அழகினைத் தாண்டியும் என்னால் அடையாளம் காண முடிகிறது. அவளுக்குக் கீழேயிருந்த நான்கு-வரி பத்தி அவளுடைய வாலிபத்தில் குறுகிய காலம் நடிகையாக இருந்ததையும் பிறகு 1980களின் முற்பகுதியில் சொந்தமாக நாடக நிறுவனம் ஒன்றைத் தொடங்கியதையும் சொல்கிறது. அவளது நிறுவனம் விமர்சக ரீதியாகப் பாராட்டப்பட்ட பல நாடகங்களைத் தயாரித்திருந்தது, நீண்ட நாட்கள் அரங்கேறியதற்காக 1990களின் மத்தியில் வந்த யூஜீன் ஓ நீலின் *இரவுக்குள் நெடும் பயணம்,* செக்காவின் *கடற்பறவை,* மற்றும் டிமிட்ரியோஸ் எம்போகிரீஸின் *நிச்சயதார்த்தங்கள்* போன்றவற்றைக் குறிப்பிடலாம். மேடலினின் இரங்கல் செய்தி ஏதென்ஸின் கலை வட்டத்தில் அவளது இரக்கத்துக்காக, அவளது நகைச்சுவைக்காக, அவளது பாணிக்காக, அவளது ஆடம்பரக் கேளிக்கை விருந்துகளுக்காக, பேர் தெரியாத கதாசிரியர்களை வைத்து துணிந்து நாடகம் எடுக்கிற அவளது மனப்பான்மைக்காகப் புகழ்பெற்றதைச் சொல்கிறது. மேலும் அந்தச் செய்திக் குறிப்பு நுரையீரல் நோயுடனான நீண்ட போராட்டத்துக்குப் பிறகு அவள் இறந்தாள் என்று சொன்னாலும் அவளுடைய கணவனைப் பற்றியோ பிள்ளைகளைப் பற்றியோ எதையும் குறிப்பிடவில்லை. இருபது ஆண்டுகளுக்கும் மேலாக அவள் ஏதென்ஸில் வாழ்ந்ததை, அதுவும் கோலானாக்கியில் இருக்கும் என் வீட்டுக்கு வெறும் ஆறு தெருக்கள் தள்ளியிருந்த ஒரு வீட்டில் வாழ்ந்தாள் என்று படிக்கும் போது நான் மேலும் அதிர்கிறேன்.

அந்தச் செய்தித்தாளைக் கீழே போடுகிறேன். முப்பது ஆண்டுகளுக்கும் மேலாக என் கண்ணில் படாத இந்த இறந்துபோன பெண்ணின் மேல் ஆத்திரம் வருவது எனக்கே ஆச்சரியமாக இருக்கிறது. மனதுக்குள் அவளின் வாழ்க்கை மாறிய விதத்தை ஏற்க மறுக்கிற ஓர் எதிர்ப்பு அலை. நான் எப்போதுமே அவளின் வாழ்நாட்கள் கொந்தளிப்பாக, தாறுமாறாக, சாண் ஏறி முழம் சறுக்கும் துக்க ஆண்டுகளாக, மடத்தனமான, பாவப்பட்ட காதல்

சமாச்சாரங்களால் சின்னாபின்னப்பட்டுக் கொண்டிருக்கும் என்றுதான் இதுவரை கற்பனை செய்திருக்கிறேன். தன் தலையில் தானே மண்ணை வாரிப் போட்டுக்கொள்வாள், தன்னைத் தானே சீரழித்துக் கொள்வாள் என்று நம்பியிருந்தேன், குடித்தே அற்பாயுசில் செத்துப்போய்விடுவாள் என்றும் கற்பனை செய்திருக்கிறேன், எல்லாரும் அடிக்கடி சொல்வார்களே அகால மரணம் என்று, அது மாதிரி ஏதாவது. என்னுள் ஒரு பகுதி அவளுக்கு இதெல்லாம் முன்கூட்டியே தெரிந்திருக்கிறதோ, அதனால் தான் அவளுக்கு ஏற்படப்போகிற பேரழிவிலிருந்து அவளுடைய மகளைக் காப்பாற்றவும், அவளைப் பாதுகாக்கவும் தினோவ்ஸுக்குக் கூட்டிவந்து எங்களிடம் ஒப்படைத்திருக்கிறாளோ என்ற சாத்தியத்துக்காகவும் அவளைப் பாராட்டுகிறது. ஆனால் என் மனதுக்குள் இப்போது காட்சிப்படுத்துகிறேன், மேடலினை, அம்மா எப்போதுமே அவளைப் பற்றிப் புரிந்து வைத்திருந்ததைப் போல: சலனமில்லாமல், அமைதியாக, தூக்கிச் சுமக்க முடியாத அவளது மகளின் பாரத்தைப் படுசுத்தமாக அதன் எல்லைக்கு அப்பால் நீக்கிவிட்டு, அவளின் வருங்காலத்தை வரைந்து கொண்டிருக்கும் ஓர் ஓவியராக. ஆக, அவள் அட்டகாசமாக ஜெயித்திருக்கிறாள், இந்த இரங்கல் செய்தியை, திருத்தப்பட்ட இந்த நேர்த்தியான வாழ்க்கைக் குறிப்பை, சாதனைகளாலும், அதிர்ஷ்டத்தாலும், கௌரவத்தாலும் நிரம்பிய இந்தக் கொடுத்துவைத்த வாழ்க்கையைப் பார்த்தால் அப்படித்தான் தெரிகிறது.

என்னால் ஏற்றுக்கொள்ள முடியவில்லை. இந்தச் சொகுசுகளை, எல்லாத் தப்புகளிலிருந்தும் தப்பிக்கிற இந்தக் கில்லாடித்தனத்தை. இயற்கைக்கு விரோதமாகப் படுகிறது. எங்கே தண்டனை? எங்கே இந்தப் பாவங்களுக்கான வெகுமதி?

இருந்தாலும், அந்த செய்தித்தாளை நான் மடிக்கும்போது, ஒரு சந்தேகம் எனக்குள் குத்த ஆரம்பிக்கிறது. மேடலினின் மேல் கொஞ்சம் கடுமையாகவே குற்றம் சாட்டிவிட்டேனோ என்கிற மெல்லிய தயக்கம். எங்களுக்கிடையே அவ்வளவு பெரிய வித்தியாசம் எதுவும் கிடையாது, எனக்கும் அவளுக்கும். புது வாழ்விற்காக, புது அடையாளத்துக்காக, விடுதலைக்காக நாங்கள் இருவருமே ஏங்கியிருக்கிறோமா இல்லையா? எங்களுக்கு ஆதாரமாக இருந்த நங்கூரமே பாரமாக மாறி எங்களைப் பற்றி இழுக்க, முடிவில், நாங்கள் இருவருமே அதை அறுத்தெறிந்து எங்களை விடுவித்துக் கொண்டோமா இல்லையா? இந்த எண்ணத்தால்

முகம் சுளிக்கிறேன். அவளும் நானும் எப்படி ஒன்றாக முடியும் என்று எனக்குள் கேட்டுக் கொள்ளும் அதே சமயம், உண்மையில் அந்தக் கோபம் கூட என்னை விட எல்லாவற்றிலும் அவள் பெற்ற வெற்றியால் ஏற்பட்ட பொறாமையை மறைக்கின்ற ஒரு திரைதான் என்பதை உணர்கிறேன்.

அந்தச் செய்தித்தாளைத் தூக்கிப்போடுகிறேன். ஒருவேளை தாலியாவுக்கு இது தெரிந்தாலும் தெரியட்டும், ஆனால் என் மூலமாகத் தெரியக் கூடாது.

***

அம்மா மேஜையின் மேலிருந்த கேரட்டுத் தோள்களைக் கத்தியால் தள்ளிக் கிண்ணத்தில் சேகரித்தாள். அவளுக்கு உணவுப் பொருள்களை வீணாக்குவது சுத்தமாகப் பிடிக்காது. அந்தத் தோள்களை மசித்துத் துவையல் செய்வாள்.

“ஆக, ஒரு மிகப்பெரிய முடிவை எடுக்க வேண்டிய கட்டாயத்துல நீ இருக்க, தாலியா,” என்றாள்.

தாலியா என் பக்கமாகத் திரும்பி, “நீயா இருந்தா என்ன பண்ணியிருப்ப, மார்கோஸ்?” என்று கேட்டதை நான் கொஞ்சம் கூட எதிர்பார்க்கவில்லை.

“ஓ, எனக்குத் தெரியுமே அவன் என்ன பண்ணியிருப்பான்னு,” அடுத்த நொடியே அம்மா சொன்னாள்.

“கண்டிப்பா போவேன்,” என்று நான் தாலியாவுக்குப் பதில் சொன்னேன், அம்மாவைப் பார்த்துக் கொண்டே. அவள் நினைத்ததற்கு ஏற்ற மாதிரியே அடக்குமுறைக்கு எதிரான புரட்சியாளனாக என்னைக் காட்டிக்கொண்டிருந்ததில் எனக்குப் பரம திருப்தி. இருந்தாலும் நான் சொன்னதும் நூறு சதவீத நிஜம்தான். தாலியா இதற்கா இப்படித் தயங்குகிறாள் என்பதை என்னால் கொஞ்சம் கூட நம்பமுடியவில்லை. நானாக இருந்தால் சிட்டாகப் பறந்திருப்பேன். தனியார் பள்ளியில் படிப்பு. அதுவும் லண்டனில்.

“நீ இன்னொரு முறை நல்லா யோசி,” அம்மா சொன்னாள்.

“ஏற்கனவே பலமுறை யோசிச்சாச்சு,” தாலியா தயக்கத்துடன் சொன்னாள். பிறகு, இன்னும் கொஞ்சம் தயக்கத்தை வெளிக்காட்டி

அம்மாவின் கண்களை நிமிர்ந்து பார்த்தாள், "நான் இருக்கறதுல உங்களுக்கு ஒண்ணும்..."

அம்மா கத்தியைக் கீழே போட்டாள். அவளிடமிருந்து வெளிவந்த மங்கலான மூச்சு சத்தத்தை நான் கேட்டேன். இதுவரை மூச்சை இழுத்துப் பிடித்திருந்தாளா என்ன? அது உண்மையாகவே இருந்தாலும் அந்த அழுத்தமான முகம் அவ்வளவு சீக்கிரத்தில் அவள் அடைந்த ஆறுதலைக் காட்டிக்கொடுக்காது. "சே..சே.. அதெல்லாம் ஒண்ணும் கிடையாது. எதும் கிடையாது."

தாலியா அந்த மேஜைக்குக் குறுக்கேயிருந்த அம்மாவின் மணிக்கட்டைத் தொட்டாள். "ரொம்ப நன்றி, ஓடீ ஆண்ட்டி."

"எனக்கு ஒண்ணே ஒண்ணுதான் தோணுது," என்றேன். "இது மிகப்பெரிய தப்புன்னு நினைக்கிறேன். நீங்க ரெண்டு பேரும் பெரிய தப்பு பண்றீங்க."

அவர்கள் என்னைப் பார்ப்பதற்காகத் திரும்பினர்.

"நான் போகணும்னு நினைக்கிறியா, மார்கோஸ்?" தாலியா கேட்டாள்.

"ஆமா," என்றேன். "நான் உன்னைப் பிரிந்து கஷ்டப்படுவேன்தான், ரொம்ப ரொம்ப, அது உனக்கே நல்லா தெரியும். ஆனா படிக்கறதுக்கு இவ்ளோ நல்ல வாய்ப்பை விட்டுடக்கூடாது. அடுத்துப் பெரிய பெரிய பல்கலைக்கழகத்துக்கெல்லாம் போலாம். ஆராய்ச்சி பண்ணலாம், விஞ்ஞானி ஆகலாம், இல்லைன்னா பேராசிரியராகவும் வரலாம். அதானே உன்னோட ஆசை? எனக்குத் தெரிஞ்சு நான் பார்த்ததுலயே பெரிய அறிவாளி நீதான். எதிர்காலத்துல நீ என்ன ஆசைப்படறியோ அதுவா ஆகலாமே."

நான் மூச்சு வாங்கினேன்.

"இல்லை, மார்கோஸ்," கனத்த குரலில் தாலியா சொன்னாள். "இல்லை. என்னால ஆக முடியாது."

அவள் இதை ஆணித்தரமான உறுதியுடன் சொல்லி மறுபேச்சுக்கான அத்தனை கதவுகளையும் அடைத்தாள்.

அன்று அந்தச் சமையலறைக்குள் தாலியாவை இங்கிலாந்து விடுதிக்குப் படிக்கப்போகச் சொல்லி நடந்த வாக்குவாதத்தில்

புரியாத ஒன்றை, பல வருடங்களுக்குப் பிறகு, நான் முகச்சீரமைப்பு சிகிச்சைக்கான பயிற்சியை எடுக்க ஆரம்பித்தபோது புரிந்துகொண்டேன். உனக்குள் என்ன இருக்கிறது என்பதை இந்த உலகம் ஒருபோதும் பார்க்காது. அந்த எலும்புக்கும் சதைக்கும் பின்னால் ஒளிந்திருக்கிற ஆசைகளையும், கனவுகளையும், ஏக்கங்களையும், துக்கங்களையும் பற்றிய கவலை இம்மியளவு கூட அதற்குக் கிடையாது. கேட்பதற்கு இது எவ்வளவு அபத்தமாக, கொடூரமாக இருக்கிறதோ அதே அளவுக்குச் சாதாரணமானது, அவ்வளவுதான். என்னுடைய நோயாளிகளுக்கு இது தெரிந்திருந்தது. அவர்கள் யார், என்னவாக இருந்தார்கள் அல்லது என்னவாக இருக்கப் போகிறார்கள் என்பது அவர்களுடைய எலும்புகளின் சமச்சீரான கட்டமைப்பில், கண்களுக்கு மத்தியிலிருக்கும் அந்த இடைவெளியில், மோவாயின் அந்த நீளத்தில், முன்துருத்தியிருக்கிற அவர்களின் அந்த மூக்கு முனையில் ஊசலாடியது. அவர்களுக்கு அம்சமான முகலட்சணம் இருக்கிறதா இல்லையா என்பதுதான் முக்கியமே தவிர வேறெதுவும் இல்லை.

அழகு என்பது மதிப்பு தெரியாமல், தற்செயலாக, முட்டாள்தனமாகக் கொடுக்கப்படும் ஒரு மிகப்பெரிய வரம்.

அதனால்தான் தாலியா போன்ற மனிதர்களின் பாவக் கணக்குகளை நேர் செய்வதற்கும், என் கத்தியின் ஒவ்வொரு கீறல்களாலும் அந்த விதியின் கிறுக்கல்களைச் சீராக்குவதற்கும், கேவலம் நாய்க்கடி ஓர் இளம்பெண்ணின் எதிர்காலத்தைப் பிடுங்கி, அவளை ஒதுக்கிவைத்து, ஏளனப் பொருளாக மாற்றி வைத்திருக்கும் வெட்கக்கேடான இந்த உலக வழக்கத்துக்கு எதிராக ஒரு தனிமனிதப் புரட்சி செய்யவும் இந்தத் துறையை நான் தேர்ந்தெடுத்தேன்.

அப்படித்தான் எனக்குள் நினைத்துக் கொண்டிருக்கிறேன். ஆனாலும் நான் முகச்சீரமைப்பு மருத்துவத்தைத் தேர்ந்தெடுக்க வேறு சில காரணங்களும் இருக்கலாம். உதாரணமாகப் பணம், கௌரவம், சமூக அந்தஸ்து போன்றவை. தாலியாவால் மட்டுமே இதைத் தேர்ந்தெடுத்தேன் என்று சொன்னால் அது மிகச் சாதாரணமாகப் போய்விடும். என்னதான் கேட்பதற்குக் கவர்ச்சியாக இருந்தாலும், நான் என்னவோ பெரிய உத்தமன், ஒழுங்கானவனைப் போல அது காட்டிவிடும். காபூலில் நான் எதைத் தெரிந்து கொண்டேனோ இல்லையோ மனித நடத்தை அருவருப்பான, யாராலுமே யூகிக்க முடியாத, சகமனிதனைப் பற்றிய கவலையோ அக்கறையோ

இல்லாமல் தன்னுடைய சௌகரியங்களில் மட்டுமே குறியாக இருக்கும் என்பதை மட்டும் நன்றாகத் தெரிந்திருக்கிறேன். ஆனாலும் இது எனக்குப் பிடித்திருக்கிறது, வாழ்க்கையின் இந்தத் தினுசு. என் வாழ்க்கை வரலாறு திடமான உருவத்தை எடுத்துக் கொண்டிருப்பது எனக்கு ஆறுதலாக இருக்கிறது, இருட்டறையில் கழுவப்படும் ஒரு புகைப்படத்தைப் போல. நான் எப்போதுமே பார்க்க விரும்பிய நல்ல விஷயங்களைக் காட்டி கொண்டிருக்கிறது அது, அழுத்தமாகப் பதிவு செய்து கொண்டிருக்கிறது. விழுந்துவிடமால் என்னைத் தாங்கிப்பிடிக்கிறது, என்னை நிலைநிறுத்துகிறது, இந்த வரலாறு.

ஏதென்ஸில் பாதி நாட்களை நான் சுருக்கங்களை அழிப்பதிலும், புருவங்களை உயர்த்துவதிலும், தாடைகளை நீட்டுவதிலும், தாறுமாறான மூக்குகளைச் சரி செய்வதிலும் கழித்தேன். மீதி நாட்களை எனக்கு எதில் உண்மையான விருப்பம் இருக்கிறதோ அதில் கழித்தேன். அதாவது உலகைச் சுற்றிப் பறப்பது - மத்திய அமெரிக்காவுக்கு, சஹாராவின் ஆப்பிரிக்காவுக்கு, தெற்காசியாவுக்கு, அப்புறம் தூரக் கிழக்கு நாடுகளுக்கு என. அங்குள்ள ஏழைக் குழந்தைகளுக்குச் சிகிச்சை கொடுப்பது, அவர்களது முகங்களில் ஏற்பட்ட காயங்களைச் சீராக்குவது போன்ற காரியங்களில் ஈடுபட்டேன். ஏதென்ஸில் செய்து கொண்டிருந்த வேலை இந்த அளவுக்கு மனநிறைவைக் கொடுக்கவில்லை என்றாலும், நல்ல சம்பளம். அதன் காரணமாகத்தான் வாரக்கணக்கில், சில நேரங்களில் மாதக்கணக்கில் கூட, விடுமுறை எடுத்துக் கொண்டு என்னால் மருத்துவச் சேவை செய்ய முடிந்தது.

பின்னர், 2002ன் தொடக்கத்தில், என்னுடைய அலுவலகத்தில் எனக்குத் தெரிந்த பெண்ணிடமிருந்து வந்த தொலைபேசி அழைப்பை எடுத்தேன். அவளின் பெயர் அம்ரா அடெமோவிச். போஸ்னியாவில் வாழும் செவிலி. சில ஆண்டுகளுக்கு முன்னால் லண்டனில் நடந்த கருத்தரங்கு ஒன்றில் நானும் அவளும் சந்தித்திருந்தோம். நாங்கள் இருவருமே பரஸ்பரம் பெரிதாக எடுத்துக் கொள்ளாத, வார இறுதி நாட்களின் அளவே நீடித்த, சுகமான, ரம்மியமான விஷயம் ஒன்று எங்களுக்குள் நடந்திருந்தது. ஆனாலும் அதன் பிறகு குறிப்பிட்ட இடைவெளியில் மரியாதை நிமித்தமாகப் பார்த்துப் பேசி சந்தித்திருக்கிறோம். அவள் காபூலில் இருந்த ஒரு தொண்டு நிறுவனத்துக்காக வேலை செய்து கொண்டிருந்ததாகவும் முகச்சீரமைப்பு மருத்துவர் ஒருவருக்காக - உதட்டுப் பிளவுகளை, வெடிகுண்டுச் சிதறல்கள், துப்பாக்கித்

தோட்டாக்கள் போன்றவற்றால் உண்டான முகக்காயங்களைச் சீர் செய்வது, போன்ற இத்யாதிகளுக்காக - ஆள் பார்த்துக் கொண்டிருந்ததாகவும் சொன்னாள். அடுத்த கணமே நான் ஒத்துக்கொண்டேன். மூன்று மாதங்கள் தங்கிப் பணியாற்ற உத்தேசித்தேன். 2002ன் இலையுதிர்காலத்துப் பிற்பகுதியில் அங்கு போய்ச் சேர்ந்தேன். அதன்பிறகு நான் திரும்பி வரவேயில்லை.

***

தாலியா என்னைப் படகுத் துறையிலிருந்து கூட்டிச் செல்கிறாள். பச்சைநிறக் கம்பளிச் சால்வையும், கம்பளிச்சட்டைக்கு மேல் சாயம் போன இளஞ்சிவப்பு நிறத்தில் தடித்த கோட்டும் போட்டிருக்கிறாள். நீலநிற ஜீன்ஸ். கூந்தலை அவிழ்த்து விட்டிருக்கிறாள், தோள்களைச் சுற்றித் தளர்வாக, நடுவகிடெடுத்து. அவளது கூந்தல் வெள்ளையாக இருக்கிறது. அந்தக் கீழ்ப்பாதி முகத்தை விட இதுதான் எனக்குப் பேரதிர்ச்சியைக் கொடுக்கிறது, அவளைப் பார்க்கும்போதே நெற்றிப் பொட்டில் தாக்குகிறது. ஆனால் இது நான் எதிர்பாராத விஷயமில்லை. தாலியாவுக்கு முப்பதுகளின் நடுமத்தியிலேயே முடி நரைக்க ஆரம்பிக்க அடுத்த பத்து ஆண்டுகளிலெல்லாம் தலை முழுக்க பருத்திப் பஞ்சு போல மாறியிருந்தது. எனக்குத் தெரியும், பிடிவாதமாக வளர்ந்து கொண்டிருக்கும் அந்தத் தொந்தி, அதே போல விடாப்பிடியாகப் பின்னோக்கிக் கொண்டிருக்கிற தலைமுடி என நானும் மாறியிருக்கிறேன் என்று. மனித உடலின் வீழ்ச்சி என்பது தொடர்ந்து அதிகரித்துக் கொண்டேயிருப்பது, எந்த அளவுக்குக் கண்ணால் காண முடியாதோ, நுட்பமானதோ அதே அளவுக்கு நயவஞ்சகமானதும் கூட. தாலியாவை அப்படி நரைத்த தலையுடன் பார்ப்பது முதுமையை நோக்கிய அவளின் நிதானமான, தவிர்க்கமுடியாத அணிவகுப்பின் நிரூபணமாக என்னை உலுக்கியெடுக்கிறது - அதோடு சேர்ந்து, என்னுடைய அணிவகுப்பையும்.

“உனக்குக் குளுரப்போகுது,” என்கிறாள், அவளின் கழுத்தைச் சுற்றி அந்தச் சால்வையை இறுக்கிக்கொண்டே. அது ஜனவரி மாதம், முற்பகல் நேரம், வானத்தில் மேகமூட்டம், பழுப்பு நிறம். சில்லென்ற காற்று மரங்களில் சுருங்கிய இலைகளைத் தாளம் போட வைக்கிறது.

“குளிரா? நிஜமான குளிரைப் பார்க்கணும்னா காபூலுக்கு வா,” என்கிறேன். எனது தோல்பெட்டியைத் தூக்கிக் கொள்கிறேன்.

“சரிங்க மருத்துவரே. நடந்து போலாமா இல்லை பேருந்துலயா? உங்க விருப்பம்தான்.”

“நடந்தே போலாம்,” சொல்கிறேன்.

நாங்கள் வடக்கு நோக்கி நடக்கிறோம். தினோவ்ஸ் ஊருக்குள் கடந்து செல்கிறோம். பாய்மரக் கப்பல்களும், உல்லாசப்படகுகளும் துறைமுகத்தின் உட்பக்கத்தில் நங்கூரமிட்டிருக்கின்றன. பெட்டிக்கடைகள் அஞ்சலட்டைகளையும், பனியன்களையும் விற்றுக்கொண்டிருக்கின்றன. அருந்தகங்களுக்கு வெளியே போடப்பட்டிருக்கிற சிறிய மேஜைகளில் உட்கார்ந்து மக்கள் காபியை உறிஞ்சிக்கொண்டிருக்கிறார்கள், செய்தித்தாள் படித்துக்கொண்டிருக்கிறார்கள், சதுரங்கம் ஆடிக்கொண்டிருக்கிறார்கள். உணவகப் பணியாளர்கள் பளபளக்கும் பாத்திரங்களை மதிய சாப்பாட்டுக்காக அடுக்கி வைத்துக்கொண்டிருக்கிறார்கள். இன்னும் ஒரு மணி அல்லது இரண்டு மணி நேரத்துக்குள் சமையல்கட்டிலிருந்து கொதிக்கிற மீன் வாடை தெருவெங்கும் கமகமக்கும்.

தினோவ்ஸ் ஊருக்குத் தெற்குப் பக்கமாக, மைக்கோனோஸையும் ஏஜியனையும் பார்த்த வாக்கில் வீட்டுமனை விற்பனையாளர்கள் கட்டிக்கொண்டிருக்கும் இரண்டு புதிய பங்களாக்களைப் பற்றிய கதைக்குள் தாலியா உற்சாகமாகக் குதிக்கிறாள். சுற்றுலாப் பயணிகளோ இல்லை தினோவ்ஸுக்கு 1990களிலிருந்து கோடைகாலத்தில் தங்க வந்து கொண்டிருக்கும் பணக்காரர்களோ அதை நிரப்புவார்கள் என்கிறாள். அந்த பங்களாக்களில் நீச்சல் குளமும், உடற்பயிற்சிக்கூடமும் கூட இருக்கப் போவதாகச் சொல்கிறாள்.

தாலியா இத்தனை ஆண்டுகளாக எனக்கு மின்னஞ்சல் அனுப்பிக் கொண்டிருக்கிறாள். தினோவ்ஸை மறுபதிப்பு செய்து கொண்டிருக்கிற மாற்றங்களைக் காலவரிசைப்படுத்திக் கொண்டிருக்கிறாள். செயற்கைக்கோள் தொலைக்காட்சிக் குடைகளோடும், இணையதள இணைப்புகளோடும் இருக்கிற அந்தக் கடற்கரை தங்கும் விடுதிகளை, அந்த ராக்கேளிக்கை விடுதிகளை, அந்த மதுபான விடுதிகளை, அந்தச் சாராயக்கடைகளை, சுற்றுலாப்பயணிகளுக்காக இயங்குகிற அந்த உணவகங்களை, கடைகளை, அந்த வாடகைக் கார்களை, அந்த பேருந்துகளை, அந்தக் கூட்டங்களை, கடற்கரையில் அரைநிர்வாணத்துடன் படுத்துக்கிடக்கும் அந்த வெளிநாட்டுப்

பெண்களை. அந்த விவசாயிகள் - இன்னமும் அந்த மண்ணை விட்டுப் போகாத விவசாயிகள் - கழுதைகளுக்குப் பதிலாக இப்போது இலகுரக சரக்கு வாகனங்களை ஓட்டுகிறார்கள். பெரும்பாலானவர்கள் எப்போதோ ஊரைக் காலி செய்திருந்தாலும், ஒருசிலர் தங்களின் கடைசி காலத்தை இந்தத் தீவிலேயே கழிப்பதற்காகத் திரும்பிக் கொண்டிருக்கிறார்கள்.

"ஓடீக்கு இதெல்லாம் சுத்தமா பிடிக்கல," என்கிறாள் தாலியா, அதாவது இந்த மாற்றத்தை. இதைப்பற்றியும் எனக்கு எழுதியிருக்கிறாள் - நேற்று வந்து குடியேறுபவர்களின் மீதும் அவர்கள் இறக்குமதி செய்து கொண்டிருக்கும் இந்த மாற்றங்களின் மீதும் பாரம்பரியான தீவுவாசிகள் கொண்டிருக்கிற அவநம்பிக்கையை.

"உன்னைப் பார்த்தா இந்த மாற்றத்தைப் பத்தியெல்லாம் பெருசா கவலைப்படாத மாதிரி தெரியுது," என்கிறேன்.

"தடுக்கவே முடியாத ஒரு விஷயத்தைப் பத்திக் கவலைப்படறதுல என்ன பிரயோஜனம் சொல்லு," என்கிறாள். பிறகு சேர்க்கிறாள், "ஓடீ என்ன சொல்றாங்க தெரியுமா, '*நீ இப்படித்தான் பேசுவேனு தெரியும்,* தாலியா. *ஏன்னா நீ இந்த ஊர் இல்லல்ல.*'" சத்தமாக, மனம்விட்டுச் சிரிக்கிறாள். "நாப்பத்தி நாலு வருஷம் தினோஸ்ல குப்பை கொட்டின பிறகும் கூட எனக்கு அந்த உரிமை இல்லையான்னுதான நினைக்கிற. இப்போ தெரிஞ்சுக்கோ."

தாலியாவும் மாறியிருக்கிறாள். அத்தனை கனமான கோட்டு போட்டிருந்தாலும் அவளது மத்தியப் பிரதேசத்தில் பெருத்திருக்கிறாள். என்னால் பார்க்க முடிகிறது. தடித்திருக்கிறாள் என்று சொல்வதுதான் பொருத்தமாக இருக்கும், தளதளவென இல்லாமல் கொஞ்சம் உரத்தோடு. இப்போதெல்லாம் அவளிடம் இணக்கமான ஒரு பிடிவாதம் தெரிகிறது. எனது செய்கைகளில் சிறு முட்டாள்தனத்தைக் கண்டாலும் பூடகமாக அவள் அடிக்கிற கிண்டல்களில் அன்பு கலந்த வீம்பு தெரிகிறது. அவளது கண்களின் அந்த மின்னல், புதிதான இந்த மனம்விட்ட சிரிப்பு, கன்னங்களின் அந்த நிரந்தர வெட்கம் - ஒட்டுமொத்தத்தையும் ஒரே வார்த்தையில் வர்ணித்தால் - ஒரு கிராமத்தானின் சம்சாரம். கள்ளம் கபடமற்ற பெண். அந்த அதிகாரத் தோரணையையும் உறுதியையும் ஜாடை காட்டுகிற அந்த முரட்டு நேசத்தையும் கேள்வி கேட்பதற்கு முன்னால் நீங்கள் ஆயிரம் முறை யோசிக்க வேண்டும்.

"தொழில் எப்படிப் போயிட்டுருக்கு?" நான் கேட்கிறேன். "இன்னமும் பண்ணிட்டிருக்கியா?"

"அப்பப்போ," தாலியா சொல்கிறாள். "உனக்குதான் தெரியுமே." நாங்கள் இருவரும் தலையை ஆட்டுகிறோம். காபூலில், கடுமையான அந்தப் பொருளாதார நெருக்கடியைத் தொடர்ந்து கிரீஸில் மேற்கொள்ளப்படும் சிக்கன நடவடிக்கைகளைப் பற்றிய செய்திகளை நான் கூர்ந்து கவனித்து வருகிறேன். பாராளுமன்றத்துக்கு வெளியே போலீஸ்காரர்களின் மீது முகமூடி போட்ட கிரேக்க இளைஞர்கள் கல்லெறிந்து கொண்டிருந்ததை, கலவரத்தின் போது அணிகிற கவச உடைகளோடு வந்த காவலர்கள் அவர்களின் மேல் கண்ணீர்ப்புகை குண்டுகளை வீசிக் கொண்டிருந்ததை, லத்திகளைச் சுழற்றிக் கொண்டிருந்ததை நான் சி.என்.என்-ல் பார்த்திருந்தேன்.

தாலியா நடத்துவது உண்மையான தொழில் இல்லை. கணிப்பொறி யுகத்துக்கு முன்பு வரை துண்டு துக்கடா பழுதுநீக்கும் வேலை செய்துவந்த கற்றுக்குட்டி பொறியாளர் அவள். ஜனங்களின் வீடுகளுக்குச் சென்று அவர்களது தொலைக்காட்சிகளின் ஆற்றல் பெருக்கிகளைப் பற்றவைத்தாள், அருதப்பழசான குழாய்-மாடல் வானொலிகளின் சமிக்ஞை மின்தேக்கிகளை மாற்றினாள். குளிர்சாதனப்பெட்டிகளின் பழுதான வெப்பநிலைக்காப்பிகளை சீர் செய்ய, ஒழுகுகிற குழாய்களை அடைக்க அவள் அழைக்கப்பட்டாள். மக்கள் தங்களால் என்ன முடிந்ததோ அதைக் கொடுத்தார்கள். அவர்களால் கொடுக்க முடியாதபோது, அவள் எப்படியும் வேலையை முடிக்கத்தான் செய்தாள். உண்மையைச் சொல்லணும்னா பணம் எனக்குத் தேவையில்ல, என்றாள். விளையாட்டா இதெல்லாம் பண்றேன். பொருட்களைப் பிரிச்சு உள்ள என்ன இருக்குன்னு மேயுறது, எப்படி வேலை செய்யுதுன்னு பார்க்கறது எனக்கு இன்னமும் சுவாரசியமாதான் இருக்கு. இன்றைய நாளில், அவள் ஓர் ஒற்றை-பெண் தகவல் தொழிநுட்பத்துறை மாதிரி. அவளுக்குத் தெரிந்ததெல்லாம் சுயமாகக் கற்றுக்கொண்டது. ஊர் மக்களின் கணிப்பொறிகளைச் சிறிய கட்டணத்துக்குச் சரிசெய்து கொடுக்கிறாள், இணையதள நடத்தைக் குறியீட்டு அமைப்புகளை மாற்றுகிறாள், சிறுசிறு மென்பொருள் பிரச்சினைகளைத் தீர்க்கிறாள், புதுப்பிப்புகளைத் தரவிறக்குகிறாள், வேகக்குறைபாடுகளைக் களைகிறாள். நானே ஒன்றுக்கு மேற்பட்ட முறை காபூலிலிருந்து அவளுக்குத் தொலைபேசியிருக்கிறேன், என்னுடைய உறைந்து போன ஐ.பி.எம்-மை மீட்க வழிதெரியாமல்.

என் அம்மாவின் வீட்டை நாங்கள் அடைகிறபோது, ஒரு கணம் வெளியிலேயே நிற்கிறோம், முற்றத்தில் இருக்கிற அந்தப் பழைய ஆலிவ் மரத்துக்குப் பக்கத்தில். அம்மா பயங்கரமாக வேலை செய்திருக்கிறாள் - புதுவண்ணம் என்ன, பாதி முடிந்த புறா மாடம் என்ன, அதோ அங்கே சுத்தி என்ன, பக்கத்தில் திறந்து கிடக்கிற ஆணி அட்டைப்பெட்டி என்ன.

"எப்படி இருக்காங்க?" கேட்கிறேன்.

"ஓ, எப்பவும் போல வெறுப்பேத்திக்கிட்டே இருக்காங்க. அதனாலதான் இதுக்கு ஏற்பாடு பண்ணேன்." கூரையின் மேல் நிலைநிறுத்தப்பட்டிருக்கிற செயற்கைக்கோள் தொலைக்காட்சி ஏற்பியை அவள் சுட்டிக்காட்டுகிறாள். "நாங்க வெளிநாட்டுத் தொடர்களைப் பார்க்கிறோம். அரேபிய நாடகங்கள்தான் சிறந்தது, இல்லைன்னா சுத்த மோசம், ரெண்டுமே அதுதான். அடுத்து என்ன நடக்கப் போகுதுன்னு கண்டுபிடிக்க முயற்சி பண்ணுவோம். இல்லைன்னா 'நை-நைன்'னுட்டு இருப்பாங்க." முன்வாசல் கதவுக்குள் சூறாவளியாய் நுழைகிறாள். "வா, வா. உனக்கு ஏதாவது சாப்பிடத் தயார் பண்றேன்."

***

இந்த வீட்டுக்குள் திரும்பவும் நுழைவது புதுமையாக இருக்கிறது. ஒருசில அந்நிய விஷயங்களைப் பார்க்கிறேன், உதாரணமாக வரவேற்பறையில் இருக்கும் அந்தப் பழுப்புநிற தோல் நாற்காலியையும் தொலைக்காட்சிக்குப் பக்கத்தில் போடப்பட்டிருக்கும் பிரம்பு மேஜையையும். ஆனால் அதைத் தவிர மற்ற எல்லாமே ஏறக்குறைய அதனதன் இடத்தில் அப்படியே வாழ்கின்றன. அந்தச் சமையலறை மேஜை, இப்போது கத்திரிக்காயும் பேரிக்காயும் அடுத்தடுத்து வருகிற வினைல் போர்வையால் மூடப்பட்டிருக்கிறது; அந்த நேரான மூங்கில் இருக்கைகள்; பிரம்பு கைப்பிடி கொண்ட அந்தப் பழைய ராந்தல் விளக்கும், நத்தைக்குச் சிப்பி மாதிரி கரிபடிந்த அந்தக் கண்ணாடிக்குழாயும்; நானும் அம்மாவும் இருக்கிற அந்தப் புகைப்படம் - நான் வெள்ளைச் சட்டையில், அம்மா அந்த ஆடம்பர ஆடையில் - இன்னமும் வரவேற்பறையின் மாடத்துக்கு மேல் தொங்கிக் கொண்டிருக்கிறது; அம்மாவின் பீங்கான் டீ ஜோடி இன்னமும் அந்த உத்திரத்தின் மேல் உட்கார்ந்திருக்கிறது.

இருந்தாலும், என்னுடைய தோல்பெட்டியை நான் கீழேயிறக்க, அத்தனைக்கு நடுவிலும் ஒரு மாபெரும் பள்ளம்; ஒரு பிரம்மாண்ட வெற்றிடம் இருப்பதைப் போல உணர்கிறேன். தாலியாவுடன் வாழ்ந்த என் அம்மாவின் இத்தனை ஆண்டு கால வாழ்க்கையும், இருண்ட பக்கங்களாக எனக்குள் கவ்வுகிறது. இங்கில்லாமல் போய்விட்டேன். இதோ இதே மேஜையில் தாலியாவும் அம்மாவும் ஒருசேரக் கழித்த அந்தச் சாப்பாட்டு நேரங்களிலும், அந்தச் சிரிப்புகளிலும், அந்த மனஸ்தாபங்களிலும், அந்தச் சலிப்பு ஏற்படும் பொழுதுகளிலும், அந்தச் சுகவீனங்களிலும், நீளமான வாழ்க்கைச் சங்கிலியாகக் கோர்க்கப்பட்டிருக்கும் அந்தச் சின்னச் சின்ன தருணங்களிலும் இல்லாமல் போய்விட்டேன். எனது பால்யகால வீட்டில் நுழைந்ததும் திக்குத்திசை தெரியவில்லை, எப்போதோ ஆரம்பித்து, பிறகு நீண்டநாள் கைவிட்ட நாவலை எடுத்துத் திரும்பவும் படிப்பதைப் போல தலைகால் புரியாத மாதிரி இருக்கிறது.

“முட்டை செய்யட்டுமா?” தாலியா கேட்கிறாள், பதிலுக்குக் காத்திராமல் சமையல் அங்கியை எடுத்து முதுகைச் சுற்றிக் கட்டிக்கொள்கிறாள். வாணலியில் எண்ணெய் ஊற்றுகிறாள். சமையலறைக்குள் அதிகாரத்துடன் வளைய வருகிறாள், வீட்டுச் சொந்தக்கார தோரணையோடு.

“தாராளமா. அம்மா எங்க?”

“தூங்கறாங்க. இரவெல்லாம் தூங்கவே இல்லை.”

“டக்குன்னு போய்ப் பார்த்துட்டு வந்துடுறேன்.”

சிறிய மத்துக்காக மேஜை இழுப்பறையைத் துழாவுகிறாள். “மருத்துவரே, அவங்களை எழுப்பினீங்கன்னா, நான் சும்மா இருக்க மாட்டேன்.”

மாடி படுக்கையறைக்குக் கால்விரலின் நுனியில் படியேறுகிறேன். அறையில் கும்மிருட்டு. இழுத்து மூடப்பட்ட ஜன்னல் திரைகளுக்கு இடையில் ஒரு நீண்ட, குறுகிய ஒளிப்பாளம் அம்மாவின் படுக்கைக்குக் குறுக்கே விழுந்து கிடக்கிறது. அங்கிருந்த காற்றுகூட சீக்குப்பிடித்திருக்கிறது. இன்னும் சொல்லப் போனால் அந்த சீக்குப் பிடித்த வாடை என் நாசியை மட்டுமில்லாமல் மீதமிருந்த நான்கு புலன்களையும் தாக்குகிறது. ஒவ்வொரு மருத்துவருக்கும் இந்த வாடை நல்ல பரிச்சயம். இண்டு இடுக்கில் ஊடுருவும் புகையைப்

போல அறையில் நோய்வாசம் பரவியிருக்கிறது. கண்களைப் பழக்கப்படுத்துவதற்காக வாசலில் சில நொடிகள் நிற்கிறேன். படுக்கையில் தாலியாவின் பக்கம் என்று தெரிகிற இடத்தில், அதாவது என்னுடைய பழைய இடத்தில், உடையலங்கார மேஜைக்கு மேல் அடிக்கடி நிறம் மாறிக்கொண்டிருக்கும் செவ்வக ஒளியால் இருள் உடைந்து கொண்டிருக்கிறது. அது ஒரு சட்டகம் போட்ட புகைப்படம். கடைகளில் ஆயத்தமாக விற்குமே அது. முதலில் நெல் வயல்வெளியும் பழுப்புநிற ஓடு பதித்த மரவீடுகளும் மங்கிப் பிறகு உரித்த ஆடுகள் கொக்கிகளிலிருந்து தொங்குகிற நெரிசலான சந்தை ஒளிர்ந்து, அடுத்து சேறு கலங்கிய ஆற்றங்கரையில் கருநிற மனிதன் குந்திக்கொண்டு, விரல்களால் பல் துலக்கிக் கொண்டிருக்கும் படம் தெரிகிறது.

நாற்காலியை இழுத்துப்போட்டு அம்மாவுக்குப் பக்கத்தில் உட்கார்கிறேன். என் கண்கள் இப்போது இருளுக்குப் பழகியிருக்க, அவளைப் பார்த்துக் கொண்டிருக்க, எனக்குள் எதுவோ உடைந்து விழுவதாக உணர்கிறேன். அம்மாவின் சுருங்கிய உருவத்தால் நான் திடுக்கிடுகிறேன். அம்மா எவ்வளவு வற்றிப்போய்விட்டாள். அந்தப் பூப்போட்ட இரவு உடை அவளது சின்ன தோள்களின் மேல், அவளது தட்டையான மார்பின் மேல் தளர்வாக மூடியிருக்கிறது. அவள் அசிங்கமாகத் தூங்கும் விதத்தைப் பற்றியெல்லாம் எனக்குக் கவலையில்லை, வாயைத் திறந்து, கீழே கோணலாக இறங்கி, என்னவோ கெட்ட கனவு காண்பது மாதிரி. தூக்கத்தில் அவளது பல்செட்டுகள் வெளியே வழுக்கித் தடம் புரண்டிருப்பதும் பார்க்கச் சகிக்கவில்லை. இமைகள் லேசாகப் படபடக்கின்றன. சிறிது நேரம் அங்கேயே உட்கார்கிறேன். வேறென்ன எதிர்பார்க்க முடியும்? எனக்குள் கேட்டுக்கொள்கிறேன். சுவரில் மாட்டியிருக்கும் கடிகாரத்தின் சத்தத்தை, கீழே தாலியா வாணலியில் கரண்டியை உருட்டும் சத்தத்தைக் கேட்கிறேன். அம்மாவின் ஆயுள் கழிகிற இந்த அறையின் பொதுவான விவரங்களைக் கணக்கெடுக்கிறேன். சுவரோடு மாட்டிய சமதிரை தொலைக்காட்சி, மூலையிலிருக்கும் கணிப்பொறி, பாதியில் நிற்கும் எண்புதிர் விளையாட்டு, பக்கத்தைக் குறிப்பிடும் மூக்குக்கண்ணாடி, தொலைக்காட்சியின் சேய்வியக்கி, கண்ணுக்கான சொட்டு மருந்து குப்பி, பல்செட்டு பசை, சிறு புட்டி நிறைய மாத்திரைகள், மேலும், தரையில் சிப்பிநிறப் பஞ்சு செருப்புகள். முன்பெல்லாம் அம்மா அந்தச் செருப்பைத் திரும்பிக் கூட பார்த்திருக்க மாட்டாள். அந்தச் செருப்புகளுக்குப் பக்கத்தில்

திறந்தபடி கிடக்கும் வயதானவர்கள் போடும் காகிதத்துகில் உள்ளாடைப் பை. அம்மாவையும் இந்தப் பொருள்களையும் என்னால் தொடர்புப்படுத்த முடியவில்லை. அந்த எண்ணத்தை எதிர்க்கிறேன். யாரோ முகம்தெரியாத ஒருவருடைய பொருட்களாக அவை என்னைப் பார்க்கின்றன. யாரோ பாவப்பட்ட, அப்பாவியின் பொருள்களாக. உங்களால் எப்போதுமே கோபத்தைக் காட்ட முடியாத ஒருவரின் பொருள்களாக.

படுக்கையைத் தாண்டி, அந்த சட்டகம் போட்ட புகைப்படம் தனது படத்தை மறுபடியும் மாற்றிக்கொள்கிறது. எங்கேயோ பார்த்த மாதிரி இருக்கிறது அது. அப்போதுதான் சட்டென நினைவுக்கு வருகிறது. எனக்கு இந்த புகைப்படங்களை நன்றாகத் தெரியும். நான் எடுத்த புகைப்படங்கள் அவை. முன்பு ஒரு காலத்தில் எப்போதோ.... எப்போது? அம்மாவின் பாணியில் சொல்லப்போனால் நான் பூமியெல்லாம் சுற்றிக்கொண்டிருந்த போது. எப்போதுமே எனது புகைப்படங்களை இரு பிரதிகளாகப் பதிப்பு போட்டு ஒன்றைத் தாலியாவுக்கு அனுப்பி வைப்பதை வழக்கமாக வைத்திருக்கிறேன். அவள் பத்திரப்படுத்தி இருக்கிறாள். இத்தனை ஆண்டுகளாகவும். தாலியா. எனக்குள் அன்பு ஊறுகிறது, தேனைப் போல இனிமையாக. அவள்தான் என்னுடைய உண்மையான சகோதரி, என்னுடைய உண்மையான மன்னார், இப்போது வரை.

கீழேயிருந்து என் பெயரைச் சொல்லிக் கூப்பிடுகிறாள்.

அரவமில்லாமல் நான் எழுகிறேன். அறையை விட்டு நான் வெளியேற, எதுவோ என் கண்ணில் படுகிறது. கடிகாரத்துக்கு அடியில் சுவரில் தொங்கிக் கொண்டிருக்கும் சட்டகம் போட்ட ஏதோவொன்று. இருட்டில் என்னவென்று சரியாகச் சொல்ல முடியவில்லை. என் செல்பேசியைத் திறக்கிறேன். அதன் வெள்ளி வெளிச்சத்தில் ஆராய்கிறேன். அதுவொரு அஸோஸியேட்டட் பிரஸ்ஸின் பத்திரிக்கைச் செய்தி. காபூலில் நான் வேலை செய்கிற தொண்டு நிறுவனத்தைப் பற்றிய கத்தரிப்பு. அந்தப் பேட்டி எனக்கு ஞாபகம் இருக்கிறது. பேட்டியெடுக்க வந்த பத்திரிக்கையாளன் சற்றே திக்குவாய் கொண்ட, இனிமையாகப் பழகிய கொரிய வம்சாவளி அமெரிக்கன். எங்களோடு ஒன்றாக உட்கார்ந்து காபுலி - வரகரிசி, உலர் திராட்சை, ஆட்டுக்கறி சேர்த்து செய்யப்படும் ஆஃப்கன் சோறு - சாப்பிட்டான். கட்டுரைக்கு நடுவே இதோ குழுப்புகைப்படம். நானும், சில குழந்தைகளும் சேர்ந்து, பின்னணியில் நபி நிற்கிறார்,

விறைப்பாக, கைகளைப் பின்னால் கட்டிக்கொண்டு, ஒரே சமயத்தில் கண்களில் எச்சரிக்கை, வெட்கம், கண்ணியத்தைக் காட்டியபடி, புகைப்படத்துக்குக் காட்சிகொடுக்கும் மற்ற எல்லா ஆஃப்கன்களையும் போல. அம்ராவும் கூட அதில் இருக்கிறாள், அவளின் தத்துப்பெண், ரோஷியோடு. எல்லாக் குழந்தைகளும் சிரித்துக்கொண்டிருக்கிறார்கள்.

"மார்கோஸ்."

நான் செல்பேசியை மடக்கி மூடுகிறேன். கீழே போகிறேன்.

எனக்கு முன்னால் குவளை நிறைய பாலும், தக்காளிப் படுக்கையின் மேல் சுடச்சுட மூச்சுவிட்டுக்கொண்டிருக்கும் ஆம்லட்டும் வைக்கிறாள். "தைரியமா குடிக்கலாம், பால்ல சர்க்கரை போட்டுருக்கேன்."

"ஞாபகம் இருக்கே இன்னும்."

அவள் என் எதிரே உட்கார்கிறாள், சமையல் அங்கியைக் கழட்டாமல். அவளின் முழங்கைகளை மேஜையின் மேல் ஊன்றி, சாப்பிடும் என்னைப் பார்க்கிறாள். ஒரு கைக்குட்டையால் இடது கன்னத்தை அடிக்கடி தொட்டுக்கொள்கிறாள்.

அவளின் முகத்தை சரி செய்ய என்னை அனுமதிக்க வேண்டுமென்று சமாதானப்படுத்த நான் எடுத்த ஆயிரம் முயற்சிகளும் தோல்வியில் முடிந்ததை நினைக்கிறேன். சிகிச்சைக்கான தொழில்நுட்பங்கள் 1960களிலிருந்து எவ்வளவோ முன்னேறியிருப்பதை சொல்லி அலுத்துவிட்டேன். அவளுடைய அவலட்சணத்தை முழுவதுமாக மாற்ற முடியாவிட்டாலும் குறைந்தபட்சம் அதற்குக் குறிப்பிடத்தக்க முன்னேற்றத்தைக் கொடுக்கவாவது என்னால் முடியுமென்று தலையில் அடித்து சத்தியம் செய்யாத குறைதான். ஆனால் தாலியா மறுத்துவிட்டாள். எனக்கோ பேரதிர்ச்சி, மாபெரும் திகைப்பு. இதுதான் நான், என்றாள் என்னிடம். உப்புச்சப்பில்லாத, திருப்பியளிக்காத ஒரு பதில். அச்சமயத்தில் எனக்கு அப்படித்தான் பட்டது. சரி அதற்கான அர்த்தம் என்ன? நான் புரிந்து கொள்ளவில்லை. சிறைக்கைதிகளின் நினைப்பு வந்தது எனக்கு, ஆயுள் கைதிகளின் ஞாபகம். வெளியே போக அஞ்சி, விடுதலைக்கு பயந்து, மாற்றத்தை ஏற்க பயந்து, கம்பிவேலிகளுக்கு, கண்காணிப்பு கோபுரங்களுக்கு அப்பால் வெளியே இருக்கிற புது வாழ்வை எதிர்கொள்ள நடுநடுங்கும் இரக்கமற்ற எண்ணங்கள் எனக்குள் அலை பாய்ந்தன.

என் வாக்குறுதி தாலியாவுக்காக இன்றளவும் காத்துக் கொண்டிருக்கிறது. அவள் ஏற்க மாட்டாள். எனக்குத் தெரியும். இருந்தாலும் அவள் சொன்னது சரி - இதுதான் அவள். அந்த முகத்தைக் கண்ணாடியில் பார்க்கும் ஒவ்வொரு நாளும் ஒவ்வொரு நொடியும் அவளுக்கு எப்படி இருக்கும் என்று நான் உணர முடியாதவன் அல்ல. அதோடு இல்லாமல் அதை ஏற்கிற மனோதிடத்தை வரவழைப்பது எவ்வளவு சிரமம் என்றும் தெரியாதவன் அல்ல. அந்த முயற்சியும், அந்த பொறுமையும், அதன் இமாலய சுமையும். அவளது இந்த மனோதிடம் கொஞ்சம் கொஞ்சமாக வடிவத்துக்கு வந்தது, ஆண்டுக்கணக்கில், சதா மோதிக்கொண்டிருக்கும் அலைகளால் உருமாறும் வழவழப்பான கடற்கரைப் பாறைகளைப் போல. தாலியாவுக்கான முகத்தைக் கொடுக்க அந்த நாய்க்குத் தேவைப்பட்டது ஒரு நிமிடம் மட்டுமே. ஆனால் அதை அவளுக்கான தனித்துவமாக உருமாற்ற ஒரு யுகமே செலவானது. அத்தனையையும் என் கத்தியால் பாழாக்க அவள் விடமாட்டாள். ஆறிப்போன புண்ணின் மேல் மறுபடியும் காயத்தை ஏற்படுத்திய மாதிரி ஆகிவிடும்.

ஆம்லெட்டைப் பிரித்து மேய்கிறேன், பசியே இல்லை என்றாலும், அவளுக்கு அது சந்தோஷத்தைக் கொடுக்கும் என்பதால். "ரொம்ப நல்லாருக்கு, தாலியா."

"அப்புறம், ஆர்வமா இருக்கியா?"

"எதுக்கு?"

அவளுக்குப் பின்பக்கமாக கையை நீட்டிச் சமையல் மேடையின் இழுப்பறையை இழுத்துத் திறக்கிறாள். செவ்வக வடிவ வில்லைகள் கொண்ட குளிர்கண்ணாடியோடு திரும்புகிறாள். ஒரு கணம் யோசிக்கிறேன். ஆ... அந்தச் சூரிய கிரகணம்.

"அட, ஆமாம்ல."

"முதல்ல," அவள் சொல்கிறாள், "ஊசித்துளை புகைப்படக்கருவியில தான் பார்க்கலாம்னு நினைச்சேன். ஆனா ஓடீதான் நீ வருவேன்னு சொன்னாங்க. நான் சொன்னேன், 'அப்படியா, அப்படின்னா கலக்கிடலாம்.'"

அடுத்த நாள் நடக்கவிருக்கிற கிரகணத்தின் பக்கம் பேச்சு ஓடுகிறது. அது காலையில் தொடங்கி மதிய வாக்கில் முடிந்துவிடும் என்கிறாள்.

வானிலை விவரங்களை அடிக்கடிச் சரிபார்த்து வந்திருக்கிறாள். நாளை மேகமூட்டத்துக்கு வழியில்லை என அறிந்ததால் பெருத்த நிம்மதி அவளுக்கு. இன்னொரு ஆம்லெட் வேண்டுமா என அவள் விசாரிக்க, நான், "ம்" என்கிறேன். திரு. ரூசாஸ்ஸின் கடை இருந்த இடத்தில் தற்சமயம் புதிதாக ஒரு இணையதள மையம் முளைத்திருப்பதை என்னிடம் தெரிவிக்கிறாள்.

"புகைப்படங்களைப் பார்த்தேன்," என்கிறேன். "மேல. அந்தக் கட்டுரையையும்."

நான் கீழே இறைத்த ரொட்டித் துணுக்குகளை மேஜையிலிருந்து இடது புறங்கையால் வலது உள்ளங்கைக்குள் வழித்து, தோளுக்குப் பின்னால் சமையலறைக் கழுவுந்தொட்டியில் பார்க்காமலேயே தூக்கிப் போட்டாள். "ஓ அதுவா, அது ஒண்ணும் பெரிய விஷயமில்ல. அதாவது, படியெடுத்து பதிவேற்றம் பண்ணதைச் சொன்னேன். ஆனா, ஒவ்வொரு தேசமா பிரிச்சு வகைப்படுத்தறதுக்குத்தான் ரொம்ப சிரமமாப் போச்சு. உட்காந்து நானே கண்டுபிடிச்சேன் தெரியுமா, நீதான் என்ன ஏதுன்னு எதுவுமே எழுதி அனுப்பல, நான் என்ன பண்றது. அவங்கதான் ஒரே பிடியா நின்னாங்க, ஒவ்வொரு நாட்டோட புகைப்படமும் தனித்தனியா இருக்கணும்னு வீம்பு பண்ணாங்க. அப்படித்தான் இருக்கணுமாம். அடம் பிடிச்சாங்க."

"யாரு?"

அவள் பெருமூச்சு விடுகிறாள். " 'யாரா?' கேட்குறான் பாரு. ஒடீ. வேற யாராம்?"

"அதெல்லாம் அவங்க யோசனையா?"

"அந்தப் செய்தித்தாள் கத்தரிப்பு கூட அவங்க யோசனைதான். அதை இணையதளத்திலிருந்து கண்டுபிடிச்சதும் அவங்கதான்."

"அம்மா இணையதளம் பயன்படுத்துறாங்களா?" கேட்கிறேன்.

"முதல்ல நான் அவங்களுக்குச் சொல்லியே கொடுத்துருக்கக் கூடாது. இப்போ அவங்க விடவே மாட்றாங்க." 'களுக்'கென்று சிரிக்கிறாள். "உன்னைப் பத்தி தினமும் இணையதளத்துல தேடுறாங்க. ஆமா நெஜமாத்தான். உனக்கே தெரியாம உன்னை ஒருத்தர் கண்காணிக்கிறாங்க, மார்கோஸ் வார்வரிஸ்."

***

பிற்பகலின் ஆரம்பத்தில் அம்மா கீழிறங்கி வருகிறாள். கருநீலநிற குளியலுடை போட்டுக்கொண்டிருக்கிறாள். நான் அதற்குள்ளாகவே வெறுக்க ஆரம்பித்துவிட்ட அந்தச் சிப்பிநிறப் பஞ்சு செருப்புகளையும் கூட. தலைவாரியது போல் தெரிகிறது. அவள் சாதாரணமாகப் படியிறங்குவதைப் பார்க்கும் போதும், தூக்கக் கலக்கத்துடன் சிரித்தபடி, இரண்டு கைகளையும் எனக்காக அகல விரிக்கும் போதும் கொஞ்சம் ஆறுதலாய் இருக்கிறது.

நாங்கள் மேஜையைச் சுற்றி காபிக்காக உட்கார்கிறோம்.

“தாலியா எங்க போனா?” குவளைக்குள் ஊதிக்கொண்டே கேட்கிறாள்.

“கடைக்குப் போயிருக்கா. நாளைக்குச் சாப்பிடறதுக்கு வாங்க. அம்மா, அது உங்களோடதா?” அந்தப் பழுப்புநிற தோல் நாற்காலிக்குப் பின்னால் சுவரோடு சாய்ந்திருக்கும் பிரம்பு ஊன்றுகோலைக் காட்டுகிறேன். வீட்டுக்குள் நுழைந்த புதிதில் அதை நான் கவனித்திருக்கவில்லை.

“ம், எப்பவாது உபயோகிக்கிறேன். முட்டி ரொம்ப வலிக்கறப்போ. ரொம்ப தூரம் நடக்குறப்போ. அதுவும் கூட, சும்மா ஒரு தைரியத்துக்கு. அவ்ளோதான்.” என்கிறாள், அதுவொரு பொருட்டே இல்லை என்ற மாதிரி. அதன் மூலம் அவள் ஏற்றுக் கொள்வதை விட அதை அதிகம் நம்பியிருக்கிறாள் என்று தெரிந்து கொள்கிறேன். “உனக்காகத்தான் நான் ரொம்ப கவலைபடறேன். அதுவும் அந்த நாட்டுலருந்து வர்ற பயங்கரமான செய்தியெல்லாம்....மோசம். தொலைக்காட்சியில அதைப் பத்தி பார்த்தாலே தாலியாவுக்குப் பிடிக்காது. நான் அதிர்ச்சி ஆகிடுவேன்னு சொல்றா.”

“ஆமா, அங்க சில விஷயங்கள் நடக்குது.” என்கிறேன். “ஆனா மக்கள் அவங்கவங்க வேலையைப் பார்த்துக்கிட்டு இருக்காங்க. நானும் ஜாக்கிரதையாவே இருக்கேன்மா.” தெருவுக்கு எதிர்புறம் இருந்த வீட்டில் நடந்த துப்பாக்கிச்சூட்டைப் பற்றியோ, மீட்புப் பணிகளில் ஈடுபட்டு வரும் வெளிநாட்டவர்களைக் குறிவைத்து நடத்தப்படும் தாக்குதல்கள் சமீப காலங்களாக அதிகரித்து வருவதைப் பற்றியோ அவளிடம் சொல்லாமல் தவிர்க்கிறேன். ஓ, அப்புறம் ஜாக்கிரதை என நான் சொன்னதன் அர்த்தம் வெளியில் செல்லும் போது நான் உடன் கொண்டு செல்கிற ஒன்பது மில்லிமீட்டரைப் பற்றியது, முதலில் அதுவே சட்டவிரோதம் என்பதையும் கூட.

அம்மா காபியை உறிஞ்சுகிறாள். முகத்தைக் கொஞ்சமாகச் சுளிக்கிறாள். மேற்கொண்டு எதையும் கேட்கவில்லை. இது நல்லதா கெட்டதா? என்னால் சரியாகக் கணிக்க முடியவில்லை. அவளின் கவனம் வேறெங்கோ சிதறிவிட்டதோ, அவளுக்குள்ளேயே முழுகிவிட்டதோ, வயதானவர்களுக்கு அடிக்கடி நடக்குமே அது மாதிரி? அல்லது என்னைப் பொய் பேச வைக்கும், கசப்பான உண்மைகளை வெளியிட வைக்கும் தந்திரமா இது.

"கிறிஸ்துமஸுக்கு நீ இல்லைன்னு ரொம்ப வருத்தப்பட்டோம்," அம்மா சொல்கிறாள்.

"என்னால வர முடியலம்மா."

அவள் தலையாட்டுகிறாள். "இப்போ வந்துட்டல்ல. அதுவே போதும்."

என் காபியை உறிஞ்சுகிறேன். சிறு வயதில் இதே இடத்தில் உட்கார்ந்து நானும் அம்மாவும் சிற்றுண்டி சாப்பிட்ட காலை நேரங்களை நினைத்துப் பார்க்கிறேன். மௌனமாக, கிட்டத்தட்ட பயபக்தியுடன் சாப்பிட்டுவிட்டுப் பள்ளிக்கு நடந்த காலை நேரங்களை. ஒருவருக்கொருவர் வாயே திறக்காத காலை நேரங்களை.

"உங்களுக்குத் தெரியுமாம்மா, நானும் கூட உங்களைப்பத்திக் கவலைப்படறேன்."

"அவசியமில்லை. என்னைப் பார்த்துக்க எனக்கு நல்லாவே தெரியும்." அதே பழைய வீம்பான கர்வம் எட்டிப் பார்த்தது, மூடுபனியிலிருந்து பளிச்சிடும் மங்கலான வெளிச்சத்தைப் போல.

"இன்னும் எத்தனை நாளைக்கு?"

"எவ்ளோ நாள் முடியுதோ அவ்ளோ நாளைக்கு."

"அதுக்கப்புறம்? உங்களால முடியாதப்போ என்னாகும்?" நான் அவளை எதிர்த்துப் பேசவில்லை. எனக்குத் தெரியாத காரணத்தால்தான் கேட்கிறேன். அந்த நேரத்தில் என்னுடைய பங்களிப்பு என்னவாக இருக்கும்? அல்லது அப்படி ஒன்று இருக்கிறதா இல்லையா?

அவளின் பார்வையை என் பக்கமாக நிரவுகிறாள். அதன் பிறகு காபிக்குள் ஒரு கரண்டி சர்க்கரையைக் கொட்டுகிறாள். மெதுவாகக் கலக்குகிறாள். "வேடிக்கையான விஷயம் சொல்லட்டுமா, மார்கோஸ். மனுஷங்க ஆசைப்படுற வாழ்க்கையை நிர்ணயம் பண்றது அவங்களுக்குப் பிடிச்ச விஷயங்கள் இல்லை. உண்மையில அவங்களுக்கு எது பிடிக்கலையோ அதுதான் அவங்களை வழிநடத்துது. எதை வெறுக்கறாங்களோ அதுதான்."

"எனக்குப் புரியலம்மா."

"அது வந்து, உதாரணத்துக்கு உன்னையே எடுத்துக்கோயேன். இங்கிருந்து போன. உன் வாழ்க்கையை நீயே உருவாக்கிக்கிட்ட. இங்கயே அடைஞ்சு கிடந்துடுவோமோன்னு உனக்கு பயம். என் கூட. நான் உன்னைப் பிடிச்சு வைச்சுப்பனோன்னு பயம். இல்லைன்னா, தாலியாவை எடுத்துக்கோயேன். அவள் இங்கயே தங்கிட்டா ஏன்னா வெளிஉலகம் அவளை வித்தியாசமா பார்க்கறத அவள் விரும்பல."

அவள் காபி சுவைப்பதை நான் கவனிக்கிறேன். இன்னொரு கரண்டி சர்க்கரையைக் கொட்டுகிறாள். எப்படி நான் எப்போதுமே என் சக்தியையும் மீறி அவளிடம் வாக்குவாதம் செய்கிற பையனாக என்னை உணர்ந்து வந்திருக்கிறேன் என்று நினைத்துப் பார்க்கிறேன். அவள் பேசியதற்கு என்னால் பதில் பேசவே முடியாது. உண்மையைக் கொண்டு என் நடுநெற்றியில் போட்டுத் தாக்கிவிடுவாள். எடுத்த எடுப்பிலேயே, கொஞ்சம்கூட யோசிக்காமல், அப்பட்டமாக, நேருக்கு நேராக. எப்போதும் நான் ஒரு வார்த்தை பேசுவதற்கு முன்னாலேயே அவளிடம் தோற்றுவிடுவேன். அநியாயத்துக்கு.

"நீங்க எப்படி?" நான் கேட்கிறேன். "நீங்க எதைப் பார்த்து பயப்படறீங்க? உங்களுக்கு எது பிடிக்காது?"

"அடுத்தவங்களுக்குப் பாரமா இருக்கறது."

"நீங்க அப்படியில்லையே."

"ஓ, அப்படியா, சரியா சொல்லிட்டியே, மார்கோஸ்."

அம்மாவின் இந்தச் சங்கேதக் குறிப்பு எனக்குள் குட்டையைக் குழப்புகிறது. காபூலில் நபி என்னிடம் கொடுத்திருந்த கடிதத்தை நோக்கி, அவருடைய மரண வாக்குமூலத்தை நோக்கி, அவருடன் சுலைமான் வஹ்தாதி போட்ட ஒப்பந்தத்தை நோக்கி என்

மனம் பாய்கிறது. அம்மாவும் அதே போன்ற ஒப்பந்தத்தைத் தாலியாவுடன் போட்டிருப்பாளோ என்கிற எண்ணத்தை என்னால் தடுக்க முடியவில்லை. நேரம் வரும்போது அவளைக் காப்பாற்ற தாலியாவைத் தேர்வு செய்திருப்பாளோ. எனக்குத் தெரியும். தாலியாவால் நிச்சயம் முடியும். திடகாத்திரமாக இருக்கிறாள். அம்மாவைக் காப்பாற்றிவிடுவாள்.

அம்மா என்னையே உற்றுப்பார்த்துக் கொண்டிருக்கிறாள். "உனக்குன்னு வாழ்க்கை இருக்கு, கடமைகள் இருக்கு, மார்கோஸ்," என்கிறாள், குரலில் கொஞ்சம் மென்மையோடு. உரையாடலின் போக்கை மாற்றுகிறாள், என்னவோ என் மனதுக்குள் எட்டிப்பார்த்து, என்னுடைய கவலையைக் கண்டுபிடித்துவிட்டது மாதிரி. பல்செட்டும், காகிதத்துகில் உள்ளாடைகளும், சிப்பிநிறப் பஞ்சு செருப்புகளும் - இதெல்லாம் அவளைச் சாதாரணமாக எடை போட வைத்துவிட்டன. இன்னமும் அவளின் கை ஓங்கியிருக்கிறது. எப்போதுமே அவளின் கைதான் ஓங்கியிருக்கும். "உனக்கு எந்தக் கஷ்டமும் கொடுக்க நான் விரும்பல."

இதோ, கட்டக் கடைசியாக, ஒரு பொய் - கடைசியாக அவள் சொன்னாளே அது - ஆனால் அன்பான பொய். அவள் கஷ்டம் கொடுக்கப்போவது எனக்கல்ல. இது அவளுக்கே தெரியும். நான்தான் ஆயிரக்கணக்கான மைல்களுக்கு அப்பால் இருக்கிறேனே. அந்தக் கடமையும், பழிபாவமும், பொல்லாங்கும் விழப்போவது என்னவோ தாலியாவின் தலைமீதுதான். ஆனால் அம்மா என்னையும் சேர்த்துக் கொள்கிறாள். எனக்குத் தகுதியில்லாத, அதற்கான முயற்சி கூட எடுக்காத ஏதோ ஒன்றை எனக்குத் தருகிறாள்.

"அப்படில்லாம் இல்ல," என் குரலில் வலுவில்லை.

அம்மா சிரிக்கிறாள். "கடமைன்னு சொல்லும்போது ஞாபகம் வருது, நீ அந்த நாட்டுக்குப் போன புதுசுல என்னால அதை ஏத்துக்கவே முடியலன்னு உனக்குத் தெரியும்தானே."

"ஆமா, எனக்கு அந்தச் சந்தேகம் இருந்தது."

"எனக்குப் புரியவேயில்ல நீ ஏன் போனேன்னு. எல்லாத்தையும் விட்டுட்டு - தொழில், பணம், ஏதென்ஸ்ல இருந்த வீடு - இப்படி நீ எதுக்காகக் கஷ்டப்பட்டியோ அதை எல்லாத்தையும் விட்டுட்டு - அந்தப் புதைகுழியில போய் ஏன் விழுந்தே?"

“காரணங்கள் இருக்கும்மா.”

“எனக்குத் தெரியும்.” காபி குவளையை உதட்டுக்கு உயர்த்துகிறாள், குடிக்காமல் கீழே வைக்கிறாள். “எனக்கு இதெல்லாம் வராது,” அவள் மெதுவாகச் சொல்கிறாள், கிட்டத்தட்ட வெட்கத்துடன், “ஆனாலும் என்ன சொல்ல வரேன்னா, அது வந்து, நீ சாதிச்சிட்ட மார்கோஸ். உன்னை நினைச்சா எனக்கு ரொம்பப் பெருமையா இருக்கு.”

என் கைகளையே பார்க்கிறேன். அவளின் வார்த்தைகள் எனக்குள் ஆழமாக ஊடுருவுவதை உணர்கிறேன். என்னைத் திடுக்கிடச் செய்துவிட்டாள். அசந்த நேரத்தில் அடித்துவிட்டாள். அதாவது அந்த வார்த்தைகளால் என்று சொல்ல வருகிறேன். அல்லது அவள் சொன்னபோது தெரிந்த கண்களின் மெல்லிய வெளிச்சத்தால் என்றும் கூட. பதிலுக்கு என்ன சொல்வதென்றே தெரியாமல் நான் பேந்தப் பேந்த விழிக்கிறேன்.

“நன்றிம்மா,” ஒருவழியாக உளறுகிறேன்.

என்னால் வேறு எதையும் சொல்ல முடியாமல் போக, எங்களுக்கு இடையிலிருந்த காற்று தர்மசங்கடத்தாலும், இழந்த நாட்களாலும், தவறவிட்ட சந்தர்ப்பங்களாலும் கனத்திருக்க, நாங்கள் அப்படியே உட்கார்ந்திருக்கிறோம், அமைதியாக.

“உன்கிட்ட ஒண்ணு கேட்கணும்னு நினைச்சிட்டு இருந்தேன்,” என்கிறாள் அம்மா.

“என்னது?”

“ஜேம்ஸ் பார்கின்சன். ஜார்ஜ் ஹன்டிங்டன், ராபர்ட் கிரேவ்ஸ். ஜான் டவுன். இப்போ எனக்கு வந்திருக்கிற இந்த லூ கெரிக். இப்படி எல்லா வியாதிகளுக்கும் ஆம்பளைங்க பேரை வச்சு ஏகபோக உரிமை கொண்டாடினா எப்படி?”

நான் கண் சிமிட்ட அம்மாவும் பதிலுக்குக் கண் சிமிட்டுகிறாள். அவள் சிரிக்க பிறகு நானும் சிரித்துக் கொண்டிருக்கிறேன். உள்ளுக்குள் உடைந்து நொறுங்கினாலும்.

***

அடுத்த நாள் காலையில், வெளியே இருக்கும் சாய்வு நாற்காலிகளில் நாங்கள் சாய்ந்துகிடக்கிறோம். அம்மா கழுத்துக்குச் சால்வையைச்

சுற்றியிருக்கிறாள். முட்டிவரைக்கும் மறைக்கிற கம்பளிச்சட்டை போட்டிருக்கிறாள். ஊசிக்காற்றிலிருந்து அவளது கால்களைக் கம்பளிப் போர்வை காப்பாற்றுகிறது. நாங்கள் காபி உறிஞ்சிக் கொண்டே தாலியா வாங்கிவந்த இலவங்கம் போட்ட கேக்கைக் கடிக்கிறோம். கிரகணம் பார்ப்பதற்கான பிரத்தியேக கண்ணாடியைப் போட்டிருக்கிறோம். சூரியனின் வடக்கு விளிம்பிலிருந்து சின்னதாக ஒரு கடி கடிக்கப்பட்டிருக்கிறது. இணைய மன்றம் ஒன்றில் கருத்துகளைப் பதிவு செய்வதற்காகத் தாலியா அவ்வப்போது திறந்து மூடுகிற ஆப்பிள் மடிக்கணினி இலச்சினையில் இருக்குமே அது மாதிரி. தெருக்களில் நடமாடுகிற மக்கள் ஓரத்திலிருக்கும் நடைபாதைகளிலும், மொட்டை மாடிகளிலும் இந்த விநோதத்தைப் பார்க்கத் தஞ்சமடைகிறார்கள். ஒருசிலர் குடும்பத்தோடு தீவின் மறுபக்கம் இருக்கிற ஹெல்லெனிக் வானியல் சங்கத்துக்குப் போய்விட்டார்கள், தொலைநோக்கியில் காண.

“கிரகணம் எப்போ உச்சத்துக்கு வரும்?” நான் கேட்கிறேன்.

“பத்தரைக்குக் கிட்ட,” தாலியா பதில் சொல்கிறாள். அவளின் கண்ணாடியைத் தூக்கிவிட்டுக் கைக்கடிகாரத்தைப் பார்க்கிறாள். “இன்னும் ஒரு மணி நேரம் இருக்கு.” கிளர்ச்சியோடு இரண்டு உள்ளங்கைகளையும் சேர்த்துத் தேய்க்கிறாள். எதையோ விசைப்பலகையில் தட்டுகிறாள்.

நான் அந்த இரு பெண்களையும் கவனிக்கிறேன். கண்ணாடியுடன் நெஞ்சுக்குக் குறுக்கே நீல நரம்புகள் தெரியும் கைகளைக் கட்டிப்போட்டுப் படுத்திருக்கும் அம்மா, தொப்பிக்குள்ளிருந்து அவளின் கூந்தல் பெய்து கொண்டிருக்க, விசைப்பலகையில் ஆக்ரோஷமாகத் தட்டிக்கொண்டிருக்கும் தாலியா.

நீ சாதிச்சிட்ட மார்கோஸ்.

சென்ற இரவில், அம்மாவின் வார்த்தைகளை அசைபோட்டுக் கொண்டே நான் படுக்கையில் படுத்திருக்க, என் நினைவுகள் மேடலினைச் சுற்றித் திரிந்தன. சிறுவனாக இருந்த போது, மற்ற அம்மாக்கள் செய்து, என் அம்மா செய்யத் தவறிய விஷயங்களுக்காக நான் எவ்வளவு கொதித்தேன் என்று நினைத்துக் கொண்டேன். நாங்கள் நடக்கும் போது அம்மா என் கையைப் பிடிக்க மாட்டாள். மடியில் உட்கார வைத்தது கிடையாது. இரவில் தூங்குவதற்குமுன் கதை படித்ததும் இல்லை. தூங்கும்போது நெற்றியில் முத்தம்

கொடுத்ததும் இல்லை. எல்லாம் வாஸ்தவம்தான். ஆனால், இத்தனை ஆண்டுகளும், நான் அருமை தெரியாமல், பாராட்டாமல், என் வெறுப்புகளுக்கு அடியில் போட்டுப் புதைத்து வைத்த அந்த மிகப்பெரிய உண்மையை இது நாள் வரை கண்டுகொள்ளாமல் குருடனாக இருந்துவிட்டேன். அந்த உண்மை இதுதான்: என் அம்மா என்னை ஒருபோதும் கைவிட மாட்டாள். இதுதான் அவள் எனக்குக் கொடுத்திருக்கும் பரிசு. தாலியாவுக்கு மேடலின் செய்தது மாதிரிக் கோடி ரூபாய் கொடுத்தாலும் அம்மா எனக்குச் செய்யமாட்டாள் என்கிற அசைக்கமுடியாத அந்த உண்மை. அவள் என் அம்மா. என்னை எப்போதும் கைவிடமாட்டாள். இத்தனை நாள் நான் வெறுமனே இருந்துவிட்டேன், நன்றியில்லாமல். தினமும் எனக்காக உதிக்கும் சூரியனுக்காக எந்த அளவுக்கு நன்றி சொன்னேனோ அதே அளவுக்குத்தான் என்னைப் பெற்றவளுக்கும் நன்றிகெட்டு நடந்திருக்கிறேன்.

“அங்க பாரு!” தாலியா குதூகலிக்கிறாள்.

திடீரென, எங்களைச் சுற்றியுள்ள எல்லாமே - தரையில், சுவரில், துணிகளில் - எல்லாமே சிறுசிறு ஜுவாலைகளால் ஒளிர்கின்றன. அந்தப் பிறை வடிவச் சூரியன் எங்களின் ஆலிவ் மரத்து இலைகளுக்கு இடையில் பிரகாசிக்கிறது. என் காபி குவளைக்குள் ஒரு பிறை ஜொலிப்பதைப் பார்க்கிறேன். இன்னொன்று என் காலணிகளின் மீது ஆடுகிறது.

“உங்க கையைக் காட்டுங்க, ஓடீ,” என்கிறாள் தாலியா. “சீக்கிரம்!”

அம்மா கைகளைத் தூக்கி அவளது உள்ளங்கைகளைக் காட்டுகிறாள். தாலியா அவளின் பைக்குள்ளிருந்து ஒரு சதுரவடிவக் கண்ணாடியை எடுக்கிறாள். அம்மாவின் கைகளுக்கு மேல் அதைத் தூக்கிப் பிடிக்கிறாள். திடுதிப்பென பிறை வடிவ வானவில்கள் அம்மாவின் கைகளில் இருக்கும் சுருங்கிய தோலில் விழுந்து படர்கின்றன. அம்மா மூச்சடைத்துப் போகிறாள்.

“இங்க பாரு, மார்கோஸ்!” அம்மா கூச்சலிடுகிறாள், இளித்துக் கொண்டிருக்கிறாள், ஒரு பள்ளிச்சிறுமி மாதிரி கள்ளங்கபடமில்லாமல். அவள் இவ்வளவு பரிசுத்தமாக, இவ்வளவு அப்பழுக்கில்லாமல் சிரித்ததை இதற்கு முன் நான் பார்த்ததே இல்லை.

நாங்கள் அமர்ந்திருக்கிறோம், நாங்கள் மூன்று பேரும், அம்மாவின் கைகளில் அசைந்துகொண்டிருக்கும் அந்த குட்டிக் குட்டி

வானவில்களைப் பார்த்துக் கொண்டு. சோகமும், பழகிப்போன ஒரு வலியும் கூர்மையான நகத்தால் என் தொண்டையை நெறுக்குகிறது.

நீ சாதிச்சிட்ட மார்கோஸ்.

உன்னை நினைச்சா எனக்கு ரொம்பப் பெருமையா இருக்கு.

எனக்கு ஐம்பத்தி ஐந்தாகிவிட்டது. ஆயுள் முழுக்க இந்த வார்த்தைகளைக் கேட்கத்தான் நான் காத்துக்கிடந்தேன். இப்போது ரொம்பவும் காலம் கடந்துவிட்டதா என்ன? எங்களுக்குள்? நீண்ட நாட்களாக அதிகமான இடைவெளியை அனுமதித்துவிட்டோமா நாங்கள்? அம்மாவும் நானும்? எனக்குள் ஒருபாதி பழைய மாதிரி இருந்துவிட்டுப் போய்விடலாம் என்கிறது. ஒருவருக்கொருவர் எப்படி ஒத்துவராமல் நடந்து கொண்டிருந்தோமோ அதே மாதிரி. வலியும் வேதனையும் குறைவு. காலாவதியாகிப்போன பாசத்தை விட இது எவ்வளவோ தேவலாம். எங்களால் எப்படியெல்லாம் இருந்திருக்க முடியும் என்ற துணுக்கு அந்தக் கண்ணாடியின் வழியே வண்ண வண்ண பிம்பங்களாக அசைந்து கொண்டிருக்கிறது. வேண்டாம் இப்படி விலகியே இருந்துவிடலாம். மீறினால் துக்கமும் வேதனையும் தான் மிச்சம். எனக்குள் சொல்லிக்கொள்கிறேன். துக்கத்தாலும் வேதனையாலும் என்ன பிரயோஜனம்? எதைக் கொண்டுவந்து கொட்டப்போகிறது? எதையும் இல்லை. நாங்கள் தொலைத்த எதையும் மீட்கவே முடியாது.

ஆனாலும். இத்தனைக்குப் பிறகும், என் அம்மா, "எவ்ளோ அழகா இருக்குதில்ல, மார்கோஸ்?" என்று கேட்கிற போது, "ஆமாம்மா. ரொம்ப அழகா இருக்கு" என்று நான் சொல்கிறபோது, எனக்குள் ஏதோவொன்று உடைந்து மடை திறந்துகொள்ள, நான் அம்மாவை நெருங்கி அவளின் கைகளை எனக்குள் எடுத்துக்கொள்கிறேன்.

ஒன்பது

குளிர்காலம் 2010

நான் சின்ன பெண்ணாக இருந்தபோது, அப்பா எனக்குக் கனவு வைத்தியம் செய்வார். இது எங்களுக்குள் நடக்கும் ஒரு தினசரி சடங்கு. என்னுடைய இருபத்தோரு பிஸ்மில்லாக்களை நான் சொல்லி முடித்த பிறகு, அப்பா என்னைப் போர்வைக்குள் போர்த்தி மடித்த பிறகு, என் பக்கத்தில் உட்கார்ந்து, என் தலைக்குள்ளிருந்து கெட்ட கெட்ட கனவுகளை அவரின் கட்டை விரலாலும் ஆள்காட்டி விரலாலும் சேர்த்துப் பறிப்பார். அவருடைய விரல்கள் என் உச்சந்தலையிலிருந்து நெற்றிப்பொட்டுக்குத் தாவி, காதுக்குப் பின்னால் பொறுமையாகத் தேடிக்கொண்டிருக்கும். பிறகு என் பின்னந்தலையில், அவர் 'டப்'பென்று சத்தம் செய்து - சோடா புட்டியைத் திறக்கும் போது வருமே அதே மாதிரி - ஒவ்வொரு கெட்ட கனவையும் என் மூளைக்குள்ளிருந்து பிடுங்குவார். அந்தக் கனவுகளையெல்லாம், ஒன்றன் பின் ஒன்றாக, கண்ணுக்குத் தெரியாத சுருக்குப்பையில் போட்டு, இறுக்கமாக முடிச்சு போடுவார். பின்னர் காற்றில் கையை விட்டுத் துழாவுவார், அவர் பிடுங்கியெறிந்த கெட்ட கனவுகளுக்குப் பதில் இனிமையான கனவுகளை, நல்ல கனவுகளைத் தேடுவதற்காக. தலையை ஒரு பக்கம் அவர் லேசாகச் சாய்த்ததை, எங்கோ தூரத்து இசையைக் கேட்க சிரமப்பட்டது மாதிரி அவர் புருவத்தை நெறித்ததை நான் கவனிப்பேன். அப்பாவின் முகம் புன்னகையாய் விரியும் அந்த நொடிக்காக, ஆஹா, இதோ கிடைச்சுடுச்சு என்று அவர் கூவுவதற்காக, மரத்திலிருந்து பூவின் ஒற்றை இதழ் சுழன்று சுழன்று கீழே விழும்போது தாங்கிப் பிடிப்பது மாதிரி அப்பா தன் இரண்டு உள்ளங்கைகளையும் கோப்பையாகச் சேர்த்து நல்ல கனவுகளைப் பொக்கிஷமாக ஏந்தும் அந்தத் தருணத்துக்காக நான் மூச்சை இழுத்துப்பிடித்துக் காத்திருப்பேன். மென்மையாக,

மிக மென்மையாக அப்பா சொல்லுவார், வாழ்க்கையின் எல்லா நல்ல விஷயங்களுமே மிருதுவானவை என்று, எளிதில் தொலைந்து போகக்கூடியவை என்று. பிறகு அவரின் கைகளை என் முகத்துக்கு நேராகக் கொண்டுவந்து, என் புருவத்தில் அவரின் உள்ளங்கைகளைத் தடவித் தடவி, சந்தோஷக் கனவுகளை என் தலைக்குள் ஏற்றுவார்.

இன்னைக்கு என்ன கனவு காணப்போறேன், பாபா? நான் கேட்பேன்.

ஆஹ், இன்னைக்கா. இன்னைக்கு அற்புதமான கனவு வரப்போகுது, சொல்வதற்கு முன்னால் அப்பா எப்போதுமே இப்படித்தான் ஆரம்பிப்பார். நொடிப் பொழுதில் ஒரு கதையை உண்டாக்கிவிடுவார். அவர் கொடுத்த ஒரு கனவில், நான் உலகத்திலேயே புகழ்பெற்ற ஓவியராக இருந்தேன். வேறொரு கனவில் ஒரு மந்திரத்தீவுக்கே நான்தான் ராணி. பறக்கும் சிம்மாசனம் கூட வைத்திருந்தேன். எனக்குப் பிடித்த ஜெல்லி மிட்டாய்க் கனவையும் அப்பா கொடுத்தார். நான் விரும்பினால், மந்திரக்கோலின் ஒரே அசைவிலேயே எதை வேண்டுமானாலும் (பள்ளிப் பேருந்து, எம்பெயர் ஸ்டேட் கட்டடம், பசிஃபிக் பெருங்கடல்) ஜெல்லி மிட்டாயாக மாற்றக்கூடிய சக்தி எனக்கிருந்தது. பூமி மீது மோத வந்த விண்கல்லை என்னுடைய மந்திரக்கோலால் திசைதிருப்பிப் பலமுறை பேரழிவிலிருந்து காப்பாற்றியிருக்கிறேன். என் அப்பாவின் அப்பாவைப் பற்றி, அதாவது என்னுடைய தாத்தாவைப் பற்றி அதிகம் வாய் திறக்காத அப்பா சொன்னார், அவரின் கதை சொல்கிற வித்தையை அவருடைய அப்பாவிடமிருந்து பெற்றதாக. அப்பா சின்ன பையனாக இருந்தபோது, அவருடைய அப்பா, அதாவது என்னுடைய தாத்தா எப்போதாவது - அது அடிக்கடி நடக்காது - அவரைப் பக்கத்தில் உட்காரவைத்து ஜின்களும், தேவதைகளும் மற்றும் திவ்களும் நிறைந்த கதைகளைச் சொல்லுவாராம்.

சில இரவுகளில், முறைமாற்றி, அப்பாவுக்கு நான் வைத்தியம் செய்வேன். அவர் கண்களை மூடிக்கொள்ள, அவரின் முகத்தில் என் உள்ளங்கைகளைச் சறுக்குவேன். அவரின் புருவத்திலிருந்து ஆரம்பித்து, குத்துகிற தாடி படர்ந்திருக்கும் கன்னத்தின் வழியாக, அவரது மீசையின் கோரை மயிர்கள் வரை.

அப்புறம், இன்னைக்கு எனக்கு என்ன கனவு? அவர் ரகசியமாகக் கேட்பார், என் கைகளைப் பற்றிக்கொண்டு. அவரின் புன்னகை அப்போதே திறந்துகொள்ளும். ஏனென்றால் நான் கொடுக்கப் போகிற கனவு என்னவென்று அவருக்கு ஏற்கனவே தெரியும். எப்போதும்

கொடுக்கிற அதே கனவுதான். பூத்துக்குலுங்கும் ஓர் ஆப்பிள் மரத்தடியில் அவரும் அவரது தங்கையும் படுத்திருக்கிற கனவு, மதிய நேரத்துக் குட்டித் தூக்கத்துக்கு இருவரும் கண்ணயர்ந்து கொண்டிருக்கிற கனவு. அவர்களின் கன்னங்களை இதமான வெயில் வருட, அதன் வெளிச்சத்தில் கீழே புல்வெளியும், மேலே இலைகளும், பூங்கொத்துகளும் மின்னுகிற கனவு.

நான் ஒரே பிள்ளை; பெரும்பாலும் தனிமையிலேயே இருந்த பிள்ளை. பாகிஸ்தானில் அவர்கள், அதாவது என்னைப் பெற்றவர்கள், சந்தித்த போதே இருவருக்கும் கிட்டத்தட்ட நாற்பது ஆகியிருந்தது. அதனால் நான் பிறந்ததற்குப் பிறகு திரும்பவும் இரண்டாவது முறையாக விதியுடன் விளையாட அவர்கள் விரும்பவில்லை. அக்கம் பக்கத்திலோ, என் பள்ளியிலோ மற்ற பிள்ளைகளின் தம்பியையோ, தங்கையையோ பார்த்து நான் எப்படிப் பொறாமையுடன் பொறுமினேன் என்று எனக்கு இன்றுவரை நினைவிருக்கிறது. தங்களுக்குக் கிடைத்த பொக்கிஷத்தின் அருமை தெரியாமல், அவர்கள் ஒருவரை ஒருவர் தெருநாய்களைப் போல நடத்திய விதத்தைப் பார்த்து எவ்வளவு அதிர்ந்தேன். கிள்ளிக்கொண்டு, உதைத்துக்கொண்டு, தள்ளிக்கொண்டு, எப்படியெல்லாம் வழி இருக்கிறதோ அவர்கள் அப்படியெல்லாம் ஒருவரை ஒருவர் காட்டிக் கொடுத்துக் கொண்டிருந்தனர். காட்டிக்கொடுத்ததை நினைத்துச் சிரித்துக் கொண்டிருந்தனர். ஒருவருக்கொருவர் பேசக்கூட மாட்டார்கள். எனக்குச் சுத்தமாகப் புரியவேயில்லை. ஏன் இப்படி இருக்கிறார்கள்? நானோ, என்னுடைய ஆரம்பக் காலங்களில் உடன்பிறப்புக்காக ஏங்கிக் கொண்டிருந்தேன். ஓர் இரட்டைச் சகோதரி இருந்திருக்கக் கூடாதா எனக் கொள்ளை ஆசை எனக்கு. தொட்டிலில் எனக்குப் பக்கத்தில் அழ, படுத்துத் தூங்க, அம்மாவின் முலையில் என்னுடன் சேர்ந்து பால் குடிக்க யாராவது. இயல்பாக, முழுமையாக என் மேல் அன்பு செலுத்த யாராவது, என் முகத்தை நேரில் பிரதிபலிக்க யாராவது.

அதனால் பாபாவின் தங்கை, பரி, மற்றவர்களின் கண்ணுக்குத் தெரியாமல் எனக்கு மட்டுமே தெரிந்த, என்னுடைய ரகசிய சிநேகிதியாக இருந்தாள். அவள் என்னுடைய தங்கை, என் அப்பா-அம்மா கொடுத்துவிட மாட்டார்களா என எப்போதுமே நான் ஏங்கிய சகோதரி. ஒவ்வொரு காலையும் பல் துலக்கும்போது, கண்ணாடியில் எனக்குப் பக்கத்தில் அவளைப் பார்த்தேன். நாங்கள் இருவரும் ஒன்றாகவே அலங்காரம் செய்து

கொண்டோம். பள்ளிக்குச் செல்லும்போது அவள் என்னைப் பின்தொடர்ந்து வந்து வகுப்பறையில் என் பக்கத்தில் உட்கார்ந்து கரும்பலகையை நேராகப் பார்த்தாள். எல்லா நேரத்திலும் எனது விழியோரத்தில் அவள் கூந்தலின் கருப்பும், முகத்தின் பளபளப்பும் பட்டுக்கொண்டேயிருக்கும். இடைவேளையில் அவளை மைதானத்துக்கு அழைத்துப் போனேன். சறுக்குமரத்தில் 'சல்'லென்று வழுக்கும் போதும், குரங்குக் கம்பிகளுக்கு இடையே தாவும் போதும் அவளின் இருத்தலைப் பின்னணியில் உணர்ந்து கொண்டேயிருந்தேன். பள்ளி முடிந்தவுடன், நான் அந்தச் சமையல் மேஜையில் உட்கார்ந்து வண்ணம் தீட்டிக் கொண்டிருக்க, அவளும் பக்கத்தில் படம் வரைந்து கொண்டிருந்தாள், பொறுமையாக. இல்லையென்றால் நான் முடிக்கும் வரை ஜன்னலுக்கு வெளியே வேடிக்கை பார்த்துக் கொண்டிருந்தாள். பிறகு எங்களின் இரட்டை நிழல்கள் மேலும் கீழுமாகக் குதித்துத் தத்தித்தத்தி விளையாட வெளியே ஓடிவிடுவோம்.

பரியுடன் நான் விளையாடுவது வேறு யாருக்கும் தெரியாது. என் அப்பாவுக்குக் கூட. அவள் என்னுடைய அந்தரங்க ரகசியம்.

சில நேரங்களில், அக்கம் பக்கம் யாருமில்லாதபோது, திராட்சை தின்றுகொண்டே நானும் பரியும் பேசினோம், பேசினோம், பேசிக்கொண்டே இருந்தோம் - பொம்மைகளைப் பற்றி, எந்தத் தின்பண்டம் மிகச் சுவையானது என்பது பற்றி, பிடித்த நகைச்சுவைச் சித்திரங்களைப் பற்றி, பிடிக்காத பள்ளிப் பிள்ளைகளைப் பற்றி, கண்டிப்பான ஆசிரியர்களைப் பற்றி. எங்கள் இருவருக்குமே ஒரே நிறம் பிடித்திருந்தது (மஞ்சள்), ஒரே வகை ஐஸ்க்ரீம் பிடித்திருந்தது (அடர் சேலாப்பழம்), ஒரே தொலைக்காட்சி நிகழ்ச்சி பிடித்திருந்தது (ஆல்ஃப்). அப்புறம் இருவருமே பெரியவளானதும் நடிகைகளாக ஆசைப்பட்டோம். இருவரும் பார்ப்பதற்கு ஒரே மாதிரிதான் இருப்போமென்று கற்பனை செய்துகொண்டேன், இயல்பாகவே. இரட்டைக் குழந்தைகள் இல்லையா. சில சமயங்களில் அவளை என்னால் நிஜமாகவே பார்க்க முடியும். இதோ என் பார்வைப் பரப்பின் ஓரத்தில் ரத்தமும் சதையுமாக *அவளைப் பார்க்க முடியும்*. நான் அவளை வரைய முயற்சி செய்தேன். ஒவ்வொரு முறையும், அவளுக்கு என்னைப் போலவே கொஞ்சம் சீரற்ற இளம்பச்சைக் கண்களை, அதே கருப்பான சுருட்டை முடியை, அதே நீளமான, கிட்டத்தட்ட தொட்டுக் கொண்டிருக்கும் புருவப் பிளவைக்

கொடுத்தேன். யாராவது கேட்டால், என்னையே நான் வரைந்ததாகச் சொன்னேன்.

அப்பா எப்படி அவரின் தங்கையைப் பறிகொடுத்தார் என்ற கதை அம்மா எனக்குச் சொல்லிய நபிகள் நாயகத்தின் கதைகளின் அளவுக்கு அத்துப்படி. பிற்பாடு அப்பாவும் அம்மாவும் ஹேவர்டில் உள்ள ஒரு மசூதியின் சமயபோதனை வகுப்பில் என்னைச் சேர்த்தவுடன் திரும்பவும் கற்றுக்கொண்ட கதைகளைப் போல. இருந்தாலும், எத்தனை முறை பரியின் கதையைச் சொல்லச்சொல்லிக் கேட்டாலும், அதன் தாக்கத்தில் நான் மூழ்கிவிடுகிறேன். எங்கள் இருவருக்குமே ஒரே பெயர் என்ற காரணமாக இருக்குமோ. அதனால்தான் எங்களுக்கிடையே ஒரு பந்தத்தை உணர்ந்தேனோ. புதிரான, வலுவற்ற பந்தமாக இருந்தாலும் அசலானது அது. எல்லாவற்றையும் விட மேலானது. அவளின் கதையைக் கேட்டு நான் நெகிழ்ந்தேன், என்னவோ நானே நேரடியாகப் பாதிக்கப்பட்டது மாதிரி. நாங்கள் பின்னிப் பிணைந்திருந்ததாக உணர்ந்தேன், கண்ணுக்குப் புலப்படாத ஏதோ ஒருவிதத்தில், என்னால் முழுமையாகப் புரிந்துகொள்ள முடியாத ஏதோ ஒருவிதத்தில். அந்தப் பொதுவான பெயரையும் தாண்டி, அந்தக் குடும்ப உறவையும் தாண்டி எங்களை ஒன்றாகக் கட்டிப்போட்டிருந்தது அது.

பரியின் கதையைக் கொஞ்சம் கூர்ந்து கவனித்தால் அதில் என்னைப் பற்றியும் சில விஷயங்கள் வெளிப்படுவதை என்னால் நிச்சயமாக உணரமுடிந்தது.

உங்க அப்பா கஷ்டப்பட்டாருன்னு நினைக்கிறீங்களா? அவர் மகளை வித்துட்டதால?

சிலர் தன்னோட சோகங்களை மறைக்கறதுல கெட்டிக்காரங்களா இருப்பாங்க, பரி. அவரும் அப்படிப்பட்டவர்தான். அவர் முகத்தைப் பார்த்து நம்மால் கண்டுபிடிக்க முடியாது. ரொம்ப அழுத்தக்காரர். ஆனா உள்ளுக்குள்ள சோகமாக இருந்தாருன்னுதான் நினைக்கிறேன். ஆமாம், கஷ்டப்பட்டார்.

நீங்க?

அப்பா புன்னகைப்பார். பிறகு சொல்லுவார், *நான் எதுக்குக் கஷ்டப்படணும்? அதான் நீ இருக்கியே?* ஆனால், அந்தச் சின்ன வயதிலும், அதற்கான விடையை என்னால் பார்க்க முடிந்தது. ஒரு தழும்பைப் போல அவர் முகத்தில் அப்பட்டமாகத் தெரிந்தது அது.

இது போன்ற உரையாடல்கள் நடந்த அத்தனைச் சமயத்திலும் என் தலைக்குள் நப்பாசை ஒன்று விரியும். அதில், என்னுடைய எல்லாக் காசையும் நான் சேர்த்து வைப்பேன், மிட்டாய்க்கோ ஒட்டுப்படத்துக்கோ ஒற்றை டாலர் கூட செலவு செய்யாமல். என்னுடைய உண்டியல் (கடல்கன்னி பாறையின் மேல் உட்கார்ந்தபடி இருக்கும்) நிரம்பியவுடன் - அதை நான் உடைத்து, எல்லாக் காசையும் பைக்குள் போட்டுக் கொண்டு என் அப்பாவின் தங்கையைத் தேடக் கிளம்பிவிடுவேன். அவள் எங்கிருந்தாலும் சரி, அவளைக் கண்டுபிடித்தவுடன், அவளைத் திரும்பவும் விலை கொடுத்து வாங்கி, அப்பாவிடம் கொண்டு வந்து சேர்ப்பேன். என் அப்பாவை மகிழ்விப்பேன். அவரின் சோகத்தைப் போக்குவதை விட இந்த உலகத்தில் நான் வேறு எதற்கும் ஆசைப்பட்டதில்லை.

அப்புறம், இன்னைக்கு எனக்கு என்ன கனவு? பாபா கேட்பார்.

உங்களுக்குத்தான் ஏற்கனவே தெரியுமே.

மற்றொரு சிரிப்பு. *ஆமாம், தெரியும்.*

பாபா?

ம்?

அவங்க எப்படி இருந்தாங்க?

தேவதை மாதிரி.

என் கன்னத்தில் முத்தமிடுவார். கழுத்தைச் சுற்றிப் போர்வையைப் போர்த்துவார். வாசலில், மின்விளக்கை அணைத்து வெளியேறுவதற்குச் சற்றுமுன், திரும்புவார்.

அவள் தேவதை, என்பார். உன்னை மாதிரியே.

அவர் கதவைச் சாத்திவிட்டுப் போகும் வரை காத்திருந்து, படுக்கையிலிருந்து நழுவி, இன்னொரு தலையணையை எடுத்துவந்து, எனக்குப் பக்கத்தில் வைத்துக்கொள்வேன். என் நெஞ்சுக்குள் ஒரு ஜோடி இதயங்களின் துடிப்பை உணர்ந்தபடியே ஒவ்வொரு இரவும் தூங்குவேன்.

***

நான் பழைய ஓக்லண்ட் சாலையிலிருந்து நெடுஞ்சாலைக்குத் திரும்புகிற போது கைக்கடிகாரத்தைப் பார்க்கிறேன். நண்பகலைத் தாண்டி ஏற்கனவே அரை மணி ஆகிவிட்டது. சான் ஃபிரான்சிஸ்கோ விமான நிலையத்தைச் சேர இன்னும் எனக்கு நாற்பது நிமிடங்கள் பிடிக்கும், 101ல் ஏதாவது விபத்தோ அல்லது சாலை வேலையோ நடக்காமலிருந்தால். சாதகமான இன்னொரு விஷயம், இது பன்னாட்டு விமானம், ஆக அவள் சுங்கத்துறை அனுமதி பெற வேண்டும், அநேகமாக அது எனக்குக் கொஞ்சம் உபரி நேரத்தைப் பெற்றுத்தரும் என நினைக்கிறேன். இடப்பக்க தடத்துக்கு நகர்கிறேன். லெக்ஸஸை எண்பதுக்கு மிதிக்கிறேன்.

ஒரு மாதத்துக்கு முன்னால், பாபாவுடனான உரையாடலில் சிறு அதிசயம் நடந்திருந்தது ஞாபகம் வருகிறது. எல்லாம் இயல்பாக இருக்கிறது என நினைக்க வைத்த நொடிநேர நீர்க்குமிழி அது, பெருங்கடலின் ஆழத்தில், அந்தக் கும்மிருட்டில், குளிர்ச்சியில் உருவாகும் சின்னஞ்சிறு காற்றுப்பையைப் போல. மதியம் அவருக்குச் சாப்பாடு கொண்டுவர நான் நேரம் கடந்து வந்துவிட, அவரது சாய்வு நாற்காலியிலிருந்து என் பக்கமாகத் தலையைத் திருப்பிச் சொன்னார், சற்றே மென்மையான விமர்சனம் தொனிக்க, நான் பிறவிலேயே நேரம் தவறும் வகையில் வடிவமைக்கப்பட்டிருப்பவள் என்று. *அப்படியே உன்னோட அம்மா மாதிரி, அவளோட ஆத்மா சாந்தியடையட்டும்.*

அவர் தொடர்ந்தார், சிரித்துக்கொண்டே, என்னைச் சமாதானப்படுத்துவது மாதிரி, *ஆனாலும் மனுஷனாப் பிறந்தா குறைன்னு ஏதாவது இருக்கணுமா இல்லையா.*

கடவுள் எனக்குக் கொடுத்த குறை இது மட்டும்தான்னு சொல்ல வர்றீங்களா? நான் கேட்டேன், அவரது மடியில் தட்டு சாதத்தையும் பீன்ஸையும் தாழ்த்திக் கொண்டே. *இந்தப் பிறவி மெத்தனம்?*

அதுவும் ரொம்பத் தயங்கித் தயங்கித்தான் கொடுத்திருக்கார்னு நினைக்கிறேன். பாபா என் கைகளுக்காக நீட்டினார். *அதைத் தவிர, கிட்டத்தட்ட, தொண்ணூற்று ஒன்பது புள்ளி ஒன்பது ஒன்பது சதவீதம் உன்னை ஒரு குறையில்லாம படைச்சிருக்கார்.*

அப்படியா, வேணும்னா மீதி இருக்கிற குறைகளையும் காட்டுறேன்.

இன்னும் நிறைய இருக்கோ, மறைச்சு வச்சிருக்க போல?

ஆமா, உள்ள மூட்டை மூட்டையா குவிஞ்சு கிடக்குது. தயாரா வச்சிருக்கேன். உங்களுக்கு வயசாகி, நாதியில்லாம நிக்கும்போது வெளியே கொட்டுறேன்.

இப்போவே அப்படித்தானே இருக்கேன்.

இப்படிப் பேசி என்னைக் கஷ்டப்படுத்த பார்க்கறீங்களோ.

வானொலியைத் திருகுகிறேன். பேச்சிலிருந்து, பெட்டியிலிருந்து, ஜாஸ்ஸிலிருந்து, மீண்டும் பேச்சுக்கே திரும்புகிறேன். பொத்தானைத் தட்டி அணைக்கிறேன். பரபரவென இருக்கிறது எனக்கு, பதட்டமாக. பக்கத்து இருக்கையிலிருந்த என் செல்பேசிக்குக் கையை நீட்டுகிறேன். வீட்டு எண்ணுக்கு அழைத்து ஒலிபெருக்கியில் போடுகிறேன்.

"ஹலோ?"

"சலாம், பாபா. நான்தான்."

"பரி?"

"ஆமா, பாபா. அங்க வீட்டுல எல்லாம் சரி தானே? நீங்களும் ஹெக்டரும் எப்படி இருக்கீங்க?"

"ஆமா. அவர் ரொம்ப நல்லவர். அற்புதமான ஆளு. முட்டை செஞ்சு கொடுத்தார். சுட்ட ரொட்டியோடு சேர்த்து சாப்பிட்டோம். நீ எங்க இருக்க?"

"வண்டி ஓட்டிக்கிட்டு இருக்கேன்," என்கிறேன்.

"எங்க உணவகத்துக்கா போற? இன்னிக்கு உன்னோட முறை இல்லையே, இருக்கா என்ன?"

"இல்லை, விமான நிலையத்துக்குப் போயிட்டு இருக்கேன், பாபா. தோழி ஒருத்தரைக் கூட்டிட்டு வரப் போறேன்."

"சரி, அப்படின்னா உங்க அம்மாவை மதிய சாப்பாடு தயார் பண்ணச் சொல்லிடுறேன்," அவர் சொல்கிறார். "உணவகத்துல இருந்தே ஏதாவது செஞ்சு எடுத்துட்டு வரட்டும்."

"அப்படியே செய்யுங்க, பாபா."

அவர் மறுபடியும் அம்மாவை எடுக்காதது எனக்கு ஆறுதலாக இருக்கிறது. ஆனால், சில நாட்களில், அவர் நிறுத்தவே மாட்டார்.

அவள் எங்க இருக்கான்னு என்கிட்ட ஏன் சொல்ல மாட்டேங்குற, பரி? அறுவை சிகிச்சை ஏதாச்சும் நடக்கப் போகுதா அவளுக்கு? பொய் சொல்லாத என்கிட்ட! ஏன் எல்லாருமே என்கிட்ட பொய் சொல்றீங்க? அவள் போய்ட்டாளா? ஆஃப்கானிஸ்தான்ல இருக்காளா? அப்படின்னா நானும் போறேன்! காபூலுக்குப் போகப் போறேன், முடிஞ்சா தடுத்துப் பார். அடிக்கடி எங்களுக்குள் இப்படித்தான் நடக்கும். குறுக்கும் நெடுக்குமாக, கலக்கத்தோடு பாபா நடந்துகொண்டிருக்க, நானோ அவருக்குப் பொய்களை ஊட்டிக் கொண்டிருப்பேன், பின்னர் வீட்டு உள்-அலங்கார விளம்பர பிரசுரங்களையோ, தொலைக்காட்சியில் எதையாவதையோ காட்டி அவரைத் திசைதிருப்ப முயன்று கொண்டிருப்பேன். சில நேரங்களில் அது வேலை செய்யும், ஆனால் மற்ற சமயங்களில் என்னுடைய பாச்சா அவரிடம் பலிக்காது. கண்ணில் நீர் வருகிற வரை, வலிப்பு வருகிற வரை அவர் கவலைப்பட்டுக் கொண்டிருப்பார். தலையில் அடித்துக் கொள்வார், சாய்வு நாற்காலியில் இப்படியும் அப்படியுமாக ஆடிக்கொண்டே இருப்பார். தொடர்ந்து தேம்புவார், எட்டிவான் மாத்திரையைக் கொடுக்கிற வரை கால் நடுக்கம் நிற்கவே நிற்காது. அவரின் கண்களை மந்தாரம் சூழ்கிறவரை நான் காத்திருப்பேன். சூழ்ந்ததும், அப்படியே கண்ணீருடன் மஞ்சத்தில் சாய்ந்துவிடுவேன், சக்தியெல்லாம் உறிஞ்சப்பட்டது போல, சுவாசமெல்லாம் தீர்ந்துவிட்டது போல. முன்வாசல் கதவையும், அப்பாலிருக்கும் திறந்தவெளியையும் ஏக்கத்துடன் பார்ப்பேன். அதன் வழியே நடந்து போய்விடலாமா என்றிருக்கும், அப்படியே நடந்துபோய்க் கொண்டே இருந்துவிடலாமா என்றும் தோன்றும், தொடர்ந்து, தொடர்ந்து. பிறகு அப்பா தூக்கத்தில் முனக, திடுமென்று நான் இயல்புக்குத் திரும்புவேன், எனக்குள் குற்றவுணர்வு கொதித்துக் கொண்டிருக்கும்.

“ஹெக்டர்கிட்ட பேசலாமா, பாபா?”

தொலைபேசி கைமாறுவதைக் கேட்கிறேன். பின்னணியில், விளையாட்டு நிகழ்ச்சி ஒன்றில் பார்வையாளர்கள் கூச்சலிடுவது கேட்கிறது, பிறகு கைதட்டுவது.

“ஹாய்...”

ஹெக்டர் யுவாரேஸ் எதிர் வீட்டில் வசிக்கிறான். பல ஆண்டுகளாக எங்கள் தெருவில் குடியிருக்கிறான்; சில ஆண்டுகளாக என் நண்பன். வாரத்துக்கு இரண்டு முறை எங்களின் வீட்டுக்கு வந்துவிடுவான். நானும் அவனும் நொறுக்குத் தீனி கொறித்துக்

கொண்டே நடுராத்திரி வரை தொலைக்காட்சியில் வரும் குப்பைகளைப் பார்ப்போம், பெரும்பாலும் மெய்யியல்பு நிகழ்ச்சிகள். ஆறிப்போன பிட்சாவை மென்று திரையில் தோன்றும் கூத்துகளுக்கும் கோமாளித்தனங்களுக்கும் போலியான ஆச்சர்யத்துடன் தலையாட்டுவோம். ஹெக்டர் ஒரு கடற்படை வீரன், ஆஃப்கானிஸ்தானின் தெற்கில் அவனது படைப்பிரிவு நிலைநிறுத்தப்பட்டிருந்தது. இரண்டு வருடங்களுக்கு முன்னால் ஏற்பட்ட குண்டுவெடிப்பில் அவனுக்கு மிக மோசமான காயம். முன்னாள் படைவீரர்களுக்கான ராணுவ வாகனத்தில் அவன் திரும்பிவந்த போது தெருவே கூடிநின்றது. அவனுடைய அப்பாவும் அம்மாவும் நல்வரவு ஹெக்டர் என்று போட்டிருந்த பட்டிகைகளை பலூன்களாலும், ஏகப்பட்ட மலர்களாலும் அலங்கரித்து வீட்டு முற்றத்தில் வைத்திருந்தனர். வீட்டு வாசலை அவர்கள் அடைந்தவுடன் எல்லோரும் கைதட்டி வரவேற்றார்கள். பலர் கேக்குகளைச் செய்து கொண்டு வந்திருந்தார்கள். அவனுடைய சேவைக்காக நன்றி சொன்னார்கள். இனிமேல்தான் நீ தைரியமாக இருக்கணும், கடவுள் வழிகாட்டுவார், என்றார்கள். ஹெக்டரின் அப்பா, சீஸர், சில நாட்களுக்குப் பிறகு எங்களின் வீட்டுக்கு வந்தார். அவரும் நானும் சேர்ந்து ஹெக்டரின் வீட்டு முற்றத்திலிருந்து வாசல் வரை நீளுகிற சக்கர நாற்காலிக்கான சாய்தளம் மாதிரியே அமெரிக்கக் கொடி போர்த்திய சாய்தளத்தை எங்களின் வீட்டு வாசலிலும் அமைத்தோம். எனக்கு நினைவிருக்கிறது, நாங்கள் அந்த வேலையில் ஈடுபட்டிருந்த போது, என் அப்பாவின் தாய்மண்ணில் ஹெக்டருக்கு நடந்த அந்த அநியாயத்துக்காக சீஸரிடம் மன்னிப்புக் கேட்க வேண்டிய உந்தந்தை நான் உணர்ந்தேன்.

"ஹாய்," என்கிறேன். "சும்மா என்ன பண்றீங்கன்னு கேட்க கூப்பிட்டேன்."

"இங்க எல்லாம் நல்லபடியா போயிட்டுருக்கு," ஹெக்டர் சொல்கிறான். "சாப்பிட்டோம். பிரைஸ் இஸ் ரைட் பார்த்து முடிச்சுட்டோம். இப்போ வீல்ஸ் ஓடிட்டு இருக்கு. அடுத்து ஃபியூட் பார்க்கப் போறோம்."

"அடடா, மன்னிச்சுடு."

"எதுக்கு? நாங்க சந்தோஷமாத்தான் இருக்கோம். அப்படித்தானே, அபே?"

"ரொம்ப நன்றி, முட்டை செஞ்சு கொடுத்தியாமே," என்கிறேன்.

ஹெக்டர் அவனது குரலை ஒரு சுற்று குறைக்கிறான். "உண்மையைச் சொல்லணும்னா, பான்-கேக் செஞ்சு கொடுத்தேன். அப்புறம் என்னாச்சு சொல்லு பார்க்கலாம்? மனுஷனுக்கு ரொம்பப் பிடிச்சுப் போச்சு. முழுசா நாலு உள்ள தள்ளினார்."

"உனக்கு ரொம்ப கடன்பட்டுருக்கேன், ஹெக்டர்."

"ஹே, அந்தப் புது ஓவியம் எனக்கு ரொம்ப பிடிச்சிருக்குப்பா. ஒரு பையன் வித்தியாசமா தொப்பி போட்டுருப்பானே, அது. அபே காமிச்சார். அவருக்குப் பெருமை தாங்கல. எனக்கும் தான், அடடா! நீ கண்டிப்பாப் பெருமைபடணும்யான்னு நினைச்சுக்கிட்டேன்."

நான் சிரித்துக் கொண்டே பின்னால் வந்தவனுக்கு வழிவிட தடத்தை மாற்றுகிறேன். "இப்போ எனக்குத் தெரிஞ்சுடுச்சு, கிறிஸ்துமஸுக்கு உனக்கு என்ன கொடுக்கணும்னு."

"நாம ஏன் கல்யாணம் பண்ணிக்கக்கூடாது? காரணத்தைத் திரும்பவும் சொல்லு," என்கிறான் ஹெக்டர். பின்னணியில் அதற்கு பாபா எதிர்ப்பு தெரிவிப்பதையும், ஹெக்டர் சிரிப்பதையும் கேட்கிறேன். "சும்மா விளையாட்டுக்குச் சொன்னேன், அபே. இந்த நொண்டி மேல கொஞ்சம் கருணை காட்டுங்க." பிறகு, என்னிடம், "உங்கப்பாவுக்கு உள்ள ஒளிஞ்சுருக்கிற பழைய பாஷ்துன் ஒரு நொடி வெளியே வந்துட்டான்."

அப்பாவுக்குக் கொடுக்க வேண்டிய காலை நேரத்து மாத்திரைகளைப் பற்றி அவனிடம் ஞாபகப்படுத்துகிறேன். இணைப்பைத் துண்டிக்கிறேன்.

***

வானொலி வர்ணனையாளரைப் பார்ப்பது போல இருந்தது அது, உங்களுடைய காரில் குரலைக் கேட்டு, மனதில் உருவகம் செய்திருந்ததைப் போல எப்போதுமே அவர்களின் முகம் இருக்காது. ஒன்று: இவளுக்கு வயதாகிவிட்டது. இரண்டு: அல்லது அப்படித் தோன்றியது. இதிலென்ன சந்தேகம். எனக்குத்தான் ஏற்கனவே தெரியுமே. கூட்டிக் கழித்துப் பார்த்தால் இவள் நிச்சயம் அறுபதுகளின் ஆரம்பத்தில் இருக்கவேண்டும். என்ன ஒன்று, இந்த ஒல்லியான, நரைத்ததலைப் பெண்ணை நான் எப்போதும் கற்பனை செய்திருந்த, என்னை மாதிரி கருப்புச்

சுருட்டை முடியும், கிட்டத்தட்டத் தொட்டுக்கொண்டிருக்கும் புருவங்களையும் கொண்ட ஒரு மூன்று வயதுக் குழந்தையுடன் தொடர்புப்படுத்துவதுதான் கொஞ்சம் இடிக்கிறது. அப்புறம் இன்னொரு விஷயம்: நான் எதிர்பார்த்ததை விட இவள் உயரம் ஜாஸ்தி. அதோ அங்கே, ஒரு ரொட்டிக் கடைக்குப் பக்கத்திலிருக்கிற பெஞ்சில் உட்கார்ந்து, தொலைந்துவிட்டது மாதிரி மருட்சியாகப் பார்த்துக் கொண்டிருந்தாலும், என்னால் உறுதியாகச் சொல்ல முடிகிறது. குறுகிய தோள்கள். மிருதுவான உடல்வாகு. இணக்கமான முகம். கூந்தலைப் பின்பக்கம் தள்ளி முடித்து, தலைப்பிணையின் மூலம் நிலைநிறுத்தியிருக்கிறாள். கல் வைத்தக் கம்மல். சாயம் போன ஜீன்ஸ். நீளமான அரக்கு நிற அங்கி. கழுத்தைச் சுற்றி மஞ்சள் நிற சால்வை. பகட்டில்லாத, யதார்த்தமான ஐரோப்பிய நேர்த்தி தெரிகிறது. கடைசியாக அவள் அனுப்பிய மின்னஞ்சலில் அந்த மஞ்சள் சால்வையைப் பற்றிச் சொல்லியிருந்தாள், அவளை எளிதாக அடையாளம் காண அது எனக்கு உதவும் என்றாள்.

அவள் இன்னும் என்னைப் பார்க்கவில்லை. மூட்டை முடிச்சுகளைத் தள்ளிக்கொண்டிருக்கும் பிரயாணிகளுக்கு மத்தியில், தங்களது வாடிக்கையாளர்களின் பெயர்ப்பலகைகளைக் கைகளில் ஏந்திக்கொண்டிருக்கும் வாடகைக்கார் ஓட்டுநர்களுக்கு மத்தியில் ஒரு கணம் நான் தயங்கி நிற்கிறேன். என்னுடைய இதயம் நெஞ்சுக் கூட்டுக்குள் கன்னாபின்னாவென்று கூச்சல் போட்டுக்கொண்டிருக்க, எனக்குள்ளேயே சொல்லிக்கொள்கிறேன், *இதோ இவள் தான். இவளே தான். நிச்சயமாக இவளே தான்.* அப்பொழுது எங்களின் கண்கள் இணைய, அவள் முகத்தில் அடையாள ரேகைகள் படர்கின்றன. எனக்காகக் கையசைக்கிறாள்.

அந்த பெஞ்சில் சந்திக்கிறோம். அவள் புன்னகை செய்ய என் கால்கள் நிலைகுலைகின்றன. அப்படியே அப்பாவின் ஜாடை - ஒரே வித்தியாசம் மேல்வரிசையில் முன்பற்களுக்கு இடையில் நெல்மணி அளவுக்குத் தெரிந்த இடைவெளி மட்டும்தான். மற்றபடி அதே இடதுபக்கக் கோணல், கிட்டத்தட்ட கண்களை மூடுகிற அதே முகச்சுருக்கம், தலையை மிகச் சன்னமாக மட்டும் சாய்க்கிற அதே பாணி. அவள் எழுந்து நிற்க, நான் அந்தக் கோணல் கைகளைக் கவனிக்கிறேன். ஒவ்வொரு விரலும் முதல் ‘மூட்டிலேயே கட்டை விரலுக்கு எதிர்ப்பக்கமாக வளைந்திருப்பதைப் பார்க்கும்போதும், மணிக்கட்டில் பட்டாணி அளவுக்கு புடைத்திருக்கும் கட்டிகளைப் பார்க்கும்போதும் எனக்கே வலிக்கிறது.

நாங்கள் தழுவிக்கொள்கிறோம். அவள் என் கன்னங்களில் முத்தமிடுகிறாள். அவள் மிகவும் மிருதுவாக இருக்கிறாள், பட்டுப் போல. நாங்கள் விலகும்போது, இரு கைகளாலும் தோள்களைப் பிடித்து என்னை எட்டத்தில் நிறுத்தி, ஓர் ஓவியத்தை மதிப்பீடு செய்வது மாதிரி என் முகத்துக்குள் நேராகப் பார்க்கிறாள். அவளின் கண்களை ஈரத்திரை ஒன்று மறைக்கிறது. ஆனாலும் சந்தோஷத்தால் ஜொலிக்கிறது.

“தாமதமானதுக்காக மன்னிப்புக் கேட்டுக்கிறேன்.”

“அதெல்லாம் ஒண்ணுமில்லை,” என்கிறாள். “கடைசியில, ஒருவழியா உன்னோட சேர்ந்தாச்சு! எனக்கு ரொம்ப ரொம்ப சந்தோஷமா இருக்கு,” அவளின் ஃபிரெஞ்சு வாடை தொலைபேசியை விட நேரில் தூக்கலாக இருக்கிறது.

“எனக்கும்தான்,” என்கிறேன். “பயணமெல்லாம் எப்படி இருந்துச்சு?”

“மாத்திரை போட்டுகிட்டேன், இல்லைன்னா என்னால தூங்கவே முடியாதுன்னு தெரியும். விமானத்துல முழுநேரமும் கொட்டகொட்ட முழிச்சுட்டே இருந்திருப்பேன். ஏன்னா அவ்ளோ சந்தோஷம் எனக்கு. மனசு பூரா பரபரன்னு அடிச்சிக்கிட்டே இருக்கு.” என்னைப் பார்த்து அப்படியே பூரித்துப் போகிறாள். அவளின் பார்வையால் என்னைத் தாங்குகிறாள், என்னவோ இறக்கி விட்டுவிட்டால் நான் எங்கேயோ ஓடிவிடுவேனோ என்பதைப் போல. அனாதையாகக் கிடக்கும் மூட்டை முடிச்சுகளைக் கண்டால் அருகிலிருக்கும் பாதுகாப்பு வீரர்களிடம் தகவல் தெரிவிக்கச் சொல்லி பிரயாணிகளிடம் யாரோ ஒலிபெருக்கியில் கெஞ்சத் தொடங்கிய போதுதான் அவள் இயல்புக்குத் திரும்புகிறாள். அவளின் முகம் தளர்கிறது.

“அப்துல்லாவுக்குத் தெரியுமா நான் வந்திருக்கறது?”

“ஒரு தோழியைக் கூட்டிட்டு வரப்போறேன்னு சொல்லியிருக்கேன்,” என்கிறேன்.

பிறகு, காருக்குள் நாங்கள் நிலைகொண்டதும், அவளை ஒரு நொடி பார்க்கிறேன். வினோதமாக இருக்கிறது அது. இதோ என் காரில், தொட்டுவிடும் தூரத்தில் உட்கார்ந்திருக்கும் பரி வஹ்தாதியிடம் ஏதோ ஒரு மாயாஜாலத்தை உணர்கிறேன். ஒரு கணம், அவள் என் கண்களுக்குத் துல்லியமாகத் தெரிகிறாள் - அந்த மஞ்சள்

சால்வையும், நெற்றியின் ஆரம்பத்தில் தொடங்குகிற அந்த அடர்த்தியில்லாத, நீளம் குறைந்த கூந்தலும், இடது காதுக்குக் கீழே இருக்கிற அந்தக் செம்பழுப்புநிற மச்சமும் என. ஆனால் அடுத்த நொடி, அவளின் தோற்றம் மூடுபனியால் மறைத்தது மாதிரி, கலங்கலான கண்ணாடியில் தெரிகிற பிம்பம் மாதிரி, மயங்கிவிடுகிறது. மிக உயரத்திலிருந்து கீழே பார்த்தால் தலை கிறுகிறுக்குமே, அதே போல உணர்கிறேன்.

"உனக்கு எல்லாம் சரி தானே?" அவள் கேட்கிறாள், இருக்கைப்பட்டியின் கொக்கியை அதற்குரிய இடத்தில் மாட்டுகிறாள்.

"நீங்க மறுபடியும் தொலைஞ்சு போகிற மாதிரியே இருக்கு."

"புரியல?"

"ஒண்ணுமில்ல...என்னால நம்பவே முடியலன்னு சொன்னேன்," என்கிறேன். பதற்றத்துடன் சிரிக்கிறேன். "நிஜம்மாவே நீங்களா. என் பக்கத்துல இருக்கிறது நீங்களே நீங்களா."

அவள் தலையாட்டுகிறாள். சிரித்துக்கொண்டே ஆமோதிக்கிறாள். "ஓ, எனக்கும்தான். எனக்கும் ஆச்சரியமாத்தான் இருக்கு. என் வாழ்க்கையில இதுவரைக்கும் என் பேரைக் கொண்ட ஆளை இப்பதான் பார்க்கிறேன், தெரியுமா."

"இங்கேயும் அதே கதைதான்." சாவியின் காதைத் திருகுகிறேன். "அப்புறம், உங்க பசங்களைப் பத்தி சொல்லுங்க."

நிறுத்துமிடத்திலிருந்து நான் காரைக் கிளப்ப, அவர்கள் எல்லோரையும் பற்றி அவள் சொல்கிறாள், ஒவ்வொருவரின் பெயரையும் குறிப்பிட்டு, என்னவோ ஆயுள் முழுதும் அவர்கள் எனக்குப் பரிச்சயம் மாதிரி, ஆரம்பத்திலிருந்து அவர்களின் கூடவே நான் வளர்ந்தது மாதிரி, அவர்களின் குடும்பத்தோடு சுற்றுலாப் பயணங்களுக்கெல்லாம் போய் கூடாரம் போட்டது மாதிரி, கோடை விடுமுறைக்குக் கடற்கரை விடுதிகளில் நாங்கள் ஒன்றாகத் தங்கி, சிப்பிகளை மணியாகக் கோர்த்து, மணலில் ஒருவரின் கையை ஒருவர் புதைத்து விளையாடியது மாதிரி.

எவ்வளவு நன்றாக இருந்திருக்கும்.

என்னிடம் அவளின் மகன் ஆலனுக்கும் - அதாவது என்னுடைய அத்தை மகன் - அவனின் மனைவி, ஆனாவுக்கும் ஐந்தாவது குழந்தை பிறந்திருப்பதாகச் சொல்கிறாள். பெண் குழந்தை, புதிதாக வீடு வாங்கி வாலென்சியாவில் குடியேறிவிட்டதாகவும். "ஒருவழியா, மாட்ரிட்ல அவங்க குடியிருந்த அந்தக் கன்றாவியான அடுக்குமாடிக் குடியிருப்பைக் காலி பண்ணிட்டாங்க!" தொலைக்காட்சிகளுக்கு இசையமைக்கும் அவளின் மூத்தமகள் இசபெல்லுக்கு இப்போது தனது முதல் திரைப்படத்துக்கு இசையமைக்கும் வாய்ப்பு கிடைத்திருக்கிறது. இசபெல்லின் கணவன், ஆல்பர்ட், பாரீஸின் பிரசித்தி பெற்ற உணவகம் ஒன்றின் தலைமைச் சமையல் நிபுணராக இருக்கிறான்.

"நீங்களும் சொந்தமா உணவகம் வச்சிருந்தீங்க, இல்ல?" என்று கேட்கிறாள். "உன்னோட மின்னஞ்சல்ல இதைப்பத்திச் சொன்னதா ஞாபகம்."

"அது...அப்பா-அம்மா நடத்திட்டு இருந்தாங்க. ஆரம்பத்துல இருந்தே அப்பாவோட ஆசை, கனவு ஒரு உணவகத்தைச் சொந்தமா நடத்தணும்றது. நானும் கூடமாட பார்த்துக்கிட்டேன், உதவி பண்ணேன். ஆனா கொஞ்ச வருஷத்துக்கு முன்னாடி அதை விக்கவேண்டியதாப் போயிடுச்சு. அம்மா இறந்துட்டதுக்கு அப்புறம் அப்பாவுக்கு வேற...இப்படி ஆகிடுச்சா."

"ஓ, மன்னிச்சுடு."

"பரவாயில்ல. நானும் உணவக வேலைக்கெல்லாம் லாயக்கில்ல."

"நான் அப்படி நினைக்கல. நீ ஒரு கலைஞி."

முதல்முறை நாங்கள் தொலைபேசிய போது, என்னுடைய எதிர்காலத் திட்டங்களைப் பற்றி அவள் விசாரிக்க, ஓவியக் கல்லூரியில் சேர்ந்து படிக்கும் என் ஆசையை அவளிடம் சொல்லியிருந்தேன்.

"இல்லை. உண்மையைச் சொல்லணும்னா, படியெடுப்பாளர்னு கேள்விப்பட்டுருக்கீங்களா? *டிரான்ஸ்கிரிப்ஷனிஸ்ட்?* நான் அந்த வேலை செய்யறேன்."

பெரிய பெரிய ஃபார்ச்சூன் 500 நிறுவனங்களின் தரவுகளைக் கையாளுகிற ஒரு நிறுவனத்தில் வேலை செய்யும் என் பணியைப் பற்றி விவரிக்கும்போது அவள் உன்னிப்பாகக் கவனிக்கிறாள். "அவங்களுக்காகப் படிவங்களைப் பூர்த்தி செஞ்சு கொடுப்பேன்.

விளம்பர பிரசுரங்கள், ரசீதுகள், வாடிக்கையாளர் பட்டியல், மின்னஞ்சல் பட்டியல், இந்த மாதிரியான வேலைகள். முக்கியமான விஷயம் உங்களுக்குத் தட்டச்சு தெரிஞ்சிருக்கணும். சம்பளமும் நல்லாக் கொடுக்கறாங்க."

"அப்படியா," என்கிறாள். அவள் யோசிக்கிறாள், பிறகு கேட்கிறாள், "உனக்குப் பிடிச்சிருக்கா, இப்போ நீ பார்க்கிற இந்த வேலை?"

தெற்கு நோக்கிச் சென்றுகொண்டிருக்கும் போது நாங்கள் ரெட்வுட் சிட்டியைக் கடக்கிறோம். அவளின் மடியைத் தாண்டி ஜன்னலைச் சுட்டிக் காட்டுகிறேன். "அதோ அந்தக் கட்டிடம் தெரியுதா? உயரமா? நீலநிறப் பலகை இருக்கே?"

"ஆமா?"

"அங்கதான் நான் பிறந்தேன்."

"ஓ, அங்கதானா?" அதைக் கடந்தபிறகும் பார்த்துக் கொண்டே இருப்பதற்காகத் தலையைத் திருப்புகிறாள். "நீ ரொம்பக் கொடுத்து வச்சவள்."

"எதை வச்சு சொல்றீங்க?"

"எங்கயிருந்து வந்தோம்னு உனக்குத் தெரிஞ்சிருக்கே."

"ஆமாம்ல, இத்தனை நாளா இந்த மாதிரியெல்லாம் தோணவே இல்ல."

"ஓ, அது இயல்புதானே. ஆனா நம்மளோட வேர் என்னன்னு தெரிஞ்சு வச்சுக்கறது ரொம்ப முக்கியம். நாம எங்கேயிருந்து வந்தோம், நம்மளோட வரலாறு என்ன, ஆதாரப்புள்ளி எதுன்னு. இல்லைன்னா, நம்மளோட வாழ்க்கை மொத்தமுமே அர்த்தமில்லாதது மாதிரி தோணும். ஒரு புதிர் மாதிரி புரியாம போயிடும். புரியுதா? கதையோட ஆரம்பத்தைக் கோட்டை விட்டுட்டு நடுவுல கிடந்து தவிக்கிற மாதிரி, முழுக்கதையும் புரிஞ்சுக்கப் போராடிகிட்டே இருக்கிற மாதிரி."

சமீப காலமாக அப்பாவும் இப்படித்தான் உணர்கிறோரோ என்று நினைக்கிறேன். அவரது வாழ்க்கைப் புத்தகத்தின் காலிப் பக்கங்களை நிரப்ப வழிதெரியாமல் அலைகிறாரோ. ஒவ்வொரு நாளும் குழப்பம்

அதிகமாகிக்கொண்டே, ஒவ்வொரு நாளும் ஒவ்வொரு புதிராக விடுவித்துக்கொண்டே.

சுமார் இரண்டு மைல்களை அமைதியாகக் கழிக்கிறோம்.

"எனக்கு இந்த வேலை பிடிச்சிருக்கா?" என்கிறேன். "ஒருநாள் நான் வீட்டுக்கு வந்து பார்க்கிறேன் சமையலறைத் தொட்டியில தண்ணீர் வழிஞ்சு ஓடிட்டே இருக்குது. தரையெல்லாம் கண்ணாடிச் சில்லுங்க உடைஞ்சு கிடக்குது. எரிவாயு அடுப்பு எரிஞ்சுக்கிட்டே இருக்குது. அப்போதான் ஒரு முடிவுக்கு வந்தேன் இனிமேலும் அவரைத் தனியா விடக்கூடாதுன்னு. சம்பளத்துக்கு ஆள் வச்சு அவரைப் பராமரிக்க என்னால முடியாததால வீட்டுல இருந்து பண்றபடியே ஏதாச்சும் வேலை கிடைக்குமான்னு பார்த்தேன். இதுல பிடிக்கும் பிடிக்காதுன்ற பேச்சுக்கு அர்த்தமே இல்ல."

"அதனால அந்த ஓவியக் கனவும் தள்ளிப்போகுது."

"வேற வழி?"

எங்கே என்னை மாதிரி ஒரு பிள்ளை கிடைக்க அப்பா கொடுத்து வைத்திருக்க வேண்டும் என்று சொல்லிவிடப் போகிறாளோ என பயந்தேன், ஆனால் அவளின் பார்வை பின்னோக்கிப் போகிற சாலையோரப் பலகைகளுக்கு இடையில் எதிர்நீச்சல் போட்டுகொண்டிருக்க, வெறுமனே தலையை மட்டும் ஆட்டுவது எனக்குக் கொஞ்சம் ஆறுதலாக இருக்கிறது. ஆனால் மற்றவர்கள், குறிப்பாக ஆஃப்கன்கள், என்னைப் பெற்றதற்கு அப்பா எவ்வளவு புண்ணியம் செய்திருக்க வேண்டும் என்று ஒவ்வொரு முறையும் சிலாகித்தார்கள். நான் அவருக்குக் கிடைத்த மிகப்பெரிய வரமாம். என்னை மெச்சினார்கள். என்னவோ நான் மகான் மாதிரியும், எனக்காகக் காத்துக்கிடக்கிற பகட்டான வாழ்க்கையைத் தூக்கியெறிந்துவிட்டு, அதன் வசதி வாய்ப்புகளைத் துறந்துவிட்டு, வீட்டிலேயே அப்பாவுக்காகத் தவம் கிடக்கிற மாதிரியும். *ஆனா, முதல் அதிர்ஷ்டசாலி அவங்க அம்மாதான்,* என்றார்கள். மற்ற குரல்களும் ஒத்து ஊதின. எனக்கு அவர்களின் மேல் பரிதாபம்தான் வந்தது, *அய்யோ பாவம். எவ்ளோ வருஷமா அவளைப் பார்த்துக்கிட்டா தெரியுமா. அதுவும் அவள் இருந்த நிலைமையில...அப்பப்பா. இப்போ என்னடான்னா அவளோட அப்பாவுக்கும் இப்படி. தனக்கான துணையைத் தேடி அவள் என்னைக்கும் போனதில்லை. ஆனா இவளைத் தேடி நல்ல நல்ல சம்பந்தம் வந்தது. ஓர் அமெரிக்கன் வந்தானே, அந்த சூரியசக்தி மின்சார நிறுவனக்காரன். அவனை அவள் கல்யாணம்*

பண்ணியிருக்கலாம், தாராளமா. ஆனா, பண்ணல. எல்லாம் அவங்க ரெண்டு பேரால தான். எவ்ளோ தியாகங்கள் பண்ணிருக்கா தெரியுமா. அடடா, இவளை மாதிரி ஒரு பொண்ணு ஒவ்வொரு அப்பா-அம்மாவுக்கும் பொறக்கணுமே. அவர்கள் என்னுடைய நகைச்சுவை உணர்வுக்காகப் புகழ்ந்தார்கள். என்னுடைய மன தைரியத்தையும் பெருந்தன்மையையும் பார்த்து அதிசயப்பட்டார்கள், உடல் ஊனமுற்றவர்கள் அல்லது பேச்சுத்திறன் குறைபாடு உள்ளவர்கள் தங்களின் ஊனத்தை விஞ்சும்போது பார்வையாளர்கள் அதிசயிப்பார்களே அதே மாதிரி.

ஆனால் இந்தக் கதையில் வருகிற என்னை என்னாலேயே ஏற்கமுடியவில்லை. உதாரணத்துக்கு, சிலநாள் காலைகளில் படுக்கையின் விளிம்பில் உட்கார்ந்து ஒழுகிக் கொண்டிருக்கும் சிவந்த கண்களால் அப்பா என்னை முறைத்துக் கொண்டிருப்பதை நான் பார்ப்பேன். அவரின் உலர்ந்த, வெடிப்புகள் பிளந்த காலில் காலுறையை மாட்டிவிடுவதற்குள் பொறுமையிழந்து என் பெயரைச் சொல்லிக் கத்துவார், சின்ன பையன் மாதிரி முகத்தைச் சுளித்துப் பழிப்பு காட்டுவார். அவரின் மூக்கை ஒருமாதிரியாக மேலே சுருக்கிக் கொள்வார். பார்ப்பதற்கு நனைந்த பெருச்சாளியைப் போல அருவருப்பாக இருக்கும். அப்பா இப்படிச் செய்யும் போதெல்லாம் அவரை வெறுப்பேன். சுத்தமாகப் பிடிக்காது. என் வாழ்க்கையையே ஒரு தீப்பெட்டிக்குள் சுருக்கிவிட்ட காரணத்தால் அவரை வெறுத்தேன். என் இளமையின் உன்னத ஆண்டுகள் என்னிடமிருந்து வடிந்து வீணாகிப் போய்க் கொண்டிருப்பதற்கு அவர்தான் முக்கிய காரணம் என்பதாலும் அவரை வெறுத்தேன். பல நாட்கள் அவரது தேவைகளிலிருந்தும், அவரது நச்சரிப்பிலிருந்தும் என்னை நானே விடுதலை செய்துகொள்ள எங்காவது ஓடிப்போய்விடலாமா என்றும்கூட தோன்றியிருக்கிறது. நானாவது மகானாவது.

நெடுஞ்சாலையிலிருந்து விலகி பதின்மூன்றாவது தெருவில் திரும்புகிறேன். சில மைல்களுக்குப் பிறகு, பீவர் கிரீக் கோர்ட்டில் இருக்கும் எங்கள் வீட்டின் முன்னால் காரை நிறுத்துகிறேன். அதன் இயக்கத்தை அணைக்கிறேன்.

பரி ஜன்னலுக்கு வெளியே எங்களின் வீட்டை நோக்கிப் பார்வையைத் திருப்புகிறாள். உரிந்து கொண்டிருக்கும் அந்தக் கார் நிறுத்துமிடத்தின் கதவு வண்ணத்தை, அந்தப் பழும்பச்சைநிற ஜன்னல் சட்டங்களை, முன்வாசலுக்கு இரண்டு பக்கமும் நின்று காவல் காத்துக்கொண்டிருக்கும் கண்றாவியான அந்த

இரண்டு கல் சிங்கங்களை. அப்பாவுக்குப் பிடிக்கும் என்பதால் அதைத் தூக்கிப்போட எனக்கு மனம் வரவில்லை. ஆனால் தூக்கிப்போட்டாலும் இப்போது இதையெல்லாம் அவர் சட்டை செய்வாரா என்பது சந்தேகமே. என்னுடைய ஏழு வயதில், அதாவது 1989லிருந்து இந்த வீட்டில் வசித்து வருகிறேன். முதலில் வாடகைக்குக் குடியிருந்து, பிறகு இதன் சொந்தக்காரரிடமிருந்து 93ல் பாபா விலைக்கு வாங்கினார். அம்மாவின் உயிர் பிரிந்தது இந்த வீட்டில்தான். வெயிலான காலைப் பொழுது அது, கிறிஸ்துமஸுக்கு முதல் நாள். அவளது வாழ்நாளின் கடைசி மூன்று மாதங்களைக் கழித்த அந்த விருந்தினர் அறையில், நான் அமைத்துக் கொடுத்த மருத்துவமனைப் படுக்கையிலேயே அவள் இறந்து போனாள். அங்கிருந்த ஜன்னலிலிருந்து தெரிகிற காட்சிக்காக அந்த அறையில் அவள் படுக்க விரும்பினாள். கால்கள் கருப்படைந்து, வீங்கிப்போய், படுத்த படுக்கையாகவே அவளின் பகல்களை ஜன்னலுக்கு வெளியே அந்த முட்டுச் சந்தை, பல ஆண்டுகளுக்கு முன்னால் முற்றத்தைச் சுற்றி அவள் வரிசையாக நட்டிருந்த அந்த ஜப்பானிய மேப்பிள் மரங்களை, அந்த நட்சத்திரப் பூப்படுக்கையை, அந்தக் குறுகிய கூழாங்கல் பாதையால் பிளக்கப்பட்ட புல்வெளியின் சதுரங்களை, அந்தத் தூரத்து மலையடிவாரத்தை, நண்பகல் நேரத்துச் சூரியஒளியில் அடர்த்தியான தங்க நிறத்தில் அது ஜொலித்ததை வெறித்தபடியே கிடந்தாள். இந்தக் காட்சிகளால் சற்றுத் தெம்பாக உணர்ந்ததாக அவள் சொன்னாள்.

“எனக்கு ரொம்ப பதட்டமா இருக்கு,” பரி சொல்கிறாள் அமைதியாக.

“புரியுது,” என்கிறேன். “ஐம்பத்தி-எட்டு வருஷம் ஆகிடுச்சு இல்ல.”

அவளின் மடிமீது கோர்த்த கைகளை தலைகுனிந்து பார்க்கிறாள். “எனக்கு அவனைப் பத்தி ஒண்ணுமே ஞாபகம் இல்ல. அவனோட முகம், குரல்னு எல்லாமே மறந்துபோயிடுச்சு. என் மனசுல இருக்கறதெல்லாம் என்னோட வாழ்க்கையின் ஆரம்பத்துல இருந்தே ஏதோ ஒண்ணு தொலைஞ்சு போயிடுச்சுன்ற எண்ணம் மட்டும்தான். ஏதோ ஒரு நல்ல விஷயம். ஏதோ ஒரு...ஓ, நான் உளறுறேன். எனக்கு என்ன பேசுறதுன்னே தெரியல. அவ்ளோதான்.”

நான் தலையாட்டுகிறேன். எனக்குப் புரிகிறது என்று சொன்னால் அபத்தமாகப் போயிருக்கும், அதனால் தவிர்க்கிறேன். என்னைப் பற்றிய உள்ளுணர்வு எப்போதாவது தோன்றியிருக்கிறதா என்ற கேள்வி நுனிநாக்கு வரை எட்டிவிட்டது; ஆனால் கேட்கவில்லை.

அவளது சால்வையின் நைந்த முனைகளைக் கசக்கிக் கொண்டிருக்கிறாள். "என்னைப் பத்தி அவனுக்கு ஞாபகம் இருக்குமா?"

"பொய் சொல்லனுமா இல்லை உண்மையைச் சொல்லணுமா?"

அவள் என் முகத்தில் தேடுகிறாள். "உண்மைதான். இதைக் கேட்கணுமா?"

"அவர் ஞாபகம் வச்சுக்காம இருக்கறதே மேல்." மருத்துவர் பஷீரி -எங்களின் நீண்டகால குடும்ப மருத்துவர் - சொன்னதை அப்போது நினைத்துப் பார்க்கிறேன். அப்பாவின் விஷயத்தில் ஒழுங்குமுறை இருக்க வேண்டும் என்றதை, வரிசைக்கிரமம் முக்கியம் என்றதை. துளி அதிர்ச்சியோ ஆச்சரியமோ கூடாது என்றதை. எல்லாமே எளிமையாகக் கணிக்கும்படி இருக்கவேண்டும் அவருக்கு.

என் பக்கக் கதவைத் திறக்கிறேன். "நீங்க கொஞ்ச நேரம் கார்லயே இருக்க முடியுமா? என் நண்பனை அனுப்பிட்டுச் சொல்றேன், அப்போ நீங்க பாபாவைப் பார்க்கலாம்."

அவளது கையால் கண்களுக்கு மேல் கூடாரம் போடுகிறாள். அழப்போகிறாளா இல்லையா என்று பார்க்க நான் காத்திருக்கவில்லை.

***

எனக்குப் பதினோரு வயதிருக்கும் போது, என் பள்ளியின் சக ஆறாம் வகுப்பு மாணவர்கள் எல்லோரும் மோன்டிரே பே மீன் காட்சியகத்துக்குச் சுற்றுலா போனார்கள். அந்த வெள்ளிக்கிழமை வருகிற வரை, அந்த வாரம் முழுக்க, மொத்த வகுப்பும் அதைப் பற்றிதான் பேசியது, நூலகத்தில், நொண்டி ஆடிய இடைவேளை நேரத்தில் என கிடைத்த அத்தனை வாய்ப்பிலும், எவ்வளவு மகிழ்ச்சியாக இருக்கப் போகிறார்கள் என்றும், மாலை மீன் காட்சியகம் மூடிய உடனேயே, இரவு உடை போட்டபடி தங்குதடையில்லாமல் எல்லா இடத்திலும் சுத்தியல் சுறாக்களோடு, வெளவால் மீன்களோடு, கடல் டிராகன்களோடு, சிப்பி மீன்களோடு சுற்றித் திரியலாம் என்றும் எப்போது பார்த்தாலும் சுற்றுலா, சுற்றுலா, சுற்றுலா தான். எங்களின் ஆசிரியை, திருமதி. கில்லஸ்பி, இரவில் உணவு எல்லாமும் மீன் காட்சியகத்தைச் சுற்றி அமைக்கப்பட்டிருக்கும் என்றாள், மாணவர்கள் தங்களுக்குப் பிடித்த உணவை வேண்டிய அளவு சாப்பிடலாம் என்றும் சொன்னாள்.

இரவு உணவு முடிஞ்சதும் சாக்லேட் பிரௌனி இல்லைன்னா வெனிலா ஐஸ்கிரீம் சாப்பிடலாம், என்றாள். அன்றிரவு மாணவர்கள் எல்லோரும் ஆசிரியை சொல்லுகிற கதைகளைக் கேட்பார்கள். நெளிந்து கொண்டிருக்கிற கடல் தாவரங்களுக்கு இடையே கடல்குதிரைகளும், மத்தி மீன்களும், சிறுத்தை சுறாக்களும் ஓடிப்பிடித்து விளையாடுவதைப் பார்த்துக் கொண்டே தூக்கத்தில் விழுவார்கள். வியாழக்கிழமைக்கெல்லாம், எதிர்பார்ப்புகள் உச்சத்தை எட்டின. ஒரே பரபரப்பு. வழக்கமான குறும்புக்காரர்கள் கூட அன்று பார்த்து வாலைச் சுருட்டிக்கொண்டு 'கப்சிப்'பென உட்கார்ந்து கொண்டிருந்தார்கள். எதிலாவது மாட்டிக்கொண்டு பிறகு ஆசிரியர்கள் சுற்றுலாவில் கைவைத்து விட்டால் என்னாவது.

என்னைப் பொறுத்தவரை, பரபரப்பான ஒரு திரைப்படத்தைச் சுத்தமாக சத்தத்தை அணைத்துவிட்டுப் பார்த்தால் எப்படி இருக்கும்? அப்படித்தான் உணர்ந்தேன். அத்தனை சந்தோஷங்களிலிருந்தும், அத்தனைக் கொண்டாட்டங்களிலிருந்தும் ஒதுக்கப்பட்டவள் போல - ஒவ்வொரு டிசம்பர் மாதமும் என்னுடைய சக மாணவர்கள் கிறிஸ்துமஸ் மரங்களுக்காக, முற்றத்தில் நெருப்பு மூட்டி குளிர்காய்வதற்காக, பிரமிடுகள் போலக் குவிந்திருக்கும் பரிசுப் பொருள்களுக்காக வீட்டுக்குக் கிளம்பும்போது உணர்வேனே அதே மாதிரி. திருமதி. கில்லஸ்பியிடம் என்னால் சுற்றுலாவுக்கு வரமுடியாது என்றேன். அவள் ஏனென்று கேட்ட போது, அந்தச் சுற்றுலா இஸ்லாமிய விடுமுறையில் - அதாவது வெள்ளிக்கிழமையில் - வந்துவிட்டது என்றேன். நான் சொன்னது ஆசிரியைக்குப் புரிந்ததா இல்லையா என்று என்னால் சரியாகச் சொல்ல முடியவில்லை.

சுற்றுலா நாளின் இரவு, நான் அப்பா-அம்மாவுடன் சேர்ந்து, மர்டர் பார்த்தேன். சுற்றுலாவைப் பற்றி யோசிக்காமல் அந்தத் தொலைக்காட்சித் தொடரில் கவனம் செலுத்த முயற்சி செய்தேன், ஆனால் என் மனம் விடாப்பிடியாக அங்கேயே திரிந்து கொண்டிருந்தது. என் நண்பர்களை நினைத்துக் கொண்டேன். எல்லோரும் இரவு உடையில், கைகளில் கைவிளக்குடன், ஈல் மீன்கள் குடியிருக்கும் அந்த ராட்சச தண்ணீர்த் தொட்டியின் கண்ணாடிச் சுவரில் நெற்றி அழுந்த உற்றுப்பார்த்துக் கொண்டிருந்தது எனக்குள் தெரிந்தது. என் நெஞ்சுக்குழிக்குள் எதுவோ அடைத்துக் கொண்டது. மஞ்சத்தில் என்னுடைய எடையை மாற்றி உட்கார்ந்தேன். பாபா, பக்கத்திலிருந்த இன்னொரு இருக்கையில் ஹாயாகச் சாய்ந்து, வேர்க்கடலையை வாயில் போட்டுக் கொண்டிருந்தார்.

ஏஞ்செலா லான்ஸ்பரி சொன்ன ஏதோவொரு வசனத்துக்காக விக்கல் எடுப்பது போல சிரித்தார். அவருக்குப் பக்கத்தில், அம்மா ஆழ்ந்த சிந்தனையுடன் என்னையே பார்த்துக்கொண்டிருந்ததைக் கவனித்துவிட்டேன். முகத்தைச் சுற்றி யோசனைகள் சூழ்ந்திருந்தாலும், எங்களின் கண்கள் சந்தித்த நொடியே எல்லாம் விலகிவிட, என்னைப் பார்த்துச் சிரித்தாள் - குறும்பான, ரகசியமான சிரிப்பு அது. நான் எனக்குள் கஷ்டப்பட்டு ஒரு சிரிப்பைத் தோண்டி எடுத்து அவளுக்குக் கொடுத்தேன். அன்றிரவு, கடற்கரையில் இருப்பது போல கனவு கண்டேன். அதில் கடலுக்குள் இடுப்பளவு ஆழத்தில் நின்றுகொண்டிருந்தேன். என் இடுப்பைச் சுற்றிப் பல்லாயிரக்கணக்கான நீலப்பச்சை வண்ணங்களில், மாணிக்கம், மரகதம், இரத்தினக்கல் நிறங்களில் கடல்நீர் மெதுவாக அசைந்தாடிக் கொண்டிருந்தது. என் காலடியில் மீன் கூட்டமொன்று ஊர்ந்து வந்தது. என் கட்டைவிரல்களை அது உரசிப் பார்த்தது; கெண்டைச் சதைகளில் கிச்சுக்கிச்சு மூட்டியது. ஓராயிரம் பளபளப்பான ஈட்டிகள், ஜெகஜோதியான வண்ணவண்ண அம்புகள் வெள்ளைத் தரையில் சீறிப்பாய்ந்து கொண்டிருந்தன. இதோ இந்த மொத்தக் கடலுமே என்னுடைய மீன் தொட்டிதான்.

அந்த ஞாயிற்றுக்கிழமை, பாபா எனக்கொரு இன்ப அதிர்ச்சி வைத்திருந்தார். உணவகத்துக்கு விடுமுறை விட்டுவிட்டு - அது அபூர்வம், எப்போதாவதுதான் நடக்கும் - என்னை மோன்டிரே பே மீன் காட்சியகத்துக்குக் கூட்டிப் போனார். வழியெல்லாம் உற்சாகமாகப் பேசிக்கொண்டேயிருந்தார். எவ்வளவு சந்தோஷமாக இருக்கப்போகிறோம், விதவிதமான சுறாமீன்களை பார்க்கப் போகிறோம். மதிய உணவுக்கு என்னென்ன சாப்பிடலாம் என்றும் கூட. அவர் பேசப்பேச, நான் சிறியவளாக இருந்தபோது கெல்லி பூங்காவில் இருந்த அந்தச் சிறிய மிருகக்காட்சிசாலைக்கு அவர் என்னைக் கூட்டிப் போனது ஞாபகம் வந்தது. அதற்குப் பக்கத்தில் இருந்த ஜப்பானிய கொய் மீன் பூங்காவுக்கு அவருடன் கை கோர்த்துக் கொண்டு நடந்து போனதையும், அவர் எல்லா மீன்களின் பெயர்களையும் வரிசையாகச் சொல்லிக்கொண்டே வந்தபோது, இந்த உலகத்தில், ஆயுள் முடியும் வரை, அப்பாவைத் தவிர வேறு யாருமே எனக்குத் தேவையில்லை என்று சிலிர்த்ததையும் அப்போது நினைத்துப் பார்த்தேன்.

மீன் காட்சியகத்தில், நான் சந்தோஷமாகத் திரிந்தேன். ஒவ்வொரு அரங்கையும் ஆர்வத்தோடு பார்த்து என்னால் முடிந்தவரை

நான் அடையாளம் கண்ட மீன்களின் பெயர்களை அப்பாவிடம் ஒப்புவித்தேன். ஆனால் அந்த இடம் சந்தைக்கடை மாதிரி இரைச்சலாக இருந்தது. வெளிச்சமாக இருந்தது. நல்ல நல்ல இடத்திலெல்லாம் கசகசவெனக் கூட்டம் அலைமோதியது. சுற்றுலா போன இரவில் எவ்வளவு நன்றாக இருந்திருக்குமோ என்று நான் கற்பனை செய்ததில் துளி கூட நிஜத்தில் இருக்கவில்லை. மிகப்பெரும் திண்டாட்டமாகப் போய்விட்டது. எவ்வளவு நேரம்தான் பிடிப்பது போல, மகிழ்ச்சியாக இருப்பதைப் போல நடிப்பது. அலுத்துப்போய்விட்டேன். வயிறு வலிப்பது போல இருந்தது. ஆக, ஒரு மணிநேர அலைச்சலுக்குப் பிறகு, நாங்கள் அங்கிருந்து வந்துவிட்டோம். வீட்டுக்குத் திரும்பும்போது, காரில், பாபா என் பக்கமாக அடிக்கடித் திரும்பிக்கொண்டே இருந்தார், அடிபட்ட பார்வையுடன் எதையோ சொல்ல வந்தது மாதிரி. அவரின் கண்கள் என்னை அழுத்தியதைப் போல உணர்ந்தேன். தூங்கியது மாதிரி நடித்தேன்.

அதற்கு அடுத்த வருடம், உயர்நிலைப்பள்ளியில், என் வயதுப் பெண்கள் எல்லோரும் கண்ணுக்கு மையும் உதட்டுக்குப் பளபளப்பும் ஏற்றிக்கொண்டிருந்தார்கள். பையன்கள் போகிற இசைக் கச்சேரிகள், நடன நிகழ்ச்சிகளே கதியென்று கிடந்தார்கள். கிரேட் அமெரிக்கா பொழுதுபோக்குப் பூங்காவின் ராட்சச ரோலர் கோஸ்டரின் ஏற்ற இறக்கங்களிலும், திடீர் வளைவுகளிலும் வளைந்து நெளிந்து செல்லும்போது கூச்சல் போட்டு அலறுவதற்காகவே குழுவாகத் தேதி குறித்தார்கள். என் வகுப்புத் தோழிகள் கூடைப்பந்து விளையாட முயன்றார்கள். சிலர் கூடைப்பந்தாட்ட இடைவேளையில் பார்வையாளர்களை உற்சாகப்படுத்தும் நடனப் பெண்களாகவும்கூட. எனக்குப் பின்னால் உட்கார்ந்த வெளுத்த தோலும் முகமெல்லாம் புள்ளிகளும் கொண்ட ஸ்பானிய பெண், நீச்சல் அணியில் சேருவதற்காகக் கிளம்பிக் கொண்டிருந்தாள். ஒருநாள் மணி அடித்ததும், நாங்கள் மேஜைகளை காலி செய்து கொண்டிருந்தபோது, போகிற போக்கில், அதென்னவோ சாதாரண விஷயம் மாதிரி, குண்டைத் தூக்கிப் போட்டுவிட்டுப் போய்விட்டாள், நானும் நீச்சல் அணியில் சேரவேண்டுமாம். எனக்குப் புரியவில்லை, அவளுக்கு எப்படி விளங்கவைப்பது. பொதுவெளியில், அத்தனைப் பேருக்கு மத்தியில், நான் நீச்சலுடையில் அலைந்தால் என்னைப் பெற்றவர்கள் அவமானத்தால் நாண்டு விடுவார்கள் என்று. அப்படியே அவர்கள் சகித்துக் கொண்டாலும், என்னால்

முடியுமா? அடுக்குமா எனக்கு? என்னுடைய உடலைப் பற்றிய சுய அறிவு மொத்தத்தையும் வாய்த்தவள் நான். இடுப்புக்கு மேலே ஒல்லியாகவும் அதற்குக் கொஞ்சமும் பொருத்தமில்லாமல் இடுப்புக்குக் கீழே அளவுக்கதிகமாக பருத்தவள் நான், என்னவோ ஈர்ப்பு விசை என் உடலின் மொத்த எடையையும் கீழ்நோக்கி இழுத்துவிட்டது மாதிரி. பொம்மைகளின் உடல் பாகங்களைப் பொருத்தத் தெரியாமல் சேர்த்த குழந்தையின் விளையாட்டு மாதிரி இருப்பவள் நான். போதாக்குறைக்கு எல்லாரும் பார்த்தவுடனேயே விழுந்து விழுந்து சிரிக்க வேண்டுமென்றே வகைதொகையின்றி இருந்தது என் உடலமைப்பு. எனக்கிருந்தது "பலமான எலும்புகள்" என்றாள் அம்மா. அவளுடைய அம்மாவுக்கும் கூட இப்படித்தான் இருந்ததாம். ஒரு கட்டத்தில், அவளும் இந்தச் சப்பைக் கட்டுகளை நிறுத்திவிட்டாள். எந்தப் பெண்ணும் 'பலமான எலும்புகளை' விரும்புவதில்லை என்ற வாஸ்தவத்தை உணர்ந்து கொண்டாளோ என்னவோ.

குறைந்தபட்சம் கைப்பந்து அணியிலாவது சேர்த்துவிடச் சொல்லி அப்பாவிடம் ஆதரவு தேடினேன். ஆனால் அவர் என்னை அணைத்து, தனது இரு கைகளாலும் என் முகத்தைக் கனிவோடு ஏந்தினார். யார் என்னைப் பயிற்சிகளுக்கு அழைத்துப் போவது? சாக்கு சொன்னார். போட்டிகளுக்குக் காரில் கொண்டுபோய் விடுவது யார்? *ஓஹ் பரி, நாமளும் உன் நண்பர்களோட அப்பா-அம்மா மாதிரி வசதியா இருந்தா எவ்வளவு நல்லா இருந்திருக்கும். எங்களுக்குப் பிழைப்பைப் பார்க்கவே நேரம் சரியா போயிடுது, எனக்கும் உங்க அம்மாவுக்கும். திரும்பவும் யார் தயவுலயும் நாம வாழ்ந்துடக் கூடாது, பரி. புரிஞ்சுதா கண்ணா. உனக்குக் கண்டிப்பா புரியும்னு நினைக்கிறேன்.*

எங்களின் பிழைப்பைப் பார்க்கவே நேரம் சரியாக இருந்தாலும், கேம்ப்பெல்லில் பார்ஸி வகுப்புக்கு என்னைக் கொண்டு போய் விட மட்டும் அப்பாவுக்கு நேரம் கிடைத்தது. ஒவ்வொரு செவ்வாயும், பள்ளி முடிந்தவுடன், பார்ஸி வகுப்பில் உட்கார்ந்து, எதிர்நீச்சல் போடுகிற மீன்குஞ்சைப் போல, வலமிருந்து இடமாகப் பேனாவை நகர்த்தினேன், என்னுடைய பழக்கத்துக்கு நேர்மாறாக. பார்ஸி வகுப்பை நிறுத்தச் சொல்லி அப்பாவிடம் எவ்வளவோ கெஞ்சினேன், ஆனால் அவர் மறுத்துவிட்டார். அவர் கொடுக்கிற இந்தப் பரிசின் அருமை எனக்குப் பிற்காலத்தில் தெரியும் என்றார். கலாச்சாரம் ஒரு வீடு என்றால், மொழிதான் அதன் சாவி. உள்ளிருக்கும் அத்தனை அறைகளையும் அது திறக்கும்.

கலாச்சாரமில்லாமல், பண்பாடில்லாமல் போனால், நீ தரம்கெட்டுத் திரியவேண்டியிருக்கும், முறையான வீடில்லாமல் திரிவது மாதிரி. முறையான அடையாளமில்லாமல் போவது மாதிரி.

அப்புறம் அந்த ஞாயிறுகளைப் பற்றிச் சொல்லவே வேண்டாம். நான் வெள்ளைத் துணியைத் தலையில் முக்காடு சுற்றிக்கொண்டு தயாராக, குரான் படிப்பதற்காக என்னை ஹேவர்டில் உள்ள மசூதியில் அப்பா இறக்கிவிடுவார். நாங்கள் - என்னைப் போல ஒரு டஜன் ஆஃப்கன் பெண்கள் அங்கு வருவார்கள் - படித்த அந்த அறை குட்டியாக இருந்தது. குளிர்சாதன வசதி இல்லை. அழுக்குத்துணி நாற்றம் அடித்தது. அங்கிருந்த ஜன்னல்கள் குறுகலாக, ஏற முடியாத உயரத்தில் வைக்கப்பட்டிருந்தன, திரைப்படங்களில் வரும் சிறைகளில் இருப்பது மாதிரி அச்சு அசலாக. எங்களுக்காகக் குரான் பாடம் எடுத்தவள் ஃப்ரேமாண்ட்டில் உள்ள ஒரு மளிகைக் கடைக்காரனின் மனைவி. நபிகள் நாயகத்தின் கதைகளைச் சொல்லும்போது மட்டும் எனக்கு அவளைப் பிடித்தது. அக்கதைகள் என்னைக் கவர்ந்தன - அவர் தனது பிள்ளைப் பருவத்தைப் பாலைவனத்தில் கழித்தது, குகையில் அவர் முன்னால் தேவதூதன் கேப்ரியேல் தோன்றியது, வசனங்களை மனப்பாடம் செய்யச்சொல்லிக் கட்டளையிட்டது, நபியைப் பார்த்த ஒவ்வொருவரும் அவரின் கனிவான, பிரகாசமான முகத்தால் அசந்து போனது. ஆனால் அவள் முக்கால்வாசி நேரத்தை நீண்ட பட்டியல் ஒன்றை வாசித்ததிலேயே செலவிட்டாள். ஒழுக்கத்தில் சிறந்த இளம் இஸ்லாமியப் பெண்களாகிய நாங்கள் எப்பாடுபட்டாவது அந்தப் பட்டியலில் இருந்ததைத் தவிர்க்க வேண்டும். இல்லையெனில் மேற்கத்தியக் கலாச்சார மோகத்தால் தீராத பாவம் வந்து சேரும் என்றாள். தப்பித்தவறிக்கூட இதன் பக்கம் தலைவைத்துப் படுத்து விடக்கூடாது: ஆண்பிள்ளைகள் - பட்டியலில் இது முதலாவது, இதுதான் மிக முக்கியம், சொல்லவே தேவையில்லை - ராப் இசை, மடோனா, மெல்ரோஸ் பிளேஸ் தொலைக்காட்சி தொடர், அரைக் கால்சட்டை, நடனம், பொது இடத்தில் நீச்சலடிப்பது, நடனப்பெண்கள் சமாச்சாரம், மது, பன்றி இறைச்சி, அதோடு மாட்டிறைச்சி கலந்து செய்யப்படும் பெப்பரோனி, ஹலால் செய்யப்படாத பர்கர்கள், மற்றும் பல...மற்றும் பல. நான் தரையில் உட்கார்ந்திருக்க, புழுக்கத்தால் எங்கெங்கெல்லாமோ வியர்க்க, எனது கால்கள் மரத்துப்போக, கடவுளே தலையிலிருந்து இந்த முக்காட்டைக் கொஞ்சம் விலக்கிக் கொள்கிறேனே. அச்சச்சோ, முடியாதே, மசூதியில் இருக்கும் போது அப்படிச் செய்யக்கூடாதே.

மேலே நான் ஜன்னலைப் பார்க்க, அதன் குறுகலான துளைகள் சூரிய வெளிச்சத்தை ரேஷனில் அனுமதித்துக் கொண்டிருந்தது. மசூதியிலிருந்து வெளியேறும் தருணத்துக்காக, வாசலைவிட்டு வெளிவந்த நொடியில் முகத்தில் அறையும் பூங்காற்றுக்காக நான் தவம் கிடந்தேன். வெளிவந்த மறுகணமே என் நெஞ்சை இறுக்கியிருந்த ஏதோவொன்றின் பிடி தளர்வதாக உணர்ந்தேன். எசகுபிசகாகச் சிக்கிக்கொண்ட முடிச்சு அவிழும்போது ஓர் ஆறுதல் கிடைக்குமே அதைப் போல.

ஆனால் அதுவரை, என் மனதின் கடிவாளத்தைக் கொஞ்சம் தளர்த்திக் கொள்வதுதான் ஒரே வழி. அடிக்கடி, அது ஜெரிமி வார்விக்கைச் சுற்றிச்சுற்றி வருவதை உணர்ந்தேன். ஜெரிமி வார்விக், கணிதத் துறையிலிருந்த மாணவன். இரத்தினக் கண்களையும், தேன்கூட்டுத் தலையையும் வைத்திருந்தவன். எதையும் வெளிக்காட்ட மாட்டான், அழுத்தக்காரன். சதா ஏதோவொரு சிந்தனையிலேயே இருப்பான். வகுப்பின் இசைக்குழுவில் கிட்டார் வாசிப்பான் - பள்ளி ஆண்டுவிழாவிலும் கூட. வகுப்பறையில், அவனுக்குப் பின்னால், இடதுபுறம், நான்கு இருக்கைகள் தள்ளி உட்கார்ந்தேன். சில சமயங்களில், நாங்கள் முத்தமிட்டுக்கொள்வோம் - அப்படித்தான் கற்பனை செய்தேன். அவனது கைகள் என் கழுத்துக்குப் பின்னால் கோர்க்க, அவனது முகம் என் முகத்துக்கு அருகில், மிக அருகில் நெருங்கி வர, மொத்த உலகத்தையும் அது மழுங்கடிக்க, எங்களின் இதழ்கள் ஒன்றை ஒன்று தொட்டுக்கொள்ளும். மென்மையான மயிலிறகு ஒன்று என் இடையின் குறுக்கே, என் கால்களின் குறுக்கே வருடுவதைப் போன்ற ஒரு பரவசம் எனக்குள் பரவும். சத்தியமாக இதெல்லாம் நடக்கவே நடக்காது, எனக்கே நன்றாகத் தெரியும். எங்களுக்குள் எதுவுமே நடக்கப் போவதில்லை, எனக்கும் ஜெரிமிக்கும். பரி என்ற பாவப்பட்ட ஜீவனும் அவன் படிக்கிற அதே வகுப்பில்தான் இருக்கிறாள் என்ற குறைந்தபட்ச தகவல் கூட அவனுக்குத் தெரிந்ததோ இல்லையோ. அப்படியே தெரிந்திருந்தாலும் அதற்கான இம்மியளவு அறிகுறியையாவது அவன் வெளிக்காட்டியிருக்க வேண்டுமே...ம்ஹூம். சுத்தமாக இல்லை. அதுவும் ஒருவிதத்தில் நல்லதுதான். ஏனென்றால், இதன் மூலம் அவனுக்கு என்னைப் பிடிக்கவில்லை என்ற ஒரே காரணத்தால்தான் நாங்கள் ஒன்றாக இருக்கமுடியவில்லை என்று என்னை நானே ஏமாற்றிக் கொள்ளலாமே.

கோடை விடுமுறையில் எங்களின் உணவகத்தில் வேலை செய்தேன். நான் சின்ன பெண்ணாக இருந்தபோது, மேஜைகளைத் துடைப்பதென்றால் அலாதி இஷ்டம். தட்டுகளை அடுக்கி, கரண்டிகள், முட்கரண்டிகள், குவளைகளை ஒழுங்குபடுத்துவதும் எனக்குப் பிடித்திருந்தது. காகிதத் துணிகளை மடித்து, சிவப்புநிற செவ்வந்திகளைப் பூஞ்சாடிகளில் கோர்த்து ஒவ்வொரு மேஜையின் நடுவிலும் வைத்தேன். எங்கள் குடும்பத் தொழிலின் தவிர்க்க முடியாத சக்தியாக என்னை நானே பாவித்துக் கொண்டேன். உப்பு டப்பாக்களையும், மிளகுத்தூள் டப்பாக்களையும் நான் நிரப்பி வைக்காவிட்டால் அந்த உணவகம் மொத்தமும் ஆட்டம் கண்டுவிடும்.

நான் மேல்நிலைப்பள்ளியில் இருந்த காலகட்டம் அது. அபே'ஸ் கபாப் ஹவுஸில் எனது நாட்கள் புழுக்கத்துடன் நீளமாக இழுத்துக் கொண்டிருந்தன. பிள்ளைப் பருவத்தில் என்னைக் கவர்ந்த உணவக விஷயங்கள் எல்லாம் அப்போது அதன் கவர்ச்சியை இழந்திருந்தன. மூலையில் ரீங்காரமிட்டுக் கொண்டிருக்கும் அந்தக் குளிர்பான இயந்திரம், அந்த வினைல் மேஜை விரிப்புகள், கறைபடிந்த அந்த நெகிழிக் கோப்பைகள், மலிவான பதார்த்தங்களின் பெயர்களைத் தாங்கி - *கேரவன் கபாப், கைபர் பாஸ் பிலாஃப், சில்க் ரூட் சிக்கன்* - நெகிழியால் வார்க்கப்பட்ட அந்த உணவுப் பட்டியல் அட்டைகள், *நேஷனல் ஜியாகிரஃபியிலிருந்து* எடுக்கப்பட்டு மோசமாகச் சட்டகம் போடப்பட்ட அந்த ஆஃப்கன் சிறுமியின் படம் - முட்டைக் கண்களுடன் முறைப்பாளே அதே படம். என்னவோ ஒவ்வொரு ஆஃப்கன் உணவகத்திலும் அந்தக் கண்கள் சுவரிலிருந்து முறைத்துகொண்டிருக்க வேண்டும் என்று சட்டம் போட்டது மாதிரி மாட்டப்பட்டிருந்தது. அதற்கு அடுத்து, நான் ஏழாம் வகுப்பு படித்தபோது எண்ணெய்ச் சாயத்தால் வரைந்த ஹெராத்தின் தொழுகை கோபுரங்களை அப்பா தொங்கவிட்டிருந்தார். அவர் முதன் முதலில் அதைத் தொங்கவிட்ட போது, என்னுடைய கலைப்படைப்புக்கு அடியில் மட்டன் கபாப்பை மென்றுகொண்டிருந்த வாடிக்கையாளர்களை நான் பார்த்த போது பளிச்சிட்ட பெருமித மின்னல்களை, பூரிப்பை இப்போது நினைத்துப் பார்க்கிறேன்.

மதிய நேரங்களில், நானும் அம்மாவும் மசாலாப் புகை சூழ்ந்த சமையலறைக்கும் அலுவலக ஊழியர்கள், நகரப் பணியாளர்கள், போலீஸ்காரர்கள் சாப்பிட்டுக் கொண்டிருந்த மேஜைகளுக்கும்

ஊசலாடிக் கொண்டிருக்க, அப்பா கல்லாவைப் பார்த்துக்கொண்டார். எண்ணெய்க் கறை படிந்த வெள்ளைச் சட்டை போட்டிருந்த அப்பா. பூட்டாத மேல் பட்டனைத் தாண்டி நெஞ்சிலிருந்து சிந்திக்கொண்டிருக்கும் சாம்பல்நிற ரோமப் புதர்கள் கொண்ட அப்பா. தடித்த, முடி நிறைந்த கைகளைக் கொண்ட அப்பா. உள்ளே நுழையும் ஒவ்வொரு வாடிக்கையாளரையும் அப்பா எப்போதும் சிரித்த முகத்துடன், உற்சாகமாகக் கையசைத்து வரவேற்பார். *ஹலோ சார்! ஹலோ மேடம்! வாங்க, வாங்க! அபே'ஸ் கபாப் ஹவுஸ் உங்களை வரவேற்கிறது! நான் அபே. என்ன சாப்பிடுறீங்க?* கேட்பதற்கு மோசமான நகைச்சுவைத் தொடரில் வரும் ஒரு மத்தியக் கிழக்கு அடியாள் மாதிரி முட்டாள்தனமாக இருந்தது அவரது பேச்சு. இதை அவருக்கு எப்படிப் புரியவைப்பது என்ற சங்கடத்தில் நெளிந்தேன். அப்புறம், நான் கொண்டு வந்து வைத்த ஒவ்வொரு உணவுத் தட்டுக்குப் பிறகு, இலவச இணைப்பாக அவர் அடித்த அந்தப் பழைய பித்தளை மணியின் சத்தம் வேறு. முதலில் விளையாட்டாக ஆரம்பித்தது அது – அந்த மணியடிக்கும் வழக்கம் – அப்படித்தான் நினைக்கிறேன். கல்லாவுக்குப் பின்பக்கத்திலிருந்த சுவரில் பாபா அந்த மணியைத் தொங்கவிட்டிருந்தார். நான் பரிமாறிய ஒவ்வொரு உணவுத் தட்டையும் பாராட்டும் சமிக்ஞை மாதிரி ஆரவாரமாக ஒலித்தது அந்த மணி. தொடர் வாடிக்கையாளர்களுக்குப் பழகிப்போயிருந்தது அது, அவர்களின் காதில் விழாத அளவுக்கு. ஆனால் புதிய வாடிக்கையாளர்கள் எங்கள் இடத்தின் புராதன கலாச்சார ரசனையை அது மெருகேற்றியதாக உணர்ந்தார்கள். இருந்தாலும் சிலருக்கு அது தொந்தரவாக இருந்ததையும் இங்கு சொல்லியாக வேண்டும்.

இப்பல்லாம் உனக்கு மணி அடிக்கறது பிடிக்கலைன்னு நினைக்கிறேன், ஓர் இரவில் பாபா சொல்லிக் காட்டினார். மேல்நிலைப்பள்ளியில் என்னுடைய இறுதியாண்டின் வசந்தகாலப் பருவத்தில் ஒருநாள் அது. எங்களின் உணவகத்துக்கு வெளியே காரில் காத்திருந்தோம், கடையைச் சாத்திய பிறகு. நாங்கள் காத்திருந்தது வயிற்றுவலி மாத்திரையை உள்ளே மறந்து வைத்துவிட்டுத் திரும்பவும் எடுக்கப் போன அம்மாவுக்காக. பாபாவின் வார்த்தைகள் சோகத்தைத் தாங்கியிருந்தன. அன்று முழுக்க அவருக்கு மனது சரியில்லை. கடைவரிசையின் மேல் மெலிதாகத் தூறிக்கொண்டிருந்தது. பொழுது போயிருக்க, கே. எஃப். சி-யின் வாசலில் நின்ற இரண்டு கார்களைத் தவிர, அந்த இஸ்திரிக் கடைக்கு எதிரே, உள்ளே இரண்டு பேர்

சிகரெட் ஊதிக் கொண்டிருக்க, ஜன்னலிலிருந்து மூச்சுத் திணறலால் தப்பித்து வந்த புகைமூட்டம் தென்பட்ட ஒரு சரக்குவண்டியைத் தவிர எந்தக் கடையின் முன்னாலும் ஈயாடவில்லை.

ஒரு கட்டத்துக்கு மேல அது போரடிச்சுடுதுப்பா, என்றேன்.

எல்லாமே அப்படித்தான். அவர் பலமாகப் பெருமூச்சுவிட்டார்.

ஒரு காலத்தில், என் சிறு வயதில், அது எவ்வளவு உற்சாகமான விஷயமாக இருந்தது என்று நினைத்தேன். பாபா என்னை அக்குளிலிருந்து தூக்கி அந்த மணியை அடிக்கவைப்பார். அவர் கீழே இறக்கி விட்ட பிறகு, சந்தோஷத்தாலும், பெருமிதத்தாலும் என் முகம் ஒளிரும்.

பாபா காரின் வெப்பச்சாதனத்தைப் போட்டார். கைகளை நெஞ்சுக்குக் குறுக்கே கட்டிக்கொண்டார்.

இங்கேயிருந்து பால்டிமோர் ரொம்ப தூரம்ல.

நான் உற்சாகமானேன். நீங்க எப்போ வேணும்னாலும் விமானத்தைப் பிடிச்சு வந்துடலாம்ப்பா.

எப்போ வேணும்னாலும். விமானத்தைப் பிடிச்சு. அவர் திருப்பிச் சொன்ன வார்த்தைகளுக்கு இடையில் கிண்டல் எட்டிப்பார்த்தது. நான் கபாப் வித்துப் பொழைச்சுட்டு இருக்கேன், பரி.

அப்படின்னா நானே வந்து பார்க்கிறேன்.

பாபாவின் கண்கள் என் பக்கமாக உருண்டு வந்தன. களைப்பான பார்வையை எனக்குக் காட்டின. வெளியே கார் கண்ணாடியைத் தழுவிக் கொண்டிருக்கும் இருளைப் போலிருந்தது அவரின் சோகம்.

சென்ற மாதத்தின் ஒவ்வொரு நாளும், தபால் வண்டி வந்து நின்ற போதெல்லாம் எனக்கு நம்பிக்கை ஊற்றெடுக்க, எங்களின் தபால் பெட்டியை ஆவலோடு நான் திறந்து வந்திருக்கிறேன். உள்ளிருந்த அத்தனைத் தபால்களையும் வீட்டுக்கு எடுத்து வந்து கண்களை மூடிக்கொண்டே வேண்டுவேன், இதுதான், இதேதான். பிறகு கண்களைத் திறந்து ரசீதுகளையும், ஈடுச்சீட்டுகளையும், விளம்பரப் பிரசுரங்களையும் சலித்தெடுப்பேன். இப்படித்தான் ஒருநாள், சென்ற வார செவ்வாய்க்கிழமை, ஓர் உறையைக் கிழித்து நான் ஆவலோடு

எதிர்பார்த்த அந்த வார்த்தைகளைப் படித்தேன்: ...இச்செய்தியை உங்களுக்குத் தெரிவிப்பதில் மிக்க மகிழ்ச்சியடைகிறோம்.

துள்ளிக் குதித்தேன். நான் கத்திய கத்தலில் கண்களிலிருந்து கண்ணீரே வந்துவிட்டது. அந்த அளவுக்குக் கூச்சல் போட்டேன். கிட்டத்தட்ட அதே வினாடியில் என் தலைக்குள் ஒரு காட்சி ஓடியது: என்னுடைய ஓவியக் கண்காட்சியின் தொடக்க விழா. எளிமையான, நேர்த்தியான கருப்பு உடையில் நான். என்னைச் சுற்றி விளம்பரதாரர்களும், புருவத்தை நெரித்த விமர்சகர்களும். நான் அவர்களின் கேள்விகளுக்கு புன்னகையுடன் பதில் சொல்லிக் கொண்டிருக்கிறேன். வெள்ளைநிறக் கையுறை போட்ட பணியாளர்கள் கண்காட்சியைச் சுற்றி ஒயின் ஊற்றிக்கொண்டே, வஞ்சிர மீன் வருவலின் சதுரத் துண்டுகளையோ தண்ணீர்விட்டான் கிழங்கு சேர்த்து செய்யப்பட்ட கேக்குகளையோ பரிமாறிக்கொண்டே மிதக்கிறார்கள். கட்டுக்கடங்காத சந்தோஷத்தை அனுபவித்தேன், திடீரென சாலையில் போவோர் வருவோரையெல்லாம் கட்டிப்பிடித்துக் கண்டபடி ஆட்டம் போடத் தோன்றுகிற வகை சந்தோஷத்தை.

உங்க அம்மாவை நினைச்சாத்தான் கவலையா இருக்கு, பாபா சொன்னார்.

தினமும் ராத்திரி பேசறேன்பா. நிஜம்மா. உங்களுக்கே தெரியுமில்ல.

பாபா தலையாட்டினார். வாகன நிறுத்துமிடத்தின் நுழைவுப் பகுதியில் சிந்தியிருந்த மேப்பிள் மரங்களின் இலைகள் காற்றின் திடீர் தாக்குதலால் சிதறி ஓடின.

அதுக்கப்புறம் யோசிச்சுப் பார்த்தியா, என்றார், *நாம விவாதம் பண்ணதைப் பத்தி?*

இளையோர் கல்லூரியில சேர்றதைப் பத்திப் பேசினோமே, அதுவா?

சும்மா ஒரு வருஷம், மிஞ்சிப்போனா ரெண்டு. அதுக்குள்ள அம்மாவுக்கு இதைப் பத்தியெல்லாம் புரிய வச்சுடலாம். அதுக்கு அப்புறம் மறுபடியும் விண்ணப்பிக்க முடியாதா உன்னால.

திடீரென்று எங்கிருந்துதான் அந்தக் கோபம் வந்ததோ, ஆத்திரத்தில் என் குரல் நடுங்கியேவிட்டது. *பாபா, இவங்க எல்லாரும் என்னோட மதிப்பெண்களை ஆய்வு பண்ணியிருக்காங்க, விடைத்தாள்களைத் திருப்பித் திருப்பிப் பார்த்திருக்காங்க. என்னோட வேலைகளை எல்லாம் அலசியிருக்காங்க. எந்த அளவுக்கு அலசி ஆராய்ஞ்சிருந்தா எனக்கு இடம் கொடுத்ததும் இல்லாம*

உதவித்தொகையும் தரேன்னு சொல்லுவாங்க. நாட்டுல இருக்குற ஓவியக் கல்லூரிங்களிலேயே இதான்பா சிறந்தது. எல்லாரும் இடம் கிடைக்காதான்னு ஏங்குற கல்லூரிப்பா. இதுக்கப்புறம் மறுபடியும் இப்படியொரு வாய்ப்பு கிடைக்காது.

நீ சொல்றது எல்லாம் சரிதான், என்றார், இருக்கையிலிருந்து நிமிர்ந்துகொண்டே. அவரின் உள்ளங்கைகளைக் குவித்துச் சூடான காற்றை அதற்குள் ஊதிக்கொண்டார். *எனக்குப் புரியுது. உனக்காக நான் உண்மையிலேயே சந்தோஷப்படறேன்.* அவரின் முகத்தில் தெரிந்த போராட்டத்தை என்னால் பார்க்க முடிந்தது. பயத்தையும் கூட. வெறுமனே *என்னைப் பற்றிய* பயம் மட்டுமில்லை அது, வீட்டிலிருந்து மூன்றாயிரம் மைல்களுக்கு அப்பால் எனக்கு ஏதாவது நடந்துவிடுமோ என்ற பயம் மட்டுமில்லை. *என்னால் ஏற்படக்கூடிய* பயம் அது. என்னை இழந்துவிடுவோமோ என்கிற பயம். என்னால், நான் இல்லாத அந்த வெற்றிடத்தால், அவரது சந்தோஷத்தைப் பறித்துவிடும் சக்தி எனக்கு இருந்ததால் ஏற்பட்ட பயம். நான் நினைத்தால், நான் ஆசைப்பட்டால், வெகுளியான, இளகிய அவரின் இதயத்தைக் குதறிவிட முடியுமென்கிற பயம், ஒரு டாபர்மேன் நாயிடம் மாட்டிக்கொண்ட பூனைக்குட்டியைப் போல.

அவரின் தங்கையைப் பற்றி என் மனம் நினைத்துக் கொண்டிருந்தது. அந்நாட்களில், பரியுடனான எனது பந்தம் - எனக்குள் ஆழமாகத் துடித்துக் கொண்டிருந்த அந்த பந்தம் - தேய்ந்துபோய் வெகுகாலம் ஆகியிருந்தது. எப்போதாவதுதான் அவளைப் பற்றிய நினைப்பு வரும். ஆண்டுகள் ஓட ஓட, நான் அவளை விட வேகமாக வளர்ந்திருந்தேன். எனக்கு ரொம்பவும் பிடித்த ஆடைகளை விடவும், தூங்கும்போது கட்டிக்கொள்ளும் புஸுபுஸு பொம்மைகளை விடவும் வேகமாக வளர்ந்தது மாதிரி. ஆனால் இப்போது மீண்டும் அவளைப் பற்றியும், எங்களைப் பிணைத்திருந்த அந்த நெருக்கத்தைப் பற்றியும் நினைத்தேன். அவளைப் புரட்டிப்போட்டது, ஆழ்கடலின் பேரலை என்றால், அதன் மிச்ச சொச்சம் என் கணுக்காலை சூழ்ந்துவிட்டு பின்வாங்கிய சாதாரண நீரோட்டம் மட்டுமே.

பாபா தொண்டையைச் செருமிக் கொண்டு ஜன்னலுக்கு வெளியே இருண்ட வானத்தையும் மேகம் சூழ்ந்த நிலாவையும் பார்க்க, அவரின் கண்கள் உணர்ச்சிவசத்தால் நனைந்திருந்தன.

என்னைச் சுற்றியிருக்குற எல்லாமே உன்னைத்தான் ஞாபகப்படுத்தும்.

பாபா சற்றே மென்மையாக, ஏறக்குறைய பதட்டத்தோடு வெளியிட்ட இந்த வார்த்தைகளிருந்து அவர் எவ்வளவு காயம்பட்டிருக்கிறார் என்று தெரிந்துகொண்டேன். அவர் என் மேல் வைத்திருந்த அந்த அப்பழுக்கற்ற, தூய அன்பு, அந்த வானத்தைப் போல எனக்காக எல்லையே இல்லாமல் நிரந்தரமாகப் பரந்து விரிந்து கிடக்கிறது என்ற உண்மை எனக்குப் புரிந்தது. அது எப்போதும், என்றென்றும் மேலிருந்து என்னைப் பார்த்துக் கொண்டேயிருக்கும். இன்று இல்லையென்றாலும் என்றாவது ஒருநாள், உங்களைச் சரியான இக்கட்டில் சிக்கவைக்கக் கூடிய அன்பு அது. இந்த இரண்டில் ஒன்றை நீங்கள் தேர்ந்தெடுத்தே ஆகவேண்டிய நிர்பந்தத்தில் அது உங்களைத் தள்ளிவிடும்: ஒன்று நீங்களாகவே இதை அறுத்துக்கொண்டு விடுதலை அடைந்துவிட வேண்டும் இல்லை எவ்வளவுதான் உங்களைச் சிறுகச்சிறுக நசுக்கி மூச்சுத் திணறடித்தாலும் இதன் கொடுமைகளைத் தாங்கிக்கொண்டு இங்கேயே அடைந்துகிடக்க வேண்டும்.

இருட்டான பின்இருக்கையிலிருந்து என் கைகளைக் கொண்டு வந்து, அவரது முகத்தைத் தொட்டேன். என் உள்ளங்கையில் அவரின் கன்னத்தைச் சாய்த்துக் கொண்டார்.

இவ்வளவு நேரம் என்ன பண்றா? அவர் முணுமுணுத்தார்.

பூட்டிட்டு இருக்காங்க, என்றேன். அடித்துப்போட்டது மாதிரி இருந்தது. அவ்வளவு களைப்பு. அம்மா அவசர அவசரமாகக் காருக்கு வருவதைக் கவனித்தேன். அந்தத் தூறல் அடைமழையாக மாறியிருந்தது.

ஒரு மாதத்துக்குப் பிறகு, கல்லூரியைச் சுற்றிப்பார்ப்பதற்காக நான் விமானத்தைப் பிடித்துக் கிழக்குப் பக்கம் போவதற்கு இரண்டு வாரங்கள் இருந்த போது, எழுதிக் கொடுத்த வயிற்றுவலி மாத்திரை சுத்தமாகக் கேட்கவில்லை என்று சொல்வதற்காக மருத்துவர் பஷீரியைப் பார்க்க அம்மா போனாள். அவர் நிலையறிபடத்துக்கு எழுதிக் கொடுக்க, அம்மாவின் இடது கருப்பையில் வாதுமைக் கொட்டை அளவுக்கு ஒரு கட்டி இருந்ததை அவர்கள் கண்டுபிடித்தார்கள்.

***

“பாபா?”

அவர் சாய்வுநாற்காலியில் உட்கார்ந்திருக்கிறார், அசையாமல், கூன் போட்டுக்கொண்டு. முழுக்கால்சட்டை அணிந்திருக்கிறார், முட்டிக்குக் கீழே கட்டம் போட்ட கம்பளித் துண்டால் போர்த்தியிருக்கிறார். கழுத்து வரைக்கும் பட்டன் பூட்டியிருந்த சட்டைக்கு மேல் போன வருடம் நான் வாங்கிக் கொடுத்த பழுப்புநிற கம்பளிச்சட்டை அணிந்து கொண்டிருக்கிறார். இப்போதெல்லாம் சட்டைகளை இப்படித்தான் போட வேண்டும் என அடம்பிடிக்கிறார், பட்டன்கள் கழுத்து வரைக்கும் பூட்டியிருக்க வேண்டும். பார்ப்பதற்குச் சின்ன பையன் மாதிரி, பலவீனமாகத் தோற்றமளிக்க வேண்டும். முதுமையிடம் தன்னை முழுமையாக ஒப்படைத்துவிட்டது மாதிரி தெரிகிறார். இன்று அவரின் முகம் சற்றுப் புடைத்திருக்கிறது. வாராத நரைமுடிகள் அவரது புருவத்தின் மேல் விழுகின்றன. சோர்ந்து போன, குழப்பமான முகத்துடன் *யார் கோடீஸ்வரனாக விரும்புகிறீர்கள்?* பார்த்துக் கொண்டிருக்கிறார். அவரின் பெயரைச் சொல்லி நான் கூப்பிட, முதலில் என்னைக் கேட்காதது போல தொலைக்காட்சியின் திரையிலேயே அவரது பார்வை நிலைக்குத்தி இருக்கிறது. பின்னர் மெதுவாக அதை என் பக்கமாகத் திருப்புகிறார். கூப்பிட்டது பிடிக்கவில்லை போலிருக்கிறது. அவருடைய இடது கண்ணின் கீழ் இமையில் கட்டி ஒன்றை வளர்த்துக் கொண்டிருக்கிறார். முகச்சவரம் தேவைப்படுகிறது அவருக்கு.

"பாபா, தொலைக்காட்சியைச் சத்தம் கம்மி பண்ணிக்கட்டுமா ஒரு நிமிஷம்?"

"நான் பார்த்துக்கிட்டு இருக்கேன்ல," என்கிறார்.

"தெரியுது. ஆனா உங்களைத் தேடி ஒருத்தர் வந்திருக்காங்க." அவரிடம் பரி வஹ்தாதி இங்கு வரப்போகிற தகவலை நேற்றே சொல்லியிருந்தேன், திரும்ப இன்று காலையிலும் ஒருமுறை சொன்னேன். அவருக்கு ஞாபகமில்லையா என்று கேட்க நான் விரும்பவில்லை. ஆரம்பத்திலிருந்தே நான் கற்றுக்கொண்ட விஷயம் அது, அவரை இக்கட்டில் தள்ளக்கூடிய எதையும் செய்துவிடக்கூடாது என்பது. காரணம் அதனால் அவர் தர்மசங்கடத்தில் விழுந்துவிடுகிறார், அதனால் காயம்படுகிறார், அதனால் சில நேரங்களில் காயப்படுத்தவும் செய்கிறார்.

சாய்வுநாற்காலியின் கைப்பிடிக் குழியிலிருந்து தொலைக்காட்சியின் ரிமோட்டை பறிக்கிறேன்; அதை ஊமையாக்குகிறேன். அவர்

கலாட்டா பண்ணுவதற்காகக் காத்திருக்கிறேன். முதல்முறை அவர் அப்படிச் செய்தபோது, சும்மா பம்மாத்து வேலையாகத்தான் நினைத்தேன், வெறும் நடிப்பாக. ஆனால் போகப்போக நிலைமை மோசமாகிக் கொண்டே இருந்தது. அப்பாடா, நல்லவேளையாக இம்முறை அப்பா நீண்ட பெருமூச்சைத் தாண்டி எந்த அமர்க்களத்தையும் செய்யவில்லை.

வரவேற்பறைக்குள் நுழையாமல் முற்றத்தில் தயங்கிக் கொண்டிருந்த பரியை நான் சைகையில் கூப்பிடுகிறேன். அவள் எங்களை நோக்கி நிதானமாக நடந்து வருகிறாள். பாபாவின் சாய்வுநாற்காலிக்குப் பக்கத்திலேயே பரிக்கும் ஒரு நாற்காலியை இழுத்துப் போடுகிறேன். அவளுக்கு உடம்பு பூராவும் பதட்டம், என்னால் சொல்ல முடிகிறது. விறைப்பாக உட்கார்ந்திருக்கிறாள். இருக்கையின் நுனியில் பட்டும் படாமல். முன்பக்கமாகக் குனிந்தபடி. இரண்டு மூட்டுகளையும் ஒட்டிக்கொண்டு. அத்தனை விரல்களையும் பின்னிக்கொண்டு. அவளது சிரிப்பு எந்த அளவுக்கு இறுக்கமாக இருந்தால் உதடுகள் ரத்தத்தை இழந்து வெளுக்கும். அவளின் கண்கள் பாபாவின் மேல் ஒட்டிக்கொண்டிருக்கிறது, என்னவோ இன்னும் சில கணங்களே இருப்பது மாதிரி, அதற்குள் அந்த முகத்தை மனப்பாடம் செய்துவிட வேண்டுமென்று துடிப்பது மாதிரி.

"பாபா, நான் சொன்னேன்ல அந்தத் தோழி இவங்கதான்."

பாபா இந்த ஒல்லியான, நரைத்ததலைப் பெண்ணைப் பார்க்கிறார். சமீப காலங்களாக, அவர் யாரைப் பார்த்தாலும் சரி, நேருக்கு நேராக முறைத்தாலும் சரி, அந்தப் பார்வையே ஒரு தினுசாக இருக்கிறது. அதில் உயிர்ப்பே இருப்பதில்லை. மனிதர்களை ஈடுபாடில்லாமல் பார்க்கிறார், அவர் வேறெங்கோ பார்க்க எத்தனித்த அதே இடத்தில் மனிதர்கள் எதிர்பாராத விதமாக வந்து உட்கார்ந்து கொண்டது போல.

பரி தனது தொண்டையைக் கனைக்கிறாள். ஆனாலும் பேசும்போது அவளின் குரல் உதறல் எடுக்கத்தான் செய்கிறது. "வணக்கம், அப்துல்லா. என் பேரு பரி. உங்களைப் பார்த்ததுல ரொம்ப சந்தோஷம்."

அவர் மெதுவாகத் தலையசைக்கிறார். அமைதியான குளத்தில் போட்ட கல்லால் உருவாகும் சிற்றலை போல, அவரது முகத்தில் தடுமாற்றத்தையும் குழப்பத்தையும் என்னால் கண்கூடாகப்

பார்க்க முடிகிறது, அப்படியே அப்பட்டமாக. அவரின் கண்கள் என்னிடமிருந்து பரிக்குத் திரும்புகின்றன. அரைச் சிரிப்பாக அவரின் வாய் கஷ்டப்பட்டுத் திறக்கிறது. நம்மை நையாண்டி செய்கிறார்கள் என்று தெரிந்தும் நாம் சிரிப்போமே அதே போல.

“உங்களோட ஆங்கிலம் வித்தியாசமா இருக்கு,” ஒரு வழியாக அவர் பேசுகிறார்.

“இவங்க சொந்த ஊர் ஃபிரான்ஸ், அதான்,” நான் சொன்னேன். “அப்புறம், பாபா, இவங்களுக்கு பார்ஸி புரியாது. நீங்க ஆங்கிலத்துல பேசணும்.”

பாபா தலையாட்டுகிறார். “அப்புறம், நீங்க லண்டன்லயா இருக்கீங்க?” பரியிடம் கேட்கிறார்.

“பாபா!”

“என்ன?” என் பக்கமாக முறைக்கிறார். பிறகு அவருக்குப் புரிகிறது. பார்ஸியிலிருந்து ஆங்கிலத்துக்கு மாறும் முன் வெட்கப்பட்டு, தடுமாறிச் சிரிக்கிறார். “நீங்க லண்டன்ல இருக்கீங்களா?”

“சரியா சொல்லணும்னா, பாரீஸ்,” என்கிறாள் பரி. “பாரீஸ்ல ஒரு சின்ன அடுக்குமாடிக் குடியிருப்புல இருக்கேன்.” அப்பாவைப் பார்க்கிற அவளது கண்கள் சிமிட்டவே இல்லை.

“நானும் என் மனைவியைப் பாரீஸுக்குக் கூட்டிட்டுப் போணும்னு அடிக்கடி நினைப்பேன். சுல்தானா - அதான் அவ பேரு, அவளோட ஆத்மா சாந்தியடையட்டும். அவதான் எப்பப் பார்த்தாலும் சொல்லிக்கிட்டே இருப்பா. *பாரீஸ்க்குக் கூட்டிட்டுப் போங்க, அப்துல்லா. எப்போ கூட்டிட்டுப் போவீங்க?*”

உண்மையில், அம்மாவுக்குப் பிரயாணம் போவது பிடிக்காது. நன்கு பழக்கப்பட்ட தனது சொந்த வீட்டின் சௌகரியத்தை விட்டுவிட்டு எதற்காக தெரியாத இடங்களுக்கு பெட்டிகளைச் சுமந்து கொண்டு பறக்க வேண்டும், கஷ்டப்பட வேண்டும் என்று கடைசி வரை அவள் தெரிந்து கொள்ளவில்லை. புதுப்புதுப் பதார்த்தங்களைச் சாப்பிட்டுப் பார்க்க வேண்டும் என்ற எண்ணம் துளிகூடக் கிடையாது அவளுக்கு. அவள் சாப்பிட்டதிலேயே அயல்நாட்டு உணவு வகை என்று இருந்ததென்றால் அது டெய்லர்ஸ் சாலையின் அந்த சைனாக்காரக் கடையில் கட்டிக்கொடுக்கும் *ஆரஞ்சு சிக்கன்* மட்டும்தான். சில சமயங்களில், அவரின் நினைவுகளுக்குள்

அம்மாவைத் துல்லியமாகப் பொறுத்துவது ஆச்சரியமே - உதாரணமாக, அம்மா சாப்பிடும் போது உப்பை அவளின் உள்ளங்கையில் கொட்டி அதன்பிறகு தட்டுக்குள் தூவியது, தொலைபேசியில் பேசும்போது குறுக்கிட்டது, நேரில் எப்போதுமே குறுக்கிடாதது எல்லாம் அவரின் ஞாபகத்தில் இருக்கிறது. அதே போல, மற்ற சில நேரங்களில், இப்படி எக்குத்தப்பாக அடித்துவிடுவதும். அம்மா அவரின் நினைவுகளிலிருந்து மங்கிக் கொண்டிருப்பதாக எனக்குப் படுகிறது. அவளின் முகம் இருட்டுக்குள் பின்வாங்கிக் கொண்டிருப்பதாக, அவளின் ஞாபகங்கள் ஒவ்வொரு நாளும் தேய்ந்து கொண்டிருப்பதாக. அம்மாவின் உருவம் காற்றில் கரைந்து கொண்டிருக்கிறது, முஷ்டிக்குள்ளிருந்து ஒழுகும் மணலைப் போல ஞாபகங்கள் காலியாகிக் கொண்டிருக்கின்றன. அதனால்தான் பொய்யான தகவல்களால், கற்பனையான ஜோடிப்புகளால் அவர் மனதின் வெற்றிடங்களை நிரப்பிக்கொள்ள வேண்டிய கட்டாயத்தில் அப்பா இருக்கிறார். அவளைப் பற்றிய நினைவுகள் சுத்தமாக இல்லாமல் போவதற்கு பதில் இந்தப் போலியான நினைவுகள் எவ்வளவோ தேவலாம்.

"ம், பாரீஸ் ரொம்ப நல்ல ஊர்," என்கிறாள் பரி.

"முடிஞ்சா அவளைக் கூட்டிட்டுப் போறேன். ஆனா இப்போ அவளுக்குப் புற்றுநோய் வந்துடுச்சு. பொம்பளைங்களுக்கு வருமே - அது என்னது அது? - அது வந்து..."

"கர்ப்பப்பை புற்றுநோய்," நான் குறுக்கிடுகிறேன்.

பரி தலையாட்டுகிறாள். அவளின் பார்வை என்னிடமும் பாபாவிடமும் ஊசலாடிக் கொண்டிருக்கிறது.

"ஈஃபிள் கோபுரம் மேல ஏறிப் பார்க்கணும்னு அவளுக்கு ரொம்ப ஆசை. நீங்க பார்த்துருக்கீங்களா?" பாபா கேட்கிறார்.

"எது ஈஃபிள் கோபுரத்தையா?" பரி வஹ்தாதி சிரிக்கிறாள். "ஓ, ஆமாம். தினமும் பார்ப்பேன். உண்மையைச் சொல்லணும்னா, நானே நினைச்சாலும் அதைப் பார்க்காம இருக்க முடியாது."

"மேல ஏறியிருக்கீங்களா? உச்சி வரைக்கும்?"

"ஆமாம், ஏறியிருக்கேன். அங்கிருந்து பார்த்தா ரொம்ப அழகாயிருக்கும். ஆனா எனக்கு உயரமான இடம்னா பயம், அதனால அங்கே நிக்கும் போதெல்லாம் ஒரு மாதிரி நடுங்கிட்டேதான் நிப்பேன். ஆனா,

உச்சியிலே, மேகமூட்டம் இல்லைன்னா, நல்ல வெயில் நாட்கள்ல, சுத்தியும் அறுபது கிலோமீட்டர் தூரத்துக்குப் பார்க்க முடியும். உண்மையைச் சொல்லனும்னா இப்போல்லாம் பாரீஸ்ல நல்ல நாளும் குறைஞ்சுடுச்சு, வெயில் நாளும் குறைந்துடுச்சு."

பாபா கனைக்கிறார். பரி, உற்சாகமாகி, ஈஃபிள் கோபுரத்தைப் பற்றித் தொடர்ந்து பேசிக்கொண்டே இருக்கிறாள். அதைக் கட்டிமுடிக்க எத்தனை வருடங்கள் ஆனது, 1889ம் உலகக் கண்காட்சி வரை மட்டும்தான் அது ஃபிரான்ஸில் இருக்கும் என்று முடிவெடுக்கப்பட்டது என. ஆனால் என்னை மாதிரி அவளால் அப்பாவின் கண்களைப் புரிந்துகொள்ள முடியாது. அவரின் கண்கள் எப்போதோ மந்தமாகிவிட்டன. அவரின் கவனம் வழிதவறியதையோ, காற்றில் அடித்துச் செல்லப்பட்ட சருகுகளைப் போல அவரின் நினைவுகள் திசைமாறியதையோ அவள் உணரவில்லை. பரி இன்னும் கொஞ்சம் நெருங்கி வருகிறாள். "தெரியுமா, அப்துல்லா," அவள் தொடர்கிறாள், "ஏழு வருஷத்துக்கு ஒரு தடவை மொத்த கோபுரத்துக்கும் அவங்க வண்ணம் அடிச்சாகணும்னு?"

"உங்களோட பேர் என்ன சொன்னீங்க?" பாபா கேட்கிறார்.

"பரி."

"அது என் பொண்ணோட பேராச்சே."

"ஆமாம், தெரியும்."

"உங்களுக்கும் அதே பேருதான்," பாபா சொல்கிறார். "உங்க ரெண்டு பேருக்கும் ஒரே பேரு." அவர் இருமுகிறார். அந்த சாய்வுநாற்காலியின் கைப்பிடி உறையின் தோல் துணுக்கு ஒன்றை அனிச்சையாகக் கிழிக்கிறார்.

"உங்ககிட்ட ஒண்ணு கேட்கவா, அப்துல்லா?"

பாபா தோள்களைக் குலுக்குகிறார்.

பரி என்னைப் பார்க்கிறாள், அனுமதி கேட்பது மாதிரி. நான் தலையசைத்து ஆமோதிக்கிறேன். அவள் இருக்கையிலிருந்து முன்னால் குனிகிறாள். "உங்கப் பெண்ணுக்கு இந்தப் பேர் வைக்கணும்னு எப்படித் தோணுச்சு?"

பாபா அவரின் பார்வையை ஜன்னலின் பக்கம் திருப்புகிறார். அவரின் விரல்கள் சாய்வுநாற்காலியை இன்னமும் நோண்டிக் கொண்டிருக்கின்றன.

"எதனால இந்தப் பேரை வச்சீங்க, அப்துல்லா? உங்களுக்கு ஞாபகம் இருக்கா?"

அவர் இடவலமாகத் தலையசைக்கிறார். முஷ்டியை மடக்கி கம்பளிச்சட்டையைக் கடித்தபடி தொண்டையை அடைத்துக்கொள்கிறார். அவர் உள்ளுக்குள் எதையோ முனக, அவரின் உதடுகள் கொஞ்சம் கூட அசையவில்லை. பதட்டம் வரும்போதும், கேள்விக்கான விடை தெரியாதபோதும், எல்லாமே குழம்பும்போதும், நினைவுகள் திரித்திரியாகப் பிரியும்போதும், அவரைச் சூழும் அந்த அந்தகாரம் அகலுவதற்காகத் தவியாய்த் தவித்துக் கொண்டிருக்கும்போதும் ராகத்தோடு முனகுவாரே அதே முனகல் சத்தம்.

"அப்துல்லா? என்ன அது?" பரி கேட்கிறாள்.

"ஒண்ணுமில்ல," அவர் முணுமுணுக்கிறார்.

"இல்லை, இப்போ பாடினீங்களே - என்னது அது?"

அவர் என் பக்கமாகத் திரும்புகிறார். அவருக்குத் தெரியவில்லை.

"அது சும்மா ஒரு குழந்தைப்பாடல் மாதிரி," என்கிறேன் நான். "பாபா, உங்களுக்கு ஞாபகம் இருக்கா? நீங்க சின்ன பையனா இருந்தப்போ கத்துகிட்டதா சொன்னீங்களே. உங்க அம்மா சொல்லிக் கொடுத்தாங்கன்னு சொன்னீங்களே."

"ஆமாம்."

"அதை எனக்காக ஒரு தடவை பாடறீங்களா?" பரி அவசரப்படுகிறாள், அவளின் தொண்டை திக்குகிறது. "தயவு செய்து அப்துல்லா, ஒரேயொரு தடவை பாடுங்க."

அவர் தலைகுனிகிறார். மெதுவாகத் தலையசைக்கிறார்.

"ம், பாடுங்க," நான் மென்மையாகச் சொல்கிறேன். அவரது தோளில் கைவைக்கிறேன். "பரவால்ல, பாடுங்க."

பாபா தயக்கத்துடன், நடுங்குகிற உச்சஸ்தாயியில், இந்த இரண்டு வரிகளைத் தலை நிமிராமல் பாடுகிறார். திரும்பத் திரும்ப இதே வரிகளை:

சோகமான சிறு தேவதையைக் கண்டேன்
காகித மரத்தடி நிழலில்.

"அடுத்து ஏதோ ரெண்டு வரி வரும்னு சொல்லிட்டு இருப்பார்," நான் பரியிடம் சொல்கிறேன், "ஆனா அதை மறந்துட்டாராம்."

பரி வஹ்தாதி பட்டெனச் சிரித்துவிடுகிறாள், அவளின் தொண்டைக்குள்ளிருந்து ஆழமாகக் கொப்பளித்து அது வெளிவர, வாயை மூடுகிறாள். "ஓ, கடவுளே," கிசுகிசுக்கிறாள். பின்னர் கைகளை விலக்கி, பார்ஸியில் பாடுகிறாள்:

சோகமான சிறு தேவதையை அறிவேன்
அது காற்றிலடித்துச் செல்லப்பட்ட இரவில்.

பாபாவின் நெற்றியில் சுருக்கம் உருவாகிறது. அவரது கண்களில் மின்னலின் கீற்று, ஒரு கணத்துக்கும் குறைவாகத் தோன்றி மறைந்ததாக நினைக்கிறேன். ஆனால் அதை அவரின் இமைகள் உடனடியாக மூடி மறைக்க, மீண்டும் அவரின் முகம் சலனமில்லாமல் அமைதியாகிறது. தலையைப் பக்கவாட்டில் ஆட்டி மறுக்கிறார், "இல்ல இல்ல. இப்படி வராது. எனக்குத் தெரியும்."

"ஓ, அப்துல்லா..." என்கிறாள் பரி.

கண்ணீர் பெருக, சிரித்துக் கொண்டே, பரி பாபாவின் கைகளை அடைந்து, அதைப் பிடித்துக்கொள்கிறாள். அவரது ஒவ்வொரு புறங்கையிலும் முத்தமிட்டு, கன்னங்களில் ஒத்திக்கொள்கிறாள். பாபாவும் சிரிக்கிறார், அவரது கண்களும் ஈரமாகின்றன. பரி நிமிர்ந்து என்னைப் பார்க்க, அவளின் கண்களிலிருந்து ஆனந்தக் கண்ணீர் சிந்துகிறது. அவள் தனது சகோதரனைக் கண்டுபிடித்துவிட்டதாக, மாயாஜாலக் கதைகளில் மந்திரத்தைச் சொல்லி பூதத்தை வரவழைப்பது மாதிரி தொலைந்து போன தனது அண்ணனை இந்த இரண்டு வரி பாடலின் மூலம் மீட்டெடுத்துவிட்டதாக நினைக்கிறாள் என்றுதான் எனக்குப் படுகிறது. பாபா அவளைத் தெளிவாக அடையாளம் கண்டுகொண்டதாக அவள் நினைக்கிறாள். இன்னும் சற்று நேரத்தில் அவளுக்குப் புரிந்துவிடும், அவர் காட்டுவது வெறும் எதிர்வினை மட்டுமே என்று, அவளின்

தூண்டலுக்கான ஒரு துலங்கல், அவ்வளவுதான். அவளின் அன்பான தொடுதலை, பாசத்தின் வெளிப்பாட்டைப் பிரதிபலிக்கிறார். சாதாரண ஜீவராசிகளுக்கும் இருக்கக் கூடிய உள்ளுணர்வு இது, மற்றபடி வேறொன்றும் இல்லை. இந்தக் கசப்பான உண்மை எனக்கு நன்றாகத் தெரியும்.

***

என்னிடம் மரணத்தை எதிர்நோக்கும் நோயாளிகளைப் பராமரிக்கிற ஒரு மருத்துவமனையின் தொலைபேசி எண்ணை மருத்துவர் பஷீரி கொடுத்த சில மாதங்களுக்கு முன்னால், நானும் அம்மாவும் சாண்டா க்ரூஸ் மலைகளுக்கு பயணம் போனோம். அந்த வார இறுதியை ஒரு விடுதியில் கழித்தோம். அம்மாவுக்கு வெளியூர் பயணம் என்றாலே அலர்ஜி. இருந்தாலும் அவ்வப்போது அவளும் நானும் சிறுசிறு பயணங்களை மேற்கொள்ளத்தான் செய்தோம், அவள் படுத்த படுக்கையாக ஆவதற்கு முன்னால். உணவகத்தைப் பாபா பார்த்துக்கொள்ள, நான் அம்மாவை வண்டியில் ஏற்றிக்கொண்டு போடேகா விரிகுடா அல்லது சாஸலிட்டோ அல்லது சான் ஃபிரான்சிஸ்கோ என்று சுற்றினேன். எப்போதுமே விடுதியில் தான் தங்குவோம். அறைக்குள் குடியேறியதும் அறை பணியாளர்களை வரவழைத்து, கட்டண திரைப்படங்களைப் பார்ப்போம். பிறகு, கப்பல்துறைக்குப் போவோம்; ஜெல்லாட்டோ சாப்பிடுவோம்; கடல் சிங்கங்கள் தண்ணீருக்குள் குதித்து எழும்புவதைப் பாலத்திலிருந்து பார்ப்போம். சுற்றுலாப்பயணிகளுக்கு விரிக்கும் வலைகளில் அம்மா எளிதாக விழுந்துவிடுவாள். நடைமேடையில் கிட்டார் வாசிப்பவனின் திறந்திருந்த கல்லாப் பெட்டியிலும், அபிநயக்கூத்தாடிகளின் பையிலும், உடம்பு முழுக்க வண்ணச்சாயம் பூசி நின்ற இயந்திர மனிதர்களின் முன்னாலும் காசு போடுவோம். நவீன ஓவியங்களின் அருங்காட்சியகத்துக்குப் போகத் தவறியதே இல்லை. அங்கே, அம்மாவின் கைகளைக் கோர்த்துக் கொண்டு, ரிவேரா, காஹ்லோ, மாட்டீஸ், போலாக் போன்ற கலைஞர்களின் படைப்புகளை அவளுக்குச் சுற்றிக் காட்டுவேன். இல்லையென்றால் அம்மாவுக்கு மிகவும் பிடித்த மதிய காட்சிக்குப் போவோம். இரண்டு அல்லது மூன்று படங்களைத் தொடர்ந்து பார்த்துவிட்டு, சோர்ந்த கண்கள் சிவக்க, காதுகள் ரீங்காரம் போட்டுக் கொண்டிருக்க, விரல்களில் சோளப்பொரி வாசம் வீச இருட்டிய பிறகு திரும்புவோம்.

அம்மாவிடம் எல்லாமே இலகுவாக இருந்தன - எப்போதுமே அப்படித்தான் - அதிக சிக்கலில்லாமல், குறைவான பிரச்சினைகளோடு. சதா விழிப்புடன் இருக்க வேண்டிய அவசியமில்லை எனக்கு. எதையாவது பேசினால் காயப்பட்டு விடுவாளோ, கோபித்துக் கொள்வாளோ என்ற பயமில்லாமல் இருக்கலாம், எப்போதுமே. அவளுடன் அந்த வார இறுதி நாட்களின் சுற்றுப்பயணத்தில், இரண்டு நாளைக்காவது தனியாக இருப்பது மேகத்துடன் கட்டிப்புரள்வது மாதிரி. என்னைப் பிடித்திருந்த அத்தனை கவலைகளும் ஆயிரம் மைல்களுக்குக் கீழே விழுந்துவிடும், அர்த்தமற்றுப் போய்விடும்.

நாங்கள் மற்றொரு சுற்று வேதிச்சிகிச்சை முடிந்துவிட்டதைக் கொண்டாடிக் கொண்டிருந்தோம். பின்னாளில் அதுவே கடைசியாகவும் போய்விட்டது அவளுக்கு. ஒதுக்குப்புறமான, அழகான இடத்தில் இருந்தது அவ்விடுதி. தேகநலக் குளியல் மையம், உடற்பயிற்சிக்கூடம், பெரிய திரை தொலைக்காட்சி கொண்ட ஒரு விளையாட்டு அறை, பில்லியர்ட்ஸ் விளையாட்டு மேஜை என சகலமும் அங்கிருந்தன. மரத்தாலான முற்றத்தைக் கொண்ட நீச்சல் குளத்தையும், உணவகத்தையும், மேகத்தை இடித்துக் கொண்டிருந்த செம்மரங்களின் தோப்புகளையும் பார்த்த மாதிரி இருந்த அறையில் நாங்கள் தங்கியிருந்தோம். சில மரங்கள் எங்களுக்கு நெருக்கத்தில் இருந்தன, அதன் கிளைகளில் விருட்டென்று ஓடும் அணில்களின் ரோமப் படலத்தில் இருக்கிற அந்த நாசூக்கான நிற மாறுபாடுகளைக் கூடச் சொல்லிவிடும் அளவுக்கு மிக நெருக்கத்தில். அங்கு எங்களின் முதல் காலையில், அம்மா என்னை எழுப்பினாள். *எழுந்திரு பரி, சீக்கிரம். அங்க பாரு,* என்றாள். அவள் கைகாட்டிய திசையில், ஜன்னலுக்கு வெளியே, புள்ளிமான் ஒன்று புதரை மேய்ந்து கொண்டிருந்தது.

தோட்டத்தைச் சுற்றி அவளது சக்கரநாற்காலியைத் தள்ளிக்கொண்டு போனேன். *நான் எவ்ளோ பந்தாவா சுத்துறேன் பாரு,* என்றாள் அம்மா. ஒரு நீரூற்றுக்குப் பக்கத்தில் அவளை நிறுத்தி, அடுத்திருந்த பலகையில் உட்கார்ந்தேன். சூரியன் எங்களின் முகங்களைச் சூடாக்கிக் கொண்டிருக்க, அம்மா தூக்கத்தில் விழும்வரை அந்தத் தேன்சிட்டுகள் ஒவ்வொரு பூவாகத் தாவிக்கொண்டிருந்ததை வேடிக்கை பார்த்தோம். பின்னர் எங்களின் அறைக்குத் திரும்பவும் அவளைத் தள்ளிக்கொண்டு சென்றேன்.

ஞாயிறு மதியம், பெரிய தேவாலயத்தில் இருப்பது போன்ற கூரை வைத்திருந்த, புத்தக அலமாரி ஒரு பக்கமும், கல்லால் ஆன அடுப்பங்கரை மறு பக்கமும் இருந்த உணவகத்துக்கு வெளியே, மேல்மாடத்தில் டீயும் க்ரோஸான் பன்னும் சாப்பிட்டோம். எங்களுக்குக் கீழே ஒரு சூஃபி துறவியின் முகம் கொண்ட ஆணும், தளர்வான தங்கக் கூந்தல் கொண்ட பெண்ணும் மேஜைப்பந்தாட்டத்தை அசட்டையாக ஆடிக்கொண்டிருந்தனர்.

இந்தப் புருவத்துக்கு ஏதாச்சும் செய்யணும், அம்மா சொன்னாள். கம்பளிச்சட்டைக்கு மேல் கம்பளிக்கோட்டுப் போட்டிருந்தாள். தலையில் செம்மண்நிற கம்பளித்தொப்பி. ஒன்றரை வருடங்களுக்கு முன், அவளே தன் கைப்பட அந்தத் தொப்பியைப் பின்னினாள். அதைப் பின்னி முடித்த நேரமோ என்னவோதான் வீட்டில் அதகளம் ஆரம்பமாகிவிட்டது.

நான் வரைஞ்சு விடறேன், என்றேன்.

பார்க்கறதுக்கு பயங்கரமா இருக்கணும்.

கிளியோபாட்ராவுல வர்ற எலிசபெத் டெய்லர் மாதிரியா?

அவள் சோர்வாகச் சிரித்தாள். ஏன் கூடாதா? டீயை ஒரு மிடறு உறிஞ்சினாள். அவள் முகத்தின் புதுப்புது வரிகள் சிரிக்கும் போது தெளிவாகின்றன. பெஷாவர்ல நான் முதல் முதல்ல அப்துல்லாவைச் சந்திச்சப்போ, தெருவோரத்துல துணி வித்துட்டு இருந்தேன். அப்போதான் சொன்னார் எனக்கு அழகான புருவங்கள் இருக்கிறதா.

அந்த மேஜைப்பந்தாட்ட ஜோடி ஆட்டத்தைக் கைவிட்டுவிட்டது. மரக்கைப்பிடியில் சாய்ந்துகொண்டு, ஒரே சிகரெட்டை வானத்தைப் பார்த்துக் கொண்டே மாறி மாறி இழுத்துக்கொண்டிருந்தது. சண்டை போட்டுக் கொண்டிருந்த சில போக்கிரி மேகங்களைத் தவிர அவர்களின் வானம் பளிச்சென்று, தெளிவாக இருந்தது. அந்தப் பெண்ணுக்கு நீளமான கைகள், குச்சிக் கைகள்.

கேப்பிட்டோலாவுல இன்னிக்கு ஒரு கலை-கைவினைக் கண்காட்சி நடக்குதாம். செய்தித்தாள்ல படிச்சேன், என்றேன். உங்களுக்கு சம்மதம்னா கூட்டிட்டுப் போறேன். போய் பார்க்கலாம். இரவு உணவையும் கூட அங்கேயே முடிச்சுக்கலாம்.

பரி?

ம்.

உன்கிட்ட ஒண்ணு சொல்ல விரும்புறேன்.

சரி.

பாகிஸ்தான்ல அப்துல்லாவுக்கு ஒரு தம்பி இருக்கார், என்றாள் அம்மா. தம்பின்னா சித்தி மகன்.

டக்கென்று அவளைத் திரும்பிப் பார்த்தேன்.

அவர் பேர் இக்பால். அவருக்கும் பசங்க இருக்காங்க. பெஷாவர்ல இருக்குற அகதிகள் முகாம்ல வாழ்ந்துட்டு இருக்கார்.

என்னுடைய குவளையைக் கீழே வைத்தேன், பேச ஆரம்பித்தேன், ஆனால் அம்மா என்னை விடவில்லை.

இப்போ சொல்றேன் இல்ல, அதான் முக்கியம். உங்கப்பா இதுவரை சொல்லாம இருக்குறதுக்கும் காரணங்கள் இருக்கு. கொஞ்ச நாள் போனா உனக்கே தெரியவரும். முக்கியமான விஷயம், உங்க அப்பாவுக்கு ஒரு தம்பி இருக்கார், அவருக்கு உதவி பண்ண அப்பா அடிக்கடி பணம் அனுப்பிக்கிட்டு இருக்கார்.

அவள் மேலும் விளக்கினாள், எப்படி வருடக் கணக்கில், பாபா இக்பாலுக்கு - என் சித்தப்பாவுக்கு, நினைக்கும் போதே அடைக்கிறது - ஒவ்வொரு மூன்று மாதமும் ஆயிரம் டாலர்களை, வெஸ்டர்ன் யூனியன் மூலமாக, பெஷாவரில் உள்ள ஒரு வங்கிக் கணக்குக்கு அனுப்பிக் கொண்டிருக்கிறார் என்பதை.

என்கிட்ட இப்போ ஏன் சொல்றீங்க? நான் கேட்டேன்.

நீ தெரிஞ்சிக்க வேண்டிய நேரம் வந்துடுச்சு, பரி. அதுவும் இல்லாம, இன்னும் கொஞ்ச நாள்ல கணக்கு வழக்கெல்லாம் நீதான் பார்த்துக்கப் போற. எந்த வழியிலாவது உனக்குத் தெரியத்தான் போகுது.

நான் முகத்தைத் திருப்பிக் கொண்டேன். ஒரு பூனை, வாலைச் செங்குத்தாக நீட்டியபடி மேஜைப்பந்தாட்ட ஜோடியை உரசிக்கொண்டிருந்தது. அந்தப்பெண் பூனையைக் கொஞ்சுவதற்காக கைநீட்ட முதலில் அது தன் உடலைக் கெட்டியாக இறுக்கிக்கொண்டது. பிறகு கைப்பிடியில் சுற்றிக்கொண்டு, அந்தப் பெண்ணை அதன் காதுகளில், முதுகில் கோதிவிட அனுமதித்தது. எனது நினைவுகள் பறந்து கொண்டிருந்தன. அமெரிக்காவைத் தாண்டியும் எனக்குச் சொந்தம் இருக்கிறது.

இன்னும் ரொம்ப நாளைக்கு நீங்கதான்மா வரவு செலவைக் கவனிக்கப் போறீங்க, என்றேன். என் குரலின் தடுமாற்றத்தை மறைக்க என்னால் முடிந்த வரை முயற்சித்தேன்.

அங்கே ஒரு கனமான மௌனம் நிலவியது. அவள் மீண்டும் பேசியபோது, தொனி குறைந்திருந்தது, குரல் மெதுவாகியது. நான் சின்ன பெண்ணாக இருந்தபோது இறுதிச் சடங்குக்காக மசூதிக்குப் போவோம். சடங்கு தொடங்குவதற்கு முன்னாலேயே அம்மா கால்களை மடக்கி என் அளவுக்குக் குனிந்து, பொறுமையாக விளக்குவாள் எப்படி என் செருப்புகளை வாசலிலேயே கழட்டிவிட வேண்டுமென்று, நமாஸ் படிக்கும்போது எப்படி நான் துறுதுறுவென இல்லாமல், சிணுங்காமல், குறை சொல்லாமல் அமைதியாக இருக்க வேண்டுமென்று, பின்னால் நேரம் கிடைக்காது என்பதால் எப்படி நான் அப்போதே கழிவறை போய்விட்டு வந்து உட்கார வேண்டுமென்று. அம்மா தற்போது பேசியவிதம் அப்படித்தான் இருந்தது.

நான் அதிக நாள் இருக்க மாட்டேன், அம்மா சொன்னாள். இருப்பேன்னும் நினைக்காதே. எனக்கான நேரம் வந்துடுச்சு. நீயும் அதுக்கு தயார்படுத்திக்கணும்.

நான் பலமான பெருமூச்சை வெளிவிட்டேன். என் தொண்டைக்குள் எதுவோ அடைத்துக்கொண்டது. எங்கோ, இயந்திர ரம்பம் உயிர் பெற, அதன் இரைச்சல் சுற்றுப்புறத்தின் அமைதிக்குக் கொஞ்சமும் ஒட்டாமல் படிப்படியாகப் பெருகிக்கொண்டிருந்தது.

உங்கப்பா குழந்தை மாதிரி. யாராவது விட்டுட்டுப் போயிடுவாங்களோன்னு பீதியிலேயே இருக்கிற குழந்தை. நீ இல்லைன்னா அவர் தொலைஞ்சு போயிடுவார், பரி. திரும்பவும் அவரைக் கண்டுபிடிக்கறது ரொம்பக் கஷ்டம்.

அம்மரங்களின் மீது, இறகு போன்ற இலைகளை அலசிக் கொண்டிருந்த அந்தச் சூரிய வெளிச்சத்தின் மீது, அந்தக் கரடுமுரடான தண்டுகளின் மீது என்னுடைய பார்வையைத் திருப்பப் படாதபாடுபட்டேன். எனது பற்களுக்கு இடையில் நாக்கை நுழைத்துப் பலமாகக் கடித்துக்கொண்டேன். என் கண்களுக்குள் நீர் திரள, ரத்தத்தின் அந்தச் செம்புச் சுவையில் வாய் நனைந்தது.

அப்பாவுக்கு ஒரு தம்பி, என்றேன்.

ஆமாம்.

எனக்கு நிறைய கேள்விகள் இருக்கு.

ராத்திரி கேளு. எனக்குத் தெரிஞ்ச எல்லாமே சொல்றேன். இப்போ ரொம்ப சோர்வா இருக்கு.

நான் தலையாட்டினேன். மிச்சமிருந்த டீயை அப்படியே கவிழ்த்துக் கொண்டேன், அது ஆறிப் போயிருந்தது. பக்கத்து மேஜையில், ஒரு நடுத்தர வயது தம்பதி நாளிதழ் பக்கங்களைப் பரிமாற்றம் செய்தனர். அந்த அம்மா, செம்பட்டை முடி-வெளிப்படையான முகம், தனது நாளிதழ் பக்கத்தைத் தாண்டி ஓசைப்படாமல் எங்களைக் கவனித்துக் கொண்டிருக்க, அவளின் பார்வை என்னிடமிருந்து அம்மாவுக்கு, அம்மாவின் சோர்ந்த முகத்துக்கு, அவளின் கம்பளித் தொப்பிக்கு, அவளின் ஊசி வடுக்கள் நிறைந்த கைகளுக்கு, அவளின் குழிவிழுந்த கண்களுக்கு, அவளின் எலும்புகள் துருத்திய சிரிப்புகளுக்குத் தாவிக் கொண்டிருந்தது. எங்களின் கண்கள் சந்திக்க, அவள் மெலிதாகச் சிரித்தாள், என்னவோ எங்களுக்கு இடையில் ரகசியம் இருப்பது போல மிக மெலிதாக. அவளும் இதையெல்லாம் கடந்து வந்திருக்கிறாள் - எனக்குப் புரிந்தது.

அப்புறம், கண்காட்சிக்குப் போறதைப் பத்தி என்ன நினைக்கிறீங்க? முடியுமா உங்களால? போலாமா?

அம்மாவின் கண்கள் என் மேல் நிலைத்திருந்தன. அவளின் முகத்துக்குப் பொருந்தாத பெரிய கண்கள்; அவளின் தோள்களுக்குப் பொருந்தாத பெரிய முகம்.

புதுசா ஒரு தொப்பி வாங்கணும், அவள் சொன்னாள்.

காகிதத்துணியைக் கசக்கி மேஜையில் போட்டுவிட்டு, நான் உட்கார்ந்திருந்த நாற்காலியைப் பின்னால் தள்ளி, சுற்றி வந்து எதிர்ப்பக்கம் போனேன். அந்த சக்கரநாற்காலியின் நங்கூரத்தை விடுதலை செய்து மேஜையை விட்டு வெளியே விலக்கினேன்.

பரி? அம்மா கூப்பிட்டாள்.

ம்?

அவளின் தலையை முழுவதுமாகப் பின்னால் திருப்பி என்னைப் பார்த்தாள். ஊசி போன்ற சூரிய ஒளி மரங்களின் இலைகளுக்கு இடையே ஊடுருவி அவளின் முகத்தைக் குத்தியது. கடவுள் உன்னை

எவ்ளோ பலசாலியாப் படைச்சிருக்கார்னு உனக்குத் தெரியுமா? என்றாள். எவ்ளோ பலசாலியா எவ்ளோ நல்லவளா உன்னைப் படைச்சிருக்கார்னு?

மனம் எப்படியெல்லாம் வேலை செய்யும் என்பதற்குக் கணக்கே கிடையாது. உதாரணத்துக்கு, இந்நொடிப்பொழுதைச் சொல்லலாம். நானும் அம்மாவும், இத்தனை வருடங்களாக ஒன்றாகச் சேர்ந்து கழித்த ஆயிரமாயிரம் கணங்களில், இக்கணம், இந்த நொடிதான் எனக்குப் பிரகாசமாக மின்னுகிறது, என் நினைவுகளில் இக்கணம், இந்த நொடிதான் அதிகபட்ச ரீங்காரத்தோடு துடிக்கிறது: அம்மா தலையைப் பின்னால் திருப்பி என்னைப் பார்க்க, அவளின் முகம் தலைகீழாக இருக்க, சூரிய வெளிச்சம் அவளின் முகத்தில் பட்டுத் தெறிக்க, கடவுள் எவ்வளவு பலசாலியாக, எவ்வளவு நல்லவளாக என்னைப் படைத்திருக்கிறார் என்று அவள் கேட்டுக்கொண்டிருந்த இக்கணம், இந்த நொடி.

***

பாபா அந்தச் சாய்வுநாற்காலியிலேயே தூங்கிய பிறகு, பரி அவருடைய கம்பளிச்சட்டையின் பற்பிணையை மெதுவாகக் கழுத்து வரைக்கும் மேலிழுத்து விடுகிறாள். சால்வையை ஒழுங்குபடுத்திப் போர்த்துகிறாள். முன்னால் திமிறிய சில முடிக் கற்றைகளை அவரின் காதுக்குப் பின்னால் தள்ளிவிட்டு, அவருக்கு முன் நின்று, அவர் தூங்குவதையே கொஞ்ச நேரம் ரசிக்கிறாள். பாபா தூங்கிக் கொண்டிருப்பதைப் பார்க்க எனக்கும் பிடிக்கும் காரணம் அப்போது அவரிடம் எந்தக் குறையும் தெரியாது; இயல்பாக இருப்பதாகத் தோன்றும். அவரின் கண்கள் மூடியிருப்பதால், அந்த வெறுமை விலகிவிட, கூடவே அதன் மந்தமும், உயிரற்ற பார்வையும் இல்லாதிருக்க, பாபா மீண்டும் பழைய பாபாவாகக் காட்சி தருவார். தூங்கும் போது, அவர் மிகுந்த உயிர்ப்புடன் இருப்பதாக எனக்குப் படுகிறது. தூங்கும் போது, அவருடைய பழைய ஆன்மா திரும்பவும் வந்து குடிபுகுந்து கொண்டதாகத் தோன்றுகிறது. பரியால் இதை உணர முடிகிறதோ என்று எனக்குள் கேட்டுக் கொண்டேன். தலையணையில் சாய்ந்திருக்கிற அவரின் முகத்தில் அவரின் பழைய இயல்பான சாயலை, அந்தப் பழைய சிரிப்பை அவளால் அடையாளம் காணமுடிகிறதோ.

நாங்கள் வரவேற்பறையிலிருந்து சமையலறைக்குள் நகர்கிறோம். நான் அலமாரியிலிருந்து ஒரு கிண்ணத்தை எடுத்து கழுவுந்தொட்டியின் குழாயில் தண்ணீர் பிடிக்கிறேன்.

“உன்கிட்ட இதையெல்லாம் காட்டணும்னு எடுத்துட்டு வந்தேன்,” என்கிறாள் பரி. அவளின் குரலில் உற்சாகம் பீறிடுகிறது. மேஜைக்கு முன்னால் உட்கார்ந்து அவள் ஏற்கனவே தோல்பெட்டியிலிருந்து துழாவி எடுத்திருந்த ஒரு புகைப்படச் செருகேட்டைப் பரபரவெனத் தள்ளுகிறாள்.

“காபி பாரீஸ் அளவுக்கு இருக்காதுன்னு நினைக்கிறேன்,” நான் பின்னால் திரும்பிச் சொல்கிறேன், கிண்ணத்திலிருந்து காபி இயந்திரத்தில் தண்ணீர் விட்டுக்கொண்டே.

“பரவாயில்ல. எனக்கு அதுல எந்தப் பிரச்சினையும் இல்லை.” அவள் அந்த மஞ்சள் சால்வையை எடுத்துவிட்டு கண் கண்ணாடியைப் போடுகிறாள். அதன் மூலம் அந்தப் புகைப்படங்களை உற்றுக் கொண்டிருக்கிறாள்.

காபி இயந்திரம் சத்தம் போட ஆரம்பித்தவுடன் நானும் பரியின் அருகில் உட்கார்ந்து கொள்கிறேன். “ஆஹா, இதோ இங்கே இருக்கு,” என்கிறாள். அந்தச் செருகேட்டைச் சுழற்றி என் பக்கமாகத் தள்ளுகிறாள். ஒரு படத்தில் விரலைத் தட்டுகிறாள். “இதோ இந்த இடம். இந்த இடத்துலதான் நானும் உங்க அப்பாவும் பிறந்தோம். அப்புறம் எங்க தம்பி இக்பாலும் கூட.”

அவள் பாரீஸிலிருந்து முதல் முதலாக எனக்குத் தொலைபேசியில் அழைத்தபோது, இக்பாலின் பெயரைக் குறிப்பிட்டாள் - ஆதாரத்துக்காக, அவள் யாரென்று தன்னைச் சொல்லிக் கொண்டாளோ அது உண்மையென்று நிரூபிப்பதற்காக. ஆனால் எனக்குத்தான் தெரியுமே, அவள் பொய் சொல்லவில்லையென்று. நான் தொலைபேசியை எடுத்த அந்த வினாடியே, என் காதுக்குள் பாபாவின் பெயரைச் சொல்லி இது அவரின் வீடுதானா என்று அவள் கேட்ட அந்த வினாடியே எனக்குத் தெரிந்துவிட்டது பேசியது அவள்தான் என்று. நான் கேட்டேன், *ஆமாம், நீங்க?* அவள் சொன்னாள், *நான் அவரோட தங்கச்சி.* என் இதயம் கன்னாபின்னாவென்று அடித்துக் கொண்டது. விழுவதற்கு ஒரு நாற்காலி கிடைக்காதா என்று நான் தடுமாற, என்னைச் சுற்றியிருந்த அத்தனையிலும் ஒரு மயான அமைதி. அது பெரிய அதிர்ச்சிதான், சந்தேகமில்லை. திரைப்படங்களில் மட்டுமே நிகழக்கூடிய அற்புதம். ஆனால் என் நிஜ வாழ்க்கையில் அப்போது நடந்து கொண்டிருந்தது. வேறொரு விதத்தில் பார்த்தால் அவள் கூப்பிட்டது எனக்கு ஆச்சரியமாகவே இல்லை. இன்னும் சொல்லப் போனால் நான் அவளது தொலைபேசி

அழைப்புக்காகக் காத்துக் கொண்டிருந்தேன், என் வாழ்நாள் முழுக்க, ஏதோ ஒரு வகையிலோ, சூழ்நிலையிலோ, அதிர்ஷ்டத்திலோ, விதியின் விளையாட்டிலோ அல்லது நீங்கள் அதற்கு எந்தப் பெயரை வைத்தாலும் சரி, அதன் மூலம் நானும் அவளும் ஒன்று சேர்வோம் என்று காத்துக்கொண்டிருந்தேன்.

தொலைபேசியை வீட்டுப் பின்பக்கம் கொண்டு போய், என்அம்மா நட்டு, பிறகு நான் வளர்த்திருந்த குடை மிளகாயும், பூசணியும் விளைகிற காய்கறித் தோட்டத்துக்குப் பக்கத்திலிருந்த நாற்காலியில் உட்கார்ந்தேன். நடுங்கும் விரல்களால் சிகரெட்டைப் பற்ற வைத்த போது சூரியன் என் கழுத்தைச் சுட்டுக்கொண்டிருந்தது.

நீங்க யாருன்னு எனக்குத் தெரியும், என்றேன். *ஆரம்பத்திலிருந்தே தெரியும்.*

மறுமுனையில் அமைதி, இருந்தாலும் அவள் மௌனமாக அழுது கொண்டிருந்தாள். சத்தம் கேட்கக் கூடாதென்று தொலைபேசிக்கு அப்பால் முகத்தைத் திருப்பிக் கொண்டிருந்தாள் என்று யூகித்தேன்.

கிட்டத்தட்ட அரை மணி நேரம் பேசினோம். அவளுக்கு நடந்ததெல்லாம் எனக்குத் தெரியும் என்றேன். தூங்கும்போது அவளின் கதையைத்தான் பாபாவிடம் கேட்பேன் என்றேன். தனக்கு என்ன நடந்தது என்கிற கதை அவளுக்கே தெரியாது என்றாள். அவளின் மாற்றாந்தாய் வழி மாமா நபி, காபூலில் இறப்பதற்கு முன், பரியின் சிறுவயது நாட்களோடு மேலும் பல விஷயங்களை விலாவரியாக எழுதி வைத்துச் சென்ற ஒரு கடிதம் மட்டும் இல்லையென்றால் எதையும் தெரிந்து கொள்ளாமலேயே அவள் இறந்தும் போயிருக்கலாம் என்றாள். காபூலில் முகச்சீரமைப்பு மருத்துவராக பணியாற்றி வரும் மார்கோஸ் வார்வரிஸ் என்ற நபரின் பாதுகாப்பில் அந்தக் கடிதம் விடப்பட்டிருக்க, பிறகு அவர்தான் பரியைத் தேடி முடிவில் ஃபிரான்ஸில் கண்டுபிடித்திருந்தார். கோடைகாலத்தில், பரி காபூலுக்குப் பறந்திருந்து, மார்கோஸ் வார்வரிஸைச் சந்தித்திருக்க, அவர் பரியின் ஷாத்பாக் பயணத்துக்கு ஏற்பாடு செய்திருந்தார்.

அந்த உரையாடலின் முடிவில், கடைசியாக அவள் இதைக் கேட்கப் போகிறாள் என்று உணர்ந்தேன்: *வந்து, நான் தயாராகிட்டேன்னு நினைக்கிறேன். அவர்கிட்ட பேசமுடியுமா?*

அப்போதுதான் அவளிடம் சொன்னேன்.

தற்சமயம் அந்தப் புகைப்படச் செருகேட்டை என் பக்கத்தில் இழுத்துப் பரி சுட்டிக்காட்டிக் கொண்டிருந்த படத்தை ஆராய்ந்தேன். பளபளக்கும் வெள்ளை வண்ணம் அடித்து, உச்சியில் இரும்புக் கம்பி வேலிகள் சுற்றியிருந்த ஓர் உயரமான சுற்றுச்சுவருக்குப் பின்னால் மாளிகை ஒன்று உட்கார்ந்திருந்தது. அல்லது, இப்படியும் சொல்லலாம், மாளிகை போல இருக்க வேண்டுமென்ற ஆசையில் யாரோ ஒருவர் செய்த பரிதாபகரமான முயற்சி, மூன்று அடுக்குகள் உயரம், இளஞ்சிவப்பு, பச்சை, மஞ்சள், வெள்ளை, கைப்பிடிச் சுவர்கள், சிறு கோபுரங்கள், கூரான மேற்கூரைகள், வில்லைக்கல் தரைகள், வானளாவிய கட்டிடங்களில் இருப்பது மாதிரிக் கண்ணாடிகள் என அசிங்கமாக. அதிகப்படியான அலங்காரங்களால் பாழான, ஒரு மோசமான கட்டிடம் அது.

"அடக் கடவுளே!" நான் மூச்சடைத்தேன்.

"பயங்கரமா இருக்கு, இல்ல?" என்கிறாள் பரி. "ரொம்ப மோசம். அங்கே ஆஃப்கன்ல இந்த மாதிரி இடங்களைப் போதை பங்களான்னு சொல்லுவாங்க. இது ஊரறிஞ்ச போர்க்குற்றவாளி ஒருத்தனோட வீடுகள்ல ஒண்ணு."

"ஆக, ஷாத்பாக்ல மிஞ்சினது இது மட்டும்தானா?"

"ஆமாம், பழைய ஷாத்பாக்ல. இதுவும், பல ஏக்கர் கணக்கில வளர்ந்த பழமரங்களோட - அதை எப்படிச் சொல்லுவீங்க? - வந்து..."

"தோப்புகள்."

"ஆமாம். ஆமாம்." பரி அந்த மாளிகையின் மேல் தனது விரல்களை ஓட விடுகிறாள். "இந்தப் புகைப்படத்துல எங்களோட வீடு எங்க இருந்ததுன்னு துல்லியமா சொல்ல முடிஞ்சா எவ்ளோ நல்லா இருக்கும், அதாவது இந்த போதை பங்களாவுல இருந்து எவ்ளோ தூரத்துல இருந்ததுன்னு. நாங்க பிறந்த துல்லியமான இடம் தெரிஞ்சா ரொம்ப சந்தோஷப்படுவேன்."

அவள் புதிய ஷாத்பாக் என்ற தற்போதைய ஊரைப் பற்றி என்னிடம் விவரிக்கிறாள் - பள்ளிக்கூடங்கள், மருத்துவமனை, அங்காடிகள், ஒரு சின்ன விடுதியும் கூட. பழைய ஷாத்பாக் கிராமம் இருந்த இடத்திலிருந்து இரண்டு மைல் தொலைவில் கட்டப்பட்டிருந்த ஊர் அது. அவளும் அவளது உள்ளூர் மொழிபெயர்ப்பாளரும் அவளுடைய மாற்றாந்தாய் வழி சகோதரன் இக்பாலைத்

தேடி அலைந்திருந்த ஊர் அது. இதையெல்லாம் பரியுடனான அந்த நீளமான, முதல் தொலைபேசி உரையாடலிலிருந்து நான் தெரிந்துகொண்டேன்: அந்த ஊருக்குள் இக்பாலைப் பற்றி யாருக்குமே தெரியாமல் போனது, இக்பாலின் சிறுவயது நண்பனான ஒரு நபரை எதேச்சையாக அவர்கள் சந்தித்தது, அந்தப் பழைய காற்றாலைக்குப் பக்கத்தில் இக்பால் தனது குடும்பத்தோடு கூடாரம் போட்டுத் தங்கியிருந்ததை அந்த நபர் பார்த்தது. பாகிஸ்தானில் இருந்த போது வடக்குக் கலிஃபோர்னியாவில் வாழும் தனது அண்ணனிடமிருந்து அடிக்கடி பணம் பெற்றுக் கொண்டிருந்ததை இக்பால் அந்த நண்பனிடம் சொல்லியிருந்தது. *உடனே நான் கேட்டேன்,* பரி தொலைபேசியில் பேசினாள், *நான் கேட்டேன், இக்பால் அவரோட அண்ணன் பேரைச் சொன்னாரா? அதுக்கு அவர் சொன்னார்: ஆமாம், அப்துல்லா அதுக்கப்புறம், மீதியெல்லாம் அவ்ளோ கஷ்டமாயில்லை. அதாவது, உன்னையும் உங்க அப்பாவையும் கண்டுபிடிக்கறதைச் சொன்னேன்.*

இக்பாலோட நண்பர்கிட்ட இக்பால் இப்போ எங்கே இருக்கார்னு கேட்டேன், பரி தொடர்ந்தாள். *அவருக்கு என்னாச்சுன்னு கேட்க, அதுக்கு அந்த ஆளு தனக்குத் தெரியாதுன்னு சொல்லிட்டார். ஆனா சொல்லும்போது ஒரு மாதிரி பதட்டமா தெரிஞ்சார், என்னோட கண்ணைப் பார்த்து பதில் பேசலை. பரி, எனக்கென்னமோ இக்பாலுக்கு ஏதோ மோசமான ஒரு விஷயம் நடந்திருக்கிறதா மனசுல தோணுது. நான் அப்படித்தான் நினைக்கிறேன்.*

இப்போது அந்தச் செருகேட்டின் பக்கங்களைப் புரட்டி அவள் குழந்தைகளின் படங்களை எனக்குக் காட்டுகிறாள் - ஆலன், இசபெல் மற்றும் தியர்ரி. பேரக்குழந்தைகளின் படங்களையும் - பிறந்தநாள் விழாக்களில் எடுத்தது, நீச்சல் குளத்தின் விளிம்பில் நீச்சலுடையோடு எடுத்தது - காட்டுகிறாள். பாரீஸில் இருக்கும் அவளது குடியிருப்பு, அந்த வெளிர்நீல சுவர்கள், ஜன்னல் திட்டு வரைக்கும் இழுத்து விடப்பட்டிருந்த வெள்ளைநிற திரைச்சீலைகள், அந்தப் புத்தக அலமாரிகள். கணிதம் சொல்லிக்கொடுத்துப் பிறகு நாள்பட்ட கீல்வாதம் காரணமாக அவள் முன்கூட்டியே ஓய்வு பெற்றுவிட்ட பல்கலைக்கழகத்திலிருந்த அவளது அலங்கோலமான அலுவலக அறையின் படத்தையும்.

செருகேட்டின் பக்கங்களை நான் திருப்பிக்கொண்டிருக்க, பரி ஒவ்வொருவரையும் அடையாளம் காட்டுகிறாள் - அவளது நீண்ட நாள் தோழி கூலட், இசபெல்லின் கணவன் ஆல்பர்ட், நாடக ஆசிரியராக இருந்து 1997ல் மாரடைப்பால் மரணமடைந்த

பரியின் கணவன் எரிக். நான் அந்த புகைப்படத்தைத் திருப்பாமல் தாமதிக்கிறேன். அதில் அந்த ஜோடிகள், நம்பமுடியாத இளமையுடன், ஏதோவொரு வகை உணவகத்தின் செம்மஞ்சள்நிற திண்டுகளின் மேல் பக்கம் பக்கமாக உட்கார்ந்து கொண்டிருக்கிறார்கள். அவள் வெள்ளைச் சட்டையிலும், அவர் பனியனிலும். அவரின் முடி நீளமாக, தளர்வாக, குதிரை வால் மாதிரி பின்பக்கம் வாரப்பட்டிருக்கிறது.

"நாங்க முதல் முதல்ல சந்திச்ச ராத்திரி எடுத்தது," பரி சொல்கிறாள். "எங்களைத் திட்டம் போட்டு சந்திக்க வச்சாங்க."

"அன்பான முகம் அவருக்கு."

பரி தலையாட்டி ஒப்புக்கொள்கிறாள். "ஆமாம். எங்களுக்குக் கல்யாணம் ஆன புதுசுல, நாங்க ரொம்ப வருஷம் ஒண்ணா இருப்போம்னு நினைச்சேன். எனக்குள்ளேயே சொல்லிக்கிட்டேன், குறைந்தபட்சம் முப்பது வருஷமாவது, இல்லைன்னா நாற்பது வருஷம். அதிர்ஷ்டம் இருந்தா ஐம்பது வருஷம் கூட இருந்திருக்கலாம், முடியாதா என்ன?" அவள் அந்த புகைப்படத்தையே ஆழமாகப் பார்க்கிறாள், ஒரு நொடி மூழ்கிப் போகிறாள், பிறகு மெலிதாகப் புன்னகை செய்கிறாள். "ஆனால் நல்ல காலம் என்பது, அது அதிர்ஷ்டம் மாதிரி. எப்போ உங்களை விட்டுப் போகும்னு சொல்லவே முடியாது." அந்தச் செருகேட்டைத் தள்ளுகிறாள். காபி சுவைக்கிறாள். "அப்புறம் நீ? கல்யாணம் பண்ணிக்கலையா?"

நான் தோள்களைக் குலுக்குகிறேன்; அடுத்த பக்கத்தைத் திருப்புகிறேன். "கிட்டத்தட்ட ஒரு முறை."

"அது என்ன 'கிட்டத்தட்ட'?"

"கல்யாணம் பண்ணிக்கலாம்னு முடிவு பண்ணோம். ஆனா மோதிரம் மாத்திக்கிற கட்டத்தைத் தாண்டல."

"ஓ, மன்னிச்சுடு."

நான் சொன்னதில் உண்மையில்லை. வலிமிகுந்த, மோசமான கதை அது. அதை நினைத்தால், இப்போதும் கூட, என் விலா எலும்புக்கு அடியில் ஊசி போலக் குத்துகிறது.

அவள் தலை குனிந்தாள். "நான் ரொம்ப நாகரீகமில்லாமப் பேசிட்டேன். மன்னிச்சுடு."

“இல்ல, பரவாயில்ல. அவன் என்னைவிட ரொம்ப அழகான, என்னைவிட பிரச்சினைகள் கம்மியான பெண்ணைப் பார்த்துக்கிட்டான். அழகுன்னு சொல்லும்போதுதான் ஞாபகம் வருது, யார் இது?”

நீளமான கரும் கூந்தலும், பளிச்சென்ற பெரிய கண்களும் கொண்ட அட்டகாசமான பெண்ணைக் காட்டிக் கேட்கிறேன். புகைப்படத்தில், சிகரெட் ஒன்றை கையில் பிடித்துக் கொண்டிருக்கிறாள், என்னவோ போர் அடித்துவிட்டது மாதிரி. முழங்கைகளை உடலோடு ஒட்டி, தலையை மேலே நிமிர்த்திப் பார்த்துக் கொண்டிருக்கிறாள், எந்தக் கவலையும் இல்லாதது மாதிரி, அலட்சியமாக - ஆனாலும் கண்களில் ஊடுருவும் பார்வை, பிடிவாதப் பார்வை.

“இது அம்மா. என்னோட அம்மா, நீலா வஹ்தாதி. அல்லது, இத்தனை நாளா நான் அம்மான்னு நினைச்சிட்டு இருந்தவள். புரியுதா.”

“அட்டகாசமா இருக்காங்க,” நான் சொன்னேன்.

“ஆமாம். தற்கொலை பண்ணிக்கிட்டாங்க. எழுபத்தி நாலாம் வருஷம்.”

“மன்னிச்சுடுங்க.”

“பரவாயில்ல விடு.” பரி அந்த புகைப்படத்தை அனிச்சையாக வருடுகிறாள். “அம்மா ரொம்ப சௌந்தர்யமானவங்க, திறமையானவங்க. நிறைய புத்தகங்கள் படிப்பாங்க. பல விஷயங்களைப் பத்தி திடமான அபிப்பிராயங்களை வச்சிருந்தாங்க. அடுத்தவங்ககிட்டயும் தைரியமா அதை வெளிப்படுத்துவாங்க. ஆனா உள்ளுக்குள்ள ஏகப்பட்ட சோகங்களைப் பூட்டி வச்சுருந்தாங்க. வாழ்நாள் பூரா, என்கிட்ட ஆறுதலை எதிர்பார்த்துட்டே இருந்தாங்க.”

நான் தலையாட்டினேன். ஓரளவுக்குப் புரிந்ததாக நினைத்தேன்.

“ஆனால் என்னால முடியல. சில காலத்துக்கு அப்புறம் நான் அதைக் கொடுக்கவே விரும்பல. தப்புகள் நிறைய பண்ணேன். பாவங்கள் நிறைய. கடைசி வரைக்கும் என்னால அவங்களுக்கு நிம்மதியே இல்ல.” அவள் பின்னால் சாய்ந்து உட்கார, அவளது தோள்கள் தளர்கின்றன, ஒல்லியான அவளின் வெள்ளைக் கைகள் மடியில் ஏறிக்கொள்கின்றன. இதைச் சொல்வதற்கு முன்னால்

கொஞ்சம் யோசிக்கிறாள்: “நான் இன்னும் கொஞ்சம் இரக்கம் காட்டியிருக்கலாம். இரக்கம் காட்டுறதால எந்த மனுஷனும் குறைஞ்சு போயிடறது கிடையாது. உனக்கு வயசானத்துக்கு அப்புறம் என்னைக்குமே நீ இப்படி நினைக்கக் கூடாது - *அடடா, அவர்கிட்ட இன்னும் கொஞ்சம் நல்லவிதமா நடந்திருக்கலாமோ, அன்பு காட்டியிருக்கலாமோ.* என்னைக்குமே உனக்கு அந்த நிலைமை வந்துடக்கூடாது.” ஒரு கணம், அவள் முகம் வாடிப்போகிறது. பரிதாபமான பள்ளிப்பெண் மாதிரி இருக்கிறாள். “அது ஒண்ணும் அவ்வளவு கஷ்டமா இருந்திருக்காது,” சோகமாகப் பேசுகிறாள். “நான் இன்னும் கொஞ்சம் இரக்கம் காட்டியிருக்கணும். உன்னை மாதிரி இருந்திருக்கணும்.”

நீண்ட பெருமூச்சை வெளிவிட்டு, அந்தப் புகைப்படச் செருகேட்டை மூடுகிறாள். சில நொடிகளுக்குப் பிறகு, அவளின் குரலில் இயல்பான உற்சாகம், “சரி. இப்போ உன்கிட்ட நான் ஒண்ணு கேட்கணும்.”

“தாராளமா.”

“உன்னோட ஓவியங்களைப் பார்க்க முடியுமா?”

நாங்கள் புன்னகைக்கிறோம்.

***

பரி எங்களுடன் ஒரு மாதம் தங்குகிறாள். காலை நேரங்களில், நாங்கள் ஒன்றாகவே சிற்றுண்டி எடுத்துக் கொள்கிறோம். பரிக்கு கடுங்காபி, சுட்ட ரொட்டி. எனக்குக் கெட்டித் தயிர். பாபாவுக்கு ரொட்டியுடன் முட்டை. ஏனோ தெரியவில்லை, கடந்த ஒரு வருடமாகப் பாபாவுக்கு இதன் சுவை பிடித்துவிட்டது. இவ்வளவு முட்டைகளும் சேர்ந்து அவருக்குக் கொழுப்பைக் கூட்டிவிடுமோ என்று பயந்து, மருத்துவர் பஷீரியிடம் நேரடியாக முறையிட்டேன். மருத்துவர் பஷீரி தனது வழக்கமான வாய் மூடிய சிரிப்புக்குப் பிறகு சொன்னார், *ஓ, அதைப் பத்தியெல்லாம் இப்போ கவலைப்பட வேண்டாம்.* எனக்கு அது ஆறுதலைக் கொடுத்தது, குறைந்தபட்சம் கொஞ்ச நேரத்துக்காவது - பாபாவுக்கு இருக்கைப்பட்டியை மாட்ட உதவிக் கொண்டிருந்த சமயத்தில், அட மருத்துவர் பஷீரி சொல்ல வந்ததன் உண்மையான அர்த்தம் இப்படியும் இருக்கலாமோ என்று புரியும் வரை: *அந்த நிலையெல்லாம் தாண்டி ரொம்ப காலம் ஆயிடுச்சு.*

காலை உணவு முடித்ததும், என்னுடைய அலுவலகத்துக்குள் சென்றுவிடுவேன் - அதாவது என்னுடைய படுக்கையறைக்குள். நான் வேலையில் இருக்கும்போது பரி பாபாவைப் பார்த்துக் கொள்வாள். அவள் கேட்டுக் கொண்டதற்கேற்ப, அவருக்குப் பிடித்த தொலைக்காட்சி நிகழ்ச்சிகளை, பிடித்த நொறுக்குத் தீனிகளை, மாத்திரைகள் கொடுக்க வேண்டிய நேரங்களை பட்டியல் போட்டுக் கொடுத்திருக்கிறேன். எல்லாம் அவளுடைய யோசனைதான்.

நீங்க சும்மா அறைக்குள்ள வந்தே கேட்கலாமே, என்றேன்.

உன்னைத் தொந்தரவு பண்ண விரும்பல, என்றாள். *இன்னும் சொல்லப் போனா நான் தெரிஞ்சிக்க விரும்புறேன். அவரைப் பத்தி தெரிஞ்சிக்கணும்.*

அவள் எதிர்பார்ப்பது மாதிரி ஒருநாளும் அவரைப் பற்றித் தெரிந்துகொள்ள முடியாது என்பதை நான் பரியிடம் சொல்லவில்லை. இருந்தாலும், ஒருசில தொழில் ரகசியங்களை அவளிடம் பகிர்ந்து கொள்கிறேன். உதாரணத்துக்கு, ஒருவேளை பாபா ஏதாவது அமர்க்களம் செய்தால் டக்கென்று நான் சேர்த்து வைத்திருக்கும் வீட்டு உபயோகப் பொருள்களின் விளம்பர பிரசுரங்களையோ, மரச்சாமான்களின் விளம்பர பிரசுரங்களையோ கொடுத்து அவரைச் சமாதானப்படுத்தலாம் என்று. இன்று வரை இதற்கான காரணம் எனக்குத் தெரியாது. எல்லாச் சமயங்களிலும் இந்த உத்தி வேலை செய்யும் என்றும் சொல்ல முடியாது.

அவரைத் தூங்க வைக்கணும்னா, வானிலை தொலைக்காட்சியையோ இல்லைன்னா குழிப்பந்தாட்டம் ஓடுற தொலைக்காட்சியையோ வச்சு விட்டுடுங்க, தூங்கிடுவார். தப்பித் தவறிக் கூட சமையல் நிகழ்ச்சி வச்சிடாதீங்க.

ஏன்?

ஏன்னு தெரியல அதைப் பார்த்தாலே பதட்டமாகிடறார்.

மதிய உணவுக்குப் பிறகு சிறிது நேரம் காலாற நடக்கிறோம். அவர்கள் இருவருக்காக - அப்பாவுக்கு சக்கரநாற்காலி, பரிக்கு கீல்வாதம் - நீண்ட தூரம் போவது கிடையாது. கண்களில் திகிலோடு, தொப்பியும், கம்பளிச்சட்டையும், காலணியும் போட்டுக்கொண்டு, எனக்கும் பரிக்கும் நடுவில் பாபா பாவமாக உருண்டு வந்து கொண்டிருக்கிறார். பக்கத்துத் தெருவில் பராமரிக்கப்படாத கால்பந்து மைதானத்துடன் ஒரு நடுநிலைப்பள்ளி இருக்கிறது. அதற்கு எதிரில், நான் பாபாவை அடிக்கடிக் கூட்டிச் செல்லும்

சிறிய மைதானம். எப்போதுமே ஓரிரு இளம் தாய்மார்களை, அவர்களுக்குப் பக்கத்திலேயே தள்ளுவண்டிகளை, மணல் தொட்டியில் விளையாடும் குழந்தைகளை நாங்கள் பார்ப்போம். சில நாட்களில், வகுப்புக்குக் கட் அடித்துவிட்டு கைவீசி நடந்தபடி, ஜாலியாக தம் அடித்துக் கொண்டிருக்கும் விடலை ஜோடியும் எங்கள் கண்களில் படும். அவர்கள் பாபாவைக் கண்டுகொள்ளவே மாட்டார்கள். அப்படியே ஏறெடுத்தாலும், அவர்களின் பார்வையில் ஓர் அலட்சியம், ஒரு மெலிதான கிண்டல் தெரியும், என்னவோ என் அப்பா வேண்டுமென்றே தனக்கு வயதாக அனுமதித்தது மாதிரி, வேண்டுமென்றே நோயில் விழுந்தது மாதிரி.

ஒரு நாள், வேலைக்கு நடுவே சிறு இடைவேளை எடுத்து, காபி ஊற்றிக்கொள்ள நான் சமையலறைக்குப் போகும் போது, அவர்கள் இருவரும் சேர்ந்து ஒரு படம் பார்த்துக் கொண்டிருப்பதைக் கவனிக்கிறேன். பாபா சாய்வுநாற்காலியில், அவரது சால்வைக்கு வெளியே காலணிகள் எட்டிப்பார்க்க, தலை முன்னால் சாய்ந்திருக்க, வாய் சற்றே திறந்திருக்க, கவனத்திலோ அல்லது குழப்பத்திலோ புருவங்கள் நெருங்கியிருக்க உட்கார்ந்திருக்கிறார். பரி, அவளின் கைகளை மடியில் கட்டிக்கொண்டு, கால்களை கணுக்காலில் பின்னிக்கொண்டு உட்கார்ந்திருக்கிறாள்.

"இது யாரு?" பாபா கேட்கிறார்.

"அது லத்திகா."

"யாரு?"

"லத்திகா. குப்பத்தில் இருந்து வந்தாளே, அந்தச் சின்னபொண்ணு. ரயில்லருந்து குதிக்க முடியாம போனாளே அவள்."

"பார்த்தா சின்னபொண்ணு மாதிரி தெரியலையே."

"ஆமாம். நிறைய வருஷம் ஆகிடுச்சு இல்ல," என்கிறாள் பரி. "அதான் இப்போ பெரியவளாகிட்டா, தெரியுதா."

அதற்கு ஒருவாரம் முன்பு, அந்த மைதானத்தில், நாங்கள் மூன்று பேரும் ஒரு பலகையில் உட்கார்ந்து கொண்டிருக்க, பரி கேட்டாள், அப்துல்லா, நீங்க சின்னபையனா இருந்தப்போ உங்களுக்கு ஒரு தங்கச்சி இருந்தாளே, ஞாபகம் இருக்கா?

பரி இதைக் கேட்டு வாயை மூடக்கூட இல்லை, பாபா உடனே தேம்ப ஆரம்பித்துவிட்டார். பரி அவரின் தலையை நெஞ்சில் அணைத்து, பதற்றத்துடன் திரும்பத் திரும்ப சொல்லிக் கொண்டிருந்தாள், *என்னை மன்னிச்சுடுங்க, மன்னிச்சுடுங்க.* அவரின் கன்னங்களை மாறி மாறி துடைத்துக் கொண்டிருந்தாள். ஆனாலும் பாபா விடாப்பிடியாகத் தேம்பிக் கொண்டேயிருக்க, மூச்சுத் திணறலே வந்துவிட்டது.

"அப்துல்லா, இது யார்னு தெரியுதா?"

பாபா உறுமுகிறார்.

"அவன்தான் ஜமால். விளையாட்டு நிகழ்ச்சியில விளையாடுறானே அந்தப் பையன்."

"இல்ல. அவன் இல்ல," பாபா வெடுக்கென பதில் சொல்கிறார்.

"அப்படியா சொல்றீங்க?"

"அவன்தான் டீ வித்துகிட்டு இருந்தானே!"

"ஆமாம், ஆனா அது - அதை என்னன்னு சொல்லுறது? - முன்னாடி நடக்குமே, கடந்த காலத்துல. அதோட பேர் கூட..."

கடந்தகால நிகழ்வு, என்னுடைய காபி கோப்பைக்குள் முணுமுணுக்கிறேன்.

"அந்த விளையாட்டு நிகழ்ச்சி இப்போ நடக்குது, அப்துல்லா. அவன் டீ வித்துட்டு இருந்தது ரொம்ப வருஷத்துக்கு முன்னாடி."

பாபா திருதிருவென விழிக்கிறார். தொலைக்காட்சியின் திரையில் ஜமாலும் சலீமும் மும்பையில் ஓர் உயரமான கட்டடத்தின் மேல் உட்கார்ந்து கொண்டிருக்க, அவர்களின் கால்கள் கீழே தொங்கிக் கொண்டிருக்கின்றன.

பரி ஏதாவது அதிசயம் நடந்து அவரின் கண்கள் தெளிவாகிவிடாதா என்பது போல பாபாவை உற்றுப் பார்த்துக்கொண்டிருக்கிறாள். "உங்ககிட்ட ஒண்ணு கேட்கவா, அப்துல்லா," என்கிறாள். "ஒருவேளை நீங்க ஒரு மில்லியன் டாலர் ஜெயிச்சா, அதை வைச்சு என்ன செய்வீங்க?"

பாபா முகத்தைச் சுளித்து, சற்றே நகர்ந்து, சாய்வுநாற்காலிக்குப் பின்னால் சாய்ந்து கால்களை நீட்டுகிறார்.

"நான் ஜெயிச்சா என்ன செய்வேன் தெரியுமா." பரி பேசுகிறாள்.

பாபா மறுபடியும் விழிக்கிறார்.

"ஒருவேளை நான் ஒரு மில்லியன் டாலர் ஜெயிச்சா, இதே தெருவில ஒரு வீடு வாங்கிடுவேன். உங்க பக்கத்திலேயே இருக்கலாம் பாருங்க. தினமும் நான் இங்கே வந்துடுவேன், நாம ரெண்டு பேரும் ஒண்ணா இதே மாதிரி தொலைக்காட்சி பார்க்கலாம்."

பாபா புன்னகைக்கிறார்.

ஆனால் என்னுடைய அறைக்குள் புகுந்து தலையணியை மாட்டிக்கொண்டு நான் தட்டச்சு செய்ய ஆரம்பித்த சில நிமிடத்துக்கெல்லாம், கண்ணாடி உடைகிற சத்தத்தையும் பாபா ஃபார்ஸியில் எதையோ கத்திக் கொண்டிருக்கிற சத்தத்தையும் கேட்கிறேன். தலையணியைப் பிடுங்கியெறிந்து சமையலறைக்குள் ஓடுகிறேன். பரி நுண்ணலை அடுப்பு இருக்கும் சுவரில் சாய்ந்து, இரண்டு கைகளையும் தொண்டைக்குப் பாதுகாப்பாகக் கோர்த்துக் கொண்டிருக்க, பாபா கொடூரமான பார்வையோடு, அவரின் கைத்தடியால் பரியின் தோள்களைக் குத்திக் கொண்டிருக்கிறார். உடைந்த கோப்பையின் கண்ணாடிச் சில்லுகள் அவர்களின் கால்களுக்குக் கீழே பளபளத்துக் கொண்டிருக்கின்றன.

"இங்கிருந்து வெளியே போ!" பாபா என்னைக் கண்டதும் கத்துகிறார். "என் வீட்ல இந்தப் பொம்பளை இருக்கக்கூடாது, வெளியே அனுப்பு முதல்ல."

"பாபா!"

பரியின் முகம் வெளிறிவிட்டது. கண்களிலிருந்து அழுகை பெருகுகிறது.

"அதைக் கீழே போடுங்க பாபா, கடவுளே! ஒரு அடி எடுத்து வைக்கக் கூடாது. காலைக் கிழிச்சுக்கப் போறீங்க."

அவரின் கைகளிலிருந்து அந்தக் கைத்தடியைப் பிடுங்குகிறேன். பிடுங்குவதற்குள் படாதபாடு படவேண்டியிருக்கிறது.

"அவளை வெளியே அனுப்பு! சரியான திருடி!"

"என்ன சொல்றார் அவர்?" பரி பாவமாகக் கேட்கிறாள்.

“என் மாத்திரைகளைத் திருடிட்டா!”

“அது அவங்களோடது பாபா,” என்கிறேன். அவரின் தோளைப் பிடித்து சமையலறைக்கு வெளியே வழிநடத்துகிறேன். என் உள்ளங்கைக்குள் அவர் நடுங்குகிறார். நாங்கள் பரியைக் கடக்கும்போது, அவர் அவள் மீது மறுபடியும் பாயத் துடிக்க, திரும்பவும் அவரைக் கட்டுப்படுத்த வேண்டியதாகிறது. “அவ்வளவுதான் பாபா, போதும், இதுக்கு மேல என்னாலப் பொறுக்க முடியாது. அந்த மாத்திரைகள் எல்லாம் அவங்களோடது, உங்களோடது இல்ல. கைவலிக்காக அவங்க மாத்திரை எடுத்துக்கிட்டு வராங்க.” அவரின் சாய்வுநாற்காலிக்குப் போகிற வழியில் சில விளம்பர பிரசுரங்களை எடுத்துக் கொள்கிறேன்.

“அந்தப் பொம்பளையைப் பார்த்தாலே எனக்குச் சந்தேகமா இருக்கு,” பாபா சொல்கிறார், சாய்வுநாற்காலியில் விழுந்துகொண்டே. “உனக்குத் தெரியாது, பரி. ஆனா எனக்குத் தெரியும். நான் பார்த்த உடனே கண்டுபிடிச்சுடுவேன்!” என்னிடமிருந்து அந்தப் பிரசுரங்களைப் பிடுங்கும்போது அவருக்கு மூச்சு வாங்குகிறது. பின்னர் அதைத் தனது மடியில் போட்டுவிட்டு என்னிடம் நிமிர்கிறார், புருவங்களை உயர்த்திச் சொல்கிறார், “அவள் சரியான ஏமாத்துக்காரியும் கூட. அந்தப் பொம்பளை என்ன சொன்னா தெரியுமா? அவள் என்னோட தங்கச்சியாம்! *என் கூடப் பிறந்த தங்கச்சியாம்!* எவ்ளோ பெரிய பொய்! சுல்தானா வரட்டும் வந்து இதைக் கேட்கட்டும், அப்புறம் இருக்கு.”

“சரி பாபா, விடுங்க. அம்மா வந்ததும் சொல்விடலாம்.”

“பைத்தியக்காரி.”

“அம்மா வந்ததும் சொல்லலாம். அப்புறம் நாம மூணு பேரும் சேர்ந்து அந்தப் பைத்தியக்காரியை வீட்டை விட்டுத் துரத்திடலாம். இப்போ கொஞ்சம் ஓய்வெடுங்க. எல்லாம் சரியாகிடும். ம், அப்படித்தான்.”

தொலைக்காட்சியில் வானிலை நிகழ்ச்சியைத் தட்டிவிட்டு அவருக்குப் பக்கத்தில் உட்கார்ந்து, தோள்களைப் பிடித்துவிடுகிறேன், அவரின் நடுக்கம் குறைகிற வரை, அவரது சுவாசம் சமமாகும் வரை. ஐந்து நிமிடங்கள் கடப்பதற்குள்ளேயே அவர் தூங்கிவிடுகிறார்.

அங்கே, சமையலறையில், பரி பாத்திரம் துலக்கும் இயந்திரத்துக்கு முதுகு கொடுத்தபடி தரையில் உட்கார்ந்திருக்கிறாள், பேயறைந்தது மாதிரி. காகிதத்துணியால் அடிக்கடிக் கண்களை ஒற்றுகிறாள்.

“மன்னிச்சுடு,” என்கிறாள். “முட்டாள்தனமா நடந்துக்கிட்டேன்.”

“பரவாயில்லை, விடுங்க,” என்கிறேன், துடைப்பத்துக்காகவும் முரத்துக்காகவும் கழுவுந்தொட்டிக்கு அடியில் கையை நீட்டிக்கொண்டே. உடைந்த கண்ணாடிகளுக்கு இடையே சிறு சிறு இளஞ்சிவப்புநிற, செம்மஞ்சள்நிற மாத்திரைகள் இறைந்து கிடப்பதைப் பார்க்கிறேன். அதை ஒவ்வொன்றாகப் பொறுக்கி எடுத்த பிறகு, லினோலியத் தரைவிரிப்பிலிருந்து கண்ணாடிச் சில்லுகளை பெருக்குகிறேன்.

“நான் அடிமுட்டாள். அவர்கிட்ட சொல்லியே ஆகணும்னு தோணுச்சு. நான் நினைச்சேன், ஒருவேளை அவர்கிட்ட உண்மையைச் சொன்னாலாவது...தெரியல, ஏன் என் புத்தி அப்படிப் போச்சுன்னு தெரியல.”

முரத்தைக் குப்பைத் தொட்டியில் கவிழ்க்கிறேன். முட்டி போட்டு, பரியின் கழுத்துப்பட்டியைத் தளர்த்தி, பாபா அவளைக் குத்திய இடத்தை ஆராய்கிறேன். “என்னோட அனுபவத்துல இருந்து சொல்றேன், கண்டிப்பா ரத்தம் கட்டிக்கப் போகுது.” தரையில் அவளுக்குப் பக்கத்தில் உட்கார்கிறேன்.

அவள் தனது உள்ளங்கைகளை விரிக்க, அதற்குள் மாத்திரைகளைக் கொட்டுகிறேன். “அடிக்கடி இப்படித்தான் நடந்துக்குவாரா?”

“சில நாட்கள்ல இப்படி பேயாட்டம் ஆடிடுவாரு.”

“யாரையாவது நிபுணரா பார்த்து உதவிக்கு வச்சுக்கணும்னு யோசிக்கலையா?”

நான் தலையாட்டிக்கொண்டே பெருமூச்சு விடுகிறேன். சமீப நாட்களாக, காலியான இந்த வீட்டில் நான் தனியாக எழப்போகும், எங்கோ கண்காணாத படுக்கையில், முன்பின் தெரியாத ஒரு நபர் கொண்டு வந்து வைக்கும் உணவுத் தட்டை பாபா முறைத்துக் கொண்டிருக்கப் போகும் அந்தத் தவிர்க்க முடியாத காலை நேரத்தைப் பற்றிய நினைவு எனக்குள் இருந்து வந்திருக்கிறது. பாபா ஏதோவொரு நாற்காலியில் கூன் போட்டபடியே சாய்ந்து கண்ணயரும் காட்சியும் கூட.

“யோசிச்சேன்,” என்கிறேன். “ஆனா அதுக்கான நேரம் இன்னும் வரலன்னு நினைக்கிறேன். அவரை எவ்ளோ நாள் முடியுதோ அவ்ளோ நாளைக்கு நானே பார்த்துக்கணும்னு ஆசைப்படுறேன்.”

பரி புன்னகை செய்கிறாள். மூக்கை உறிஞ்சுகிறாள். "எனக்குப் புரியுது."

இல்லை அவளுக்குப் புரியாது. மற்றொரு காரணத்தை அவளிடம் சொல்லவில்லை. அதை என்னாலேயே ஏற்க முடியுமா என்ற சந்தேகம் இருக்கும் போது எப்படி அவளிடம் சொல்ல முடியும். என்னுடைய சுதந்திரத்துக்காக ஏங்குகிற அதே நேரத்தில் அதைக் கண்டே நான் மிரண்டு போயிருக்கிற விஷயத்தை எப்படி அவளிடம் சொல்ல முடியும். பாபாவுக்குப் பிறகு எனக்கு என்ன ஆகுமோ, என்ன செய்யப் போகிறேனோ என்ற பயம் என்னை அரித்துக் கொண்டிருப்பதை எப்படி அவளிடம் சொல்ல முடியும். என் வாழ்நாள் முழுக்க, கண்ணாடித் தொட்டியின் பாதுகாப்பில் இருக்கிற வளர்ப்பு மீன் போல வாழ்ந்திருக்கிறேன். என்னைப் பாதுகாக்கிற அந்தக் கண்ணாடிச் சுவர் எந்த அளவுக்கு வெளியுலகத்தை வெளிப்படையாகக் காட்டுகிறதோ அதே அளவுக்கு வேலியாக என்னை அடைக்கவும் செய்கிறது. வேண்டுமென்றால், மறுபக்கம் மினுமினுத்துக் கொண்டிருக்கிற வெளியுலகை உள்ளிருந்தே ரசிக்கலாம்; என்னை அங்கு பொருத்திப் பார்த்து சந்தோஷப்படலாம், அவ்வளவுதான். பாபா எனக்காக - ஆரம்பத்தில் நான் சின்னவளாக இருந்தபோது வேண்டுமென்றேவும், தற்போது ஒவ்வொரு நாளும் அவர் என்னை விட்டு விலகிக் கொண்டிருக்கும் நேரத்தில் அப்பாவியாகவும் - கட்டமைத்திருந்த கடுமையான, பிடிவாதமான கட்டுப்பாடுகளால் நான் எப்போதுமே பிணைக்கப்பட்டிருக்கிறேன், சுற்றிவளைக்கப்பட்டிருக்கிறேன். இப்போது இந்தக் கண்ணாடித் தொட்டிக்குள்ளேயே நான் வாழப் பழகியிருக்க, இது உடையும் போது, நான் அனாதையாகும் போது, முன்பின் தெரியாத பரந்த வெளியில் நாதியில்லாமல், திக்குத் தெரியாமல், மூச்சுத் திணறித் துடிதுடிக்கப் போகிறேன்.

நான் இதுவரை ஏற்றுக்கொள்ளாத உண்மை, என் முதுகில் பாபாவின் சுமையை எப்போதுமே நான் விரும்பியிருக்கிறேன் என்பதே.

இல்லையென்றால் பாபா என்னை பால்டிமோர் போகவேண்டாமென்று சொன்ன உடனேயே எதிர்த்து நிற்காமல், போராடாமல், ஓவியக் கல்லூரியில் சேர வேண்டுமென்ற என் கனவையும் ஆசையையும் உடனே தூக்கிப் போட்டுருப்பேனா? சில ஆண்டுகளுக்கு முன்னால் நான் கல்யாணம் பண்ணிக்கொள்ள இருந்த நீல் என்ற அப்பாவியை விட்டு விலகியிருப்பேனா?

நீல் சொந்தமாக சிறிய சூரியசக்தி மின்சாரப்பலகை நிறுவனம் வைத்திருந்தான். அபேஸ் கபாப் ஹவுஸில் அவனைப் பார்த்த நொடியே, சாப்பிட என்ன வேண்டும் என்று நான் கேட்க, உணவுப்பட்டியலிலிருந்து நிமிர்ந்து என்னைப் பார்த்துச் சிரித்த அந்த நொடியே எனக்கு மிகவும் பிடித்திருந்த சதுரமான முகம் வைத்திருந்தான்.

பொறுமையானவன். நட்பானவன். நிதானம் தவற மாட்டான். பரியிடம் அவனைப் பற்றிச் சொன்னதில் உண்மையில்லை. என்னைவிட அழகானவளுக்காக அவன் என்னைக் கைவிட்டுவிடவில்லை. நான்தான் எல்லாவற்றையும் கெடுத்துவிட்டேன்; பாழாக்கிவிட்டேன். இஸ்லாமுக்கு மாறி வருகிறேன், பார்ஸி கற்றுக்கொள்கிறேன் என்றெல்லாம் அவன் சத்தியம் செய்தும் கூட, நான் புதுப்புது குறைகளைக் கண்டுபிடித்துக் கொண்டே வந்தேன், சாக்கு சொல்லிக் கொண்டேயிருந்தேன். முடிவில் நான் பயந்துபோய், என் வீட்டுச் சூழலின் அதே அருதப் பழசான இண்டு இடுக்குகளிலும், சந்து பொந்துகளிலும் ஓடி ஒளிந்து கொண்டதுதான் மிச்சம்.

பரி எனக்குப் பிறகு எழ ஆரம்பிக்கிறாள். உடைகளின் சுருக்கங்களை அவள் கைவைத்து நேராக்குவதை நான் கவனிக்கிறேன். அவள் இங்கிருப்பது, எனக்குப் பக்கத்தில் தொட்டுவிடும் தூரத்தில் நிற்பதன் ஆச்சரியத்தில் மீண்டும் புதிதாக வியந்து போகிறேன்.

"உங்களுக்கு ஒண்ணு காட்ட விரும்புறேன்," என்கிறேன்.

என் அறைக்குள் நுழைகிறேன். ஒரே வீட்டில் வாழ்ந்து வருவதன் சாதகங்களில் ஒன்று: உங்களின் அறையை யாரும் சுத்தம் செய்ய மாட்டார்கள், அதனால் உங்களின் பழைய விளையாட்டுச் சாமான்களை யாரும் காயலான் கடைக்குப் போடவும் மாட்டார்கள். இரண்டு: சின்னதாகிவிட்ட உங்களின் பழைய துணிகளையும் வெளியே யாருக்கும் கொடுக்க மாட்டார்கள். முப்பதை நெருங்கும் பெண்ணான எனக்கு, வீடு முழுக்க என் சிறுவயதின் நினைவுச் சின்னங்கள், குழந்தைப் பருவத்தின் புராதனப் பொருட்கள் தேவைக்கும் அதிகமாகவே இடத்தை அடைத்துக் கொண்டிருக்கின்றன என்று தெரியும். இப்போது, அதையெல்லாம் சேமித்து வைத்திருக்கும் பெரிய மரப்பெட்டிக்குள் அகழ்வாராய்ச்சி செய்ய அதன் மூடியைத் திறக்கிறேன். உள்ளே பழைய பொம்மைகள், நான் சீப்பு வைத்து வாரிவிட்ட பிடரி மயிரோடு இன்னமும் இருக்கும் இளஞ்சிவப்புநிற மட்டக்குதிரை,

ஓவியப் புத்தகங்கள், நான் தொடக்கப்பள்ளியில் இருந்தபோது ஜிகுஜிகு பேனாவால் இதயங்களையும் நட்சத்திரங்களையும் வரைந்து அப்பா அம்மாவுக்குக் கொடுத்திருந்த பிறந்தநாள் அட்டைகள், வாழ்த்து அட்டைகள். எங்களின் கடைசிச் சந்திப்பில், நீல் உடன் நான் உறவை முறித்த அந்தக் கடைசி சந்திப்பில், அவன் சொன்னான், *என்னால உனக்காகக் காத்திருக்க முடியாது பரி. நீ வளர்றதுக்காக நான் காலத்துக்கும் காத்துகிட்டே இருக்கமாட்டேன்.*

அந்த மூடியைத் தாளிட்டுவிட்டு வரவேற்பறைக்குத் திரும்ப, பாபாவுக்கு எதிரிலிருந்த மஞ்சத்தில் பரி சாய்ந்திருந்தாள். அவளுக்குப் பக்கத்தில் நான் உட்கார்கிறேன்.

“இந்தாங்க,” என்கிறேன், அஞ்சலட்டைகளைக் கத்தையாக அவளிடம் நீட்டிக்கொண்டே.

பக்கத்து மேஜையில் இருக்கும் கண் கண்ணாடிக்காக அவள் கைநீட்டுகிறாள். அஞ்சலட்டைகளைப் பிணைத்திருக்கும் இழுவைப்பிணையைக் கழட்டுகிறாள். முதல் அட்டையைப் பார்க்கும் போது அவளின் முகம் மாறுகிறது. லாஸ் வேகாஸில் இரவு நேர அலங்கார விளக்குகளால் ஜொலித்துக் கொண்டிருக்கும் சீஸர் அரண்மனையின் படம் அது. அதைத் திருப்பி, பின்னால் எழுதியிருக்கும் கடிதத்தை வாய்விட்டுப் படிக்கிறாள்.

ஜூலை 21, 1992

அன்புள்ள பரி,

இந்த ஊரில் எவ்வளவு வெயிலடிக்கிறது தெரியுமா. இன்று எங்களுடைய வாடகைக் காரின் முன்பக்க மூடியில் கைவைத்தபோது பாபாவுக்குக் கொப்புளமே போட்டுவிட்டது! பிறகு அம்மாதான் அதன் மேல் பற்பசையை பூசிவிட்டாள். சீஸர் அரண்மனையில், வாள்களோடும், தலைக்கவாசங்ககளோடும், சிவப்புத் துணிகளோடும் ரோமானிய வீரர்கள் இருந்தார்கள். அவர்களோடு புகைப்படம் எடுத்துக்கொள்ள அம்மாவை எவ்வளவோ கெஞ்சியும் அவள் மறுத்துவிட்டாள். ஆனால் நான் எடுத்துக்கொண்டேன்! வீட்டுக்கு வந்தவுடன் உனக்குக் காட்டுகிறேன். இப்போதைக்கு இதுதான் விஷயம். உன்னை நினைத்து மிகவும் ஏங்குகிறேன். நீ இங்கு இருந்திருந்தால் நன்றாக இருந்திருக்கும்.

பரி.

பின்குறிப்பு: இதை எழுதும்போது இதுவரை நான் சாப்பிட்டதிலேயே மிகவும் அருமையான ஐஸ்கிரீமை சாப்பிட்டுக் கொண்டிருக்கிறேன்.

அவள் அடுத்த அஞ்சலட்டையை எடுக்கிறாள். ஹார்ஸ்ட் கோட்டையின் படம் இருக்கும் அஞ்சலட்டை அது. இம்முறை மனதுக்குள் படிக்கிறாள். சொந்தமா ஒரு மிருகக்காட்சிசாலை வைத்திருந்தாராம். அருமை இல்ல? கங்காரு, வரிக்குதிரை, கலைமான், மங்கோலிய ஒட்டகம் - இரண்டு திமில்கள் இருக்குமே அது! அதற்கடுத்து டிஸ்னிலேண்ட் அஞ்சலட்டைகளில் ஒன்று, மிக்கி மவுஸ் மந்திரவாதியின் தொப்பியைப் போட்டுக்கொண்டு, மந்திரக்கோலை அசைத்துக்கொண்டிருக்கும் அட்டை. தூக்கில் தொங்கிய ஆள் விட்டத்திலிருந்து கீழே விழுந்தபோது அம்மா கத்தினாங்க பாரு! அதைக் கேட்டிருக்கணுமே நீ! தொடர்ந்து லஹ்ஹோயா வளைகுடா. பிக் ஸர் கடற்கரைச் சாலை. 17 மைல் டிரைவ். முயிர் காடுகள். டாஹோ ஏரி என எல்லா அட்டைகளிலும் உன்னை நினைத்து மிகவும் ஏங்குகிறேன். நீ இங்கு இருந்திருந்தால் நன்றாக இருந்திருக்கும். கண்டிப்பாக இந்த இடம் உனக்குப் பிடித்திருக்கும்.

நீ இங்கு இருந்திருந்தால் நன்றாக இருந்திருக்கும்.

நீ இங்கு இருந்திருந்தால் நன்றாக இருந்திருக்கும்.

பரி கண்ணாடியைக் கழட்டுகிறாள். “உனக்கு நீயே அஞ்சலட்டை போட்டுக்கிட்டியா என்ன?”

நான் மறுக்கிறேன். “இல்ல. இதெல்லாம் உங்களுக்கு எழுதினது.” சிரிக்கிறேன். “என்ன இப்படிக் கேட்டுட்டீங்க?” தர்மசங்கடமாக உணர்கிறேன்.

பரி அந்த அஞ்சலட்டைகளை முன்னால் இருக்கும் மேஜையில் போட்டுவிட்டு என்னை நெருங்கி வருகிறாள். “ம். சொல்லு.”

நான் என் உள்ளங்களைப் பார்த்துக் கொண்டே கட்டியிருக்கும் கைக்கடிகாரத்தை மணிக்கட்டில் சுழற்றுகிறேன். “என்னோட சின்ன வயசுல உங்களையும் என்னையும் ரெட்டைச் சகோதரிகளா கற்பனை பண்ணிக்கிட்டு இருந்தேன். நீங்க என் கண்ணுக்கு மட்டும்தான் தெரிவீங்க, வேற யார் கண்ணுக்கும் இல்ல. எனக்கு நடந்த எல்லாத்தையும் உங்ககிட்ட சொல்லுவேன். என்னோட எல்லா ரகசியங்களையும். என்னைப் பொறுத்தவரைக்கும் நீங்க நிஜம். எப்போதுமே என் பக்கத்தில இருப்பீங்க. நான் தனிமையில

வேதனைப்படாம இருந்தேன்னா அதுக்குக் காரணம் நீங்கதான். நீங்க என்னோட 'டோப்பில்கேங்கர்' மாதிரி. இந்த வார்த்தையைக் கேள்விப்பட்டுருக்கீங்களா?"

அவள் கண்களுக்குள் சிரிப்பு தெரிகிறது. "ஆமாம்."

பல மைல்களுக்கு அப்பால் விலகியிருக்கும் கிளைகளில் ஆடிக்கொண்டிருக்கும் இரண்டு இலைகளைப் போல எங்களை நான் கற்பனை செய்துகொள்கிறேன். கிளைகள் விலகியிருந்தாலும் எங்களின் வேர் என்னவோ ஒன்றாகவே ஆழமாகப் பின்னிப்பிணைந்திருக்கிறது.

"எனக்கு இது அப்படியே எதிரா இருந்துச்சு," என்கிறாள் பரி. "உனக்கோ ஓர் உருவம் கூடவே இருந்தது, ஆனா என்னைச் சுத்தி எப்போதுமே ஒரு வெறுமைதான் இருந்தது. எங்கன்னே தெரியாத ஒரு வலி. மருத்துவர்கிட்ட எங்கே வலிக்குதுன்னே சொல்ல முடியாத நோயாளி மாதிரி இருந்தேன், ஆனா வலி மட்டும் தொடர்ந்துக்கிட்டே இருந்துச்சு." அவளின் கைகள் என்னோடு சேர, சிறிது நேரம் இருவருமே எதுவும் பேசவில்லை.

சாய்வு நாற்காலியிலிருந்து பாபா முனகுகிறார், ஒருக்களித்துப் படுக்கிறார்.

"என்னை மன்னிச்சுடுங்க," என்கிறேன்.

"எதுக்கு மன்னிப்பு?"

"நீங்க ரெண்டு பேரும் ஒண்ணு சேர்றதுக்குள்ள காலம் கடந்துடுச்சு."

"இருந்தாலும் நாங்க ஒண்ணு சேர்ந்துட்டோம் இல்ல?" என்கிறாள். அவளின் குரல் தழுதழுத்துக் கொண்டிருக்கிறது. "அவர் அவர்தான். பரவாயில்லை. எனக்கு சந்தோஷம்தான். என்கிட்ட இருந்து தொலைஞ்சு போன என்னோட ஒரு பகுதியைக் கண்டுபிடிச்சுட்டேன்." என் கைகளை அழுத்துகிறாள். "அப்புறம் உன்னையும்தான், பரி."

அவளின் வார்த்தைகள் என் சிறுவயது ஏக்கங்களை ஆசையுடன் கைப்பிடித்து இழுக்கின்றன. நான் தனிமையில் இருந்தபோது அவள் பெயரை - எங்களின் பெயரை - ரகசியமாகச் சொல்லியிருந்ததை,

---

டோப்பில்கேங்கர் – ஒரு நபரைப் போலத் தோற்றமளிக்கும் மற்றொருவர்.

சொல்லிவிட்டு அதன் எதிரொலிக்காகக் காத்திருந்ததை, என்றாவது ஒருநாள் அது நிச்சயம் திரும்பி வரும் என்று நம்பியிருந்ததை நினைத்துப் பார்க்கிறேன். இந்த வீட்டில், என் பக்கத்திலிருந்து, என் விரல்களைக் கோர்த்தபடி என் பெயரை - எங்களின் பெயரை - அவள் உச்சரிக்கும் ஓசையைக் கேட்கும்போது, என்னவோ எங்களைப் பிரித்திருந்த அத்தனை வருடங்களும் ஒன்றன் மேல் ஒன்றாக மடிந்து விழுந்து கொண்டிருக்க, கால நேரங்கள் எல்லாம் கையகல புகைப்படத்தின் அளவுக்கு, என் பால்யகால ஞாபகங்களிலேயே மிகவும் உணர்வுப்பூர்வமான ஒரு நினைவுச் சின்னத்தைத் தாங்கிக் கொண்டு வரும் ஒற்றை அஞ்சலட்டையின் அளவுக்குச் சுருங்கிவிட்டதாகத் தோன்றுகிறது. என் காலுக்கடியில் பூமி புரள்கிறது. எங்கோ ஏதோவொன்று அதன் இடத்தில் பொருந்திக்கொள்கிறது. எப்போதோ கிழிக்கப்பட்ட ஏதோவொன்று திரும்பவும் வந்து ஒட்டிக்கொள்கிறது. இதயத்தில் இதமான பூரிப்பை நான் உணர, அதற்குப் பக்கத்திலேயே புதிதாக ஒரு இதயம், இன்னொரு இதயம் துடிக்க ஆரம்பிக்கிறது.

அந்தச் சாய்வு நாற்காலியில், முழங்கைகளை ஊன்றி பாபா நிமிர்கிறார். கண்களைக் கசக்குகிறார். எங்களைப் பார்க்கிறார். "ரெண்டு பேரும் என்ன பேசிக்கிட்டு இருக்கீங்க?"

சிரிக்கிறார்.

***

மற்றொரு குழந்தைப்பாடல். அவின்யோனில் இருக்கிற பாலத்தைப் பற்றியது இது.

பரி எனக்காக அதன் ராகத்தை உதடுகளைப் பிரிக்காமல் பாடி, பிறகு அதன் ஃபிரெஞ்சு வரிகளை ஒப்பிக்கிறாள்:

அவின்யோனின் பாலத்தில்
நாங்கள் ஆடுவோம் பாடுவோம்
அவின்யோனின் பாலத்தில்
ஆடுவோம், வட்டம் போடுவோம்.

"நான் சின்னபிள்ளையா இருக்கும் போது அம்மா சொல்லிக் கொடுத்தாங்க," என்கிறாள். எதிர்பாராமல் வீசிய குளிர்காற்றிலிருந்து கழுத்தைச் சுற்றிய சால்வை பறக்காமல் இருக்க, முடிச்சுகளை இறுக்குகிறாள். குளிரான நாள் அது. ஆனாலும் வானம் நீலமாக,

சூரியன் திடகாத்திரமாக. ரோன் நதியின் சாம்பல் நிற உலோகப் பரப்பில் பட்டு சிறுசிறு வெளிச்சத் துண்டுகளாக உடைகிறது அது. “எல்லா ஃபிரெஞ்சுக் குழந்தைகளுக்கும் இந்தப் பாட்டு தெரியும்.”

நதியைப் பார்த்த வாக்கில் இருக்கிற மரப்பலகையில் நாங்கள் உட்கார்ந்திருக்கிறோம். நதியைத் தாண்டி கண்ணுக்கெட்டுகிற நகரத்தின் கம்பீரத்தைப் பார்த்து நான் அதிசயிக்கிறேன். என்னுடைய வரலாறே சமீபத்தில்தான் தெரியவர, கழுத்துவரைக்கும் வரலாற்றைப் போர்த்தியிருக்கும், அதைத் தொடர்ந்து பாதுகாத்து வரும் ஒரு நகரத்தில் உட்கார்ந்திருப்பதே பெரிய சாதனைதான். மிகப் பெரிய ஆச்சரியம் இந்த நகரம். காற்றின் தெளிவு, நதியை மோத வரும் தென்றல், அதனால் கருங்கல் கரைகளில் ஒதுங்குகிற நீர், பளிச்சென்ற பூரண வெளிச்சம், ஒவ்வொரு திசையிலிருந்தும் அது அட்டகாசமாகப் பிரகாசிப்பது என இதன் அத்தனை விஷயங்களுமே அதிசயம்தான். அந்த மரப் பலகையிலிருந்து, பழமையான நகர மையத்தைச் சுற்றி வளைக்கிற மதில்சுவர்களையும், குறுகலாக வளைந்து நெளிந்து செல்கிற தெருக்களின் பின்னல்களையும், அவின்யோன் தேவாலயத்தின் மேற்கு கோபுரத்தையும், அதன் உச்சி மீது தங்கமுலாமில் ஜொலித்துக் கொண்டிருக்கிற கன்னி மரியாளின் சிலையையும் என்னால் பார்க்க முடிகிறது.

பரி இந்த அவின்யோன் பாலத்தின் வரலாற்றை என்னிடம் சொல்கிறாள் - பன்னிரெண்டாம் நூற்றாண்டில், ஆடு மேய்ப்பவன் ஒருவன், தேவதைகள் அவனது கனவில் வந்து நதியின் குறுக்கே பாலம் ஒன்றைக் கட்டுமாறு சொல்லியதாகத் தெரிவித்தது, ஊர் மக்களை நம்ப வைக்க, பெரிய பாறாங்கல்லை நதியில் தூக்கிப்போட்டுத் தன்னை நிரூபித்தது, ரோன் நதிக்கரையின் படகோட்டிகள் தங்களின் காவல் தெய்வமான செயிண்ட் நிக்கோலஸ்ஸைக் கௌரவிக்கும் விதமாக இந்தப் பாலத்தில் ஏறியது, பல நூற்றாண்டு கால வெள்ளங்களால் கொஞ்சம் கொஞ்சமாக அரித்துப் போயிருந்த அதன் வில்வளைவுத் தூண்கள் ஒரு கட்டத்தில் இடிந்து விழுந்தது என ஒன்றுவிடாமல். முன்னதாக இன்று காலையில் கோத்திக் பெலேய்-டி-பெப் என்ற போப்பாண்டவர்களின் அரண்மனைக்குள் என்னை இட்டுச் சென்ற போதும், ஒலி-வழிகாட்டி தலையணியைக் காதிலிருந்து எடுத்துவிட்டு, தலைக்கு மேலேயிருக்கும் அந்த அழகான சிற்பவேலைகளை, அந்த ரசம் பூசிய கண்ணாடிகளை, குறுக்கும் நெடுக்குமாகச் சந்திக்கும் அந்த அழகிய வளைவுகளைக் கவனி என்பது மாதிரி என் முழங்கைகளைத் தட்டிய போதும்

அவளது குரலில் இருந்த அதே படபடப்பு, அதே பரபரப்பு இப்போதும் இருக்கிறது.

அரண்மனைக்கு வெளியே, தேவாலய சதுக்கத்தின் வழியாக அந்தப் புறாக்கூட்டத்துக்கு மத்தியில், அந்த சுற்றுலாப்பயணிகளுக்கு மத்தியில், பளிச்சென்ற அங்கி போட்டுக்கொண்டு காப்புகள், கைக்கடிகாரங்கள் விற்ற அந்த ஆஃப்பிரிக்கக் கடைக்காரர்களுக்கு மத்தியில், ஆப்பிள் கூடையின் மேல் உட்கார்ந்து தனது கிட்டாரில் "போஹேமியன் ராப்ஸோடி" வாசித்துக் கொண்டிருந்த அந்தக் கண்ணாடி போட்ட இளம் இசைக் கலைஞனுக்கு மத்தியில் நாங்கள் காலாற நடக்க, பரி கிட்டத்தட்ட மூச்சே விடாமல் அத்தனைப் புனிதர்களின் பெயர்களையும், போப் ஆண்டவர்களின் பெயர்களையும், கார்டினல்களின் பெயர்களையும் சொல்லிக் கொண்டிருந்தாள். அவள் அமெரிக்காவில் இருந்தவரை இப்படிப் பட்டாசு மாதிரிப் பேசியதில்லை. அவளுக்கான காலமும் இடமும் வருகிற வரை அவளது இயல்பைக் காட்டாமல் பொறுமையாக இருந்திருக்கிறாள் என்று நினைக்கிறேன். இந்தப் படபட வார்த்தைகள் அனைத்தும் எங்களை இணைக்க முயற்சிக்கின்றன, ஒரு பாலத்தைப் போல.

"ஆனா இதென்ன பிரமாதம், சீக்கிரமே இதை விட இன்னும் பிரம்மாண்டமான பாலத்தை உனக்குக் காட்டுறேன் இரு," என்கிறாள். "எல்லாரும் வரட்டும். வந்தவுடனே நாம போன்-ஜூ-கார் போலாம். கேள்விப்பட்டிருக்கியா? இல்லையா? ஊல்லாலா! அற்புதமா இருக்கும் பாரு! யூரேவிலிருந்து நைம்ஸுக்கு தண்ணீர் எடுத்துட்டுப் போறதுக்காக ரோமானியர்கள் கட்டின பாலம் அது. ஐம்பது கிலோ மீட்டர் நீளம்! ரோமானியக் கட்டடக்கலையின் தலைசிறந்த சாதனை, பரி."

நான் ஃபிரான்ஸுக்கு வந்து நான்கு நாட்களாகிவிட்டன. அவின்யோனுக்கு வந்து இரண்டு நாட்கள். நானும் பரியும் சில்லென்ற பாரீஸின் மப்பும் மந்தாரமுமான வானத்தை விட்டுவிட்டு பெருநகர ரயில் ஏறி வானம் தெளிந்திருக்க, இதமான காற்று வீச, ஒவ்வொரு மரத்திலும் சில்வண்டுகள் கூட்டாகப் பாட இங்கு வந்து இறங்கினோம். ரயில் நிலையத்தில் என் பெட்டிகளை எடுப்பதற்குள் கூட்டம் முட்டிமோத, ஏறக்குறைய இறங்காமலே போயிருப்பேன். எனக்குப் பின்னால் அந்த இயந்திரக் கதவுகள் 'விர்'ரென்று மூடுவதற்குள் எப்படியோ தப்பித்தவறி அதிர்ஷ்டவசமாகத் தரையிறங்கினேன். இன்னும் மூன்றே மூன்று வினாடிகள்

தாமதித்திருந்தாலும் அந்த ரயில் என்னை மார்சேயில்தான் இறக்கிவிட்டிருக்கும் என்று பாபாவிடம் சொல்லவேண்டும், மனதுக்குள் குறித்துக் கொள்கிறேன்.

அப்பா எப்படி இருக்கார்? சார்ல்ஸ்-டு-கால் விமானநிலையத்திலிருந்து பரியின் அடுக்குமாடிக் குடியிருப்புக்குப் போகிற வாடகைக்கார் பயணத்தில் அவள் விசாரித்தாள்.

கொஞ்சம் கொஞ்சமா மோசமாகிட்டேயிருக்கார், என்றேன்.

பாபா இப்போது ஒரு பராமரிப்பு இல்லத்தில் இருக்கிறார். அந்த இல்லத்தைப் பற்றி விசாரிப்பதற்காக நான் முதல்முதலில் அங்கு சென்றபோது, உயரமான ஒற்றை நாடி உடம்பும், செம்புற்றுப்பழம் போல சுருட்டை முடியும் வைத்திருந்த பென்னி என்ற அதன் இயக்குநர் எனக்கு எல்லாவற்றையும் சுற்றிக்காட்ட, பரவாயில்லையே நல்லாயிருக்கே என்று நினைத்தேன்.

பிறகு சொன்னேன். பரவாயில்லையே, நல்லாயிருக்கே.

சுத்தமான இடம். தோட்டத்தைக் காட்டுகிற ஜன்னல்கள். அங்கே ஒவ்வொரு புதன்கிழமையும் நான்கு-முப்பதுக்கு தேநீர் விருந்து நடக்கும் என்றாள் பென்னி. தாழ்வாரத்தில் மெலிதான இலவங்க வாசம், தேவதாரு வாசம். அங்கிருந்த பணியாளர்கள், ஏறக்குறைய எல்லாருடைய பெயரும் இப்போது எனக்கு மனப்பாடம், பண்புள்ளவர்களாக, பொறுமையானவர்களாக, கெட்டிக்காரர்களாகப் பட்டார்கள். வயதான கிழவிகள் பாழடைந்த முகத்துடன், மோவாயில் மயிர்களுடன், வாயோரம் எச்சில் ஒழுகிக்கொண்டே தனக்குள்ளேயே பேசிக்கொண்டிருப்பார்கள், தொலைக்காட்சித் திரையையே வெறித்துக் கொண்டிருப்பார்கள் என்றுதான் அந்த இடத்தைப் பற்றிக் கற்பனை வைத்திருந்தேன். ஆனால் அப்படியில்லாமல், முக்கால்வாசிப் பேருக்கு வயதான மாதிரியே தெரியவில்லை; நன்றாகத்தான் இருந்தார்கள். நிறைய பேர் சக்கரநாற்காலியில் கூட இருக்கவில்லை.

ரொம்ப மோசமா இருக்கும்னு எதிர்பார்த்தேன், என்றேன்.

அப்படியா? பென்னி கேட்டாள். அவளின் சிரிப்பில் இணக்கம் தெரிந்தது, தொழில்முறை நேர்த்தி.

அச்சச்சோ, தப்பா பேசிட்டேன். மன்னிச்சுடுங்க.

அப்படியெல்லாம் இல்லை. இந்த மாதிரி இடங்களைப் பத்திப் பொதுவா எல்லாரும் என்ன நினைப்பாங்கன்னு எங்களுக்கு நல்லாவே தெரியும். இருந்தாலும், அவள் பின்னால் திரும்பிப் பேசியதில் சன்னமான எச்சரிக்கை தொனித்தது, இது ஓரளவுக்கு ஆரோக்கியமான நோயாளிகள் தங்குற பகுதி. உதவி-வேண்டுவோர் பகுதின்னு சொல்லுவோம். உங்க அப்பாவைப் பத்தி நீங்க சொன்னதையெல்லாம் வச்சுப் பார்க்கும்போது, அவரை இந்த இடத்துல தங்கவைக்க முடியாதுன்னு நினைக்கிறேன். அவருக்கு நினைவுப் பராமரிப்பு பிரிவுதான் சரியா வரும்னு தோணுது. இதோ வந்துட்டோம்.

அவள் அட்டை ஒன்றைச் செருகி எங்களை உள்ளே அனுமதித்தாள். பூட்டுக்கு இந்தப் பக்கத்தில் இலவங்க வாசமோ தேவதாரு வாசமோ வீசவில்லை. எனக்கு அடிவயிற்றை என்னமோ செய்தது. அடுத்த நொடி எனக்குத் தோன்றிய விஷயம் வந்த வழியே திரும்பிப் போய்விடவேண்டும் என்பதுதான். ஆனால் பென்னி என்னை ஆறுதலாகப் பிடித்தாள். அவள் என்னைப் பார்த்ததில் அத்தனைப் பரிவு. அங்கிருந்த மீதி நேரம் முழுக்க அழுகையை அடக்கப் போராடினேன். குற்றவுணர்ச்சி பேரலையாக என்னைத் துரத்திக்கொண்டே வந்தது.

நான் ஐரோப்பா கிளம்புவதற்கு முந்தைய நாள், பாபாவைப் பார்க்கப் போனேன். தாழ்வாரத்தின் மூலமாக அந்த உதவி-வேண்டுவோர் பகுதியைக் கடந்து கவுத்தமாலா நாட்டிலிருந்து வந்து அங்கே வரவேற்பாளராக வேலை செய்யும் கார்மென்னுக்குக் கைகளால் முகமன் சொன்னேன். அருகாமை உயர்நிலைப் பள்ளியிலிருந்து வந்த நான்கு பேர் கொண்ட வாத்தியக்குழு முழு சீருடையுடன் கச்சேரி செய்ததைக் கேட்டுக்கொண்டிருந்த தாத்தா-பாட்டிகள் நிறைந்த சமுதாயக் கூடத்தைத் தாண்டி, கணிப்பொறிகளும், புத்தக அலமாரிகளும், டோமினோ விளையாட்டு உபகரணங்களும் சிதறியிருந்த பல்நோக்கு அறையைத் தாண்டி, அறிவிப்புகளும், அறிவுரைகளும் - புதிர் நேரம்! வரும் செவ்வாய் காலை 11 மணிக்கு!! சோயாபீன்ஸ் உங்களின் கெட்ட கொழுப்பைக் குறைக்கும் தெரியுமா? - வரிசை கட்டிய அறிவிப்புப் பலகையைத் தாண்டி நடந்தேன்.

பூட்டிய பகுதிக்குள் என்னை நுழைத்துக் கொண்டேன். கதவுக்கு இந்தப் பக்கத்தில் தேநீர் விருந்துகள் எல்லாம் நடக்காது. இங்கிருக்கும் யாரும் தங்களின் நாட்களை யோகாவுடன் தொடங்குவதில்லை. பாபாவின் அறைக்குப் போனேன். அவரைக் காணோம். படுக்கை ஒழுங்கு செய்யப்பட்டிருக்க, தொலைக்காட்சி இருட்டியிருக்க,

படுக்கைக்குப் பக்கத்திலிருந்த மேஜையில் அரை குவளை தண்ணீர். பாபாவை மருத்துவமனைப் படுக்கையில் பார்ப்பது எனக்குச் சுத்தமாகப் பிடிக்காது. அவரின் உடம்பு ஒருக்களித்திருக்க, தலையணைக்கு அடியில் கைகளை மடக்கி, தொங்கிப்போன கண்களால் என்னை உணர்ச்சியின்றி நிமிர்ந்து பார்க்கும் நொடியை, அந்த அவஸ்தையை அடியோடு வெறுத்தேன். நல்லவேளையாக பாபா அங்கில்லை. சற்றே ஆறுதலாக இருந்தது.

பாபாவை பொழுதுபோக்கு அறையில் கண்டுபிடித்தேன். சக்கரநாற்காலியில் சுணங்கியிருந்தார், தோட்டத்தைப் பார்த்த மாதிரியிருந்த ஜன்னலுக்கு முன்னால். தொளதொளவென, கட்டம் போட்டிருந்த இரவு உடையில் இருந்தார். வழக்கமான தொப்பி. அவரது மடியை *இயக்க அங்கி* என்று ஜென்னி சொன்ன அங்கியால் போர்த்தியிருந்தார். அதில் அவர் பின்னுவதற்கேற்ற மாதிரி நூல்கயிறுகளும், திறந்து மூடுவதற்கேற்ற மாதிரி பட்டன்களும் இருந்தன. பென்னி சொன்னாள் அதனால் அவரின் விரல்களுக்கு இயக்கம் கிடைக்கும் என்று, தசைகளுக்கும், நரம்புகளுக்கும் ரத்த ஓட்டம் கிடைக்கும் என்று.

அவரின் கன்னத்தில் முத்தமிட்டு, பக்கத்தில் உட்கார்ந்தேன். யாரோ அவருக்கு முகச்சவரம் செய்திருக்கிறார்கள். தலையை அலசி, படிய வாரியிருக்கிறார்கள். அவரது முகத்தில் சோப்பு வாசனை வந்தது.

நாளைக்கு முக்கியமான நாள் பாபா, என்றேன். *பரியைப் பார்க்கறதுக்காக ஃபிரான்ஸ் போறேன். போவேன்னு ஏற்கனவே சொன்னேனே, ஞாபகமிருக்கா?*

பாபா விழித்தார். பக்கவாதம் அடிப்பதற்கு முன்னேயே, அவருக்கு நினைவுகள் தவறியிருந்தன. அடிக்கடி நீண்ட மௌனங்களில் தடுக்கி விழுந்துகொண்டே இருந்தார். கண்களில் நிரந்தர சோர்வு. பக்கவாதத்திற்குப் பிறகு, அவரது முகம் ஒரு முகமூடியாக மாறியிருக்க, எந்நேரமும் அவரின் உதடுகள் கோணலான, அடக்கமான சிறு சிரிப்பாகத் திறந்தபடியே உறைந்திருக்கின்றன. ஆனால் அந்தச் சிரிப்பு கண்களை எட்டுவதே இல்லை. பக்கவாதத்திற்குப் பிறகு ஒரு வார்த்தை கூட அவர் பேசவில்லை. சில நேரங்களில், அவரின் உதடுகள் பிரிய, கரகரப்பான சத்தத்தை வெளிவிடுவார் - *ஆஹ்!* - அந்தக் கடைசி மாத்திரையில் அவர் கொடுக்கும் அழுத்தம் ஏதோ ஆச்சரியத்தால் கத்துவதைப் போலவும், என்னவோ நான் சொன்ன விஷயத்தால் அவருக்குத் திடீர் ஞானோதயம் உதித்ததைப் போலவும் நம்மை ஏமாற்றும்.

நாங்க பாரீஸ்ல சந்திக்கப்போறோம். அதுக்கப்புறம் ரயில் பிடிச்சு அவின்யோனுக்குப் போகப்போறோம். அந்த ஊர் ஃபிரான்ஸோட தெற்குப்பகுதில இருக்கு. பதினாலாம் நூற்றாண்டுல போப் ஆண்டவர்கள் அந்த ஊர்லதான் வாழ்ந்தாங்க. ரெண்டு பேரும் அங்க சுத்திப்பார்க்கப் போறோம். அற்புதமான விஷயம் சொல்லட்டுமா, பாபா? நான் வரப்போற விஷயத்தைப் பரி அவங்க பசங்க எல்லாருக்கும் சொல்லியிருக்காங்க. எல்லாருமே என்னைப் பார்க்க அங்க வரப்போறாங்க.

பாபாவின் சிரிப்பு தொடர்ந்தது, அதற்கு முந்தைய வாரம் ஹெக்டர் அவரைப் பார்க்க வந்த போது தொடர்ந்தது மாதிரி, நான் சான் ஃபிரான்சிஸ்கோ கலை மற்றும் கலாச்சாரக் கல்லூரியில் சேருவதற்கான விண்ணப்பத்தை அவரிடம் காட்டியபோது தொடர்ந்தது மாதிரி.

உங்க தங்கச்சி பொண்ணு இசபெல்லுக்கும் அவங்க வீட்டுக்காரர் ஆல்பர்ட்டுக்கும் சொந்தமான பண்ணை வீடு புரோவென்ஸ்ல, லே போவ் என்ற ஊருக்குப் பக்கத்துல இருக்கு. இணையதளத்துல பார்த்தேன், பாபா. பார்க்கறதுக்கு அருமையா இருக்கு அந்த ஊரு. ஆல்பிய்ல் மலைத்தொடர்கள்ல இருக்கிற சுண்ணாம்புச் சிகரங்களுக்கு மேல கட்டப்பட்டிருக்குற ஊர் அது. மேலே ஏறினா பழங்கால கோட்டையோட இடிபாடுகளை நாம பார்க்கலாமாம். அங்கேயிருந்து கீழேயிருக்கிற சமவெளிகளும் தோப்புகளும் தெரியுமாம். திரும்பி வரும்போது நிறைய புகைப்படம் எடுத்துட்டு வரேன், உங்களுக்குக் காட்டுறேன்.

பக்கத்தில், ஒரு வயதான அம்மா ஏனோதானோவென்று படப்புதிரை அடுக்கிக் கொண்டிருந்தாள். அதற்கு அடுத்த மேஜையில், பஞ்சு போல் நரை முடி வைத்திருந்த பெண்மணி இழுப்பறையில் கரண்டிகளையும், முள்கரண்டிகளையும், வெண்ணைக் கத்திகளையும் அடுக்க முயற்சித்துக் கொண்டிருந்தாள். மூலையிலிருந்த பெரிய தொலைக்காட்சியில், ரிக்கியும் லூஸியும் கைகளில் கைவிலங்குடன் வாக்குவாதம் செய்துகொண்டிருந்தனர்.

பாபா சொன்னார், *ஆஹ்!*

உங்க மருமகன் ஆலனும், அவனோட மனைவி, ஆனாவும் அவங்களோட ஐந்து பசங்களையும் கூட்டிக்கிட்டு ஸ்பெயின்லருந்து வராங்க. அந்தப் பசங்களோட பேர் எனக்குத் தெரியாது, ஆனா சீக்கிரம் தெரிஞ்சுக்குவேன். அப்புறம் உங்க இன்னொரு மருமகன் - பரியோட கடைக்குட்டி, தியர்ரியும் வர்றானாம். பரிக்கு ரொம்ப சந்தோஷம், வானத்துக்கும் பூமிக்கும் குதிக்கிறாங்க. அவனைப் பார்த்தே, பேசியே வருஷக்கணக்கா ஆகிடுச்சாம். வேலைக்கு விடுமுறை எடுத்துகிட்டு

ஆஃப்ரிக்காவுல இருந்து விமானத்தைப் பிடிச்சு வர்றானாம். ஆக என்னைக் காரணமா வச்சு குடும்பம் மொத்தமும் ஒண்ணு சேரப்போகுது.

பிறகு நான் கிளம்ப எழுந்தபோது திரும்பவும் அவரின் கன்னங்களில் முத்தமிடுகிறேன். என் முகம் அவரின் முகத்தில் வழக்கத்தை விட அதிக நேரம் ஒட்டியிருக்க, மழலையர் பள்ளியிலிருந்து என்னை அவர் அழைத்துப் போக வந்ததை, அப்படியே அம்மாவையும் கூட்டி வர நாங்கள் இருவரும் டென்னிஸுக்குப் போனதை, அங்கே வேலைநேரம் முடிந்து அம்மா வெளிவருகிற வரை அவளுக்காகக் காத்திருந்ததை, காத்திருந்த நேரத்தில் அந்த மேலாளர் எப்போதும் எனக்குத் தருகிற ஐஸ் கிரீமை சுவைத்துக் கொண்டிருந்ததை, சுவைத்துக் கொண்டிருந்த நேரத்தில் அன்று வரைந்த ஓவியங்களை பாபாவிடம் காட்டியதை, காட்டியதை அவர் ஒவ்வொன்றாகப் பொறுமையோடு வாங்கியதை, வாங்கி கவனத்துடன் உற்றுப் பார்த்ததை, பார்த்துத் தலையாட்டியதை வாஞ்சையோடு நினைக்கிறேன்.

பாபா அவரின் சிரிப்பைச் சிரித்தார்.

அடடா. மறந்தே போயிட்டேன்.

நான் குனிந்து எங்களின் வழக்கமான கனவு வைத்தியத்தை ஆரம்பித்தேன். எனது விரல்களால் அவரின் சுருக்கம் விழுந்த கன்னங்களிலிருந்து நெற்றிப்பொட்டுக்குத் தாவி, பிறகு அவரின் நரைத்திருந்த, வற்றிக்கொண்டிருந்த முடிகள் மூடியிருந்த பின்னந்தலையில், காதுக்குப் பின்னால் பொறுமையாகத் தேடி, ஒவ்வொரு கெட்ட கனவையும் பாபாவின் மூளைக்குள்ளிருந்து பிடுங்கியெறிந்து, அந்தக் கனவுகளையெல்லாம், ஒன்றன் பின் ஒன்றாக, கண்ணுக்குத் தெரியாத சுருக்குப்பையில் போட்டு, இறுக்கமாக முடிச்சு போட்டேன்.

அவ்வளவுதான். முடிஞ்சது.

பாபாவின் தொண்டைக்குள்ளிருந்து சத்தம் வந்தது.

நல்ல கனவுகள் வரும், பாபா. நல்லாத் தூங்குங்க. ரெண்டு வாரம் கழிச்சு வந்து பார்க்கிறேன். அப்போதுதான் அதுவரை அத்தனை நாட்கள் நாங்கள் பிரிந்திருந்ததே இல்லை என்ற விஷயமே எனக்கு உரைத்தது.

நான் விலகி நடந்து கொண்டிருந்தபோது, பாபா என்னையே பார்த்துக் கொண்டிருந்தது மாதிரி குறுகுறுத்தது. ஆனால் அவரைப் பார்ப்பதற்கு நான் திரும்ப, அவரின் தலை கவிழ்த்திருந்தது. மடியிலிருந்த இயக்க அங்கியின் பட்டன்களை நோண்டிக்கொண்டிருந்தார்.

பரி இப்போது இசபெல்லின் வீட்டைப் பற்றிப் பேசிக் கொண்டிருக்கிறாள். அதன் புகைப்படங்களை என்னிடம் காட்டியிருக்கிறாள். மீண்டும் புனரமைக்கப்பட்ட, மிக அழகான புரோவென்ஸ் பாணிகருங்கல் வீடு அது. லுபெரான் குன்றுகளின் மேல் கட்டப்பட்டு, முன் வாசலுக்கு வெளியே பழ மரங்களும், செடிகொடிகளின் தோரணங்களும் வளைந்திருக்கும் கட்டடம். உள்ளே சுட்ட களிமண் தரைக்கல்லோடுகள். உத்திரத்தில் கண்ணுக்குத் தெரிகிற மரத்தூண்கள்.

"நான் காட்டிய படத்துல உன்னால பார்க்க முடியாது, ஆனா அங்கிருந்து தெரியற வாக்ளூஸ் மலைகளோட காட்சி பிரமாதமா இருக்கும்."

"எல்லாருக்கும் இடம் பத்துமா? அத்தனைப் பேருக்கு இந்தப் பண்ணை வீடு தாங்குமா?"

"எவ்வளவு ஜனங்க வராங்களோ, அவ்வளவு சந்தோஷம்!" என்கிறாள். "ஆங்கிலத்துல எப்படி சொல்றது? *தி மோர் தி ஹேப்பியர்?*"

"*தி மோர் தி மெர்ரியர்?*"

"அதுதான், அதேதான்."

"பிள்ளைங்களை என்ன பண்றது? அவங்களை எங்க...?

"பரி?"

நான் அவளிடம் திரும்புகிறேன். "ம்?"

அவளது நெஞ்சுக்குள்ளிருக்கும் காற்றை ஊதி காலி செய்கிறாள். "இப்போ நீ அதைக் கொடுக்கலாம்."

நான் தலையாட்டுகிறேன். என் பாதங்களுக்கு அடியில் உட்கார்ந்திருக்கும் கைப்பையைத் திறக்கிறேன்; கையை நுழைக்கிறேன்.

பல மாதங்களுக்கு முன்னால், பாபாவை அந்தப் பராமரிப்பு இல்லத்துக்கு மாற்றும்போதே நான் அதைக் கவனித்திருக்க வேண்டும். பாபாவுக்குத் தேவையான துணிகளை எடுத்து வைக்க தாழ்வாரத்திலிருக்கும் அலமாரியின் மேல் அடுக்கி வைத்திருக்கும் மூன்று பெரிய தோல்பெட்டிகளில் உச்சியிலிருந்த தோல்பெட்டியை எடுத்தேன். எல்லாமே அந்த ஒரே பெட்டிக்குள் அடங்கிவிட்டது. பிறகு ஒரு வழியாக அப்பா-அம்மாவின் அறையைக் காலி செய்யும் துணிச்சலை வரவழைத்துக் கொண்டேன். சுவரிலிருந்து அந்தப் பழைய சுவர்-அலங்காரத் தாள்களை உரித்துவிட்டு புதிதாக வண்ணம் அடித்தேன். அவர்களின் இரட்டைப் படுக்கையை, நீள்வட்டக் கண்ணாடி இணைந்திருக்கும் அம்மாவின் அலங்கார மேஜையை வெளியேற்றி, அப்பாவின் கோட்டு-சூட்டுகளும், அம்மாவின் உடைகளும் நிரம்பிய துணி அலமாரிகளைக் காலி செய்தேன். வாகன நிறுத்துமிடத்தின் மூலையில் எல்லாவற்றையும் குவித்தேன். குட்வில் தொண்டு நிறுவனத்துக்கு அத்தனையையும் தானம் கொடுக்கவே இரண்டு மூன்று முறை போய்வர வேண்டும் போலிருந்தது. என்னுடைய மேஜையை அவர்களின் படுக்கையறைக்கு இடம் மாற்ற, இப்போது அதுதான் என் அலுவலகம். இலையுதிர்காலத்தில் வகுப்புகள் தொடங்கும்போது என்னுடைய படிப்பறையும் அதுதான். என் அறையில், என் படுக்கையின் கால்மாட்டிலிருந்த அந்தப் பெரிய மரப்பெட்டியையும் காலி செய்தேன். பழைய பொம்மைகள், விளையாட்டுச் சாமான்கள், சிறுவயது ஆடைகள், சின்னதாகியிருந்த செருப்புகள், காலணிகள் என எல்லாவற்றையும் தூக்கிப் போட்டேன். நான் அப்பா-அம்மாவுக்குக் கொடுத்திருந்த பிறந்தநாள் அட்டைகள், தந்தையர் தின, அன்னையர் தின வாழ்த்து அட்டைகளை இனிமேலும் பார்க்கும் சக்தி என்னிடம் இல்லை. அவை என் காலடியிலேயே இருக்கும்போது எப்படி என்னால் நிம்மதியாகத் தூங்க முடியும்.

அடுத்து, தாழ்வாரத்திலிருக்கும் அந்த அலமாரியை சுத்தம் செய்து கொண்டிருந்த சமயத்தில், மீதியிருந்த இரண்டு தோல்பெட்டிகளைக் கொண்டு போய் வாகன நிறுத்துமிடத்தில் வைப்பதற்காக வெளியே இழுத்தபோதுதான், ஒரு தோல்பெட்டிக்குள்ளிருந்து 'தடதட'வென்ற சத்தத்தைக் கேட்டேன். அதைத் திறந்து கெட்டியான பழுப்புநிறக் காகித உறை சுற்றியிருந்த அட்டைப்பெட்டி ஒன்றைக் கண்டுபிடித்தேன். கடித உறை ஒன்றும் அத்துடன் ஒட்டப்பட்டிருந்தது. அதன் மேல் ஆங்கிலத்தில் எழுதப்பட்டிருந்தது.

படித்தேன்: *என் தங்கை, பரிக்காக.* உடனே பாபாவின் கையெழுத்தாக அடையாளம் தெரிந்தது. நான் அபே'ஸ் கபாப் ஹவுஸில் வேலை செய்தபோது கல்லாவில் உட்கார்ந்திருந்த அவரிடமிருந்து அம்மாவிடம் கொண்டுபோய்க் கொடுத்த சமையலறைக் குறிப்புகளில் இப்படித்தான் கிறுக்கி வைத்திருப்பார்.

அந்த அட்டைப்பெட்டியை இப்போது பரியிடம் ஒப்படைக்கிறேன், பிரிக்காமல்.

அவளின் மடியில் வைத்து அதைப் பார்க்கிறாள். கடித உறையின் சருமத்தில் எழுதியிருந்த வார்த்தைகளின் மேல் அவளது விரல்களை ஓடவிடுகிறாள். நதிக்கு அக்கரையிலிருந்து தேவாலய மணி ஒலிக்க ஆரம்பிக்கிறது. தண்ணீரின் விளிம்பைவிட்டு வெளியே துருத்திக் கொண்டிருக்கும் பாறையின் மீது, பறவை ஒன்று இறந்த மீனின் பிரேதத்தைக் குத்திக் கிழிக்கிறது.

பரி தனது பைக்குள் துழாவுகிறாள்; தோண்டுகிறாள். "என் கண்ணாடி," என்கிறாள். "என் கண்ணாடியை மறந்துட்டேன்."

"நான் வேணும்னா படிச்சுக் காட்டவா?"

அந்த அட்டைப்பெட்டியையும் கடித உறையையும் தனித்தனியே பிரிக்க முயற்சிக்கிறாள். பாவம், இன்று அவளின் விரல்கள் சதி செய்கின்றன. குட்டிப் போராட்டத்துக்குப் பிறகு, அதை என்னிடமே கொடுத்து விடுகிறாள். நான் அந்தக்கடித உறையைப் பிரித்துத் திறக்கிறேன். உள்ளிருந்த கடிதத்தை விரிக்கிறேன்.

"பார்ஸியில எழுதியிருக்காரு."

"உன்னால படிக்க முடியுமில்ல? முடியாதா?" பரி கேட்க, அவளது புருவங்கள் கவலையில் கசங்குகின்றன. "மொழிபெயர்த்துப் படியேன்."

"சரி," என்கிறேன், உள்ளுக்குள் சிரிக்கிறேன். பாபா என்னை பலவந்தமாகக் கேம்பெல்லுக்குக் கூட்டிப்போய் பார்ஸி வகுப்பில் தள்ளிவிட்ட ஒவ்வொரு செவ்வாய்க்கிழமை மதியங்களும் நன்றியோடு என் கண்முன்னால் வந்து போகின்றன. எனக்கு அவரின் நினைவு வர, திரித்திரியாகக் கிழிந்த ஆடையும், வெறுமையான கண்களும், ஒட்டிய கன்னங்களுடன் பாலைவனத்தில் தொலைந்து போன மனிதராக அவர் காட்சி கொடுக்கிறார். வாழ்க்கை

அவரிடமிருந்து பிடுங்கிக் கொண்ட உன்னத விஷயங்களெல்லாம் சின்ன சின்ன துண்டுகளாக, பின்னால் அவரின் பாதையெங்கும் இறைந்து கிடக்கின்றன.

அடிக்கிற காற்றில் கடிதம் பறந்துவிடாமலிருக்கக் கெட்டியாகப் பிடிக்கிறேன். பரிக்காக ஐந்து வரிகளைப் படிக்கிறேன்.

நான் சமுத்திரத்தில் இறங்கியே தீரவேண்டும் என்கிறார்கள். நிச்சயம் மூழ்கி விடுவேன் சந்தேகமில்லை. உள்ளே இறங்குவதற்கு முன், உனக்காக இதைக் கரையிலேயே விட்டுச் செல்கிறேன். இதை எப்படியாவது நீ கண்டுபிடிக்க வேண்டுமென்று பிரார்த்திக்கிறேன். ஏனென்றால் நான் மூழ்கும் போது என் மனதில் என்ன இருந்ததென்று அப்போது உனக்குப் புரியுமல்லவா.

தேதிகூட இருக்கிறது. ஆகஸ்ட் 2007. "ஆகஸ்ட் 2007," நான் முடிக்கிறேன். "அவருக்கு நோய் இருக்குன்னு கண்டுபிடிச்சது அப்பதான்." பரியிடம் பேசுவதற்கு மூன்று வருடங்களுக்கு முன்னால்.

தனது புறக்கையால் கண்களைத் துடைத்துக் கொண்டே பரி தலையாட்டுகிறாள். ஓர் இளம் ஜோடி மிதிவண்டியில் உருள்கிறது. பெண் - செம்பட்டைக் கூந்தல், ரோஜாநிற முகம், இளைத்த உடல் - முன்னால் செல்ல, ஆண் - சுருட்டை முடி, காபிநிற முகம் - பின்னால் தொடர்கிறான். புல்வெளியில், சில அடி தூரத்துக்கு அப்பால், கருப்பு நிற, தோல் குட்டைப் பாவாடையில் இருக்கும் ஒரு விடலைப் பெண், யாரிடமோ தொலைபேசியில் பேசிக்கொண்டு, அவளின் சாம்பல்நிற டெர்ரியர் நாய்க்குட்டியின் கழுத்துப் பட்டியைப் பிடித்துக்கொண்டிருக்கிறாள்.

பரி என்னிடம் அந்த அட்டைப்பெட்டியைக் கொடுக்கிறாள். அவளுக்காக அதைப் பிரிக்கிறேன். உள்ளே ஒரு பழைய தகர டீத்தூள் டப்பா. அதன் மூடியில், தாடியுடன் நீளமான சிவப்பு உடையணிந்து கொண்டிருக்கும் ஒரு சீக்கியனின் மங்கலான உருவம். அவன் கைகளில் ஆவி பறக்கும் சூடான டீ கோப்பையை ஏந்தியபடி இருக்கிறான், கொடுப்பது மாதிரி. அந்த டீ கோப்பையிலிருந்து வெளிவந்த ஆவி இப்போது வடிந்துவிட்டது. அந்தச் சிவப்பு உடை கூட பெரும்பாலும் இளஞ்சிவப்பு நிறத்துக்கு வெளுத்துவிட்டது. அதன் துருப்பிடித்த தாழ்ப்பாளை விலக்கி, மூடியைத் திறக்கிறேன். உள்ளே எல்லா நிறங்களிலும், எல்லா வடிவங்களிலும் பறவையின் இறகுகள் அடைக்கப்பட்டிருந்ததைப் பார்க்கிறேன். குட்டையான,

அடர்த்தியான பச்சை நிற இறகுகள்; நீளமான, கருப்புநிறத் தண்டு கொண்ட இஞ்சி நிற இறகுகள்; வம்மி நிறத்தில் ஓர் இறகு, அநேகமாகக் காட்டு வாத்துடையதாக இருக்கலாம், சன்னமான ஊதாவின் சாயலும் இருக்கிறது; உள்பக்கம் கருமையான பொட்டுகளையுடைய பழுப்பு நிற இறகுகள்; அழகான பெரிய கண்களையுடைய மயிலிறகு ஒன்று.

நான் பரியிடம் திரும்புகிறேன். “இதுக்கு என்ன அர்த்தம்னு உங்களுக்குப் புரியுதா?”

உதடுகள் துடித்துக்கொண்டிருக்க, பரி மெதுவாகத் தலையசைக்கிறாள், தெரியாது என்பது மாதிரி. என்னிடமிருந்து அந்த டப்பாவை வாங்கி உள்ளே கவனமுடன் பார்க்கிறாள். “இல்ல, புரியல,” என்கிறாள். “அப்துல்லாவும் நானும் ஒருத்தரை ஒருத்தர் பிரிஞ்சப்போ, என்னைவிட அவன் தான் ரொம்பக் கஷ்டப்பட்டிருக்கான்னு மட்டும் புரியுது. இதுல கொடுத்து வச்சவ நான்தான் ஏன்னா எனக்கு ரொம்பச் சின்ன வயசு, அதான் என்னைக் காப்பாத்திடுச்சு, கஷ்டப்பட விடல. நினைவு தெளியறதுக்கு முன்னாடியே எல்லாம் நடந்து முடிஞ்சிருச்சு. மறதின்ற ஆடம்பரத்துல இத்தனை நாளும் கவலையில்லாம வாழ்ந்துட்டேன். ஆனா அப்துல்லாவுக்கு அப்படியில்ல.” ஓர் இறகை எடுக்கிறாள், அதை அவளது கைகளில் வருடிக் கொள்கிறாள். அதற்கு உயிர் வந்துவிடாதா, டக்கென்று பறந்துவிடாதா என்று ஏங்குவது மாதிரி அந்த இறகையே வைத்த கண் வாங்காமல் பார்த்துக் கொண்டிருக்கிறாள். “இந்த இறகுகளுக்கெல்லாம் என்ன அர்த்தம்னு எனக்குத் தெரியல. இதோட கதை என்னன்னு கூடத் தெரியாது. ஆனா ஒண்ணு மட்டும் நிச்சயம். என் அண்ணன் என்னைப் பத்தி நினைச்சுட்டே இருந்திருக்கான். இத்தனை வருஷமாகியும் என்னை அவன் மறக்கல. நினைச்சுட்டே இருந்திருக்கான்.”

பரி மௌனமாக அழ அவளின் தோளைச் சுற்றி அணைக்கிறேன். சூரிய வெளிச்சம் மரங்களை அலசுகிறது, நதி எங்களைக் கடந்து, இந்த பாலத்துக்கு அடியில் ஓடிக் கொண்டிருக்கிறது. பரி சொன்ன குழந்தைப்பாடலில் வரும் பாலம் இதுதான் - போன்ட்-செயிண்ட்-பெனிஸே பாலம். உண்மையில் இது பாதி பாலம் மட்டும்தான், நான்கு தூண் பாலம். இதன் வளைவுத் தூண்களில் இப்போது நான்கு மட்டுமே எஞ்சி நிற்கிறது. அதனால் நதியின் குறுக்கே பாதியிலேயே முடிந்துவிடுகிறது, என்னவோ அக்கரையுடன் ஒன்று சேர முயற்சி

செய்து, அதை அடைய எத்தனித்து, பிறகு அது நிராசையாகிவிட, நட்டாற்றிலேயே தவித்து நின்றது மாதிரி.

அன்றிரவு, விடுதியின் அறையில், நிலா எங்களின் ஜன்னலைப் பிடித்துத் தொங்கிக்கொண்டிருக்க, மேகங்கள் அதை முட்டிமோதிக் கொண்டிருப்பதைப் பார்த்தபடியே படுத்திருக்கிறேன். தூக்கம் வரவில்லை. கீழே, கூழாங்கல்லின் மேல் செருப்புகளின் குதிகால்கள் 'டக்டக்'கென சத்தம் போடுகின்றன. அரட்டையும் சிரிப்பும். இருசக்கர வாகனங்கள் 'சர்'ரென்று கடக்கின்றன. எதிரிலிருக்கும் உணவகத்தில், கண்ணாடிக் குவளைகளின் 'கிளிங்'கென்ற ஓசை. அந்தப் பியானோவின் 'டிடின்டின்' சத்தம் ஜன்னலின் வழியே வளைந்து நெளிந்து என் காதுகளை அடைகிறது.

நான் திரும்புகிறேன். பக்கத்தில் சத்தமில்லாமல் தூங்கிக்கொண்டிருக்கும் பரியைப் பார்க்கிறேன். மின்விளக்கின் வெளிச்சத்தில் அவளின் முகம் மங்கலாகத் தெரிகிறது. அதில் பாபாவின் முகத்தைப் பார்க்கிறேன். அவரின் இளமையான, ஆரோக்கியமான, தன்னம்பிக்கையான, சந்தோஷமான முகத்தை, ஒருகாலத்தில் எப்படி இருந்தாரோ அதே மாதிரி. இனிமேல் பரியை பார்க்கும்போதெல்லாம் அதில் பாபாவின் முகமும் தெரியும். என் ரத்தம் அவள், என் உறவு. சீக்கிரமே அவளின் குழந்தைகளைச் சந்திக்கப் போகிறேன், அவளது குழந்தைகளின் குழந்தைகளையும் கூட. என் ரத்தம் அவர்களின் உடம்புகளிலும் ஓடுகிறது. நான் அனாதை இல்லை. ஒரு திடீர் ஆனந்தம் என்னை அடிக்க, எனக்குள் அது ஊடுருவ, என் கண்கள் நன்றியால், நம்பிக்கையால் ஈரமாகின்றன.

பரி தூங்குவதை நான் கவனிக்கிறேன், பாபா எனக்குச் செய்த கனவு வைத்தியத்தின் ஞாபகம் வருகிறது. ஒவ்வொரு கெட்ட கனவையும் மூளைக்குள்ளிருந்து பிடுங்கியெறிந்து, அதற்குப் பதிலாக இனிமையான கனவுகளை, நல்ல கனவுகளை விதைக்கும் விளையாட்டு அது. எப்போதும் அவருக்குக் கொடுக்கிற வழக்கமான கனவை நினைக்கிறேன். பரியை எழுப்பிவிடாமல் ஜாக்கிரதையாக, அவளின் புருவங்களில் என் உள்ளங்கைகளை மெலிதாகத் தடவுகிறேன். அப்படியே என் கண்களையும் மூடிக்கொள்கிறேன்.

இதமான வெயிலடிக்கும் மதிய நேரம் அது. அவர்கள் மீண்டும் ஒருமுறை குழந்தைகளாக மாறியிருக்கிறார்கள், அண்ணனும் தங்கையும், பளிச்சென்ற கண்களுடன், வலுவாக. பூத்துக்குலுங்கும்

ஓர் ஆப்பிள் மரத்தின் நிழலில், பச்சைப் பசேலென்ற புல்வெளி மேல் அவர்கள் படுத்துக் கொண்டிருக்கிறார்கள். மிருதுவான புல்வெளி. உச்சியிலிருக்கும் சூரியன் பூங்கொத்துகளுக்கு இடையில் புகுந்து அவர்களின் கன்னங்களை இதமாக வருடுகிறது. அப்துல்லாவும் பரியும் தூக்கக் கலக்கத்தில் படுத்திருக்கிறார்கள், அருகருகில், மனநிறைவோடு. தடித்த வேரின் மேட்டில் அவன் தலை சாய்த்திருக்க, அவளின் தலையோ தலையணை மாதிரி மடித்திருந்த அவனது சட்டையின் மீது படுத்திருக்கிறது. பாதி-திறந்த கண்களால் ஒரு கருங்குருவி கிளையில் உட்கார்ந்திருப்பதை அவள் பார்க்கிறாள். குளிர்ந்த காற்று இலைகளுக்கு இடையில் வழி செய்துகொண்டு கீழே இறங்குகிறது.

அவனைப் பார்ப்பதற்காக அவள் திரும்புகிறாள், அவளின் அண்ணனைப் பார்ப்பதற்காக, எல்லா விஷயங்களிலும் அவளுடைய கூட்டாளியைப் பார்ப்பதற்காக. ஆனால் மிகக்கிட்டத்தில் இருப்பதால் அவளால் அவன் முகத்தை முழுதாகப் பார்க்க முடியவில்லை. அந்தப் புருவத்தின் பள்ளம், அவனது மூக்கின் மேடு, கண்ணிமைகளின் வளைவு மட்டுமே தெரிகிறது. பரவாயில்லை. அவன் பக்கத்திலிருக்கும் இந்த சந்தோஷமே அவளுக்குப் போதும். அண்ணனின் இந்த அருகாமையே ஏழேழு ஜென்மத்துக்கும் போதும். அவள் கண்ணயர, உறக்கம் அவளைத் திருடிக் கொண்டு போக, ஒரு பரிபூரண அமைதி அவளைச் சூழ்ந்து கொள்கிறது. அவள் கண்களை மூடுகிறாள். எல்லாம் தெளிவடைய, இருள் விலக, நிம்மதியாக, அமைதியாக அவள் உறங்குகிறாள்.